ஓர் எல்லையற்ற நொடிப்பொழுது

ஓர் எல்லையற்ற நொடிப்பொழுது

(சாகித்திய அகாதெமி விருதுபெற்ற ஒடியா சிறுகதைகள்)

மூலம்: பாரமிதா சத்பதி (ஒடிசா)

ஆங்கிலம்: ஸ்னேஹாப்ராவ தாஸ்

தமிழில்: புதுவை யுகபாரதி

சாகித்திய அகாதெமி

Or Ellaiyatra Nodippozhudhu: Tamil translation by Puduvai Yugabarathi of Paramita Satpathy's Award winning Odia Short Stories 'Prapti', through the English version of the work by Snehaprava Das, Sahitya Akademi, New Delhi, Rs. 400/-

உரிமை © சாகித்திய அகாதெமி		Copyright: @Sahitya Akademi	
ஆசிரியர்	: பாரமிதா சத்பதி (பி. 1965)	Author	: Paramita Satpayhy (b. 1965)
மொழிபெயர்ப்பாளர்	: புதுவை யுகபாரதி (பி.1969)	Translator	: Puduvai Yugabarathi (b.1969)
இலக்கியநடை	: சிறுகதைகள்	Genre	: Short Stories
பதிப்பாளர்	: சாகித்திய அகாதெமி	Publisher	: Sahitya Akademi
முதற் பதிப்பு	: 2024	1st Edition	: 2024
ISBN	: 978-93-6183-057-0	ISBN	: 978-93-6183-057-0
விலை	: ரூ. 400/-	Price	: Rs. 400/-

All rights reserved. No part of this book may be reproduced or utilized in any form or by any means, electronic or mechanical including photocopying, recording or by any information storage and retrival system, without permission in writing from Sahitya Akademi.

சாகித்திய அகாதெமி

தலைமை அலுவலகம்	: இரவீந்திர பவன், 35, பெரோஸ்ஷா சாலை, புது தில்லி 110 001. secretary@sahitya-akademi.gov.in | 011-23386626/27/28.
விற்பனை அலுவலகம்	'ஸ்வாதி' மந்திர் சாலை, புது தில்லி 110 001 sales@sahitya-akademi.gov.in | 011-23745297, 23364204.
கொல்கத்தா	4, டி.எல். கான் சாலை, கொல்கத்தா 700 025 rs.rok@sahitya-akademi.gov.in | 033-24191683/24191706.
சென்னை	குணா வளாகம், 443, இரண்டாம் தளம், அண்ணா சாலை, தேனாம்பேட்டை, சென்னை 600 018. chennaioffice@sahitya-akademi.gov.in 044-24311741 | 24354815
மும்பை	172, மும்பை மராத்தி கிரந்த சங்கிரகாலய சாலை, தாதர், மும்பை 400 014 rs.rom@sahitya-akademi.gov.in 022-24135744 | 24131948.
பெங்களூரு	மத்தியக் கல்லூரி வளாகம், பல்கலைக்கழக நூலக கட்டிடம், டாக்டர் அம்பேத்கர் வீதி, பெங்களூரு 560 001 rs.rob@sahitya-akademi.gov.in. 080-22245152, 22130870.

அச்சகம் : Mani Offset, Chennai - 600077.
அட்டை : Spectrum Graphic Studio, Chennai - 600017.
ஒளி அச்சு : R. Udhayabaskar, Chennai - 600032.
Visit our website at http://www.sahitya-akademi.gov.in

உள்ளடக்கம்

மொழிபெயர்ப்பாளர் உரை	6
1. விடுதலை	9
2. தனித்திருத்தலும் இணைந்திருத்தலும்	54
3. அவள் ஒரு பெண், அதுதான் அனைத்து வேறுபாடுகளையும் உருவாக்கியுள்ளது	110
4. வடுக்கள்	144
5. செலின்	165
6. மறுபடியும்	204
7. மயக்கம் தெளிந்தது	247
8. பொறுத்தாற்றுதல்	285
9. கண்ணீர்	307
10. ஓர் எல்லையற்ற நொடிப்பொழுது	359

மொழிபெயர்ப்பாளர் உரை

“ஓர் எல்லையற்ற நொடிப்பொழுது” பராமிதா சத்பாதி அவர்கள் ஒடிசா மொழியில் எழுதிய கதை நூல்; இந்நூல் சாகித்திய அகாதெமியின் விருது பெற்ற நூல்; திருமதி சிநேகபிரவ தாசு அவர்களால் “A Boundless Moment” என்னும் பெயரில் ஆங்கிலத்தில் மொழிபெயர்க்கப்பட்ட நூல். இந்நூலை ஆங்கிலத்திலிருந்து தமிழில் மொழிபெயர்க்க இசைவளித்த இந்திய இலக்கியக் கழகத்தின் (சாகித்திய அகாதெமி) செயலர் உள்ளிட்ட தமிழ் ஆலோசனை மற்றும் பொதுக்குழு உறுப்பினர்களுக்கு என்னுடைய நன்றியைத் தெரிவித்துக்கொள்கிறேன்.

இந்த நூலைத் தமிழாக்கம் செய்யத் தொடங்கும்போது, ‘சிறுகதைத் தொகுப்பு தானே எளிமையாகச் செய்துவிடலாம்’ என்று எண்ணித்தான் தொடங்கினேன். பிறகுதான் தெரிந்தது, இது எளிமையான நூல் அல்ல, மிக வலிமையான நூல் என்று. மொழிபெயர்ப்பில் பல இடர்ப்பாடுகளைக் கடக்க வேண்டியிருந்தது. கடந்திருக்கிறேன்.

இந்நூல் பெண்ணியம் பேசுகிறது; பெண்ணியம் என்று சொல்வதைக் காட்டிலும் ‘பெண் வலி’யைப் பேசுகிறது என்று சொல்லலாம். இந்நூலில் பத்துக் கதைகள் உள்ளன. ஒவ்வொரு கதையும் இரண்டு அல்லது மூன்று பகுதிகளாக அமைந்துள்ளன.

“சிறுகதை என்றால், ஒரே மூச்சில் படித்துவிடக் கூடியதாக இருக்கவேண்டும்; ஒரு சில பக்கங்களில் அடங்கியிருக்கவேண்டும்; எதிர்பாராத திருப்பங்களில் முடிவதாக இருக்கவேண்டும் என்று சொல்வார்கள்”.

ஆனால், திருமதி பராமிதா சத்பாதி அவர்கள் இந்தக் கூற்றுகளை எல்லாம் புறந்தள்ளி, குறைந்தது நாற்பது முதல் ஐம்பது பக்கங்களில், இயல்பான திருப்பங்களுடன், நனவோடை உத்தியைப் பயன்படுத்தி நல்லதொரு கதை இலக்கியமாக இந்நூலைப் படைத்துள்ளார். இக்கதை நூலின்மூலம் ஒடிசா மக்களின் பண்பாட்டை, பழக்கவழக்கங்களை, அரசியலைப் பகிர்ந்துள்ளார்.

பெண்களின் வலியை, குறிப்பாக, பேரிளம்பெண்களின் வலியை (முப்பது முதல் ஐம்பது அகவை உடையவர்கள்) படிப்பவர்களுக்கும் வலிக்கும்வண்ணம் எழுதியுள்ளார். இதில் உள்ள பத்துக் கதைகளும் உளத்தியல் அணுகுமுறையில் எழுதப்பட்டுள்ளன.

இந்நூலில் உள்ள ‘செலின்’ மற்றும் ‘அவள் ஒரு பெண், அதுதான் அனைத்து வேறுபாடுகளையும் உருவாக்கியுள்ளது’ ஆகிய இரண்டு சிறுகதைகளும் சிறுமிகளின் விருப்பங்களை, ஏக்கங்களை,

எதிர்காலக் கனவுகளை, உயர்வு-தாழ்வுகளை, அவர்கள்மேல் தொடுக்கப்படும் பாலியல் வன்முறைகளை உளத்தியல் அடிப்படையில் மிக நேர்த்தியாக வெளிப்படுத்தியுள்ளன.

நல்ல கதை நூலைத் தமிழாக்கம் செய்திருக்கிறேன். இன்று நம் நாட்டில் 35 இலக்கக் குடும்பங்கள் வாழ்ந்து வருகின்றன. அதாவது கிட்டத்தட்ட 140 கோடி மக்கள் வாழ்கின்றனர். இவற்றில் 90 விழுக்காடு குடும்பங்கள் இயல்பான-எளிமையான வாழ்க்கையையே வாழ்ந்து வருகின்றன. இந்த வறுமைக்குடும்பங்களில் ஒன்றில்தான் நானும் பிறந்து வளர்ந்தேன்; கல்வி கற்றேன்; அரசில் பணிவாய்ப்புப் பெற்றேன். ஆனால், எனக்கு வாழும் ஊரிலும், பணிசெய்யும் இடத்திலும் எனக்கான தனித்த அடையாளத்தை என்னுடைய தாய்மொழி தமிழ் எனக்குப் பெற்றுத் தந்திருக்கிறது; பெருமையுடன் வைத்திருக்கிறது; பரிசுகளையும் பட்டங்களையும் விருதுகளையும் ஏன், பொருளையும் கூட வழங்கிக் கொணடிருக்கிறது; என்னை இந்திய இலக்கியக் கழகத்தின் தமிழ் ஆலோசனைக்குழு உறுப்பினர், நடுவண் அரசின் தாகூர் விருதுத் தேர்ந்தெடுப்புக் குழு உறுப்பினராகப் புதுச்சேரி மாநிலத்தின் சார்பில் அமர்த்தி அழகு பார்த்திருக்கிறது. அந்தத் தமிழுக்கு ஏதாவது செய்ய வேண்டும் அல்லவா; அதனால்தான் இந்த நூலை நல்ல தமிழில் தமிழாக்கம் செய்திருக்கிறேன். தவிர்க்க இயலாத இடங்களில் அயற்சொற்களை அடைப்புக்குறிக்குள் பயன்படுத்தியிருக்கிறேன். படிப்பதறகுத் தடையிலா வண்ணம் நடையில் ஆற்றொழுக்கம் செய்திருக்கிறேன். என் முயற்சிக்கு இந்த நூலைப் படிப்பவர்கள் துணைநிற்பார்கள் என்று நம்புகிறேன்.

என்னுடைய முயற்சிகளுக்கு உறுதுணையாக விளங்கும் நண்பர்கள் முனைவர் சுந்தரமுருகன், பாவலர் ப. திருநாவுக்கரசு, முனைவர் அ. உசேன் ஆகியோர்க்கு என் நன்றி என்றென்றும் உரியது. என்னுடைய இலக்கியப் பணிகளுக்கு உதவியாக விளங்கும் என் இல்லத்தார் அனைவருக்கும் என்னுடைய உளங்கனிந்த நன்றி.

தோழமையுடன்
புதுவை யுகபாரதி

1. விடுதலை

அவள் குளத்துக்குச் செல்லும் படிகளில் அமர்ந்தாள். அரண்மனைத் தோட்டம் அவளுக்குப் பின் அழகாகக் காட்சியளித்துக் கொண்டிருந்தது. அவள் தனிமையுடன் பேசாமல் பேசிக் கொண்டிருந்தாள். குளத்தில் பூத்திருந்த ஒவ்வொரு தாமரைப் பூவிலும், மென்மையாகவும் அடர்த்தியாகவும் வளர்ந்திருந்த அதன் இலைகளிலும், பாசி படர்ந்த பசுமையான இடங்களிலும், குளத்தின் கரையில் நன்கு கத்தரிப்புச் செய்யப்பட்டு அமைக்கப்பட்டிருந்த புல் தரையிலும், சுற்றியிருந்த பசுமையிலும், பின்னால் அடர்ந்து படர்ந்திருந்த காட்டிலும் அமைதி, பேரமைதி தவழ்ந்து கொண்டிருந்தது.

ஒருவேளை, இப்படித்தான் சுற்றிச் சூழ்ந்திருக்கும் இயற்கை சொற்களின்றி எல்லாரையும் வியப்பில் ஆழ்த்துகின்றதோ?

கதிரவன் தன் பயணத்தைத் தொடங்கியிருக்கும் இளங்காலை நேரம். அந்தக் குளத்தில் நீர், தெளிவாக, மங்கலான அடர்சிவப்பு நிறத்தில் ஒளிர்ந்துகொண்டிருந்தது. இருபுறமும் ஒன்றுமில்லாமல் அப்படியே இருக்கும் அந்தக் குளத்தைப்போல், மிகப்பெரிய வெறுமையின் நடுவில் அமர்ந்திருப்பதாக உணர்ந்தாள். அனைவரும் விரும்பும் அமைதியான அந்த இயற்கைச் சூழலில் அவளும் ஒன்றாகக் கலந்து விட்டாள்.

அரசி காளிகா, அதிகாலையின் தொடக்க நொடித் துளிகளில், இரவு பகலுடன் கலப்பதுபோல் தோன்றிய அந்தக் காட்சியை, அந்த அரண்மனையின் தெளிவான ஆழ்ந்த அமைதி கொண்டு வருவதாக உணர்ந்தாள். அந்த அரண்மனைத் தோட்டத்துக்கு அவ்வப்போது அவள் தொடர்ந்து வந்துகொண்டிருந்தாள். அரண்மனைத் தோட்டத்துக்கு வந்தவுடன், அவளுடைய மெய்க்காப்பாளர்களையும், பணிப்பெண்களையும் விட்டுவிட்டு நேரடியாக அந்தக் குளத்தை நோக்கி நடப்பாள். மனதுக்கு மிகுந்த மகிழ்ச்சியைத் தரக்கூடிய அந்த இனிமையான சூழலில் சில நிமிடங்கள் இருந்துவிட்டு, நீந்திக் குளிப்பதற்காக நீரில் இறங்குவாள். தனிமையில் இருப்பதைப் பெரிதும் விரும்பும் அவளுடைய பெருவிருப்பை அறிந்த மெய்க்காப்பாளர்கள், அவளுடைய தனிப்பட்ட விருப்பில் தலையிடுவதில்லை.

அரசி காளிகா, அவளுடைய மேலாடையைக் குளத்தின் மேல் படிக்கட்டுகளில் ஒன்றில் வைத்துவிட்டுக் குளத்தில் இறங்கினாள். குளத்தின் குளிர்ந்த நீர்ப்பரப்பில் வலது காலை வைத்தபோது, அவளுக்குப் பின்னால் இருந்து கவலைமிக்க, உரத்த குரல் கேட்டது.

'மாட்சிமை பொருந்திய அரசியே, விரைவாக வெளியே வாருங்கள்', என்று பணிவுடன் கெஞ்சி அழைக்கின்ற தொனியில் அந்தக் குரல் உடனடியாக அழைத்தது. 'எதிர்பாராத ஏதோ ஒன்று நிகழ்ந்துவிட்டது' என்று தலைமை மெய்க்காப்பாளன் கூறினான். அரசி காளிகா, அரைநொடியில் திரும்பிப் பார்த்தாள். சிறிதும் தாமதிக்காமல் வேகவேகமாகக் கரையேறினாள். அவளுடைய இடக்கையால், படிக்கட்டில் இருந்த மேலாடையை எடுத்துக் கொண்டாள். அவளுடைய வலக்கை இயல்பாக, இடையில் செருகியிருந்த குத்துவாளைப் பிடித்தது.

அவள், 'என்ன நடந்தது?' என்ற கேள்விக்கணையோடு தலைமை மெய்க்காப்பாளனைப் பார்த்தாள்.

'நீங்கள் இந்த அரண்மனைத் தோட்டத்துக்கு வந்திருக்கும் செய்தியை இரன்பீர் சிங் அறிந்துள்ளான்.

நம்முடைய ஒற்றர்களிடம் இருந்து கிடைத்த செய்தியின்படி, அவன் நம் எல்லையில் உள்ள இந்தக் காட்டின் வடக்குப்புறத்தில் இருந்திருக்க வேண்டும். இவ்வளவு குறைந்த நேரத்தில் அவன் வெகுதொலைவில் உள்ள தெற்குப் பகுதியில் இருந்து இங்கு வந்திருப்பான் என்பதற்குச் சிறு அறிகுறியும் இல்லை. அவன் இப்போது, நம்மீது மறைந்திருந்து 'கொரில்லா'த் தாக்குதல் நடத்தத் தயாராகிக் கொண்டிருக்கிறான். இரன்பீர் சிங்கின் ஆள்கள் தலைநகருக்குச் செல்லும் சாலையில் கண்ணி வெடிகளைப் புதைத்து வைத்துவிட்டுப் பதுங்கியுள்ளனர். 'நாம் அந்த வழியில் திரும்பிச் செல்ல முடியாது', என்று தலைமை மெய்க்காப்பாளன் ஒரே மூச்சில் சொன்னான்.

'இப்போது என்ன செய்யவேண்டும்? நம்முடன் வந்த பணிப்பெண்கள் எங்கே? நீங்கள் எத்தனை வீரர்கள் உள்ளனர்?' அரசி காளிகா விபரம் கேட்டாள். அவளுடைய இன்பமயமான மனநிலையில் இருந்து அவளாகவே விடுபட முயற்சித்தாள்.

'அவர்களைப் பாதுகாப்பான இடத்துக்கு அனுப்ப வேண்டிய எல்லா ஏற்பாடுகளும் ஏற்கெனவே செய்யப்பட்டுவிட்டன. அவர்கள் இந்நேரம் கிளம்பியிருக்க வேண்டும். இரன்பீருடைய இலக்கு மாட்சிமை பொருந்திய தாங்கள்தான். தாங்கள் என்னுடன் வரவேண்டும். உடனே கிளம்புங்கள்' தலைமை மெய்க்காப்பாளன் மன்றாடிக் கேட்டுக்கொண்டான். அவனுடைய பேச்சில் உண்மையான கவலையும் அச்சமும் கலந்திருந்தன.

'அவர்களுடைய பாதுகாப்பை உறுதிசெய்யாமல் என்னால் எப்படி இந்த இடத்தை விட்டுச் செல்லமுடியும்?' அரசி கவலையுடன் கேட்டாள். மாட்சிமை பொருந்திய அரசியாரே, 'தாங்கள் அதுபற்றிக் கவலைப்படவேண்டாம். அவர்கள் சற்று முன்னதாகவே கிளம்பிவிட்டனர். இந்நேரம் ஊரை நெருங்கியிருப்பார்கள். அவர்கள் இருக்கும் இடம் குறித்த தகவலை மிகவும் இரகசியமாக வைத்திருக்க உரிய நடவடிக்கை எடுக்கப்பட்டுள்ளது. உங்களை முதலில் அந்த ஊருக்குத்தான் அழைத்துச் செல்லலாம் என்று கருதினோம். ஆனால், இரன்பீரின் ஒற்றர்கள் உங்களுடைய ஒவ்வோர் அசைவையும் கண்காணித்துக் கொண்டிருக்கலாம் என்ற ஐயம் தோன்றியதால் அதனை மாற்றிக்கொண்டோம். நம்முடைய தூதர், செய்தியை எடுத்துக்கொண்டு, கடினமான, யாராலும் கண்டறிய முடியாத வழியில் ஏற்கெனவே தலைநகருக்குச் சென்றுவிட்டார். விரைவில் நமக்குக் கூடுதலாக உதவிகள் கிடைக்கும். இதற்கிடையில், ஏதேனும் தீங்கு நடந்துவிடாத வகையில் நாம் கவனமாக இருக்கவேண்டும். குளத்துக்கு அடுத்த பக்கத்திலுள்ள, உடனடியாகத் தப்பித்துச் செல்லும் அவசர வழியைப் பயன்படுத்தி நாம் இங்கிருந்து சென்றுவிடவேண்டும். அலகா ஆற்றின் கரையை அடையும் வகையில் ஒரு வழி, காட்டில் செல்கிறது. நம்பிக்கையான சில வீரர்களைக் கொண்டு தீவிரக் கண்காணிப்பில், 'முகாம்' ஒன்று ஆற்றின் கரையோரம் அமைக்கப்பட்டுள்ளது. மேலும், அங்கே, ஆற்றில் நாம் தப்பித்துச் செல்லும் வகையில் படகு ஒன்றும் நிறுத்தி வைக்கப்பட்டுள்ளது. நாம் ஆற்றைக் கடந்து, சாலை வழியாக அரண்மனைக்குச் செல்லவேண்டும். மாட்சிமை பொருந்திய அரசியாரே, உங்களுக்கு விருப்பமான குதிரை தயாராக இருக்கிறது. நான் உங்களுடன் வருகிறேன். மற்ற வீரர்கள் இரன்பீரின் படைவீரர்களை எதிர்கொள்ளும் வகையில் இங்கேயே இருப்பார்கள்' என்று தலைமை மெய்க்காப்பாளன் உறுதியான, நம்பிக்கையை ஏற்படுத்தும் வகையில் பேசினான்.

அரசி காளிகா சற்றுநேரம் அப்படியே அமைதியாக இருந்தாள். அந்த அழகிய காலைப்பொழுதின் அமைதியைப் பறிக்கும், இதுபோன்ற அச்சத்தினால் ஏற்பட்ட எதிர்பாராத சூழல், இதற்குமுன் அவளுக்கு நிகழ்ந்ததே இல்லை. அந்தக் காட்டின் வடக்குப் பகுதியில், இரன்பீரின் காட்டுமிராண்டித்தனங்கள் வேகமாகப் பெருகி வருவதை அரசி காளிகா அறிந்திருந்தாள். அவர்களின் அட்டகாசத்தைத் தடுப்பதற்காகப் பணியமர்த்தம் செய்யப்பட்ட வீரர்களின் படைப்பிரிவுகள் மோசமான தோல்வியைத் தழுவியிருந்தன. அவன் அவனுடைய ஆற்றலைக் காட்டுவதற்காக, ஒன்றுமறியாத மக்களின் உயிர்களைப் பறிப்பதில் எந்தவித மனஉறுத்தலுமில்லாத ஒருவனாகக் காணப்பட்டான். அவன் அரசர்க்கு மிகப்பெரிய சவாலாக விளங்கினான். அவன் அரண்மனையைக் கைப்பற்றி, அரசனைக் கொன்று, முடியாட்சிக்கு முற்றுப்புள்ளி வைத்து, ஒரு புரட்சியாளனை ஆட்சிப்பொறுப்பில் அமர்த்தத் துடித்தான்.

அரண்மனைத் தோட்டம் இருக்கும் திசையிலிருந்து ஒலி கேட்டது.

ஒலியைக் கேட்ட தலைமை மெய்க்காப்பாளன் பரபரப்பானான். மாட்சிமை பொருந்திய அரசியை அவ்விடத்தை விட்டு உடனே புறப்படச் செய்ய வேண்டும். ஒரு சின்ன நேரங்கடத்தல் கூட மிகப் பெரிய அழிவை உறுதி செய்துவிடக் கூடும் என்று எண்ணிய அவன், 'மாட்சிமை பொருந்திய அரசியாரே, நான் முன்னால் செல்கிறேன், என்னைத் தொடர்ந்து வாருங்கள்' என்றான். அரசி காளிகா, ஒன்றும் சொல்லாமல் அமைதியாக அவனைத் தொடர்ந்து அவன் சொன்னபடி, செய்தாள். 'இந்தத் தனிமையான இடத்தில் கூடப் பாதுகாப்பு ஏற்பாடுகள் நன்றாகத்தான் செய்யப்பட்டிருக்கின்றன' என்று காளிகா ஒரு சின்னப் புன்னகையை உதடுகளில் சிந்தி வெளிப்படுத்தினாள். குதிரையின்மேல் ஏறிக் குளத்துக்கு வெகுதொலைவில் உள்ள காட்டுக்குச் செல்லும் சரளைக் கற்கள் நிறைந்த வழியில் வேகமாகச் சென்றாள். ஆனால், அவள் அச்சப்படவில்லை, அது ஏனென்று அவளுக்குத் தெரியவில்லை. இந்தக் கடினமான வழியில், செய்யும் ஆபத்தான பயணத்தினால் ஏற்படப்போகும் விளைவுகளைப் பற்றிச் சிந்திப்பதை அவளாகவே தவிர்த்துக் கொண்டாள். அவள் செல்லும்போது, அழகான, இனிமையான, மரங்கள் நிறைந்த அந்தக் காட்டின்

இயற்கைச் சூழலை இழந்து விட்டதாக உணர்ந்தாள். அந்தக் குறுகலான வழியெங்கும் மரங்கள் வரிசையாக வளர்ந்து பசுமையாகக் காட்சியளித்தன. வழியெங்கும் வண்ணவண்ணப் பூக்கள் கொத்துக்கொத்தாகப் பூத்துக் குலுங்கின. அந்தக் காட்டுப்பகுதியின் காற்றொலியுடன், வெளிநாட்டுப் பறவைகளின் கீச்சொலிகளும் தொடர்ந்து ஒலித்துக் கொண்டிருந்தன. மென்மையாக முடிந்திருந்த அவளுடைய கூந்தலை 'மனம்போல்' அடித்துக் கொண்டிருந்த காற்று கலைத்து, அவளுடைய நெற்றியில் அழகாக ஆடச் செய்தது. மெல்லிய கதிரொளி ஒளிரும் பல துண்டுகளாக உடைந்து, அடர்ந்த இலைகளினூடே புகுந்து, பளீரென மின்னும் வைரக்கற்கள்போல் அவளைப் பற்றி நடனமாடின. அவை அவளைக் கடந்து செல்ல முயற்சித்தபோது, அந்த இயற்கை அழகை அவள் உளம்நிறையப் பருகினாள். 'பயணம் முடிவடையாமல் தொடர்ந்திருந்தால்' காளிகா நினைத்துப் பார்த்தாள். 'இரன்பீரும் அவனுடைய 'கொரில்லா' வீரர்களும் அவளுக்காகக் கடைசிவரை காத்திருந்திருப்பார்கள்...' அவள் முகத்தில் புன்னகை ஒளிர்ந்தது.

'அரசியல் என்பது அதிகாரத்தைக் கைப்பற்றுவதற்கான ஒரு நேர்மையற்ற போட்டி', அவள் கருத்துரைத்தாள். அவள் அரச குடும்பத்தில் பிறந்தவள்; ஓர் அரசரைத் திருமணம் செய்து கொண்டவள். ஆனால், அவையெல்லாம் அவளுடைய பார்வையை மாற்றிவிடவில்லை. பதவி ஆசை என்பது ஒன்றுமில்லாத, பொருளற்ற ஒன்று என்றே அவள் எப்போதும் கருதினாள். அவளுடைய நாடு, அரசாட்சி செய்வதில் அவள் தீவிரமாக ஈடுபடவேண்டும் என்று விரும்புகிறது என்பதை அறிந்திருந்தாள். ஏனெனில், அரசர், நல்ல அரசாண்மைக்கான சட்டங்களை உருவாக்கும்போது அவளுடைய கருத்துகளைக் கேட்டறிந்தார். அரசுக்கும் மக்களுக்கும் எவையெல்லாம் நல்லதென்று அவள் நம்புகின்றாளோ அவற்றையெல்லாம் கருத்துரைக்க முயன்றாள். அவள் அரசாட்சியில் ஈடுபடுவது என்பது, நல்லபடியாக அரசை நடத்திச் செல்வதற்கே அன்றி, பதவி இன்பத்தை நுகர்வதற்கன்று. ஆனால், அந்த நாட்டில் பொறாமைக்காரர்களுக்கும், குற்றஞ்சாட்டுபவர்களுக்கும் எப்போதும் குறைவில்லை.

அவளுடைய எண்ணங்கள் பத்து ஆண்டுகளுக்குப் பின்னோக்கிப் பறந்தன. இந்தக் காட்டின் வடக்குப் பகுதிக்கு அரசன்

வேட்டையாடுவதற்காக வந்திருந்தான். அந்தப் பகுதியில் வாழும் பழங்குடியினத் தலைவன், இரன்பீர், அவனை வரவேற்று வணங்கி, அந்தக் காட்டில் கிடைக்கும் அரிய பொருள்களை எல்லாம் பரிசளித்தான். அரசனின் அந்த வேட்டைப் பயணத்தின் கடைசி நாள்வரை இரன்பீர் அரசனுடனேயே இருந்தான். பல்வேறு நறுமணம் வீசும் தேன் வகைகளையும், விலைமதிக்க முடியாத டசார் பட்டுத் துணிகளையும் அரசிக்கு அன்பளிப்பாக அனுப்பி வைத்தான். அவனுடைய விருந்தோம்பும் பண்பைக் கண்டு அரசன் மிகவும் மகிழ்ந்து நெகிழ்ந்துபோனான். அப்படியிருந்த அவன், எப்படி அரசுக்கு எதிராக மாறிப்போனான் என்று அவளுக்குத் தெரியவில்லை. அரசுக்கு, கடந்த ஐந்து ஆண்டுகளாக அவன் மிகப் பெரிய அச்சுறுத்தலாக இருக்கிறான். அவன் பழங்குடியினரை ஒன்றுதிரட்டிப் புரட்சிக்கு ஏற்பாடு செய்தான். நாட்டில் அவ்வப்போது ஆங்காங்கே வன்முறைத் தாக்குதல்களை நடத்தினான். அவனுடைய பார்வை மணிமுடியைக் கைப்பற்றுவதில் பதிந்திருந்தது.

அரசுக்கு எதிரான பொதுமக்களின் இதுபோன்ற மிக வலிமையான கருத்தை அவனால் எப்படித் திரட்ட முடிந்தது. நாகரிக மக்களிடம் இருந்து துண்டிக்கப்பட்ட, அந்தக் காட்டின் நடுவில் வாழும் பழங்குடியின மக்களின் நம்பிக்கையை அவன் வென்றெடுத்திருந்தான். வாழ வழியின்றி அடிப்படை உரிமைகளை இழந்த மக்கள், வேறுவழியின்றி அவன் மீது நம்பிக்கை வைத்து அவன் பின்னால் சென்றதாலா? இந்தக் கோணங்களில் எல்லாம் சிந்தித்த காளிகா, மக்களுக்குக் கல்வி அளிக்கவும் அவர்களுடைய வாழ்க்கைத் தரத்தை உயர்த்தவும் வேண்டிய உறுதியான நடவடிக்கைகளை எடுக்குமாறு அரசருக்கு எடுத்துரைத்தாள். அதன்படி, அந்தப் பகுதியில் அந்தத் திட்டத்தைச் செயல்படுத்தச் சில ஆற்றல் வாய்ந்த திடமான மனம்படைத்த அலுவலர்கள் பணியமர்த்தம் செய்யப்பட்டார்கள். ஆனால், இரன்பீரின் முரட்டுத்தனமான கொடூரத் தாக்குதல்களின் முன் அவை அனைத்தும் தோற்றுப்போயின. அவர்கள் அனைவரும் ஓடி ஒளிந்துகொள்ள வேண்டியதாயிற்று. இது, இரன்பீரின் உண்மையான உள்நோக்கத்தின் மீது ஐயப்பாட்டை ஏற்படுத்தியது. ஏழைப் பழங்குடியினரின் வாழ்க்கையை உயர்த்துவதில் அவன் உண்மையான விருப்பம் இல்லாதவனாக இருந்தான். அவன் விருப்பம் எல்லாம் ஆட்சியைக் கைப்பற்றுவது மட்டும்தான். அவன்

இரக்கமில்லாத தன்னலக்காரனாக மக்களின் உயிர்களைப் பறித்துக் கொண்டும், உடைமைகளை நாசப்படுத்திக்கொண்டும் இருந்தான். அரசி காளிகா, உளவு அமைப்பைத் திடப்படுத்த அரசருக்கு அறிவுறுத்தினாள். ஒருவேளை, இரன்பீரின் தாக்குதல்களைத் தடுத்து நிறுத்த அரசி எடுத்த நடவடிக்கைகள் இரன்பீரைச் சினப்படுத்தியிருக்கலாம். மேலும், அதனால் அவன் அரசியைக் கடத்தத் திட்டம் வகுத்திருக்கலாம்.

அந்தக் குறுகலான வழியில் செல்லும்போது, காவலுக்காக ஆங்காங்கே நிறுத்தப்பட்டிருந்த வீரர்கள் அவளைப் பண்படக்கத்துடன் வணங்கி வாழ்த்தினார்கள். இந்த அடர்ந்த காட்டின் நடுப்பகுதியிலும், செய்யப்பட்டிருந்த சிறப்பான பாதுகாப்பு ஏற்பாடுகளைக் கண்டு காளிகா வியந்துபோனாள். இத்தகைய சிறப்பான நுட்பத்துடன் துல்லியமாகப் பாதுகாப்பு ஏற்பாடுகளைச் செய்த அமைச்சரை நன்றியுணர்வுடன் நெஞ்சாரப் பாராட்டினாள்.

ஆனால், இன்றியமையாத பணிகளை மேற்கொள்வதற்காகப் பணியமர்த்தம் செய்யப்பட்ட பெரும்பாலான அமைச்சர்கள் பொறுப்புணர்ச்சியின்றியும் நம்பத்தகாதவர்களாகவும் இருந்தனர்.

மூன்று ஆண்டுகளுக்குமுன் நடந்த விரும்பத்தகாத நிகழ்வு ஒன்று அவள் நினைவுக்கு வந்து அவளைத் துன்ப இருளில் ஆழ்த்தியது.

அவளுடைய இரண்டாம் மகன் பிறந்த பின்னர், கோடைக்காலப் பயணமாக அந்த மலைக்கோட்டை அரண்மனைக்கு வந்திருந்த அந்த நாள்களில் அந்த நிகழ்வு நடந்திருந்தது. அப்போது, அவளின் மகன் ஆறு மாதக் குழந்தை. அரசன், அரண்மனைக்குத் திரும்பியவுடன், மலைக்கோட்டை அரண்மனையில் அரசிக்குத் தேவையான பாதுகாப்பை ஏற்பாடு செய்தலையும் வேண்டிய வசதிகளை ஏற்படுத்தித் தருகின்ற பொறுப்புகளையும் தலைமைப் படைத்தளபதி அனிந்தயாவிடம் ஒப்படைத்தான். காவலுக்காகச் சில வீரர்களும், அவளையும் குழந்தையையும் கவனித்துக் கொள்வதற்காகச் சில பணிப்பெண்களும் அவளுடன் தங்கியிருந்தனர்.

அந்த நாள்கள் மிக இனிமையானவை.

அந்த நாள்களின் பெரும்பாலான நேரத்தை அவள் தன் மகனுடன் செலவழித்தாள். மேலும், அவன் தூங்கிய பிறகு, அரசி காளிகா, அரண்மனைக்கு வெளியில் உலாவச் செல்வாள். திருமணத்துக்குப் பின்பு பெரும்பாலும் கைவிட்டுப்போன அவளுடைய தவிர்க்கவியலாத ஆசையும் விருப்பமான பொழுதுபோக்குமான குதிரை ஓட்டுதல் இப்போது அவளுக்கு எழுந்தது. நல்ல உயர்தர இனத்துக் குதிரைகளும், பயிற்சிபெற்ற குதிரையோட்டிகளும் தலைநகரத்து அரண்மனையிலிருந்து வந்தனர். கிட்டத்தட்ட பன்னிரண்டு ஆண்டுகளாகக் குதிரை யேற்றப் பயிற்சியைச் செய்திருக்காவிட்டாலும், குதிரையோட்டுவதில் எந்தவிதக் கடினமும் இருக்காது என்று அவள் உறுதியாக நம்பினாள்.

திரும்பவும், குதிரையோட்டத் தொடங்கவேண்டும் என்று தீர்மானித்தாள்.

வெளிச்சம் இல்லாத, காற்றடித்துக் கொண்டிருந்த ஒருநாள்.

நண்பகல் நேரத்தில் வானம் இருண்டிருந்தது. வெளிச்சம், கார்முகில் கூட்டத்துடன் திருடன்-காவலர் விளையாட்டை ஆடிக் கொண்டிருந்தது. அரசி காளிகா, அவளுடைய மகனை அன்பாகத் தொட்டணைத்துவிட்டு, அந்த மலைக்கோட்டை அரண்மனையை விட்டு வெளியே வந்தாள். குதிரையை ஓட்டிக்கொண்டு காட்டின் அடர்ந்த பகுதிக்குச் செல்லவேண்டும் என்று மனதில் பதித்து வைத்திருந்தாள். அவள் குதிரையின் மீதேறிக் கடிவாளத்தைப் பிடித்து இழுத்து அதை ஓடத் தூண்டினாள். குதிரை அந்தப் பாறைப் பகுதியில் விரைந்தோடத் தொடங்கியது. அந்தக் காட்டில் வீசிக்கொண்டிருந்த காற்று மெல்லிய ஓசையுடன் அவளுடைய செவிப்பறைகளில் மோதியது. அரசி காளிகா, சிறகுமுளைத்துப் பறப்பதைப் போல் உணர்ந்தாள். அடர்ந்து திரண்டிருந்த கார்முகில்கூட்டம் மழை பொழியப் போவதை அறிவித்துக் கொண்டிருந்தது.

அதன்பின்னர், அந்த எதிர்பாராத ஒன்று நடந்தது.

குதிரை அங்கிருந்த ஒரு சிற்றோடையைத் தாண்டிக் குதிக்கும்போது, தடுமாறிக் கவிழ்ந்து விழுந்து எழுந்தது. அதன் முன்னங்கால் முட்டி ஒன்றில் சுளுக்கு ஏற்பட்டது. இது தெரிவதற்கு

முன்னே, கண்மூடிக் கண் திறக்கும் நேரத்தில் அரசி காளிகா குதிரையிலிருந்து முன்னால் தூக்கி வீசப்பட்டாள். ஆனால், அவள் உடல் தரையில் விழுவதற்குமுன் அவளை இரண்டு வலிமையான கைகள் தாங்கிப் பிடித்துக் கொண்டன. அவள் கண்களைத் திறந்து பார்த்தபோது வியந்துபோனாள். அவள், தலைமைப் படைத்தளபதி அனிந்தயாவின் கைகளில் கிடந்தாள். அவளுடைய வலக்கை மணிக்கட்டில் சுளுக்கு ஏற்பட்டு மெல்ல வலித்தது. அனிந்தயாவின் உதவியை அவள் ஏற்க வேண்டியிருந்தது.

அவள், 'நன்றி' என்று நன்றியுணர்ச்சியுடன் சொன்னாள். 'இந்த நேரத்தில் எப்படி இங்கே வந்தீர்கள்? ஆனால், சரியான நேரத்தில் நீங்கள் வந்தது என்னுடைய நல்வாய்ப்பு. இல்லாவிட்டால், கடவுளுக்குத்தான் தெரியும், அடுத்து என்ன நடந்திருக்கும் என்று' சொன்ன காளிகா,

'பணிவின் பாடத்தை ஒருவர் உங்களிடமிருந்துதான் கற்றுக்கொள்ள வேண்டும்' என்று புன்னகைத்துக் கொண்டே சொன்னாள்.

'நாம் விரைவாகத் திரும்ப வேண்டும்' என்று மீண்டும் சொன்னாள். 'என் குதிரை நன்றாக இருக்கிறதா?' என்று கேட்டு வியந்தாள்.

அனிந்தயா, அரசியின் குதிரையை நோக்கிச் சென்றான். இதற்கிடையில் அந்தக் குதிரை எழுந்து நின்றிருந்தது. ஆனால், அதனுடைய வலதுகால் காயமுற்றிருந்தது. அது சற்று நொண்டி நொண்டி நடந்தது.

'உங்கள் குதிரையை இங்கேயே விட்டுவிடுங்கள். மாட்சிமை பொருந்திய தாங்கள் என்னுடைய குதிரையில் திரும்பிச் செல்லுங்கள். நான் உங்கள் குதிரையை நடக்கவைத்துக் மலைக்கோட்டை அரண்மனைக்குக் கொண்டு வருகிறேன்' என்று அனிந்தயா கருத்துரைத்தான்.

அதற்கு, 'நன்றாக இராது. நான் அரண்மனையை விட்டு வெகுதூரம் வந்துவிட்டேன். அது அவ்வளவு தொலைவு நடந்து வருவதற்குள் மிகவும் களைத்துவிடும்' என்று அரசி மறுத்தாள்.

‘இதற்கு இன்னொரு தீர்வு இருக்கிறது’ என்றான் அனிந்தயா. ‘தாங்கள் என்னுடைய குதிரையின் பின்புறத்தில் எனக்குக் கொஞ்சம் இடம்கொடுத்தால்...’ என்றான்.

அதைக் கேட்ட காளிகா, தலைமைப் படைத்தளபதியைப் புருவம் உயர்த்திப் பார்த்தாள்.

அவனுடைய கண்களின் ஓரங்களில் மகிழ்ச்சியின் ஒளிக்கீற்றுகள் தென்பட்டன. அவள் திரும்பித் தன்னுடைய குதிரையைப் பார்த்தாள்.

‘நாம் இருவரும் அவரவர் குதிரைகளில் பயணிப்பதே நல்லது. அவை இணைந்து மெதுவாகவே ஓடட்டும். என்னுடைய குதிரைக்கு நான் அவ்வளவு பெரிய சுமையாக இருக்கமாட்டேன் என்று கருதுகிறேன்’ என்றாள். அவள் சொன்னதுபோலவே அவர்கள் மலைக்கோட்டை அரண்மனைக்குத் திரும்பினர்.

அனிந்தயா, பயணத்தின்போது தன் வெற்றிக் கதையைச் சொன்னான். பெரும்பாலும், பிற மூத்த படை அதிகாரிகளுக்குப் பணிமூப்பு அடிப்படையில் வழங்கப்படுவதுபோல் அவனுக்கு இந்தத் தலைமைப் படைத்தளபதி பதவி வழங்கப்படவில்லை. மாறாக, அவனுடைய துணிச்சல் மற்றும் தளராத முயற்சிக்குக் கிடைத்தது என்றான். மிகுந்த பொறுப்பும், வீரதீரச் செயல்களைச் செய்யக்கூடிய ஆற்றலும் மிக்கவர்கள் வகிக்கக்கூடிய அத்தகைய பதவியை வகிப்பதில் அவன் உண்மையிலேயே மிகவும் இளைஞனாகவே இருந்தான் என்று காளிகா, தனக்குள் நினைத்துக்கொண்டாள்.

‘அதெல்லாம் எனக்குத் தெரியாது. ஆனால், இந்தக் காப்புப் பணிப்பொறுப்பை உங்களிடம் ஒப்படைத்ததில் அரசர் சரியான முடிவை எடுத்திருப்பதாகவே நான் கருதுகிறேன்’ என்றாள். அவளுடைய குரலில் பாராட்டும்தொனி வெளிப்பட்டது.

‘அறிவும் அழகும் மிக்க மாட்சிமை பொருந்திய தாங்கள் இதுபோன்று சொல்வதற்கு நான் மிகவும் கொடுத்துவைத்திருக்க வேண்டும்’ என்று மிகவும் பணிவுடன் சொன்னான்.

அவர்கள் மலைக்கோட்டை அரண்மனையை அடைந்தார்கள். காளிகா, இளைப்பாறி, அயர்வகற்றிச் செல்வதற்காகத் தலைமைப் படைத்தளபதியை உள்ளே வருமாறு அழைத்தாள்.

அவர்களுக்கிடையே எதிர்பாராமல் தொடங்கிய சந்திப்பு, சில நாள்களில், ஒருவருக்கொருவர் இணக்கமாகப் பழகும் ஓர் உறவாக வளர்ந்தது. பணிவுடனும் நட்புணர்ச்சியுடனும் பழகும் குணத்தால் அனிந்தயா அரசியின் நம்பிக்கையையும் நல்லெண்ணத்தையும் பெற்றிருந்தான். அவள் எந்தவிதத் தயக்கமுமின்றித் தன்னுடைய குழந்தைப்பருவ மகிழ்ச்சியான தருணங்களை அவனுடன் பகிர்ந்துகொண்டாள். திருமணம் அவளுடைய பாட்டுப் பயிற்சிக்கு முற்றுப்புள்ளி வைத்துவிட்டதாகத் தெரிவித்தாள். அதைக் கேட்ட அனிந்தயா 'ஆனால், தாங்கள் எப்போது வேண்டுமானாலும் புதிதாகத் தொடங்கலாம். காலமும் அகவையும் ஒருபோதும், ஒருவருடைய விருப்பத்துக்குத் தடைக்கற்களாக இருக்க முடியாது' என்று ஊக்கப்படுத்தும் வகையில் பேசினான். அவன் பேசியது காளிகாவுக்குப் பிடித்திருந்தது.

ஒருநாள், அனிந்தயா, 'இந்தக் காட்டில் ஒரு குறிப்பிட்ட இடம் உள்ளது' என்றான். மேலும், 'அந்த இடம் அதற்கே உரிய தனிச்சிறப்பு மிக்கது. நிலவொளி வெளிச்சத்தில் அந்த இடத்தைப் பார்க்காவிட்டால், தாங்கள் இந்த மலைக்கோட்டை அரண்மனையில் இத்தனை காலம் தங்கியிருந்து அடைந்த இன்ப நுகர்ச்சி முழுமையடையாது. இன்று முழுநிலவு நாள். மாட்சிமை பொருந்திய தாங்கள் விரும்பினால், ஒரு வழிகாட்டியாகத் தங்களை அங்கு அழைத்துச் செல்லக் கடமைப்பட்டிருக்கிறேன்' என்றான். காளிகாவும் அங்குச் செல்ல விரும்பியதால், இருவரும் அந்த முழுநிலா இரவில் அவ்விடத்துக்குப் பயணப்பட்டனர்.

அந்தக் காட்டுக்குள் ஓரிடம் அழகாகத் தூய்மைப் படுத்தப்பட்டு வைக்கப்பட்டிருந்தது.

அந்த ஏற்பாடுகளை எல்லாம் அனிந்தயா செய்திருக்கிறான் எனக் காளிகா புரிந்துகொண்டாள். ஆனால், அந்த இடத்தைப் பற்றி அவன் சொன்னது உண்மைதான். வெண்ணிலா ஒளியால் தூய்மை செய்யப்பட்டிருந்த அந்த இடம் அவளை மிகவும் ஈர்த்து மயக்கமுறச் செய்தது.

'மாட்சிமை பொருந்திய தாங்கள் ஒரு பாட்டுப் பாடக் கூடாதா?' என்று கெஞ்சிக் கேட்டான்.

காளிகா பாடுவதற்காக எழுந்தாள். அவள் எழுந்து நிற்பதற்கு உதவியாக அனிந்தயா அவனுடைய கைகளை நீட்டினான். விருப்பமின்றி, காளிகா அவனுடைய கைகளைப் பற்றினாள். அடுத்த கணமே, அவனுடைய கைகளால் அவளைப் பற்றி அணைத்துக் கொண்டான். இதுபோன்ற ஓர் எதிர்பாராத சூழலை எதிர்கொள்ள முற்றிலும் தயாராக இல்லாத காளிகா கலக்கமுற்றாள். உடனே, அவனுடைய அணைப்பிலிருந்து தன்னை விடுவித்துக்கொண்டாள். 'நாம் போகலாம்' என்று கடுமையான குரலில் சொன்னாள்.

'ஆனால், நான் இன்னமும் தங்களுடைய பாடலைக் கேட்க ஆர்வமாகக் காத்திருக்கிறேன்' என்று அனிந்தயா வற்புறுத்தினான். இன்னமும் அவளுடைய கைகள் அவனுடைய பிடியில் இருந்தன.

'இப்போது முடியாது. ஒருவேளை முடிந்தால் இன்னொரு நாள் பார்க்கலாம்' என்றாள் காளிகா. 'இந்த இடத்தை விட்டு இப்போதே புறப்படலாம்' என்றாள். அவனுடைய பிடியில் இருந்து தன்னுடைய கையை விடுவித்துக்கொண்டாள்.

மலைக்கோட்டை அரண்மனைக்கு வரும்வழியெல்லாம், அவள் சிடுசிடுப்பாகவும், சிந்தனைவயப்பட்டவளாகவும் காணப்பட்டாள். 'மாட்சிமை பொருந்திய தாங்கள் ஏன் கலக்கமுற்று இருக்கிறீர்கள்?' என்று காளிகாவின் துன்பஇருள் சூழ்ந்த முகத்தைப் பார்த்து அனிந்தயா கேட்டான். அவர்கள் மலைக்கோட்டை அரண்மனையின் நுழைவாயிலில் நின்று கொண்டிருந்தனர். 'நீங்கள் எப்போதும், மகிழ்ச்சியாகவும் இனிமையாகவும் இருக்கவேண்டும் என நான் விரும்புகிறேன் என்பதை மறந்துவிடாதீர்கள். தங்களுடைய நட்பே என்னுடைய பெருவிருப்பம்' என்றவன், தன்னுடைய வாளுறைப் பையில் இருந்து வாளினை எடுத்து அவளுடைய காலடியில் வைத்தான்.

காளிகா, 'வணக்கம்' என்று புன்னகைத்துக் கொண்டே சொன்னாள்.

'வணக்கம்', அனிந்தயா பதிலுக்குச் சொன்னான். அவளுடைய இதழ்களில் தவழ்ந்த புன்னகை அவனுடைய முகத்தில் ஒளிர்ந்தது.

ஒரு வாரகால இடைவெளிக்குப்பின், காளிகா அந்த மலைக்கோட்டை அரண்மனைத் தோட்டத்தில் அவனைச் சந்தித்தாள்.

அவனுடன் சற்றுநேரம் அமர்ந்து பேசுமாறு அவன் அவளைக் கெஞ்சிக் கேட்டான்.

'இத்தகைய பொருளற்ற வாழ்க்கையை வாழ்வதில் என்ன பயன் இருக்கிறது, காளிகா?' என்று கேட்டான்.

காளிகா, தலைமைப் படைத்தளபதியைக் கூர்மையாக உற்றுநோக்கினாள். அவன் வழக்கமாக விளிக்கும் 'மாட்சிமை பொருந்திய' என்பதை விடுத்து முதன்முறையாக அவளைப் பெயர் சொல்லி அழைத்திருந்தான். அவன் என்ன சொல்ல விழைகிறான் என்பதை அவளால் அறிந்துகொள்ள முடியவில்லை.

'எனக்குத் தெரியும், என்னை நீங்கள் தவிர்க்கிறீர்கள்', என்று மீண்டும் தொடர்ந்தான். 'ஆனால், என்னுடைய வேட்கையை என்னால் அடக்க முடியவில்லை. நான் சொல்வதைப் புரிந்து கொள்ளுங்கள். நம்முடைய முழு வாழ்க்கை நம் முன்னே இருக்கிறது. தற்போதைய ஆட்சி நிர்வாக முறை சீர்குலைந்து அதலபாதாளத்திற்குச் சென்றுவிட்டது. நாம் தற்போதைய அரசைத் தூக்கியெறிந்துவிட்டு, புதிய ஆட்சி முறையை ஏற்படுத்த வேண்டும்' என்றான். காளிகா, அவனுடைய குரலில் தெள்ளத்தெளிவாகத் தெரிந்த ஏளனத்தை அறிந்துகொண்டாள்.

'அனிந்தயா' என்று உரக்கக் கத்தினாள், அதிர்ச்சி அடைந்தாள், காயமுற்றாள்.

'ஆமாம், காளிகா. நடப்பவை எல்லாம் என்னுடைய பொறுத்துக்கொள்ளும் எல்லையைத் தாண்டிச் சென்றுவிட்டன. நான் அரசரானவுடன் நீ மட்டுமே என்னுடைய அரசி. ஆனால், நாம் கண்டிப்பாக இந்த முடியாட்சியை அகற்றியே தீரவேண்டும்' என்றான். அனிந்தயா பேசும்போது அவனுடைய விழிகள் ஒளிர்ந்தன.

அவன் பேசியதைக் கேட்ட காளிகா, 'உனக்கு அறிவில்லையா?' என்று திருப்பிச் சொல்லால் தாக்கியவாறு துள்ளிக் குதித்தாள். 'நீ என்னுடைய நட்பைத் தவறாகப் புரிந்து கொண்டிருக்கிறாய். பெருவிருப்போடு இருப்பதில் தவறில்லை. ஆனால், நீ எப்படி அரசனைக் கொல்ல நினைக்கலாம்' என்றவள், பதற்றத்திலும் சினத்திலும் நடுங்கினாள்.

'நான் உன்னை விரும்புகிறேன், காளிகா' என்று அனிந்தயா உணர்ச்சிப்பெருக்கில் கெஞ்சினான். 'உனக்குப் பொருத்தமான

வாழ்க்கையை நான் அமைத்துத் தருகிறேன். என் ஆசையை நிறைவேற்ற எனக்கு நீ ஏன் ஒரு வாய்ப்பைத் தரக்கூடாது?' என்று கேட்டான்.

'காதல்... இதுதான் நீ சொல்லும் காதலா?' என்று உணர்ச்சி மேலிட அவனுக்குப் பதிலடி கொடுத்தாள். 'இது காதல் அல்ல, மனநோயின் பிதற்றல். ஒருநொடியும் தாமதிக்காமல் இங்கிருந்து சென்றுவிடு' என்று அடக்க முடியாத சினத்தில் சொற்களைக் கக்கினாள்.

'அப்படியே ஆகட்டும்', அனிந்தயா பணிவுடன் சொன்னான். 'ஆனால், என்னுடைய விருப்ப எண்ணம் அசட்டையானதோ பொருத்தமற்றதோ அல்ல. அருள்கூர்ந்து சிந்தித்துப் பாருங்கள்' என்று சொல்லிய அவன் நிழல்போல மறைந்துபோனான். அவன் சென்றபின்னும் காளிகா நீண்ட நேரம் அப்படியே நின்று கொண்டிருந்தாள்.

அவள் தன்னுடைய மலைக்கோட்டை அரண்மனையில் தங்கியிருந்த கோடைக்கால ஓய்வுப் பயணத்தைப் பாதியில் நிறுத்திவிட்டுத் தலைநகர் திரும்பினாள். தலைமைப் படைத்தளபதிக்கு அதிக உரிமை எடுத்துக்கொள்ள இடம் கொடுத்துவிட்டதாக நினைத்துக் கடுமையான குற்றஉணர்ச்சியில் ஆழ்ந்தாள். அவள் ஓர் அரசி... மட்டுமே.

ஆனால், அவளுக்கு அவளே காரணம் கற்பித்துக் கொண்டாள். ஒருவேளை அவளால், அதற்குமேலே சிந்திக்க முடியாமல் போயிருந்திருக்கலாம். குறைந்தபட்சம், ஒரு நல்ல பண்புடைய அடக்கமான பெண்ணாக வந்திருக்கலாம், ஆனால், காலம் கடந்துவிட்டது. அவள் அரசரிடம் நடந்த எல்லாவற்றையும் முழுமையாகக் கூறவில்லை. ஆனால், நாட்டின் பாதுகாப்பைப் பொருத்தமட்டில், அவன் மீது நம்பிக்கை வைக்கவேண்டாம் என அரசரைத் தடுக்க முயன்றாள். மிக நீண்ட கருத்துரையாடல் மற்றும் ஆய்வுக்குப் பின், அரசன் அவனைப் பொறுப்பிலிருந்து விடுவிடுத்து அந்தப் பொறுப்பை அமைச்சரிடம் கொடுத்தார். ஆனால், அவன் பொதுப்படைத்தளபதியாகத் தொடர்ந்து கொண்டிருந்தது அவளைக் கலக்கமடையச் செய்தது. ஆனால், அவளால் அதற்குமேல் ஒன்றும் செய்ய முடியவில்லை. மதிநுட்பம் மிக்க அனிந்தயா அவனுடைய ஆற்றலாலும், வீரத்தாலும் அரசனைக் கவர்ந்திருந்தான்.

அதேநேரத்தில், குற்ற உணர்ச்சியால் அரசி காளிகா அச்சத்திலேயே நாள்களைக் கடந்தாள். அவன் இன்னமும் அரியணையைக் கைப்பற்றுவதில் கவனமாக இருந்தான். அதற்கு எளிய வழியாக அரசி காளிகாவைப் பயன்படுத்திக்கொள்ள விரும்பினான். அதனை அறிந்தபின்னர், காளிகா மக்களுடன் தொடர்பு வைத்துக் கொள்வதில் கவனமாக இருந்தாள்.

தொலைவில் உள்ள இந்தக் காட்டுப்பகுதியிலும் தலைமை அமைச்சர் செய்திருந்த பாதுகாப்பு ஏற்பாடுகளைக் கண்டு அரசி காளிகா மகிழ்ச்சியடைந்தாள். அவரை மதிப்புடனும் பாராட்டும் விதத்திலும் அவளுடைய தலை தன்னியலாக அவரைப் பணிந்து வணங்கியது.

'சற்றே இளைப்பாறிச் செல்ல, மாட்சிமை பொருந்திய தாங்கள் இங்கே இறங்க விரும்புகிறீர்களா?' என்று தலைமை மெய்க்காப்பாளன் பணிவாகக் கேட்டான்.

அதைக்கேட்டு, காளிகா பழைய நினைவுகளில் இருந்து விடுபட்டுத் திரும்பித் தலைமை மெய்க்காப்பாளனைப் பார்த்தாள். 'இளைப்பாறவா? இவ்விடத்திலா?' என்று மகிழ்ச்சியுடனும் வியப்புடனும் கேட்டவாறு குதிரையிலிருந்து குதித்து இறங்கினாள். தலைமை மெய்க்காப்பாளன் அவளை, அடர்ந்த இலைகளைக் கொண்ட மரத்தடிக்கு அழைத்துச் சென்றான். அவ்விடம் அழகாகத் தூய்மைப்படுத்தப்பட்டிருந்தது. அங்கே நன்கு தட்டையாகச் செப்பனிடப்பட்டிருந்த பாறைத் துண்டுகள் இருந்தன. அவற்றின் மேல், தூய்மையான இலைத்தட்டுகளிலும் இலைக் கிண்ணங்களிலும் அப்போதுதான் பறிக்கப்பட்ட பழங்களும், பருப்பு வகைகளும் வைக்கப்பட்டிருந்தன. ஒரு காவலன் கையில் இளநீர் தேங்காயை வைத்துக்கொண்டு நின்றுகொண்டிருந்தான். காளிகாவுக்குப் பசியில்லை. ஆனால், புதிதாகப் பறிக்கப்பட்ட பழங்களைச் சுவைக்கவேண்டும் என்ற ஆசையை அவளால் தடுக்க இயலவில்லை. மேலும், காப்பாளர்களுடைய வேண்டுகோளைப் புறந்தள்ளவும் அவளுடைய மனம் இடங்கொடுக்கவில்லை.

'மாட்சிமை பொருந்திய தாங்கள் களைப்பாக இருப்பீர்கள். சற்றுநேர இளைப்பாறுதலுக்குப்பின் பயணத்தைத் தொடங்கலாமா?' என்று தலைமை மெய்க்காப்பாளன் பணிவுடன் கேட்டான். காளிகா தலையை உயர்த்தி அவனைப் பார்த்தாள்.

அவன் சற்று வயதானவனாகக் காணப்பட்டான். அவன் காட்டிய அக்கறை அவளை நெகிழச் செய்தது. அவளைக் காப்பதற்காக அவன் தன்னுடைய உயிரையே பணயம் வைத்திருந்தான். அவனுடைய உண்மையான பணிக்கு அவளால் என்ன கொடுக்கமுடியும்? என்று நினைத்து அவள் மனதுக்குள் வெட்கப்பட்டாள்.

'வேண்டாம், புறப்படலாம்' என்று பெருமூச்சு விட்டுக்கொண்டே உரக்கச் சொன்னாள். 'ஒருவேளை, நாம் இன்னும் நீண்ட தூரம் கடக்க வேண்டியிருக்கலாம்' என்று சொல்லியவாறே குதிரையின் மீது ஏறினாள். காவலர்கள் அவளை வணங்கி விடைபெற்றனர்.

'அரண்மனைக்குச் சென்றவுடன், இந்தக் காவலர்களின் பெயர்களையும் முகவரிகளையும் என்னிடம் தர வேண்டும்' என்று தலைமை மெய்க்காப்பாளனிடம் காளிகா சொன்னாள். ஆனால், எப்போது அரண்மனையைச் சென்றடைவோம் அல்லது அரண்மனையைச் சென்றடைவோமா என்பது யாருக்குத் தெரியும்? என்று தனக்குள் உறுதியற்ற தொனியில் சொல்லிக்கொண்டாள். அவளிடமிருந்து நீண்ட பெருமூச்சு வெளிப்பட்டது. முதன்முறையாக அவள் சற்று இக்கட்டான நிலையில் இருப்பதை உணர்ந்தாள்.

அதனை உணர்ந்த தலைமை மெய்க்காப்பாளன், 'மாட்சிமை பொருந்திய தாங்கள் சிறிதும் கவலைப்படக் கூடாது' என்று உறுதிபடக் கூறினான். 'தாங்கள் என்னை நம்பவேண்டும். தங்களைக் காப்புடனும், எவ்வித இடர் இல்லாமலும் அரண்மனைக்குத் திரும்பக் கொண்டுபோய்ச் சேர்க்கவேண்டிய பொறுப்பு என்னுடையது' என்றான்.

காளிகா, மீண்டும் ஒருமுறை அவனை உற்றுநோக்கினாள். அவனுடைய முகம் நம்பிக்கையுடன் ஒளிர்ந்தது.

அவர்கள் பயணித்ததைப் போலக் கதிரவன் வளர்ந்து வெப்பமடைந்திருந்தான். அவர்கள் சமவெளிப் பகுதியை அடைவதற்காக மலைப்பகுதியில் இருந்து இறங்கத் தொடங்கும்போது நண்பகல் நேரமாகியிருந்தது.

'இந்தச் சமவெளிப் பகுதியைக் கடந்தபின், அலாகா ஆற்றங்கரையை அடைவதற்குமுன் ஒரு சிறிய காட்டுப்பகுதியைக்

கடக்கவேண்டும். நாம் அந்த இடத்தை அடைந்தவுடன் நம்முடைய அனைத்துச் சிக்கல்களும் தீர்ந்துவிடும். அங்கே, ஆற்றின் வழியே நம்மைத் தலைநகரத்துக்குப் படகில் அழைத்துச் செல்லக் காவலர்கள் பணியில் அமர்த்தப்பட்டுள்ளனர்' என்று தலைமை மெய்க்காப்பாளன் விளக்கினான். காளிகா முன்னால் இருந்த சமவெளியைப் பார்த்தாள். அங்கே, ஆங்காங்கே, பூனைக்கசறுச் செடிகளும் முட்செடிப் புதர்களும் உடைய புல்வெளி காணப்பட்டது. அங்கே முன்னால் தெரிந்த நீண்ட ஒற்றையடிப் பாதையைத் தவிர வேறெந்த வழியும் இல்லை. அந்த வழியில் அவர்கள் பயணித்தனர். தலைமை மெய்க்காப்பாளன் முன்னே செல்ல காளிகா, அவனைப் பின்தொடர்ந்து சென்றாள்.

திடீரென்று ஏதோ ஒன்று மின்னல் வேகத்தில் பறந்துவந்து, தலைமை மெய்க்காப்பாளனுக்கு மிக அருகில் சென்று மறைந்தது. அப்போது அவனுடைய குதிரை அது நின்ற இடத்திலிருந்து செங்குத்தாக ஓர் அரைவட்டம் அடித்து நின்றது. காளிகா, அவளுடைய குதிரையின் கடிவாளத்தை வேகமாகப் பிடித்து இழுத்து நிறுத்தினாள்.

'மாட்சிமை பொருந்திய அரசியே, பின்னால் செல்லுங்கள், வேகமாகச் செல்லுங்கள்' என்று தலைமை மெய்க்காப்பாளன் கத்தினான். அவனுக்கு மூச்சு வாங்கியது.

காளிகாவின் கண்கள் அவனுடைய நெஞ்சின் நடுவில் பாய்ந்திருந்த அம்பைப் பார்த்தன. கவலைப்பட்டாள், கலக்கமுற்றாள், தலைமை மெய்க்காப்பாளனை நோக்கி நடக்கத் தொடங்கினாள். அந்தக் கணத்தில் இன்னொரு அம்பு, அவளுடைய வலது காதை மிக வேகமாக உரசியவாறு மின்னல் வேகத்தில் சென்றது. திடுக்கிட்ட அவளுடைய குதிரை சற்று இடதுபுறம் சாய்ந்து வேகமாகத் திரும்பியது.

'மாட்சிமை பொருந்திய அரசியே, காலம் தாழ்த்தாதீர்கள், வந்தவழியே வேகமாகச் செல்லுங்கள், உடனே செல்லுங்கள்' என்று தலைமை மெய்க்காப்பாளன் மூச்சிறைக்கக் கத்தினான்.

அம்பு தைத்த இடத்திலிருந்து குருதி பீறிட்டு வருவதைக் கண்ட காளிகா,

'உங்களை இந்த நிலையில் விட்டுச் செல்ல முடியாது. உங்களுக்கு உடனடியாக மருத்துவச் சிகிச்சை அளிக்க வேண்டும். எனக்குப் பின்னாடி வாருங்கள்' என்று காளிகா வலியுறுத்தினாள். அவளுடைய இதழ்களிலிருந்து இந்தச் சொற்கள் வருவதற்குமுன், மறைவான இடத்திலிருந்து இன்னோர் அம்பு பாய்ந்துவந்து, தலைமை மெய்க்காப்பாளனின் வலப்பக்கத் தோளில் பாய்ந்தது. அவனுடைய உடல் மெல்லக் குலுங்கித் துடித்தது. ஆனால், இப்போதும், அந்த இடத்திலேயே ஆணி அடித்தாற்போல நின்று அரசியை எதுவும் தாக்காதவண்ணம் மறைத்து நின்றான்.

'நான் நம் ஆள்களுக்கும், மற்றக் காவலர்களுக்கும் தகவல் தெரிவிக்க வேண்டும். 'மாட்சிமை பொருந்திய அரசியாரே, இந்த இடத்திலிருந்து உடனே செல்லுங்கள்' அவன் கைகளைக் கூப்பி மன்றாடிக் கேட்டான். உண்மையான அந்த மெய்க்காப்பாளன் மீது தன்னுடைய விரைவுப் பார்வையை ஓடவிட்டாள். அவனுடைய முகத்தில் வலி தெரிந்தது. ஆனால், அவனுடைய கண்களில் தீவிரமான வேண்டுகை இருந்தது. அவள் குதிரையைத் திருப்பி வந்தவழியே விரைவாகப் பறந்தாள். தேவையான தூரம் சென்றதும் திரும்பிப் பார்த்தாள். ஆனால், அவள் பார்வையில், தலைமை மெய்க்காப்பாளனோ அவனுடைய குதிரையோ தென்படவில்லை. அவர்கள் மெல்லிய காற்றில் கரைந்து மறைந்ததைப்போல் மறைந்துவிட்டிருந்தனர். அவள், அந்த உண்மையான மெய்க்காப்பாளனைத் தலைதாழ்த்தி வணங்கி மதிப்பளித்தாள். அவளுடைய பார்வையை மறைக்கும்வண்ணம், கண்களில் இருந்து கண்ணீர் பெருகி வழிந்தது. அவள் குதிரையின் கடிவாளத்தைப் பிடித்து இழுத்துப் பழக்கமில்லாத புதிய வழியில் வேகமாகக் குதிரையைச் செலுத்தினாள்.

காளிகாவுக்கு நேரம் போனதே தெரியவில்லை. அவள் களைப்புடன், ஆர்வமின்றிப் பயணித்துக் கொண்டிருந்தாள். அவள் இன்னும் அதிர்ச்சியிலிருந்து மீளவில்லை. அவளுடைய கண்களில் இருந்து கண்ணீர் ததும்பி வழிந்துகொண்டிருந்தது. அவளுக்கு எல்லாமே மங்கலாகத் தெரிந்தன. அவள் சரியான வழியில் செல்லவில்லை என்பதை உணர்ந்தாள். அந்த இடத்தில் காடு அடர்த்தியாக இருந்தது. ஒளியை ஊடுருவ விடாமல் தடுத்தது. கிட்டத்தட்ட அவள் இருளால் சூழப்பட்டிருந்தாள். அவள் குதிரையைத் திருப்பி வேறு வழியில் செல்ல விரும்பினாள்.

ஆனால், அவளுக்கு எந்தத் திசையில் செல்லவேண்டும் என்பது தெரியவில்லை. சாலை என்று சொல்லக்கூடிய அளவுக்குக் கூட எந்தவொரு சுவடும் அங்கில்லை. வெளியில் செல்லக்கூடிய சரியான வழியைத் தேடி அலுத்தபின், அவள் குதிரையின் முதுகில் ஓய்வாக அமர்ந்தாள். அவளுடைய விழிகள் ஒளியிழந்து மூடிக்கொண்டன. அவள் நோக்கமில்லாமல், அந்த இருளடர்ந்த காட்டில் குதிரையை ஓட்டிச்சென்றாள். அப்போது, அவளுடைய மனம், அவள் இளம் இளவரசியாக இருந்த காலத்துக்குப் பயணம் செய்தது. அவள் அடிக்கடி அவளுடைய குதிரையுடன் எங்காவது போய்விடுவாள். அவளுடைய தந்தையால் அவளுடைய காப்புக்காகப் பணியமர்த்தம் செய்யப்பட்ட மெய்க்காப்பாளர்கள், அவளைத் தேடிக் கண்டறிவதில் மிகவும் கடினப்படுவார்கள். அந்த நாள்கள் மகிழ்ச்சியும் விளையாட்டும் நிறைந்த வேடிக்கையானவை. அப்போது, காலம் அவளுடைய கைப்பிடியில் இருந்ததைப்போல் அவள் உணர்ந்தாள்.

அவளுடைய அப்பா, அவளுடைய திருமண நாளை முடிவுசெய்து அறிவித்த நாளை அவள் நினைவுகூர்ந்தாள். அந்தச் செய்தியை அறிந்தபோது அவள் அதிர்ச்சியுற்றாள். அவள், அதுல்யாவைப் பற்றி அறிந்துகொள்ள விரும்பினாள். ஆனால், அதற்கு இப்போது வாய்ப்பில்லை என்பதைக் கமுக்கமாக அறிந்து கொண்டாள். ஆனால், ஒரு சின்ன நம்பிக்கை அவளுடைய உள்ளத்தில் இருந்தது. அவளும் அதுல்யாவும் பகிர்ந்துகொண்ட கனவுகள் இப்போது, மெல்லிய புகைபோல மறைந்துவிட்டன. தவிர்க்க முடியாதவற்றை ஏற்றுக்கொள்ளத்தான் வேண்டும் என்று அவளுக்கு அவளே காரணம் சொல்லிக்கொள்ள முயன்றாள். அதுவல்ல காரணம், அவள் கல்வியை இன்னும் முடிக்கவில்லை என்ற வகையிலும் மிக இளம்வயதில் திருமணம் என்ற வகையிலும் அவளால் எதிர்ப்பைத் தெரிவிக்க இயலவில்லை. அவள் வெளிப்படுத்திய சின்னச்சின்ன எதிர்ப்புகள், அவளுடைய அம்மாவின் நடைமுறை விளக்கத்தால் ஒன்றுமில்லாமல் போயின.

'நீ திருமணத்துக்குப் பின்பும் படிப்பைத் தொடரலாம்'. நீ திருமணம் செய்துகொள்ளப் போகிற அரசருக்கு நீ மட்டுமே அரசியாக இருக்கப் போகிறாய். நீ ரொம்பக் கொடுத்து வைத்தவள். அவர் ஒரு சிறந்த பக்திமான், பெருந்தன்மையானவர். அவருடன் நீ மிகவும் மகிழ்ச்சியாக இருப்பாய்' என்றெல்லாம் அவளுடைய அம்மா சமாதானப்படுத்தும் வகையில் சொல்லியிருந்தாள்.

அந்த அரசர் அவளைவிட இருபத்தைந்து அகவை மூத்தவர். இரண்டு ஆண்டுகளுக்கு முன்பு பன்னிரண்டு அகவை மகனை அதாவது இளவரசனை விட்டுவிட்டு அவருடைய முதல் மனைவி இறந்துபோனார். இந்தத் திருமணத்தை மகிழ்ச்சியாக உணர்வதா? அல்லது மனவருத்தம் தருவதாக உணர்வதா? என்று காளிகாவுக்குத் தெரியவில்லை.

'நீ மிகவும் இளையவளாக இருக்கிறாய்' என்று முதல் இரவு அன்று அவளுடைய கணவர் சொன்னார். 'இதுதான் உன்னுடைய வாழ்க்கையின் தொடக்கம். ஆனால், என் வாழ்வில் நிறைய பார்த்திருக்கிறேன். எனக்கு நிறைய பட்டறிவும் உண்டு. வாழ்க்கையில் நான் அறிந்துகொள்ள வேண்டியவை வேறு எதுவும் இல்லை. இப்போது, நீ இங்கே அரசி. நீ உன்னுடைய முழு உரிமையை எல்லாவற்றிலும் பயன்படுத்தலாம். இந்த அரண்மனையில் இருப்பதை வீட்டில் இருப்பதைப் போலவே உணர்ந்துகொள். உன்னுடைய விருப்பங்களை நிறைவேற்றிக் கொள்வதைப் பொருத்தமட்டில், உனக்கு எந்தவிதத் தடைகளும் இருக்காது', கணவர் பேசுவதைக் காளிகா அமைதியாகக் கேட்டாள். கொஞ்சம் அவளுடைய உறுதியற்ற நிலையை உணர்ந்தாள்.

காளிகா, திருமணம் ஆன தொடக்க ஆண்டுகளின் பெரும்பாலான நாள்களை அரண்மனையின் அந்தப்புரத்தில் கழித்தாள். ஐந்தாம் ஆண்டில் அவள் ஓர் ஆண் குழந்தையை ஈன்றெடுத்தாள். எதிர்பாராதவிதமாக அந்தக் குழந்தை பிறந்தவுடன் இறந்துபோனது. காளிகா துன்பத்தில் ஆழ்ந்தாள். அரண்மனையின் அந்தப்புரத்தில் இருந்து வெளியேறினால், இந்தத் துன்பத்தில் இருந்து விடுபடலாம் என்று காளிகா நினைத்தாள். அந்த நேரத்தில், அரசர் பெருந்தன்மையானவர் அல்லது பக்திமான் என்பதைவிட, உணர்ச்சிகளுக்கு ஆட்படாதவர் என்பதைக் காளிகா உணர்ந்திருந்தாள். இத்தனை ஆண்டுகளில், வாழ்வை வளமாக வாழவேண்டும் என்ற வேட்கை அரசனிடம் இருந்ததாக ஒருபோதும் அவள் கண்டதில்லை. மேலும், நாட்டின் நிர்வாகம் தொடர்பான இன்றியமையாத சிக்கல்களில் அவள் மெல்லமெல்ல கவனம் செலுத்தத் தொடங்கினாள். இதில், அவளுடைய தந்தை அகவையுடைய தலைமை அமைச்சர், அதிக உதவிகளைச் செய்தார், துணையாகவும் விளங்கினார். அரசப் பணியாளர்களில், அவரை உண்மையானவராகவும், நம்பத் தகுந்தவராகவும் அவள் நம்பினாள்.

ஆனால், அரச நிர்வாகம் எந்தச் சிக்கலும் இல்லாமல் சிறப்பாக நடைபெற அவளுடைய பங்களிப்பை நல்கியபோது அவள் மனஅமைதியை இழந்துதான் எல்லாவற்றையும் வெற்றிகொள்ள முடிந்தது; அவளால் யாவற்றையும் சமாளிக்கத்தான் முடிந்தது; அவள் மகிழ்ச்சியின்றிச் சிந்தித்தாள்; பகைவர்கள் அதிகரித்தனர். அண்மைக்காலமாக, அரசன், அரசாட்சியில் நேரடித் தொடர்பின்றிச் சற்று விலகியே இருந்தார். அவர், தீர்ப்பளித்தலிலும், விருப்பப்படி முடிவெடுத்தலிலும் மிகமிக அதிகளவில் அரசி காளிகாவையே சார்ந்திருந்தார்.

இது பட்டத்து இளவரசருக்கு அதிக அளவில் மனநிறைவின்மையை ஏற்படுத்தியது. அவர் காளிகாவை அம்மாவாக ஒருபோதும் பார்த்ததில்லை. அரசரிடம் நேரடியாகச் கேட்காவிட்டாலும், பல நிகழ்வுகளில் மறைமுகமாக அவருக்குரிய அரசுரிமையைக் குறிப்பிடத் தவறவில்லை. சில ஆண்டுகளுக்குப்பின் அவர் திருமணம் செய்துகொண்டார். அவருக்கு அரசர் தேர்ந்தெடுத்த மணப்பெண் குறித்த அவருடைய ஒப்புதலின்மையை ஒருபோதும் சுட்டிக்காட்டத் தயங்கியதில்லை.

இளவரசரின் இழிசெயல்கள் குறித்த செய்திகள் அடிக்கடி காளிகாவுக்கு வந்தன. அது அவளை மிகவும் வருத்தியது. இதுகுறித்துப் பேசத் தொடங்குவதற்கான நம்பத்தகுந்த சூழல் குறித்து முடிவெடுக்க அவளால் முடியவில்லை. அவளுடைய முடிவெடுத்தல்கள் மற்றும் முடிவெடுக்க முடியாதவை ஆகியவற்றுக்கு இடையே அவள் அல்லாடிக் கொண்டிருந்த வேளையில், விரும்பத்தகாத நிகழ்வொன்று நிகழ்ந்தது. அது அவளை பொறுத்துக்கொள்ள இயலாத நிலைக்கு இட்டுச் சென்றது.

நடந்தது இதுதான்...

அவள் கோயிலுக்குச் சென்று திரும்பிக்கொண்டிருந்தாள். அப்போது, திடீரென, நரைத்தும் நரைக்காமலும் கலைந்து பறந்த கூந்தலுடன் இருந்த ஒருபெண், கூட்டத்தைத் தள்ளிக்கொண்டு வந்து இவளுடைய கால்களில் விழுந்து அழத் தொடங்கினாள். திடுக்கிட்ட அரசி அழுகின்ற அந்தப் பெண்ணைத் தூக்கி நிறுத்தி அவளுடைய சிக்கல்களைச் சொல்லச் சொல்லிக் கேட்டாள். அந்தப் பெண் சொன்ன செய்தி, அரசியை அதிர்ச்சியடையச் செய்தது. அவளால்

அதை நம்ப முடியவில்லை. ஆம், அந்தப் பெண் கூறியது இதுதான், இளவரசனும் அவனுடைய ஆள்களும், கணிகையர் வாழும் இடமான காமினி பேதாவுக்குக் அந்தப் பெண்ணின் மகளைக் கடத்திச் சென்று விட்டதாக அந்தப்பெண் கூறினாள். அங்கு அவளைச் சங்கிலியால் கட்டிவைத்துக் கணிகையர் தொழில் செய்ய இணங்கச் சொல்லிக் கட்டாயப்படுத்துவதாகவும் சொன்னாள். எந்தக் காயமுமின்றி உடனே, அவளுடைய மகளை மீட்டுக் கொடுக்காவிட்டால், தீக்குளித்து இறந்து போவதை விட வேறுவழி தெரியவில்லை என்று அந்தப் பெண் கூறினாள். ‘உங்களுடைய உயர்ந்த பண்பும் எங்கள் தாய், நீங்களும் எங்கள் தாய்’. என்னுடைய துயரம் கண்டிப்பாக உங்களுக்குப் புரிந்திருக்கும் என்று எனக்குத் தெரியும். உங்களால் மட்டுமே என்னுடைய மகளைக் காப்பாற்ற முடியும் என்று நான் நம்புகிறேன்’ என்று விளைவைப் பற்றிக் கவலைப்படாமல் அழுதுகொண்டே அந்தப் பெண் கூறினாள்.

அதைக் கேட்ட அரசி அதிர்ச்சியடைந்தாள். அந்த அதிர்ச்சி அவளுக்குக் கடுமையான சினத்தை ஏற்படுத்தியது. அவள், அவளுடைய உண்மையான சில உளவாளிகள் மூலம் உண்மையை வெளிக்கொண்டுவர முடிவுசெய்தாள். அரசவையில் பாட்டுப்பாடி நடனமாடும் அழகிய இளம்பெண்கள் வசிக்கும் இடம் ‘காமினி பேதா’ என்று அவளுக்குத் தெரியும். அவர்களில் சிலர் கணிகையர் தொழில் செய்யலாம் என்று அவள் எண்ணினாள். ஆனால், வலுக்கட்டாயமாக, ஒரு பெண்ணை அவள் விருப்பமின்றி அந்தத் தொழிலில் தள்ளுவதும், அவளைச் சங்கிலியால் கட்டி வைத்துத் துன்புறுத்துவதும் மிகவும் அருவருக்கத்தக்க செயல். அடுத்து அரசராகப் பதவியேற்கவுள்ள இளவரசனே இதுபோன்ற செயலில் ஈடுபடுவது என்பது இன்னும் அருவருக்கத்தக்க இழிவான செயலாகும். இதை இளவரசனிடமிருந்தே நேரடியாகத் தெரிந்துகொள்ள வேண்டும் என்பதற்காக இளவரசனை வரவழைத்தாள். ஆனால், இளவரசன் அவனுடைய இயல்பான செருக்கால் வராமல் தவிர்த்தான். அதனால், அரசி காளிகா, சிறைப்படுத்தப்பட்டிருந்த அந்தப் பெண்ணை விடுவித்து, அவளுடைய தாயுடன் அனுப்பி வைத்தாள். ஆனால், அவள் அதை அப்படியே விட்டுவிடவில்லை. அவள் அந்தச் செய்தியை அரசரின் கவனத்துக்குக் கொண்டு சென்றாள். காமினி பேதாவை மூடச் சொல்லி வலியுறுத்தினாள். ஆனால், காமினி பேதாவில் உள்ள

பெண்கள், ஆடியும் பாடியும் அரசக் குடும்பத்தினரை மகிழ்விப்பது என்பது தொன்றுதொட்டு இருந்துவரும் மரபு என்பதைச் சொல்லி, காமினி பேதாவை மூட அரசர் முதலில் தயக்கம் காட்டினார். மேலும், காமினி பேதாவை மூடி விட்டால், அங்கு வசிக்கும் மக்கள் வாழ்வாதாரத்தை இழக்க நேரிடும் என்றும் எடுத்துரைத்தார். ஆனால், அரசி காளிகா தன்னுடைய நிலையில் உறுதியாக இருந்தாள். அதனால், அரசர் இறுதியில் காமினி பேதாவை மூட இசைவளிக்க வேண்டியிருந்தது. காமினி பேதாவில் இருந்த முறையற்ற குடியேற்றம் நீக்கப்பட்டு, அங்குக் குடியிருந்த மக்களின் மறுவாழ்வுக்குத் தேவையான நடவடிக்கைகள் எடுக்கப்பட்டன.

இது இளவரசனைச் சினத்தின் உச்சிக்கே கொண்டு சென்றது.

அவன் ஒருநாள் அரசியின் அறைக்குள் முரட்டுத்தனமாக நுழைந்து, கடுமையாக அவனுடைய எதிர்ப்பை வெளிப்படுத்தினான். 'இதுபோன்று தன்னிச்சையாக நடவடிக்கை எடுக்க மாட்சிமை பொருந்திய தாங்களுக்கு எந்த உரிமையும் இல்லை. இதுபோன்ற பொழுதுபோக்குகள் அரச மரபின் ஓர் அங்கம். இதை எப்படி நீங்கள் நிறுத்த முடியும்?' என்று கேட்டான்.

'நான் ஏன் இதுபோன்று நடவடிக்கை எடுக்க வேண்டும் என்பது உங்களுக்கு நன்றாகத் தெரியும் இல்லையா?' என்ற கேட்ட அரசியின் குரலில் அமைதி இருந்தது.

'அப்படியா?, நான் பார்த்துக்கொள்கிறேன். நான் மகிழ்ச்சியாக இருப்பது உங்களுக்குப் பிடிக்கவில்லை. அப்படித்தானே?. வளர்ப்புத் தாயை விடக் குணம்கெட்ட தாய் சிறந்தவள் என்று சொன்னதில் தவறொன்றுமில்லை' என்றவன் கடுஞ்சினத்துடன் அறையைவிட்டு வெளியேறினான். இளவரசனின் நடத்தையைக் கண்டு அதிர்ச்சியும் வருத்தமும் அடைந்த அரசி காளிகா நீண்ட நேரம் அப்படியே அமைதியாக அசையாமல் அமர்ந்திருந்தாள். அதன்பிறகு அவன் அவளுடன் பேசுவதை நிறுத்திக்கொண்டான். இருவரும் நேருக்குநேர் சந்திக்க நேரும் தருணங்களில் திரும்பி வேறு வழியில் சென்றான்.

மெதுவாக, அவளுடைய மனம் நிகழ்காலத்திற்குத் திரும்பியது. அவளுடைய மனமும் உடலும், களைப்பின் தாக்கத்தை உணரத் தொடங்கின. அவள் எங்கிருக்கிறாள் என்றே அவளுக்குத்

தெரியவில்லை. மார்பில் அம்பு தைத்துக் கிடந்த தலைமை மெய்க்காப்பாளனின் உருவமும், அம்பு தைத்த இடத்திலிருந்து பெருக்கெடுத்துப் பாய்ந்த குருதியும் அவளை ஆட்டிப் படைத்தன. 'அவளுடைய உயிரைக் காக்கத் தன்னுயிரையே கொடுத்த நல்ல மனிதர்...' அவரை அப்படியே விட்டுவிட்டு வந்த குற்ற உணர்ச்சி காளிகாவை முழுமையாக ஆட்கொண்டிருந்தது. இப்படித் துன்பப்படுவதைவிட இறந்து போயிருக்கலாம் என்று நினைத்தாள். சலிப்பூட்டும் ஒரே மாதிரியான வாழ்க்கையால் அவள் மிகவும் சோர்ந்துபோனாள். இப்போது நான்கு அகவை ஆகும் அவளுடைய மகனை வளர்க்கவேண்டும் என்ற ஒரே எண்ணமே, இந்த மாதிரியான சலிப்பூட்டும் வாழ்விலிருந்து விடுபடாவண்ணம் அவளைக் கட்டிப்போட்டிருந்தது. அவன் வளர்வதைப் பார்ப்பதும், அவன் செய்யும் குறும்புத்தனங்களைச் சுவைப்பதும் அவளுக்கு மிகுந்த நிம்மதியைத் தந்தன.

ஆனால், அவள் அப்படியொன்றும் எல்லாருக்கும் தேவையானவள் அன்று, அவளுடைய மகனுக்கும் கூட, எனக் காளிகா அவளுக்குள் எண்ணிக் கொண்டாள். அங்கு அவனைக் கவனித்துக் கொள்ள ஏராளமானவர்கள் இருக்கின்றனர். உண்மையைச் சொல்லப் போனால், அவன் நாளின் பெரும்பாலான நேரத்தை அரச விசுவாசிகளுடனும் அன்புடன் கவனித்துக்கொள்ள அமர்த்தப்பட்டவர்களுடனும்தான் இருந்தான். அவனுக்கு என்று தனியே படுக்கை அறை கூட இருந்தது. அவன் தாயின்றி மிகுந்த அளவில் தவித்ததாகத் தெரியவில்லை. ஆனால், மகனின் கண்களில், தாயின் ஏக்கம் தெரிகிறதா? என்பதைத் தெரிந்துகொள்ள அவள் ஏங்கினாள். மிக நெருக்கடியான பணிகளில் இருக்கும்போது கூட, மகனின் நினைவு மனதில் மின்னற்கீற்றுபோல் வந்ததை அவள் உணர்ந்தாள். ஆனால், அவளுடைய இன்மை அவனுடைய வாழ்வில் மிகப் பெரிய தாக்கத்தை ஏற்படுத்தாது என்பதையும் அவள் உணர்ந்திருந்தாள். அவளிடமிருந்து துன்பம் நிறைந்த ஆழமான பெருமூச்சு வெளிப்பட்டது.

திடீரென அவள் உடலே இல்லை என்பதுபோல், மிகவும் இலேசானதை உணர்ந்தாள். எந்தவொரு குறிப்பிட்ட இலக்கை அடைய வேண்டும் என்ற கவலையோ அல்லது விடுபட்ட பயணத்தைத் தொடரவேண்டும் என்ற விருப்பமோ அவளுக்கு இல்லை.

அது புதிரான அந்தக் காட்டின் ஆன்மாவுடன் கலந்ததுபோல் இருந்தது.

குதிரையை நிறுத்தி இறங்கினாள். மெதுவாக முன்னோக்கி நடக்கத் தொடங்கினாள். அவளால் எந்த வழியையும் பார்க்க முடியவில்லை. அது, அவள் மேற்கொண்ட பயணத்தின் இறுதியை அடைந்ததுபோல் இருந்தது. ஒருவேளை இதுவே முடிவாக இருக்கலாம். ஒருவேளை இதுவே இறுதியான விடுதலையாகவும் இருக்கலாம்.

அவள் காட்டுக்குள் நுழைந்தாள். அவள் சோர்வுடன் தளர்ந்து போய் இலக்கின்றி நடந்தாள். அவளுக்கு எங்குச் செல்லவேண்டும் என்பது தெரியவில்லை. அவள் எதைப் பற்றியும் கவலைப்படாமல் நடந்துசென்றாள். குளிர்ந்த தென்றல் காற்று மிதந்து வந்தது. அங்கிருந்த மரக்கூட்டத்துக்கு நடுவே மெல்லிய இடைவெளியில் சமவெளிப் பகுதி தெளிவின்றிக் கொஞ்சமாகத் தெரிந்தது. அவள் அந்தத் திசையை நோக்கி நடந்தாள். கொஞ்ச தூரம் சென்றிருப்பாள். அங்கே அவள் ஓர் ஆறு ஓடுவதைக் கண்டாள். ‘இதுதான் அலாகா ஆறா? அவள் வியந்தாள். தலைமை மெய்க்காப்பாளன் சொன்னதுபோல், ஆற்றின் கரையை அடைந்து படகில் ஏறிச் செல்வதா?’ என்று சிந்தித்தாள். ஆனால், அவள் எதிர்பார்த்தது போல் அங்கு எந்தவொரு படைவீரரோ அல்லது அவ்விடத்தைச் சுற்றி எந்தவொரு படைவீரர் தங்கலிடமோ தென்படவில்லை. அவள் ஆற்றை நேக்கிக் கொஞ்ச தூரம் நடந்தாள்.

அந்த ஆறு அங்கு எவ்வளவு காலமாகத் தனியாக முடிவில்லாமல் ஓடிக் கொண்டிருக்கிறது என்பது யாருக்குத் தெரியும்? காளிகா எண்ணிப் பார்த்தாள். மேலும், முடிவில்லாமல் ஓடிக்கொண்டிருக்கும் இந்த ஆற்றை ஒப்பிட்டுப் பார்த்தால், அவளைப் போன்ற மாந்தரின் வாழ்க்கை எவ்வளவு சிறியது? அவள் ஆற்றின் கரையில் நின்றாள். அவளைக் கவர்ந்து வியப்பிலாழ்த்திய, ஓடிக்கொண்டிருக்கும் அந்த ஆற்றின்மேல் அவளுடைய கண்கள் நிலைகுத்தியிருந்தன. மேற்கில் அடிவானின்கீழ் கதிரவன் சாய்ந்து கொண்டிருந்தான். அந்தக் கதிரவனின் வெளிர் செவ்வண்ணத்தை அந்த ஆறு பிடித்து அதனுடைய தெளிவான மேற்பரப்பில் நீண்ட தொலைவுக்கு ஒளிர்ந்து கொண்டிருந்தது.

காளிகா சுற்றும்முற்றும் பார்த்தாள். அவள் பார்வையில் எதுவும் தென்படவில்லை. சற்றுத் தொலைவு தள்ளி, அவளை

நோக்கியபடி சில குன்றுகள் அங்கொன்றும் இங்கொன்றுமாக, அடர்ந்து விரிந்த புதர்கள் மற்றும் முட்புதர்களுக்கு நடுவே நின்று கொண்டிருந்தன. ஏதோ தெரியாத ஒன்று உந்தி இழுத்ததுபோல், காளிகா அந்தக் குன்றுகளை நோக்கி நடந்தாள்.

அது என்ன?

காளிகா சென்றுகொண்டிருந்த வழியில் திடீரென நின்றாள்.

அவளுக்கு முன்னால் சற்றுத் தூரத்தில் வெள்ளை உடையணிந்த ஓர் உருவம் பெரிய பாறை ஒன்றின்மேல் ஆற்றைப் பார்த்தபடி அமர்ந்திருந்தது.

காளிகா வியந்துபோனாள். அது யாராக இருக்க முடியும். தனித்த இந்த இடத்தில் அவன் என்ன செய்துகொண்டிருக்கிறான்.

பகைவனா? நண்பனா?

அவள் சில கணங்கள் அப்படியே நின்றாள். பின்னர், சுற்றும்முற்றும் பார்த்தாள்.

யாராவது அவளைப் பின்தொடர்ந்து வந்தார்களா? எந்த ஓர் உயிரும் கண்ணில் தென்படவில்லை. காற்றில் முழுமையாகப் படர்ந்திருந்த ஆழ்ந்த அமைதியை ஆற்றின் மெல்லிய சலசலப்பும், இலைகளின் படபடப்பும் மட்டுமே குலைத்துக் கொண்டிருந்தன. கதிரவன் மூழ்கிக்கொண்டிருந்தான். அதன் அழகான செம்மஞ்சள் நிறக் கதிர்கள் மேற்கு வானைத் தொட்டுப் பரவிக்கொண்டிருந்தன. அங்கு அமர்ந்திருந்த மாந்தனால் அவளுக்கு எந்தவிதத் தீங்கும் நேராது என்று உள்ளுணர்வு உணர்த்தியதால், அவள் மேலும் சில அடிகள் முன்னோக்கி நடந்தாள். அங்குச் செல்வது என்பதொரு பொருட்டல்ல, இருப்பினும், அவன் பகைவனாக மாறினால் என்ன செய்வது என்று சிந்தித்தாள். சில நிமிடங்களுக்கு முன்புதான், இனி வாழ்வதில் பயனில்லை, இறந்துபோதல் நலம் என நினைத்திருந்தாள்.

அவள் தொடர்ந்து நடந்தாள். அவள் நடக்கும்போது மிதிபட்டு நசுங்கிய சருகுகளும் சரளைத் துகள்களும் மெல்லிய ஒலியை, மற்றபடி அங்குச் சுற்றிலும் பரவியிருந்த அமைதியினூடே எழுப்பின. அங்கு அமர்ந்திருந்த அந்த உருவம் திரும்பிப் பார்க்கவில்லை. அவனைச் சுற்றிப் பெரிய சால் இலைகள் படர்ந்து கிடந்ததைக்

காளிகா பார்த்தாள். அந்த இலைகள் மென்காற்றில் படபடத்தன. அவள் கொஞ்சம் நெருங்கி அவற்றை உற்றுப் பார்த்தாள். அந்த இலைகளில் ஏதோ எழுதப்பட்டிருந்தது. இப்போது, அந்த மனிதன் திரும்பி அவளைப் பார்த்தான். அவன் எழுந்துநின்று அவளை மதிப்புடன் வணங்கினான்.

'மாட்சிமை பொருந்திய அரசியாருக்கு என்னுடைய பணிவான வணக்கத்தைத் தெரிவித்துக்கொள்கிறேன்' என்றான். காளிகா அவனை வியப்புடன் பார்த்தாள். அவன் இளைஞனாக இருந்தான். வெள்ளுடை அணிந்திருந்தான். பார்ப்பதற்குப் பெருந்தன்மை மிக்கவனாகவும், நற்பண்பு மிக்கவனாகவும் காட்சியளித்தான். அவனுடைய முகம் அமைதி தவழும் குறுநகையால் ஒளிர்ந்தது. அவனது தோற்றம் பெருந்தன்மையின் ஒளிவட்டத்துடன் காணப்பட்டது.

'நீங்கள் யார்? என்னை எப்படி உங்களுக்குத் தெரியும்?' காளிகா கேட்டாள்.

'நீங்கள் மிகவும் களைப்பாக உள்ளீர்கள்' என்று பணிவுடன் கூறி அவன் காளிகாவின் கேள்வியைத் தவிர்த்தான்.

'இங்கே அமர்ந்து கொஞ்சம் நேரம் இளைப்பாறிச் செல்லுங்கள்' என்றான். அவள் வருவாள் என்பதை அவன் தெரிந்து, அவளை வரவேற்கக் காத்திருந்ததைப் போல அவன் செயல்கள் இருந்ததைக் காளிகா உணர்ந்தாள். அவள் வியந்துபோனாள். ஆனால், உண்மையிலேயே அவள் மிகவும் களைப்பாக இருந்தாள். அந்த இளைஞன் சுட்டிக் காட்டிய தட்டையான பாறையில் அமர்ந்தாள்.

காளிகா ஓர் இலையை எடுத்தாள், அதில் எழுதப் பட்டிருந்ததைப் படிக்க முற்பட்டாள்.

அனைத்தும் பாடல்கள். காளிகா வியந்தாள். 'நீங்கள் பாவலரா?' என்று கேட்டு அவனைப் பார்த்தாள். ஆனால், அவன் விடையேதும் சொல்லவில்லை. 'மாட்சிமை பொருந்திய தாங்கள் நீர்வேட்கை மிகுந்து இருக்கிறீர்கள் என்பதை என்னால் அறிந்துகொள்ள முடிகிறது. சற்றுநேரம் இங்கே அமருங்கள்'. என்று சொல்லி மீண்டும் அவளுடைய கேள்வியைத் தவிர்த்தான். 'நான் உங்களுக்குத் தண்ணீர் கொண்டுவருகிறேன்' என்று கூறிய அந்த இளைஞன் ஆற்றை நோக்கி ஓடினான்.

காளிகா இன்னோர் இலையை எடுத்தாள், மீண்டும் ஓர் இலையை எடுத்தாள். ஒன்றன்பின் ஒன்றாக இலைகளை எடுத்தாள்.

அவள் இலைகளில் எழுதப்பட்டிருந்ததைப் படிக்கத் தொடங்கினாள். ஒன்றன்பின் ஒன்றாக இலைகளைப் படிக்கும்போது, அவளுள் ஒருவித மயக்கம் போன்ற நடுக்கம் ஏற்பட்டது. ஆனால், அது பழகிய நடுக்கமாக அவளுள் ஓடியது. அப்போது மெல்லிய ஒலி கேட்டு மெல்லப் பின்வாங்கினாள். இரண்டு கைகளிலும் கைக்கு ஒன்றாக இரண்டு இலைக் கிண்ணங்களை வைத்துக் கொண்டு அந்த இளைஞன் அவள் அருகில் நின்று கொண்டிருந்தான். கொஞ்சம் நீர்மம் ஊற்றப்பட்ட ஒரு கிண்ணத்தை அவளிடம் தந்தான். 'இது இளநீர்', அதனால் 'நீ ஒரு செப்பிடு வித்தைக்காரன் கூட' அவள் வியப்பில் உரக்கப் பேசினாள்.

அந்த இளைஞனின் இதழ்களில் குறுநகை ஒன்று வெளிப்பட்டது.

மேலும், 'இந்தப் பாடல்களை எழுதியவர் யார்? என்று காளிகா கேட்டாள். அவள் தொடர்ந்து,

'இந்தப் பாடல்களை எழுதியவர்கள் யாரென்று தெரியாவிட்டாலும், நன்கு பழக்கமானவர்கள்... அவர்கள் என்னுடைய எண்ணங்களை... என்னுடைய வாழ்க்கையை வெளிப்படுத்துகிறார்கள். நீங்கள் நம் நாட்டின் பாவலர் என்று நினைக்கிறேன். பாவலரே, நீங்கள் எங்கே வாழ்கிறீர்கள்?' என்று காளிகா அவனைக் கேட்டாள்.

'எனக்கென்று தனி இடம் ஒன்றும் இல்லை' தப்பிக்கும் வகையில் அவனிடமிருந்து விடை வந்தது. காளிகா அவனை ஐயப்பாட்டுடன் பார்த்தாள். அப்போது, அவனுடைய கண்களில் முன்பிருந்ததுபோல் அதே இறுக்கமும், கடுமையும் இருந்தபோதிலும், முகம் சற்றுத் தளர்ந்து காணப்பட்டது.

'என்னுடைய வாழ்வியல் இடம், எந்த நாட்டின் நிலப்பரப்பு எல்லைக்குள் வருகிறது என்பது குறித்து எனக்குத் தெரியாது' என்று சமாளித்தான்.

'நான் எப்போது எங்கே இருக்கிறேனோ அந்த இடம்தான் என்னுடைய வாழ்விடம். இப்போது நான் இங்கே இருக்கிறேன்.

எப்போதிலிருந்து இங்கே இருக்கிறேன் என்பது எனக்குத் தெரியாது... இதுதான் என்னுடைய வாழ்விடம்' என்றான்.

'ஆனால், இந்த அனைத்துப் பாக்களிலும் நானே கருவாக இருப்பதாக உணர்கிறேன். இவையனைத்தும் எனக்காகவே எழுதப்பட்டுள்ளதாகக் கருதுகிறேன். இது உண்மையல்லவா?'

'நீங்கள் அடிக்கடி என்னுடைய கற்பனையில் வந்தீர்கள், நான் என்ன எழுதியிருக்கிறேனோ அதை எழுத வைத்தீர்கள்' என்று அந்தப் பாலவன் தனக்குள் பேசுவதுபோல் பேசினான்.

'ஆனால், இந்தப் பாக்கள் நான் அவற்றுடன் பேசுவதுபோல் படிக்கப்படுகின்றன. நான் இதுவரை வெளிப்படுத்தாத என்னுடைய மதிப்பிட இயலாத உணர்வுகளை வெளிப்படுத்துகின்றன. இது எப்படிச் சாத்தியமாகும்?' என்று கேட்டாள்.

'மாட்சிமை பொருந்திய அரசியாரே, இவையனைத்தும் உங்கள் பாக்கள்' என்றான்.

'ஆனால், இவை என்னை எங்கே கொண்டு செல்கின்றன?' என்று கேட்ட அரசியின் குரல் அச்சத்தில் நடுங்கியது. 'உங்களுக்கு நன்றாகத் தெரியும், நான் செல்லவேண்டிய இறுதி இடம். பாவலர்கள் தீர்க்கதரிசிகளாக இருக்க வேண்டாமா?' என்றாள்.

'ஒருவரின் உணர்வுகளும், பட்டறிவும் அடங்கிப்போவது மட்டுமே இறுதி முடிவு அல்ல. மாந்தரின் உணர்வுகளுக்கு எல்லையே இல்லை. அவை, இடையறாது ஓடிக்கொண்டிருக்கும் இந்த ஆற்றைப்போல், தொடர்ந்து இயங்கிக்கொண்டிருக்கும் நிலைத்த தன்மையுடையன. அவற்றினுடைய தொடக்கம் அல்லது முடிவின் துல்லியமான இடத்தை உங்களால் கண்டறிய முடியுமா? மலையில் அது எங்கிருந்து தோன்றுகிறதோ அந்த இடத்தில் அதன் தொடக்கத்தை அல்லது அது இறுதியில் கடலில் கலக்கும் இடத்தில் அதன் முடிவைக் குறித்துத்தான் வைத்திருக்கிறதா? காலம் பார்க்காமல் ஓடிக்கொண்டிருக்கும் உணர்ச்சிகளின் ஆறாக, உங்களுக்குள் இடையறாது ஓடிக்கொண்டிருக்கும் ஆற்றை ஒருபோதும் நீங்கள் உணர்ந்ததில்லையா?' என்று கேட்டாள்.

காளிகா ஏதோ மயக்கத்தில் இருப்பவள்போல் அசையாது அப்படியே அமர்ந்திருந்தாள். அவளுடைய காந்தப் பார்வை அந்தப் பாவலனின் முகத்தில் பதிந்திருந்தது.

‘உங்களுடைய கனவுகள் மற்றும் பெருவிருப்பங்களுடன் வாழ்வது என்பது உங்கள் உடல் இருக்கும்வரை தொடரும் இன்னொரு வாழ்க்கை’ பாவலன் கனவில் உணர்ச்சிப்பெருக்கில் உரக்கப் பேசினான்.

‘இன்னொரு வாழ்க்கை’ காளிகா மெல்லிய குரலில் கேட்டாள். ‘பாவலரே, அந்த இன்னொரு வாழ்க்கையை உருவாக்கியவர் யார்?’ கேட்டாள்.

பாவலன் விடையளிக்கவில்லை.

கதிரவன் தொடுவானத்தைத் தாண்டிச் சென்று விட்டிருந்தான். ஆற்றின்மேல் ஓர் அமைதியான மங்கலான இருட்டுப் படியத் தொடங்கியது.

‘காப்பான ஓரிடத்திற்கு வழிகாட்ட வேண்டியது என்னுடைய கடமை. மாட்சிமை பொருந்திய அரசியாரே என்னுடன் வருகிறீர்களா?’ என்று பாவலன் கேட்டான்.

அவன் முன்னோக்கி நடந்து சென்றான். காளிகா அமைதியாக அவனைத் தொடர்ந்து சென்றாள். திடீரென, சட்டென்று நின்றாள். காடு இல்லாததுபோல் இருந்தது. அவள் முன்னேயிருந்த பரந்த நிலத்திட்டைப் பார்த்தாள். புதிய விடியல்போல அவ்விடம் பளிச்சென ஒளிர்ந்துகொண்டிருந்தது.

அது என்ன? இருட்டுகின்ற மாலைநேரத்தில் கதிர்ஒளி. இதற்கு என்ன பொருள்?

இரவையும் பகலையும் இணைக்கும் அந்த இடத்தில் காளிகா, திகைத்து நின்றாள்.

‘நீங்கள் பாவலனா? அல்லது ஏதாவது தெய்வமா?’ அவள் வெளிப்படையாகக் கேட்காமல், முணுமுணுத்தாள்.

‘மாட்சிமை பொருந்திய அரசியாரே, உங்களைப்போல நானும் கடவுளைத் தேடிக்கொண்டிருக்கிறேன்...

நாம் இருவரும் ஓரிடத்தை நோக்கிப் பயணம் செய்கிறோம். நம்முடைய தேடுதல் ஒன்றுதான்’ என்று அந்தப் பாவலன் மென்மையாகச் சொன்னான். ‘வாருங்கள், நாம் ஒன்றாக அந்த ஒளிமயமான இடத்திற்குள் செல்வோம்’ என்ற காளிகா அவளுடைய வலது கையைப் பாவலனை நோக்கி நீட்டினாள்.

(2)

'காளிகா... காளி...

இந்தத் தாமரைப்பூ உனக்குத்தான்' என்று மழலை மொழியில் சொன்னான் சிறுவன்.

அதைக் கேட்ட, காளிகா சிரித்தாள். 'அதுல்யா' என்று மகிழ்ச்சியுடன் அழைத்து, 'அது காளி இல்லை. என் பெயர் காளிகா' என்றாள்.

அதைக் கேட்ட அதுல்யா அவள் கிண்டல் செய்கிறாள் என்று நினைத்து வருத்தப்பட்டான், காயம்பட்டான், வெட்கக்கேட்டால் முகம் சிவந்தான். அவனுடைய மழலைப் பேச்சைக் காளிகா எப்படிக் கிண்டல் செய்யலாம். அவன், அவளை எப்போதும் தவறாகவே நினனத்திருந்தான். அவன் திரும்பிச் செல்வதற்காகத் திரும்பினான். தாமரைப்பூ இன்னும் அவன் கைகளிலேயே இருந்தது.

'ஓ.. அதுல்யா அதெல்லாம் ஒன்னுமில்லை, இதைப் பெரிசா எடுத்துக் கொள்ளாதே' காளிகா கவலையுடன் சொன்னாள். 'உன்னைக் காயப்படுத்தவேண்டும் என்று நான் அப்படிச் சொல்லவில்லை. எனக்கு இளம்சிவப்புத் தாமரைப்பூ என்றால் ரொம்பப் பிடிக்கும்னு உனக்குத் தெரியும். என்னுடைய தாமரைப்பூவைக் கொடு' என்றாள்.

'அதுல்யா நின்றான். ஆனால், அவன் முகத்தில் வருத்தமும் மனவலியும் தெரிந்தன. இளவரசி காளிகாவுக்கு அந்தத் தாமரைப் பூவைக் கொடுப்பதற்காக அவனுடைய கைகள் நீளவில்லை.

'இந்த இளம்சிவப்புத் தாமரைப் பூ என்னுடையது' என்று சொல்லிக்கொண்டே அவன் அருகில் சென்றாள். 'இது ரொம்ப அழகாக இருக்கிறது, அதை என்னிடம் கொடு' என்றவள், அவன் கையில் இருந்த தாமரைப் பூவை எடுத்தாள். அவனுடைய கையில் அவளுடைய கையை வைத்தாள்.

'இன்றைக்கு இரண்டு மான்குட்டிகள் தோட்டத்துக்கு வந்துள்ளன. அவற்றை நீ பார்த்தாயா?' என்று கேட்டாள். அதற்கு அதுல்யா விடையளிக்கவில்லை. ஆனால், அவன் கண்கள் மின்னின. 'அந்த இரண்டு மான்களும் தோட்டத்தைச் சுற்றிச்சுற்றி வருகின்றன. வா, அவற்றைப் பார்க்கலாம்' என்று அழைத்தாள்.

புதியதாக வந்துள்ள மான்குட்டிகளைப் பார்க்கவேண்டும் என்ற பேராவலுடன், இருவரும் கைகளைப் பிடித்தவாறு நடந்துசென்றனர்.

காளிகா, பத்து அகவையுடைய இளவரசி. அவளுடன் குருகுலத்தில் ஒரே வகுப்பில் படிக்கும் அந்தச் சிறுவன் மீது தனிப்பட்ட பற்று வைத்திருந்தாள். அந்தக் குருகுலத்தில் தலைநகரத்தில் உள்ள பெரும்புள்ளிகளின் பிள்ளைகள் படித்தனர். அவர்கள் அனைவரும் கடந்த ஐந்து ஆண்டுகளாகப் பாடங்களைச் சேர்ந்து படித்து வந்தனர். அந்தக் குருகுலத்தில் பயின்று கொண்டிருந்த, முதன்மை அமைச்சர், தலைமைப் படைத்தளபதி ஆகியோரின் மகன்கள், அரச இசைஞரின் மகன் என அனைவரும் இளவரசியுடன் நட்புடன் இருக்கவேண்டும் என விரும்பினர். அவர்கள் அனைவரும் அதுல்யாவின் மீது கமுக்கமாகப் பொறாமை கொண்டிருந்தனர். அவனை எப்படியாவது சிக்கலில் மாட்டிவிட வேண்டும் என்று எண்ணி அதற்கான வாய்ப்புக்காகக் காத்திருந்தனர். ஆனால், இளவரசி காளிகா எப்போதும் அவனுக்குத் துணையாக இருந்தாள். அரண்மனையின் அந்தப்புரத்தில் அவளுடன் ஒன்றாக அமர்ந்து உணவருந்தும் சிறப்பான வாய்ப்பை அவன் மட்டுமே பெற்றிருந்தான். அவர்கள் இருவரும் ஒன்றாகப் படித்தும், குரு கொடுத்த வீட்டுப் பாடங்களை செய்தும் வந்தனர்.

மான்குட்டிகளைப் பார்க்கப்போகலாம் என்ற காளிகாவின் திட்டத்தைக் கேட்ட அதுல்யாவின் முகம் ஒளிர்ந்தது. அதன்படி இருவரும் மான்குட்டிகளைக் காணச் சென்றனர். வழியில் அரசரின் காலை உணவுக்காகக் ‘கருப்புப் பெர்ரிப்’ பழங்கள் நிறைந்த கூடையைச் சுமந்துகொண்டு வந்துகொண்டிருந்த அரசப் பணியாளரிடம் ஓடிச்சென்று, கூடையில் இருந்த பழங்களில் பாதியை வாங்கிக்கொண்டனர். மேலும், அவர்கள் இருவரும் மான்குட்டிகளைப் பார்ப்பதற்காகக் குருகுலத்தைவிட்டு வெளியில் செல்வதை ஒருவரிடமும் சொல்லவேண்டாம் என்று வேண்டிக் கொண்டனர்.

அவள், அதுல்யாவுடன் இருந்த அந்த நாள்கள், மகிழ்ச்சி என்னும் சிறகு கட்டிப் பறந்த நாள்கள். அவள் பதினான்காம் அகவையில் குதிரையேற்றப் பயிற்சியைக் கற்றுக்கொள்ளத் தொடங்கினாள். அவள் குதிரையோட்டும்போது அதுல்யா

எப்போதும் அவளுடனேயே இருந்தான். அதன்பின்னர், நடந்த ஏதோ ஒன்று அவர்களை மேலும் நெருக்கமாகப் பழக வைத்தது.

பயிற்சியின்போது, குதிரையிலிருந்து விழுந்ததால், அவளின் கணுக்காலில் சுளுக்கு ஏற்பட்டது. அவளால் எழுந்திருக்க இயலவில்லை. அதுல்யா அவளைத் தூக்கிக் கைகளில் ஏந்திக் கொண்டு குருகுலத்துக்குச் சென்றான். அப்போது, அவளுள் ஏதோ ஒரு பேரின்ப நடுக்கம் ஏற்பட்டது. அவள் கண்களை மூடிக் கொண்டாள். இதற்கிடையில், அதுல்யா அவளைத் தூக்கிச் செல்லும் அளவுக்கு வலிமை பெற்றிருப்பான் என்பதை அவள் எண்ணிப் பார்த்திருக்கவில்லை. அந்த நிகழ்வுக்குப் பின்னர், அவள் அவனுடன் நெருக்கமாகப் பழகுவதைச் சுருக்கிக் கொண்டாள். ஆனால், ஒவ்வொரு நாளும் ஒரு குறிப்பிட்ட நேரத்தில் இருவரும் ஓரிடத்தில் சந்தித்துக்கொண்டு அளவளாவினர். இதுபோன்ற சந்திப்புகள் இரண்டு ஆண்டுகளுக்கும் மேலாகத் தொடர்ந்தன. அதுல்யாவின் வலிமையையும் ஆற்றலையும் கண்டு நாளும் நாளும் வியந்துபோனாள். காலம் செல்லச்செல்ல, ஒருவரை ஒருவர் பார்த்துக்கொள்ளாமல், ஒருநாள் கூட அவர்களால் இருக்க முடியாது என்ற அளவுக்கு அவர்களுடைய நட்பு மிகவும் வலிமையாகவும் ஆழமாகவும் வளர்ந்தது.

'காளிகா புதியபுதிய வேண்டுகோள்களை வைப்பாள். அதுல்யா அவனுடைய முழு ஆற்றலையும் கொடுத்து அவையனைத்தையும் நிறைவேற்றினான். மழைபெய்து கொண்டிருக்கும்போது, இருவரும் சேர்ந்து நீச்சலடிக்கலாம் என்று அவள் விரும்பினாள். அதுல்யா அவளுடன் நீச்சலடித்தான். 'இளவரசி ரொம்ப தூரம் போகாதீர்கள். இந்த ஆற்றில் முதலைகள் இருக்கின்றன... என்னருகிலேயே நீந்துங்கள்' என்று சிலமுறை சொல்லி அவளை எச்சரிக்க முயற்சித்திருக்கிறான்.

நள்ளிரவு நேரங்களில், நிலவொளியில், அந்தக் காட்டில் சுற்றிவர விரும்புவாள். அதுல்யா கையில் வாளேந்தி, நிழல்போல அவளுடன் சுற்றிவருவான்.

'நிலவொளி இந்தக் காட்டை வியப்பில் போர்த்தியுள்ளது' என்று மெய்மறந்து சொல்வாள். அடர்ந்த இருண்ட உருவத்தின் ஊடே நிலவு எப்படி எட்டிப் பார்க்கிறது பாருங்கள். அதனுடைய மர்மத்தின் ஆழத்திற்கு நம்மை உள்ளே வாருங்கள், என்று காடு

அழைப்பதுபோல் தோற்றமளிக்கிறது... அங்கே கண்டறிவதற்கு நிறைய இருக்கிறது.. வெளியில் இருந்து பார்ப்பதைவிட உள்ளே பார்க்க ஏராளமாக இருக்கிறது' என்று மகிழ்ச்சிக் களிப்பில் உணர்ச்சி மேலிடக் கத்துவாள். அதுல்யா அவளுடைய மகிழ்ச்சியைப் பகிர்ந்துகொள்ளும் வகையில் எப்போதும் அவளுடன் இருப்பான்.

இரவில் அதுபோன்று நிலவு வெளுத்திருந்த ஒரு புதிரான இரவில் அவர்கள் இருவரும் காட்டில் நடந்தார்கள். அப்போது, அந்தக் காடு, அதன் புதிரான புரிந்துகொள்ள முடியாத அமைதியை இழந்தது. உடனே, காளிகா சட்டென்று நின்றாள். ஏதோ மெத்தென்று தரையின்மேல் விழுந்ததுபோல் ஒலி கேட்டதே, 'அந்த ஒலியை நீ கேட்டாயா?' என்று கேட்டாள். அதுல்யா காதுகளைத் தீட்டிக் கொண்டு, அந்த ஒலி எங்கிருந்து வந்தது என்று கவனமாகச் சுற்றும்முற்றும் பார்த்தான்.

'இந்த மரத்தின் அருகில் இருந்துதான் அந்த ஒலி வருகிறது' என்று சொல்லிக்கொண்டே, அதுல்யாவின் கைகளைப் பற்றிக் கொண்டு அந்த மரத்தை நோக்கிக் காளிகா ஓடினாள். 'இது மகுவா மரம் இளவரசி' என்று மகிழ்ச்சியுடன் சொன்னான் அதுல்யா. பழுத்த மகுவா பழங்கள் அதன் ஓட்டில் இருந்து தரையில் விழும்போது அதுபோன்ற ஒலியை உண்டாக்குகின்றன' என்றான்.

'உண்மையாகவா?'

என்று கேட்ட காளிகா அந்த மரங்களைப் பார்த்தாள். கொத்துக் கொத்தாக மகுவா பூக்கள் மரத்தின் அடியில் சிதறிக் கிடந்தன. அவள் கீழே குனிந்து அவற்றை எடுத்தாள். அதுல்யாவும் அவளுடன் சேர்ந்துகொண்டான்.

'இளவரசி, இவற்றில் ஒன்றைச் சுவைத்துப் பாருங்கள்' என்று ஒருசில மொட்டுகளை 'இவை ிகவும் சுவையானவை' என்று கூறியபடி அவளிடம் கொடுத்தான்.

'நம்ப முடியவில்லை' என்று காளிகா மெய்மறந்து சொன்னாள். அவளுடைய நிலவொளி முகம் மேலும் ஒளிர்ந்தது. அதுல்யா சிந்தனையில் மூழ்கி ஒளிர்ந்துகொண்டிருந்த அவளுடைய முகத்தை உற்றுப் பார்த்தான்.

'இளவரசி, பாருங்களேன், எவ்வளவு அருவருப்பான மரம். நேராக இல்லாமல், ஒன்றையொன்று பார்த்துக்கொள்ள முடியாதபடி ஒழுங்கற்று வளர்ந்திருக்கும் அதன் கிளைகளைப் பாருங்கள். இந்த மரத்தின் மிக மோசமான அழகற்ற பகுதி எது தெரியுமா? அதுதான் மகுவா பழத்தின் ஓடு. அதனுள்ளே மகுமா மொட்டுகள் விடுதலைக் கனவை நெய்கின்றன. அதனுடைய இதழ்கள் வெளிவருவதற்காகக் காத்திருக்கின்றன'. அதுல்யா அவற்றின் அருகில் சென்று அவற்றைத் தொட்டான். காளிகா, மெய்மறந்து அவன் முகத்தை நிமிர்ந்து பார்த்தாள். இது அந்த அழகற்ற ஓட்டில் இருந்து வெளிவந்து, கடைசியாகத் தரையில் விழுந்து மென்மையான இன்னதென்று தெளிவாகச் சொல்லமுடியாத ஒலியை எழுப்புகிறது.

அதுல்யா கைகளை நீட்டினான். அமைதியாகக் காளிகா அவன் கைகளில் அடைக்கலம் ஆனாள். மெல்ல, கனவில் நடப்பதுபோல், அதுல்யா அவளின் முகத்தைக் குனிந்து நோக்கினான். வீசிக் கொண்டிருந்த தென்றல் காற்று நின்றது. அதில் கலந்து வந்து கொண்டிருந்த நறுமணம் அப்படியே தேங்கி நின்றது. ஒருகணம், காலநேரம் ஓடாமல் அப்படியே வசியம் செய்ததுபோல் நின்றது.

'இளவரசி, நான் உங்களை விரும்புகிறேன்' என்று மிடறு விழுங்கியபடி கூறினான் அதுல்யா. அவன் சொன்னதன் எதிரொலி அவளுடைய நாடி-நரம்புகளில் எதிரொலித்து அவளை நடுங்கச் செய்தது. சொற்களற்ற அமைதி அவளைச் சுற்றிப் பரவியது. அந்த அமைதி அங்கே பேசாச் சாட்சியாக நின்றிருந்த புதிர் நிறைந்த அடர்ந்த மரங்கள் ஊடே பரவித் தவழ்ந்தது. அது விண்ணில் தவழ்ந்து சென்ற முகில்கூட்டத்தில் ஏறி வெள்ளி நிலவில் கலந்து மறைந்தது.

அவள் அதுல்யாவின் நெஞ்சில் முகம்புதைத்தாள். ஒருவேளை அவளால் இதுவரை வெளிப்படுத்தப்படாமல் இருந்த சொற்களை, வேகமாக ஓடிக்கொண்டிருந்த அவனுடைய நெஞ்சின் ஒலியுடன் இணைத்துக் கேட்க அவள் விரும்பியிருக்கலாம்.

அவளுடைய தாமரை போன்ற முகத்தை இளம் கைகளில் ஏந்திக் கொண்டிருந்த அவன் அவளை அப்படியே உற்றுநோக்கினான்.

என்னைப்போல எளிமையான வழிப்போக்கனின் உள்ளங் கைகளில் சுவைத்தறியாச் சுவையுடைய, அழகைச் சிந்தி ஆசையைத் தூண்டுகின்ற, மகுவா பழம் விழுந்திருக்குமோ? என்று மெதுவாக முணுமுணுத்தான்.

அவர்கள் இருவரும் அந்த நிலவொளியின் நிழலில் ஒளிரும் காட்டில் ஒருவருடைய கையை ஒருவர் பற்றியபடி நெடுநேரம் நின்றிருந்தனர்.

அவர்கள் அவ்வாறு நின்றிருந்தது ஒரு முடிவில்லாத தருணமாகத் தோன்றியபிறகு, 'இளவரசி நீங்கள் திரும்பிப் போக வேண்டும். நீங்கள் போகாவிட்டால், நம்முடைய காதல் அரசச் சினத்தின் தீக்கங்குகளால் பொசுக்கி அழிக்கப்பட்டுவிடும்' என்றான் அதுல்யா.

'இப்படியெல்லாம் பேசாதீர்கள்' அவன் அப்படிப் பேசியதற்குத் தடைபோட்டாள் காளிகா. இதற்கு ஒரு வழியைக் கண்டாக வேண்டும். நாம் இருவரும் ஒருவர் இன்றி ஒருவர் வாழ முடியாது. ஒருவரையொருவர் பிரியமாட்டோம் என்று சில கணங்களுக்குமுன் இந்த மகுவா மரத்தின் அடியில் உறுதிமொழி எடுத்துக் கொள்ளவில்லையா? என்று கேட்ட காளிகாவின் குரலில் வற்புறுத்தும் தொனி இருந்தது.

'ஒரேயொரு வழிதான் நம்மிடம் இருக்கிறது' என்று அதுல்யா சிந்தனையுடன் கூறினான். 'யாராலும் நம்மைக் கண்டறிய முடியாத வெகுதொலைவில் உள்ள ஏதோ ஓர் இடத்துக்கு ஓடிப் போய்விட வேண்டும். ஆனால், அதில் பல இடர்ப்பாடுகள் உள்ளன. நீங்கள் இளவரசியாக எல்லையற்ற வசதிகளுடன் வாழ்கின்ற உங்களுடைய அரச வாழ்க்கை பறிபோகும். அரசியாக வேண்டும் என்ற உங்களுடைய எண்ணம் ஒருபோதும் கனவில் கூட நிறைவேறாது...' என்றான்.

அதைக்கேட்ட காளிகா, 'நான் அரசியாக வேண்டும் என விரும்பவில்லை. அதைப்போல், அரசிக்குக் கிடைக்கின்ற வசதிகள் எதுவும் எனக்கு வேண்டாம்' என்று உறுதியுடன் கூறினாள். 'நான் உங்களுடைய உள்ளத்தில் அரசியாக இருப்பேன். இந்த அரண்மனையில் வாழ்வதும் அரச குடும்பம் என்ற மதிப்பில் வலம்வருவதும் எனக்கு மிகவும் இறுக்கமாக இருப்பதாக உணர்கிறேன். இதிலிருந்து தப்பித்து, உங்களுடன் எந்த இடத்துக்கு

வேண்டுமானாலும் வரத் தயாராக இருக்கிறேன். அந்த இடம் சொர்க்கமாக அல்லது துன்பிடமாக அல்லது மண்ணாக இருந்தாலும் கவலையில்லை' என்ற காளிகாவின் குரலில் உணர்ச்சி மேலிடும்போது ஏற்படும் நடுக்கமும், தீர்க்கமான முடிவெடுத்த உறுதியும் இருந்தது.

'அப்படியென்றால், வாருங்கள் இளவரசி... இந்த இரவின் இந்த இனிமையான தருணம் நம்முடைய வாழ்க்கையைத் தீர்மானிக்கட்டும். நாம் தாமதிக்கக் கூடாது, தாமதிக்கும் ஒவ்வொரு நொடியும் நம்முடைய வாழ்க்கைத் தீர்மானம் கொஞ்சம் கொஞ்சமாக மாறிவிடக்கூடும்.

ஆழ்ந்த இருட்டில், குதிரை கட்டுமிடத்தில் நுழைந்து தங்கள் குதிரைகளை வெளியில் கொண்டு வந்தனர். இருவரும் குதிரைகளில் ஏறி, அரண்மனை வளாகத்தை விரைவாகக் கடந்து சென்றனர். அவர்களின் குதிரைகள், மக்கள் திரள்மிகுந்த இடங்கள், நகரங்கள், சிற்றூர்கள் எனப் பாய்ந்து கடந்துசென்று இரவின் இறுதியில் மலைகள் நிறைந்த அடர்ந்த காட்டை அடைந்தன. வியக்கத்தக்க வகையில், அந்தப் புதிய காட்டுவழியிலும், அவர்கள் விரைந்துசெல்ல ஏதுவாக அவர்கள் முன்னே வழி இருந்தது. வழியில் அவர்கள் எந்தவோர் இடர்ப்பாட்டையும் எதிர்கொள்ள வில்லை. இரவு முழுக்கப் பயணம் செய்ததால் அவர்கள் இருவரும் மிகவும் களைப்படைந்தனர். ஆனால், அவர்கள் இருவரும் ஒருவரை ஒருவர் பார்த்துக் கொண்டே பயணித்ததால், அவர்களுக்குக் களைப்புத் தெரியவில்லை. மாறாகப் புத்தெழுச்சியுடன் சென்றனர். அவர்களின் ஒவ்வொரு பார்வைக் கலப்பிலும், காதல் 'மகிழ்ச்சியின் நீரோடை' போல ஒருவரிடமிருந்து மற்றொருவருக்குப் பாய்ந்தது. களைப்படைந்த அவர்களின் தளர்ந்த நரம்புகளுக்குக் காதல் புத்துயிர் அளித்தது. விடியும்போது, காட்டிலிருந்து வெகுதூரத்தில் இருந்த ஆற்றின் கரையை அவர்கள் அடைந்தனர். அந்த ஆறு ஆழமற்றுக் காணப்பட்டது.

இளவரசி காளிகா பின்தொடர, அதுல்யா ஆற்றைக் கடக்கக் குதிரையுடன் ஆற்றில் இறங்கினான். அவர்கள் விரைவாக ஆற்றைக் கடந்து மறுகரையை அடைந்தனர். அந்தக் கரையில் திகைக்க வைக்கின்ற வகையில் அழகிய பெரிய சமவெளி இருந்தது.

எங்குத் திரும்பினாலும், நன்கு செழித்து வளர்ந்த பசுமை கண்களை ஈர்த்தது. அந்தச் சமவெளியின் குறுக்கே சிறிய ஆறு ஒன்று ஓடிக்கொண்டிருந்தது. அந்த ஆற்றின் அருகில் ஒரு சிற்றூர் இருந்தது. மரத்திலிருந்து பறித்த சுவையான பழங்களை இருவரும் உண்டு, அந்த ஆற்றில் ஓடிய தெளிவான நீரைப் பருகினர். அவர்கள் இருவரும் அந்த ஊரைச் சுற்றி வந்தனர். அந்த ஊரின் அலாதியான அமைதி அவர்களை ஈர்த்தது. அவர்கள் அந்த ஊரிலேயே தங்கிவிட முடிவுசெய்தனர். அவர்கள் அந்த மரத்தின் அடியில் தூங்கி, இனிமையான 'செரி' மரத்திலிருந்த பறவைகளின் கீச்சொலியுடன் சிற்றலைகள் மோதி எழுப்பும் ஒலியும் இணைந்து எழுப்பிய காலைநேர இசையைக் கேட்டு எழுந்தனர். 'இதுதான் சொர்க்கம்' என்று காளிகா குதூகலித்தாள். அதுல்யா அவளை அப்படியே கைகளால் அணைத்துக்கொண்டான்.

அவர்கள், அந்தச் சிற்றூரில் வாழும் மக்கள் விருந்தோம்பலில் சிறந்தவர்களாகவும், நட்புடன் பழகுபவர்களாகவும் இருப்பதைக் கண்டார்கள். அவர்களுடைய உதவியுடன் சிறிய குடில் ஒன்றையும் அதைச் சுற்றி மூங்கில் வேலியையும் அமைத்தார்கள். காளிகா, நேரம் கிடைத்தபோது, தோட்டத்தை அமைத்துக் கொண்டாள். அதுல்யா, அந்தச் சிற்றூரில் நண்பர்களின் உதவியுடன் ஒரு சிறிய அளவிலான விளைநிலத்தை வாங்கி அவர்களுடைய தேவைகளைப் பூர்த்திசெய்து கொள்ளப் பயிர்களை வளர்த்தான். அவன், வில்வித்தை, குதிரையேற்றம், வாள்வீச்சு போன்ற வீரக்கலைகளை அந்தச் சிற்றூர் மக்களுக்குப் பயிற்றுவித்தான். மேலும், எந்திரங்கள் செய்விக்கும் கலையையும் கற்றுக்கொடுத்தான். காளிகா, அவ்வூர்ப் பெண்களுக்குப் பாடல் முதலான இசைப்பயிற்சிகளை அளித்தாள். அவர்கள் இருவரும், அவ்வூர் மக்களுக்கு அடிப்படைக் கல்வியை அளிக்க முற்பட்டனர். சிறிய நோயினால் பாதிக்கப்படும் அவ்வூர் மக்களுக்கு அவர்கள் மூலிகை மருத்துவச் சிகிச்சை அளித்தனர். இவர்கள் இருவரின் பணிகளைப் போற்றி அவ்வூர் மக்கள் அவ்வூரின் விளைபொருட்களை அவர்களுக்கு அளித்தனர். மிகக் குறுகிய காலத்தில் அவ்வூர் மக்கள் மிகுந்த ஆர்வமும் அர்ப்பணிப்பும் மிக்க இவர்களின் மேல் மிகுந்த அன்பும் பற்றும் கொண்டனர். அவர்களுடைய இல்ல விழாக்களில் உறவினர்களைப்போல் இவர்களை வரவேற்றுப் பங்கேற்கச் செய்தனர்.

அங்கிருந்த மரக்கிளையில் அமர்ந்திருந்த இணைப் பறவைகளைக் காட்டி, 'அந்த இணைப்பறவைகளைப் பார், காளிகா' என்றான் அதுல்யா. 'அந்த இணைப் பறவைகளைப்போல், நாம் வாழும் காலம்வரை, இணைபிரியாமல் வாழவேண்டும். அந்த இணைப்பறவைகளின் கூட்டைப்போல, நம்முடைய வீடு மிகவும் சிறியதாக இருக்கலாம். ஆனால், அது நம்முடையை அன்பு மற்றும் நம்பிக்கையின் ஆற்றலால் வலிமையாகக் கட்டப்பட்டது' என்றான்.

பின்னர் அவர்களுக்கு முதல் ஆண்குழந்தை பிறந்தது. அந்தக் குழந்தை அவர்களுடைய வாழ்க்கையை எல்லையற்ற மகிழ்ச்சியால் நிரப்பியது. அவர்கள் இருவரும் முப்போதும் அந்தக் குழந்தை வளர்வதை அணுஅணுவாகப் பார்த்துச் சுவைத்து மகிழ்ந்தனர். அடுத்த சில ஆண்டுகளில், அவர்களுக்கு அழகான பெண் குழந்தை ஒன்று பிறந்தது. அந்தப்பெண் குழந்தை சிறப்பான முழுநிலவு நாளின் இரவில் பிறந்தது. அந்தப் பெண் குழந்தை மிகமிக அழகாக இருந்தது. அதனால், அக்குழந்தைக்கு அதுல்யா 'சந்திரமுகி' (நிலவைப் போன்ற முகத்தை உடையவள்) என்று பெயரிட்டான். இரண்டு குழந்தைகளும் அந்த அன்பான இயற்கையின் மடியில் வளர்ந்தனர். இந்தக் குழந்தைகளின்மேல் அவ்வூர் மக்கள் மிகுந்த அன்பையும் பற்றையும் பொழிந்தனர். அதனால் மகிழ்ச்சியடைந்த இவர்கள் இருவரும், அவ்வூர் மக்களின் அன்புக்கு நன்றிக்கடனாகப் பல்வேறு வழிகளிலும் சிறப்பான உதவிகளைச் செய்ய முனைந்தனர்.

அதுவொரு நண்பகல் நேரம். காளிகா, பகல் உணவைச் சமைப்பதில் மும்முரமாக இருந்தாள். அப்போது, அவளுடைய மகன் மூச்சிறைக்க ஓடிவந்தான். 'அம்மா உங்களுக்குத் தெரியுமா? வேட்டைக்காரன் ஒருவன், வேறோர் ஊரில் இருந்து இங்கே வந்துள்ளான். அவன் இங்குள்ள அடர்ந்த காட்டில் மறைந்து இருந்து கொண்டு, குட்டிமான்களை வேட்டையாடிக் கொன்று குவித்துக் கொண்டிருக்கிறான்' என்று ஒரே மூச்சில் சொன்னான். அவனைத் தொடர்ந்து குடிலுக்கு ஓடிவந்த அவனுடைய தங்கை, அகன்று விரிந்த விழிகளுடன் அவன் அருகில் நின்றாள்.

'அப்படியா?' என்று கேட்ட காளிகா, 'உங்கள் அப்பாவுக்கு இந்தச் செய்தி தெரியுமா?' என்று கேட்டாள்.

'இல்லை, தெரியாது'

‘அப்படியென்றால், அவர் வரும்வரை காத்திருப்போம். அந்தக் குட்டிமான்களைக் கொல்வதைத் தடுக்க அப்பா ஒரு வழிசொல்வார்’ என்றாள்.

‘அம்மா, அதற்கு ரொம்ப நேரம் ஆகும் அம்மா’ என்று நம்பிக்கையின்றிச் சொன்னவன், ‘அதற்குள் அவன் ஏராளமான குட்டிமான்களைக் கொன்றிடுவான். நீங்கள் ஏதாவது செய்யுங்கள் அம்மா’ என்று வற்புறுத்தினான்.

அவனுடைய தங்கை அவன் அருகில் நின்று கொண்டிருந்தாள். அண்ணன் சொன்னதை அம்மா நிறைவேற்ற வேண்டும் என்பதை அவளுடைய அகன்று விரிந்த கண்கள் வற்புறுத்திக் கொண்டிருந்தன.

‘சரி, என்ன செய்ய முடியும்னு நான் பார்க்கிறேன். ஆனால், நான் திரும்பி வரும்வரை நீங்கள் இருவரும் வீட்டைவிட்டு வெளியே எங்கும் போகக்கூடாது’ என்று குழந்தைகளை எச்சரிக்கை செய்துவிட்டுக் காளிகா குடிலிலிருந்து வெளியேறினாள். கதிரவன் பளபளவென்று காய்ந்து கொண்டிருந்தான். கதிரவனுடைய ஒளி பட்டு அந்தக் காடு ஒளிர்ந்துகொண்டிருந்தது. அப்போது, சட்டென்று ஒரு குட்டிமான் காட்டுப் புதர்களில் இருந்து வெளியே ஓடிவந்தது. அது அவளை அப்படியே நேருக்குநேர் பார்த்தபடி நின்றது. அதனுடைய பெரிய கண்கள் வலியுடனும் அச்சத்துடனும் வீங்கிப் போயிருந்தன. காளிகா, அந்த மான்குட்டியைக் கொஞ்சம் கூர்ந்து பார்த்தாள். அதனுடைய கழுத்துக்குக் கீழ்ப்பகுதியில் இருந்து குருதி வழிந்துகொண்டிருந்தது. அடுத்த கணமே, அந்த மான் திரும்பி அடர்ந்த காட்டுக்குள் ஓடியது.

அந்த வேட்டைக்காரன்தான் இந்த ஒன்றுமறியாத மானை அம்பால் எய்திருக்கவேண்டும். இந்த ஊரில் வாழும் மக்கள் அனைவரும் சைவர்கள் என்பதால், அவர்கள் யாரும் விலங்குகளைக் கொல்ல மாட்டார்கள். இந்த வேட்டைக்காரனைத் தப்பவிடக் கூடாது என்று கடுஞ்சினத்துடன் முடிவெடுத்தவள், அந்த மானைப் பின்தொடர்ந்து காட்டுக்குள் ஓடினாள். அவளுடைய காலடி ஒலியைக் கேட்டு அச்சமடைந்த அந்த மான் மிக விரைவாக ஓடியது. காயமடைந்த அந்த மான் வேட்டைக்காரனின் வலைக்குள் விழுந்துவிடக் கூடாது என்று கருதிய அவள், மேலும் வேகமாக ஓடினாள். காயம்பட்ட அந்த மானின் காயத்தில் மூலிகை மருந்தைத்

தடவிச் சிகிச்சை அளித்து, முறையாகக் கவனித்துக்கொண்டால் அந்த மானைக் காப்பாற்றிவிட முடியும் என்று எண்ணிய காளிகா, அந்த மானைப் பின்தொடர்ந்து ஓடினாள்.

அவள், எவ்வளவு நேரம், எவ்வளவு தூரம் அந்த மான்குட்டியைப் பின்தொடர்ந்து ஓடினாள் என்பது அவளுக்குத் தெரியாது.

அவள் காட்டைத் தாண்டி, சமவெளிப் பகுதியாய்க் காட்சியளித்த சுற்றுப்புறத்தைப் பார்த்துச் சட்டென்று நின்றாள்.

அந்த இடம் அவளுக்குப் பழக்கப்படாத இடம் என்பதை அவள் உணர்ந்தாள். அவள் பின்தொடர்ந்துவந்த அந்த மான்குட்டி எங்கோ மறைந்துவிட்டிருந்தது. காட்டின் அடர்த்தி குறைந்திருந்தது. அது நண்பகல் நேரமும் அல்ல, கதிரொளியும் வீசவில்லை. அது இரவின் இறுதிநேரம். இரவின் அந்த இனிய நேரத்தில் இரவு கொஞ்சங் கொஞ்சமாகக் கரைந்து விடியலாகிக் கொண்டிருந்தது. புதியபுதிய பறவைகளின் கீச்சொலிகள் காற்றில் கரைந்து ஒலித்துக் கொண்டிருந்தன. அவள் சிற்றலைகளுடன் அழகாக ஓடிக் கொண்டிருந்த அலாகா ஆற்றின் கரையில் நின்றுகொண்டிருந்தாள். அங்கே, தட்டையான பாறை ஒன்றின்மீது வெள்ளுடை அணிந்த ஓர் உருவம் ஆற்றைப் பார்த்தபடி உட்கார்ந்திருந்தது.

'பாவலன்' என்று அழைத்தபடி காளிகா அவனை நோக்கி ஓடினாள்.

'அந்த மான்குட்டி எங்கே போனது' அவள் அச்சத்துடன் கேட்டாள்.

அந்தப் பாவலன் திரும்பி அவளைப் பார்த்தான். அவனுடைய கண்களில் மெய்மறந்த நிலையில் இருந்து மீண்டதைப்போல், தொலைநோக்குடன் கூடிய புதிரான மீள்பார்வை தெரிந்தது.

'வாழ்க்கை எப்போதாவது, சிக்கலற்றதாக, நிறைவானதாக, முழுமையானதாக இருக்க முடியுமா?' என்று கேட்டு, அவர்களுக்கிடையே கண்ணுக்குத் தெரியாத சுவராக இருந்த அமைதியைத் தகர்த்தாள் காளிகா.

அதற்கு, அந்தப் பாவலன் விடையளிக்கவில்லை. அவனுடைய பார்வை, அவளுடைய முகத்தின் மீது நிலைகொண்டிருந்தது.

'அதுல்யா எங்கே? நம்முடைய பிள்ளைகள் எங்கே? நம்முடைய சிறிய மகிழ்ச்சியான குடும்பம் எங்கே? நம்முடைய குடில் எங்கே?' காளிகா கேட்டாள்.

அந்தப் பாவலன் அமைதியாக இருந்தான்.

'அரசன், என்னுடைய அப்பா, இந்த நிலவொளி வீசும் இரவில் மகுவா மரத்தின் அடியில் நானும் அதுல்யாவும் நின்றிருந்தபோது வந்தார். ஒருவேளை அவருடைய கமுக்க ஒற்றன், இரவில் நாம் ஓடிப் போகவிருந்த செய்தி குறித்து அவருக்கு எச்சரிக்கை செய்திருக்கலாம். அவருடன் அரண்மனைக்குத் திரும்புமாறு எனக்குக் கட்டளையிட்ட அவர், அதுல்யாவின் மீது கடுஞ்சினப் பார்வையை வீசினார். அந்த இரவில், அவரின் கண்களில் தெரிந்த கடுஞ்சினத்தை இப்போது நினைத்தாலும் அச்சத்தால் நடுக்கம் ஏற்படுகிறது' என்றாள்.

'காளிகா, நீ அரசி ஆவதற்காகப் பிறந்தவள்' என்று கூறிய அவரின் குரலில் கண்டிப்பும், ஏமாற்றமும் இருந்தது. 'இதுபோல் முட்டாள்தனமாக நீ நடந்தது, உன் தகுதிக்குச் சற்றும் பொருத்தமானது அல்ல. இந்த நேரம் முதல் உனக்குத் திருமணம் ஆகும்வரை, நீ அரண்மனையின் அந்தப்புரத்தைவிட்டு எங்கும் போகக் கூடாது. உன்னுடைய பாடங்களை அந்தப்புரத்துக்குள் இருந்து படி' என்றார் அப்பா.

'என்னுடைய எந்தவொரு கேள்விக்கும் விடையளிக்கக் கூடாது என்று உறுதியளித்ததைப்போல், அரண்மனையில், அதுல்யாவைப் பற்றி எவரும் எதுவும் என்னிடம் சொல்லவில்லை.' என்று சொன்ன அவளுடைய கண்களில் இருந்து கண்ணீர் வழிந்தது. பேசிக்கொண்டிருந்த காளிகா,

'இவையனைத்தும் உங்களுக்கு எப்படித் தெரியும்? நீங்கள் அதுல்யாவா?' என்று ஆர்வத்துடன் கேட்டாள்.

'மாட்சிமை பொருந்திய அரசியே, நான் அவருடைய உணர்ச்சிகளின் ஆன்மா' என்று மெல்லிய குரலில் விடையளித்தான் பாவலன். அவனுடைய குரல் சன்னமாக ஒலித்தது.

'பாவலரே, அப்படியென்றால், என்னுடைய வாழ்க்கையைக் கொடுங்கள். என்னுடைய கனவுகளை, என்னுடைய சின்னச்சின்ன

இன்பங்களை, என்னுடைய சிறிய குடும்பத்தைத் திருப்பிக் கொடுங்கள்' என்று காளிகா இறைஞ்சினாள்.

பாவலனின் முகம் வெளிறிப் போனது. அவனுடைய கண்களில் வெறுமை தெரிந்தது. அவனுடைய பார்வை, தொடுவானத்தில் இருந்த கண்ணுக்குத் தெரியாத புள்ளியில் நிலைகொண்டிருந்தது.

'நான் எப்போதும், என்னுடைய குறைபாடுகளையும் என்னுடைய கனவுகளையும் பட்டறிவுகளையும் முழுமையாக வெளிப்படுத்த இயலாமையினால் ஏற்பட்ட பெருந்துன்பத்தை அடைந்து கொண்டிருக்கிறேன். என்னுடைய கவிதைகள், என்னுடைய கற்பனை வாழ்க்கைச் சூழலைக் கடந்துசெல்ல மட்டுமே பயன்பட்டன. ஆனால், எப்போதும், அதன் கருவாக இருந்த உணர்வெழுச்சிக்கு ஓர் உருவம் கொடுத்து அதனை மீட்கவில்லை. எப்போதும், என் ஆழ்மன உணர்ச்சிகள் என் கவிதைகளை விட்டு விலகியே உள்ளன. அவை எப்போதும், என்னுடைய சொற்களின் பிடியில் இருந்து தப்பி, எல்லையற்ற இந்த வெளியில் எங்கோ கரைந்து போயிருக்கின்றன. நானும், என்னுடைய வீண் முயற்சிகளின் சுமையால் அப்படியும் இப்படியுமாக நிலையாகத் தவித்துக்கொண்டிருக்கிறேன்' என்று 'நா' தழுதழுக்கப் பேசினான்.

'ஆனால், நீங்கள் ஒரு படைப்பாளி. அந்தக் கதையை மறுஉருவாக்கம் செய்ய இயலாதா? எதாவது செய்யுங்கள்' என்று காளிகா வேண்டினாள். 'அந்த நிலவொளி இரவில் நானும், அதுல்யாவும் அந்தக் காட்டில் உள்ள மகுவா மரத்தடியில் நின்ற இடத்துக்குக் காலத்தைத் திரும்பச் செய்யுங்கள். நான் எப்போதும், அந்த இடத்திலிருந்துதான் வாழ விரும்பினேன். நீங்கள் எனக்கு அந்த வாழ்க்கையின் ஒரு பார்வையை உருவாக்கித் தரவில்லையா? ஒரு கணநேரத்துக்கு முன்பு, அந்தப் பேரின்ப உலகத்தில் என்னைச் சேர்க்கவில்லையா?'

'ஏதாவது செய்யுங்கள், எனக்கு உதவுங்கள்' என்று இரங்கத்தக்க குரலில் காளிகா வேண்டினாள்.

அங்கே சற்றுநேரம் ஆழ்ந்த அமைதி நிலவியது. அந்தப் பாவலனைக் காளிகா கவலையுடன் நோக்கினாள்.

‘மாட்சிமை பொருந்திய அரசியாரே, நான் இந்த ஆற்றைப் பார்த்தபடி நீண்ட காலம் இந்தப் பாறையில் அமர்ந்து கொண்டிருக்கிறேன் என்பதைத் தாங்கள் தெரிந்துகொள்ள வேண்டும். மணித்துளிகள், நாள்களாக, நாள்கள் மாதங்களாக, மாதங்கள் ஆண்டுகளாகக் கடந்து கரைந்துவிட்டன. ஆனால், என்னுடைய கண்கள் இந்த ஆற்றைத் தாண்டி, அதன் அடுத்த கரையை நிலையாக உற்றுநோக்கியபடி உள்ளன. இந்த ஆற்றின் வெகுதூரத்தில், ஒருவேளை இன்னோர் உலகம்... இத்துணை ஆண்டுகளாக நீங்களும் நானும் தீவிரமாகத் தேடிக் கொண்டிருக்கின்ற நிலையான இன்ப உலகம் இருக்கலாம். ஒருவேளை, நாம் வாழவேண்டும் என்று கனவுகண்ட நிறைவான உலகமாகக் கூட அது இருக்கலாம். நான் இப்போதும் நம்புகிறேன்’ என்று பேசிக்கொண்டிருந்த பாவலன், தொலைவில் கேட்ட குதிரையின் குளம்படி ஒலியைக் கேட்டுச் சட்டென்று பேச்சை நிறுத்தினான். அவர்கள் இருவரும் பாறையின் மீது ஏறிக் குதிரையின் குளம்படி ஒலி வந்த திசையை நோக்கிப் பார்த்தனர்.

இரவு தொடங்கியதை அறிவிக்கும் மங்கலான இருட்டில் அங்கே வந்துகொண்டிருந்த குதிரைப்படையை அவர்களால் காண முடிந்தது. அவளுடைய நாட்டில் இருந்து அவளை மீட்பதற்காகக் குதிரைப் படை வருகிறது என்பதை உடனே காளிகா உணர்ந்து கொண்டாள்.

‘குதிரையில் வருகின்ற வீரர்கள் உங்களை இடரின்றியும் காப்புடனும் தலைநகருக்கு அழைத்துச் செல்ல உங்கள் காவலர்களாக வருகின்றார்கள்’ என்று தொடுவானத்தில் நிலைகுத்தியிருந்த அவனுடைய விழிகளை அவள்பக்கம் திருப்பிச் சொன்னான். அவர்கள் இந்தக் காட்டில் இரவு முழுக்க உங்களைத் தேடியிருக்க வேண்டும்.

காளிகா நீண்ட பெருமூச்சு விட்டாள். அவள் திரும்பி ஆற்றுக்கு அப்பால் பார்த்தாள். கீழ்வானம் அடர்சிவப்பாகக் காட்சியளித்தது. இளங்காலைக் கதிரவனின் ஒளியில் அந்த ஆறு மெலிதாக மின்னியது. ஆற்றிலிருந்து வெகுதொலைவில் இருந்த அடர்ந்த காடு பனிப்போர்வையைப் போர்த்திக் கொண்டிருந்தது. அது இளங்காலைக் கதிரரொளியின்கீழ் ஒரு புரியாத புதிர்போல இருந்தது.

‘புரியாத புதிர்’, இந்த மிகக் குறுகிய ஓரிரவில் முழு வாழ்க்கையையும் வாழ்வதென்பது இயலுமா?’ அப்படியென்றால், ஒருவர் நீண்ட வாழ்வின் எஞ்சிய வாழ்க்கையை எப்படிக் கழிப்பார்? என்று காளிகா பாவலனை உற்றுநோக்கியபடி கேள்வி எழுப்பினாள்.

அதற்குப் பாவலன், ‘மாட்சிமை பொருந்திய அரசியார் ஆற்றின் மறுகரைக்கு என்னுடன் வருவாரா?’ உங்களுடைய அனைத்துக் கேள்விகளுக்கும் அங்கே விடை கிடைக்கும். எல்லாப் புதிர்களுக்கும் தீர்வு கிடைக்கும்’ என்ற பாவலன், அவளைக் கூர்ந்து பார்த்தான். அப்போது அவனுடைய முகம் புதிதாக ஒளிர்ந்தது.

ஒரு கணநேரத்திற்குள், அவனை ஈர்க்கும்வண்ணம், அவனுடைய கண்களைப் பார்த்தவாறே, அவளுடைய கைகளை அவனை நோக்கி நீட்டினாள். குதிரைப்படை வீரர்கள் விரைவாக அவர்களை நெருங்கிக்கொண்டிருந்தனர். அவர்கள் வருகின்ற ஒலி இவர்களுக்குக் கேட்டது. பாவலனும் அவளும் நீருக்குள் இறங்கினர். அவர்கள் இருவரும் நீருக்குள் சென்றனர்.

‘மாட்சிமை பொருந்திய அரசியாரே, விரைவாகச் செல்ல வேண்டும்’ பாவலன் அவசரப்படுத்தினான். அவர்கள் நம்மைக் கண்டறிவதற்குள், நாம் மறுகரையை அடைந்துவிடவேண்டும்’ என்றான்.

காளிகாவின் கழுத்தளவுக்கு நீர் வந்துவிட்டது. ஆற்றின் கரையிலிருந்து யாரோ ஒருவன் உரக்கக் கத்தி அழுதான். ‘மாட்சிமை பொருந்திய அரசியாரே, விரைவாக வாருங்கள்’ என்ற பாவலன் அவளுடைய கையை இறுகப் பற்றிக்கொண்டான். கழுத்தளவு நீரில் இருவரும் ஒருவரை ஒருவர் பார்த்தபடி நின்றனர். அரசியின் இதழில் குறுநகை தவழ்ந்தது.

‘பாவலரே, நான் தயார்’ என்று ஈர்க்கும்வண்ணம் சொன்னாள்.

அடுத்த கணமே, அமைதியான மகிழ்ச்சியுடன் ஒளிர்ந்த அவர்கள் இருவரின் முகங்களும் முடிவில்லாமல் மின்னிக்கொண்டே ஓடிக்கொண்டிருக்கும் அந்த ஆற்றில் மறைந்தன.

2. தனித்திருத்தலும் இணைந்திருத்தலும்

தேர்வு வளாகத்திற்குள் நுழையப் போகும்போது, 'நான் உன்னிடம் ஓர் இரகசியம் சொல்லவேண்டும்' என்று மாயா வீணாவின் காதுகளில் கிசுகிசுத்தாள்.

'இரகசியமா? அது என்ன இரகசியம்?' என்று கேட்டவாறு வீணா மாயாவை வியப்புடன் பார்த்தாள்.

'தேர்வு முடியட்டும், அப்புறம் சொல்கிறேன்' என்று சுருக்கமாகச் சொன்னாள் மாயா.

அன்று, பள்ளிஇறுதித் தேர்வின் கடைசி நாள். அறிவியல் தேர்வு. வீணாவுக்கு லேசான நடுக்கம் ஏற்பட்டது. அறிவியல் தேர்வு எழுத அமர்வதற்குச் சற்று முன்னர் மாயா சொன்ன புதிரான சொற்கள் அவளை இடர்ப்படுத்தின. மாயாவின் நெற்றியில் வேர்வைத் துளிகள் முத்துமுத்தாகப் பூத்திருந்ததையும் அவளுடைய முகம் கொஞ்சம் வெளுத்திருந்ததையும் வீணா கவனித்தாள்.

மணி அடித்தது. மாயாவுக்கு ஒருவித நடுக்கம் ஏற்பட்டது. மாயா அவளுடைய வலது கையால் வீணாவை லேசாகத் தள்ளியவாறு, 'போ' என்றாள்.

ஒருவர் பின் ஒருவராக, அவர்கள் இருவரும் தேர்வு அறைக்குள் நுழைந்தனர். வீணா, கேள்வித் தாளைப் படிப்பதற்கு முன்பு, அவளுடைய நெற்றியில் தொட்டு எடுத்தாள். பின்னர், விரைவாக விடைகளை எழுதுவதில் மூழ்கினாள். தேர்வு நேரம் முடிவதை அறிவிக்கும் இறுதி மணி அடித்ததும் அவள் எழுதிய தேர்வுத்தாளை ஆசிரியரிடம் தந்தாள். ஒருவழியாகத் தேர்வு முடிந்தது. அவள், மாயா இருந்த இடத்துக்கு விரைந்து ஓடினாள்.

'சொல், அது என்ன இரகசியம்?' அவள் கவலையுடன் மாயாவிடம் கேட்டாள். மாயா கவனமாகக் கேள்வித்தாளை மடித்து 'வடிவியல் கருவிப் பெட்டி'யில் வைத்தாள். அவள் கொஞ்சம் கவனம் சிதறியவள்போல் காணப்பட்டாள்.

'தேர்வை எப்படி எழுதினாய்?' வீணாவிடம் கேட்டாள்.

மாயாவை நேராகப் பார்க்காமல், அவள் கேட்டதைத் தவிர்க்கும்வண்ணம், 'கேள்விகள் பரவாயில்லை. ஆனால், நான்

இன்னும் கொஞ்சம் தீவிரமாகப் படித்திருக்கவேண்டும் என்று நினைக்கிறேன்' என்றாள் வீணா.

அவர்கள் இருவரும் தேர்வு வளாகத்தைவிட்டு வெளியே வந்தனர். மாயாவின் முகத்தில், மீண்டும் மீண்டும் வீணாவின் கேள்விப் பார்வை படர்ந்தது. ஆனால், மாயாவின் கண்கள் முன்னால் இருந்த விளையாட்டுத் திடலின்மேல் நிலைகுத்தி யிருந்தன.

அவர்கள் வீட்டில் இருந்து இரண்டரைக் 'கிலோ மீட்டர்' தொலைவில் அவர்களின் பள்ளி இருந்தது. இருவரும் சேர்ந்து நடந்தே பள்ளிக்குச் சென்றுவந்தார்கள். வீணா நெஞ்சம் இலேசானதைப் போல் உணர்ந்தாள்; ஒருவழியாகத் தேர்வு முடிந்தது! ஒரு பெரிய மலையைக் கடந்ததுபோல் இருந்தது. 'மாயா நில்' என்று அழைத்தவாறே, முன்னால் நடந்துகொண்டிருந்த மாயாவைப் பிடிப்பதற்காக வீணா வேகமாக நடந்து வந்தாள்.

அவர்கள் நடந்துகொண்டிருந்த சாலையின் இடப்பக்கம் இருந்த கோயிலைச் சுட்டிக்காட்டி 'நாம் தாரேசுவரர் கோயிலுக்குச் சென்று மணிப்பூக்கள் சாத்தி வழிபடலாம், வா' என்று அழைத்தாள் மாயா.

'அறிவியல் தாள் மிகவும் கடினமாக இருந்தது. ஒருவேளை நாம் தோல்வியடையலாம். நாம் தேர்வில் வெற்றிபெற வேண்டும் எனத் தாரேசுவரரிடம் வேண்டுகோள் வைப்போம்' என்றாள்.

அவர்கள் அந்தக் கோயில் வழியில்தான் எப்போதும் செல்வார்கள். எப்போதாவது, சிறப்பான விழா நாள்களில் மட்டுமே கோயிலுக்குள் சென்று மணிப்பூக்கள் சாத்தி வழிபடுவார்கள். ஆனால், அன்றைய நாள் மிகவும் சிறப்பான நாள். அவர்களுடைய எதிர்கால வாழ்க்கையைத் தீர்மானம் செய்யக்கூடிய 'மெட்ரிக்குலேசன்' தேர்வை எழுதிமுடித்த கடைசிநாள். இந்தத் தேர்வு முடிவைச் சார்ந்துதான் அவர்களுடைய எதிர்கால வாழ்க்கை அமையும். இதை எண்ணித்தான் அவர்கள் அந்தக் கோயிலுக்குள் நுழைந்தார்கள்.

'கோயிலை ஒருமுறை சுற்றிவருவோம், என்ன சொல்கிறாய்?' என்று தோழியைப் பார்த்துக் கேட்ட வீணா, அவளுடைய விடைக்குக் காத்திராமல் நடக்கத் தொடங்கினாள்.

அது நண்பகல் நேரம். கோயில் வளாகத்தில் கூட்டம் இல்லை. கோயிலின் பின்பகுதியை அடைந்தவுடன் மாயா நின்றாள். நின்றுகொண்டிருந்த மாயாவின் மீது பார்வையை ஓடவிட்டபடி வீணாவும் நின்றாள். அந்தக் கோயிலின் சுற்றுச்சுவரை ஒட்டி ஒரு பெரிய சாம்பாக் மரம் நின்றிருந்தது. மாயா ஒன்றும் பேசாமல் அந்த மரத்தை நோக்கி ஓடினாள், வீணாவும் அவளுடன் ஓடினாள்.

'வீணா, சுற்றும்முற்றும் பார்த்து யாரும் இல்லை என்பதை உறுதிசெய்துகொள்' என்ற மாயா வீணாவைப் பார்த்தவாறு நின்றாள். அவளுடைய முகம் சிவந்திருந்தது, காதுமடல்களுக்குப் பின்னால் வேர்வை வழிந்தது. அங்கு யாராவது இருக்கிறார்களா என்பதை அறிந்துகொள்ள மாயா அவளுடைய விழிகளைச் சுற்றிலும் ஓடவிட்டாள்.

'இல்லை, ஒருவரும் இல்லை, இந்த வெய்யில் நேரத்தில் யார் இங்கு வரப்போகிறார்கள்' என்றாள் வீணா. 'ஒரு திரையைப் போல் என்னை மறைத்தவாறு என் முன்னால் நில்' என்ற மாயா, குனிந்து தரையில் இருந்த அவளுடைய வடிவியல் பெட்டியை எடுத்தாள்.

வீணா அமைதியாக நின்றாள். அவள் வியப்புடன் தோழியின் முகத்தையே பார்த்துக்கொண்டிருந்தாள். மாயா கீழ்ப்புறம் பார்த்தாள். அவளுடைய பின்புறத்தையும், மார்பையும் சுற்றித் தோளின் வழியாகப் படர்ந்திருந்த சேலையைக் கைகளால் தூக்கி, வயிற்றுக்குச் சற்று மேலிருந்த மேல்சட்டையின் இரண்டு கீழ்ப்பொத்தான்களை மெதுவாக அவிழ்த்தாள். சேலையைக் கொஞ்சம் ஓரமாக நகர்த்தி,

'பார்' எனக் காட்டினாள்.

வீணா, மாயா காட்டிய இடத்தை உற்றுநோக்கினாள். அதைப் பார்த்ததும், அதிர்ச்சியில் வீணாவின் கண்கள் அகல விரிந்தன. இதழ்கள் பிரிந்தன. ஆனால், அவற்றிலிருந்து எந்த ஒலியும் வரவில்லை.

'இது என்ன?' என்று வீணா தொண்டை இறுகிய குரலில் கேட்டாள்.

'தெரியவில்லை, இந்த இடத்தில் கொஞ்சம்தான் இருக்கிறது. மற்ற இடங்களில் இன்னும் அதிகமாக இருக்கிறது. ஆனால், இந்த

ஒன்றுதான் மற்றவற்றைக் காட்டிலும் பெரியதாகவும், வெள்ளையாகவும் இருக்கிறது. தொடக்கத்தில் ஒரு சிறு புள்ளியாகத்தான் இருந்தது. ஆனால், இந்த ஆறு மாதத்தில் அதிகமாகப் பரவிவிட்டது' என்று சொன்ன மாயா, மேலாடைப் பொத்தான்களைப் போட்டுக்கொண்டு சேலையைச் சரிசெய்தாள். அவளுடைய கண்களில் கண்ணீர் வழிந்தது.

'இந்த வெள்ளைப் புள்ளிகள்... எப்படி வந்தன?' வீணா முழுமையாகக் கேட்க முடியாமல் தடுமாறினாள்.

'எனக்குத் தெரியவில்லை' என்ற மாயா கத்தி அழத் தொடங்கினாள்.

வீணா, மாயாவின் தோளைத் தட்டிக்கொடுத்துக் 'கவலைப்படாதே, அவை மறைந்துவிடும்' என்று தேற்றினாள். ஆனால், அவை மறைந்துவிடும் என்று அவளால் உறுதியாக நம்ப முடியவில்லை.

'இதை யாரிடமும் சொல்லமாட்டேன் என்று அம்மாமேல் ஆணையிடுமாறு' மாயா வேண்டினாள். அவளுடைய கண்களில் இருந்து தாரைதாரையாய்க் கண்ணீர் வழிந்தது.

'வா... மீண்டும் ஒருமுறை கோயிலுக்குப் போய் வரலாம்' என்று சொல்லியவாறு வீணா நடந்தாள். மாயா அவளுடைய குழந்தைப் பருவத் தோழியான வீணாவுடன் இணைந்து நடந்து சென்றாள்.

அந்தக் கோயில் அய்யர், நீண்ட நேரமாக வெளியில் சென்றிருந்திருக்க வேண்டும். அய்யர் இல்லாததால் வீணா அவளாகவே கோயில் கருவறைக்குள் சென்றாள். கருவறை மூலவர் சிலையின் மேல் இருந்த இதழ்கள் உதிராத முழு மணிப்பூவை எடுத்தாள். ஒருகணம் கண்களை மூடி இறைவனை வேண்டினாள்.

பின், அவள் மாயாவின் கண்களை நேருக்குநேர் பார்த்தவாறு 'இங்கே இதை எடுத்துக்கொள்' என்று அந்தப் பூவை அவளுடைய தோழியிடம் கொடுத்தாள்.

'கடவுளிடம் நான் வேண்டியிருக்கிறேன். குளித்து முடித்தபிறகு, ஒவ்வொரு நாளும் இந்த இலையால் ஏழு முறை உன் உடலில் உள்ள வெள்ளைப் புள்ளியில் தொட்டு, 'ஓம் நம

சிவாய’ என்று சொல்லி வேண்டிக்கொள். சில நாள்களில் அந்த வெள்ளைப் புள்ளிகள் மறைந்துவிடும். என்னை நம்பு. நான் எத்தனையோ முறை தாரேசுவரர் சாமியிடம் வேண்டுதல்களை வைத்திருக்கிறேன். அவற்றையெல்லாம் தாரேசுவரர் நிறைவேற்றி வைத்திருக்கிறார். முயற்சி செய்து பார்க்கலாமே’ என்றாள்.

தோழி சொல்லிய சொற்கள் ஒவ்வொன்றையும் மாயாவின் கண்கள் உள்வாங்கிக் கொண்டன. வீணாவின் உறுதியான சொற்கள் அவளுக்குள் ஒரு புதிய நம்பிக்கையை ஏற்படுத்தின. மாயா ஏதோ வசியப்படுத்தப்பட்டவளைப்போல், தன்னியலாகத் தோழியின் கைகளை விடுத்து, அந்த இலையை எடுத்தாள். ஆழ்ந்த பக்தியுடன் அந்த இலையை அவளுடைய தலையில் வைத்து வணங்கி, அதைக் கவனமாக வடிவியல் பெட்டியில் வைத்துக் கொண்டாள். கண்களில் வழிந்துகொண்டிருந்த கண்ணீர் நின்று போயிருந்தது.

‘வா, வீட்டுக்குப் போகலாம். எனக்குப் பசிக்கிறது’ என்று வீணா அழைத்தாள். இருவரும் வீட்டை நோக்கி நடந்தார்கள். தனியாகக் கிடந்த சாலையை நண்பகல் தீய்த்துக் கொண்டிருந்தது.

அவர்கள் கோடை விடுமுறையில் சோம்பிக் கிடந்தார்கள். அவர்களுக்கு நிறைய ஓய்வு கிடைத்தது. அவர்கள் அந்தக் கதை இந்தக் கதை என்று பேசி அரட்டை அடித்தும், சோழி விளையாடியும் பொழுதைக் கழித்தார்கள். அந்த ஊரில் இருந்த குளத்தில் நீண்ட நேரம் நீந்திக் களித்தார்கள். உச்சி வெய்யில் நேரத்தில் ஓய்வெடுத்துக் கொண்டோ, விருப்பமான வேலைகளில் ஈடுபட்டுக் கொண்டோ வீட்டிலேயே இருந்தார்கள். அடிக்கடி வீணா, மாயாவிடம், தாரேசுவரரிடம் வேண்டி எடுத்துவந்த இலையால் உடலில் உள்ள வெண்புள்ளியில் தொட்டு எடுக்கிறாயா? என்று சைகை மூலம் கேட்டாள். அதற்கு மாயா ‘ஆமாம்’ என்று அமைதியாகத் தலையை அசைத்துக் காட்டினாள். அவர்கள் இதுகுறித்து வெளிப்படையாகப் பேசுவதை மிகுந்த கவனத்துடன் தவிர்த்தனர்.

தேர்வு முடிவுகள் வந்தன. மாயாயும் வீணாவும் இரண்டாம் வகுப்பில் தேர்ச்சி பெற்றிருந்தனர். மாயா வீணாவைக் காட்டிலும் கொஞ்சம் அதிகம் மதிப்பெண் பெற்றிருந்தாள். வேண்டிக் கொண்டபடி இருவரும் தாரேசுவரரை வணங்கக் கோயிலுக்குச் சென்றனர். வணங்கி முடித்தபின்னர், இருவரும் கோயிலைச் சுற்றி

வந்தனர். கோயிலுக்குப் பின்புறம் இருந்த பால் மரத்தடியில் வீணா நின்றுகொண்டு மாயாவுக்காகக் காத்திருந்தாள்.

'ஏதாவது முன்னேற்றம் இருந்துச்சா இல்லையா... இப்போது சொல்' என்று வீணா ஆர்வத்துடன் கேட்டாள். 'அப்படியேதான் இருக்கிறது' மாயா விடையளித்தாள். அவளுடைய குரலில் ஒருவித ஐயக்குறி தென்பட்டது.

'காட்டு, பார்க்கலாம்'

'சுற்றிலும் ஆள்கள் இருக்கிறார்கள், எப்படிக் காட்டுவது?' என்று மாயா தயங்கினாள்.

'நான் உன்னை மறைத்துக்கொண்டு இந்தப் பக்கம் நிற்கிறேன். இந்தப் பால் மரம் நம்மை மறைத்துக் கொண்டு ஒரு திரையைப்போல் அந்தப் பக்கம் இருக்கும். யாரும் நம்மைப் பார்க்க மாட்டார்கள்' என்று வீணா உறுதியுடன் சொன்னாள்.

மாயா நடுங்கிய கைகளுடன் இரவிக்கையின் பொத்தான்களை அவிழ்த்துச் சேலையை ஒருபுறமாக ஒதுக்கிக் காட்டினாள். அவளுடைய கண்கள் வீணாவின் முகத்தையே உற்றுநோக்கிக் கொண்டிருந்தன. வீணா, மாயாவின் வயிற்றில் இருந்த அந்த வெண்புள்ளிகளை ஒருகணம் பார்த்துவிட்டு, தலையை உயர்த்தினாள்.

'ஏதாவது, மாற்றம் தெரியுதா?' என்று கேட்டவாறு எதிர்பார்ப்புடன் தோழியை உற்றுநோக்கினாள் மாயா.

'ஆமாம்.. வெண்புள்ளியின் அளவு குறைந்துள்ளது. அதனுடைய நிறமும் சற்று மாறியுள்ளது' என்று வீணா உடனே விடையளித்தாள். அவளுடைய குரலில் பெரிய அளவில் நம்பிக்கை இல்லை. அவளுடைய முகத்தை மாயா பார்த்துவிடக் கூடாது என்ற எண்ணத்தில் முகத்தைத் திருப்பிக் கொண்டாள். ஆனால், அவளுடைய சொற்கள் மாயாவை மனநிறைவடையச் செய்தன. அவள் மகிழ்ச்சியுடன் இருந்தாள்.

மாயா கணிதப் பாடத்தில் தேர்ந்தவள். அவள் கட்டாக்கில் உள்ள 'எஸ்.பி' மகளிர் கல்லூரியில் அறிவியல் பாடப்பிரிவில் சேர்ந்தாள். வீணா அதே கல்லூரியில் 'மானிடவியல்' படித்தாள். தோழிகள் இருவரும் அந்தக் கல்லூரியின் விடுதியில் தங்கிப் படித்தனர்.

காலங்கள் உருண்டோடின. கிறித்துமசு விடுமுறைக் காலம் உடனே வந்துவிட்டது.

மாயா மிகுந்த கவலைப்பட்டாள். உடலில் தென்பட்ட அந்த வெண்புள்ளிகள் உடலெங்கும் பரவிவிட்டன. அவளுடைய வலப்பக்கத் தோளிலும், இடப்பக்கக் செவிமடலுக்குக் கீழும் என இரண்டு இடங்களில் அந்த வெண்புள்ளிகள் வெளிப்படையாகத் தெரிந்தன. வலப்பக்கத் தோளில் இருந்த வெண்புள்ளி, கழுத்தின் பின்புறம் வரை நீண்டிருந்தது. அவளுடைய கூந்தலால், அவள் எவ்வளவுதான் மறைக்க முயன்றாலும், அதையும் மீறி அந்த வெண்புள்ளிகள் மற்றப் பெண்களின் கண்களுக்குத் தென்பட்டன. சிலர் அந்த வெண்புள்ளிகள் பற்றி வெளிப்படையாகக் கேட்டனர். கேட்கவேண்டும் என்ற எண்ணத்தில் இருந்துகொண்டு கேட்காமல் பார்த்துக் கொண்டிருந்தவர்களின் பார்வை அவளை மிகவும் காயப்படுத்தியது. அவளும் அவளுடைய தோழி வீணாவும் தனியாக இருக்கும்போது, வகுப்புத்தோழிகளின் செயல்கள் குறித்துச் சொல்லிக் கண்ணீர் விட்டாள் மாயா.

அதைக்கேட்ட வீணா, ‘இதுபற்றி அம்மாவிடம் சொல்லியாக வேண்டும். நீ நல்ல மருத்துவரைப் பார்த்து முறையான சிகிச்சை பெறவேண்டும்’ என்று ஊருக்குப் புறப்படும்போது கூறினாள். அதைக்கேட்ட மாயாவின் நெஞ்சம் உடைந்துபோனது. அவளுக்கு அவளுடைய எதிர்காலம் இருண்டுபோனதுபோல் இருந்தது. அவளுடைய கண்களில் இருந்து சிந்தாமல் திரண்ட கண்ணீர் சுட்டது.

அடுத்தநாள் காலையில், பால்பணியாரம் மற்றும் தேன்பாகை உணவாகப் பரிமாறும்போது அந்த வெண்புள்ளிளைக் கண்ட மாயாவின் அம்மா,

‘என்ன இது?’ என்று அதிர்ச்சியுடன் கேட்டதும், மாயா திடுக்கிட்டு, அச்சத்துடனும், மானக்கேட்டுடனும் அம்மாவைப் பார்த்தாள்.

‘எப்போதிலிருந்து இந்த வெண்புள்ளிகள் இருக்கின்றன’ என்று அவளுடைய தோளில் இருந்த வெண்புள்ளியை விரல்களால் தொட்டவாறு அம்மா கேட்டாள்.

மாயா உடல் குலுங்கப் பீறிட்டு அழுதாள்.

'உஸ்ஸ்... உஸ்ஸ்...' என்று மெதுவாகக் கூறி அம்மா அமைதிப்படுத்தினாள். அவளுடைய குரலில் ஏதோ இனம்புரியாத இரகசியம் இருந்தது. அவள் முகத்தில் கலக்கம் முகில்போல் படர்ந்தது. ஒன்றும் விளங்காமல் குழப்பத்தில் அந்தக் காட்சியைப் பார்த்துக்கொண்டு அங்கே நின்றிருந்த அவளுடைய தம்பியைப் பார்த்து, 'போ.. போய் அப்பாவை உடனே வரச்சொல். அவசரம் என்று சொல்' என்று அனுப்பினாள் அம்மா. அம்மாவின் குரலில் இருந்த கடுமையைக் காட்டிலும், அவளுடைய கண்களில் தெரிந்த கடுமையைக் கண்ட அவன் அப்பாவைத் தேடி வெளியே ஓடினான். அவன், வெளித்திண்ணையில் அமர்ந்துகொண்டு ஊரில் உள்ள பெரியவர்களுடன் பேசிக்கொண்டிருந்த அப்பாவிடம் அம்மா சொன்னதைச் சொல்லிவிட்டு, அவரை அழைத்துச் செல்வதற்காகக் காத்திருந்தான்.

அவனுடன் வந்த அப்பா 'அப்படி என்ன அவசரம்?' என்று சற்றுக் காட்டமாகக் கேட்டார். அப்பாவின் அருகில் மாயாவை இழுத்து, இடப்பக்கமாகத் தலையைக் குனிய வைத்து அந்த வெண்புள்ளி தெரியுமாறு முடியை ஒதுக்கிக் காட்டினாள் அம்மா. மாயா அழுவதை நிறுத்தியிருந்தாள். கண்ணீர் வழிந்து காய்ந்திருந்த அவளுடைய முகத்தில் ஒருவிதக் குற்றஉணர்ச்சி தென்பட்டது.

'என்ன இது?' என்று கேட்ட அப்பா,

'இதை நீ பார்க்கவில்லையா? கழுத்துக்குக் கீழே இருக்கின்ற இன்னொரு வெண்புள்ளியைப் பார்' என்று காட்டினார். அதைக்கேட்ட மாயாவின் அம்மா, ஒலி வெளிவராவண்ணம், விசும்பி அழத்தொடங்கினாள்.

'ஓ...' என்று சொன்ன அப்பா, அம்மாவைப் போலவே, அந்த வெண்புள்ளிகளைத் தொட்டு, அவை என்னவாக இருக்கும் என உணர முற்பட்டார்.

'இவை எப்போது தெரிந்தன?' மாயாவிடம் கேட்டார்.

மாயா விடையளிக்கவில்லை.

'வேற எங்கெல்லாம் இந்தப் புள்ளி இருக்கிறது?'

'இப்போதும் மாயா எதுவும் பேசவில்லை'

‘இதை ஏன் முன்னரே சொல்லவில்லை?’

‘சரி பரவாயில்லை. அது பற்றிப் பேசி எந்தப் பயனும் இல்லை. நண்பகலில் ‘ஓமியோபதி’ மருத்துவர் வருவார். அவர் கொடுக்கும் சிலவேளை மருந்திலேயே இது குணமாகிவிடும் என்று நினைக்கிறேன்’ என்று மனைவியுடம் சொல்லியவாறு செல்வதற்காகத் திரும்பினார். பின்னர், ஏதோ நினைத்துக்கொண்டு மாயாவிடம் திரும்பி வந்தார்.

‘இதைப் பற்றி வேறு யாரிடமும் சொல்லவில்லை இல்லையா?’ என்று அவளிடம் கேட்டார். அதற்கு விடையாக மாயா ‘தலையாட்டி’ இல்லையென்று சொன்னாள்.

‘நல்லது, உனக்குள்ளேயே வைத்துக்கொள்’ என்றவர் மனைவியைப் பார்த்து, ‘இதுபற்றி யாரிடமும் வாய்திறக்க வேண்டாம் எனக் குழந்தைகளை எச்சரிக்கை செய்’ என்று கூறிவிட்டு விடுவிடுவென்று வெளியேறினார்.

அன்றைய நாள் முழுக்க மாயாவின் அம்மாவின் முகத்தில் கவலையின் நிழல் படர்ந்திருந்தது. தலைஎழுத்தை எண்ணி நொந்தபடி தனியே அமைதியாக அமர்ந்திருந்தாள் மாயா. உடலுக்குக் கதகதப்பைத் தருகின்ற போர்வையைக் கூர்மையான ஊசிகள் குத்திக் கிழித்துவிடும் என்பதுபோல், சொற்கள் உண்மையைக் குத்திக் கிழித்து வெளிக்கொணர்ந்துவிடும் என்ற நம்பிக்கையின்மையால் உண்மையைச் சுற்றி வைத்துக்கொண்டு அவர்கள் ஒருவருக்கொருவர் பேசிக்கொள்ளத் துணியாமல் வாளாயிருந்தனர். அவர்கள் எவரும் உண்ணவில்லை.

அதைக் கண்ட மாயாவின் அப்பா, ‘உணவைத் தவிர்ப்பதில் என்ன பயன் இருக்கிறது? பிற்பகலில் ஓமியோபதி மருத்துவர் வருவார் அவரிடம் கேட்கலாம் எனச் சொல்லியிருக்கிறேன் இல்லையா?’ என்று கேட்டார்.

அப்பா சொன்னபடி ஓமியோபதி மருத்துவர் வந்தார். அவர் நாற்பதைத் தாண்டிய அகவையுடையராக இருந்தார். அவர் முழுமையாக மாயாவைச் சோதித்த பின்னர் அவர் கண்டறிந்து சொன்ன நோயின் பெயரை மாயா மறந்துவிட்டாள். அவர் கடுகு அளவுள்ள வெள்ளை உருண்டைகள் நிறைந்த இரண்டு கண்ணாடிப்

புட்டிகளை அவளிடம் கொடுத்தார். அவர், வெய்யிலில் போகக் கூடாது. பூண்டு உண்ணக்கூடாது. தொடர்ந்து மருந்தை உட்கொள்ளவேண்டும் ஆகிய அறிவுரைகளை வழங்கினார். மாயாவின் அம்மாவின் முகத்தில் படர்ந்திருந்த துன்ப முகில்கள் கலைந்து, அவளுடைய முகம் தெளிவானது.

அடுத்த நாள் நண்பகலில் வீணா வந்தாள். 'இன்று, காய்ந்த மாங்காய் வடுக்களைக் கொண்டு 'சட்னி' தயாரிக்கும் வேலையும், மொகந்தி குடும்பத்தாரின் பழத்தோட்டத்தில் இருந்து காரமாங்காய் பறிக்கும் திட்டமும் என்ன ஆயின?' என்று முற்றத்தில் அமர்ந்துகொண்டு, மெய்மறந்து மரங்களில் பட்டுத்தெறிக்கும் கதிர்ஒளிச் சிதறல்களைப் பார்த்துக்கொண்டிருந்த மாயாவிடம் கேட்டாள்.

'இல்லடி, வெய்யிலில் போகக்கூடாது. அப்படிப் போகாமல் இருந்தால் இந்த வெண்புள்ளிகள் மறைந்துவிடும் என்று மருத்துவர் அறிவுறுத்தியுள்ளார்' என்று துன்பத்தில் சிரித்துக்கொண்டே சொன்னாள்.

'பரவாயில்லை', என்று கூறி அவளை ஊக்கப்படுத்த முற்பட்டாள் வீணா.

'நாம் கதிரவன் மயங்கும் மாலைப்பொழுதில் வெளியில் செல்வோம். அல்லது அப்படியில்லையென்றால், கோயில் வளாகத்தில் அமர்ந்திருப்போம்' என்று கூறிய வீணா அவ்விடத்தைவிட்டுச் செல்வதற்காகத் திரும்பினாள்.

மாயாவின் முகத்திலிருந்த பார்வை அவளைத் தடுத்து நிறுத்தியது.

'ஏன் இங்கே தனியாக அமர்ந்திருக்கிறாய்? வா, ஒன்று அல்லது இரண்டு முறை சோழியாட்டம் ஆடுவோம்' என்ற வீணா விளையாட்டுப் பலகையை எடுத்துவர உள்ளே சென்றாள்.

மாலைநேரத்தில் தோழிகள் இருவரும் கோயில் வளாகத்தில் நடந்தனர். அவர்கள் காய்ந்த உப்பிடப்பட்ட மாங்காய் வடுக்களையும், பச்சை மிளகாயையும் அவர்களுடன் எடுத்து வந்திருந்தனர். சட்டென்று நின்ற வீணா மாயாவைக் கிள்ளினாள்.

'ஏய்... அங்கே பார், இரமேஷ் வந்துகொண்டிருக்கிறான்' என்று சாலையோரம் வந்துகொண்டிருந்த இரமேசைச்

சுட்டிக்காட்டினாள். 'அவனுடைய கண்கள் உன்னையே பார்த்துக் கொண்டிருக்கின்றன' என்றாள்.

இரமேஷ் அவர்களை வேகமாகக் கடந்து சென்றான். அவனுடைய குடும்பம் செல்வச்செழிப்பு மிக்க குடும்பம். அந்த ஊரில் வேறு எந்த இளைஞனிடமும் மிதிவண்டி இல்லை. அவனிடம் மட்டும் இருந்தது.

'அவன் ஏன் என்னைப் பார்க்கவேண்டும்?' என்று ஒன்றும் தெரியாதவள் போல் நடித்தாள் மாயா. அவளுடைய முகம் நாணத்தால் வெளிர்ச்சிவப்பாய்ச் சிவந்தது.

'என்ன ஓர் அப்பாவித்தனம்?' கேலிசெய்தாள்.

பள்ளியில் படிக்கும்போதிருந்தே அவன் உன்னை இரகசியமாகப் பார்த்துக் கொண்டிருப்பதை நான் கவனித்து வந்திருக்கிறேன். அவன் திரும்பி வந்துகொண்டிருக்கிறான், பார்' என்ற வீணா மாயாவைப் பார்த்துக் கண்ணடித்துக் குறும்பாகச் சிரித்தாள்.

மறுபடியும், இரமேஷ் வேகமாக அவர்களைக் கடந்து சென்றான். ஏதோ உடனடி வேலை இருப்பதைப்போல், பார்வையை முன்னால் வைத்துக்கொண்டு நேராகச் சென்றான். மாயா ஓரக்கண்ணால் அவன் செல்வதைப் பார்த்தாள்.

'அவன் உன்னைத்தான் பின்தொடர்ந்து வருகிறான். நீ மிகவும் அழகு' என்று செல்லமாகச் சினப்பட்ட வீணா மாயாவை லேசாக இடித்தாள்.

'அவன்தான் உன்மேல் அன்பாக இருக்கிறான். நான் இல்லை. உனக்கு எல்லாம் தெரியுமில்லையா?' என்ற வீணாவின் கண்களில் குறும்புத்தனம் மின்னியது.

'இருந்தும் என்ன பயன், என் உடல் முழுவதும் அந்த வெண்புள்ளிகள் இருக்கின்றனவே. மீண்டும் பழையபடி இருக்க முடியுமா? ஓமியோபதி மருத்துவர் சொல்லியிருக்கிறார்...' என்று சொல்லும்போது மாயாவின் குரல் உடைந்திருந்தது.

'ஏய்... மாயா, நீ மிகவும் எதிர்மறைச் சிந்தனையுடன் இருக்கிறாய்' என்று வீணா அவளைத் தேற்ற முயன்றாள்.

'இந்த வெண்புள்ளிகள் மறைந்துவிடும் என்று நான் சொல்லியிருக்கிறேன் இல்லையா? என் அம்மாவும் சொல்லியிருக்கிறாள், அவளுடைய தோழியுடைய மகளுக்கு...' என்று பேசத் தொடங்கியவள், 'இந்த வெண்புள்ளி குறித்த செய்தியை யாரிடமும் சொல்லமாட்டேன்' என்று அவளின் கைமேல் அடித்து ஆணையிட்டிருந்ததை நினைத்துச் சட்டென்று நிறுத்தினாள்.

'வீணா, உன்னுடைய அம்மாவிடம் சொல்லிவிட்டாயா?' என்று கேட்டு அவளைக் குற்றம்சாட்டுவதைப்போல் பார்த்தாள் மாயா.

'அதெல்லாம் ஒன்னும் சிக்கல் இல்லை. அம்மா யாரிடமும் சொல்லமாட்டாள்' வீணா உறுதியளித்தாள். 'உண்மை என்னவென்றால், கட்டாக்கில் மருத்துவராக என்னுடைய மாமா இருக்கிறார். அதனால், நோய்கள் குறித்தும், அதற்குரிய மருந்துகள் குறித்தும் அம்மாவுக்குத் தெரியும். அதனால்தான் இதுகுறித்துச் சொன்னேன் என்றாள்.

குளிர்கால விடுமுறை முடிந்தது. தோழிகள் இருவரும் கல்லூரி விடுதிக்குத் திரும்பினர். மாயா தொடர்ந்து மருந்தை உட்கொண்டும் அந்த வெண்புள்ளிகளைக் கண்ணாடியில் தொடர்ந்து பார்த்துக்கொண்டும் வந்தாள். அந்த வெண்புள்ளிகளின் நிறத்திலோ அல்லது அளவிலோ எந்த மாற்றத்தையும் அவளால் கண்டறிய இயலவில்லை. எனவே, அவள் ஆழ்ந்த கவலையில் ஆழ்ந்தாள். ஒவ்வொரு நாளும் இரவு உறங்கப் போகும்முன், நோயைக் குணப்படுத்த வேண்டியும், அந்த வெண்புள்ளிகளை மறையச்செய்ய வேண்டியும் இறைவனிடம் நெகிழ்ந்து உருகி வேண்டினாள்.

ஒருநாள், மாயா குளித்துமுடித்தபின் கூந்தலை உலர்த்திக் கொண்டிருந்தபோது, அவளுடைய உடலில் மேலும் சில வெண்புள்ளிகளைக் கண்டாள். அதிர்ச்சியும் வியப்பும் அடைந்த அவள், வீணாவை உடனடியாகக் குளியல் அறைக்கு வரும்படி அழைத்து, அவளுடைய முதுகில் வேறு ஏதாவது வெண்புள்ளிகள் தோன்றியிருக்கின்றனவா எனப் பார்க்கச் சொன்னாள்.

'ஆமாம், முதுகின் நடுப்பகுதிக்கு அருகில் இருக்கின்றன' என்று வெளிறிப்போன முகத்துடன், மாயாவின் ஐயப்பாட்டை உறுதிப்படுத்தினாள் வீணா.

மாயா முற்றிலும் நிலைகுலைந்து போனாள். படிப்பில் கவனம் செலுத்த இயலாத நிலைக்குத் தள்ளப்பட்டாள். அவளுடைய கண்களுக்குப் புலப்பட்ட வெண்புள்ளிகளும், அவளால் காண இயலாத கண்ணுக்குப் புலப்படாத வெண்புள்ளிகளும் பாடப் புத்தகங்களின் பக்கங்களில் தோன்றி அவளைக் கிண்டல் செய்து ஆட்டம் போட்டன. மாயாவின் அறையில் அவளுடன் தங்கியிருக்கும் மாணவிகளும், தோழிகளும் அவளிடமிருந்து விலகியிருக்க விரும்பியதை அவளால் உணர முடிந்தது. அவளுடைய அறையில் தங்கியிருந்த மூவரில் ஒருத்தி விடுதிக் காப்பாளரிடம் சென்று, அவளை வேறு அறைக்கு மாற்றும்படி கேட்டாள் என்பதையும் மாயா பின்னர் தெரிந்துகொண்டாள். விடுதிக் காப்பாளர், அவளுடைய நோய்குறித்து விரிவாக அறிந்துகொள்ள விரும்பி மாயாவை அழைத்தார். அவர், மாயாவிடம் விரைவில் நல்ல மருத்துவரைப் பார்த்துச் சிகிச்சை எடுத்துக் கொள்ளும்படி அறிவுறுத்தினார். 'இது விடுதியில் தங்கியுள்ள மற்றவர்களுக்கும் பரவக்கூடும்' என்றும், 'அதனால் ஏராளமான சிக்கல்கள் வரலாம்' என்றும் கூறினார். அதனால் ஏற்பட்ட வெட்கமும், மானக்கேடும் அவளைப் பெருங்கவலையில் ஆழ்த்தி நிலைகுலையச் செய்தன.

'என்னுடைய அழகிய வாழ்க்கைச் சித்திரத் திரையில் ஓடுகின்ற அழகற்ற கருப்புக் கோடுகள்போல அந்த வெண்புள்ளிகள் இருக்கின்றன. இதிலிருந்து மீள ஒரே வழி சாவுதான்' என்று உரத்த அழுகையினூடே சொன்னாள் மாயா. 'அழாதே. நான் உன்னுடைய அறைக்கு வந்து உன்னுடைய படுக்கையில் படுத்துக்கொள்கிறேன். அது, தன்னலத்துடன் இருக்கின்ற பெண்களுக்கு ஒரு பாடமாக இருக்கட்டும்' என்று வீணா உறுதியளித்தாள். சினத்தில் அவளுடைய உடல் நடுங்கியது.

முதல் ஆண்டுத் தேர்வு முடிவுகள் அவர்களுக்கு ஏமாற்றம் அளித்தன. தோழிகள் இருவரும் குறைந்த மதிப்பெண் பெற்றுத் தேர்ச்சி பெற்றிருந்தனர். வீணா தேர்வு முடிவு குறித்துக் கவலைப் படவில்லை. ஏனென்றால், அவள் இயல்பாகப் படிக்கக்கூடியவள் என்று அவளுக்குத் தெரியும். ஆனால், மாயாவுக்குத் தேர்வு முடிவு அதிர்ச்சியாக இருந்தது. அவள் உடலில் ஏற்பட்ட வெண்புள்ளிகள் தாம் மதிப்பெண் குறைந்துபோனதற்குக் காரணம் என்று கருதினாள். அந்த வெண்புள்ளிகளைப் பெரிதாக எடுத்துக் கொள்ளாமல் இருந்திருந்தால், நன்றாகப் படித்து அதிக மதிப்பெண்கள் பெற்றிருக்க முடியும் என்று ஆழமாகச் சிந்தித்தாள்.

அவள் மருத்துவப் படிப்பில் சேர முடியும் என்று நம்பிக் கொண்டிருந்தாள். ஆனால், தேர்வு முடிவு அவளுடைய நம்பிக்கையைச் சிதைத்தது. எனவே, அவள் தாவரவியல் பட்டப்படிப்பைச் சிறப்புப் பாடமாக எடுத்து அந்தக் கல்லூரியிலேயே படிக்க முடிவு செய்தாள். வீணா அந்தக் கல்லூரியிலேயே படித்தாலும், விடுதியில் தங்காமல், அவளுடைய மாமா-அத்தை வீட்டில் தங்கிப் படித்தாள். மாயா, ஊருக்குச் சென்று அவளுடைய குடும்பத்தினரைச் சந்திப்பது என்பது அரிதாகிப்போனது.

அவளுடைய அப்பா, அவளுடன் பேசுவதை நிறுத்திக்கொண்டார். அவளுடைய அம்மா, அவள் உடலில் உள்ள வெண்புள்ளிகளால் தான் அவளுக்குத் திருமணம் நடைபெறவில்லை என்றும் அது அவளுடைய தங்கையின் எதிர்கால வாழ்க்கையையும் இருண்டு போகச் செய்கிறது என்றும் எப்போதும் சொல்லிக்கொண்டே இருந்தாள்.

ஊருக்குச் செல்லும்போதெல்லாம், அவள் ஓமியோபதி மருத்துவரைச் சந்தித்து வந்தாள். அவளுடைய நோய் குறித்த செய்திகளை அவருக்குத் தெரிவித்தாள்.

ஓமியோபதி மருத்துவர் பிடிகொடுத்துப் பேசும் மனிதராக இருக்கவில்லை.

'இந்த நோயைக் குணப்படுத்தல் என்பது அவ்வளவு எளிதல்ல. ஆனால், இது குணப்படுத்தக்கூடிய நோய்தான்' என்றும் கூறினார். 'இந்த நோய் குணமாக நீண்ட காலம் பிடிக்கும். ஆனால், அந்த வெண்புள்ளிகள் மறைந்துவிடும்' என்றும் உறுதியாகக் கூறினார். மருந்துகளைத் தொடர்ந்து எடுத்துக் கொள்ளும்படி அவளை அறிவுறுத்தினார்.

அந்த வெண்புள்ளிகள் புதிதுபுதிதாகத் தோன்றியும் அளவில் வளர்ந்தும் கொண்டிருந்தன. மாயா துணிச்சலான பெண். ஆனால், அந்த வெண்புள்ளிகள் அவளுடைய வாழ்க்கையைக் கொடுமையான கனவாக மாற்றிவிட்டன.

அதற்குமேல் அவள் ஓமியோபதி மருத்துவத்தை நம்பவில்லை. இறுதியாக, வீணாவின் அத்தையின் அறிவுரையின்படி வீணாவின் மருத்துவர் மாமாவிடம் சிகிச்சை பெற ஒப்புக் கொண்டாள்.

அந்த மருத்துவர், மாயாவின் உடலிலிருந்த வெண்புள்ளிகளை ஆய்வுசெய்து, அவை 'வெண்குட்டப் புள்ளிகள்' எனப்படும் ஒருவகை தொழுநோய் என்று கண்டறிந்து சொன்னார். இது ஒரு தொற்றுநோய் அல்ல. ஆனால், இந்நோயை முழுமையாகக் குணப்படுத்த முடியாது. இந்த நோயால் பாதிக்கப்பட்டவர்கள் எல்லாரையும் போல இயல்பான வாழ்க்கையை வாழலாம். மருந்துகளைத் தொடர்ந்து உட்கொள்வது மட்டுமே இந்த வெண்புள்ளிகளின் பெருக்கத்தைக் கட்டுக்குள் வைத்திருக்கும்' என்றும் அவர் விளக்கினார். அவள், ஆங்கில மருத்துவம் அவளுடைய நோய்த்துன்பத்துக்கு முற்றுப்புள்ளி வைக்கும் என்று நம்பிக்கொண்டிருந்தாள். ஆனால், மருத்துவர் சொன்னது அவளுடைய கொஞ்சநஞ்ச நம்பிக்கையையும் சிதைத்துவிட்டது.

அன்றிரவு வீணா மாயாவுடன் விடுதியில் தங்கினாள். மாயாவுக்கு உறக்கம் வரவில்லை. நீண்டநேரம் விழித்திருந்து அதன்பின், உறங்கச்சென்ற வீணா, அந்த அறையின் விட்டத்தைப் பார்த்துக் கொண்டு படுத்திருந்தாள். வேண்டுமென்றே விரும்பித் தவிர்த்துக்கொண்டிருந்த உண்மையை எதிர்கொள்ள வேண்டும் என்று எண்ணிய அந்தக்கணம், புரிந்துகொண்டதை உணர்ந்துகொண்ட நேரம். அந்த இரவில் மாயா, அவள் மற்ற இயல்பான பெண்களைப் போன்றவள் அன்று என்பதையும் அவர்களைப் போன்று இயல்பான வாழ்க்கையை அவளால் வாழ முடியாது என்பதையும் உணர்ந்துகொண்டாள்.

இதற்கிடையில், வீணாவுக்குத் திருமணம் நிச்சயிக்கப்பட்டது. பட்டப் படிப்புத் தேர்வு நெருங்கிக்கொண்டிருந்தது. அதைப் பற்றி எந்தக் கவலையும் இன்றி வீணா மிகுந்த மகிழ்ச்சியில் இருந்தாள்.

'நீ இறுதித் தேர்வை எழுதப்போவதில்லையா?' என்று மாயா வீணாவிடம் கேட்டாள்.

'தேர்வைப் பற்றி யார் கவலைப்பட்டார்கள்?' என்று கவலையின்றி விடையளித்தாள் வீணா.

'என்னுடைய மாமியார், நான் தொடர்ந்து படிக்கவேண்டும் என்ற தேவையில்லை என்று சொல்கிறார்' என்ற வீணா குதூகலத்தில் துள்ளிக்குதித்தாள்.

மாயா தோழியை வியப்புடன் நோக்கினாள். ஒருவேளை வீணாவைப் போல, மாயாவுக்குத் திருமணம் ஒரு கிளர்ச்சியூட்டக் கூடிய ஒன்றாக இருக்குமோ?, என்ற குழப்பத்தில் மூழ்கினாள் மாயா.

விடுதித் தோழிகள் வீணாவுக்குப் பிரிவோம்பல் விழா நடத்தினர். அவர்கள் வண்ணவண்ணக் கைக்குட்டைகளை அசைத்து ஆடியும் பாடியும் நடனமாடினர். வீணாவைக் கிண்டலும் கேலியும் செய்தனர். இந்தக் கொண்டாட்டம் இரவு நீண்டநேரம் வரை நீடித்தது. இந்தக் கொண்டாட்டங்களை மாயா, சற்றுத்தூரம் தள்ளிநின்று பற்றின்றி அமைதியாகப் பார்த்துக்கொண்டிருந்தாள்.

திருமணத்துக்காக வீணா அவளுடைய ஊருக்கு வந்தாள். மாயாவும் அவளுடன் வந்தாள். அது வீணாவின் மணநாள். மணமகள் உடையில் அவள் அசர வைக்கும் வகையில் மிகவும் அழகாக இருந்தாள். அவளுடைய நெற்றியில் சந்தனப் பொட்டுகளால் புள்ளியிடப்பட்ட அழகுபடுத்தங்கள், நகையழகு, சிவப்பு வண்ணத்தில் கவர்ந்திழுக்கும் அழகான முகத்திரை, போன்ற ஒப்பனைகளுடன் அவள் வானுலகத் தேவதைபோல் இருந்தாள். திருமண மேடையில் இருந்து வந்துபோய்க் கொண்டிருந்த வீணாவை மாயாவின் கண்கள் தொடர்ந்து கொண்டிருந்தன. திருமணச் சடங்குகள் அனைத்தும் ஒருவழியாக நடந்தேறிய பின்னர், மாயா பெற்றோருடன் வீட்டுக்குத் திரும்பினாள். வீணாவை மறுவீடு (மாமியார் வீட்டுக்கு) அனுப்பும் பிரிவோம்பல் நிகழ்வில் அவளால் காத்திருந்து கலந்துகொள்ள இயலவில்லை.

மாயா கை-கால்களை வாசலில் கழுவிவிட்டுப் படுக்கையறைக்குள் நுழையப் போகும்போது, ஒருவேளை, இதுபோன்ற நிகழ்வுகளை நடத்த நமக்குக் கொடுப்பினை இல்லையோ?' என்று அவளுடைய அம்மா அப்பாவிடம் பேசிக் கொண்டிருந்ததைக் கேட்டாள். அம்மா, நடந்துமுடிந்த வீணாவின் திருமணத்தையே எண்ணிக் கொண்டிருந்ததைப்போல் மனச் சோர்வுடன் காணப்பட்டாள்.

'நீ ஏன் இப்படி நம்பிக்கையில்லாமல் கவலைப்படுகிறாய்? கடவுள் விரும்பினால், எல்லாமே நல்லபடியாய் மாறும்' என்று அப்பா சொன்னார். ஒருவேளை அவர் அம்மாவின் கவலையைப் போக்கித் தேற்ற அப்படிச் சொல்லியிருக்கலாம்.

‘இந்த நோய் குணமாகும் என்று நீங்கள் நினைக்கிறீர்களா? நான் என்ன கேள்விப்பட்டேன் என்றால், இது குணப்படுத்த முடியாத நோய், இது போகப்போக அதிகமாகுமே தவிரக் குறையாது’ என்று அப்பாவிடம் அம்மா கேட்பது மாயாவின் காதுகளில் விழுந்தது.

‘எல்லாரும் ஏதாவது குற்றம் இருக்கிறதா என்பதைக் கண்டுபிடிப்பதிலேயே குறியாக உள்ளனர். மாயாவுக்கு இருக்கும் நோயின் காரணமாக, மகள் சாயாவுக்கு நல்ல மணமகனைத் தேடித் திருமணம் செய்துவைப்பது கடினமாகப் போய்விடுமோ என்று அஞ்சுகிறேன்’ என்ற அம்மாவின் குரல் தொடர்ந்து மாயாவின் காதுகளில் விழுந்தது.

மாயா இரவு முழுவதும் விழித்தபடியே மரத்துண்டுகளை இணைத்துக் கட்டப்பட்டிருந்த விட்டத்தையே உற்றுநோக்கியபடி படுத்துக்கிடந்தாள். மறுநாள் அவள் கட்டாக் நகரத்துக்குச் சென்றாள்.

நாள்கள் மாதங்களாக, மாதங்கள் ஆண்டுகளாகக் காலம் உருண்டோடியது. மாயா வீணாவின் தொடர்பில் இருக்கவில்லை. வீணா அவளுடைய கணவருடன் போபாலில் இருக்கிறாள் என்பது மட்டுமே அவளுக்குத் தெரியும்.

புவனேசுவரில் உள்ள வாணி விகார் பல்கலைக்கழகத்தில் மாயா முதுகலைப்பட்டம் படித்தாள். சொல்லும்படியான நிகழ்வுகள் ஏதுமின்றி இரண்டு ஆண்டுகளை அங்கே கழித்தாள். வகுப்புகளைக் கவனிப்பது, கருத்தரங்குகளில் பங்கேற்பது, சுற்றுலாவுக்கும் விழாக்களுக்கும் செல்வது என வாழ்க்கை வழக்கமாக ஓடிக்கொண்டிருந்தது. இதற்கிடையில், வெண்குட்டம் அவளுடைய உடலின் பெரும்பாலான இடங்களில் பரவியிருந்தது. ஓமியோபதி மருத்துவர் எழுதிக்கொடுத்த மருந்துகளை உட்கொள்வதை ஒரு வழக்கமாகக் கொண்டாளேயொழிய, அவளுக்கு அதில் ஆர்வமோ அல்லது நம்பிக்கையோ இல்லை. ஆண்களும் பெண்களும் இணைஇணையாகச் செல்வதையும், தீக்கொன்றை மரத்தடியிலும், நீர்த்தேக்கத் தொட்டியின் அருகிலும், நூலக வளாகத்திலும் அமர்ந்திருப்பதை எவ்விதச் சலனமும் இன்றிப் பார்த்தாள். விடுதியில் இருந்த பெண்கள், அவர்களின் எதிர்கால இலக்குகள் குறித்து மாயாவிடம் பேசினார்கள். அவற்றைக் கேட்டுக்கொண்ட மாயா

அதற்கு எந்தவித எதிர்வினையும் ஆற்றவில்லை. முதுகலைப் பட்டத் (எம்.எஸ்.சி) தேர்வுக்குப் பின்னர் மாயா ஊர் திரும்பினாள்.

அவள் பல்கலைக்கழகத்தில் இருந்தபோது, படிப்புத் தொடர்பான செயல்பாடுகளும், இதர செயல்பாடுகளும், அவளுடைய நோய் குறித்த சிந்தனைக்கு இடம் கொடுக்கவில்லை. ஆனால், ஊருக்கு வந்த சில நாள்களிலேயே, அவள் எப்போதும் நினைத்துக்கொண்டிருந்ததை விட மிக அதிக அளவில் நோயின் தாக்கம் குறித்த சிந்தனை அவளுக்கு அதிகரித்துவிட்டது. அவளைப் பார்க்கின்ற அனைவருடைய கண்களிலும், 'அய்போ பாவம்' என்ற இரக்க உணர்வோ, அல்லது 'என்ன நோய் என்பதை அறிந்துகொள்ளும் ஆர்வமோ' இருந்ததை அவள் கண்டாள். அவள் பெரும்பாலும், இளைய தம்பிக்குப் பாடம் சொல்லிக்கொடுத்துக் கொண்டு வீட்டுக்குள்ளேயே முடங்கிக் கிடந்தாள்.

முதுகலைப் பட்டப் படிப்பின் தேர்வு முடிவு வருவதற்கு ஓராண்டு ஆனது. ஆனால், தேர்வு முடிவு அவளுடைய நம்பிக்கையையும் உறுதியையும் உயர்த்தப் பயன்படவில்லை. அவள் இரண்டாம் வகுப்பில்தான் தேறியிருந்தாள். ஏதாவது ஒரு கல்லூரியில் விரிவுரையாளராகப் பணியாற்றலாம் என்று எண்ணிக் கொண்டிருந்த அவளுடைய விருப்பம், ஈடேற முடியாத நிலை ஏற்பட்டது.

'நான் கல்வியியல் பட்டம் (பி.எட்.,) படிக்கவேண்டும். அதன்பின்னர், ஏதாவது ஒரு பள்ளியில் ஆசிரியர் பணியில் சேர வேண்டும்' என்று மாயா அப்பாவிடம் கூறினாள்.

'இதைத்தான் நானும் நினைத்துக்கொண்டிருந்தேன்' என்று சொன்னவர் உடனடியாக மாயா கூறியதற்கு ஒப்புதல் அளித்தார். அவள் நிம்மதி அடைந்தாள்.

மாயா, புவனேசுவரில் உள்ள மண்டலப் பயிற்சிக் கல்லூரியில் எப்படியோ சேர்ந்தாள். ஆனால், எவ்வளவோ முயன்றும் கல்லூரி விடுதியில் இடம் கிடைக்கவில்லை. மாயா இக்கட்டான சூழ்நிலைக்குத் தள்ளப்பட்டாள். அதன்பின்னர், தூரத்து உறவுக்கார அத்தையின் மகள், 'அவளுடைய கணவரின் தம்பி, மனைவியை இழந்தவர், இரண்டு மகன்களுடன் செயலகத்தில் பணியில் இருக்கிறார். அவர் வகை-2 அரசுக் குடியிருப்பில் வசித்து வருகிறார். விடுதியில் இடம் கிடைக்கும் வரை அங்குத் தங்கியிருக்க

விரும்பினால், உன்னுடைய சிக்கல் தீர்ந்துவிடும்' என்ற கருத்தை மாயாவிடம் சொன்னாள். மாயாவுக்கு வேறு வழியில்லை. அவள் அவளுடைய பெட்டி-படுக்கைகளை எடுத்துக்கொண்டு இரபி பாயின் சிறிய அரசுக் குடியிருப்புக்குச் சென்றாள்.

இரவி பாய், காண்பதற்குப் பண்புள்ளவராகவும், நல்ல குணம் மிக்கவராகவும், மாயா அங்குத் தங்குவதற்குத் தயக்கம் காட்டாதவராகவும் இருந்தார். மாயா அச்சப்பட்டதைப்போல் இல்லாமல், இரபி பாயும் அவருடைய பள்ளிசெல்லும் இரண்டு மகன்களும் பழகுவதற்கு இயல்பானவர்களாக இருந்தனர். சில நாள்களில், அந்தச் சூழல் அவளுக்குப் பழகிவிட்டது. மேலும், வீட்டுப்பணிகளைக் கவனிப்பதிலும் தேர்ந்தவள் ஆனாள். அவள் அதிகாலையில் எழுந்து காலை உணவைத் தயாரித்தாள். காலை பத்து மணிக்குள், எளிய பகல் உணவைத் தயாரித்தாள். அந்தப் பையன்களைப் பள்ளிக்குத் தயார்படுத்திவிட்டு, அதன்பின்னர்க் கல்லூரிக்குச் சென்றாள். மாயாவுக்குக் காலை வகுப்புகள் இருக்கும் நாள்களில், இரபி பாய் சமையல் வேலையைக் கவனித்துக் கொண்டார். அவள் பிற்பகலில் விரைவாக வீடு திரும்பினால் பயன்படுத்திக்கொள்ளும் வகையில் வீட்டின் இன்னொரு 'சாவி'யை இரபி பாய் அவளிடம் தந்திருந்தார்.

மாயா அந்தச் சிறிய வீட்டில் உண்மையிலேயே வாழ விரும்பினாள். அந்த இடத்தைச் சொந்த இடம்போல் உணர்ந்தாள். அந்தப் பையன்களுடன் மிகுந்த நெருக்கமாகப் பற்றுக்கொண்டாள். அந்தப் பையன்களும், அவளை 'மாயா அத்தை' என்று அழைத்து அவளிடம் மிகுந்த ஈடுபாட்டுடன் வளர்ந்தனர். அவள் அனைத்து வேலைகளையும், இதர வீட்டு வேலைகளையும் முழு ஈடுபாட்டுடன் செய்தாள். விடுமுறை நாள்களில், தரையைக் கழுவித் துடைத்தல், வீடு மற்றும் மேசைகளைத் தூசிதட்டித் துடைத்தல் மற்றும் தோட்டத்து முற்றத்தைத் துடைத்தல் போன்ற வேலைகளைச் செய்தாள். கொஞ்சங்கொஞ்சமாக மாயா, அந்த வீட்டின் முதன்மையாளாக உருவானாள். இரபி பாய் வீட்டுப் பொறுப்புகளில் இருந்து தம்மை விடுவிடுத்துக் கொண்டார்.

அதுவோர் அழகான நண்பகல் நேரம். அந்தப் பையன்கள் திடலில் விளையாடிக் கொண்டிருந்தனர். மாயா சமையலறையில் தேநீர் தயாரித்துக் கொண்டிருந்தாள். அப்போது, அவளுடைய கழுத்துக்கு மேலே யாருடைய மூச்சுக் காற்றோ படுவதுபோல்

இருந்தது. அவளுக்கு நெருக்கமாக இரபி பாய் நின்று கொண்டிருந்தான். அவனுடைய உடல் அவளுடைய உடலை லேசாகத் தொட்டுக் கொண்டிருந்தது. அவன் பற்றுடன் அவளுடைய தலையை வருடத் தொடங்கினான்.

'நீ ஒரு தேவதை, மாயா' என்று அழுத்தமாக முணுமுணுத்த அவன், கைகளைக் கொஞ்சங்கொஞ்சமாக கூந்தல் வழியே இறக்கி இடுப்பைச் சுற்றி வளைத்தான். 'நீ என்னுடைய குடும்பத்துக்குப் புது வாழ்க்கையைத் தந்துள்ளாய்' என்றவன் குரலில் உண்மையான பாராட்டு இருந்தது.

மாயா, நரம்புகளில் குருதி சூடேறி ஓடியதை உணர்ந்தாள். அவளைச் சுற்றி வீசிய காற்று இனம்புரியாத நறுமணத்துடன் கனமாக மாறியது.

'எத்தனை அழகு உன்னுடைய கூந்தல்' என்றவன், கைகளால் அவளுடைய கால்களைப்பிடித்து அவளைத் தூக்கினான்.

'கவலைப்படாதே, நான் கருத்தடை அறுவை சிகிச்சை செய்து கொண்டுள்ளேன்' என்று அவளுடைய காதுகளில் முணுமுணுத்தபடி அவளைப் படுக்கையறைக்குத் தூக்கிச் சென்றான். அடுத்த அரைமணி நேரம் மாயா மெய்மறந்த பேரின்பச் சுழலில் சிக்கியிருந்தாள். இரபி பாயின் வலிமையான கைகளில் அடைபட்டு வேகமாக உருண்டு உருண்டு, அந்தப் பேரின்பத்தில் மறைந்திருந்த இரகசியத்தை ஆராய, மோசமான நிலையில் வெறித்தனமான போராட்டத்தில் சக்கையாகப் பிழியப்பட்டாள்.

மெதுவாக, இரபி பாய் மாயாவை விடுவித்து எழுந்து அமர்ந்தான். மாயா படுக்கையைவிட்டு எழுந்து சேலையை அப்படியே சுற்றிக்கொண்டாள். அவள் இப்போதும், மெய்மறந்த மயக்க நிலையிலேயே இருந்தாள். இரபி பாய் அவளுடைய கையைத் தொட்டபோது, அவளையறியாமல் நடுங்கினாள்.

'தேநீர் போட்டுவிட்டாயா?' என்று அன்புடன் கேட்ட அவன், 'போய்... நம் இருவருக்கும் தேநீர் கொண்டுவா' என்றான். நடுங்கிக் கொண்டிருந்த மாயா, மெல்ல சமையலறையை நோக்கி நடந்தாள்.

அன்றைய நாள் இரவில் மாயா படுக்கையறையில் அமைதியாகப் படுத்திருந்தாள். அன்றைய நாளின் பிற்பகலில் நடந்த

அந்த கிளர்ச்சிப்படுத்திய நிகழ்வு அவளுடைய மனதில் நிலைகொண்டு அவளைத் தூங்கவிடாமல் செய்தது. கடந்த சில மாதங்களாக, இரபி பாயுடன் இணையவேண்டும் என்று இரகசியமாக எண்ணியது உண்மையென்று அவள் மனம் ஒப்புக்கொண்டது. அவள், பிற்பகலில் நடந்ததை நினைவுபடுத்தி மெல்லச் சிரித்தாள். அவள் இதுவரை அடைந்திராத மனநிறைவால் நிறைந்திருந்தாள். பின்னர், மெல்லமெல்ல அமைதியாக உறங்கிப்போனாள்.

மறுநாள், மாயா அவளுடைய பெட்டி-படுக்கைகளை இரபி பாயின் அறைக்கு மாற்றினாள். இரபி பாயின் மனைவியைப் போல அவள் அவளைப் பார்க்கத் தொடங்கினாள்.

மாயாவின் தூரத்து உறவான இரபி பாயின் மைத்துனியும் அவளுடைய கணவரும் இரபி பாயின் வீட்டுக்கு ஒரு சிறிய பயணமாகத் தங்கிச் செல்ல வந்தனர். மாயா, அவர்கள் வருவதற்கு முன், அவளுடைய பெட்டி-படுக்கைகளை அங்கிருந்த சிறிய அறைக்கு மாற்றிவிட்டாள். ஆனால், கூர்மையான பார்வையுடைய அந்த உறவுக்காரப் பெண், அங்கு ஏதோ நடந்துள்ளது என்பதைக் கண்டறிந்துவிட்டாள்.

மாயாவின் உறவுப் பெண்ணும் மாயாவும் தனிமையில் இருந்தபோது, ‘இரபி மிகவும் மென்மையானவர். அவருடன் உன்னுடைய வாழ்க்கையை அமைத்துக்கொண்டால் நான் மிகவும் மகிழ்ச்சியடைவேன்’ என்று மாயாவின் உறவுப்பெண் சொன்னாள். அதைக் கேட்ட மாயாவின் காதுகள் சூடானதை மாயா உணர்ந்தாள். அவள் கண்களைத் தாழ்த்தியபடி அமைதியாக நின்றாள்.

கல்வியியல் (பி.எட்.) பட்டப்படிப்பின் முதலாண்டுக்குப் பின்னர், கோடை விடுமுறையில், மாயாவின் தங்கையின் திருமணவிழா நடத்தப்பட்டது. மாயாவின் வெண்புள்ளிகள் (லுகோடெர்மா) நோய் பற்றி மாப்பிள்ளை வீட்டார்க்கு, திருமணம் உறுதிசெய்வதற்கு முன்னரே எப்படியாவது தெரிந்துவிட்டால் என்னசெய்வது என்று மாயாவின் பெற்றோர் அச்சப்பட்டுக் கொண்டிருந்தனர். அவளுடைய தங்கைக்குப் பொருத்தமான வரனைத் தேடிக் கண்டுபிடிப்பதில் மாயாவின் அப்பா மிகுந்த கடினத்தை எதிர்கொள்ள வேண்டியிருந்தது. இறுதியில், பல போராட்டங்களுக்குப் பின்னர், மாயாவின் அப்பா, அவளுடைய

இளைய தங்கை சாயாவுக்கு நல்ல இணையைத் தேர்ந்தெடுப்பதில் வெற்றிபெற்றார். அந்தத் திருமண விழாவைத் திட்டமிடுவதிலும், செயற்படுத்துவதிலும் மாயா பெரும்பங்காற்றினாள். அவளுடைய தங்கையை எண்ணி மாயா மிகவும் மகிழ்ந்தாள்.

இரண்டாம் ஆண்டு மாயாவுக்கு விடுதியில் இடம் கிடைத்தது. ஆனால், அவள் இரபி பாயின் குடும்பத்துடன் தொடர்ந்து தங்கி யிருந்தாள். அது குறித்து மேலும் தெரிந்துகொள்ளவோ, அல்லது மாயாவுடைய விருப்பத்தில் தலையிடவோ மாயாவின் பெற்றோர் விரும்பவில்லை. இரபி பாயின் வீட்டில் மாயாவை விட்டுச் சென்ற பின்னர், அவள் மீதான அவர்களுடைய பொறுப்பு முடிந்துவிட்டதாக அவர்கள் கருதியிருக்கலாம். மாயாவும், இணக்கமற்றுப் போன பெற்றோரின் உறவை மீண்டும் சீர்செய்ய விரும்பவில்லை. அவள் இரண்டாம் ஆண்டுத் தேர்வுகள் முடிந்து, தேர்வு முடிவு வரும்வரை இரபி பாயின் வீட்டிலேயே தங்கியிருந்தாள். சில மாதங்களுக்குப் பின்னர், அவளுக்குப் பணியாணை வந்தது. ஒரே நேரத்தில் மாயா மகிழ்ச்சியும், கவலையும் அடைந்தாள். மாயா புவனேசுவரத்தில் இருந்து வெகுதூரம் உள்ள சுந்தர்கரில் பணியமர்த்தப்பட்டாள். பணி கிடைத்தது குறித்து அவள் மகிழ்ச்சியடைந்தாள். ஆனால், இரபி பாயை விட்டுப் பிரிந்து செல்வதை நினைத்துத் தாங்கமுடியாத துயரடைந்தாள்.

‘இது உனக்கு முதல் பணி, நீ கண்டிப்பாகப் பணியில் போய்ச் சேர்’ என்று இரபி பாய் இயல்பாகச் சொன்னார்.

இரபி பாயின் செய்கையைக் கண்டு மாயா வியப்புற்றாள். அவள் அவரைவிட்டுச் செல்லவிருப்பதைக் கேட்டால் இரபி பாய் வருத்தம் அடைவார் என்றும், அவருடைய பிள்ளைகள் அவள் செல்வதை எண்ணி வருந்துவார்கள் என்றும் எதிர்பார்த்திருந்தாள். ஆனால், அவள் எண்ணியதுபோல் எதுவும் நடக்கவில்லை. மாயா, கனமான உள்ளத்துடன் சுந்தர்கருக்குப் போய்ப் பணியில் சேர்ந்தாள். பணியில் சேர்ந்தபின்னர், இரபி பாய்க்கு இரண்டு முறை மடல் எழுதினாள். ஆனால், ஒரு மடலுக்குக்கூட இரபி பாய் பதில் மடல் எழுதவில்லை.

மாயா, சுந்தர்கரில் ஒரு சிறிய வாடகை வீட்டில் தங்கினாள். ஓர் அறை மற்றும் சமையல் கட்டுடன் கூடிய அந்த வீடு, வீட்டு உரிமையாளர் வசித்து வந்த பெரிய வீட்டின் ஒரு பகுதியாக

இருந்தது. அந்த அறை சிறியதாகவும், வெளிச்சமற்றதாகவும், காற்றோட்டம் இல்லாததாகவும் இருந்தது. மாயா, அந்த வீட்டை, இரபி பாயின் அழகான வீட்டோடு ஒப்பிட்டுப் பார்த்தாள். அவளுக்கு அந்த வீடு ஒரு பாதாளச் சிறையைப் போல் போன்றியது. அந்த வீட்டை விட்டால் அவளுக்கு வேறுவழி இல்லை, எனவே, அவளின் விருப்பத்துக்கு மாறாக அவளை அவளே சமாதானப்படுத்திக் கொண்டு அந்த வாடகை வீட்டில் தங்கினாள்.

ஆறு மாதங்கள் அல்லது அதற்கும் மேலிருக்கும், அவளுடைய உறவுக்காரப் பெண்ணிடமிருந்து ஒரு மடல் வந்தது. அதில், இரபி பாய் மீண்டும் திருமணம் செய்துகொண்ட செய்தி இருந்தது. அந்தச் செய்தி மாயாவை இடி தாக்கியதைப் போல் தாக்கியது. அவள் பள்ளிக்குச் செல்லாமல், வீட்டிற்குள் முடங்கிக் கொண்டு தொடர்ந்து அழுதுகொண்டே இருந்தாள். அவள் எங்கே பைத்தியம் ஆகிவிடுவோமோ? என்று அஞ்சினாள். அவளே அவளைக் கட்டுப்பாட்டுக்குள் கொண்டுவந்தாள். மீண்டும் வேலையில் சேர்ந்தாள். அவளைப் பார்க்கின்ற அனைவரும் அவளை ஓர் இரக்க உணர்வோடு பார்த்ததை அவள் அறிந்தாள்.

அந்தப் பார்வையில், 'அய்யோ... பாவம். இந்த நல்ல பெண்ணுக்கு வெண்குட்ட நோய் வந்து அவளுடைய அழகைச் சிதைத்துவிட்டதே. இப்போதுகூட ஏதோ நடக்கக் கூடாத கொடுமை ஒன்று அந்தப் பெண்ணுக்கு நடந்துள்ளது. கடவுள்தான் அந்தப் பெண்ணைக் காப்பாற்ற வேண்டும்' என்று சொல்வது தெரிந்தது.

மாயாவின் தம்பி ஊரிலிருந்து வந்தான். ஊரில் பெற்றோருடன் வசித்துக்கொண்டு பலமுறை முயன்றும் கூட அவனுக்கு ஒரு வேலையும் கிடைக்கவில்லை. மாயா சுந்தர்கரில் பணியில் சேர்ந்த பின்னர், அவன் அடிக்கடி சுந்தர்கருக்கு வந்து கொண்டிருந்தான். அவளுடைய பெற்றோர் பல்வேறு செலவுகளுக்காக, எப்பொழுதும் மாயாவின் உதவியைத் தேடிக்கொண்டும் நாடிக்கொண்டும் இருந்தனர். காரணங்கள் வேறுவேறாக இருந்தன. ஆனால், தேவை ஒன்றுதான், 'அதுதான் பணம்'. மாயா, தம்பியை ஒருபோதும் வெறுங்கையோடு அனுப்பியதில்லை. இந்த முறை அவன் சொந்தமாக ஒரு தொழில் தொடங்கப் போவதாகக் கூறிப் பெருந்தொகையைக் கேட்டான். 'எனக்குத் தொழில்தொடங்க முதலீடு வேண்டும் அபா. எனக்கு உதவி செய்ய உன்னை விட்டால் வேறு யாரும் இல்லை' என்று வேண்டினான்.

அவளுடைய பெற்றோர் மற்றும் தம்பியின் தன்னலத்தைக் கண்டு மாயா கடுமையாக வெறுப்படைந்தாள்.

'எப்போதும் என்னிடம் மட்டுமே கேட்பது ஏன்? பண்ணை நிலத்தின் ஒரு பகுதியை விற்றுத் தருமாறு அப்பாவிடம் கேட்டுப் பணத்தைப் பெற்று ஏன் தொழில் தொடங்கக்கூடாது?' அவள் அவனிடம் கேட்டாள்.

குருதி சூடேறி அவனுடைய முகம் சிவந்தது. 'உன்னால் எப்படி இதுபோல் கேட்க முடிந்தது அபா?' என்று அவன் மனமுடைந்து கேட்டான். 'நீ என்னுடைய தம்பியாக இருந்திருந்தால், இதுபோல் இரக்கம் இல்லாமல் இருக்கமுடியுமா?' என்று கேட்டாள். அவன் மாயாவின் நெஞ்சின் இன்றியமையாத நரம்பினை மீட்டி பிடில் இசைத்து விட்டிருந்தான். வலி மிகுந்த அவனுடைய குரல் மாயாவை வருந்தச் செய்தது. ஒருவேளை அவன் சரியானவனாக இருக்கலாமோ? என்று அவள் சிந்தித்தாள். ஒருவேளை அவள் ஓர் ஆண்மகனாக இருந்திருந்தால், மானக்கேட்டைக் கையாள்வது எளிதாக இருந்திருக்கும். அதற்குமேல் ஏதும் பேசாமல் அவனிடம் பணத்தைக் கொடுத்தாள்.

நீண்ட காலத்துக்குப்பின், மாயா அவளுடைய தம்பியுடன் ஊருக்கு வந்தாள். வீணாதான், மாயாவை ஊருக்கு வர வைத்தாள். வீணாவின் மகனுடைய முதல் பிறந்தநாள் விழாவைத் தாரேசுவரர் கோயிலில் வைத்துக் கொண்டாட வீணா முடிவுசெய்து இருப்பதாகத் தம்பியின் மூலம் மாயா அறிந்தாள். 'நீ கட்டாயம் மாயாவை அழைத்துக்கொண்டு வரவேண்டும்' என்று தம்பியிடம் வீணாவின் அம்மா சொல்லியிருந்தாள்.

தோழிகள் இருவரும் எட்டு ஆண்டுகள் இடைவெளிக்குப் பின் சந்தித்துக்கொண்டனர். வீணா கொஞ்சம் சதைப்பற்றுடனும், கொஞ்சம் முதிர்ச்சியுடனும் அழகாக இருந்ததை மாயா கவனித்தாள். வேறெந்த மாற்றமும் அவளிடம் தெரியவில்லை. அவள் எப்போதும் சுட்டித்தனமாகவே அரட்டை அடிப்பவளாக இருந்தாள். அவளுக்கு மூன்று முறை ஏற்பட்ட கருச்சிதைவுகளைப் பற்றி அவள் மாயாவிடம் சொன்னாள். அவளுடைய கணவர் அவளை மும்பையில் உள்ள சிறந்த மகப்பேறு மருத்துவர்களிடம் சிகிச்சைக்கு அழைத்துச் சென்றதாகச் சொன்னாள். அவளுடைய மாமியார், அவளுடைய கணவனுக்கு இரண்டாம் திருமணம்

செய்யத் திட்டமிட்டதையும், அதனை அறிந்த அவள் பெருங்கவலை யுற்றுத் தூக்க மாத்திரைகளைத் தின்று தற்கொலைக்கு முயன்றதாகவும், அதனால் ஒரு வாரம் மருத்துவமனையில் அனுமதிக்கப்பட்டதாகவும் சொன்னாள்.

'என்னுடைய கணவர் மாந்தரில் மாணிக்கம்' எனப் போற்றிச் சொன்னாள். 'அவருடைய இடத்தில் வேறு எவராவது இருந்திருந்தால் என்ன நடந்திருக்கும் என்று கடவுளுக்கு மட்டுமே வெளிச்சம்' என்று சொன்ன வீணாவை வைத்த கண் வாங்காமல் ஏதோ ஈர்ப்பான அழுத்தமான கதையைக் கேட்பதுபோல் கவனித்துக் கொண்டிருந்தாள் மாயா.

'கரு சரியான அளவில் வளர முடியாத அளவுக்குச் சில சிக்கல்கள் இருப்பதாக மருத்துவர் தெளிவுபடுத்தினார். ஆனால், என்னுடைய கணவர் மிகவும் அமைதியாக இருந்தார். குழந்தை பிறக்கவில்லை என்பதைக் காட்டிலும், எங்களுடைய திருமணத்தைப் பெரிதும் மதித்தார். இறுதியாக, தாரேசுவரரின் அருளால் இந்தக் குழந்தையைப் பெற்றெடுத்தேன். மிகுந்த மன அழுத்தத்தில் இருந்த நான், ஏதாவது குளத்திலோ அல்லது ஆற்றிலோ விழுந்து செத்துப் போகலாம் என்று ஒரு கட்டத்தில் நினைத்தேன்' என்றாள். நெருங்கிய தோழியிடம், அவள் பட்டபாட்டைச் சொல்லும்போது, அவளுடைய கண்களில் கண்ணீர் ததும்பி வழிந்தது.

வீணாவின் மடியில் அவளுடைய மகன் அமர்ந்திருந்தான். அவனுடைய முகம் குண்டாக இருந்தது. அவன் பார்வையை மாற்றாமல் அப்படியே மாயாவைப் பார்த்துக்கொண்டிருந்தான். மாயா அவனைத் தூக்கி அவளுடைய மடியில் வைத்துக்கொண்டாள். மூடியிருந்த அவனுடைய கை விரல்களைப் பிரித்து, அதில் 'நூறு உருவா' தாளைத் திணித்தாள். அவன் மாயாவின் மடியில் அமர்ந்துகொண்டு அப்படியும் இப்படியுமாக மகிழ்ச்சியுடன் ஆடினான்.

'ஏய்... புவனா, இங்கே வந்து மிட்டாயை (சாக்லேட்) எடுத்துக்கொள்' என்று உள்ளிருந்து ஒரு பெண்ணின் குரல் கேட்டது. அதைக் கேட்டதும், அவன் மாயாவின் மடியில் இருந்து இறங்கிக் குரல் வந்த திசையை நோக்கித் தத்தித்தத்தி ஓடினான்.

'தெரியாதவங்ககிட்ட போகாதேன்னு சொல்லியிருக்கேன் இல்லையா?' மறுபடியும் உள்ளிருந்து வேண்டுமென்றே உரத்த

குரலில் அவள் கேட்டாள். 'நல்ல உடம்புக்காரர்களா? நோயுற்றோரா? என்று பார்ப்பதில்லை, யார் மடியில வேண்டுமென்றாலும் உட்கார்ந்து கொள்வது, அடங்காத பையன்' என்று சொன்னது அந்தக் குரல். மாயா வீணாவை ஒரு பார்வை பார்த்தாள். வீணாவின் முகத்தில் ஒரு குற்றஉணர்ச்சி மங்கிய நிழல்போல் படர்ந்திருந்தது.

'என்னுடைய மாமியார்' பொறுத்துக்கொள்ள வேண்டும் என்று கேட்பதுபோல் சொன்னாள்.

'பெரியவங்களின் பேச்சை மனதில் வைத்துக்கொள்ளாதே. அவங்க, என்னையும் என்னுடைய கணவரையும் ஒருபோதும் தனியாக இருக்கவிட்டதே இல்லை. அவங்களால், எப்போதும் பேரனை விட்டு விலகியிருக்கவே முடியாது' என்று கூறிப் பொறுத்துக்கொள்ளச் சொன்னாள். அந்தக் குற்றஉணர்ச்சியில் இருந்து மீள, வீட்டின் உள்ளே செல்வதற்காகத் திறந்து வைத்திருக்கும் கதவின்மீது கரவுப் பார்வையை வீசினாள்.

'அவங்கதான், என் கணவரை இன்னொரு திருமணம் செய்துகொள்ளச் சொல்லி வற்புறுத்தியது. நள்ளிரவில், அவர் அவரைக் காதலிக்கச் சொல்லி என்னைக் கெஞ்சி-கொஞ்சி எப்படிக் காதலிக்கிறார் என்பது அவங்களுக்குக் தெரியாது' என்று வீணா நக்கலாகச் சொன்னாள். அப்போது, அவளுடைய அழகான முகம் வெளிர்சிவப்பாகி மேலும் அழகானது. அவளுடைய மென்மையான இதழ்கள் கமுக்கமான மகிழ்ச்சியில் லேசாக அதிர்ந்தன. வீணா எவ்வளவு வெள்ளந்தியாக, எவ்வளவு வெளிப்படையாக அவளுடைய நெஞ்சத்தில் உள்ளதை அவள் முன் கொட்டினாள் என்பதை எண்ணி மாயா வியந்தாள். மாயா இதற்குமுன் இதுபோன்ற மகிழ்ச்சியை அடைந்ததில்லை. ஒருவேளை அவளுடைய பழகுமுறையில் ஏதேனும் குறைபாடு இருக்கலாம், என்று நினைத்து அதிலிருந்து மீண்டாள்.

அமைதியாக அமர்ந்திருந்த தோழியை வீணா பார்த்தாள்.

மாயாவின் கையை அவளுடைய கையில் வைத்துக்கொண்டு, 'நீ சரியான முடிவை எடுத்துள்ளாய். பணத்தைப் பொருத்தமட்டில், தானே சம்பாதிப்பதுதான் எப்போதுமே அறிவுடைமை' என்றாள்.

மாயா எதுவும் பேசவில்லை.

‘உன்னைப் பற்றிச் சொல். எப்படி இருக்கிறாய்?’ வீணா கேட்டாள்.

‘நான் நல்லா இருக்கிறேன்’ என்று சுரத்தின்றிச் சொன்னாள். மெதுவாக அவளுடைய கையை வீணாவின் கையிலிருந்து விடுவித்துக்கொண்டு வலுவின்றிச் சிரித்தாள்.

வீணாவிடம், கடந்த பல ஆண்டுகளாக அவள் வாழ்க்கையில் நடந்த கொடுமையான விளையாட்டைப் பற்றி எப்படிச் சொல்வது என்று அவளுக்குத் தெரியவில்லை. இரபி பாய் குறித்து அவளுடைய நெருக்கமான தோழியான வீணாவிடம் அவளால் எதுவும் சொல்ல முடியவில்லை. சொல்வதற்குப் பெரிதாக வேறொன்றுமில்லை. அவள் ஏமாற்றப்படுவதற்காகவே பிறந்திருப்பவள், என்று எண்ணி மாயா மனம் கசந்து போனாள்.

இரண்டு நாள்களுக்குப் பிறகு வீணா ஊருக்குச் சென்றாள்.

‘என்னுடைய மகள் இப்போது இன்னொரு குடும்பத்திற்குச் சொந்தமாகிவிட்டாள். இனிமேல் என்னால் என்னுடைய பேரனைப் பார்க்கக்கூட முடியாது’ என்று கண்ணீருடன் வீணாவின் அம்மா சொன்னாள்.

அதன்பிறகு சில நாள்கள் சென்றபின், மாயாவும் அவளுடைய பணியிடத்துக்குச் சென்றாள்.

மாயா, அடுத்த எட்டு ஆண்டுகள் சுந்தர்கரில் தங்கியிருந்தாள். இறுதியாக, அவளுடைய பெருமுயற்சி, அல்லது வேறு எந்தப் பரிந்துரையைக் காட்டிலும் கடவுளின் அருளால் அவளுக்குப் புவனேசுவரத்துக்கு இடமாறுதல் கிடைத்தது. அவள் புவனேசுவரத்தில் ஏதேனும் மாற்றத்தை எதிர்பார்த்தாளா? அதற்கான விடை மாயாவிடம் இல்லை. கிட்டத்தட்ட பத்தாண்டுகளுக்குப் பின்னர்ப் புவனேசுவரத்துக்கு வந்தது அவளுக்கு நன்றாக இருந்தது. தகுந்த வீட்டைப் பார்த்துக் குடியேறுவதுதான் அவளின் அடுத்த வேலையாக இருந்தது.

சிலகாலம், மாயா சொந்த ஊரிலிருந்து பணிக்குச் சென்றுவந்தாள். ஆனால், விரைவிலேயே. அவளுடைய மூத்த பணியிட நண்பர் இரண்டு அறைகளைக் கொண்ட குடியிருப்பை, மூன்று மாடி அடுக்ககம் ஒன்றில் தேடிக் கண்டறிந்து மாயாவிடம் காட்டினார். அந்த வீடு பெரியதாக இல்லை. ஆனால், நல்ல

காற்றோட்டம் மிக்கதாகவும், பரந்துவிரிந்ததாகவும் இருந்தது. அந்த வீட்டைப் பார்த்ததும் மாயாவுக்குப் பிடித்துவிட்டது. அவள் வீட்டைத் திறந்தபோது, அவளுக்கு இரபி பாயின் வீட்டின் தோற்றமும், அதனுடன் தொடர்புடைய சில நினைவுகளும் அவளுடைய மனதில் சட்டெனப் பளிச்சிட்டன. ஆனால், வியக்கத்தக்க வகையில் அவற்றைக் கடந்துசெல்ல அவள் மிகுந்த அளவில் கடினப்பட வேண்டியிருக்கவில்லை.

அவளுடைய குடியிருப்பு முதல் மாடியில் இருந்ததால், அந்த வீட்டில் முற்றமோ தோட்டமோ இல்லை. ஆனால், அந்த வீடு வீட்டுக்குரிய அனைத்து வசதிகளுடனும் அமைதியான சூழலையும் கொண்டிருந்ததால் அது அவளுக்கு மனஅமைதியைத் தருவதாக இருந்தது.

2

அதுவொரு சனிக்கிழமை...

மாயா நண்பகலில் வீட்டுக்குத் திரும்பினாள். ஓய்வாகப் படுக்கையில் படுத்துப் பகல் உணவுக்குப்பின் ஒரு குட்டித்தூக்கம் போட எத்தனித்தாள். அப்போது, அழைப்பு மணி கடுமையாக ஒலித்தது. 'அது நபீனாக இருக்காது' என்று மாயா எண்ணினாள். அவள் படுக்கையில் இருந்து கீழிறங்கிச் சேலையைச் சரிப்படுத்திக் கொண்டு, கதவைத் திறப்பதற்காக, வரவேற்பறையை நோக்கி நடந்து சென்றாள். அந்த நேரங்கெட்ட நேரத்தில் அங்கு வந்திருப்பது யார் என்பதைக் கண்டவுடன் அவள் மிகவும் வியந்துபோனாள்.

'என்னவொரு வியப்பு' என்று மாயா உரக்கக் கத்தினாள், வியந்தாள். அதேநேரம் மகிழ்ச்சியடைந்தாள்.

வீணா அவளை அணைத்துக்கொண்டபோது, 'எப்படி என் முகவரியைத் தெரிந்துகொண்டாய்?' என்று நம்பமுடியாமல் மாயா கேட்டாள்.

'பொறு...பொறு, உள்ளே வருகிறேன்' என்றவாறு மாயாவை ஒருபுறம் தள்ளிவிட்டுவிட்டு வீணா வீட்டுக்குள் சென்றாள். 'இங்கே நல்ல அருமையான வீட்டைப் பெற்றிருக்கிறாய். ஆனால், எனக்கு உன்மேல் சினம். என்னை நினைத்துப் பார்க்கக்கூட உனக்கு நேரம் கிடைக்கவில்லை' என்ற வீணாவின் குரலில் அன்பான குற்றச்சாட்டு இருந்தது.

அதற்கு விடையாக இதமான புன்னகையைச் சிந்தினாள் மாயா. அந்த நேரத்தில் அதைவிடச் சிறந்த விடை வேறொன்றும் இருக்கமுடியாது என்று மாயா எண்ணினாள்.

'ஒன்னரை ஆண்டுகளாக இங்கே இருக்கிறோம். மூன்றாண்டுகளுக்கு ஒருமுறை என்னுடைய கணவருக்குப் பணியிட மாறுதல் கிடைக்கும். இன்னும் சில மாதங்களில் வேறு இடத்துக்குச் செல்லத் தயாராக வேண்டும். நீ மிக எளிதாக என்னை மறந்துவிட்டாய். ஆனால், நான், ஒடிசாவுக்கு வந்த உடனே உன்னைத் தேடி உசாவிக் கொண்டிருந்தேன். நீ பணியிட மாறுதலில் இங்கே வந்ததை நான் அறியவில்லை. நான் ஊரிலிருந்து உன்னைப் பற்றித் தெரிந்து கொண்டிருக்கலாம். ஆனால், என்னுடைய பெற்றோர் அங்கு நீண்டகாலம் இருக்கவில்லை. அவர்கள் என்னுடைய தம்பியுடன் பரோடாவில் வசித்துக் கொண்டிருக்கின்றனர்.

ஒருநாள் கடைவீதியில், பிரதான் மாமாவின் மகனை எதிர்பாராமல் சந்தித்தேன். அவரிடமிருந்து உன்னுடைய பள்ளியில் பணிசெய்யும் ஆசிரியர் ஒருவருடைய தொலைபேசி எண்ணைப் பெற்றேன். அந்த ஆசிரியர் உன்னுடைய முகவரியைக் கொடுத்தார். உன்னுடைய முகவரியை வாங்கியது உனக்குத் தெரியவேண்டாம் என்று நான் அவரைக் கேட்டுக் கொண்டேன்' என்று வெடிச்சிரிப்புடன் வீணா சொன்னாள். 'இப்போது உன்முன் நிற்கிறேன்' என்றவள் சற்றே பேச்சை நிறுத்தி மூச்சு வாங்கினாள்.

'சரி... சரி... கொஞ்சநேரம் உன்னுடைய வாய்க்கு ஓய்வுகொடு, இப்ப உட்கார். நாம் இருவரும் தேநீர் அருந்தலாம்' என்று அன்புடன் பேசிய மாயா, சமையல்கட்டுக்கு விரைந்தாள். வீணாவும் அவளைத் தொடர்ந்து சென்றாள்.

வாயு அடுப்பை பற்ற வைத்துக் கொண்டே, 'உன்னுடைய குழந்தைகள் எப்படி இருக்கிறார்கள்? இப்போது எந்த வகுப்புப் படிக்கிறார்கள்?' என்று கேட்டாள் மாயா.

'குழந்தைகளா..? எனக்கு ஒரே ஒரு பையன்தான். ஊரில் நீ பார்த்தாயே அந்தப் பையன் மட்டும்தான். அவன் இப்போது, நடுவண் அரசுப் பள்ளியில் எட்டாம் வகுப்புப் படிக்கிறான். வருகின்ற அக்டோபரில் அவனுக்கு அகவை பதினான்கு' என்று விடையளித்தாள் வீணா.

'உன்னுடைய கணவர்?'

'அவர் அண்மையில்தான் தலைமை மேலாளராகப் பதவி உயர்வு பெற்றார். நாங்கள், புவனேசுவரத்தில் பணியமர்த்தம் செய்யுமாறு கேட்டோம். இங்கே நீண்ட காலத்துக்கு முன்பே, என்னுடைய கணவரும் அவருடைய நண்பர்களும் மனை வாங்கி வைத்திருந்தனர். அந்த மனையில் வீடு கட்ட நாங்கள் முடிவு செய்துள்ளோம். பணிநிறைவுக்குப்பின் நாங்கள் தங்க ஒரு வீடு வேண்டும் இல்லையா? அடுத்த பணியிட மாறுதல் வருவதற்குள் வீடு கட்டியாக வேண்டிய நிலையில் நாங்கள் இருக்கிறோம்' என்றாள்.

வீணாவின் பேச்சைக் கேட்டுக்கொண்டே தேநீர் போட்டுக் கொண்டிருந்த மாயா இரண்டு கைகளிலும் சூடான தேநீர் நிறைந்த கோப்பைகளை எடுத்துக்கொண்டு சமையல்கட்டிலிருந்து வெளியே வந்தாள்.

'வேறு யாராவது இங்கே இருக்கிறார்களா?' என்று வீணா இயல்பாகக் கேட்டாள். 'கதவுக்கு வெளியே இரண்டு காலணிகள், ஒரு பை மற்றும் ஓர்-இணை கால்சட்டைகள் முன்கூடத்தில் உள்ள கட்டிலில் இருந்தன, பார்த்தேன்' என்றாள்.

'ஓ.. அதுவா? அவை நபீனுடையவை. அவன் இந்த மனையை என்னுடன் பகிர்ந்துகொண்டுள்ளான். நல்லதொரு இளைஞன். இங்கே அருகில் உள்ள ஒரு தொலைக்காட்சிப் பெட்டி பழுதுபார்க்கும் கடையில் பழுதுநீக்குநராக வேலை செய்கிறான்' என்று கோப்பையில் உள்ள தேநீரைப் பார்த்துக் கொண்டே சொன்னாள்.

'அவன் உன் உறவு என்று நினைத்தேன். தனியே வாழ்வதைக் காட்டிலும், நம்பிக்கைக்குரிய யாருடனாவது சேர்ந்து வாழ்வது நல்லது. ஆனால், அவன் நம்பிக்கைக்கு உரியவனா? இங்கே தங்குவதற்குப் பணம் தருகிறானா?' என்று மூத்த பெரியவள்போல் அக்கறையுடன் வீணா கேட்டாள்.

'ஓ... ஆமாம்' என்று மாயா தலையாட்டினாள். ஒருநாள் பிற்பகலில் இங்கே வந்தான், உங்களுடன் தங்கிக்கொள்ளட்டுமா? என்று வேண்டிக்கொண்டான். அவன் திருமணம் ஆகாதவன். எந்த வீட்டு உரிமையாளரும் திருமணம் ஆகாதவர்களுக்கு வீடு தர

விரும்புவதில்லை. நான் முதலில் மறுத்தேன். ஆனால், மீண்டும் மீண்டும் வந்து, எப்படியாவது சம்மதிக்கும்படி கெஞ்சிக் கேட்டுக் கொண்டிருந்தான். அவன் மீது இரக்கப்பட்டு ஒப்புக்கொண்டேன். அவன் ஒரு நல்ல ஒழுக்கமான இளைஞன். அவன் எனக்கு நிறைய உதவி செய்கிறான். நான் சொல்லுகின்ற வேலையை எல்லாம் ஓடியாடிச் செய்கிறான். அவன் இரவில் மட்டுமே இங்கே உண்கிறான். மேலும், அவன் உணவுக்கும் இங்குத் தங்குவதற்கும் பணம் கொடுக்கிறான்' என்று மாயா இயல்பாகச் சொல்லி, அந்தப் பேச்சை அப்படியே கைவிட்டாள். வீணாவும், அதைப்பற்றித் தொடர்ந்து கேட்கவில்லை.

தோழிகள் இருவரும் நீண்டநேரம் உரையாடிக் கொண்டிருந்தனர். இருவரும் அவரவர் தொலைபேசி எண்களை வாங்கிக்கொண்டனர். வீணா புறப்படும்போது, 'அடுத்த ஞாயிற்றுக்கிழமை அவளுடைய வீட்டுக்கு வரவேண்டும்' என்று மாயாவிடம் உறுதி வாங்கிக் கொண்டாள்.

'மாயா இப்போது நன்றாக இருக்கிறாள். அந்த வெண்புள்ளித் திட்டுகள் இப்போது இல்லை. அவை உடல் முழுவதும் ஒரே சீராகப் பரவி, அவளுக்கு இளஞ்சிவப்பு நிறத்தை அளித்திருந்தன. அவள் இப்போது கொஞ்சம் எடையும் கூடியிருந்தாள். அவள் பார்ப்பதற்கு ஓர் ஐரோப்பியப் பெண்மணிபோல் இருக்கிறாள்' என்று மாயாவின் வீட்டில் இருந்து திரும்பும்போது வீணா நினைத்தாள்.

'பாவம் மாயா, வாழ்நாள் முழுவதும் தனியாகவே வாழ்கிறாள். அவள் கொஞ்சம் வசதிகளுடன் நன்றாக வாழட்டும்' என்று மனமார வாழ்த்தினாள்.

வீணா அவளை அவளே மதிப்பீடு செய்து பார்த்தாள். இளம்அகவையில் அவள் மிகவும் அழகாக இருந்தாள். ஆமாம், அவள் அழகாக இருந்தாள் என்று இரக்கத்துடன் நினைத்தாள். ஆனால், இப்போது இல்லை. ஒரே மாதிரியான வாழ்க்கை முறை அவளுடைய அழகைச் சீர்குலைத்திருந்தது. இப்போது அவள் அதிக எடையுடன் குண்டாகவும், இருந்தாள். அவளுடைய முகம் பொலிவின்றிக் காணப்பட்டது. காலை உணவைத் தயாரித்தல், பையனைப் பள்ளிக்குத் தயார்செய்து அனுப்பி வைத்தல், வேலைக்காரப் பெண்களின் வேலைகளை மேற்பார்வையிடுதல், மற்ற வீட்டு வேலைகளைச் செய்தல், பகல் உணவைத் தயாரித்தல்,

மற்றும் மாலையில் இரவு உணவைத் தயாரித்தல் எனப் பிறக்கும் ஒவ்வொரு நாளும் பழைய சிக்கல்களையும் கவலையையும் கொண்டுவந்தது. கணவனின் அடுத்த பதவி, மகனின் உயர்கல்வி, இயல்பை மீறிக் காலதாமதம் ஆகும் கணவனின் தங்கையின் திருமணம் என அனைத்தும் அவளுடைய மனதில் சேர்ந்து மனக் கலக்கத்தை உண்டுபண்ணிக் கொண்டிருந்தன. அவள் எதிர்காலத்தைத் திட்டமிடும்போது, அவள் அறியாமலேயே அவளுடைய மறுநாள், இன்றாகவும், இன்று நேற்றாகவும் மாறிவிடுகின்றன. அவள் குடியிருக்கும் அடுக்ககத்தின் முன்வாயிலில் மூன்று சக்கர மிதிவண்டியிலிருந்து இறங்கும்போது 'என் வாழ்க்கை பொருளற்ற ஒன்றுமில்லாதது' என்று வெறுப்புடன் நினைத்தாள்.

அடுத்த ஞாயிற்றுக்கிழமை நண்பகல் பன்னிரண்டு மணியளவில், மாயா சென்ற மூன்று சக்கர மிதிவண்டி 'கேதார் கௌரி' அடுக்ககத்தின்முன் நின்றது. அதிலிருந்து, வரும்வழியில் வாங்கி வந்திருந்த 'இரசகுல்லா' பையைக் கவனமாக எடுத்துக் கொண்டு இறங்கினாள் மாயா. வீணா, அவளை இன்முகத்தோடு வரவேற்று அழைத்துச்சென்றாள். வீணாவின் மகன், மாயாவின் காலில் விழுந்து வாழ்த்து பெற்றான். வீணாவின் கணவர் உள்ளிருந்து வெளியில் வந்து அவர்களுடன் சேர்ந்துகொண்டார். இயல்பாகக் கைகுலுக்கி வரவேற்றார். சில ஆண்டுகளுக்கு முன்னர், வீணாவின் கணவரின் தோற்றம் எப்படி இருந்தது என்று நினைத்துப்பார்க்க முயன்றாள் மாயா. ஆனால், அவளால் அவருடைய முழுமையான தோற்றத்தை மனதில் கொண்டுவர முடியவில்லை. ஆனால், அவரின் தோற்றம் மாறியிருந்ததைக் கவனித்தாள். அவர், குறைந்த தலைமுடியுடன், கூடிய எடையுடன் முதிர்ச்சியடைந்த தோற்றத்தில் இருந்தார். அவர் கூச்ச உணர்வு மிக்கவராகக் காணப்பட்டார். பகல் உணவின்போது குறைவாகவே பேசினார். அப்பாவும் மகனும் பகல் உணவுக்குப்பின் தூங்குவதற்காக உள்ளே சென்றனர். வீணா உணவுமேசையைத் தூய்மை செய்தாள். உணவுண்ட பாத்திரங்களைக் கழுவும் இடத்தில் எடுத்துப் போட்டுவிட்டு, மாயாவிடம் வந்தாள். தோழிகள் இருவரும் வரவேற்பறையில் இருந்த 'அமர்மெத்திருக்கை'களில் அமர்ந்து அளவளாவத் தொடங்கினர்.

'வாழ்த்து அட்டைகளில் இருப்பதுபோன்று உன்னுடைய வீடு அழகாக இருக்கிறது. உன்னுடைய மகன் பணிவானவனாகவும் நன்னடத்தை உடையவனாகவும் இருக்கிறான். உன்னுடைய

குடும்பம் ஒரு நல்ல குடும்பம். இதை நான் கண்டிப்பாகச் சொல்லியே ஆக வேண்டும்' என்று மனம்திறந்து பாராட்டினாள் மாயா.

அதைக்கேட்ட வீணாவின் முகம் ஒளிர்ந்தது. ஆனால், அடுத்த கணமே, மனநிறைவடைந்த ஒளிமுகம் மறைந்தது.

'இப்போதெல்லாம் நான் தனிமையாக இருப்பதாக உணர்கிறேன். வாழ்க்கை சலிப்புடன், மகிழ்ச்சியில்லாமல் ஒரே மாதிரியாகப் போகிறது. அதில் எந்தவோர் ஆர்வமூட்டும் மகிழ்ச்சியான நிகழ்வுகள் இல்லை. சிலநேரங்களில் உன்னைப்போல் ஏதாவது வேலைக்குப் போயிருக்கலாம் என்று நினைத்திருக்கிறேன். என்னுடைய இரண்டாம் குழந்தை என்னை எப்போதும் வேலைச்சூழலிலேயே வைத்திருக்கிறாள், ஆனால், என்னுடைய சிக்கல்கள் என்ன என்பது உனக்குத் தெரியும்' என்று கூறி ஒரு பெருமூச்சு விட்டாள் வீணா.

மாயா எதுவும் பேசவில்லை.

'என் கணவருக்கு என்னை வெளியில் அழைத்துச் செல்லப் பெரும்பாலும் நேரம் கிடைப்பது இல்லை. அவருக்கு வங்கியில் வேலை மிக அதிகம். இங்கே வந்து இத்தனை மாதங்களில் ஒரே ஒருமுறை மட்டும் பூரிக்குச் சென்றுவந்தோம். அதை விடு, எல்லாம் என் தலையெழுத்து' என்ற வீணா பேச்சை விடுத்து மாயாவை நோக்கி, 'சரி, உன்னைப் பற்றிச் சொல்' என்றாள்.

'சொல்வதற்கு ஒன்றுமில்லை. பார்த்தாலே எல்லாம் உனக்குத் தெரியும்...' என்று ஆர்வமின்றி விடையளித்தாள் மாயா.

'நேரம் கிடைக்கும்போது என் வீட்டுக்கு வா, அடுத்த ஞாயிறுக்கிழமை வர இயலுமா?' என்று கேட்டு எதிர்பார்ப்புடன் வீணாவை நோக்கினாள் மாயா.

ஞாயிற்றுக்கிழமைகளில் வெளியில் செல்வது என்பது கொஞ்சம் கடினம்தான். என்னுடைய கணவரும் மகனும் வீட்டில் இருப்பார்கள். உனக்கே தெரியும், அது எப்படி...' என்று வீணா தயங்கினாள்.

'பரவாயில்லை, உனக்கு எப்போது நேரம் கிடைக்குமோ அப்போது வா. நான் காலைநேரப் பள்ளியில்தான் ஆசிரியையாக

இருக்கிறேன். அனைத்து நாள்களிலும், என்னுடைய வேலை காலை பதினொன்னரை மணிக்கு முடிந்துவிடும். அதன்பிறகு நான் ஓய்வாகத்தான் இருப்பேன்' என்று அக்கறையோடு அழைத்தாள்.

'சரி, நான் வருவதற்குமுன், உன்னுடன் தொலைபேசியில் பேசிவிட்டு வருகிறேன்' என்றவள் படிக்கட்டுகளில் இறங்கி மாயாவின் கண்களில் இருந்து மறைந்துபோனாள்.

வீணாவின் வீட்டுக்குச் சென்று வந்து ஒரு மாதம் கடந்துபோனது. அதன்பின் ஒருநாள்,

'மாயா பேசுகிறேன்' மாயா வீணாவைத் தொலைபேசியில் அழைத்தாள்.

'நாளை பகல்உணவுக்கு நீ ஏன் வரக்கூடாது? நாம் சந்தித்து நீண்ட நாள்கள் ஆகிவட்டதே' என்று கேட்டாள்.

'நாளைக்கா? ஏதாவது சிறப்பான நிகழ்வு இருக்கிறதா?' என்று மறுமுனையில் இருந்து வீணா கேட்டாள்.

'இல்லை, அப்படியெல்லாம் ஒன்றுமில்லை. என்னுடைய வாழ்வில் கொண்டாட ஒன்றுமில்லை என்று உனக்குத்தான் தெரியுமே. புதிய பெரிய இறால்களை வாங்கி வைத்துள்ளேன், அதைச் சமைத்துப் பகல்உணவாக உன்னுடன் சேர்ந்து சாப்பிட்டுக் கொண்டே பேசிக்கொண்டிருக்கலாம் என்றுதான் அழைத்தேன்' என்றாள்.

'சரி... நான் முயற்சிக்கிறேன். வர முடியாவிட்டால், கண்டிப்பாக உனக்குத் தெரியப்படுத்துகிறேன்' என்றவள் தொலைபேசியை வைத்தாள்.

மறுநாள், பள்ளிக்குச் சென்றுவந்த பின்னர், உடை மாற்றிக் கொண்டிருந்தபோது, முன்கதவைத் தட்டும் ஒலி கேட்டது. 'கண்டிப்பாக அது வீணாவாகத்தான் இருக்கும்' என்று நினைத்துக் கொண்டே மாயா கதவைத் திறந்தாள். ஆம், வந்தவள் வீணாவேதான். அவள் கையில் உணவுப்பொட்டலத்துடன் நின்றிருந்தாள்.

'இது கடுகுச்சாந்துடன் சமைக்கப்பட்ட வெள்ளைப்பூசணிக் கறி' என்று சொல்லியவாறே கொண்டுவந்திருந்த உணவுப் 'பொட்டலத்தைச் சமையல்கட்டில் வைத்தாள். மாயா கதவை மூடிவிட்டு அவள் பின்னாலேயே வந்தாள்.

'கட்டிலில் படுத்துக் கொஞ்சநேரம் ஓய்வெடு' என்றாள் மாயா.

'நான் இறாலை வறுத்து, குழம்பு வைக்கிறேன்'

'இப்போது சமைக்கப் போகிறாயா?'

'இல்லை, இல்லை, உணவு தயாராக இருக்கிறது. வேலைக்காரப் பெண் சமைத்து வைத்துவிட்டுப் போய்விட்டாள். அவள் இறாலை ஆய்ந்து கழுவி, அதற்குரிய காரச் சாந்தையும் அரைத்து வைத்திருக்கிறாள். ஐந்து நிமிடங்களுக்குள் இறாலை வறுத்து, குழம்பை வைத்துவிடுவேன். உனக்காகச் சில 'படி'யை (பருப்புப் பாலாடை வறுவல்) வறுக்க வேண்டும். படி உனக்கு எவ்வளவு பிடிக்கும் என்று எனக்குத் தெரியும். நீ கொஞ்சம் ஓய்வெடு' என்றாள்.

'அதெல்லாம் ஒருகாலம்' என்று ஏக்கத்துடன் சொன்னாள் வீணா. 'இப்போதெல்லாம் நான் உண்பதைப் பற்றிக் கவலைப் படுவதில்லை. என்னுடைய மகன் மற்றும் கணவர் விரும்பும் உணவுக்கே முன்னுரிமை. அதையே வீட்டில் சமைக்கிறேன். அதற்கு ஏற்றவாறு என்னை நான் தகவமைத்துக்கொண்டேன்' என்றாள்.

அவள் உள்ளே சென்று மாயாவின் படுக்கையில் அமர்ந்தாள். அவளால் சரியாக அமர முடியவில்லை. அந்த இடத்திற்கு நேரே வெளியிருந்து ஏதோ ஒன்று அவள்மீது படுவதுபோல் இருந்தது. அவள் அந்த அறையைச் சுற்றும்முற்றும் பார்த்தாள். கட்டிலை நோக்கியபடி சுவரை ஒட்டியபடி, ஒரு சிறிய உடைமாற்றும் மேசை இருந்தது. மாயாவின் சேலையும் மற்ற ஆடைகளும் அங்கிருந்த கொடியில் தொங்கிக் கொண்டிருந்தன. அப்போதுதான் கட்டிலில் படுத்திருந்து எழுந்து மாற்றிய சேலையாக அது நன்றாக மடிக்கப்பட்டிருந்தது.

பின்னர் அவளுடைய விழிகள் அதை நோக்கின. கட்டிலின் கால்மாட்டில், ஓர் ஆணுடைய கால்சட்டைகள் கிடந்தன. அவள் மீண்டும் ஒருமுறை அதைக் கூர்ந்து பார்த்தாள். அங்கே இன்னொரு கால்சட்டை கொடியில் தொங்கிக் கொண்டிருந்தது. அங்கிருந்த மர 'அலமாரி'யின் கீழ்த்தட்டில் இரண்டு 'பனியன்கள்' இருந்தன. அந்த அறை பார்ப்பதற்குத் திருமணமானவர்களின் படுக்கை அறைபோல் இருந்தது. ஒரு தொலைக்காட்சிப் பழுதுநீக்கும்

இளைஞன் அவளுடன் அந்தக் குடியிருப்பைப் பகிர்ந்து கொண்டுள்ளான் என்று மாயா சொன்னதை நினைவில் கொண்டுவர முயன்றாள். ஆனால், ஏன் அவனுடைய ஆடைகள் மாயாவின் தனியறையில் இருக்கின்றன. அவர்கள் சேர்ந்து வாழ்கிறார்களா...?' என்று ஓடிய எண்ணங்களை அதற்குமேல் அவர்கள் வாழ்க்கைப் பாட்டையில் பயணிக்கவிடவில்லை. மாயா, ஒருசொல் கூட இதுகுறித்து ஏன் சொல்லவில்லை? என்று நினைத்த வீணா திகைத்துப்போனாள்.

'எல்லாம் தயாராகிவிட்டது, வா, முதலில் உணவருந்தலாம்' என்ற மாயாவின் குரல்கேட்டுத் திடுக்கிட்டாள் வீணா. மாயா உள்ளே வந்தாள். அவளுடைய விழிகள் வீணாவின்மேல் பாய்ந்தன. அதில் இருந்த கேள்வியைக் கவனித்த வீணா, சிறிதுநேரம் அமைதியாக இருந்தாள். வீணா ஐயப்பாட்டுடன் வெளியில் வரக் காத்திருந்தாள். வீணா எதுவும் சொல்லவில்லை. மாயா கதவை நோக்கித் திரும்பினாள். 'விரைவாக வா... உணவு ஆறிவிடப் போகிறது' என்று இயல்பாக இருப்பதுபோல் கடினப்பட்டுக் காட்டிக்கொண்டு வெளியில் சென்றாள். வீணா அவளைப் பின்தொடர்ந்து சென்றாள். யாருமற்ற மாயாவின் படுக்கையறை கேட்கப்படாத கேள்விகளால் துடித்துக்கொண்டிருந்தது.

மரமேசையில் இருவரும் எதிர்எதிரே அமர்ந்தனர். மாயா அங்கிருந்த தட்டுகளில் உணவை அன்னக்குத்தியால் எடுத்து வைத்தாள். அமைதியாக இருவரும் உணவருந்தினர். அங்கு நடப்பது என்ன என்பதை அறிந்துகொள்ளும் தீவிர ஆர்வம் தொண்டையை அடைக்க, வீணா உணவை விழுங்க மிகவும் கடினப்பட்டாள். வீணாவினுடைய இக்கட்டான நிலை மாயாவின் விழிகளிலிருந்து தப்பமுடியவில்லை. ஆனால், அவள் எந்தக் கருத்தும் தெரிவிக்கவில்லை.

'இந்த இறால்களை நபீன் நராசிலிருந்து வாங்கிவந்தான்' மாயா சொன்னாள். 'நல்லா இருக்கா?' என்று கேட்டாள்.

'ரொம்ப நல்லாயிருக்கு.. உன்னுடைய சமையல் மிகமிகச் சுவையாக இருக்கிறது' என்று குறிப்பிட்டாள் வீணா.

'சும்மா சொல்லாதே, நான் வேகவேகமாகச் செய்தேன்' என்றாள் மாயா.

'என்னைப் பொறுத்தவரை இது ஒரு மாற்றுச் சுவை. நான் சமைத்ததை நானே சாப்பிட்டுச் சாப்பிட்டு அலுத்துப் போய்விட்டது..' என்றாள் வீணா.

தோழிகள் இருவரும் பேசிக் கொண்டே சாப்பிட்டார்கள். அப்பாவின் மறைவுக்குப் பின் அம்மாவை அவளுடைய அண்ணி எப்படியெல்லாம் புறக்கணிக்கிறாள் என்று வீணா மாயாவிடம் கூறினாள். மாயா, வாழ்க்கையில் எதையும் செய்யாமல் (சும்மா ஊரைச் சுற்றிக்கொண்டு), அடிக்கடி பணம் கேட்கும் அவளுடைய தம்பியைப் பற்றிக் கூறினாள். அவர்களுடைய பேச்சு, அவர்கள் இளம்பருவத்தில் நடந்ததைச் சுற்றிப் படரத் தொடங்கியது. உடனே அவர்கள் இருவரும் அந்த இனிய நாள்களின் நினைவுச் சிறகைக் கட்டிக்கொண்டு பறந்தார்கள்.

'கொஞ்சநேரம் படுத்து உறங்கலாம். உன்னுடைய மகன் பள்ளியிலிருந்து திரும்புவதற்கு இன்னும் நீண்டநேரம் உள்ளது. குளிர்ப்பெட்டியில் நெய்யில் வறுக்கப்பட்ட 'கேக்' வைத்திருக்கிறேன். பிறகு அவற்றை உண்ணலாம்' என்றாள் மாயா.

'ஏய்... நான் இனிப்பு உண்பதில்லை. எவ்வளவு கனமாக இருக்கிறேன், பார்' என்றாள் வீணா.

அவர்கள் கட்டிலின்மேல் அமர்ந்தனர். மீண்டும் ஒருமுறை வீணாவின் கண்கள் அங்குத் தொங்கிக்கொண்டிருந்த கால்சட்டையின்மேல் பதிந்தன. உடனே, ஏதோ பார்க்கக்கூடாத ஒன்றைப் பார்த்ததுபோல் அதைப் பார்ப்பதைத் தவிர்த்துக் கண்களைத் திசைமாற்றினாள். வீணாவின் விழிகளில் தெரிந்த சங்கடத்தை மாயா அறிந்துகொண்டாள். ஏதும் சொல்லாமல், அந்தக் கால்சட்டைகளை எடுத்து மடித்தாள். அவற்றை அலமாரியின் அடுக்கில் வைத்துவிட்டுத் திரும்பிக் கட்டிலுக்கு வந்தாள்.

'நபீன் இங்கு இல்லை. ஏதோ தொழில் தொடர்பாக பெர்காம்பூர் வரை சென்றிருக்கிறான். அவன் திரும்பி வருவதற்கு எப்படியும் இரண்டு நாள்கள் ஆகும்' என்று விளக்கினாள் மாயா. பின்னர், வீணா படுப்பதற்காக அதிக இடத்தை விட்டுவிட்டு, அவள் கட்டிலில் கால்நீட்டிப் படுத்தாள். மெதுவாக, துளியும் விருப்பமில்லாமல், அவள் மிகவும் ஓரமாகப் படுத்திருந்தாள். வீணா கட்டிலின் ஓர் ஓர விளிம்பில் படுத்திருந்தாள். அவள் புரண்டுபுரண்டு படுத்தால் அது பக்கத்தில் படுத்திருக்கும் மாயாவுக்கு இடையூறாக

இருக்கும் என்று எண்ணிக் கட்டிலில் ஓர் ஓரத்தில் அசையாது விறைப்பாகப் படுத்திருந்தாள்.

'நான் இந்த அடுக்ககத்தில் கடந்த நான்கு ஆண்டுகளாகக் குடியிருந்து வருகிறேன்' குறிப்பாக எவரிடமும் சொல்வதுபோல் சொல்லாமல் சொன்னாள். அவளுடைய பார்வை மேலே சுழன்றுகொண்டிருந்த விசிறியின்மேல் பதிந்திருந்தது.

'முதலில், நான் மட்டும்தான் குடியிருந்தேன். தேவைக்குக் கூட எவரையும் உதவிக்கு அழைக்கமுடியாது. நான் உடல்நலமின்றி படுத்துவிட்டால் மருந்து வாங்கித்தரக்கூட எவரும் இல்லை. இந்த வளாகத்தில் உள்ள மற்ற குடியிருப்புகளில் சில குடும்பங்கள் வசிக்கின்றன. ஆனால், எவரும் வீட்டை விட்டு வெளியில் வருவதில்லை. புவனேசுவரில் இது எப்படி இருக்கிறது என்று தெரியுமா? அக்கம்பக்கம்னு சொல்வதற்குக் கூட யாருமே இல்லை. இயல்பாகவே நான் எவரிடமும் அவ்வளவு எளிதில் பழகக்கூடியவள் இல்லை. ஆனால், நபீன் இங்குத் தங்கத் தொடங்கியதில் இருந்து வாழ்க்கை மிகவும் எளிதாகிப்போனது. அவன் எனக்கு நிறைய உதவிகள் செய்கிறான். நம்பக்கூடியவனாகவும் இருக்கிறான்' என்று சொன்ன மாயா பேச்சை நிறுத்தினாள்.

வீணா அமைதியாகக் கவனித்தாள். அவளுடைய மனம் வேறு எங்கோ இருந்தது. அந்தப் படுக்கையறையில் ஒரு சிறிய மரக் கட்டிலும், இரண்டுபேர் அமரக்கூடிய அமர்மெத்திருக்கையும் இருந்தன. நபீன் அந்தப் படுக்கையறையில் மட்டும்தான் இருப்பானா? மாயாவுக்கும் அவனுக்கும் உள்ள உறவைப் பற்றி மேலும் தெரிந்து கொள்ளலாமா? வேண்டாமா? என்பதை வீணாவால் முடிவுசெய்ய இயலவில்லை.

'என்னுடைய பிறந்தநாள் பரிசாக நபீன் இந்த ஒப்பனை செய்யும் மேசையை வாங்கித்தந்தான்' என்று மாயா மீண்டும் தொடர்ந்தாள். அவளுடைய குரலில் மறைமுகமான மனநிறைவு இருந்தது.

'இந்த மேசை மட்டுமல்ல, நாம் இருவரும் அமர்ந்து உண்டோமே அந்த உணவுமேசையும் அவன் வாங்கிக்கொடுத்தது தான். ஒருநாள், 'நீங்கள் ஏன் தரையில் அமர்ந்து உண்கிறீர்கள்? என்று கேட்டு, அதன்பின், இந்தப் பெரிய உணவுமேசையை வாங்கித் தந்தான்' என்று மாயா மகிழ்ச்சிப் பெருமிதத்துடன் சொன்னாள்.

'அவன் உன்னைவிட மிகவும இளையவன் அல்லவா?' கேட்கக்கூடாது என்று எண்ணியிருந்ததைத் தன்னைமீறிக் கேட்டுவிட்டாள் வீணா.

'ஓ... ஆமாம்' என்று எந்தவிதக் குற்ற உணர்ச்சியும் இன்றிச் சொன்னாள். 'இந்த ஆகஸ்டு மாதம் வந்தால் அவனுக்கு இருபத்தெட்டு அகவை'

இருவரும் நீண்டநேரம் பேசிக்கொள்ளவில்லை. மேலே சுழன்று கொண்டிருந்த விசிறியின் 'விர்ர்ர்...' ஒலிதான் அந்த அறையின் அமைதியைக் குலைத்துக்கொண்டிருந்தது.

இத்தனை மாதங்களாக என்னுடைய மனதில் புதைத்திருந்ததை உன்னிடம் சொல்லவேண்டும். நீயோ அல்லது மற்றவர்களோ நம்பமாட்டீர்கள் என்று எனக்குத் தெரிந்திருந்தாலும், என்னுடைய வாழ்க்கையில் நிகழ்ந்த ரொம்ப புதிரான நிகழ்ச்சியைப் பற்றி உன்னிடம் சொல்லப் போகிறேன்' என்று மாயா, வீணாவை நேராகப் பார்க்காமல், மெலிந்த குரலில் சொன்னாள்.

'நபீன் இங்கே வந்து ஆறு அல்லது ஏழு மாதங்களுக்குப் பின்னர்', என்று அவள் தொடர்ந்தாள்.

'அந்தநாள் மாலையில் கடுமையான புயல் அடித்தது. மழை வெள்ளம்போல் பெய்தது.

வீணா கட்டிலின்மேல் படுத்திருந்தாள். முகத்தை உயர்த்தி மாயாவை உற்றுப்பார்த்தாள்.

'மின்சாரம் நின்றுபோனது. நான் இந்த அறையில் இருட்டில் இருந்தேன். நபீன் அடுத்த அறையில் இருந்தான். ஒருமணி நேரம் கடந்தது.

கதவோரத்தில் நின்றுகொண்டு, 'மேடம், மெழுகுவர்த்தி இருக்கிறதா?' என்று கேட்டான் நபீன்.

'பார்க்கிறேன்' என்று சொன்ன நான் இருட்டில் தடுமாறியபடி சமையல்கட்டுக்குச் சென்றேன். நான் மெழுகுவர்த்தியை ஏற்றியபடி சமையல்கட்டை விட்டு வெளியில் வந்தேன். அப்போது, நபீன் வீட்டின் உள்ளே நின்றிருந்தான். வீட்டின் அனைத்துப் பலகணிகளும் மூடப்பட்டிருந்தன. மெழுகின் மங்கிய விளக்கொளி சுவர்களில் கோரமான உருவங்களைக் காட்டியது.

'மேடம், இங்கே வரீங்களா' என்று அழைத்தான். நான் மறுப்பதற்கு முன்பே அவன், அங்கே சுவரில் தொங்கிக் கொண்டிருநத நீள்வடிவக் (முட்டை வடிவ) கண்ணாடியின்முன் என்னை இழுத்து நிறுத்தினான். அந்த அறையில் இருளும் வெளிச்சமும் திருடன்-காவலர் ஆட்டம் ஆடிக்கொண்டிருந்தன. மெழுகுவர்த்தியின் மங்கலான ஒளியில் அந்தக் கண்ணாடியில் என்னுடைய உருவம் தெளிவில்லாமல் மங்கலாகத் தெரிந்தது. நபீன் எனக்கு மிக அருகில் வந்தான். அவனுடைய இடக்கையில் மெழுகையும் வலக்கையில் வேறெதோ ஒன்றையும் வைத்திருந்தான். அதன்பிறகு நடந்ததை இப்போது நினைத்தால் கூடப் புல்லரிக்கிறது' என்ற மாயா பேச்சை நிறுத்திக் கட்டிலை விட்டு இறங்கி ஒப்பனை மேசையில் இருந்த புட்டியை எடுத்துத் தண்ணீரைக் குடித்தாள். அவள் சிறிதுநேரம், ஒப்பனை மேசையின் முன் அப்படியே நின்றாள். பின்னர்ப் பேசினாள்.-

பின்னர், நபீன் ரொம்பப் புதுமையாக ஏதோ செய்தான். அவன் என்ன செய்கிறான் என்பதை நான் உணர்வதற்குள், அவன் கையில் வைத்திருந்த மெழுகுவர்த்தியை என் முகத்தின் முன்னே கொண்டுவந்து காட்டி, என்னுடைய முகம் மற்றும் கழுத்தை வலக்கையில் வைத்திருந்த மயில் தோகையால் மெதுவாகத் தொட்டான். நான் கண்களை மூடிக்கொண்டு அப்படியே அசையாமல் நின்றேன். 'இப்போது கண்களைத் திறந்து கண்ணாடியைப் பாருங்கள்' என்றான். அவன் சொன்னபடியே கண்ணாடியைப் பார்த்தேன். நீ நம்ப மாட்டாய் என்று எனக்குத் தெரியும், ஆனால், கண்ணாடியில் தெரிந்த என்னுடைய உருவத்தைத் தெளிவாகப் பார்த்தேன். அதில், என் முகத்திலும் கழுத்திலும் ஒரு வெண்புள்ளி கூட இல்லை. நபீன் முன்னர் செய்ததைப் போலப் பலமுறை செய்தான். நான் உன்னிடம் பொய் சொல்கிறேன் என்று நினைக்காதே, நான் பள்ளி இறுதித்தேர்வின்போது எப்படி இருந்தேனோ அதேபோல இருந்தேன். என்னுடைய கண்களில் கண்ணீர் வழிந்தது. என்னுடைய கைகளால் அவனை நான் இறுகப் பற்றிக்கொண்டேன். 'அழாதிங்க.., அழாதிங்க... பெரிய கண்ணாடி ஒன்றை வாங்குவோம். அதில் பார்க்கும்போது, உங்கள் உடலில் ஒரு சின்ன புள்ளியைக் கூட உங்களால் காணமுடியாது' என்று நபீன் பேசிக்கொண்டே என்னுடைய தலைமுடியைக் கோதியவாறு ஆறுதல் கூறினான்.

'அதன்பிறகு' என்ற மாயாவால் அதற்குமேல் பேசமுடியவில்லை. அவளுடைய 'நா' தழுதழுத்தது. அவளுடைய முகம் அடர்சிவப்பு நிறத்தில் சிவந்துபோனது. முகத்தில் வழியத்தொடங்கிய வேர்வையை முந்தாணையால் துடைத்தாள். மாயா பேசுவதை, வீணா முழங்காலிட்டு அமர்ந்துகொண்டு, தன் இரண்டு உள்ளங்கைகளில் முகத்தைத் தாங்கிக்கொண்டு அவளையே வியப்புடன் உற்றுப் பார்த்துக்கொண்டிருந்தாள். மாயா பேசுவதை நிறுத்தினாள். மாயா இன்னும் பேசுவாள் என்ற எதிர்பார்ப்புடன் வீணா காத்திருந்தாள். ஆனால், மாயா பேசாமல் அமைதியாகவே இருந்தாள்.

'படிச்சவளா இருந்துகொண்டு இதை எப்படி நீ நம்பினாய்? மெய்யான வாழ்க்கை நடைமுறையில் இது சாத்தியமா?' என்று கடைசியில் வீணா கேட்டாள்.

அதற்கு, 'நான் என் கண்களால் கண்டிருக்காவிட்டால், அதை நம்பியிருக்க மாட்டேன்' என்று அழுத்தமாகச் சொன்னாள் மாயா. ஒருமுறை இரண்டு முறை அல்ல, பலமுறை மீண்டும் மீண்டும் அப்படி நடந்ததைப் பார்த்தேன். சிவந்திருந்த அவளுடைய முகம் மாறாமல் அப்படியே இருந்தது.

'அவன் உன்னுடைய பணத்தின் மீது கண் வைத்திருப்பானோ? என்று எனக்கு ஓர் ஐயப்பாடு' என்று வீணா கவலையுடன் சொன்னாள். 'அவன் உன்னுடைய பணத்தை எடுத்துச் சென்றானா? கேட்டாள் வீணா.

'இல்லை... இல்லை... அவன் அவனுடைய சொந்தப் பணத்தில்தான் எல்லாவற்றையும் வாங்குவான்' உறுதியாகச் சொன்னாள் மாயா. அவன், புதிய மரச்சாமான்களையும், நிறைய சேலைகளையும் எனக்கு வாங்கித்தந்தான். இந்த இறால்களைக் கூட அவன்தான் எனக்கு வாங்கித்தந்தான்.

'நீ எப்போதாவது மயில் தோகையால் அவன் செய்ததுபோல் செய்து பார்த்திருக்கிறாயா? அவன், அதாவது நபீன் இங்கே இல்லாதபோது, செய்து பார்த்திருக்கிறாயா?' என்று வீணா கேட்டாள்.

அதற்குத் 'தலையை அசைத்து' இல்லை என்றாள்.

'அது உண்மையா என்று அறிந்துகொள்ள நீ ஏன் ஒருமுறை சோதித்துப் பார்க்கவில்லை?' என்று அறிவுறுத்தும் தொனியில் கேட்டாள் வீணா. அவன் ஒருவேளை, இயற்கையை மீறிய ஆற்றலை, மாயக்கலையைப் பயிற்சி செய்துகொண்டிருக்கலாம். எங்கே அந்த மயில் தோகை? என்னிடம் சொல்' என்று கட்டிலிலிருந்து குதித்து இறங்கிய வீணா, அவளுக்காகக் காத்திருந்தாள்.

'எனக்குத் தெரியாது? அது அவனுடைய பொருள்களில் எங்காவதுதான் இருக்கும்' என்று விடையளித்த மாயா, அவனுடைய அறையின் மீது பார்வையைத் திருப்பினாள்.

'வா, கண்டுபிடிக்கலாம்' என்று கூறிய வீணா மூலையில் வைக்கப்பட்டிருந்த அவனுடைய கைப்பெட்டி இருந்த இடத்தை நோக்கி நடந்தாள்.

'இது அவனுடையதாகத்தான் இருக்கும்' என்ற வீணா, கொஞ்சம் திரும்பி மாயாவைப் பார்த்தாள். மாயாவின் பதிலுக்காகக் காத்திராமல், அந்தப் பெட்டியின் முன் அமர்ந்தாள். அந்தப் பெட்டி பூட்டப்படாமல் திறந்தே இருந்தது. வீணா அதைத் திறந்து பார்த்தாள். அதில் சில கால்சட்டைகளும் சட்டைகளும் அழகாக மடிக்கப்பட்டு ஒருபுறம் வைக்கப்பட்டிருந்தன. மறுபுறம் பிற பொருள்கள் ஒழுங்காக வைக்கப்பட்டிருந்தன. வீணா அவற்றை ஆராய்ந்து பார்த்தாள்.

'இதோ அது இங்கே இருக்கிறது' என்று சொல்லிக் கொண்டே, அந்தப் பெட்டியின் அடியில் இருந்த மயில் தோகையை வெளியில் எடுத்த வீணா அதைக் கையில் வைத்துக்கொண்டு வெற்றிக் களிப்போடு நின்றாள்.

'வா... இதைச் சோதித்துப் பாரக்கலாம்' என்று மாயாவை அழைத்தாள். வெளிறிய முகத்துடன், யாரோ ஏதோ எந்திரத்தால் கட்டி இழுப்பதைப் போன்று வந்த மாயா கண்ணாடியின் முன் நின்றாள். கொஞ்சம் கூடக் காலம் தாழ்த்தாமல், வீணா அந்த மயில் தோகையால் மாயாவின் முகத்தையும் கழுத்துப் பகுதியிலும் தொட்டாள். திரும்பத்திரும்பப் பலமுறை அதையே செய்த வீணா, என்ன நடக்கும் என்பதைக் காணக் காத்திருந்தாள். ஒன்றும் நடக்கவில்லை.

கண்ணாடியில் தெரிந்த அவளுடைய உருவத்தை உற்றுப்பார்த்தபடி சிலையாக நின்றிருந்தாள் மாயா.

'மாயா, நன்றாகப் பார், ஏதாவது மாற்றம் தெரியுதா?' கேட்டாள் வீணா.

இத்தனை ஆண்டுகள் இருந்ததைப்போல அந்த வெண்புள்ளிகள் இப்போதும் கண்ணாடியில் இருந்து மாயாவின் மீது பளிச்சிட்டன.

'அந்தப் பையன் உன்னை நன்றாக ஏமாற்றியிருக்கிறான். இங்கே பார். அவனுடைய உள்நோக்கம் என்ன என்று கடவுளுக்குத்தான் தெரியும். அவன் உன்னை வசியம் செய்ய முயற்சி செய்திருக்கலாம் அல்லது ஏதாவது தீங்கான ஒன்றைச் செய்யலாம்' என்று வீணா அழுத்தமாகச் சொன்னாள். பின்னர், அந்த மயில் தோகையைப் பெட்டியில் இருந்த இடத்திலேயே வைத்தாள்.

மாயா இன்னமும் அந்தக் கண்ணாடியின் முன்னாலேயே நின்றுகொண்டிருந்தாள். அவளுடைய கண்களில் ஒருவித வெறுமை குடிகொண்டிருந்தது. வீணா அவளுடைய தோள்களை மெதுவாகத் தொட்டாள்.

'ஏய்... கவனமாக இரு. என்னுடைய உதவி தேவைப்பட்டால் எப்போது வேண்டுமானாலும் கூப்பிடு. எதாவது உடனடி உதவி தேவைப்பட்டால், என்னுடைய கணவர் பணிசெய்யும் வங்கிக்கு வா. அது ஒன்றும் தூரத்தில் இல்லை' என்று வீணா இயல்பில்லாத அமைதியான குரலில் சொன்னாள்.

'ஓ... கடவுளே... மாயாவை எந்தவித இடர்ப்பாட்டிலும் விழச் செய்துவிடாதே' என்று வீட்டிக்குத் திரும்பும்போது வரும் வழியெல்லாம் இறைவனை வேண்டிக் கொண்டே வந்தாள் வீணா. இந்தச் செய்தியை எங்கே கணவனிடம் வெளிப்படுத்திவிடப் போகிறோமோ என்ற அச்சத்தில் அப்படி நடக்காமல் இருக்க வேண்டும் என்பதற்காக மனதளவில் கடுமையாகப் போராடினாள்.

அந்த நிகழ்வு நடந்து ஒரு வாரத்திற்குப் பின்பு, மாயாவிடமிருந்து வீணாவுக்கு ஒரு பதற்றமான தொலைபேசி அழைப்பு வந்தது.

'நபீன் போய்விட்டான்...' என்று கவலையுடன் தெரிவித்தாள் மாயா.

'ஏன்... எங்கே போனான்...? உன்னுடைய நகை-பணம் என எதையாவது எடுத்துக்கொண்டு போயிட்டானா?' வீணா கவலையுடன் கேட்டாள்.

'இல்லை... அதெல்லாம் எதையும் எடுத்துக்கொண்டு போகவில்லை. அவன் போய்விட்டான் அவ்வளவுதான்' என்று அழுதுகொண்டே சொன்னாள்.

'சரி...சரி... கவலைப்படாதே... நான் வருகிறேன்' என்றாள்.

சொன்னதுபோல், மாயாவின் வீட்டுக்கு விரைந்தாள் வீணா. மாயா கலங்கிப் போயிருந்தாள். அவளுடைய கண்களில் கண்ணீர் வழிந்து கொண்டிருந்தது. அவள் கதவருகில் நின்று கொண்டிருந்தாள்.

மாயாவைப் பார்த்துக் கலங்கிய வீணா 'என்ன நடந்தது? சொல்' என்று கேட்டாள்.

'நீ வந்துபோன நாளுக்கு அடுத்த நாள் நபீன் திரும்பி வந்தான். அப்போதுதான் நான் பள்ளியில் இருந்து திரும்பியிருந்தேன். எனக்கும் அவனுக்கும் உணவை எடுத்து வைத்துக் கொண்டிருந்தேன். அப்போது, நபீன் விருட்டென படுக்கையறையைவிட்டுச் சினத்துடன் வெளியில் வந்தான்.

'யார் என்னுடைய பொருள்களைக் கலைத்தது?' என்று கேட்டான்.

'நான் அவனிடமிருந்து சற்றுத் தள்ளி நின்றேன். அவன் இந்த அளவுக்குச் சினப்பட்டு நான் பார்த்ததில்லை.

அப்போது எனக்கு ஏற்பட்ட அச்சத்தையும் நடுக்கத்தையும் சமாளித்துக் கொண்டு 'எனக்குத் தெரியாது' என்று சொன்னேன்.

'பொய் சொல்லாதே. யார் என்னுடைய கைப்பெட்டியைத் திறந்தது? நீ உண்மையைச் சொல்லுகிறவரை நான் ஒரு பருக்கையைக் கூடத் தொடமாட்டேன்' என்று அவன் உறுதியாகச் சொன்னான்.

'நான் அவனிடம் உன்னைப் பற்றி எதுவும் சொல்லவில்லை. நான்தான் அந்தப் பெட்டியில் இருந்த மயில்தோகையை எடுத்து என் உடலில் இருந்த வெண்புள்ளிகள் மீது தொட்டுப்பார்த்து, அது எப்படி வேலை செய்கிறது என்று பார்த்தேன்' என்று ஒப்புக்கொண்டேன்.

நான் அப்படிச் சொன்னபோது. அவன் மயான அமைதி என்று சொல்வார்களே அதுபோன்று அமைதியாக இருந்தான். நான் தொடர்ந்து அவனை உணவருந்த வா...வா என்று அழைத்தேன். ஆனால், அதற்கு அவன் கிஞ்சித்தும் செவிசாய்க்கவில்லை. அவன் எப்போது வெளியே போனான் என்று எனக்குத் தெரியவில்லை. அதுதான் நான் கடைசியாக அவனைப் பார்த்தது' என்று நா தழுதழுத்தவாறு சொன்னாள் மாயா.

'நானும் அன்று எதுவும் உண்ணவில்லை. அவன் வருவான்... வருவான் எனக் காத்துக்கிடந்தேன். ஆனால், அவன் இரவு நெடுநேரம் ஆகியும் வரவில்லை. ஏதோ தீமை நடக்கப் போவதாக உணர்ந்தேன். தூங்காமல் தவித்த அன்றைய நாளின் இரவுக்குப் பின், அடுத்த நாள் காலைப் பத்து மணியளவில் அவனுடைய அலுவலகத்திற்குத் தொலைபேசியில் பேசினேன். யாரோ தொலைபேசியை எடுத்தார்கள். நபீன் வேலைக்குத் திரும்பவில்லை என்று சொல்லி வைத்துவிட்டார்கள். அடுத்த இரண்டு நாள்களுக்கு நான் விடுப்புப் போட்டுவிட்டு வீட்டிலேயே இருந்தேன். நபீன் வருவதற்கான அறிகுறியே இல்லை. இரண்டு நாள்களுக்குப் பின்னர், நான் பள்ளிக்குச் சென்றேன். பள்ளி முடிந்து திரும்பி வந்தபோது, நபீனுடைய கைப்பெட்டியும் அவனுடைய பொருள்களும் இல்லை. அவனிடம் இன்னொரு மாற்றுச் சாவி இருந்தது. நான் பள்ளியில் இருந்தபோது, அவன் வீட்டிற்கு வந்து அவனுடைய பொருள்களை எடுத்துச் சென்றுவிட்டான்' என்றாள் மாயா.

அதைக் கேட்ட வீணா, 'ஏதாவது பொருள்கள் காணாமல் போச்சா... அதாவது பணம் அல்லது நகை ஏதாவது' என்று கேட்டாள்.

மாயா உள்ளங்கைகளுக்குள் அவளுடைய முகத்தைப் புதைத்துக்கொண்டு இல்லை என்று தலையாட்டினாள்.

'அதற்குப்பின் அவனுடைய அலுவலகத்துக்குத் தொலைபேசியில் பேசினாயா?' என்று கேட்டாள் வீணா. அதற்கும் இல்லை என்று தலையசைத்தாள். தோழிகள் இருவரும் கொஞ்சநேரம் அமைதியாக இருந்தனர்.

'நான் இப்போது கிளம்புகிறேன்' என்று சொல்லியவாறு மாயாவின் கைகளைப் பிடித்துக்கொண்டு எழுந்தாள்.

'கொஞ்சம் இரு... நான் தேநீர் போடறேன்' என்றாள் மாயா.

'அதெல்லாம் வேண்டாம்... இன்னொருமுறை அருந்தலாம்' என்று தடுத்தாள் வீணா.

'நான் விரைவாகப் போட்டிடுவேன். இருந்து அருந்திவிட்டுப் போ' என்று வலியுறுத்திய மாயா சமையல் அறைக்குள் சென்றாள்.

தேநீர் அருந்தியபின், மாயா, வீணாவை வாயில்கதவு வரை வந்து வழியனுப்பினாள்.

வரும்போது, வீணா மாயாவின் கைகளை அவளுடைய கைகளில் வைத்துக்கொண்டு 'நடந்ததெல்லாம் நல்லதுக்கே' என்றாள். மேலும், 'கடைசிவரை நிலைக்காத ஒன்றை, விரைவில் விட்டுத்தள்ளுவதே நல்லது' என்றாள்.

அதற்கு மாயா விடையேதும் அளிக்கவில்லை.

ஒரு சின்ன குற்ற உணர்ச்சி வீணாவை நீண்ட நேரம் உறுத்திக் கொண்டே இருந்தது. ஒருவேளை, அவளுடைய தலையீட்டின் காரணமாகத்தான் நபீன் மாயாவை விட்டுப் பிரிந்து சென்று விட்டானோ என்று குற்றஉணர்ச்சியில் நினைத்தாள் வீணா. அவன் மாயாவுடன் இன்னும் சிலகாலம் வாழ்ந்திருக்கலாம், ஏன் வாழ்நாள் முழுக்கக் கூட வாழ்ந்திருக்கலாம். பாவம் மாயா, மீண்டும் சொல்லியவாறு தனியாக விடப்பட்டுவிட்டாள். அதன்பிறகு, வீணா புவனேசுவரில் இருந்தவரை மாயாவைச் சந்திக்கவில்லை.

மாயாவின் மனது, நபீன் அவளை விட்டுச் சென்றது நல்லதுதான் என்பதை ஏற்றுக்கொள்ள மறுத்தது. ஒவ்வொரு நாளும் அவள் அவனுக்காகக் காத்திருந்தாள். என்றாவது ஒருநாள், நபீன் வந்து கதவைத் தட்டுவான் என்று நம்பிக்கொண்டிருந்தாள். பள்ளியிலிருந்து திரும்பிக் கொண்டிருந்தபோது நபீன் வீட்டில் அவளுடைய கட்டிலில் சாய்ந்துகொண்டு ஓய்வு எடுத்துக்

கொண்டிருப்பான் என்ற மெலிந்த நம்பிக்கை அவளுள் எழுந்தது. இரவு வர நேரமாகும் என்பதால் முன்வாசல் கதவை மூடாமல் வைத்திருக்கச் சொல்லி மாலையில் அவன் அழைப்பான் என்று அரைமனதுடன் எதிர்பார்த்தாள்.

விடுமுறை நாள்களில், சிறப்பு உணவு சமைத்தபோது, நபீன் நினைவுக்கு வந்தான். இறால் கடுகுக் குழம்பையும் அரசிக் கஞ்சியையும் அவன் எப்படிச் சுவைத்துச் சுவைத்து உண்பான் என்பதை நினைத்துக்கொண்டாள்.

'நீ பெரிய பெரிய சமையல்காரனையும் தோற்கடித்து விடுவாய்' என்று அவன் குறிப்பிடுவான். அதுவும் நினைவில் நிழலாடியது.

நபீனுக்கு விருப்பமான உணவு வகைகளைச் சமைத்து அவற்றைக் குளிர்ப்பெட்டியில் பல நாள்கள் வைத்திருப்பாள். பின்னர், அவை கெட்டுப்போனவுடன் வெளியில் தூக்கி எறிவாள். சில நேரங்களில் நபீன் வழக்கமாக அணியும் கட்டம்போட்ட சட்டையைப் போல் சட்டை அணிந்துகொண்டு யாராவது சாலையில் போனால், அது நபீன்தான் என்று கருதி அருகில் சென்று அது நபீன்தானா என்று பார்ப்பாள். அது நபீன் இல்லை என்று தெரிந்தவுடன், ஏமாற்றத்தால் அவளுடைய நெஞ்சம் உடைந்துவிடும். அவள் பலமுறை நபீனுடைய அலுவலகத்திற்குப் பேசியிருக்கிறாள், அவர்கள் நபீன் வேலையை விட்டுவிட்டுப் போய்விட்டான் என்று சொல்வார்கள். அவன் எங்கே இருக்கிறான், எப்படி இருக்கிறான் என்பது பற்றிய செய்திகள் குறித்து எவருக்கும் தெரியவில்லை.

வழக்கம்போல் மாயா பள்ளிக்குச் சென்றாள், சமைத்தாள், அன்றாடச் செயல்களில் ஈடுபட்டாள். ஆனால், அவளுக்குள் அவள் ஏதோ ஒன்றை இழந்துவிட்டதாக உணர்ந்தாள். ஓர் இழப்புணர்வு அவளை ஆட்கொண்டது, அதனால், அவள் எதிலும் பற்றில்லாமல் இருந்தாள்.

'நபீன் எங்கே போயிருப்பான்?

அவன் மெல்லிய காற்றில் கரைந்திருப்பானோ?'

தனிமையான இரவுகளில் மாயா அந்தக் கண்ணாடியின் முன் நின்று அவளுடைய வெற்றுடலைச் சோதித்துப் பார்ப்பாள்.

அப்போது கண்ணாடியின் பின்னிருந்து, புள்ளிகள் வெண்மையாகவும் மிகவும் தெளிவாகவும் எட்டிப் பார்த்தன.

'நபீன் மாயமந்திரம் செய்தது உண்மையா?' என்று வியந்தாள். அந்தப் புள்ளிகள் மறைந்ததை மாயா அவளுடைய கண்களால் பார்த்திருந்தாள். எப்படி? எப்படி?' என்று கேட்டாள். அவளிடம் அதற்கான விடை இல்லை. அதை விளக்க எந்தவித ஒழுங்குமுறையும் இல்லை. ஒரு பெரிய மயில் தோகையை எடுத்து அந்தப் புள்ளிகளைத் தொட்டுச் சோதித்துப் பார்க்கவேண்டும் என்ற ஆவல் தோன்றும். ஆனால், ஏதோவொன்று அப்படிச் செய்யவிடாமல் தடுத்துவிடும்.

ஆண்டுகள் ஒன்றன்பின் ஒன்றாகக் கடந்துபோயின. அந்த நகரத்தின் முகமும் மாறிப்போனது. மரங்கள் நிறைந்த இடங்கள் மற்றும் நகரங்களைச் சுற்றி உயரஉயரமான அடுக்குமாடிக் குடியிருப்புகள் முளைத்திருந்தன. பல குடும்பங்கள் அவரவர்களுக்குரிய அடுக்குமாடிக் குடியிருப்புகளில் உள்ள பல மாடி வீடுகளில் வசித்துவந்தனர். அதுபோன்ற ஒரு குடியிருப்பில் மாயாவும் ஒன்றை வாங்கி வசித்துவந்தாள். தலைமை ஆசிரியையாக இரண்டுமுறை பதவி உயர்வு கிடைத்தபோதும், இடம் மாற வேண்டியிருக்கும் என்பதால் அதனை ஏற்காமல் மறுத்து விட்டாள். எஞ்சிய நாள்களைப் புவனேசுவரிலேயே கழிப்பது என்று மனதளவில் முடிவெடுத்திருந்தாள். அந்தப் பள்ளியிலேயே, தொடர்ந்து உதவித் தலைமை ஆசிரியையாகப் பணியாற்ற விரும்பினாள்.

இறுதியில், மாயா வேலையில் நீடிக்க விரும்பாமல் பணியிலிருந்து விருப்ப ஓய்வு பெற்றாள்.

ஒருநாள், மாயா ஓர் அங்காடிக் கட்டிடத்தின் முன் நெருக்கியடித்துக் கொண்டிருந்த மிகுந்த கூட்டத்தினூடே கையில் ஒரு பையுடன் கவனமாகப் படியேறிச் செல்லும்போது, யாரோ 'மாயா' என்று அழைப்பதைக் கேட்டாள்.

மாயா தள்ளாடியவாறே யார் கூப்பிட்டது என்று திரும்பிப் பார்த்தாள். அங்கே அவளைப் பார்த்தவாறு வீணா நின்று கொண்டிருந்தாள். அவளைப் பார்த்தவுடன் மாயாவின் விழிகள் மகிழ்ச்சியில் ஒளிர்ந்தன.

‘வீணா, நீ புவனேசுவரில்தான் இருக்கின்றாயா?’ என்று கேட்டாள் மாயா. இருவரும் ஒருவரை ஒருவர் தழுவிக்கொண்டனர்.

நாங்கள் கடந்த மூன்று ஆண்டுகளாகப் புவனேசுவரில்தான் இருக்கிறோம். என்னுடைய கணவர் இந்த ஆண்டு திசம்பரில் பணி ஓய்வு பெற இருக்கிறார். ஊரில் சிலர் நீ இங்குதான் இருப்பதாகச் சொன்னார்கள். ஆனால், என்னிடம் உன்னுடைய முகவரி இல்லை’. இதுபோல், வீணா மூச்சுவிடாமல் பேசிக்கொண்டே போனாள். அவர்கள் இருவரும் ஒருவருடைய கையை ஒருவர் பிடித்துக் கொண்டிருந்தனர். இருவரும் ஒருவர் முகத்தை ஒருவர் உற்றுப்பார்த்துக் கொண்டிருந்தனர்.

‘நான் இத்தனை ஆண்டுகளாக இங்குதான் இருக்கிறேன். இங்கேயே இருக்கவேண்டும் என்பதற்காக என்னுடைய பதவி உயர்வைக் கூட மறுத்துவிட்டேன். இப்போது, நான் பணிஓய்வு பெற்று இங்கே என்னுடைய சொந்தக் குடியிருப்பு மனையில் வசித்து வருகிறேன். இதுதான் என்னைப் பற்றிய செய்திகள். இப்போது உன்னைப் பற்றிச் சொல்’ என்றாள் மாயா. ‘புவனேசுவரில் எங்கே தங்கி இருக்கிறீர்கள்? உன்னுடைய மகன் எங்கே இருக்கிறார்?’ என்று கேட்டாள்.

‘இங்கே எங்கள் சொந்த வீட்டில் வசித்துவருகிறோம்’ என்று வீணா விடையளித்தாள். என்னுடைய மகன் கனடாவில் ஒரு பெரிய மென்பொருள் நிறுவனத்தில் பணியாற்றி வருகிறான். அவன் ஏற்கெனவே 27 அகவையை அடைந்துவிட்டான். அவனுடைய அப்பா, அவர் ஓய்வு பெறுவதற்கு முன் அவனுக்குத் திருமணம் செய்துவைக்க விரும்புகிறார்’ என்றாள் வீணா.

காலம் எவ்வளவு வேகமாக ஓடிவிட்டது என்று மாயா வியந்து பார்த்தாள். குழந்தையாக இருந்த வீணாவின் மகன், இப்போது கனடாவில் வேலை செய்து வருகிறான். மேலும், திருமண அகவையையும் அடைந்துவிட்டான்.

அவர்கள் இருவரும் நீண்டநேரம் பேசிக்கொண்டிருந்தனர். இயன்றவரை இருவரும் ஒருவருக்கொருவர் அவர்களுடைய செய்திகளைப் பகிர்ந்துகொள்ள முயற்சித்தனர்.

‘நேரம் போய்விட்டது, கிளம்பவேண்டும்’ என்று பெருமூச்சு விட்டாள் வீணா.

'இந்த நாள்களில் ஏதாவது ஒருநாள் என் வீட்டுக்கு வா' என்று வலியுறுத்தினாள் மாயா. 'பேசுவதற்கு நிறைய இருக்கிறது...' என்ற மாயா அவளுடைய முகவரியையும் கைப்பேசி எண்ணையும் வீணாவிடம் கொடுத்தாள். மாயாவின் கைப்பேசி எண்ணை வீணா அவளுடைய பேசியில் பதிவுசெய்து கொண்டாள்.

'எந்த நேரம் வந்தால் உனக்குச் சரியாக இருக்கும்?' வீணா கேட்டாள்.

'எப்போது வேண்டுமானாலும் வரலாம், பெரும்பாலும் வீட்டில் தனியாகத்தான் இருப்பேன். வருவதற்கு முன் கைப்பேசியில் அழைத்துவிட்டு வா' என்றாள் மாயா.

'இத்தனை ஆண்டுகளில் வீணா கொஞ்சம் கூட இளைக்கவில்லை' என்று தானியில் வீட்டுக்குத் திரும்பும்போது நினைத்துக்கொண்டாள். அவளுக்கு அகவை 56. ஆனால், அவளுக்கு நரைக்கவில்லை, ஒருவேளை அவள் தலைமுடிக்கு மை பூசியிருக்கலாம். வீணா விலை உயர்ந்த சேலையை அணிந்திருந்தாள். அவளுடைய கண்கள்-ஒருவேளை அவளுடைய கண்களுக்குக் கீழே கருப்பு வளையங்கள் காணப்பட்டதால் அவள் சோர்வாகக் காணப்பட்டிருக்கலாம். ஒருவேளை இது என்னுடைய கற்பனையாக இருக்கலாம். கண்ணில் விளக்கெண்ணெயை விட்டுப் பார்த்தால் கூடச் சில செய்திகள் கண்களுக்குப் புலப்படுவதில்லை.

'மாயாவிடம் பெரிய அளவில் மாற்றம் காணப்படவில்லை. அவளுடைய தோல் இப்போது வெளிர்சிவப்பாக மாறியிருந்தது. அவள் இப்போது 'வெண்குட்ட' (லுக்கோடர்மா) நோயால் பாதிக்கப்பட்டவள் போல் காணப்படவில்லை. அவளுடைய தலைமுடியில் சில வெள்ளி நரைகள் காணப்பட்டன. ஆனால், அவை அவளுடைய தோற்றத்துக்குப் பொருத்தமாக இருந்தன. கண்பார்வை குறைந்துவிட்டதால், எதையும் தெளிவாகப் பார்க்க முடிவதில்லை' என்று வீணா அவளுடைய கணவரின் காரில் வீட்டுக்குத் திரும்பும்போது எண்ணினாள்.

ஆறாம் மாடியில் இருந்த இரண்டு அறைகள்-கூடம்-சமையல்கூடம் என்றிருந்த மாயாவின் அடுக்ககக் குடியிருப்புக்கு வீணா வந்தாள். அது, பளிங்குத் தரையுடன் (மார்பிள்) காற்றோட்டம் மிக்கதாகவும், இடவசதி நிறைந்ததாகவும் இருந்தது.

‘நல்ல அழகான, காற்றோட்டம் மிக்க வீடு உன்னுடையது’ என்று வீட்டின் அமைப்பைப் பாராட்டினாள் வீணா. ‘நீ மண்ணுக்கும் விண்ணுக்கும் இடையில் வாழ்கிறாய். எல்லாவற்றையும் தூய்மையாகவும் நேர்த்தியாகவும் வைத்திருக்கிறாய். எல்லாமே பார்ப்பதற்கு பளிச்சென அழகாக இருக்கின்றன’ என்றாள் வீணா.

‘அதற்குக் காரணம், நான் தனியாக இருக்கிறேன் என்பதுதான்’ என்று விடையளித்தாள் மாயா. ‘இங்கிருக்கும் பொருள்களைக் கலைத்துப்போட எவரும் இங்கில்லை. தோழிகள் இருவரும் நிழற்படத் தொகுப்பில் இருந்த பழைய இளம்வயது படங்களைப் பார்த்துக் களித்தனர், தேநீர் அருந்தியபடியே கடந்த கால இனிமையான நினைவுகளைப் பேசிப் பகிர்ந்து மகிழ்ந்தனர்.

பகல் உணவுக்குப்பின் இருவரும் படுக்கையறைக்கு ஓய்வெடுக்கச் சென்றனர். ‘நன்றாகக் கைகால்களை நீட்டிப் படுத்துக்கொண்டு சற்று ஓய்வெடுத்துக்கொள்’ என்றாள் மாயா.

‘நாங்கள் இங்கே தனியாக வாழ்கிறோம். எங்கள் மகன் கனடாவில் கடந்த இரண்டு ஆண்டுகளாக வசித்து வருகிறான். அண்மையில் அவனுடைய படத்தையும் அவனுடைய தோழி, நெயிலின் படத்தையும் அனுப்பியிருந்தான். இருவரும் சேர்ந்து வாழ்கிறார்களாம், ஆனால், இருவருக்கும் திருமணம் செய்துகொள்ளும் எண்ணம் இல்லையாம்’ என்று சொல்லி வீணா பெருமூச்சு விட்டாள்.

‘உனக்கு நேரம் எப்படிப் போகிறது? ஓய்வுக்குப்பின் வாழ்க்கையை எப்படி எடுத்துக்கொண்டுள்ளாய், எப்படி இருக்கவேண்டும் என விரும்புகிறாய்?’ என்று மாயாவைக் கேட்டாள் வீணா.

‘நிம்மதியாக இருக்கிறேன், விடுதலையாக இருக்கிறேன், எந்த வேலையும் இல்லாதபோது நூல்களைப் படிக்கிறேன். இந்தக் கட்டிடத்தில் விரிவுரையாளர் இணையர் இருக்கிறார்கள். அவர்களிடம் அருமையான நூல்கள் இருக்கின்றன. நான் அவர்களிடமிருந்து நூல்களை வாங்கி வருவேன். நான் பல நல்ல நூல்களை விலைகொடுத்தும் வாங்கி வைத்திருக்கிறேன். நல்ல ஒலிஒளிப் பட நாடாக்கள், குறுந்தகடுகளின் தொகுப்பை வைத்திருக்கிறேன். சில தொண்டு நிறுவனங்கள், அருகில் உள்ள விளிம்புநிலை மக்கள் வாழும் சிற்றூர்களில் கல்வியளிப்பு

நிகழ்வுகளை நடத்துகின்றனர். நான் அதில் பங்கேற்றுச் சிறுவர்களுக்கும் பெரியவர்களுக்கும் படிக்கக் கற்றுக் கொடுக்கிறேன்.

இந்தக் குடியிருப்பில் வாழும் மக்கள் சமுதாயப் பண்பாட்டில் வாழ்பவர்களாக இருக்கின்றனர். நாங்கள் இணைந்து பல காலங்களில், பல விழாக்களைக் கொண்டாடி வருகின்றோம். நான் குடியிருப்போர் நலச் சங்கத்தில் உறுப்பினராக இருக்கிறேன். உண்மையிலேயே இங்கே நான் என்னுடைய வாழ்க்கையை மகிழ்ச்சியுடன் வாழ்கிறேன்' என்று விளக்கினாள் மாயா. அவளுடைய குரலில் ஒருவித மனநிறைவு வெளிப்பட்டது. வெறுப்புணர்ச்சியும் அமைதியின்மையும் காணப்படவில்லை. இவற்றையெல்லாம் கூர்ந்து கவனித்து அவளுடைய தோழியின் மகிழ்ச்சியைக் கண்டு மகிழ்ச்சியடைந்தாள் வீணா.

கதவு மணி ஒலித்தது. அதைக் கேட்டு மாயா வரவேற்பறையை நோக்கி நடந்தாள். வீணா அவளுடன் சென்று முன்வாசல் கதவைத் திறந்தாள். வெளியே எட்டு அல்லது ஒன்பது அகவை மதிக்கத்தக்க பையன் ஒருவன் நின்றிருந்தான்.

'அத்தை, மாலை ஆறு மணி, மறந்துவிடாதீர்கள்' என்று மாயாவிடம் சொன்னான்.

'சரிடா, செல்லம், என்னிடம், உன்னுடைய அம்மாவும், தாத்தாவும் பலமுறை சொல்லிவிட்டனர். நான் சரியான நேரத்துக்கு வந்துவிடுவேன், சரியா?' என்று சிரித்துக்கொண்டே சொன்னாள் மாயா.

'ஆறரை மணிக்குக் 'கேக்' வெட்டுவோம். காலங்கடந்து வரக்கூடாது' என்றான். 'கண்டிப்பாக' என்று மாயா உறுதி யளித்தாள். அந்தப் பையன் சற்று நின்று, வீணாவைப் பார்த்தான். பின்னர், படியிறங்கி ஓடினான்.

'அவன்தான் குடு' மாயா சொன்னாள். என்னுடைய இந்தத் தளத்துக்கு நேர்கீழே அவர்கள் இருக்கிறார்கள். அவன் எப்போதும் என்னை 'அத்தை' என்றே அழைப்பான்.

'நீங்கள் எப்படி ஆயாவாக முடியும், உங்களுக்குத்தான் பேரக் குழந்தைகள் இல்லையே' என்பது அவனுடைய எண்ணம் என்று விளக்கினாள் மாயா.

‘கொஞ்சம் இரு, உனக்காகச் சிறப்பான ஒன்றை நான் வைத்திருக்கிறேன்’ என்று சொல்லியவாறு, மாயா சுவரில் அமைக்கப்பட்டிருந்த சிறிய அறையை நோக்கிச் சென்றாள். அதிலிருந்த பழுப்பு நிறத்திலான தங்கவண்ண நீர்மம் இருந்த புட்டியையும் கலைவண்ணத்துடன் இருந்த இரண்டு கண்ணாடிக் குவளைகளையும் வெளியில் எடுத்தாள். இரண்டிலும் புட்டியில் இருந்த நீர்மத்தைக் கொஞ்சம் ஊற்றினாள். அதில் ஒன்றை வீணாவிடம் நீட்டி, ‘கொஞ்சம் சுவைத்துப் பார், நன்றாகச் செரிக்கும்’ என்றாள்.

‘ஏய்… இது திராட்சைப் பழ மதுச்சாறு’ என்ற வீணா அதிர்ச்சியில் துள்ளி வெளியில் வந்தாள்.

‘இது பழ மதுச்சாறு அன்று. ‘தெய்விகப் பானம்’, இது மனதை அமைதிப்படுத்தும்’ என்று எந்தவிதத் தடையுமின்றிச் சொன்னாள் மாயா.

‘இதை எங்கிருந்து வாங்கினாய்?’ வீணா கேட்டாள். இன்னும் அவள் அதிர்ச்சியில் இருந்து மீளவில்லை.

‘இது இறக்குமதி செய்யப்பட்ட பானம். ‘குடு’வின் தாத்தா மிசுரா எனக்காகக் கொடுத்தது. அவர் சில பன்னாட்டு நிறுவனங்களில் செயல் அலுவலராக இருந்தவர். அண்மையில்தான் பணிநிறைவு பெற்றவர். மனைவியை இழந்தவர். இங்கே மகன்-மருமகளுடன் வாழ்ந்து வருகிறார். சிறந்த பண்புள்ள பெருந்தன்மையான மனிதர்’ என்று மாயா அவள் உணர்ந்ததைச் சொன்னாள். ‘காலைநேரத்தில் உலாவச் செல்லும்போது என்னை அழைத்துச் செல்ல மறக்கமாட்டார். பூசை செய்வதற்காக எனக்கு, வாயிற் கதவு அருகில் உள்ள சிறிய தோட்டத்தில் இருந்து ‘டகோமா’ பூக்களைப் பறித்துத் தருவார்’ என்று சொன்ன மாயாவை வைத்த கண் வாங்காமல் பார்த்துக்கொண்டிருந்தாள் வீணா.

அப்போது, ‘ஒரு பெண்ணுக்கு எந்த அகவையிலும், ஓர் ஆணின் துணை தேவைப்படுகிறது’ என்று வீணாவுக்கு எண்ணத் தோன்றியது.

‘எப்படி இருக்கிறது என்று கொஞ்சம் சுவைத்துப்பார்’ என்று பழச்சாற்று மதுவை எடுத்துக்கொள்ளச் சொல்லி வேண்டினாள் மாயா.

'இல்லை... வேண்டாம்' என்று மறுத்தாள் வீணா. நான் எப்போதும், என் கணவரை மதுவைத் தொடக்கூடாது என்று சொல்லியிருக்கிறேன்.

'ஏன் அப்படிச் செய்தாய்?' மாயா கேட்டாள்.

கொஞ்சம் நேரம் சிந்தித்த வீணா, மாயாவுக்கு விடையளிக்கத் தகுந்த காரணத்தைத் தேடிக்கொண்டிருந்தாள்.

'அதில் நச்சுத் தன்மை உள்ளது. உடல்நலத்துக்கு ஊறு விளைவிக்கும்' என்று அழுத்திச் சொல்லாமல், அவள் ஏற்குமாறு சொன்னாள்.

அதைக்கேட்ட மாயா 'வேறு வகையில் நம் உடல்நலம் கெட்டுப்போவதில்லையா?' என்று சிரித்துக்கொண்டே கேட்டாள். ஆனால், அவள், அவளுடன் சேர்ந்து குடிக்கும்படி அதற்குமேல் வீணாவை வற்புறுத்தவில்லை.

மாயா அந்தப் தங்கப்பழுப்பு நிறச்சாற்றை உறிஞ்சிக் குடிப்பதை அமைதியாக அமர்ந்துகொண்டு பார்த்துக் கொண்டிருந்தாள் வீணா. 'இப்போது நாம் இருவரும் ஒருவரையொருவர் அறியாதவர்களாக வாழ்ந்து கொண்டிருக்கிறோம்' என்று நீண்ட நேரத்துக்குப்பின் அவள் குரல் வெளிவராவண்ணம் பேசினாள்.

அதைக் கேட்ட மாயா, வீணாவின் மேல் அவளுடைய பார்வையை வீசினாள்.

'நானும் என் கணவரும் இனி கணவன்-மனைவியாக வாழ மாட்டோம். நாங்கள் பேசி இரண்டு ஆண்டுகள் ஆகின்றன. ஏதாவது சொல்ல வேண்டும் என்றால், வேலைக்காரர்கள் மூலமாகவோ அல்லது சைகைகள் மூலமாகவோதான் பேசிக் கொள்கிறோம்' என்று சொன்ன வீணா கொஞ்சநேரம் அமைதியாக இருந்தாள். பின்னர் மீண்டும் தொடர்ந்தாள். 'கடந்த முறை அதாவது பத்து ஆண்டுகள் அல்லது அதற்குமேலும் இருக்கும் என்று நினைக்கிறேன், நாம் சந்தித்தபோது நான் உன்னிடம் சொல்லவில்லை. அவர் எப்போதும் காலதாமதமாகவே வீட்டுக்கு வருகிறார். எது அவரை வங்கியில் அவ்வளவு நேரம் இருக்கச் செய்கிறது என்பதைக் கேட்க வங்கியில் எனக்குத் தெரிந்தவர்கள் எவரும் இல்லை. 'வங்கியில் எழுத்தராகப் பணிசெய்யும் கணவனை இழந்த இளம்பெண்ணின்

வீட்டுக்கு அவர் அடிக்கடி போகிறார்' என்று ஓட்டுநர் ஒருமுறை சொன்னார். இதுகுறித்துப் பேசினால், மிக இயல்பாகப் பேச்சைத் தவிர்த்துவிடுகிறார். 'அசடாக இருக்காதே, அப்படியெல்லாம் ஒன்றுமில்லை' என்று சொல்லி என்னை அடக்கிவிடுகிறார். அதனால்தான், நான் இந்தமுறை புவனேசுவரத்துக்கு வரத் தயங்கினேன். ஆனால், அவர் வற்புறுத்தினார். அவருடைய பணிநிறைவுக்குப் பின் நாங்கள் நிரந்தரமாகப் புவனேசுவரில்தான் தங்கப்போகிறோம். இந்தச் சூழலைப் பழகிக்கொண்டால், எங்களுக்கு நன்றாக இருக்கும். இன்னமும் அந்தப் பரத்தையுடன் தொடர்பில்தான் இருக்கிறார் என்று நான் ஐயப்படுகிறேன்' என்று ஏளனத்துடனும் வலியுடனும் சொன்னாள் வீணா. அவள், வெளிறிப்போயும், வலுவிழந்தவள் போலும் காணப்பட்டாள்.

மாயாவால் இதை ஏற்றுக்கொள்ள இயலவில்லை. வீணாவை என்ன சொல்லித் தேற்றுவது என்று தெரியாமல் திகைத்தாள் மாயா.

'ஏதாவது ஒன்றுக்காக ஏங்குவதும் வருந்துவதும், அன்புக்குரியவரைப் பிரிந்து செல்வது அல்லது விலைமதிக்க முடியாத விரும்பிய ஒன்றை இழப்பதும், இனிமையான நினைவுகளைப் புறந்தள்ளுவதும் வாழ்க்கையின் மிக இன்றியமையாத உண்மைகள் அல்லவா?' என்று வீணா பாதி முகத்தைத் திருப்பி மாயாவைப் பார்த்தவாறு அவளுக்குள்ளே அவள் பேசுவதுபோல் முணுமுணுத்தாள்.

'இதைப்போல இன்னும் பல இணையான உண்மைகள் உள்ளன... புதிதாக வாழ்க்கையைத் தொடங்கலாம், துன்பங்களில் இருந்து உன்னுடைய கனவுகளை மீட்டெடுக்கலாம், இழந்ததை எண்ணித் துன்பப்படாமல், புதிய வழிகளைக் கண்டறியலாம்' என்று மாயா விளக்கினாள்.

மாயாவும் வீணாவும், அந்த அடுக்ககக் குடியிருப்பின் மாடத்தின் (பால்கனியின்) கம்பிகளைப் பிடித்தவாறு தொலைவில் சொல்லியவாறு தெரிந்த வனப்பகுதியைப் பார்த்துக்கொண்டு நின்றனர். விடியலின் ஒளி அவர்களுடைய முதிர்ந்து இளகிய உடல்களைத் தொட்டுப் படர்ந்தது, அவர்களுடைய மனதின் ஓர் ஓரத்தில் ஒளிந்துகிடந்த இரகசியங்களை வெளிப்படுத்தியது, அவர்கள் அடைந்த அவர்களுடைய தனித்த பட்டறிவுகளுக்குப் பின், அவர்களை அறிவு முதிர்ச்சியடைந்தவர்களாக உருவாக்கியது.

அவர்களைத் தாண்டிச் சென்ற மெல்லிய தென்றல்காற்று, அவர்களிடையே, சிலர்க்கு மிகவும் பழக்கமானதும் பலர்க்குப் புரியாத புதிராக உள்ளதுமான பயணப்படாத வாழ்க்கைப் பாதையை அறிந்துகொள்ளும் பேரார்வத்தையும், விட்டு விலகிச்செல்கிறோம் என்று வருத்தப்படும் உணர்வையும் தூண்டிச் சென்றது.

'ஆண்டுகள் பல கடந்துவிட்டன' வீணா மெதுவாகச் சொன்னாள். இருளில் மூழ்கத் தொடங்கியிருந்த அந்தக் காட்டை அவளுடைய விழிகள் பார்த்துக்கொண்டிருந்தன.

'இத்தனை ஆண்டுகள் வாழ்ந்ததில் ஏதேனும் பொருள் இருந்ததா? என்று சில நேரங்களில் நான் எண்ணிப் பார்த்து வியந்திருக்கிறேன்; பிறக்காமல் இருந்திருந்தால் என்ன தீமை நேர்ந்திருக்கும். நான் இப்போது இறந்தால் கூட எதுவும் மாறப் போவதில்லை.' என்றாள் வீணா.

'ஆமாம்...' என்று மாயா அதை ஒப்புக்கொண்டாள்.

'இந்த உலகத்தில் நாம் இழப்பதற்கு, சிறப்பானது என்று ஒன்றும் இல்லை. ஆனால், நாம் நம்முடைய வாழ்க்கையைக் கடைசிவரை வாழவேண்டும்' என்ற அவளுடைய விழிகள் இன்னமும் தொலைவில் தெரிந்த தொடுவானத்தை உற்று நோக்கிக் கொண்டிருந்தன.

மாயாவைத் திரும்பிப் பார்த்து, 'நேரம் கிடைக்கும் போதெல்லாம், நான் இங்கு வருகிறேன். உன்னுடைய வீடு எனக்குப் பிடித்திருக்கிறது' என்றாள் வீணா.

'இது உன்னுடைய வீடு. நீ எப்போது வேண்டுமானாலும் வரலாம்' என்று அன்புடன் சொன்னாள் மாயா.

3. அவள் ஒரு பெண், அதுதான் அனைத்து வேறுபாடுகளையும் உருவாக்கியுள்ளது

ஏன் என்று தெரியாது. ஆனால், நான் 'புலா' என்று அழைக்கப்பட்டேன். புலா என்றால் பூ என்று பொருள்.

அப்பா அந்தப் பெயர் சொல்லி என்னை அழைக்கும்போது ஒவ்வோர் இதழாய் விரித்து மலரும் பூப்போல என்னுள் உண்மையாகவே மலரும். நான் மகிழ்ச்சியில் திளைப்பேன். மகிழ்ச்சியில் திளைக்கும் அந்த நேரத்தில், என் கண்முன் பல வகையான வண்ணப் பூக்கள் தோன்றிச் சிரிக்கும். அந்தப் பூக்களுள் ஒரு பூவாக என்னை உருவாக்கி வியக்க வைக்கும். நான் மென்மையான மஞ்சள் அலரிப் பூவா, அல்லது மணம்வீசும் சம்பாக்குப் பூவா அல்லது தீன்கொன்றைப் பூவா?

நான் எனக்குள் சிரித்துக்கொண்டேன். இது வெறும் பெயர்தான், உண்மையான பூக்களைப் போல இதில் ஒன்றும் இல்லை.

'ஏய்... புலா, கருப்புப் பெண்ணே, நீ எங்கே இருக்கிறாய்?' அம்மா வெளியில் இருந்த பன்றிக்குடிலின் அருகில் இருந்து கத்தி அழைத்தாள்.

'பன்றிகளுக்காகக் கஞ்சியையும் தீவனத்தையும் வாளியில் வைத்துக்கொண்டு உனக்காக இங்கே காத்திருக்கிறேன். நீ எங்கே போனாய்?

உடனே வா, வந்து இதைத் தொட்டியில் ஊற்று' அம்மா அழைத்தாள்.

அதைக் கேட்டவுடன், என்னுள் பூத்திருந்த வண்ண வண்ணப் பூக்களின் நிறம் கரைந்தது. கருப்பு முகமா? அதிர்ச்சியாக இருந்தது. அந்த வகையில் பூ எரியுமா?

நான், 'வரேன்மா...' என்றவாறு அம்மாவின் சொல்லுக் கிணங்கி வெளியே ஓடினேன்.

பன்றியின் தீவனத்தொட்டியை நிரப்பிவிட்டுத் திரும்பி வரும்போது, என் முகம் உண்மையிலேயே அடுப்புக் கரிபோல் கருப்பாக இருக்கிறதா எனப் பார்ப்பதற்காக, சுவரில் மாட்டப்

பட்டிருந்த அழுக்குப் படிந்த, கீறல் விழுந்த கண்ணாடியை, ஒரு பார்வை பார்த்தேன். இல்லை, கரிபோலக் கருப்பு இல்லை. ஆனால், அந்திப்பொழுதுபோல் கொஞ்சம் கருப்பு, தாமிர வண்ணத்தில் வாரப்படாமல் இருந்த கூந்தலும் கொஞ்சம் மங்கலாகக் காட்டுகிறது. ஒருவரைக் குறைத்துப் பேசுவதற்கு இதுபோதும்.

அம்மா எப்போதும், இப்படிக் 'கருத்த முகத்தவளே' என்று அழைப்பதில்லை, என்று எனக்கு நானே காரணம் கற்பிக்க முயற்சித்தேன். இன்று, நான் அவளை ரொம்பநேரம் காத்திருக்க வைத்துவிட்டேன், அதுதான் அவள் பொறுமை இழந்துவிட்டாள். அது அவளுடைய குற்றம் அல்ல. அவள் 'கொஞ்சம்' நல்லா வாழ்வதற்காக அதிகமாகக் கடினப்படுகிறாள். அவள் பன்றிகளைக் கவனித்துக் கொள்ள வேண்டும். பன்றிகளைக் கவனித்துக் கொள்ளும் அளவுக்கு அவளுக்கு உடல் வலிமை இல்லை என்றும் அப்பா அவற்றை வளர்ப்பதைத் தவிர்க்க வேண்டும் என்றும் அவள் பலமுறை அப்பாவிடம் சொல்லியிருக்கிறாள். தொடரி (தொடர்வண்டி) நிலையத்தில் பணிபுரியும் அலுவலர்கள் வீடுகளில், பகுதிநேரமாக வீட்டு வேலை செய்யவேண்டும் என அம்மா விரும்புகிறாள்.

'அவர்கள் மிக உயர்ந்த அலுவலர்கள். வசதிகள் உடைய பணக்காரர்கள். அவர்கள் வீட்டில் வீட்டுவேலை செய்ய அப்பா விடக்கூடாதா? என்று ஏக்கத்துடன் அம்மா கேட்டாள்.

ஒவ்வொரு வீட்டாரும் மாதமொன்றுக்கு ரூபாய் ஆயிரம் கொடுப்பார்கள். மூன்று வீடுகளில் வேலை செய்தால் போதும், நம்முடைய தேவைகள் அனைத்தையும் நிறைவுசெய்து கொள்ளலாம். இந்தப் பன்றிக் கூட்டத்தை மேய்ப்பதற்கு நான் படுகின்ற துன்பத்துக்கெல்லாம் ஊதியமாக மாதத்துக்கு என்ன கிடைத்துவிடும்? ஆயிரம் கூடத் தேறாது. உங்க அப்பாவுக்குப் புரியவே மாட்டேங்குது' என்று நல்ல பளபளப்பான முகம் கொண்ட அம்மா அடுக்கடுக்காய் வீண் குற்றச்சாட்டுகளைக் கூறிக்கொண்டே இருப்பாள்.

'அடுத்த வீட்டுக்குச் சென்று வீட்டுவேலை செய்து ஊதியம் ஈட்ட வேண்டிய தேவை என்ன வந்தது?' என்று அப்பா அவளைத் தேற்றும்விதமாகக் கேட்பார். 'நீ குழந்தைகளைக் கவனித்துக்கொள்,

பன்றிகளைப் பற்றிக் கவலைப்படாதே. இன்னும் இரண்டு ஆண்டுகளில் இந்தப் பன்றித் தொழிலை விட்டுவிடலாம்' என்றார்.

ஆனால், அப்பா சொல்லும் இரண்டு ஆண்டுகள் என்பது, ஒன்றன் பின் ஒன்றாகத் தொடர்ந்து கொண்டிருக்கும் என்பது அம்மாவுக்குத் தெரியும். எதுவும் மாறப்போவதில்லை.

அப்பா, ஒரு பெரிய தொடரி நிலையத்தில் வேலை செய்கிறார். அது எவ்வளவு பெரிய கட்டிடம் தெரியுமா! நான் ஒருமுறை கூட உள்ளே போனதில்லை. ஆனால், என்னுடைய தம்பி குணா பலமுறை அப்பாவுடன் உள்ளே சென்றிருக்கிறான். தசராக் கொண்டாட்டத்தின்போது, துர்காதேவி தெய்வத்தின் திருவுருவைக் காண நானும், அம்மாவும், குணாவும் போனபோது, வெளியில் இருந்து சும்மா பார்த்திருக்கிறேன். நான் உள்ளே போகவேண்டும் என்று சொன்னேன். 'போகக்கூடாது' என்று சொன்ன அம்மா என்னை முறைத்தாள். 'நீ பெண், அதனால் உள்ளே போகக் கூடாது' என்று சொன்னாள். ஆனால், இந்த நாள்களில் ஏதேனும் ஒருநாள் உள்ளே அழைத்துச் செல்வதாக உறுதியளித்திருந்தார்.

நான் அப்பாவிடம், அந்தப் பெரிய அலுவலகத்தில் நீங்கள் என்ன வேலை செய்கிறீர்கள்? என்று பலமுறை கேட்டிருக்கிறேன். ஆனால், ஒவ்வொரு முறையும், 'அங்கே வேலை செய்கிறேன்' என்று கூறித் தவிர்த்திருக்கிறார்.

'ஆனால், அதான் என்ன வேலை' என்று தொடர்ந்து கேட்டேன்.

'பலவிதமான வேலைகள்' என்றவர், 'இப்போது நீ போய் ஒரு குவளை தண்ணீர் கொண்டு வா' என்று என்னிடம் கூறிப் பேச்சை மாற்றுவார். நான் அப்படி அப்பாவை வலியுறுத்திக் கேட்டிருக்கக் கூடாது. என்னையே நான் நொந்துகொண்டேன்.

அப்பா செய்கின்ற வேலையின் பின் இருந்த மாயத்திரையைத் கிழித்தெறிந்தவள் மீனா.

சில்லு விளையாட்டில் என்னிடம் தோற்றுப்போனதால் பொறாமையும் கசப்புணர்வும் கொண்ட மீனா, 'உங்க அப்பா பன்றி மேய்ப்பவர், அவரும் ஒரு பன்றி' எனக் கேலி செய்தாள்.

மீனாவின் அப்பா ஏதோவொரு கடையில் வேலை செய்தார். அவள் என் அப்பாவைப் பன்றி மேய்ப்பவர் என இழிவுபடுத்திப் பேசியதால் என் முகம் சினத்தால் சிவந்தது.

'என்னுடைய அப்பா தொடரி நிலையத்தில் வேலை செய்கிறார்' என்று பெருமையுடன் நான் அழுத்தந்திருத்தமாகச் சொன்னேன். 'எப்போதாவது அந்த அலுவலகத்தைப் பார்த்திருக்கிறாயா? எவ்வளவு பெரிய அலுவலகக் கட்டிடம் தெரியுமா? அதன் அருகில் கூட உன்னால் போக முடியாது' என்றேன்.

'அலுவலகத்தில் வேலை செய்கிறாரா?... அலுவலகத்தில் உன்னுடைய அப்பா என்ன வேலை செய்கிறார் என்று என்னுடைய அப்பா என்னிடம் சொல்லியிருக்கிறார். உன்னுடைய அப்பா, அங்கு வேலை செய்யும் அலுவலர்களின் கழிவைத் தூய்மைசெய்யும் வேலையைச் செய்கிறார்' என்று மீனா எள்ளி நகையாடினாள்.

அவள் அவ்வாறு சொன்னது அப்பாவின் வேலை குறித்து நான் நம்பிக் கொண்டிருந்ததை அடித்து நொறுக்கியது. நான் உள்ளுக்குள் கூனிக்குறுகிப்போனேன்.

'அப்பா, தொடரி நிலைய அலுவலர்களின் கழிவறையைத் தூய்மை செய்கிறார் என்பது உண்மையா? என்று நம்ப முடியாமல் சிந்தித்தேன். ஒவ்வொரு நாளும் காலையில் வெள்ளைச் சட்டையும் வெள்ளைக் கால்சட்டையும் அணிந்துகொண்டு அலுவலகம் செல்கிறார். பிற்பகல் உணவுக்கு வீட்டுக்கு வருகிறார். மீண்டும் அலுவலகம் செல்கிறார். திரும்பி வந்ததும், உடையை மாற்றிக் கொண்டு கொல்லைப்புறம் இருக்கும் பன்றிக்குடிலுக்குச் செல்கிறார். இத்தகைய தூய்மையான ஒழுங்கான உடையணிந்து கொண்டு ஒருவர் கழிவறையைத் தூய்மை செய்ய முடியுமா? இதை ஏற்றுக்கொள்ள என்னுடைய பகுத்தாய்வும், பகுத்தறிவும் கடுமையாக மறுத்தன.

'நீ பொய் சொல்கிறாய்' என்று நான் கத்தினேன்.

'பொய்!' என்ற அவள் எகத்தாளமாகச் சிரித்தாள். பகையுணர்ச்சியுடைய அவளுடைய முகத்தில் அடுக்கடுக்காய்க் கோணல்மாணலாக ஏளனம் தொனித்தது. முகத்தைத் திருப்பிக்கொண்டு வீட்டை நோக்கி ஓடினேன்.

'அப்பா, அலுவலர்களின் கழிவறையைத் தூய்மை செய்யும் வேலையைச் செய்கிறாரா? என்று ஒளிவுமறைவின்றி அம்மாவை நேரிடையாகக் கேட்டேன்.

அம்மா என்னைப் பார்த்து, வியந்தவாறு, 'உனக்கு யார் சொன்னது?' என்று கேட்டாள்.

'வேறு யார்?, மீனா தான்' என்றேன். என்னுடைய முகம் மானக்கேட்டாலும், சினத்தாலும் சிவந்திருந்தது.

'அவள் பொறாமை கொண்டவள். உன்னுடைய அப்பா, தூய்மை செய்ய, அலுவலர்கள் பொதுவெளியில் மலம் அல்லது சிறுநீர் கழிக்கிறார்களா என்ன?' என்று கேட்டு அமைதிப் படுத்தினாள்.

'அவர்களுடைய கழிவறை கண்கூசச்செய்யும் தூய வெள்ளையாக இருக்கும். அங்கே உணவை கொண்டு சென்று அந்தத் தளத்தில் அமர்ந்து உண்ணக்கூடிய அளவுக்கு அதன் தளம் அப்படி ஒரு தூய்மையாக இருக்கும். கழிவறைகளில் புதிய கழிவுமேடைகளை அமைக்கும்போது, பழையவற்றைத் தோண்டி எடுத்து, அதை அலுவலகத்தின் பின்புறம் உள்ள வயல்வெளியில் போட்டுவிடுவார்கள். பெரும்பாலான அக்கம்பக்கத்தினர், அந்தப் பழைய கழிவறைப்பொருள்களை எடுத்துத் தங்கள் வீட்டுக் கொல்லைப் புறங்களில் உள்ள கழிவறைகளில் பொருத்திக் கொள்வார்கள். அவர்கள் அவற்றைச் சுற்றித் தற்காலிக நெகிழி வேலியமைத்துக் கொண்டு அவர்களுடைய சொந்தக் கழிவறையாகப் பயன்படுத்திக் கொள்வார்கள். நம்முடைய சொந்தப் பயன்பாட்டுக்காக ஒரு நெகிழி வேலியிட்ட கழிவறையை அமைத்துத் தருமாறு அப்பாவிடம் திரும்பத் திரும்பக் கேட்டுவிட்டேன். ஆனால், அவர் நான் கேட்டதைக் கவனத்தில் கொள்ளவே இல்லை' என்று அம்மா சொன்னார். அவள் முகத்தில் வருத்தமும் கண்கள் இருண்டும் காணப்பட்டது.

அம்மா சொன்னதில் மனநிறைவடையாத நான், 'அந்தப் பெரிய அலுவலகத்தில் அப்பா அப்படி என்னதான் வேலை செய்கிறார்' மீண்டும் கேட்டேன்.

'எனக்குத் தெரியாது, இடையூறு செய்வதைக் கொஞ்சம் நிறுத்து' என்று கூறி அம்மா என் வாயை அடைத்தார்.

ஒருவேளை இன்னும் வீட்டின் கொல்லைப்புறம், நெகிழி வேலியிட்ட கழிவறை அமைக்கப்படவில்லை என்ற எரிச்சலும் அவளை இவ்வாறு பேச வைத்திருக்கும். நான் ஒருநாள், அப்பாவின் அலுவலகம் சென்று, அவர் அங்கே என்ன வேலை செய்கிறார் என்பதை அறிந்துகொண்டு வந்து, பொறாமை எண்ணம் கொண்ட மீனாவிடம் சண்டைபோட வேண்டும் என்று முடிவு செய்தேன்.

என்னுடைய அப்பா, அன்பானவர்; எங்கள் மீது மிகவும் அக்கறை உள்ளவர் என்பது எனக்குத் தெரியும். அவர் வீட்டுக் கொல்லைப்புறத்தில் கழிவறையை அமைத்திருக்கவேண்டும். எங்கள் பகுதியில் பத்துக் குடும்பங்களுக்கு ஒரு கழிவறை உள்ளது. அப்பாவும் அம்மாவும் அதைப் பயன்படுத்துகின்றனர். ஆனால், அந்தப் பொதுக்கழிப்பிடத்தைப் பயன்படுத்துவதில் ஏராளமான சிக்கல்கள் இருக்கின்றன. சிறுவர்களான நாங்கள், திறந்த வெளியைக் கழிப்பிடமாகப் பயன்படுத்த வேண்டியிருக்கிறது. இதில் ஆண்களுக்கு எந்தச் சிக்கலும் இல்லை, ஆனால், பெண்களுக்கு அப்படி இல்லை, மிகவும் அல்லல்படுகின்றனர். பார்ப்பவர்கள் என்ன நினைப்பார்கள் என்ற எந்தக் கவலையுமின்றி, என்னுடைய தம்பி எங்கு வேண்டுமானாலும் பொதுஇடங்களில் இயற்கை அழைப்புகளை நிறைவேற்றிக்கொள்கிறான். ஆனால், பெண்களுக்கு அதுபோல் இல்லை. எல்லாச் சிக்கல்களும் பெண்களுக்குத்தான் என்று அம்மா சொல்கிறார்.

ஆனால், குணா இதுபோன்ற நாகரிகம் இல்லாத செயல்களைக் கைவிடவேண்டும். அவனுக்கு அகவை ஏழுதான் என்றாலும், அண்மையில் அவன் பள்ளியில் சேர்க்கப்பட்டுள்ளான். அவனுடைய சேர்க்கைக் கட்டணம் கொஞ்சம் அதிகம்தான். மேலும், மாணவர்கள் ஒவ்வொரு மாதமும் பயிற்சிக் கட்டணத்தையும் கட்டவேண்டும். இவற்றுடன், நூல்கள், சுவடிகள், சீருடைகள், காலணிகளுக்கும் சேர்த்துக் கூடுதலாகப் பணம் கட்டவேண்டும். குணா, பள்ளிச் சீருடையிலும் மூடுகாலணியிலும் ஓர் அலுவலரின் மகனைப் போலவே இருப்பான்.

நானும் ஒடிசாவில் மூன்றாம் வகுப்புவரை மட்டுமே கற்பிக்கின்ற பள்ளிக்குச் சென்றிருக்கிறேன். அந்தப் பள்ளி எங்கள் தெருவின் கடைசிமூலையில் இருந்தது. அந்தப் பள்ளியின் பெயர்

'பானிஸ்ரீ வித்யா மந்திர்'. எனக்கு எழுத-படிக்கத் தெரிந்தால் போதும், அந்த அளவுக்குப் படித்தால் போதும் என்று அம்மா எண்ணினாள். 'என்னைப்போல் நீ படிக்கத் தெரியாதவளாக இருக்கக்கூடாது. நீ பள்ளிக்குச் சென்று படி. வீட்டு வேலைகளையும் பன்றிக் கூட்டத்தையும் நானே பார்த்துக்கொள்கிறேன்' என்று அவ்வப்போது சொல்வாள்.

நான் பள்ளிக்குச் செல்வதில் மகிழ்ச்சியடைந்தேன். என்னுடைய நெருங்கிய தோழிகளுள் ஒருத்தியுடன் சேர்ந்து ஒன்றாகப் பள்ளிக்கு நடந்து சென்றேன். எங்களுக்குப் பள்ளிச் சீருடையோ அல்லது மூடுகாலணியோ இல்லை. என்னுடைய தோழியின் அம்மா, அலுவலர்களின் வீட்டில் வீட்டுவேலை செய்துவந்தாள். அவர்கள், அவர்களுடைய மகளின் உடுத்தாத உடைகளைத் தருவார்கள். அந்த உடைகள் பழையதாக இருந்தாலும் பார்ப்பதற்கு விலையுர்ந்த உடைகளாக இருந்தன. ஆனால், அந்த உடைகள் பெரியவையாக இருந்தன. ஒல்லியாக இருந்த எனக்கும், மெலிந்த உடல்கொண்ட என் தோழிக்கும் அந்த உடைகள் கச்சிதமாகப் பொருந்தவில்லை. பல நேரங்களில், மேல்சட்டையின் கைகள் தொளதொளவெனத் தொங்கிக் கொண்டிருக்கும். அது பார்ப்பதற்கு என்னவோபோல் இருக்கும். பள்ளிக்குச் செல்லும் வழியெல்லாம் அவள் சட்டையை மேலே தூக்கிவிட்டுக்கொண்டே வருவாள். இரண்டு அல்லது மூன்று ஆண்டுகளுக்கு முன்பு வாங்கிய இரண்டே இரண்டு உடைகள்தான் வைத்திருந்தேன். அவை அணிவதற்கு இறுக்கமாகவும், அக்குள் பகுதியில் கிழிந்தும் இருந்தன. அந்தக் கிழிசலை நிரந்தரமாகத் தைக்க முடியாது, கிழியும் போதெல்லாம் தைத்துக் கொள்ளவேண்டும். பள்ளியில் ஆசிரியை ஒருவர், நல்ல உடை உடுத்திக்கொண்டு வரும்படி சொல்வார்.

'புதிய உடைகள் உடுத்திக்கொண்டு, பாடநூல்கள், புதிய சுவடிகள், தூவல் ஆகியவற்றை வாங்கி எடுத்துக்கொண்டு வா இல்லை என்றால் பள்ளிக்கு வராதே' என்றார் அவர்.

ஆசிரியை சொன்னதை அம்மாவிடம் சொன்னபோது, அம்மா ஒரு கணம் அப்படியே அமைதியாக இருந்தாள்.

'என்ன? இன்னும் அதிக உடைகள், பாடநூல்கள், சுவடிகள் வாங்க வேண்டுமா? இதையெல்லாம் சொல்ல அவள் யார்,

அவளுக்கு அந்த அதிகாரத்தை யார் கொடுத்தது? சரி, இனிமேல் என்னுடைய மகளை நான் பள்ளிக்கு அனுப்ப மாட்டேன்' என்று சினத்துடன் உறுதிபடக் கூறினாள்.

'அந்த ஆசிரியையை விடு. புதிய உடையை வாங்கித் தருவோம்', அப்பா அம்மாவிடம் வேண்டுகோள் விடுக்கும்வண்ணம் சொன்னார்.

'உங்களுக்குத் தெரியாது'. அவர்கள் சொல்வதை எல்லாம் கேட்டு ஒருமுறை நடந்தால்போதும், அதை வாங்கி வா, இதை வாங்கி வா என அவர்களின் பட்டியல் நீண்டுகொண்டே போகும்' என்று அம்மா உறுதியாக உரக்கச் சொன்னாள். நம் மகள் போதுமான அளவுக்குப் படித்துவிட்டாள். இனிமேல் அந்தப் பள்ளியில் தொடர்ந்து படிக்கவேண்டாம். எவ்வளவு வேகத்தில் இந்தப் பெண்கள் வளர்ந்துவிடுகிறார்கள்' என்று அவளுடைய மறுப்பை வெளிப்படுத்தினாள்.

'ஆனால், நான் பள்ளிக்குப் போவேன்' என்றேன் நான்.

அன்று முழுவதும் நான் சிடுசிடுப்பாக இருந்தேன். என்னுடைய பாட்டி எனக்குப் பரிசளித்த கம்மலைக் கழற்றினேன். அம்மா புரிந்துகொண்டார்.

அன்று மாலை, அம்மா,

'வருத்தப்படாதே. நாம் சொந்தமாக ஒரு புதிய வீடு வாங்கவேண்டும் என்பதற்காகப் பணம் சேமித்துவருகிறோம் என்பது உனக்குத் தெரியும். நாம் எவ்வளவு காலம்தான் வாடகை வீட்டில் வாழ்வது? ஐந்நூறு ரூபா வாடகை, நூறு ரூபா மின்சாரக் கட்டணம், பொதுக் கழிப்பிடத்துக்கு அறுபது ரூபா. இவற்றுக்கெல்லாம் பணம் கட்டவேண்டி இருக்கும்போது, உனக்குப் புது உடைக்கும், சுவடி வாங்குவதற்கும் பணத்துக்கு எங்கே போவது? புரிந்துகொள்ளடி செல்லம்' என்று என்னிடத்தில் வந்து விளக்கமளித்தாள்...

அம்மாவுக்கு விடையளிக்க இயலாமல், அம்மா சொன்னதைப் புரிந்துகொள்ள முயன்று, அவளைப் பார்த்தேன்.

என்னுடைய தம்பியை நல்ல பள்ளியில் படிக்க வைக்கப் பணம் எங்கிருந்து வந்தது? அவனுடைய பள்ளிச் சீருடை, காலணிகள், நூல்கள், சுவடிகள் அனைத்தும் சற்று அதிக

விலையுடையன. இதை எப்படி அவர்களால் வாங்க முடிந்தது? இதையெல்லாம் உடனே அம்மாவிடம் கேட்கவேண்டும் என்று தோன்றியது. ஆனால், மீனாவைப் போல நானும் மோசமானவள் என்றும் பொறாமை எண்ணம் கொண்டவள் என்றும், சொந்தத் தம்பியின் மகிழ்ச்சியைப் பொறுத்துக்கொள்ள முடியாதவள் என்றும் அம்மா நினைக்கலாம் என்று நினைத்துக்கொண்டேன்.

ஆனால், தொடர்ந்து மனவலியைப் பொறுத்துக் கொள்வது என்பது எளிதானது அல்ல. அன்று மாலை, அப்பா வீட்டின் கொல்லைப்புறத்தில் பன்றிக்குடிலை நோக்கி நடந்தபோது, நானும் அடிமேல் அடிவைத்துப் பின்தொடர்ந்தேன்.

'அப்பா, தம்பி குணா பள்ளிக்கூடம் போகும்போது, என்னால் மட்டும் ஏன் முடியாது?' என்று நான், அப்பாவிடம் வெளிப்படையாகவே கேட்டேன்.

அப்பா சட்டெனத் திரும்பினார். நான் அவருக்குப் பின்னால் வந்தது அப்பாவுக்குத் தெரியாது.

'ஆரி, புலா' என்றார் வியப்புடன். நான் அவர் அருகில் சென்றேன்.

'நீ என் பின்னாலேயே வருகிறாயா? செல்லமே, என் கிட்ட வாடா', என்று அழைத்தார். நான் இன்னும் அவர் அருகில் சென்றேன். அவர் என் தலையைக் கோதி வருடிக் கொடுத்தார்.

'நான் கண்டிப்பா உன்னைப் பள்ளிக்கு அனுப்புவேன். அம்மா சொல்வதை விட்டுத்தள்ளு. ஆனால், நீ கொஞ்சம் பொறுத்திருக்க வேண்டும்' என்றார்.

அவர் பேசியதில் இருந்த உறுதி, நம்பிக்கையை ஏற்படுத்தி என்னுடைய ஆர்வத்தை உயர்த்தியது. நான் மகிழ்ச்சியுடன் வீட்டுக்குள் ஓடினேன். அம்மா அடுப்பில், விறகுக்கட்டைகளைத் திணித்துக் கொண்டிருந்தார். அவர் திரும்பி என்னைப் பார்த்தார்.

'நீ ஏன் பள்ளிக்கூடத்துக்குப் போகணும்? அது பணத்துக்குத் தான் கேடு. அந்தப் பணத்தைச் சேர்த்து வைத்தால், உன்னை நல்லா படிச்ச ஒரு பையனுக்குக் கட்டிக்கொடுக்கப் பயன்படும். அது நல்ல ஒளிமயமான வாழ்க்கையை உனக்கு உறுதிப்படுத்தும்.

குறைந்தபட்சம், இதுபோன்ற அடுப்புடன் போராடாமலாவது இருக்கலாம். நல்ல ஒளிரும் முகத்தைப் பெறலாம்' என்றாள்.

'நம்மிடம் எரிவாயு அடுப்பு உள்ளது இல்லையா? அதில் ஏன் சமைக்கவில்லை?' என்ற சொற்கள் என் வாயிலிருந்து தன்னியலாக வந்தன.

என்னுடைய முட்டி அளவு உயரத்தில் சிவப்பு வண்ணத்தில் அப்பா ஒரு எரிவாயு உருளையை வாங்கி வந்திருந்தார். ஒரு சின்ன அடுப்பு அதன்மீது பொருத்தப்பட்டது. அது பார்ப்பதற்கு ஒரு விளையாட்டுப் பொம்மை போலவே இருந்தது. ஆனால், அம்மா அதைத் தொடக்கூட என்னை விடுவதில்லை. அது வீட்டின் ஒரு மூலையில் மிகவும் காப்பாக வைக்கப்பட்டிருந்தது. 'மழைக்காலங்களில் விறகுகள் நனைந்துபோகும் போது, அது ரொம்ப உதவியாக இருக்கும்' என்று அம்மா சொல்வாள்.

அம்மா என்மீது பாய்ந்தாள். 'வாயு அடுப்பு' என்ன வாயு அடுப்பு? உன்னுடைய கண்கள் அதன்மீதே இருக்கின்றன என்பது எனக்குத் தெரியும். அதைத் தொடக்கூடாது. எப்போதெல்லாம் நான் வாயு அடுப்பு குறித்துப் பேசுகிறேனோ அப்போதெல்லாம் அம்மா இதுபோன்று மிரட்டுவாள். அவள் திரும்பி என்னைப் பார்த்தாள். அவளுடைய கண்கள் மென்மையாக இருந்தன.

'உன்னை ஒரு நல்ல வசதிகள் உள்ள குடும்பத்தில் திருமணம் செய்து வைக்கிறேன். நீ, அங்கே எப்போதும் வாயுஅடுப்பில் சமைக்கலாம். ஆனால், அதுவரைக்கும் நாம் சேமிக்க வேண்டும். இதுபோன்ற நிலையில் என்னால் எப்படி வாயு அடுப்பில் எப்போதும் சமைக்க முடியும்' என்று கூறியவள், 'எங்களுடைய நம்பிக்கை அனைத்தும் குணாவின் மீதே உள்ளன' என்று அடுப்பை நோக்கி முகத்தைத் திருப்பிக்கொண்டு மெதுவாகச் சொன்னாள்.

நான் அங்கிருந்து ஒலியெழாவண்ணம் சென்றுவிட்டேன். நான் அங்கு நீண்டநேரம் இருந்தால், ஏற்ற இறக்கத்துடன் பேசி, அவளுடைய துன்பங்களை முணுமுணுத்துக் கொண்டு, 'புலா, என்னுடைய செல்லம், 'கொஞ்சம் பூண்டுப் பற்களை இடித்துத் தரியா', அல்லது 'அடுப்பில் இந்த விறகுகளைச் செருகு', அல்லது 'வீட்டுக்குப் பின்னால் காய்கின்ற துணிகளை எடுத்துக் கொண்டு ஒரு நிமிடத்தில் வா' என்று வேலையிடுவாள். சில நேரங்களில்,

காலியாக உள்ள எண்ணெய்ப் புட்டியைக் கையில் தூக்கிப்பிடித்து ஆட்டி, 'ஒரு துளி எண்ணெய் கூட இல்லை. நான் மளிகைக் கடைக்குச் சென்று வாங்கி வரவேண்டும். ஆனால், நான் ஏற்கெனவே அடுப்பில் உலை வைத்துவிட்டேன், புலா, என் கண்ணே, நீ சாகு மளிகைக் கடைக்குப் போய்க் கடனாகக் கால் லிட்டர் எண்ணெய் வாங்கி வா' என்று எல்லா வேலைகளையும் என்மீது ஏற்றிவிடுவாள் என்று எனக்குத் தெரியும்.

நான் எப்போதும், சாகு மளிகைக் கடைக்குச் செல்வதைத் தவிர்த்து விடுவேன். அந்தக் கடைக்காரன் சாகு வெற்றிலைக் கறைபடிந்த பல்லைக்காட்டிக் கொண்டு என்னைப் பார்த்து இளிப்பான்.

'உனக்கு சமையல் எண்ணெய் எதற்காக வேண்டும்? உங்கள் அம்மா புலவும் ஆட்டுக்கறியும் சமைக்கப்போறாங்களா?' என்று வெளிப்படையாகவே ஏளனத்துடன் கேட்பான்.

'இந்தக் கூடையை எடுத்துக்கொண்டு உள்ளே போய் கொஞ்சம் வெங்காயம் வாங்கிக் கொண்டு வா அல்லது பருப்பு சாக்கை எடுத்துக்கொண்டு வா...' இதுபோன்ற ஏதேதோ வேலை செய்யச் சொல்லி விரட்டுவான். அவன் வேண்டுமென்றே என்னை நிற்க வைத்துவிட்டு, மற்றவர்களுக்குப் பொருள்களைக் கொடுப்பான்.

நான், 'ஏன் இப்படிச் செய்கிறீர்கள்?' என்று கேட்டால், 'அவர்கள் பணம் கொடுத்து வாங்குகிறார்கள், நீ கடன் கேட்பாய்' என்பான்.

கடைக்கு வந்தவர்கள் எல்லாரும் போய்விட, கிட்டத்தட்ட கடை யாருமின்றி இருக்கும். அப்போது, அவன் சட்டையின் கைப்பகுதியில் கிழிந்திருக்கும் இடத்தில் உற்றுப் பார்த்துக் கொண்டிருப்பான். எண்ணெய்ப் புட்டியைக் கொடுக்கும்போது, என் கையைப் பற்றிக்கொண்டு கொஞ்சம் கூடக் கூச்சமே இல்லாமல் 'ஈ' எனப் பல்லைக்காட்டிச் சிரிப்பான்.

இந்த இடத்தில் முதலில் வந்து குடியமர்ந்தவர்களுள் அந்தக் கடைக்காரன் சாகுவும் ஒருவன். அவன் மிக அதிகப் பரப்புள்ள புறம்போக்கு இடத்தை ஆக்கிரமித்து, அதில் நான்கு வரிசை தகரக் குடில்களைக் கட்டியுள்ளான். அதன்பிறகு அவன் அதை

வாடகைக்கு விட்டு அதில் வரும் வாடகையில் மிகமிக சொகுசாக வாழ்ந்துவருகிறான்.

நாங்களும் அவனுடைய அந்தத் தகரக் குடில் ஒன்றில்தான் வாடகைக்கு இருக்கிறோம்.

அவன், எங்கள் இடத்தின் உரிமையாளராக இருப்பதால், அம்மா அவனை மதிப்புடன் நடத்த விரும்பினார். 'அவரை ஏன் சாகு கடைக்காரர் என்று குறிப்பிடுகிறீர்கள்?' என்று கேட்டால், 'நாம் வீட்டுக்குள் தனியே இருக்கும்போது, அவரை அப்படி அழைக்கலாம், ஆனால், மற்ற நேரங்களில் அவரை சாகு மாமா என்றுதான் மதிப்புடன் அழைக்கவேண்டும். நீ பெரிய பெண்ணாக வளர்ந்துவிட்டாய், இதுபோன்று அதிகப்படியாக நடந்துகொள்ளக் கூடாது' என்று வைதுகொண்டே சொல்வாள்.

'ஆமாம், நான் பெரிய பெண்ணுதான். இப்ப இல்ல எப்பவுமே நான் பெரியபொண்ணுதான்' என்று எனக்குள் வெறுப்புடன் சொல்லிக்கொள்வேன். இப்போது எனக்கு அகவை பத்து அல்லது அதற்கு மேலிருக்கும். என் தம்பிக்கு அகவை ஏழு. அவன் என்னைவிட மூன்று அகவை இளையவன் என்று அம்மா சொல்லியிருக்கிறாள். ஆனால், நான் அவன் அகவையில் இருந்தபோது கூட அம்மா என்னைப் பெரிய பெண் என்றுதான் சொல்வாள்.

'இவ்வளவு பெரிய பெண்ணா வளர்ந்துட்ட, இதுபோன்ற சின்ன வேலையைக் கூடச் செய்ய முடியாதா?' என்று அம்மா முணுமுணுப்பாள். அதுவே, என் தம்பி என்று வந்துவிட்டால்போதும் அவளுடைய அணுகுமுறையே மாறிவிடும். கேட்டால், 'அவன் குழந்தை' என்று சொல்லி விளக்குவாள். அவன் வளர்ந்த உடனே உனக்கு உதவிசெய்ய மாட்டானா? ஆனால், நீ கண்டிப்பாக எல்லாவற்றைப் பற்றியும் கொஞ்சம் தெரிந்துகொள்ள வேண்டும். அம்மா சொன்ன 'எல்லாம்' என்பதன் உண்மைப் பொருள் என்ன என்பது பற்றி வியந்திருக்கிறேன். மேலும், குணா வீட்டு வேலைகளைப் பகிர்ந்து கொள்ளும் அளவுக்கு எப்போது வளர்வான்?' என்று எனக்குள் சொல்லிக்கொள்வேன், வியப்பேன். பின்னர், வீட்டின் பின்கதவு வழியாக என்னுடைய தோழியைப் பார்க்கச் சென்று விடுவேன்.

பகல்நேரத்தில் அம்மாவும் நானும் தனித்திருக்கும் நேரங்களில், கால்களையும் இடுப்பையும் அழுத்திவிடும்படி சொல்வாள். அவ்வாறு செய்யும்போது, வாழ்க்கையின் வழிமுறைகளைச் சொல்வாள். அவற்றுள் பெரும்பாலானவை என் நெஞ்சைக் கடந்துசென்றுவிடும். மேலும், நான் கால் அழுத்தி விடுவதில் உரிய கவனம் செலுத்தமாட்டேன். எப்போது, அவள் தூங்குவாள், நாம் தப்பித்துச் செல்ல எப்போது வாய்ப்புக் கிடைக்கும், வெளியில் செல்லலாம் என்பதிலேயே குறியாக இருப்பேன்.

ஆனால், பின்னர், அன்றைய நாளின் அனைத்து வேலைகளையும் முடித்துவிட்டு, ஆற்றலையெல்லாம் இழந்து அசந்துபோய் கை-கால்களை விரித்துக்கொண்டு உயிரற்றவள் போல் பாயில் படுத்துக்கிடக்கும் அம்மாவைப் பார்க்கும்போது, வெளியில் சென்று விளையாடவேண்டும் என்று எழுந்த பேரார்வம் அப்படியே தணிந்துவிடும். இப்படிப் படுத்துக்கிடக்கும் அம்மாவை அப்படியே விட்டுவிட்டுச் செல்ல எனக்கு மனம் வராது. அம்மா உறக்கத்தில் ஆழ்ந்தபோதும், எனக்கான அறிவுரைகளை முணுமுணுத்துக் கொண்டே இருந்தாள். நான் தெரிந்துகொள்ள வேண்டும் என்று அவள் விரும்பிய 'எல்லாவற்றையும்' என்ற ஒரு குறிப்பிட்ட செய்தியைப் பற்றியே அவள் திரும்பத்திரும்பச் சொல்லிக் கொண்டிருந்தாள்.

'நீ இன்னும் வளரவில்லை. அதனால், பெரிய அளவில் சிக்கல் இல்லை. ஆனால், எப்போதும், உனக்குத் தெரியாத ஆண்களை உன்னைத் தவறான முறையில் தொடவிடக்கூடாது. அதை நீ பெரியவளாக வளரும்போது நன்றாகத் தெரிந்துகொள்வாய்' என்பாள். இதை என் ஆழ்மனத்தில் பதியவைக்கும்வண்ணம், வழக்கத்துக்கு மாறான அழுத்தத்துடன் அவள் இதைச் சொன்னபோது அவளுடைய குரலில் இருந்த அயர்வு நீங்கியிருந்தது.

எந்தப் புதிய ஆண்களைத் தொடவிடக்கூடாது என்று கேட்கக் கூச்சமாக இருந்தது, அதைக் கேட்கலாமா? வேண்டாமா? என்று என்னால் முடிவெடுக்க இயலவில்லை. ஒருவேளை, எங்கள் தெருவில் குழாய்க் கிணறு அமைக்க வந்திருந்தவர்களை அம்மா சொல்லியிருக்கலாம்.

'எவராவது அன்புடன் உன்னுடைய தலையை வருடிக் கொடுத்தோ, முதுகைத் தட்டிக்கொடுத்தோ அன்பு பாராட்டினால் அதைத் தடுக்கவேண்டும் என்பதில்லை. ஆனால், எவரேனும் தவறான நோக்கத்துடன் உன்னுடைய உடலைத் தொட முனைந்தால், அதுதான் தவறு. அதை அனுமதிக்கக்கூடாது... சரியா, புரிந்துகொண்டாயா?' என்றவாறு தலையணையில் இருந்து தலையைத் தூக்கி என்னைப் பார்த்தாள்.

நான் தலையசைத்து 'சரி' என்றேன். மீண்டும் அவள் தலை தலையணையின்மேல் சாய்ந்தது.

'கால் அழுத்திவிடுவதில் மனத்தைச் செலுத்து' எனறு முணுமுணுத்தாள்.

'நீ உன்னுடைய மனத்தை அலைபாய விடுகிறாய். இப்படி அலைபாய விட்டால், எப்படி உன்னால் ஒன்றின்மேல் கவனம் செலுத்த முடியும்?' அலைபாயும் மனத்தைக் கட்டுப்படுத்து என்பதுபோல் அவள் தூக்கத்தில் லேசாக உதைப்பாள்.

நேர்மையாகச் சொல்லவேண்டும் என்றால், என் மனம் கால் அழுத்திவிடுவதில் இல்லை. முட்டி போட்டபடி அமர்ந்துகொண்டு கைகளால் அவளுடைய உடலை அழுத்திவிடுவது மிகவும் கடினமாக இருந்தது. ஆனால், அந்தக் கடினமான வேலையின் அழுத்தத்தைக் குறைக்கும் ஏதோவொன்று இருந்தது. அம்மாவுடைய சேலை அழுக்காகவும், கிழிந்து தைக்கப்பட்டு இருந்தாலும், அதிலிருந்து வந்த இனிமையான வழக்கமான மணத்தை நான் விரும்பினேன். இது அம்மாவை நெருக்கமாகப் பற்றிக்கொள்ளவும் அவளுடைய கைகளில் அடைக்கலமாகவும் என்னைத் தூண்டியது.

ஆண்கள் பெண்களைத் தவறான எண்ணத்திலும், வேறுபட்ட முறையிலும் தொடுவது குறித்து அம்மா சொன்னது என்னை இடையூறு செய்தது. 'நாணா தாதா' மூன்று பளபளக்கும் வண்ணத்தாள்களில் சுற்றப்பட்ட இனிப்பு மிட்டாய்களைக் (சாக்லேட்டுகள்) கொடுத்து, அவருடைய மிதிவண்டி பழுதுபார்க்கும் இடத்துக்கு ஒருநாள் மாலை அழைத்துச் சென்றது நினைவுக்கு வந்தது. அரை இருட்டில் பாதி திறந்த நிலையில் இருந்த அந்த அறையில், அவர் அமர்ந்திருந்த நாற்காலியில் என்னை அவருடைய

மடியின் கீழ் அமர்த்தினார். அவருடைய மோசமான கையால் என் உடல் முழுவதும் தடவி ஆங்காங்கே அழுத்தினார். பாம்பு போன்ற ஊர்வனத்தின் 'இசுஇசு' ஒலிபோல் அவருடைய மூச்சுக்காற்றின் ஒலி யாருமற்ற அந்த அறையை நிரப்பியது. என் உடலில் தடவித் தேடிய அவருடைய கைகள் என்னுடைய மறைவான உடல் பகுதிகளை அழுத்தியபோது என்னால் தாங்கிக்கொள்ள முடியவில்லை. நான் கீழே குதித்தேன்.

'என்னுடைய உடை கிழிந்துவிடும்' இனம்புரியாத அச்சத்தில் நடுங்குகின்ற குரலில் நான் சொன்னேன்.

'கவலைப்படாதே, புதிய உடையையும் இன்னும் அதிக மிட்டாய்களையும் நான் வாங்கித் தருகிறேன்' என்று மூச்சுவிடாமல் முணுமுணுத்தவாறு சொன்னார்.

'நீ ரொம்ப நல்லபெண், மிகவும் அழகானவள்...' என்று சொல்லிக்கொண்டே, கட்டுக்கடங்காத வகையில் அவருடைய கைகளை என்னுடலின்மேல் ஓடவிட்டார். என்னுடலில் ஒருவித நடுங்கும் கூச்சம் ஏற்பட்டதை நான் உணர்ந்தேன். அவரைக் கொஞ்சம் தள்ளிவிட்டுவிட்டு, கதவை நோக்கி நகர்ந்தேன்.

'நீ இங்கே வந்ததை யாரிடமும் சொல்லிவிடாதே' என்று என் தலையில் தட்டிச் சொன்னார். மேலும், 'அடிக்கடி வா' என்றும் சொன்னார். நான் தலையாட்டிக்கொண்டு முடிந்தவரை வேகமாக வெளியே ஓடினேன். என் கால்கள் என் உடலைத் தூக்கிக் கொண்டு ஓடின.

ஆனால், அந்த நிகழ்வு என்னை உறுத்திக்கொண்டே இருந்தது. தெரியாதவர் எவரும் உன்னைத் தொடவிடாதே என்று அம்மா எச்சரிக்கை செய்திருந்தார். ஆனால், நாணா தாதா தெரியாதவர் அல்லவே. என்னுடைய விளையாட்டுத் தோழி பபுனாவின் மாமா அவர். ஆனால், நான் அவருடைய கடைக்குப் போகவே மாட்டேன். 'மிட்டாய் கொடுத்தாலும் சரி கொடுக்கா விட்டாலும் சரி நான் போகவே மாட்டேன்' என்று எனக்குள் உறுதி எடுத்துக்கொண்டேன். 'ஆனால், அவர் என் உடலில் என்ன தேடினார்? மேலும் நான் அழகானவள் என்று சொன்னார். நான் உண்மையிலேயே அழகானவளா?' இவையெல்லாம் சேர்ந்து என்னைக் குழப்பத்தில் ஆழ்த்தின.

இந்த நிகழ்வைப் பற்றி நான் யாரிடமும் சொல்லவில்லை. அம்மாவிடமோ அல்லது என்னுடைய நெருங்கிய தோழி, அந்தச் சண்டைக்காரி மீனா என எவரிடமும் சொல்லவில்லை. பபுனா அல்லது குணாவிடம் சொல்லவேண்டும் என்ற எண்ணமே எழவில்லை. அவர்கள் இருவரும் பையன்கள். என்னுடைய எல்லா இரகசியங்களையும் சொல்லக்கூடிய நம்பிக்கைக்குரிய ஒருவர் இருந்தார். அவள்தான் மிதி. எங்களுடைய பன்றிக்குடிலில் இருந்த குண்டான தாய்ப்பன்றி. நான் அதைத் தாய்ப்பன்றி என்றுதான் அழைப்பேன். ஏனெனில், அது ஒவ்வோராண்டும் பல வெளிர்சிவப்பு நிறப் பன்றிக்குட்டிகளை ஈன்றெடுக்கும். அதனுடைய குட்டிகளால் பன்றிக்குடிலே நிறைந்திருக்கும். சில நாள்களுக்கு முன்னர், பதினேழு பன்றிக் குட்டிகளை அது ஈன்றெடுத்தது. அந்தக் குட்டிகள் இன்னும் தாய்ப்பன்றியிடம் பால் குடிப்பதை நிறுத்தவில்லை. எப்போதெல்லாம் நேரம் கிடைக்கிறதோ அப்போதெல்லாம், பன்றிக்குடிலுக்குச் சென்று இரண்டு குட்டிகளைத் தூக்கி மடியில் வைத்துக்கொண்டு மிதியுடன் பேசிக்கொண்டிருப்பேன்.

'நம்முடைய மிதி மிகவும் இராசியானது' என்று அம்மா அடிக்கடி சொல்வாள்.

'அது வந்ததுமுதல் பன்றிக்கூட்டம் அதிகமாகிவிட்டது. ஒவ்வோராண்டும் அது ஏராளமான குட்டிகளை ஈன்று கொண்டிருக்கிறது'.

'ஆமாம், அதை எடைபோட்டால் ஒரு 'குவிண்டால்' இருக்கும். நான் என் வாழ்நாளில் இதுவரை இதுபோன்ற பெரிய பெண் பன்றியைப் பார்த்ததில்லை' என்று சொல்லி அப்பா சிரிப்பார்.

'ஏங்க, அதன்மேல் உங்களுடைய மோசமான கண்ணை வைக்காதீர்கள்' என்று அம்மா அப்பாவின் பேச்சை இடைமறித்துச் சொல்லிவிட்டு, 'கண்ணேறு' தீரப் பன்றிக்குடிலைப் பார்த்துச் சுற்றிப்போடுவாள். அவள், அதன் கழுத்தில் சிவப்புப் பட்டையைக் கட்டி, அதில் சில மணிகளைக் கோத்துத் தொங்கவிட்டிருந்தாள். எப்போதெல்லாம் மிதி நகர்ந்துசெல்லுமோ அப்போதெல்லாம் மணி ஒலிக்கும்.

'ஆனால், நான் இந்தப் பன்றிகளால் அல்லல்படுகிறேன். இந்தப் பன்றிகள் ஒழிந்தால், நான் கோயிலுக்கு வந்து வழிபாடு

செய்வேன்' என்று உள்ளுக்குள் அம்மா நினைத்துக்கொண்டே இருட்டைப் பார்த்தாள்.

'இன்னும் சில நாள்களே இருக்கின்றன. நான் இந்தப் பன்றித் தொழிலை விடுவதற்கு' என்று அப்பா எப்போதும்போல் இப்போதும் அவளுடைய முகத்தைப் பார்க்காமலே அம்மாவிடம் உறுதியளித்தார்.

'பன்றிகளின் கூட்டம் நாளுக்குநாள் அதிகரித்துக் கொண்டே சென்றது. சில அகவை முதிர்ந்த பன்றிகள் விற்கப்பட்டன. 'நம்முடைய பன்றிகளுக்கு நல்ல விற்பனைச் சந்தை உண்டு. இந்த நகரத்தில் உள்ள பெரிய பெரிய உணவகங்கள் எல்லாம் போட்டிபோட்டுக்கொண்டு வாங்குகின்றன. அலுவலர்களும் வாங்கிக்கொள்கிறார்கள்' என்றார் அப்பா.

சில நேரங்களில், அக்கம்பக்கத்திலுள்ளவர்களுக்காக அப்பாவே பன்றிகளை வெட்டிக் கொடுப்பார். ஆனால், அம்மா வீட்டுக்குப் பக்கத்தில் பன்றிகளை வெட்டுவதற்கு உடன்பட மாட்டார். 'அதைப் பார்த்தால் என்னால் பொறுத்துக்கொள்ள முடியாது'. பன்றிகளை வெட்டுவதற்கு உதவியாக என்னுடைய தம்பியை அப்பா அழைத்துச் செல்வார். அவர் எப்போதும் என்னை அழைத்ததில்லை. 'நீ வராதே, இந்த வேலை பெண்களுக்கானதல்ல' என்பார்.

'உன்னுடைய அப்பா பெருந்தன்மையான பண்புடையவர். அவர் நான் சொல்வதைக் கேட்டுக்கொள்கிறார். எப்போதும் இதைத்தான் செய்யவேண்டும் என்று கட்டாயப்படுத்தியதில்லை' என்று நல்ல மனநிலையில் இருக்கும்போது அம்மா சொல்வார். 'இதுதான் பெண்களின் வாழ்க்கை' என்றும் சொல்வார். 'நல்ல கணவர் அமைந்தால் வாழ்க்கை இயல்பானதாக, இனிமையானதாக இருக்கும். இல்லையென்றால், துன்பம்தான்' என்று சில நேரங்களில் அம்மா, இதுபோன்று விளங்காத செய்திகளைச் சொல்வாள்.

அந்தக் குடியிருப்பில், எங்கள் வீடிருக்கும் வரிசையில் பெற்றோருடன் மூன்று பெண்களுடன் ஐந்து பேர் கொண்ட குடும்பம் ஒன்று வாழ்ந்துவந்தது. அந்த மூன்று பெண்களில், மூத்த பெண் சுயின். அவளுக்கு அகவை நான்கு. அவளுடைய பெற்றோர் எப்போது பார்த்தாலும் சண்டைபோட்டுக் கொண்டே இருப்பார்கள்.

அவளுடைய அப்பா மூன்றுசக்கர மிதிவண்டி ஓட்டி வாழ்க்கை நடத்தி வந்தார். அவர் அவருடைய வண்டியில் அலுவலர்களின் பிள்ளைகளைப் பள்ளிக்கு அழைத்துச் செல்வார். பகல் முழுக்க வண்டியோட்டிவிட்டு, இரவில் குடித்துவிட்டு வீட்டுக்கு வருவார். குடித்த போதையில், அவர் அவருடைய மனைவியிடம் சண்டையிட்டு, இரக்கமேயில்லாமல் அடித்து உதைப்பார். அவருக்கு ஆண் குழந்தை இல்லாததால் ஏற்பட்ட மனவெறுப்பை மனைவிமேல் காட்டுவார். நேற்று மாலைதான், சுயினுடைய அப்பா அவளுடைய அம்மாவைத் தலைமுடியைப் பிடித்து இழுத்துக் கடுமையாக உதைத்தார். அதனால், அவளுடைய இரங்கத்தக்க அம்மா தெருவில் வந்து விழுந்தாள். விழுந்தவள் வலியால் மிகவும் துடித்தபடி அழுதாள். கணவரைக் கெட்டொழியும்படி வாய்க்கு வந்தபடி திட்டித் தீர்த்தாள்.

தெருவில் விழுந்தவளைத் தூக்கிவிட அம்மா ஓடினாள். ஆனால், 'நீ ஒன்றும் உன்னுடைய பொல்லாத இரக்கத்தைக் காட்டவேண்டாம்'. என் வீட்டுக்காரர் ஒன்றும் உன்னுடைய வீட்டுக்காரர் போல 'பொண்டாட்டிப் பைத்தியம்' அல்ல. உன்னுடைய வேலையைப் பார்த்துக்கொண்டு போ' என்று வெறுப்புடன் பேசியவள், தூக்கிவிட முயன்ற அம்மாவின் கைகளையும் தட்டிவிட்டாள். அதைக்கேட்ட அம்மா வீட்டுக்கு ஓடி வந்துவிட்டாள்.

'என்ன ஒரு பெரிய வாயாடிப் பெண்' என்று அம்மா சினத்தில் வெடித்தாள்.

'அவளுக்காக உழைக்கிறான். அவன் அவளைத் திட்டும்போது, ஏன் எதிர்த்துப் பேசவேண்டும்? இல்லை, அவள் இதை ஒருபோதும் விடமாட்டாள். அதனால்தான் அவளுடைய வீட்டுக்காரன் கடுமையாக அடிக்கிறான்'

சோனாலி தீதியும் அவளுடைய கணவரும் எங்கள் வீட்டுக்குப் பக்கத்தில் வசிக்கிறார்கள். அவள் சல்வார் உடையணிந்து, நீண்ட கூந்தலைப் பின்னி அதில் தலையணியைப் பொருத்தியிருந்தாள். அந்தத் தலையணி அவளின் பின்புறம் ஆடித் தாளம் போட்டது. அவள் காலில் கொலுசு அணிந்திருந்தாள். அது, இசையொலி எழுப்பியது. அவள் உதடுகளுக்குச் சாயம் பூசியிருந்தாள். கண்களுக்கு மை தீட்டியிருந்தாள்.

'சோனாலி...ம்ம்ம்' என்று அம்மா சினத்தில் தங்கத்தை அரம்போட்டுத் தேய்ப்பதுபோன்று உறுமினாள். அவள் இடுப்பை ஆட்டிஆட்டி நடப்பதைப் பார்! அவள் அந்த ஏழைப் பையனை ஏதோ மாய-மந்திரம் போட்டு மயக்கித் திருமணம் செய்துகொள்ள வைத்துவிட்டாள்' என்றாள் அம்மா.

சோனாலி தாழ்ந்த குலத்தைச் சார்ந்தவள் என்றும், அவளுடைய கணவர் பிராமணர் குடும்பத்தைச் சார்ந்தவர் என்றும் அவள் கேள்விப்பட்டிருந்தாள். கல்லூரியில் படிக்கும்போது இருவரும் காதல்வயப்பட்டிருந்தனர். அந்தப் பையனின் குடும்பத்தினர் இவர்களின் திருமணத்திற்கு எதிராக இருந்தனர்; அவளாகவே அவனைத் திருமணம் செய்துகொள்வதில் இருந்து விலகிவிடவேண்டும் என்றும் இல்லையெனில், அவளைக் கொன்று விடுவதாகவும் மிரட்டினர். ஆனால், சோனா அந்தப் பையனை வற்புறுத்தியதால் யாருக்கும் தெரியாமல், ஓடிப்போய் இருவரும் திருமணம் செய்து கொண்டனர், அந்தக் குடும்பத்தினர் பார்வையில் படாமல் இருக்க இந்தப் புறநகர்ப் பகுதியில் வாழ்ந்து வந்தனர்.

'அந்த ஏழைப் பையன், இந்தப் மயக்கழகுப் பெண்ணைக் கட்டிக்கொண்டு மிகவும் கடினப்படுகிறான். அவன் பகல் முழுவதும் உழைத்து, இரவு வீட்டிற்கு வரும் போது, பயனற்ற இந்தப் பெண்ணிற்கு உணவை வாங்கி வருகிறான்' என்று அம்மா சொல்வாள்.

சோனாலி தீதியை அம்மாவால் ஏன் பொறுத்துக்கொள்ள இயலவில்லை என்று என்னால் அறிந்துகொள்ள முடியவில்லை. ஆனால், எனக்கு அவளைப் பிடிக்கும். குறிப்பாக, அவளுடைய இதமான நட்புப் புன்னகை எனக்குப் பிடிக்கும்.

பீராவும் தீராவும் அவர்களுடைய அம்மாவுடன் சோனாலி தீதியின் வீட்டுக்கு எதிர்வீட்டில் வசித்துவந்தனர். அவர்களுடைய அம்மா அலுவலர்களின் வீடுகளில் பகல் முழுவதும் வேலை செய்தாள். அந்தப் பையன்கள் இருவரும் எப்போதும் ஒரு மரக்கட்டையுடன் தேய்ந்து நைந்துபோன நெகிழிப் பந்தை வைத்துக்கொண்டு 'மட்டை-பந்து' ஆட்டம் விளையாடிக் கொண்டிருந்தனர். அம்மா, பீரா-தீரா பையன்களின் அம்மாவைப் பற்றி மிகவும் இரக்கப்படுவாள்.

'என்ன ஒரு அடக்கமான பெண். பாழாப்போன தலையெழுத்து அவளை என்ன பாடுபடுத்துது! அவளுடைய கணவர் சில அலுவலர்களின் வீடுகளில் ஓட்டுநராக வேலை செய்கிறார். அவள் கணவருடனும் இரண்டு மகன்களுடனும் மகிழ்ச்சியுடன் வாழ்ந்துவந்தாள். ஆனால், என்ன நடந்தது என்று அந்தக் கடவுளுக்குத் தான் வெளிச்சம். தவறான வழக்கில் அவருடைய முதலாளி அவள் கணவரைச் சிக்க வைத்துவிட்டார். அதனால் அவரைச் தளைப்படுத்திச் சிறைக்கு அனுப்பிவிட்டனர். எவ்வளவு கொடுமைகளை அந்த அபலைப்பெண் கடந்து வந்திருக்கிறாள். அவளுடைய கணவர் எப்போது விடுதலையாகிச் சிறையைவிட்டு வெளியில் வருவார் என்று யாருக்குத் தெரியும்?' என்ற சொன்ன அம்மா நீண்ட பெருமூச்சு விட்டாள்.

ஆனால், எங்கள் தெருவின் கடைசியில் இருக்கும் அந்த வீட்டுக்குச் செல்வதை அம்மா கண்டிப்பாகத் தடை செய்திருந்தாள். 'அவள் நல்லவள் இல்லை. நீ எப்போதாவது அந்த வழியாகச் செல்ல நேர்ந்தால் எச்சரிக்கையுடன் செல்!' என்றாள்.

அவளை 'நல்லவள் இல்லை' என்று அம்மா சொன்னது என்னுடைய ஆர்வத்தைத் தூண்டியது. அவளைப் பற்றி மேலும் தெரிந்துகொள்ள வேண்டும் என்ற ஆர்வம் என்னைப் பற்றிக் கொண்டது. அவளை 'நல்ல பெண் இல்லை' என்று எது சொல்ல வைத்தது என்பதைத் தெரிந்துகொள்ளவும் ஆர்வம் ஏற்பட்டது.

எங்கள் வீட்டுக்குக் கொஞ்சம் தூரத்தில் அருகில் அமைக்கப்பட்டுள்ள குழாய்க்கிணற்றில் இருந்து தண்ணீர் எடுக்க அந்தப் பெண் வருவாள். அந்தப் பெண்ணை நான் பார்க்க முயற்சி செய்தேன் என்று ஐயப்பட்டாலே போதும், அம்மா என் உடல் கன்னிப்போகும் அளவுக்கு அடிப்பாள் என்பது எனக்குத் தெரியும். நான் வீட்டைவிட்டு யாருக்கும் தெரியாமல் வெளியே வந்தேன். அம்மா பார்த்துவிடப் போகிறாள் என்று கமுக்கமாகத் திரும்பித் திரும்பிப் பார்த்தவாறு கிணற்றை நோக்கிச் சென்றேன். தூரத்தில் நின்றுகொண்டு அவளைப் பார்த்தேன். அவள் பார்ப்பதற்கு, தனித்தும், தோற்றப் பொலிவின்றியும் இருந்தாள். கூட்டத்துக்கு நடுவில், அவள் தனிமையில் வாடுவதாய் உணர்ந்ததைப் போல, அவளைப் பற்றிய வேறுபட்ட பார்வை நிலவியது. அவள் கூட்டத்தையும் அங்கிருந்த பொருள்களையும் பார்த்ததுபோல்

தோன்றினாலும், அவள் எதையும் பார்க்காததுபோல் இருந்ததை இயல்பில்லாத ஒன்றை அவள் கண்கள் வழியே என்னால் காண முடிந்தது. அவளுடைய வெறுமையான உணர்வற்ற பார்வை எனக்குப் புதிராக இருந்தது.

'அவள் ஒரு வேசி' என்று அம்மா சொல்வாள்.

'வேசி என்றால் என்ன' என்று நான் கேட்பேன்.

'அதைத் தெரிந்துகொண்டு என்ன செய்யப் போகிறாய்' என்று கேட்டு என் வாயை அடைத்து விடுவாள். 'நீ என்ன வழக்குரைஞர் ஆகப் போகின்றாயா? எல்லாவற்றையும் துருவித்துருவிக் கேட்கிறாய்? அவளுடைய உண்மையான கணவர் மணஉறவை முறித்துக் கொண்டு அவளை விட்டுவிட்டுப் போய்விட்டார். அதனால்தான் அவள் வழிதவறிப்போய் விட்டாள்' என்று கூறி என்னுடைய கேள்வியைத் தவிர்ப்பதுடன், அந்தப் பேச்சுக்கு முற்றுப்புள்ளியும் வைத்துவிடுவாள்.

ஆனால், அந்தப் பெண்ணின் வீட்டு வாசல்முன் ஒரு 'ஆட்டோ' வந்து நிற்பதை நான் பலமுறை பார்த்திருக்கிறேன். அந்தப் பெண் மின்னுகின்ற அணிமணிகளுடன் கூடிய ஓரம் அமைந்த சேலையைக் கட்டிக்கொணடு வெளியே வருவாள். அவள் வீட்டைப் பூட்டிக்கொண்டு 'ஆட்டோ'வில் ஏறிக்கொள்வாள். அவள் யார்? என்றும் அவள் எங்கிருந்து வந்திருக்கிறாள்? என்றும் யாருக்கும் முழுமையாகத் தெரியவில்லை.

அம்மா குறிப்பிட்டது என்னைக் குழப்பத்தில் ஆழ்த்தியது. 'நான் எந்த வகையான பெண்ணாக வளரப் போகிறேன்? அம்மா போல, அல்லது சோனாலி தீதி போல, அல்லது பீரா-தீராவின் அம்மா போல அல்லது தெருக்கோடியில் வசிக்கின்ற அந்தப் புதிரான வேசியைப் போலவா? நான் எந்த வகையான பெண்ணாக வளர்வேன்?' எனக்குள் கேட்டுக்கொள்வேன்.

அப்பா அலுவலகம் போவதை நிறுத்திவிட்டார். ஆனால், அது ஏன் என்று எனக்குத் தெரியவில்லை. அவர் பழைய சோற்றை உண்டுவிட்டு, முன்வாசலில் அமர்ந்திருந்தார். அவரை மறந்து 'பீடி' புகைத்துக் கொண்டிருந்தார். அவர் வருத்தத்துடன் காணப்பட்டார். என்னிடமோ அல்து குணாவிடமோ எதுவும் பேசவில்லை. இதுபோல் அப்பா என்றுமே இருந்ததில்லை.

'அப்பா இப்போதெல்லாம் அலுவலகத்துக்குப் போவதில்லை ஏன்?' என்று அம்மாவிடம் கேட்டேன்.

'அப்பா விடுப்பில் இருக்கிறார்' என்று சுருக்கமாக விடையளித்தவள், முகத்தைத் திருப்பிக் கொண்டாள். நான் நண்பகலில் அதே கேள்வியைத் திருப்பிக் கேட்டேன்.

'ஆட்குறைப்பு அடிப்படையில் உன்னுடைய அப்பாவை வேலையை விட்டு வீட்டுக்கு அனுப்பிவிட்டார்கள்' என்றாள்.

'ஆட்குறைப்பு என்றால் என்ன?' நான் கேட்டேன்.

உன்னுடைய அப்பாவுக்கு முன் வேலையில் சேர்ந்தவர்கள் பணிநிரந்தரம் செய்யப்பட்டார்கள். அதன்பிறகு வேலைக்குச் சேர்ந்த உங்க அப்பாவும் அவரைப் போன்றவர்களும் பணிநீக்கம் செய்யப்பட்டு விட்டார்கள்.

'இனிமேல் அப்பா எப்போதும் வேலைக்குப் போக மாட்டாரா?' அம்மா சொன்னதை என்னால் புரிந்துகொள்ள இயலவில்லை. எனவே, மீண்டும் கேட்டதையே திருப்பித்திருப்பிக் கேட்டேன்.

'அப்படியல்ல...' என்று கொஞ்ச நேரம் சிந்தனையில் ஆழ்ந்து அமைதியாக இருந்துவிட்டுச் சொன்னாள்.

'இப்போது என்ன செய்யப் போகிறார்?' கேட்டேன்.

'எனக்குத் தெரியாது?' என்று வருத்தத்துடன் சொன்னாள் அம்மா.

ஆனால், அப்பா அதிக நாள்கள் சும்மா இருக்கவில்லை. அவர் பன்றிகளை வளர்ப்பதில் அவரைத் தீவிரமாக ஈடுபடுத்திக் கொண்டார். அந்தப் பன்றிகள் பெரியதாக வளர்ந்தவுடன் அவற்றை விற்றார். அப்பாவின் அந்த வேலைகளில் அவருடன் சேர்ந்து நானும் கடுமையாக உழைத்தேன். எனக்கு அந்த வேலை மிகவும் பிடித்திருந்தது. ஏனெனில், நீண்டநேரம் அப்பாவுடனும் மிதியுடனும் இருக்க முடிந்தது.

'நான் அலுவலகப் பணியில் இருந்து நீக்கப்பட்டதும் நல்லதுக்குத்தான். அந்த வேலை தற்காலிகமான வேலைதான்'

என்று அப்பா ஒருநாள் இரவில் உணவுஉண்ண அமர்ந்தபோது குறிப்பிட்டார்.

'நான் சின்னதாக ஒரு பெட்டிக்கடையை வைக்கலாம் என்று எண்ணிக் கொண்டிருக்கிறேன். அது மட்டும் நடந்துவிட்டால், இந்தப் பன்றித் தொழிலை விட்டுவிடுவேன்'. என்றார் அப்பா.

அதைக்கேட்டு, 'ரொம்ப நல்லது' என்று அம்மா மகிழ்ச்சியுடன் சொன்னாள். 'இப்போதுதான் நீங்கள் ஒரு நல்ல வழிக்கு வந்திருக்கிறீர்கள். இதைத்தான் நான் பல ஆண்டுகளாகச் சொல்லிக் கொண்டு வருகிறேன்' என்று சொல்லிக்கொண்டே அவருடைய கிண்ணத்தில் இன்னும் கொஞ்சம் உருளைக் கிழங்குக் குழம்பை ஊற்றினாள்.

'எப்போது கடையைத் திறக்கப் போகிறீர்கள்?' என்று சில நாள்களுக்குப் பின்னர் கேட்டேன்.

'விரைவில்...' என்று விடையளித்த அப்பா என் தலையில் செல்லமாகத் தட்டினார். 'உரிய கடையைத் தேடிக் கொண்டிருக்கிறேன்' என்றும் சொன்னார்.

'நம்முடைய பன்றிகளுக்கு நல்ல விற்பனைச் சந்தை இருக்கிறது. அவை நல்ல விலைக்கு விற்கின்றன' என்று சொன்ன என்னுடைய அப்பா மனநிறைவுடன் காணப்பட்டார்.

அதன்பின்னர் மழைக்காலம் வந்தது. அப்பாவால் உரிய பெட்டிக்கடையை அமைக்க முடியவில்லை. மழை பகலும்-இரவும் இடைவிடாமல் அடைமழையாய்ப் பெய்தது.

எனக்கு எப்போதும் மழைக்காலம் என்றாலே பிடிக்காது. மழை எங்கள் வாழ்க்கைக்கு இடையூறாக இருந்தது. குடிநீர் 'செம்பட்டை' நிறத்தில் வந்ததுடன் ஒருவித மோசமான நாற்றமும் அடித்தது. அடிக்கடி வயிற்றுவலி வந்தது. விளையாட வெளியில் போகமுடியாமல் வீட்டுக்குள்ளேயே முடங்கிக் கிடந்தோம். சில நேரங்களில் கழிவுநீர் வீட்டுக்குள் புகுந்து வாழ்க்கையை மிகவும் இடர்ப்படுத்தியது. தகரக் கூரையில் இருந்த விரிசல்களின் வழியே மழைநீர் வீட்டுக்குள் ஒழுகியது. மழைநீர் எங்கும் பரவித் தரை ஈரமாகாமல் இருக்க அம்மா, சில வாளிகளையும் பானைகளையும் ஒழுகும் இடத்தில் வைக்க வேண்டி இருந்தது. ஆனால்,

இரவுப்பொழுது மிகவும் துன்பமாக இருந்தது. சில நேரங்களில் தூங்கும்போது, கூரையின் சின்ன ஓட்டையின் வழியே மழைத்துளிகள் சொட்டுச்சொட்டாக எங்கள் மேல் விழுந்தன. அதன்பின் தூக்கம் பறந்துவிடும்.

இந்த ஆண்டின் மழைக்காலம் ஒரு பேரழிவுக் காலமாக இருந்தது. மழை பகல்-இரவு என நிற்காமல் தொடர்ந்து பெய்துகொண்டே இருந்தது. குணாவால் சரியாகப் பள்ளிக்குச் செல்ல இயலவில்லை. விட்டுவிட்டுச் சென்றான். அவ்வப்போது அப்பா, பன்றிகளை விற்க வெளியில் சென்றுவந்தார். அம்மா அவளுடைய விருப்பத்துக்கு மாறாக, வாயுஅடுப்பில் சமைத்தாள். அம்மா, யாரையோ அல்லது எதையோ என்றில்லாமல் எல்லாரையும் சகட்டுமேனிக்குத் திட்டிக்கொண்டே இருந்தாள்.

‘எரிவாயுவைப் பயன்படுத்தினால் என்ன நடக்கும்? மீண்டும் எரிவாயுவைப் புதுப்பிக்கப் பணம் எங்கிருந்து வரும்? நீங்கள் எல்லாரும் என்ன செய்வீர்கள்’ என்று யாரைக் கேட்பது என்று அவளுக்குத் தெரியவில்லை.

அன்று பகல் உணவுக்குப் பின்னர், அப்பா வெளியில் சென்றார். மாலையில் முழுமையாக நனைந்துகொண்டு வீட்டுக்குத் திரும்பினார். மிதிவண்டியைச் சுவரில் சாய்த்து நிறுத்தினார். வீட்டு வாசலுக்கு வந்தார். இருட்டாக இருந்தது. காலையில் இருந்தே மின்சாரம் இல்லை. மங்கலாக எரிந்துகொண்டிருந்த மண்ணெண்ணெய் விளக்கு வெளிச்சத்திலும், அவர் முகத்தில் ஒளிர்ந்த மகிழ்ச்சியை என்னால் காணமுடிந்தது. அவருடைய மகிழ்ச்சி உடனே என்னையும் தொற்றிக்கொண்டது.

‘செமா’ என்று நனைந்த உடையை மாற்றிக்கொண்டே அம்மாவை அழைத்தார். ‘கொஞ்சம் தேநீர் கிடைக்குமா?’ என்று கேட்டார்.

அம்மா இரண்டு குவளைகளில் கடுந்தேநீர் (பால் கலக்காத தேநீர்) கொண்டுவந்தாள். அப்பா சின்னக் கிண்ணத்தில் தேநீரை ஊற்றி அருந்தினார்.

‘உனக்குக் கொஞ்சம் வேண்டுமா?’ அப்பா புன்னகைத்துக் கொண்டே என்னிடம் கேட்டார். ‘வேண்டாம்’ என்று தலையசைத்தேன்.

‘கடவுளுக்கு நன்றி’ அப்பா சொன்னார். ‘நான்தான் அதைச் செய்தேன். பேரம் படியவில்லை. இழுத்துக்கொண்டே சென்றது. இறுதியில் இருபதாயிரத்துக்கு முடிந்தது. இன்னும் கொஞ்சம் விலையை உயர்த்திக் கேட்டிருக்கலாம். எங்கே பேரம் முறிந்து விடுமோ என அஞ்சினேன். நமக்கும் தேவை இருக்கிறது’ என்று பேசிக்கொண்டே அப்பா கிண்ணத்தில் இருந்த கடுந்தேநீரை இன்னொரு முறை சுவைத்தார்.

சேவியர் சதுக்கத்திற்குச் சற்று முன்னால் இருந்த பெரிய உணவகத்துடன் அந்த உடன்படிக்கை (பேரம்) ஏற்பட்டது. அந்த உணவகத்திற்கு, கருத்தரங்கம் அல்லது பிறவற்றுக்காக அவ்வவ்போது அயல்நாட்டிநர் வருவார்கள். அவர்கள் சில நாள்கள் அந்த உணவகத்தில் தங்குவார்கள். அவர்களுக்கு முதன்மையாக அந்த உணவகம் தேவைப்பட்டது.

‘அந்தக் கடையை வாங்க வேண்டும். அஞ்சலகச் சேமிப்பில் இருந்து கொஞ்சம் பணத்தை எடுக்க வேண்டும். கடை அமைக்கப்பட உள்ள இடத்தின் உரிமையாளருக்கு உருவா இருபதாயிரத்தைக் கொடுக்கவேண்டும்’ என்றார் அப்பா.

‘அந்தக் கடையில் என்னென்ன பொருள்களை விற்பனை செய்வீர்கள் அப்பா? குளிர் நீர்மங்கள்?’ என்று கேட்டான் குணா.

‘அதுவொரு சின்னக் கடை. இப்போது குளிர் நீர்மங்கள் போன்ற விலை அதிகமுள்ள பொருள்களை நம்மால் வாங்கி விற்க முடியாது. முதலில், வெற்றிலைச் சுருள், வெண்சுருட்டு மற்றும் ரொட்டிகள் போன்றவற்றை விற்கலாம். நாம் விரும்பினால், முட்டைகளை விற்பனை செய்யலாம். அதன்பிறகு கொஞ்சங் கொஞ்சமாகக் கடையை விரிவுபடுத்தலாம். இந்தச் சின்னக் கடையை வைப்பதற்கே நம்மிடம் போதுமான பணம் இலலை’ என்று அவரை மறந்து பேசினார்.

‘ஆனால், அவர்கள் ‘மிதி’யை விரும்பியதற்கு நன்றி கூறுகிறேன். ஒரு பெரிய வணிகன் வருவான் என இதுநாள் வரைக்கும் நான் மிதியை விற்காமல் காத்திருந்தேன். நான் காத்திருந்தது வீணாகப் போகவில்லை. நேற்று மிதியைப் பார்த்துப் போக அவர்கள் வந்திருந்தனர்’ என்றார் அப்பா.

அதைக் கேட்ட அம்மா, ‘மிதி இறுதியாக இருக்கவேண்டும்’ என்று பெருமூச்செறிந்தாள்.

அப்பா விளக்க முயற்சித்தார்.

‘இதற்கு மாற்று வழி என்ன இருக்கிறது? மாந்தர்களுக்கே உணவளிக்க இயலாத நிலை உள்ளபோது விலங்குகளைப் பற்றி யார் கவலைப்படுவார்கள்? நீங்கள் காத்திருங்கள், கடை நன்றாக ஓடத் தொடங்கியதும், எல்லாம் நல்லபடியாக அமையும்’ என்று அப்பா சொன்னார்.

அப்பாவின் நனைந்த துணிகளை அலசியபடியே வெளியே பார்த்தாள் அம்மா.

மழை பெய்துகொண்டே இருந்தது. நாங்கள் அமைதியாக, இருட்டில் அமர்ந்திருந்தோம். நீண்ட நேரத்திற்குப் பின்னர், ஏதோ நினைவுக்கு வந்தவராக அப்பா... ‘பன்றிகளுக்குத் தீனி வைக்க பிற்பகல் யார் போனது? பன்றிக்குடிலின் வேலியைச் சரியாகப் பூட்டினீர்களா?’ என்று கேட்டு அம்மாவையும் என்னையும் பார்த்தார்.

ஒருநாள், அந்த இரண்டு ஆண் பன்றிகளும் வெளியே ஓடிவிட்டன. அதைத்தேடிக் கண்டுபிடிக்க நான் எப்படி வெறித்தனமாக அலைந்தேன் என்பதை நினைவில் கொள்க’

‘பிற்பகலில் பன்றிக்குடிலுக்குச் சென்றது யார்?’ என அப்பா கேட்டதையே மீண்டும் கேட்டார்.

அம்மா என்னைப் பார்த்தாள்.

‘பன்றிக்குடிலின் வேலியை இறுக மூடினாயா?’

‘ஆமாம்’ என்று சொல்லித் தலையசைத்தேன்.

‘உள்ளே மிதியும் அதன் இரண்டு குட்டிகளும் இருந்தனவா?’

‘ஆமாம்’ என்று நான் உடனே சரியான விடையைச் சொல்லவிருந்தேன்.

‘இருந்ததாகத்தான் நினைக்கிறேன்’ என்று நினைவுபடுத்திக் கொண்டு சொன்னேன்.

அம்மா என்னை முறைத்துப் பார்த்தாள்.

'இது என்ன பதில்?' என்று கடிந்துரைத்தாள் அம்மா.

'இந்தக் கணமே போய், சரிபார்த்து, பன்றிக்குடிலை இறுக மூடிவிட்டு வா' என்று ஆணையிட்டாள்.

'கொஞ்சம் இரு... மழை பெய்கிறது. அவள் இங்கேயே இருக்கட்டும். நான் போய் பார்த்துவிட்டு வருகிறேன்' என்று அப்பா சொன்னார்.

'நீங்கள் போக வேண்டாம், அவளே போகட்டும்' அம்மா அப்பாவைத் தடுத்துநிறுத்தினாள்.

'அவள் எதையுமே கற்றுக்கொள்ளவில்லை. மழையும் குறைந்துவிட்டது. மெதுவாகச் சாரல்தான் அடிக்கிறது' என்றாள் அம்மா.

'நீ போறியா? இல்லையா?' அம்மா என்னைப் பார்த்துக் கேட்டாள். 'போகிறேன்' என்று தலையாட்டினேன்.

'நாம் இருவரும் போகலாம்' என்று குணாவைப் பார்த்துக் கனிவாகச் சொன்னார் அப்பா.

'வேண்டாம், குணா மழையில் நனையக் கூடாது. அவன் இப்போதுதான் காய்ச்சலில் இருந்து குணமாகியிருக்கிறான். மீண்டும் நனைந்தால் மீண்டும் காய்ச்சலில் விழுந்துவிடுவான். நான் போய் பார்க்கிறேன்' என்றேன்.

'நான் போகிறேன்' என்ற நான் ஒரே தாவலில் வாசல் கதவை அடைந்தேன்.

'மழை நின்று விட்டது' என்றான் குணா.

'வெளியே இருட்டாக இருக்கிறது' என்றார் அப்பா.

'நீ கைப்பேசியை எடுத்துக்கொள். அதன் விளக்கைப் போட்டுப்பார். அதை எப்படிப் போடுவது என்று உனக்குத் தெரியும் இல்லையா?' என்று கேட்டார்.

அவரிடம் இருந்து கைப்பேசியை நான் எடுத்து அதிலிருந்த விளக்கைப் போட்டேன். வெளியே வந்தேன். வானம் கொஞ்சம் தெளிவாக இருந்தது. மழை நின்றிருந்தது. நான் பன்றிக்குடிலை நோக்கிச் சென்றேன்.

'ஏன் இவ்வளவு நேரம் எடுத்துக்கொண்டாய்?' என்று நான் பன்றிக்குடிலுக்குச் சென்று திரும்பிவந்தபோது, அம்மா மென்மையாகக் கேட்டார்.

'செருப்புப் போட்டுக்கொண்டு போனீர்களா? ஏதாவது சிக்கல் இருக்கும் என்று குணாவை உனக்குப் பின்னால் அனுப்பி வைத்தேன்' என்றாள் அம்மா.

குணா எனக்குப் பின்னால் நின்றிருந்தான். நான் திரும்பிக் குணாவைப் பார்த்தேன். அந்த ஒரு கணநேரத்தில் மின்னலடித்தாற்போல் எங்கள் கண்கள் சந்தித்துக் கொண்டன. அடுத்த நொடியே நான் பார்வையை மாற்றினேன்.

அடுத்தநாள் காலை வெப்பமாகவும் தெளிவாகவும் இருந்தது. திறந்திருந்த கதவு வழியாகக் கதிரவனின் ஒளி வீட்டுக்குள் வந்தது. நேற்றிரவு மழை பெய்யவில்லை. நாங்கள் நிம்மதியாக உறங்கினோம். நானும் குணாவும் இன்னும் துணிப் படுக்கையில் சோம்பல் முறித்துக்கொண்டு படுத்திருந்தோம். மாந்த உருவம் ஒன்று விளக்கொளியில் நிழலாக வாசலுக்கு வந்தது. விளக்கை மறைத்தவாறு அப்பா நின்றிருந்தார். ஒருவேளை அவர் எங்கோ வெளியில் சென்று திரும்பியிருக்கலாம்.

'பன்றிக்குடிலில் மிதியும் அதன் இரண்டு குட்டிகளும் இல்லை' என்ற அப்பாவின் குரல் ஒடுங்கி அடங்கிப் போயிருந்தது. அவர் வாசலிலேயே சாய்ந்து விட்டார்.

'பன்றிக்குடிலில் இல்லையா? அவை எங்கே போயின?' கண்கள் விரிய அம்மா கேட்டாள்.

'பன்றிக்குடிலின் கதவு மூடியிருக்கிறது' என்று குறிப்பிட்டவாறு அப்பா என்னைத் திரும்பிப் பார்த்தார்.

'அவை இருக்கின்றனவா அல்லது இல்லையா? எனப் பார்க்கப் பன்றிக்குடிலின் உள்ளே சென்றீர்கள் இல்லையா?' கேட்டார்.

இன்னமும் நான் துணிப்படுக்கையில் படுத்துக்கிடந்தேன். கேட்ட கேள்விக்கு விடையளிக்க எனக்குச் சொற்கள் ஏதும் வரவில்லை.

'நீ உள்ளே போகவில்லையா?' என்று அம்மா கேட்டாள். அவள் குரலில் நம்பிக்கையின்மை தோய்ந்திருந்தது.

'அவை உள்ளே இல்லை. நீ சரியாகப் பார்க்காமல் வேலியை அடைத்துவிட்டு வந்துவிட்டாய்...' கேட்டாள் அம்மா.

'உள்ளே கும்மிருட்டாக இருந்தது. எனக்கு அச்சம் ஏற்பட்டது' என்று முணுமுணுத்தபடி நான் நிறுத்தினேன்.

'அவை எங்கே போயின?'

'யாராவது திருடிக்கொண்டு போய்விட்டார்களா?' என்று அம்மா மெதுவாகக் கேட்டாள். அவள் கேட்டதுபோல் நடந்திருக்குமோ என்று அஞ்சினாள்.

'அவற்றைத் திருடிவிட்டார்களா?' அப்பா திடுக்கிட்டுக் கேட்டார்.

'நான் ஒருமுறை போய்ப் பார்க்கிறேன். மழையில் இருந்து தப்பிக்க அவை எங்காவது போயிருக்கலாம்' என்று சொன்ன அப்பா எழுந்தார்.

'வா என்னுடன்' என்ற அப்பா குணாவைப் பார்த்தார். குணா துள்ளியெழுந்து சட்டையைப் போட்டுக்கொண்டான். இருவரும் வீட்டைவிட்டு வெளியில் சென்றனர். அம்மாவும் அவர்களைத் தொடர்ந்து சென்றாள்.

'முதலில் நான் போய் பார்க்கிறேன்' என்றார் அப்பா. அவர் மெதுவாகப் பேச முயன்றார். நீர் பன்றிக்குடிலுக்குள் புகுந்திருந்தது. ஒருவேளை அவை, பாம்பு அல்லது வேறு எதையாவது பார்த்து அஞ்சி வெளியில் சென்றிருக்கலாம். அவர் அவருடைய மிதிவண்டியை வெளியில் எடுத்தார்.

'இந்தக் கருப்பி புலா எதற்கும் பயனற்றவள்' அம்மா என்மீது எகிறினாள்.

'உன்னிடம் ஒரு பொறுப்பு ஒப்படைக்கப்பட்டது. நீ எப்படி இந்த அளவுக்குப் பொறுப்பற்றவளாக இருக்கலாம்?' கேட்டாள்.

'இப்போது எல்லாமே போச்சு' என்று அம்மா மனம்உடைந்து சொன்னவள், தலையில் கை வைத்தவாறு தரையில் சரிந்தாள்.

அங்கே அவள் கணக்கே இல்லாமல் நீண்ட நேரம் அமர்ந்திருந்தாள். வழக்கமான வீட்டு வேலைகளைக் கூட அவளால் செய்ய இயலவில்லை. அவளுடைய விழிகள் இன்னமும் முன்வாயிற் கதவிலேயே நிலைகொண்டிருந்தன. நீண்டநேரத்துக்குப் பின் அப்பா திரும்பி வந்தார். அவர், கலைந்துபோன தலையுடன், வெளிறிப்போன, வருத்தம் தோய்ந்த முகத்துடன் காணப்பட்டார். அவர் வருத்தத்துடன் அம்மாவைப் பார்த்து, இல்லை யென்பதுபோல் தலையசைத்தார்.

'இல்லை, தேடவேண்டிய எல்லா இடங்களிலும் தேடிவிட்டேன், பக்கத்துக் குடியிருப்புக்கும் சென்று தேடிவிட்டேன். எங்கேயும் அவற்றைக் காணவில்லை' அப்பா அழாத குறையாகச் சொன்னார்.

'ஓ... கடவுளே' அம்மா கதறினாள்.

'இதெல்லாம் எங்களுக்கு நடக்கவேண்டுமா? அவற்றை நல்ல விலைக்கு விற்கப்போவதைத் தெரிந்துகொண்டு யாரேனும் அவற்றைத் திருடியிருப்பார்களோ? அடுத்த சந்தில் உள்ள மரானாவின் வீட்டுக்குப் போனீர்களா? அவர்களும் ஒரு பன்றிக்குடில் வைத்திருக்கிறார்கள்... ஒருவேளை அவை அங்கே போயிருக்கலாம்' என்று சொன்னாள். அவளுடைய குரலில் நம்பிக்கையும் துன்பமும் கலந்திருந்தன.

பெருமூச்சு விட்ட அப்பா, கட்டில்மேல் அமர்ந்தார். 'ஒரு குவளை தண்ணீர் கொண்டு வா' என்று கேட்டார். அவருடைய குரல் மிகவும் மெலிந்திருந்தது.

அம்மா உடனே ஒரு குவளையில் தண்ணீரை ஊற்றி எடுத்துக்கொண்டு வந்து அப்பாவிடம் கொடுத்தாள். அவர் ஏதோ பேச முயன்றார். ஆனால், சொற்கள் வெளிவரவில்லை. வெறுமையான நம்பிக்கையின்மையின் பிடியில் சிக்கியிருந்த அவர் அப்படியே அமர்ந்திருந்தார். அவரைப் பார்க்கப்பார்க்க எனக்கு அழுகையாக வந்தது. அச்சமூட்டும் அந்த ஒரு நொடிப்பொழுதில், தரையில் தலையை முட்டிக்கொண்டு அம்மா அழக்கூடும் என்று நான் நினைத்தேன்.

'நான் போய்ப் பன்றிக்குடிலை ஒருமுறை பார்த்துவிட்டு வருகிறேன்' என்று அம்மா முன்கதவைக் குனிந்து தாண்டி வெளியில் சென்றாள். என்னால் அப்பாவைப் பார்க்க முடியவில்லை.

வெளியில் சென்ற அம்மா ஒரு நிமிடத்தில் திரும்பினாள். 'மிதி அங்கதான் இருக்கிறது. பன்றிக்குடிலின் வேலிக்கு வெளியே நிற்கிறது. என்னால் மிதியின் குட்டிகளைக் காண முடியவில்லை. ஆனால், குட்டிகளும் அந்த இடத்தைச் சுற்றி எங்கேயோதான் இருக்கும். அது குடிலில்தான் இருக்கிறது. ஆனால், நீங்கள் ஊரெங்கும் தேடி அலைந்திருக்கிறீர்கள்'. அம்மாவின் முகத்திலும் கண்களிலும், நிம்மதியும் மகிழ்ச்சியும் மின்னும் அலைகளாகத் தவழ்ந்தன.

'மிதி இங்கேயேதான் இருக்கிறது, வேலிக்குமுன் நிற்கிறது' என்று நம்ப முடியாமல் குதூகலத்தில் கூச்சலிட்டார். 'ஆனால், நாம் முழுக்கத் தேடினோம், இல்லையா குணா?' என்று கேட்டுக்கொண்டே எழுந்து பன்றிக்குடிலை நோக்கிச் சென்றார்.

சிறிது நேரத்தில் அவர் திரும்பினார். 'நான் பன்றிக் குடிலில் உள்ள கம்பத்தில் கட்டிவிட்டு, வேலியை இறுக மூடினேன்' என்றார். அம்மா-அப்பா முகத்தில் இருந்த துன்ப இருள் விலகி மகிழ்ச்சி தவழ்ந்தது.

'காலையிருந்து ஒரு குவளைத் தேநீர் கூட அருந்தவில்லை. தேநீர் போட்டு எடுத்து வா. நான் கடைக்குப் போய் ரொட்டி வாங்கி வருகிறேன்' என்றார்.

'ஆனால், அதன் இரண்டு குட்டிகள் எங்கே? ரூபாய் இருபதாயிரம் பேசி முடித்தது மூன்றுக்கும் சேர்த்துத்தான். அப்படித்தான் இல்லையா?' என்று அம்மா சிறிய ஐயத்துடன் கேட்டாள்.

'இல்லை. மிதிக்கு மட்டும் தான் இருபதாயிரம். குட்டிகளுக்குத் தனியே பேரம் பேசியிருப்பேன். அந்தக் குட்டிகள் இங்கே எங்கோதான் இருக்கும் என்று நினைக்கிறேன். அந்தக் குட்டிகளும் அம்மா வந்ததுபோல் விரைவில் வந்துவிடும்' என்றார்.

அப்பா கடையிலிருந்து ரொட்டி வாங்கிவந்தார். எங்களிடம் காலை உணவுக்கு ரொட்டி கூட இல்லை. நான் கடைக்கண்ணால் குணாவைப் பார்த்தேன். அவன் ஆசையுடன் அவனுடைய தட்டை நக்கிச் சுவைத்துக்கொண்டிருந்தான்.

'எனக்கு நிறைய வேலைகள் இருக்கின்றன. முதலில் நான் அடுப்பைப் பற்ற வைக்கிறேன்' என்று சொன்னவாறு அம்மா எழுந்து சென்றாள்.

அப்பா பன்றிக்குடிலை நோக்கிச் சென்றார். நான் எந்த வேலையையும் செய்யும் விருப்பத்தை இழந்ததைப்போல் இருந்தேன். அம்மாவும் எனக்கு எந்த வேலையும் கொடுக்கவில்லை. அது ஏன் என்று எனக்குத் தெரியவில்லை.

நீண்ட நேரத்துக்குப் பின் அப்பா திரும்பி வந்தார். அவருடைய கைகளில் வெள்ளைப்பை இருந்தது. அதில், இளஞ்சிவப்பும், சிவப்பும் கலந்த நிறத்தில் இறைச்சி இருந்தது. அது மிதியுடையது.

அவர்கள் மகிழ்ந்தார்கள். அப்பா புன்னகையுடன் அம்மாவிடம் அந்தப் பையைக் கொடுத்தார்.

அதனுடைய காதுகளையும் மூக்கையும் வைத்துச் சிறப்பான வறுத்த உணவைச் சமைத்தாள் அம்மா. ஐரோப்பியர்கள் (வெள்ளையர்கள்) பன்றிக்கொழுப்பையும், அதன் தாடைத் தசைக் கறியையும் விரும்பி உண்பார்கள்.

'பணம் கொடுத்துவிட்டார்களா?' கையில் தூக்குப் பையை வைத்துக்கொண்டு அம்மா கேட்டாள்.

'ஆமாம், கொடுத்துவிட்டார்கள். அதில் அவர்கள் மிகவும் நேர்மையானவர்கள். நான் உண்டுமுடித்தபின் உடனே கடைக்கு முன்பணம் கொடுக்கச் செல்ல வேண்டும்' என்ற அவர் குளிப்பதற்காகச் சென்றார்.

'கடைசியில் ஒருவழியாக நல்ல விடுதலை கிடைச்சாச்சு' என்று கூறி அம்மா பெருமூச்செறிந்தாள். அவள், பன்றிக் குழம்புக்கான காரச்சாந்து அரைக்க அம்மியின்முன் அமர்ந்தாள்.

ஒரு பெரிய கட்டி தொண்டையை அடைத்து என்னை மூச்சுவிட முடியாமல் செய்தது.

பகல் உணவுக்கு ஏற்கெனவே நேரமாகி விட்டது. குணா பசியால், சமையல் செய்யுமிடத்துக்கு விரைந்தான்.

'கறி உணவு சமைக்க எவ்வளவு நேரம் எடுத்துக் கொள்வீர்கள்?' என்று அம்மாவைக் கேட்டான்.

'நீ ஏன் இங்கேயே சுற்றிச்சுற்றி வருகிறாய்? வெளியில்போய் விளையாடு. சமையல் தயாரானவுடன் உன்னை அழைக்கிறேன்' என்றாள் அம்மா.

அம்மா சோற்றையும், குழம்பையும் அறைக்கு எடுத்து வந்தாள். அப்பாவும், குணாவும் உண்பதற்காகத் தட்டின்முன் அமர்ந்தார்கள். அம்மா என்னை நிமிர்ந்து பார்த்தாள்.

'உனக்கு உண்ணவேண்டும் என்று எண்ணமில்லையா? வா, வந்து உட்கார்ந்து உண்' என்று என்னை அழைத்தாள் அம்மா.

நான் நின்றுகொண்டே இருந்தேன். நான் உணவைப் பார்க்க வேண்டும் என விரும்பவில்லை. ஆனால், என்னுடைய கடைக்கண்கள் அடிக்கடி தட்டில் இருந்த கறியையே நோட்டம் விட்டுக்கொண்டிருந்தன. குழம்பு பார்ப்பதற்குச் சிவப்பாக இருந்தது.

'அக்கா (அபா), நீ ஏன் உட்காரவில்லை' அழைத்தான் குணா.

'நான் இப்போது உண்ணப் போகிறேன்' என்ற சொன்ன அப்பா என்னைப் பார்த்தார். அவர் தட்டில் ஏற்கெனவே சோறும் பன்றிக்கறிக் குழம்பும் பரிமாறப்பட்டிருந்தன.

'வா, எங்களுடன் அமர்ந்து உண். அல்லது அம்மாவுடன் சேர்ந்து உண்ண விரும்புகிறாயா?' என்று கேட்டார் அப்பா.

எவ்வளவோ முயன்றும் என்னுடைய கண்களில் இருந்து கண்ணீர் வழிவதை என்னால் தடுக்க முடியவில்லை.

'மிதி அதுவாகத் தப்பித்துச் செல்லவில்லை' என்று குணா திடீரெனச் சொன்னான்.

'அப்புறம்...' அம்மா அவனிடம் கேட்டாள். பானையில் இருந்து சோற்றைக் கரண்டியால் எடுத்துவரச் சென்றாள். அவள் கரண்டியுடன் சோற்றுப்பானையைத் துழாவியபடி இருந்தாள். அப்பா ஓர் உருண்டைச் சோற்றை எடுத்து உண்ண இருந்தார். ஆனால், பாதியிலேயே கை நின்றுபோனது. குணா என்னைப் பார்த்தான். எங்கள் கண்கள் சந்தித்தபோது மீண்டும் ஒருமுறை,

விரைவான மின்னல் ஒளி பளிச்சிட்டது. குணா அம்மாவைப் பார்க்கத் திரும்பினான்.

'நேற்று இரவு, அக்கா மிதியையும், அதன் இரண்டு குட்டிகளையும் வேலிக்கு வெளியே தள்ளினாள். அவள் அதனுடைய பட்டையைக் (ரிப்பனை) கூர்மையான தகரம் அல்லது அதைப்போன்ற வேறு ஏதாவதொன்றால் வெட்டினாள். மிதி வெளியே போக விரும்பவில்லை. ஆனால், அக்கா அதை ஓட்டிச் சென்றாள். அவள் வேலிக்கு வெளியே அதைப் போகச் செய்தாள்' என்று மூச்சுவிடாமல் சொன்னான்.

அந்த ஒருகணம், அப்பாவும் அம்மாவும் என்னை உற்றுப் பார்த்தனர். என் கண்களில் இருந்து கண்ணீர் கொட்டியது. ஆனால், அப்பாவின் முகம் கடுமையாவதை என்னால் பார்க்க முடிந்தது. அவர் என்னைக் கொன்றுவிடுவார் என்று நினைத்தேன். என்னால் அம்மாவைப் பார்க்கக் கூட முடியவில்லை. ஆனால், அப்பாவின் முகத்தில் இருந்த கடுமை கொஞ்சங்கொஞ்சமாகக் குறைந்து கனிவாகிக்கொண்டிருந்தது. அவர் என்மேல் அன்பு செலுத்திப் பற்றுடன் பார்த்த அவரின் பார்வை, அவரை மிகுந்த அன்புடையவராகக் காட்டியது.

'அவளுக்குச் சோற்றுடன் கொஞ்சம் ஊறுகாயும் வெங்காயமும் கொடு. அவளுக்குப் பன்றிக்கறி வேண்டாம்' என்றார்.

அடைபட்டிருந்த துன்பம் வெடித்துக் கிளம்பியதால், நான் கண்ணீர் விட்டு அழுதேன்.

'அவள் பெண்ணாக இருப்பதால் இப்படி அழுகிறாள்' என்று எதையும் விளங்கிக்கொள்ள இயலாமல் வருத்தத்துடன் இருந்த குணாவுக்கு விளக்கிச் சொன்னார் அப்பா.

இப்போது, அவள் வேகமாகத் தேம்பித் தேம்பி அழுதாள்.

'சரி... நான் ஒரு பெண், வெறும் பரிதாபத்துக்குரியவள், வலிமையற்றவள், வேறு எதுவும் இல்லை... அதுதான் எல்லா வேறுபாடுகளையும் உருவாக்கியுள்ளது' என்ற ஓர் உரத்த குரல் என்னுள் ஒலித்தது.

ஆனால், அவர்கள் அனைவராலும் என்னுடைய அழுகை ஒலியை மட்டுமே கேட்க முடிந்தது.

4. வடுக்கள்

தற்காலிகமாக அமைக்கப்பட்ட திருமணத் தீக்குண்டத்தில் அய்யர் நெய்யை ஊற்றும்போது வெளிக்கிளம்பும் தீப்பிழம்புகள்போல் அச்சத்தின் தீப்பிழம்புகள் வெளிக்கிளம்பின.

என்னுடைய திருமண நாளின் இரவு அது. மணப்பெண் லதா, மணமேடையில் அமைக்கப்பட்டிருந்த தீக் குண்டத்தில் எனக்கு அருகில் அமர்ந்தாள். அய்யர், மந்திரங்களை உச்சரித்துக் கொண்டே இடையில், என்னுடைய வலது உள்ளங்கையை மேற்புறமாகத் திருப்பி, லதாவின் வலது கையை வைத்துத் தர்ப்பைப் புல்லால் இணைத்தார்.

நான், என் விழிகளை உயர்த்தி அவனைப் பார்த்தேன்.

அவன் வலப்புறத்தில் எனக்கு முன் நின்று கொண்டிருந்தான். அவனுடைய கண்கள் திருமணத் தீக்குண்டத்தில் நிலைகுத்தியிருந்தன.

என்னுடைய நரம்பு மண்டலத்தில் மின்அதிர்வு பாய்ந்து ஒருகண நேரத்தில் என்னுடைய மூளை செயலிழந்தது. நான் கண்களை இறுக்கமாக மூடிக்கொண்டேன். ஆனால், பார்க்க வேண்டும் என்ற எண்ணம் காந்தம்போல் இழுத்தது. அவனை மீண்டும் பார்க்கவேண்டும் என்ற உந்துதலை என்னால் தடுக்க இயலவில்லை. பார்த்தேன்...

அவன் அதேநிலையில் அப்படியே நின்றுகொண்டிருந்தான். அவன் கண்கள் என்மீது நிலைகுத்தியிருந்தன. ஓர் இளவரசனைப்போல் கவர்ச்சியான உடையில் மிகவும் அழகாக இருந்தான். இருபது ஆண்டுகளுக்கு முன், அர்ச்சுணன் வேடத்தில் கவர்ச்சியான உடையுடன் நடித்தபோது எப்படி இருந்தானோ அதேபோல் இருந்தான்.

நான் மயக்கத்தில் இருந்தேனா?

என் கையில் கட்டியிருந்த மணிப்பொறியை ஒருபார்வை பார்த்தேன். அது அதிகாலை மூன்று மணியை நெருங்கிக் கொண்டிருந்தது. விருந்தினர்கள், அழைக்கப்பட்ட நண்பர்கள், உறவினர்கள் என அனைவரும் சென்றுவிட்டார்கள். இரண்டு குடும்பங்களைச் சார்ந்த பெரியவர்கள் மற்றும் நெருங்கிய உறவினர்கள் மட்டும் இருந்தார்கள்.

எனக்கு நிமிர்ந்து பார்க்கும் துணிவில்லை. ஆனால், அதைப் புறந்தள்ள முடியாத அளவுக்கு உந்துதல் மிகவும் அதிகமாக இருந்தது. என்னுடைய கண்கள் மீண்டும் ஒருமுறை அவன் மீது விழுந்தன. மேலும், நான் மாயை மற்றும் இயல்புநிலை இரண்டுக்கும் இடையில் சிக்கிக்கொண்டேன். அவன் ஏன், என்னுடைய திருமண விழாவின்போது என் முன்னால் வந்து தோன்றவேண்டும்? அவன் கடந்த இருபது ஆண்டுகளில் ஒருமுறை கூட என்முன் தோன்றவில்லையே? பின், இன்றிரவு மட்டும் ஏன்?

நான் மீண்டும் பார்த்தேன். அவன் என் பார்வையில் எங்கும் படவில்லை. நான் நீண்ட பெருமூச்சு விட்டேன்.

காலையில் சாப்பிடாதது, தூக்கமின்மை இரண்டும் சேர்ந்து என்னை அசதியில் தள்ளத் தொடங்கின. நான் களைத்துப் போனதை உணர்ந்தேன். நான் பார்த்தது என்னை ஏதோ செய்கிறதோ?

கண்டிப்பாக அது மனஅழுத்தமாகத்தான் இருக்கும் என்ற முடிவுக்கு வந்தேன்.

இறுதிக்கட்டத் திருமணச் சடங்குகள் முடிவதற்குமுன் சற்று இளைப்பாற நேரம் கிடைத்தது. லதாவும் நானும் எழுந்து நின்றோம். அப்பாவும் அவனைப் பார்த்திருப்பாரோ என்ற எண்ணத்தில் அவர் அறியாவண்ணம் அவரை நோட்டமிட்டேன். அவர் குழப்பத்தில் இருக்கின்ற மாதிரியான எந்தவித அறிகுறியும் அவர் முகத்தில் தென்படவில்லை. அவர் என் மாமாக்களுடன் மகிழ்ச்சியுடன் பேசிக் கொண்டிருப்பதுபோல் தோன்றியது. நான் மணமகன் அறையில் ஓய்வெடுக்க விரும்பினேன். அங்கே லதாவின் உறவினர்களின் கேலி-கிண்டலால் ஓய்வெடுக்க இயலவில்லை.

'நம் மாப்பிள்ளை ஏன் 'மந்திரிச்சி விட்டமாதிரி' இருக்கிறார்- ஒருவேளை புனித நெருப்புப் பிழம்புகளின் சூடு அவரை வெளியேற்ற முயற்சி செய்திருக்கலாம் என்று நான் நினைக்கிறேன்' என்று ஒருவர் கிண்டலாகப் பேசினார்.

'அவர் ஏன் அப்படி மந்திரிச்சி விட்டமாதிரி இருக்க வேண்டும்?' உள்ளிருந்து மற்றொரு குரல் கேட்டது. 'புதிதாகப் பூத்த மலரைப்போல் இருக்கும் லதாவைத் திருமணம் செய்துகொண்டார் அல்லவா அதனால் இருக்கும்'. அதைக்கேட்டு அங்கிருந்த எல்லோரும் ஒன்றாகச் சேர்ந்துகொண்டு குறும்புத்தனமாகச் சிரித்துப் பேசிக் கிண்டலடித்தனர்.

நான் தனியாக இருக்கவேண்டும் என்று விரும்பினேன். என்னைச் சுற்றியிருக்கும் அனைவரும் கொஞ்ச நேரமாவது அமைதியாக இருக்கவேண்டும் என்று விரும்பினேன். ஆனால், அதுபோல் எதுவும் நடக்கவில்லை. எஞ்சியிருக்கும் சடங்குகளை முடிப்பதற்காகத் திருமண மேடைக்கு நான் அழைக்கப்படும்வரை அவர்களின் கிண்டல் குறையவில்லை. மீண்டும் ஒருமுறை, அப்பாவை நோட்டமிட்டேன். ஆனால், அவர் முகத்தில் வருத்தத்திற்கான எந்த அறிகுறியும் தென்படவில்லை.

திருமணச் சடங்குகள் அனைத்தும் முடிந்தன. நாங்கள் மூன்று அறைகள் கொண்ட என் வீடு இருக்கும் அரசுக் குடியிருப்புக்குச் சென்றோம். திருமணத்துக்குப் பின் சில குறிப்பிட்ட சடங்குகள் மணமகன் வீட்டில் செய்யப்படவேண்டும். திருமண விழாவின் நான்காம் நாள் சடங்கு நகரத்தில் உள்ள என் வீட்டில் செய்யப்படவேண்டும் என்பது லதாவின் அப்பாவின் விருப்பம். மூன்று அறைகள் கொண்ட என் வீட்டில், உறவினர்கள் மற்றும் விருந்தினர்களை வைத்துக் கவனிக்கப் போதுமான இடமில்லை என்றபோதிலும், என் அப்பா லதாவின் அப்பாவின் விருப்பத்துக்கு மதிப்பளிக்க வேண்டும் என்பதற்காக ஒப்புக் கொண்டார். 'சப்தமங்களா' எனப்படும் திருமணம் முடிந்த ஏழாம்நாள் விழாச் சடங்குகள் முடிந்தபின்பு, நானும் லதாவும் எங்கள் குடும்ப உறுப்பினர்களுடன் எங்கள் சிற்றூருக்குச் செல்லவேண்டும் என முடிவுசெய்தோம்.

மரச்சாமான்கள் மற்றும் மணமகள் வீட்டில் இருந்து வந்திருந்த அன்பளிப்புப் பொருள்களை அடுக்கி வைப்பதில் என் அம்மா தீவிரமாக இருந்தார். லதாவின் வீட்டில் இருந்து வந்திருந்த இனிப்புப் பண்டங்கள் மற்றும் பிற உணவுப் பொருள்களை எப்படி உறவினர்கள் மற்றும் அக்கம்பக்கத்தில் உள்ளவர்களுக்குப் பகிர்ந்தளிக்கவேண்டும் என்று பிற பெண்களுக்கு என் அம்மா அறிவுறுத்திக் கொண்டிருந்தார். அவள் முகம் எந்தவித உணர்வுவயப்பட்ட நிலைக்கான அறிகுறியும் இன்றிச் சலனமற்றுக் இருந்தது. அவளும், அப்பாவைப் போன்றே பல்வேறு பொறுப்புகளைச் செயல்படுத்துவதில் முழுமையாக ஈடுபட்டிருந்தாள். அம்மா நல்ல உழைப்பாளி; யாருக்கும் ஈடுசொல்ல முடியாத சுறுசுறுப்பானவள். எப்போதாவது கூட, அம்மா ஓய்வாக இருந்ததையோ அல்லது சும்மா இருந்தாள் என்பதையோ என்னால் நினைத்துக்கூடப் பார்க்க முடியவில்லை. அவள் ஒரு பெரிய கூட்டுக்

குடும்பத்தின் மருமகள். மேலும், அவள் இதுபோன்ற பெரிய விழாக்களை ஏற்பாடு செய்வதில் தனித்திறன் பெற்றிருந்தாள். அம்மாவுடைய சேவை உறவினர்கள் மற்றும் அக்கம்பக்கத்து வீட்டாருக்குத் தேவையாக இருந்தது. இப்போதும்கூட, தன்னிடம் ஒப்படைக்கப்பட்ட பொறுப்புகளை நிறைவேற்ற உரியவர்களுக்கு ஆலோசனைகள், கட்டளைகள் வழங்கியும் வேண்டுகோள் விடுத்தும் அவர்களை மும்முரமாக வேலை வாங்கிக்கொண்டிருந்தாள். அப்பாவைப் போன்றே அவளும், அந்த விழாவின்மீது கண்ணுங்கருத்துமாக இருப்பதாகத் தோன்றியது. ஆக, அவளும் அவனைப் பார்க்கவில்லை. எனவே, அது கண்டிப்பாக என்னுடைய கற்பனையாகத்தான் இருக்கவேண்டும் என்று எண்ணினேன். அவன் கண்டிப்பாக லதாவின் உறவினர்களில் ஒருவரின் மகனாக இருக்கவேண்டும். ஆனால், ஏன் இப்படி ஒரே மாதிரியான தோற்ற ஒற்றுமை இருக்க வேண்டும்? அல்லது எனக்கு மட்டும் அப்படித் தோன்றுகிறதா? அவனுடைய அகவையுடைய யாரோ ஒருவனுடன் அவனைத் தொடர்புபடுத்தி நான் ஏன் குழப்பிக்கொள்ளவேண்டும்? அதுவும் இதுபோன்ற நீண்ட காலத்துக்குப்பின்? இது நகைப்புக்குரியதாக இல்லையா? இத்தனை ஆண்டுகளாக அவனை நான் மறந்தாலும், என் ஆழ்மனத்தில் அவனுடைய நினைவுகள் உறுத்திக்கொண்டே இருந்ததாலா? என்னுடைய பகுத்தறிவைக்கொண்டு, என்னை நானே கேட்டுக்கொண்டேன். ஆனால், என் மனம் நிறைவடையும் வகையில் எனக்குச் சரியான விடை கிடைக்கவில்லை.

பிறகு, நான் ஏன் இப்படி? ஏனெனில், அதைத் தாண்டிச் சிந்திக்கும் துணிச்சலைக் கொண்டுவர என்னால் முடியவில்லை.

இரவில் நானும் லதாவும் எதையெதையோ பேசிக் கொண்டிருந்தோம். பெரும்பாலும், அதுவோர் இயல்பான உரையாடலாகத்தான் இருந்தது. நான் கேள்விப்பட்டவரை, முதல் இரவு என்பது இளஞ்சோடிகளுக்குப் பல்வேறு வண்ணக் கனவு மற்றும் காதல் உலகத்தின் தொடக்கமாகத்தான் இருந்திருக்கிறது. லதா இதுபோன்ற கனவுகளை வளர்த்து வைத்திருக்க வேண்டும். ஒருவேளை என்னுடைய பதில், அவளுடைய எதிர்பார்ப்புகளுக்கு ஈடாக இல்லாமல் இருந்திருக்கலாம்.

நீங்கள் ஏன் ஒரு மாதிரியாக இருக்கிறீர்கள்? அவள் கேட்டாள். ‘திருமண நாள் என்பதால் ஒருவித அழுத்தத்தில் நீங்கள்

இருப்பதாகத் தோன்றுகிறது. நீங்கள் நல்லா இருக்கிறீர்களா?' மனைவிக்கே உரிய அக்கறையுடன் கேட்டாள்.

எளிமையாகவும் இயல்பாகவும் இருந்த அவளின் பேச்சு எனக்குப் பிடித்திருந்தது. திருமணம் ஆன இரவில் இருந்தே என்னைத் துன்புறுத்திக் கொண்டிருந்த கேள்வியை அதற்குமேலும் என்னால் அடக்க இயலவில்லை.

'உங்கள் குடும்பத்தில் பதினைந்து அல்லது பதினாறு அகவையுடைய பையன் யாராவது இருக்கிறானா?' என்று என்னுள்ளிருந்து திடீரென வெளிவந்ததைக் கேட்டேன்.

லதா என்னை வியப்புடன் பார்த்தாள். அந்த இரவில் அந்த இடத்தில் தேவைப்படாத இதுபோன்ற கேள்வியை அவள் கொஞ்சமும் எதிர்பார்க்கவில்லை. புதிதாகத் திருமணம் ஆன மற்றப் பெண்களைப் போலவே அவளும், அன்றைய நிகழ்வுகளை என்றென்றும் மனத்தில் வைத்து நினைத்துநினைத்து மகிழ வேண்டும் என எதிர்பார்த்திருப்பாள். என்னுடைய துன்பத்தை அவள் புரிந்து கொள்ளவில்லை.

'ஆமாம், இருக்கிறான்' அவள் சுரத்தில்லாமல் விடையளித்தாள். 'சில உறவினர்கள் இருக்கலாம். ஆனால் ஏன்? நீங்கள் ஏன் அதைத் தெரிந்து கொள்ள வேண்டும்?'

அவள் கேட்டதைப் பொருட்படுத்தாமல், அவர்களுடைய பெயர்கள் மற்றும் முகவரிகள் எனக்குக் கிடைக்குமா?' என்று ஆவலுடன் கேட்டேன்.

சிறிதுநேரம் அமைதியாகச் சிந்தித்துவிட்டு, அவள் என் கண்களை நேருக்குநேர் பார்த்தாள்.

'கண்டிப்பாக, கிடைக்கும். அவர்களுடைய முகவரியை வீட்டுக்குப் போனதும் வாங்கித் தருகிறேன். இவ்வளவு அவசரமாக அதைத் தெரிந்துகொள்ள வேண்டிய தேவை என்ன?' என்று கேட்ட அவள் பார்வையில் வியப்பும் குற்றச்சாட்டும் கலந்திருந்தன.

முதல்இரவில் கணவன்-மனைவி இருவரும் தனித்திருக்கும் நிலையில், ஒரு கணவன் மனைவியிடம் இதுபோன்ற பொருளற்ற கேள்வியைக் கேட்கலாமா? என்பது அந்தப் பார்வையில் தெரிந்தது.

என் கண்கள் கீழ்நோக்கிப் பார்த்த நிலையில் நான் சற்றுநேரம் அமைதியாக இருந்தேன்.

'ஏனென்றால், உங்கள் வீட்டில் ஒரு பையனைப் பார்த்தேன். அவன் அப்படியே இருபது ஆண்டுகளுக்கு முன் இறந்துபோன என்னுடைய பெரிய அண்ணன் (Bhai) போல இருந்தான். என்னை நம்பு' என்று அக்கறையுடனும் உறுதியாகவும் சொன்னேன்.

அவள் என்னை நம்பாமல் முறைத்துப் பார்த்துக் கொண்டிருந்தாள். அவளுடைய அழகான புருவங்கள் கொஞ்சம் வளைந்தன. அடுத்த நொடியே, அவளுடைய நெற்றியில் தெரிந்த ஐயக் கோடுகள் மறைந்தன. அவள் முகம் கனிவாகி அவளுடைய விழியோரங்களில் என்ன ஏதென்று தெரிந்துகொள்ளும் ஆர்வத்தின் ஒளி தெரிந்தது.

'அது எப்படிச் சாத்தியமாகும்? இது கண்டிப்பாக உங்களுடைய கற்பனை. இதுபோன்ற விழாக்களில், யார் யாரெல்லாம் நம்முடைய நெஞ்சத்துக்கு நெருக்கமாக இருந்தார்களோ அவர்களை நினைத்துக்கொள்வோம்' என்று ஒரு சிறுபிள்ளைக்கு விளக்குவதுபோல் விளக்கினாள். 'துன்ப நிகழ்வுகள்' பற்றி எனக்குத் தெரியும். ஆனால்...' என்றவள் திடீரென்று பேச்சை நிறுத்தினாள். ஒருவேளை, இதுபோன்ற புதிரான சூழலில், வேறு என்ன பேசுவது என்று அவளுக்கு உறுதியாகத் தெரியாதிருந்திருக்கலாம்.

'அண்ணன் என்னைவிட ஆறு அகவை மூத்தவன். அவன் இறக்கும்போது அவனுக்குப் பதினாறு அகவை, எனக்கு ஒன்பது. இருபது ஆண்டுகளுக்குமுன் இது நடந்தது. அதற்குமேல் என்னால் செல்ல முடியவில்லை. லதா என் அருகில் நெருங்கி வந்தாள். அவளுடைய கைகளில் என்னுடைய உள்ளங்கையை மெதுவாகப் பிணைத்துக்கொண்டாள்.

'அவன் இப்போது உயிருடன் இருந்தால் அவனுக்கு அகவை முப்பத்து ஐந்து, நான் சொல்வது சரி தானே?' என்று மென்மையாகக் கேட்டாள் லதா.

புயலடிக்கும்போது பொங்கிவரும் கடல் அலைபோல, எனக்குள் எழுந்த அழுகையை அடக்கக்கொள்ள நான் எடுத்த அனைத்து முயற்சிகளும் தோற்றுப்போயின. என்னையும் மறந்து

நான் கண்ணீர் விட்டு அழுதேன். லதா அவளுடைய உள்ளங்கைகளுக்கிடையில் என்னுடைய தலையை வைத்துக்கொண்டு மெதுவாக அவளருகில் எடுத்துச் சென்றாள். நான் அவள் மார்புக்கிடையில் முகம்புதைத்துச் சிறு குழந்தையைப்போல் அழுதேன்.

'அழுகையை நிறுத்துங்கள்', என்றவாறு என் தலையை விரல்களால் கோதியபடி அவள் மெதுவாக என்னை அமைதிப்படுத்தினாள். 'ஒரு மனிதனுடைய வாழும் காலத்தை விதிதான் முடிவுசெய்கிறது என்று உங்களுக்குத் தெரியாதா? இதெல்லாம் முன்பே தீர்மானிக்கப்பட்டவை. அவன் எவ்வளவு காலம் வாழவேண்டும் என்று தீர்மானிக்கப்பட்டதோ அவ்வளவு காலம் அவன் வாழ்ந்துவிட்டான்.

என்னுடைய வீட்டில் ஏழாம் நாள் திருமணச் சடங்குகள் நடந்தேறின. அடுத்தநாள் நாங்கள் எங்கள் ஊருக்குச் சென்றோம். அதற்கு அடுத்தநாள், எங்கள் ஊரில் உள்ள அனைவர்க்கும் விருந்து வைக்க என்னுடைய அப்பா விரும்பினார். அன்று மாலையில், ஊரின் எல்லையில் உள்ள மாந்தோப்புக்கு நான் லதாவை அழைத்துச் சென்றேன். இருபது ஆண்டுகளுக்குமுன், என் அண்ணன் உயிரற்ற உடலாய்க் கிடந்த இடத்தை அவளுக்குக் காட்டினேன். எந்த மாமரத்தில் இருந்து அவன் தவறி விழுந்தானோ அந்த மாமரம் இப்போது அங்கு இல்லை. அந்தக் கொடுமை நிகழ்ந்த சிலநாள்களில் என் அப்பா அந்த மரத்தை வெட்டிச் சாய்த்துவிட்டார்.

பின்னர், சில நாள்கள் கழித்து லதாவின் அம்மா வீட்டுக்குச் சென்றோம். மாமியார் வீட்டில் நடந்தவற்றையெல்லாம் ஆவலுடன் கேட்கத் தன்னைச் சூழ்ந்திருந்த உறவினர்கள் மற்றும் நண்பர்களுக்கு நடுவில் அமர்ந்து லதா அவர்களுடன் பேசி அவர்களை மகிழ்ச்சிப்படுத்துவதில் மும்முரமாக இருந்தாள்.

'முதல் இரவில் என்னுடைய அனுபவங்கள்' என்று லதா சொல்லிக் கொண்டிருந்ததை, அவள் அறைக்குள் நான் நுழையும்போது கேட்டேன். அவள் குரலில் மெல்லிய சலிப்புத்தன்மை ஒட்டிக்கொண்டிருந்தது. 'முதல் இரவில், கணவன்மார்கள், மனைவிகளிடம் அன்பொழுகக் கொஞ்சிக் காதல் பேசுவார்கள் என்று கேள்விப்பட்டிருக்கிறேன். ஆனால், உங்கள் மாப்பிள்ளை...' என்று பேசிக்கொண்டிருந்தவள் என்னைப் பார்த்ததும் உடனே நிறுத்திக்கொண்டாள்.

(2)

அது புதிராகத் தோன்றினாலும், நிருவுக்கு அவன் அகவையுடைய நண்பர்கள் மிகச் சிலரே இருந்தனர். அவர்களையும் அவன் பெரிதாகக் கருதுவதில்லை. அவனுடைய ஈடுபாடு பெரும்பாலும் அவனுடைய அண்ணனுடைய நண்பர்களான பெரியவர்களிடமே இருந்தது. அண்ணனுடைய நண்பர்கள், இவனைப் போன்ற இளையவர்களைக் குறிப்பாக, பெண்களைப் பற்றிப் பேசும்போது அவர்களுடன் சேர்த்துக்கொள்ள விரும்புவதில்லை என்பது நிருவுக்குத் தெரியும். ஆனால், அவன் அண்ணனையே தொடர்ந்து சென்றான். ஒன்றும் அறியாதவன்போல் அவனுடனேயே நெருக்கமாக இருந்தான். நிருவின் அண்ணனுக்கு அச்சப்பட்ட அவனுடைய நண்பர்கள் நிருவை நேரடியாக 'எங்களுடன் வராதே' என்று சொல்லாமல், மாற்றாக, ஓடியாடிச் செய்யும் வேலைகளுக்கு நிருவைப் பயன்படுத்திக்கொண்டனர். ஒருமுறை 'ஏய் நிரு, வீட்டுக்குப் போய், கொஞ்சம் உப்பும், பச்சை மிளகாயும் எடுத்து வா' என்று அனுப்பினார்கள் என்றால், இன்னொரு முறை, 'ஏய் நிரு பையா, புலா அண்ணனுடைய வீட்டுக்குச் சென்று மாடியில் இருக்கும் பட்டத்தையும், நூல் கண்டையும் எடுத்து வா' என்று அனுப்பினார்கள். மேலும், பட்டத்தைப் பறக்கவிடப் பயன்படுத்தும் நூல், பசை மற்றும் கண்ணாடித் துகள்களால் கலந்துசெய்யப்பட்ட கலவையால் முறையாகத் தோய்க்கப்பட்டுள்ளதா என்பதைச் சரிபார்த்து வாங்கி வா' என்றும் சொன்னார்கள். அதைக்கேட்டு, நிரு அவ்விடத்தை விட்டு அகலும்போது, 'நிரு கவனம், கலவை பூசப்பட்ட நூலைத் தொடாதே. அது கத்திபோல் ரொம்பக் கூர்மையாக இருக்கும்' என்று அண்ணன் எச்சரித்தான். நிருவைக் காப்பதில் அண்ணனுக்கு எப்போதும் அக்கறை அதிகம். அவன் எப்போதும், நிருவை எந்தவிதச் சிக்கலிலும் மாட்டிக்கொள்ளா வண்ணம் பார்த்துக் கொள்வான்.

அண்ணனைப் போலன்றி, நிரு கணிதத்தில் மிகவும் திறன் பெற்றிருந்தான். கூட்டல், கழித்தல், பெருக்கல் போன்ற கணக்குகள் அண்ணனைக் குழப்பும். மூளையைக் கசக்கிப்போடும் புதிர்க்கணக்குகள் போல் எண்கணிதக் கணக்குகள் அவனைக் குழப்பும். நிருவுடன் தனியாக இருக்கும்போது பலமுறை அவன் கணிதத்தில் தன்னுடைய ஆற்றலின்மையை ஒப்புக் கொண்டுள்ளான். நிரு இது என்ன மாதிரியான கணக்கு, கொஞ்சம் சொல்லேன்.

ஒரு தொட்டியில் இரண்டு குழாய்கள் உள்ளன. ஒரு குழாய் வழியாக நீர் தொட்டிக்கு வருகிறது. மற்றொரு குழாய் வழியாக நீர் வெளியேறுகிறது. அப்படியென்றால் இந்தத் தொட்டி நிறைய எவ்வளவு நேரம் எடுத்துக்கொள்ளும்?' என்று கேட்கிறார்கள். இதை நீ விளக்கிச் சொல்' என்று அண்ணன் மிகவும் தீவிரமாகக் கேட்பான். ஒரு குழாய் வழியாக நீர் தொடர்ந்து வெளியேறிக் கொண்டிருந்தால், எத்தனை குழாய்கள் பொருத்தப்பட்டு அவற்றின் வழியே நீரைத் தொட்டிக்குள் விட்டால் என்ன? தொட்டி நிரம்பாது. பின், ஏன் நம் கணித ஆசிரியர் இதுபோன்ற பொருளற்ற கேள்விகளைக் கேட்கிறார்?

ஆனால், ஆங்கிலம் மற்றும் இலக்கியம் என்று வந்துவிட்டால், அண்ணனுக்கு இணை எவருமில்லை. இந்தப் பாடங்கள் மீது அவன் பேரார்வமும் அசைக்க முடியாத ஆற்றலும் பெற்றிருந்தான். நிருவுக்கு இலக்கியம் ஒருபோதும் பிடித்ததில்லை. அவனுக்கு அது மிகவும் கடினமானது. வரலாறு, எல்லாப் பாடங்களிலும் மிகவும் வேறுபட்ட ஒன்று.

அண்ணன் நடிப்பதைப் பெரிதும் விரும்பினான். அவன் பள்ளியில் ஏற்பாடு செய்யப்பட்ட நாடகங்களிலும் ஊரில் உள்ள குழுக்களால் ஏற்பாடு செய்யப்பட்ட நாடகங்களிலும் நடித்துள்ளான். மூத்த மகனைப் பொறியாளர் ஆக்கவேண்டும் என்ற எண்ணம் அப்பாவுக்கு இருந்தது. நாடகத்தின்மேல் அண்ணனுக்கிருந்த ஆர்வத்தை அவர் எப்போதும் ஏற்றதில்லை. அப்பா, 'ஒரு பைசாவுக்கும் மதிப்பில்லாத பயல்' என்று அவனைத் திட்டுவார். கடைசியில் நீ கூலிவேலை செய்தும், பள்ளம் தோண்டியும்தான் உன் வாழ்க்கையை ஓட்டுவாய். உனக்குக் கொஞ்சம் கூட மதிநுட்பம் இல்லை. பொன்னான நேரத்தை விளையாட்டு, போட்டி மற்றும் நடிப்பு என்றும் 'உடனே பெரிய ஆளாக ஆகிவிடவேண்டும்' என்று எண்ணுகின்ற நண்பர்களுடன் சேர்ந்துகொண்டும் வீணாகப் பொழுதுபோக்கிக் கொண்டிருப்பவன். அவர் அண்ணனுடைய படிப்புக்கு ஆகும் செலவைப் பற்றிக் கவலைப்படமாட்டார். எவ்வளவு அதிகமாக இருந்தாலும் அவருக்குக் கவலையில்லை. ஒருமுறை, தேவையானால் பண்ணை நிலத்தின் ஒரு பகுதியை விற்கக் கூடத் தயாராக இருப்பதாக அம்மாவிடம் சொன்னதை நிரு கேட்டிருக்கிறான். இதை அண்ணனிடம் நிரு சொன்னபோது, அதன் தீவிரத்தை உணராது சிரித்திருக்கிறான்.

தனியாக இருக்கும்போது, ‘என் எதிர்காலம் குறித்து நான் என்ன நினைக்கிறேன் என்ற கவலை அப்பாவுக்கு இல்லை’ என்று சொன்னான். ‘நான் நாடகங்கள் எழுதுவேன். நான் ஆகச்சிறந்த நாடக ஆசிரியனாக வருவேன். உலகம் முழுக்கச் சுற்றி என் நாடகங்களை அரங்கேற்றுவேன். ஒருநாள் இந்த ஊரும் உலகமும் என்னைக் கொண்டாடும். நீ பார்க்கத்தான் போகிறாய்’ என்று அண்ணன் கற்பனையில் பேசுவான். அவனுடைய பார்வை எங்கோ வெகுதொலைவில் இருந்தது.

அண்ணி உறுதியான தொலைநோக்குப் பார்வையைக் கண்டு நிரு வியப்படைந்தான். அவன் தலையைத் திருப்பி அவனின் தொலைநோக்குப் பார்வையைப் பார்க்க விழைந்தான். ஆனால், தொலைதூரத்தில் வா்னத்தின் பின்னணியில் இருந்த மூங்கில் காடுகளைத் தவிர வேறொன்றையும் அவனால் பார்க்க முடியவில்லை. தொலைதூரத்தில் தெரிந்த தொடுவானத்தில் இருந்த ஏதோ ஒன்றை அண்ணனின் கண்களுடன் இணைக்கக்கூடிய இணைப்பான் ஒன்று இருக்கிறது என்பதை அவன் உணர்ந்தான். ஒருவேளை, அண்ணன் உற்றுநோக்கிய அந்த இடத்திற்கு அப்பால் பெரிய கலையரங்கங்களைக் கொண்ட மாநகரங்கள் இருக்கின்றனவோ? என நிரு கற்பனை செய்தான். அண்ணனின் வாயிலிருந்து சொற்கள் மகிழ்ச்சியுடன் தடுமாறி வெளிவந்து, கண்ணுக்குத் தெரியாத இணைப்புப் பாலத்தின் வழியே காற்றோட்டத்தின் வேகத்தில் ஏதோ தொலைதூர இடத்துக்குச் சென்றன. அங்கு நிரு ஒருபோதும் பார்த்திராத, அழகாக ஒளிரும் விளக்குகளைக் கொண்ட கலையரங்கங்கள் இருந்தன. ஆனால், அவை அவனுடைய அண்ணனை மயக்கமுறச் செய்தன. பாய் உரையாற்றும்போது செம்பழுப்பு நிறத்தில் இருந்த இளமையான அழகான அவனுடைய முகம் மகிழ்ச்சிப் பெருக்கில் ஒளிர்ந்தது.

அண்ணன் நாடகங்களில் வேடமேற்று நடிப்பதை அவன் அப்பா வெறுத்தார். அவன் மீது அவர் சினத்துடன் இருக்கும்போது அவனை அவர் ‘பொட்டைப்பயல்’ என்று திட்டினார். அதைக்கேட்டு அண்ணனின் அழகான முகம் அடர்சிவப்பாய்ச் சிவந்தது. அவனுடைய மென்மையான நெற்றியிலும் கூர்மையான நாசிக்குக் கீழே புதிதாக அரும்பிய மீசையிலும் வேர்வைத் துளிகள் பூத்தன. அவனுடைய தோள்கள் மற்றும் முழங்கைகளில் உள்ள தசைநார்கள் இழுக்கத் தொடங்கின. அவன் அந்த இடத்தைவிட்டு, அங்கிருந்து வீட்டின் பின்புறத்துக்கு ஓடினான். நிரு திறந்திருந்த

வீட்டின் கொல்லைப்புறக் கதவுக்குப் பின் அவனின் பார்வையில் படாதவண்ணம் நின்று கொண்டு அவன் அழுகிறானா? என்று எண்ணி அவனைக் கூர்ந்து பார்த்தான்.

அப்பா ஏன், அண்ணனின் நடிப்பார்வத்தை வெறுத்து ஒதுக்கினார் என்று நிருவுக்குப் புரியவில்லை. ஆனால், அண்ணன் நிருவுக்கு முன்மாதிரி. அவன், இந்த உலகத்தில் மிக மிக வலிமையான, துணிச்சலான மற்றும் அறிவார்ந்தவன். அவனின் மிகஅதிக ஆற்றலுடைய ஆளுமையின்முன், அவன் மிகவும் தாழ்வான வனாகவும், சிறியவனாகவும் உணர்ந்தான். நிரு, தொடக்கத்தில் அவனுடைய அகவை மற்றும் அவன் வகுப்பில் பயிலும் பெரும்பாலான மாணவர்களைக் காட்டிலும் உயரம் குறைந்தவனாக இருந்தான். உயரமான, மெலிந்த நெகிழ்வான மற்றும் மிருதுவான உடல், வலிமையான அடர்த்தியான தலைமுடி, மற்றும் புதிதாக வளரும் அரும்புமீசை இவற்றை உடைய அண்ணனைப் போல் அழகா? நிரு ஏக்கத்துடன் எண்ணிப் பார்த்தான். தன்னுடைய அழகற்ற, அவலட்சணமான உடலை வெறுத்தான்.

அந்த ஊரில் உள்ள இளைஞர்கள் அல்லது பெரியவர்கள் என எவரும் எதிர்க்க முடியாத ஒரு தலைவனாக அண்ணன் இருந்தான் என்பது நிருவுக்குத் தெரியும். அண்ணனின் சினத்துக்கு ஆளாக நேரிடும் என்பதால் எவரும் நிருவைத் தொடுவதில்லை. அவன் சினப்பட்டபோது, நிரு அவனுடைய நண்பர்களை ஒன்றிரண்டு குத்துகள் விட்டான். ஆனால், அவர்கள் எதிர்வினையாற்றவில்லை. மாறாக, வெட்கமில்லாமல் பற்களைக் காட்டிச் சிரித்துக்கொண்டே பின்வாங்கி ஓடினார்கள்.

அண்ணனும் அவனுடைய நண்பர்களும் சமையல்செய்து ஏற்பாடு செய்த விருந்தில் நிரு மட்டுமே அனுமதிக்கப்பட்டான். வேறு எவருடைய தம்பிகளுக்கும் இதுபோன்ற சலுகை வழங்கப்படவில்லை. அவர்களின் உள்விளையாட்டரங்கத்துடன் கூடிய வீட்டுக்குப் (கிளப் ஹவுஸ்) பின்புறம் உள்ள மேடைத் தாழ்வாரத்தின் கீழ் மூன்று குமிழ்களுடன் கூடிய அடுப்பு இருந்தது. அண்ணனும் அவனுடைய நண்பர்களும் அந்த மண் அடுப்பில் சமையல் செய்தனர். நிரு இதுவரை பார்த்திராத கேட்டிராத பருத்த பெரிய ஆமைக் குழம்பு, அல்லது மழைக்கால்த் தவளையின் தசைப்பற்றுள்ள கால்கள் உப்பும்-உறைப்பும் கொண்ட கார-சார உணவாகப் பரிமாறப்பட்டன. இதுபோன்ற கிடைத்தற்கரிய உணவு

மிகவும் கமுக்கமாகச் சமைக்கப்பட்டது. அதில் ஒரு சிறிய அளவே நிருவுக்கு வழங்கப்பட்டது. அந்த உணவு தனிச்சுவையாக இருந்ததோ இல்லையோ? அது நிருவுக்குத் தெரியாது. ஆனால், அதைச் செய்வதில் இருந்த மர்மமும், சவாலும் அவனுக்கு மிகவும் பிடித்திருந்தன, அவனை ஈர்த்துக் கட்டிப்போட்டன. அங்குச் சமைக்கப்பட்ட உணவு வகைகள் பற்றி வெளியில் எங்கும் மூச்சு விடக்கூடாது என்று நிரு எச்சரிக்கப்பட்டான். ‘இந்தச் செய்தி பெரியவர்களுக்குத் தெரிந்தால், உடனே நம்மைச் சமூகத்தை விட்டே வெளியேற்றிவிடுவார்கள். மேலும் தம்பி, தர்மஅடியும் கிடைக்கும்’ என்றும் எச்சரிக்கப்பட்டான்.

இருப்பினும், இந்த வீர-தீரச் செயலில் நிருவின் பங்களிப்பு சிறிதும் இல்லை. அவன் பங்களிப்பு என்பது, அம்மாவுக்குத் தெரியாமல் வீட்டில் இருந்து காய்ந்த உப்பிடப்பட்ட மாங்காய் வடுக்கள் மற்றும் புளிக் கிராம்பு ஆகியவற்றை எடுத்துவந்ததே. இதுபோன்ற விருந்துக்கு, அரிசியைக் கூடச் சட்டைப் பையில் மறைத்து வைத்து எடுத்துவந்த காலங்களும் உண்டு.

இருந்தபோதிலும், நிரு தன் அண்ணனைப்போல் தன்னால் இருக்கமுடியாது என்பதை அறிந்திருந்தான். அண்ணன் தானாகவே பரிமாறும் பொறுப்பை எடுத்துக்கொள்வான். அவன் எப்போதும் கடைசியில்தான் சாப்பிடுவான். அவன் பொறுப்பேற்றுச் செய்யும் இதுபோன்ற விருந்துகளில் கடைசியில் எதுவும் மிஞ்சாது என்பதை நிரு பார்த்திருக்கிறான். ஆமைக்கறி வைக்கப்பட்டிருந்த பாத்திரத்தைப் அண்ணனின் நண்பர்கள் நக்கியே தூய்மைப்படுத்தி விடுவார்கள். ஆனால், அண்ணன் எப்போதும் குறை சொன்னதில்லை. அவன் தசைகள் நெகிழ எழுந்து நிற்பான். மனநிறைவு அடைந்ததற்கான புன்முறுவலுடன் அவன் முகம் ஒளிரும்.

கோடைக்காலம் வந்தது. அதனுடன் கோடை விடுமுறையும் வந்தது. அந்த ஊரில் திறந்தவெளி அரங்கில், திரௌபதி சுயம்வரம் நாட்டிய நாடகத்தை அரங்கேற்றுவதற்கான பணிகள் முழுவீச்சில் நடைபெற்றன. அந்த நாட்டிய நாடகம், இரண்டு பகுதிகளாகத் தொடர்ந்து இரண்டு இரவுகளில் அரங்கேற்றப்படும். அரங்கேற்றுவதற்கு இன்னும் எட்டு நாள்களே இருந்தன.

காலையிலிருந்து மாலை வரை அண்ணனும் அவனுடைய நண்பர்களும் ஒத்திகையில் மும்முரமாக ஈடுபட்டிருந்தனர்.

அண்ணன் அர்ச்சுணன் வேடமேற்று நடிக்க, சானியா பாய் திரௌபதியாக நடித்தார். ஒத்திகையைப் பார்ப்பதிலேயே நிருவின் பகல்பொழுது கடந்தது. அண்ணனின் நடிப்பும், பிசிறு தட்டாத வசன உச்சரிப்பும் நிருவை வெகுவாக ஈர்த்தன.

நிரு, அந்த ஊரில் உள்ள மனமகிழ் மன்றில் நடந்த ஒத்திகையைப் பார்த்து அன்றைய காலைப்பொழுதைக் கழித்தான். நண்பகலில் வீட்டுக்கு வந்து பழைய சோற்றை மீன் வறுவலுடன் உண்டான். அப்போது, 'இந்தச் சுட்டெரிக்கும் வெய்யிலில் மனமகிழ் மன்றத்துக்குச் செல்லவேண்டாம்' என்று அம்மா எச்சரித்தாள். மேலும், 'இங்கேயே என்னுடன் படுத்துத் தூங்கு' என்றவள் அவன் படுப்பதற்கு ஏதுவாகத் தான் படுத்திருந்த பாயில் இருந்து கொஞ்சம் நகர்ந்து இடம்கொடுத்தாள். ஆனால், அவனுக்குத் தூக்கம் வரவில்லை. அவன் அம்மாவின் பக்கத்தில் படுத்துக்கொண்டான். ஆனால், தூங்காமல் விழித்துக்கொண்டு, அம்மா எப்போது தூங்குவாள் என்று காத்திருந்தான். அப்பா வெளித் தாழ்வாரத்தில் (வராந்தாவில்) 'ஜமுக்காளத்தின்' மேல் படுத்திருந்தார். கொஞ்சம் கூட ஒலி எழாவண்ணம் நிரு எழுந்து உட்கார்ந்தான். அம்மா தூங்கிவிட்டாளா? என்று அவளைப் பார்த்தான். அவள் நன்றாகத் தூங்கிக் கொண்டிருந்தாள். கொஞ்சமாகத் தன்னைப் போர்த்தியிருந்த அம்மாவின் சேலையை மெதுவாக எடுத்து ஒரு பக்கத்தில் வைத்துவிட்டு மெதுவாக ஊர்ந்தபடி அறையைவிட்டு வெளியே வந்தான். பூனை ஒன்று சமையல்கட்டில் உலவியது. நிரு அந்தப் பூனையை விரட்டிவிட்டு, சமையலறைக்குள் நுழைந்தான். அங்கே மண்பானையில் பழைய சோறு (பொகாலோ) இருந்தது. அதன் அருகில் விளிம்புவரை தண்ணீர் நிரப்பப்பட்ட ஒரு தட்டின்மேல் கிண்ணம் ஒன்று இருந்தது. அதன்மேல் மனைப்பலகை ஒன்று மேலாகத் திருப்பி மூடிபோல் வைக்கப்பட்டிருந்தது. நிரு அந்த மனைப்பலகையை எடுத்துவிட்டுப் பார்த்தான். அந்தக் கிண்ணத்தில் இரண்டு பெரிய வறுத்த மீன்துண்டுகள் இருந்தன. அண்ணன் நண்பகல் உணவை உண்ணவில்லை. அதனால், அம்மா, எறும்புகள் வராமல் தடுக்கும்வண்ணம், தண்ணீர் நிரப்பப்பட்ட தட்டின்மேல் கிண்ணத்தில் அவனுக்கான உணவை வைத்திருந்தாள். பூனைக்கு எட்டாதபடி, கிண்ணத்தின் மேல் மனைப்பலகை வைக்கப்பட்டிருந்தது. நிரு அந்த மனைப்பலகையை மாற்றி, சமையலறையை வெளிப்புறமாகப் பூட்டிவிட்டு, கட்டைவிரல்களால் மெதுவாக நடந்து பின்வழியாக

வெளியேறினான். வீட்டைவிட்டு வெளியேறிவுடன் தாவிக்குதித்து ஒத்திகை நடக்கும் இடத்துக்கு ஓடினான்.

அண்ணன், தன் இரண்டு கைகளால் மூங்கில் வில்லைப் பிடித்துக்கொண்டு அதன் நரம்பினை இறுக்கமாக இழுத்துக் கணைதொடுக்கத் தயாராக நின்று கொண்டிருந்தான். அவர்கள் பள்ளியின் விளையாட்டு ஆசிரியர், கையில் கதைத்தாளை (ஸ்கிரிப்டை) வைத்துக்கொண்டு நாடகத்தை இயக்கிக் கொண்டிருந்தார். அவர் சொல்லிக்கொடுத்துக் கொண்டிருந்தார். அண்ணன் அதைத் திருப்பிச் சொன்னான். திரௌபதியாக நடிக்கும் சானியா பாய் சற்றுத் தொலைவில் மாலையை வைத்துக் கொண்டிருந்தாலும் தன் இரண்டு கைகளால் ஒரு நீண்ட கயிற்றைப் பிடித்தபடி நின்றுகொண்டிருந்தாள். அண்ணனைப் போலவே, அவளும் கால்சட்டை அணிந்திருந்தாள். அந்த நாட்டிய நாடகத்தில் பிற கதைமாந்தர்களாக நடிக்கும் பையன்கள் சுற்றி நின்று கொண்டிருந்தனர். அண்ணன் தன் பார்வையைத் தளத்தின்மேல் பதித்து, தலைக்குமேலே வில்லை உயர்த்திப் பிடித்துக்கொண்டு அவன் பேசவேண்டிய 'வசனத்தை'ச் சொல்லிக்கொண்டிருந்தான். நிரு அந்தக் காட்சியை மிக அருகில் நின்று பார்ப்பதற்காக, பார்வையாளர்களைத் தள்ளிக்கொண்டு முன்சென்றான்.

'இல்லை... இல்லை... அது சரியில்லை' மீண்டும் ஒருமுறை செய்' ஆசிரியர் சொன்னார். அவர் அண்ணனிடம் வந்து அவன் தலையைச் சற்று நிமிர்த்தினார். நிரு நன்றாகப் பார்ப்பதற்கு உரிய இடத்தை அடைய முயன்றான். அண்ணன் மேலே தொடுக்க வேண்டிய இடத்தை நோக்கிக் கணையைச் செலுத்தினான். சானியா பாய் அவனிடம் வந்து, மாலையை அவன் கழுத்தில் அணிவித்தாள். சுற்றியிருந்த கூட்டம் கைதட்டி ஆரவாரம் செய்தது. அண்ணனுடைய காட்சி முடிந்தது. அவன் முகத்தில் இருந்த வேர்வையைக் காவிநிறத் துண்டால் துடைத்தான். அவனுடைய இடுப்பில் காயம் பட்டிருந்தது. அவன் மேடையில் இருந்து இறங்கிக் கொஞ்சம் குனிந்து கூட்டத்தில் இருந்து வெளியேறி நிரு நின்றிருந்த இடத்தைநோக்கி நடந்தான்.

'அண்ணா' என்று அழைத்து அவனுடைய கவனத்தைத் தன் பக்கம் ஈர்த்தான் நிரு.

'இது என்ன?' அண்ணன் கேட்டான்.

'அப்பா உன்னை உடனடியாக வீட்டுக்கு அழைத்துவரச் சொன்னார். நீ இன்னும் நண்பகல் உணவை உண்ணவில்லை. வா வந்து சாப்பிடு'.

பிற நடிகர்களின் நடிப்பைப் பார்ப்பதில் கவனத்தை வைத்துக் கொண்டு, 'ஒரு நிமிடம் இரு' என்று தன்னை மறந்து சொன்னான்,

'ஏய், அப்பா கையில் பிரம்பை வைத்துக்கொண்டு உனக்காகக் காத்திருக்கிறார். ரொம்ப சினத்தில் இருக்கிறார். இப்பவே வா' என்று நிரு எச்சரித்து அழைத்தான்.

அவன் ஒரு பெருமூச்சு விட்டான். அவன் நடிக்க வேண்டிய பகுதி முடிந்ததால், 'சரி, வா' என்றான். நிரு அவனைத் தொடர்ந்தான். அவர்கள், மாந்தோட்டத்தைக் கடந்துசெல்லும்போது, சத்தமாகத் தான் பேசவேண்டிய வசனத்தை அவன் சொல்லிக் கொண்டே வந்தான்.

அனைவரும் பாருங்கள்!
இந்த அம்பு, மீன்களை நூறு துண்டுகளாகக் கிழித்துவிடும், இந்த மண்ணில் உங்கள் பொய் எத்தனை காலம் நீடிக்கும்? நெற்றியில் துளிர்க்கும் வேர்வைத்துளி எத்தனைநேரம் இருக்கும்? கதிரவன் தோன்றியவுடன் இருளும் நீடிக்குமோ?
கணநேரத்தில் இந்தத் தங்கமீனை நான் வெட்டுவேன் அது மிக வேகமாகக் கீழே விழுந்து
தரையில் துடிதுடிக்கும்
பாருங்கள், பாருங்கள்.

இதைத் தொடர்ந்து சொல்லிக்கொண்டே வந்தான். நாட்டிய நாடகமே அவன் மனம் முழுக்க நிறைந்திருந்தது.

'நிரு, நீ பாரேன், ஒருநாள் இதைவிடச் சிறந்த நாடகங்களை நான் எழுதுவேன். எல்லாரும் பார்த்து அசந்துபோகிற நாடகங்கள்' என்றான்.

'ஏய், அண்ணா, அங்கே பார்' என்று நிரு அழைத்தான்.

'என்ன அது' என்றவாறு நின்று அவன் திரும்பிப் பார்த்தான்.

'அவற்றைப் பார். உண்மையிலேயே மிகப் பெரியதாய் வளர்ந்திருக்குது இல்லையா?' என்று சொன்னவாறு, அடர்ந்த

இலைகளுக்கிடையே பழுத்துத் தொங்கிய பருத்த இலைமறை காய்களை நிரு காட்டினான்.

'சுற்றி யாரும் இல்லை. கொஞ்சம் பழங்களை நாம் பறிக்கலாம்' என்று நிரு ஆர்வமூட்டினான்.

நிரு உற்றுநோக்கிக் கொண்டிருந்ததை அவன் பார்த்தான்.

'நீ சொல்றது சரிதான். அவை எல்லாம் முழு அளவுல நல்லா விளைஞ்சிருக்கு. இப்ப பறிக்கலாமா, நீ என்ன சொல்கிறாய்?' என்று கேட்டவாறு நிருவைப் பார்த்தான்.

'சரி, நீ யாராவது வராங்களான்னு பார்த்துச் சொல். நான் சில பழங்களைப் பறிச்சிட்டு உடனே இறங்கிடறன்' என்று சொன்ன அவன், வெகு இயல்பாக மரத்தின்மீது ஏறினான்.

அவன் ஒரு தேர்ந்த மரமேறி என்று நிருவுக்குத் தெரியும். ஆனால், அந்த மரம் மிக உயரமாக அடர்ந்து வளர்ந்திருந்தது. அவன் முடிந்த அளவு பின்பக்கமாகக் குனிந்து பார்த்தபோதும், அந்த மரத்தின் உச்சியை அவனால் பார்க்க முடியவில்லை. அவனால் மரத்தில் இருந்த அண்ணனைச் சரியாகப் பார்க்க முடியவில்லை. அவன் எத்தனை மாங்காய்களைப் பறித்தான் என்று எதுவும் அவனுக்குத் தெரியவில்லை. ஆனால், பழுத்த பழங்களின் மணம் மட்டும் அவன் மூக்கைத் துளைத்தது.

அப்போது, ஊரின் குளத்தோரத்தில் இருந்த பனைமரத்தில் பாய் ஏறியது நிருவின் நினைவுக்கு வந்தது. பழுத்த பெரிய பழங்களுடன் சில பனைமரங்கள் அங்கு இருந்தன. பழுத்த பல பனம்பழங்கள் அழுக்குநீர் மற்றும் சேற்றில் விழுந்து வீணாயின. தானாகப் பழுத்துக் கீழே விழுவதற்குள் பனம்பழங்களைப் பறித்துவிட வேண்டும் என முடிவு செய்யப்பட்டது. பாய் மரத்தில் ஏறினான். அவன் பனம்பழங்களைப் பறித்துக் காவிநிறத் துணியில் (ஜமுச்சா) சேகரித்தான். பாயின் நண்பர்களும் ஊர்ப் பையன்கள் சிலரும் குளத்தின் கரையில் நின்று பார்த்துக்கொண்டிருந்தனர். அங்கு நிருவும் இருந்தான். திடீரென்று அங்கிருந்த பையன்களில் ஒருவன், சாம்பல்-பழுப்பு நிறத்தில் பாம்பொன்று மரத்தில் ஏறுவதைப் பார்த்துக் காட்டுக் கத்தல் கத்தினான். பாம்புகள் என்றாலே அண்ணனுக்கு உள்ளுக்குள் பேரச்சம்.

'குளத்தில் இறங்காதே, நீரில் பாம்புகள் உள்ளன' என்று நிருவை அவன் அச்சமூட்டுவது வழக்கம். மரத்தின்மீது ஏறிய பாம்பைப் பார்த்த அவன் நேராகக் குளத்தில் சுழன்று குதித்தான். அவன் பறித்துச் சேகரித்து வைத்திருந்த அனைத்துப் பனம் பழங்களும் நீரில் விழுந்தன. பாய் வெறுங்கையோடு கரைக்குத் திரும்பினான். 'ஏய், அது நஞ்சில்லா வெறும் தண்ணீப் பாம்பு, என்று சொல்லி இயல்பாக இருப்பதாகக் காட்டிக்கொள்ள விரும்பினான். ஆனால், பாம்பென்றால் அவனுக்கு மிகவும் அச்சம் என்று நிருவுக்குத் தெரியும். இப்போது அது நிருவின் நினைவுக்கு வந்தது. மீண்டும் ஒருமுறை மாமரத்தைப் பார்த்தான். இப்போது அவனால் அண்ணனைப் பார்க்க முடிந்தது. அவன், மரத்தின் உச்சிக்கு ஏறி, அவனுடைய எடையைத் தாங்க முடியாது ஒடிந்துவிழும் நிலையில் இருந்த மெல்லிய கிளை ஒன்றில் நின்றான். அவனிடம் இருந்த காவிநிறத் துணிக்கட்டுப் பெரியதாக இருந்தது. அவன் கண்டிப்பாக நிறைய மாங்காய்களைப் பறித்திருக்கிறான் என்று நிரு மகிழ்ச்சியுடன் நினைத்தான்.

நிரு இன்னொரு முறை கண்கள் படபடக்க மரத்தைப் பார்த்தான். பாய் அவன் கண்களுக்குச் சிறியதாகத் தெரிந்தான். அவன் முகத்தில் குறும்புத்தனமான புன்னகை தவழ்ந்தது.

'அண்ணா, ஒரு பாம்பு மரத்தின்மேல் ஏறி வருது பார்' என்று நிரு அழுகையுடன் சிலர்க்கும் குரலில் கத்தினான். மேலும், 'கடவுளே அது நாகப்பாம்பு, நீ இருக்கும் கிளையின் அருகில் வந்துவிட்டது' என்று நிரு கத்தினான், மீண்டும் சிரித்தான்.

'அய்யோ, கடவுளே! எங்கே?' என்று அவன் பதறினான். மரத்திலிருந்த அவனிடமிருந்து பீதியுடன் கூடிய குரல் கேட்டது. அடுத்த கணத்தில், காதைச் செவிடாக்கும் வெடியொலிபோல் ஒலி கேட்டது. நிரு திகிலுடன் கண்களை இறுக்கமாக மூடிக் கொண்டான். ஒரு கணம் கழித்து, அச்சத்துடன் கண்களை மெதுவாகத் திறந்து பார்த்தான்.

அண்ணன் முகம் சிதைந்துபோய், வலதுகால் கோரமாக முறுக்கியபடி தரையில் கிடந்தான். நிரு அவனிடம் ஓடினான். அங்கே உறைந்துபோன திறந்த விழிகளுடன் அந்த மாமரத்தை உற்றுநோக்கியபடி அண்ணன் கிடந்தான். திறந்துகிடந்த அவன் வாயில் மேல்வரிசைப் பற்கள் தெரிந்தன. அவனுடைய காவிநிறத்

துண்டுத்துணி சற்றுத் தொலைவில் கிடந்தது. சில மாங்காய்கள் அதன்மீது உருண்டு கிடந்தன.

'அண்ணா!' என்று தொண்டை கட்டிய குரலில் நிரு கத்தினான். அவனிடமிருந்து எந்தப் பதிலும் இல்லை. அண்ணன் புதியவன்போல் தெரிந்தான். நிரு அவனை உற்றுப்பார்த்தான், மயங்கி விழுந்தான். அண்ணனின் தலை கிடந்த பாறையின் அடியில் இருந்து ஒரு மெல்லிய கோடுபோல் அடர்சிவப்பு நிறத்தில் ஏதோ ஒன்று ஓடத் தொடங்கியதைக் கண்டு மேலும் திடுக்கிட்டான். மெதுவாக, அது அருகில் இருந்த தரையெங்கும் பரவி ஒரு குளம்போல ஆனது. நிரு, நினைவிழந்ததுபோல், அசையாது வெறித்துப் பார்த்தபடி அப்படியே நின்றான்.

ஒருவர் இன்னொருவரை அழைத்தபடி மக்கள் மாந்தோப்பை நோக்கி ஓடினர். அதில் சிலர் அண்ணனைத் தூக்கினர். அவனுடைய பழுப்புநிற அரைக்கால் சட்டையின் பின்புறம் சிவப்புநிற நீரில் தோய்த்தெடுக்கப்பட்டதுபோல் இருந்தது. அவன் தலை கீழ்நோக்கித் தொங்கிக் கொண்டிருந்தது. நெற்றி வேர்வையில் அவனுடைய சுருண்ட முடிக்கற்றை ஒன்று ஒட்டிக்கொண்டிருந்தது.

'அய்யோ... குருதி' என்று யாரோ ஒருவன் அலறினான்.

நாட்டிய நாடகத்தைப் பார்க்கக் கூடும் கூட்டத்தைப்போலச் சில நிமிடங்களில் பெருங்கூட்டம் கூடிவிட்டது.

நிரு தலையைத் தூக்கிப் பார்த்தான். மாந்தோப்பின் மறுமுனையில் இருந்து, அவனுடைய அப்பா, கூட்டமாக அவர்கள் நின்ற இடத்தை நோக்கி ஓடிவந்து கொண்டிருந்தார். அவருடைய கண்களில் இன்னதென்று சொல்லமுடியாத அச்சம் நிலவியது. அந்த இடத்தை நெருங்கும்போது அவருடைய வேகம் திடீரெனக் குறையத் தொடங்கியது. அவர் அப்படி மெதுவாக அடிமேல்அடி வைத்து வந்தது, இரண்டு கனமான கற்களால் பிணைக்கப்பட்டு, அதை இழுத்து வருவதைப்போல் தோன்றியது.

ஒரே நேரத்தில் அனைவரும் பேசிக்கொண்டிருந்ததுபோல் தோன்றியது.

'அவன் நேராகப் பாறையின் மீது விழுந்தான், அவன் தலை அதில் மோதியது'. அவனுடைய தலையின் பின்பகுதி உருக்குலைந்து போய்விட்டது.'

'இது எப்படி நடந்தது?'

'அவன் மாங்காய்களைப் பறிக்கும்போது தவறி விழுந்துவிட்டான்'

'ச்ச்ச்... ச்ச்ச்.. அவன் எப்படி ஒரு நல்ல பையன்'

'இவர்கள் இருவரும் இராமன்-இலக்குவன் போல் இருந்தார்கள். இப்போது இவன் தனியாகி விட்டான்' என்றவாறு ஒருவர் இரக்கத்துடன் நிருவின் தலையை வருடினார்.

நிருவின் தலைக்குள் ஒருவித ஒலி ஊடுருவத் தொடங்கியது. போகப்போக அது மேலும் அதிகமாகி, இறுதியில் உச்சத்தை அடைந்தது. நிரு தன் இரு கைகளால் காதுகளை அழுத்திப் பொத்திக்கொண்டான். உடனே, ஒலியெல்லாம் அடங்கி அமைதி நிலவியது. மேலும், அனைத்தும் வெறுமையானது.

(3)

என் அப்பா விரும்பியதுபோல நான் பொறியாளர் ஆனேன். எனக்கு வேலை கிடைத்தபோது அவர் மிகவும் மகிழ்ந்தார்.

'நீங்கள் எல்லாரும் மகிழ்ச்சி அடைவதால் நானும் மகிழ்ச்சியடைகிறேன்' என்று அம்மா சொன்னாள்.

என்னுடைய திருமணம் நடந்து மூன்று ஆண்டுகள் சென்றபின்னர், என் இளைய தங்கை 'குனி'க்கு நல்ல குடும்பத்தில் திருமணம் செய்விக்கப்பட்டது. சொந்த ஊருக்குச் செல்லவேண்டிய தேவை ஏற்படும்போதும், அல்லது நான் தொலைவில் வேறு ஊர்களுக்கு மாற்றலாகிப் போகும் காலங்கள் தவிர்த்து அப்பாவும் அம்மாவும் என்னுடனேயே இருந்தார்கள். எனக்குப் புவனேசுவரத்தில் வேலை கிடைத்தபின்பு, அவர்கள் அங்கேயே நிரந்தரமாகத் தங்கிவிட்டார்கள். அவர்கள் முதுமை அடைந்து விட்டதால் அவர்களைத் தனியே இருக்கவிடவில்லை. மேலும், ஊரில் நன்றாகப் பார்த்துக்கொள்ள ஆள்களும் இல்லை. இதற்கிடையில், குனியின் கணவர்க்குப் புவனேசுவரத்துக்கு மாற்றல் கிடைத்தது. இதனால், எங்கள் குடும்பத்தினர் அனைவரும் ஒரே நகரத்தில் வாழ்ந்தோம், அடிக்கடி சந்தித்துக்கொண்டோம். என் தங்கை வாரத்துக்கு ஒருமுறை எங்கள் வீட்டுக்கு வந்து சிலமணிநேரம் தங்கியிருந்துவிட்டுச் செல்வாள்.

ஒட்டுமொத்தமாகச் சொல்லப்போனால், ஒருவருக்கொருவர் கூட்டாக மகிழ்ச்சியுடன் வாழ்ந்தோம். என்னுடைய பெற்றோர்கள் என் இருமகன்கள் மீதும் கொள்ளை அன்பு கொண்டிருந்தனர். அவர்களுடைய அனைத்து அன்பையும் பற்றையும் பேரன்கள் மீது பொழிந்தனர். ஆனால், விதி யாரைவிட்டது?, என் அப்பா அவருடைய காலம் முடியுமுன்னே, மாரடைப்பால் மரணமடைந்தார். அப்போது என்னுடைய மூத்த மகனுக்கு அகவை ஐந்து. என்னுடைய அப்பா மறைவுக்குப்பின், அம்மா என் மகன்கள் மீது மிகுந்த கவனம் செலுத்தினார். பேரன்கள் என்பதைவிட, அவருடைய மகன்களாகவே பார்த்துக்கொண்டார். அவருடைய பார்வையிலிருந்து அவர்களை விலகாமல் பார்த்துக்கொண்டார். பாட்டியிடமிருந்து இதுபோன்ற பேரன்பும் கவனிப்பும் பெறுகின்ற நல்வாய்ப்பை நம் மகன்கள் பெற்றுள்ளார்கள் என நானும் லதாவும் எண்ணி மகிழ்ந்தோம். இக்காலத்தில், பெரும்பாலான குழந்தைகள் அவர்களுடைய பெற்றோரை விட்டுவிட்டுத் தொலைவில் வெளிநாடுகளில் வாழ்கிறார்கள். நம் பிள்ளைகள், தொலைதூரத்தில் உள்ள இடங்களில் வளர்ந்தாலோ அல்லது வேலைசெய்தாலோ இதுபோன்ற அன்பையும் கவனிப்பையும் எங்கே பெறுவார்கள்? என்று பேசிக்கொண்டோம்.

அதுவொரு சோம்பலான ஞாயிற்றுக்கிழமையின் பிற்பகல் நேரம். பெரும்பாலான ஞாயிற்றுக்கிழமைகளில் எங்கள் வீட்டுக்கு வருவதைப்போல், என் தங்கையும் அவளுடைய கணவரும் அன்றும் வந்திருந்தனர். நல்ல நண்பகல் விருந்துக்குப் பின் நாங்கள் கூடத்தில் ஓய்வாக அமர்ந்து வேறுவேறு வகையான செய்திகள் குறித்துப் பேசிக் கொண்டிருந்தோம். என் மனைவி லதா தேநீர் போடுவதற்காகச் சமையலறைக்குச் செல்லத் தயாரானாள். ஆனால், பேச்சில் இருந்த ஆர்வம் அவளைத் தடுத்தது.

அம்மா விறுவிறுவென்று அறைக்குள் சென்றாள். இயல்பாக நண்பகல் உணவுக்குப்பின் அவள் ஒரு குட்டித் தூக்கம் போடுவாள். இந்த நேரத்தில் அம்மா அங்கு வருவாள் என்று நாங்கள் யாரும் எதிர்பார்க்கவில்லை. அவளைச் சற்று வியப்போடு பார்த்தோம். அவளைப் பிடித்து யாரோ இழுப்பதுபோல் தெரிந்தது. அவளுடைய வெள்ளைச் சேலையின் ஓரம் தரையில் படர்ந்தது. அவளை இழுப்பது யார்? என்று சற்றுக் குனிந்து பார்த்தேன். என்னுடைய மூத்த மகன் அங்குப் போடப்பட்டிருந்த திரைச்சீலைக்குப் பின்

நின்றிருந்தான். அவன் மிகவும் கூச்சப்படுபவன். உள்ளே வரத் தயங்கினான். ஆனால், அம்மா மகிழ்ச்சியுடன் இருந்தாள்.

'உனக்குத் தெரியுமா குனி?' என்னுடைய தங்கையிடம் அம்மா மகிழ்ச்சியுடன் கேட்டாள். 'நீச்சல் போட்டியில், நம்ம தெபு தங்கப்பதக்கம் பரிசு பெற்றுள்ளான். டேய்.. தெபு, இங்கே வா, வந்து, தங்கப்பதக்கத்தை அத்தை மாமாவிடம் காட்டு' என்றவள், திரும்பி என்னையும் லதாவையும் பார்த்தாள்.

லதா நண்பகலில் மகனை வெளியில் செல்ல அனுமதிப்பதில்லை. 'அவன் நீச்சல் அடிக்கப் போகிறான்! அது அவ்வளவு பாதுகாப்பானது அன்று. அவனுடைய வெற்றியைக் கண்டு பொறாமைப்படும் எவராவது, அவன்மேல் கண் வைக்கலாம். எது வேண்டுமானாலும் நடக்கலாம்.' அம்மா என் மகனைப் பார்த்து, 'தெபு, என் கண்ணு, என் செல்லம், நீ கண்டிப்பாக யார்கிட்டேயும் சொல்லாமல் வெளியில் செல்லக்கூடாது.' என்று சொன்னாள்.

என் மகன் இன்னும் திரைச்சீலைக்குப் பின்னால் இருந்து வரவில்லை. நாங்கள் நால்வரும் அப்படியே பேசுவதை நிறுத்தி விட்டு அம்மாவைப் பார்த்தோம். அதிர்ச்சியில் எங்கள் உதடுகள் பிதுங்கின. அவள் அமைதியாகவும் முற்றிலும் இயல்பாகவும் இருந்தாள். அவள் முகத்தில் புதுப்பொலிவு இருந்தது. ஒரு கணம் அல்லது ஒட்டுமொத்தமாக அந்த அறையில் பேரமைதி நிலவியது.

நீச்சல் போட்டியில் தங்கப்பதக்கம் வென்ற என்னுடைய மூத்த மகனுக்கு அகவை பதினைந்து. அவனை நாங்கள் பபுன் என்று அழைப்போம்.

என்னுடைய முழுப்பெயர் நரேந்திரா. என்னுடைய அப்பா-அம்மா மற்றும் எனக்கு நெருக்கமானவர்கள் என்னை 'நிரு' என்று சுருக்கமாக அழைப்பார்கள்.

இறந்துபோன என்னுடைய அண்ணனின் பெயர் தெபேந்திரா. என்னுடைய அம்மாவுக்கும் அப்பாவுக்கும் அவன் 'தெபு'.

5. செலின்

நானும் என் தம்பியும் காலைநேரப் பள்ளிக்குச் சென்றோம். நாங்கள் நண்பகல் உணவை முடித்தபின், அம்மா பாட்டிக்குச் சோறு கொடுப்பார்கள். எல்லாரும் சாப்பிட்ட பின்னர், கடைசியாக அம்மா சாப்பிட்டுவிட்டுப் படுக்கையறையில் ஒரு குட்டித் தூக்கம் போடுவார்கள். அம்மாவுடன் நான் தம்பிகள் புபு மற்றும் துபு மூவரும் படுத்துக்கொள்வோம். இரவில் நாங்கள் மூவரும் பாட்டியுடன் தூங்குவோம். ஆனால், பகலில் அம்மா எங்களைப் பாட்டியுடன் தூங்க விடுவதில்லை. பாட்டி அயர்ந்து தூங்கியவுடன் நாங்கள் அறையைவிட்டு வெளியில் சென்று வெய்யிலில் விளையாடப் போய்விடுவோம் என்ற அச்சம் அம்மாவுக்கு.

நான் கட்டிலின் ஒரு மூலையில் சுவரை ஒட்டியவாறு படுத்துக்கொள்வேன். தம்பிகள் நடுவிலும், அம்மா அடுத்த மூலையிலும் படுத்துக் கொள்வார்கள். கடைசித் தம்பி துபு இடது கையால் அம்மாவின் முந்தானையைப் பிடித்தபடியும் வலதுகை கட்டைவிரலை வாயில் வைத்துச் சூப்பியபடியும் தூங்குவான். தம்பி புபு நடுவில் படுத்துக்கொண்டு பகலாய் இருந்தாலும் இரவாய் இருந்தாலும் மெலிதாகக் குறட்டைவிட்டுக்கொண்டே அயர்ந்து தூங்குவான். தம்பிகள் இருவரும் விரைவில் தூங்கிப்போவார்கள். ஆனால், நான் மட்டும் விழித்தபடியே சுவரைப் பார்த்தபடி அமைதியாக அப்படியே படுத்திருப்பேன். சின்ன ஒலி கூட அம்மாவை எழுப்பிவிடும் என்பதால் மிகுந்த எச்சரிக்கையுடன் சின்ன ஒலிகூட எழாதவண்ணம் அப்படியே படுத்திருப்பேன். கொஞ்ச நேரத்தில் அம்மா மெலிதாகக் குறட்டை விடத்தொடங்குவாள். அம்மாவின் மெல்லிய குறட்டை ஒலியைக் கேட்பேன். அம்மா அப்பாவைப்போல் 'ஊஸ்... ஊஸ்...'' என்று குறட்டை விடுவதில்லை. ஆனால், மெலிதாக, மென்மையான விசில் ஒலி போலக் குறட்டை விடுவாள். அது அவளுடைய மூக்கில் இருந்து வருகிறதா? அல்லது வாயில் இருந்து வருகிறதா? என்பதை என்னால் உறுதியாகச் சொல்ல முடியாது. அப்போது அவள் ஆழ்ந்த உறக்கத்தில் இருக்கிறாள் என்பதை மட்டும் தெரிந்துகொள்வேன்.

அதன்பின், நான் கட்டிலில் இருந்து இறங்கி, எந்தவொரு சின்ன ஒலியும் எழாதவாறு கால் கட்டை விரல்களைத் தரையில் ஊன்றிக் கொஞ்சமாகத் திறந்திருக்கும் கதவை நோக்கிச் செல்வேன். நான் அறையைவிட்டு வெளியேறிக் கதவைப் பாதியளவு மூடியபடி

இருக்குமாறு பின்புறம் தள்ளுவேன். பெரும்பாலும், கதவு எழுப்பும் மெல்லிய 'கிரீச்...' ஒலியை மட்டும் தடுக்க முடியாது. அன்றும் அப்படித்தான், நான் நினைத்தபடி அந்த 'கிரீச்' ஒலி அம்மாவை எழுப்பி விட்டது. எப்போது வேண்டுமானாலும் அம்மா கட்டிலை விட்டு இறங்கிக் கதவை நோக்கி வருவாள். என் காதுகளைப் பிடித்துத் திருகியபடி மீண்டும் உள்ளே கூட்டிச் செல்வாள் என்று நான் காத்திருந்தேன். ஆனால், அப்படி ஏதும் நடக்கவில்லை. நான் வீட்டைவிட்டுத் திருட்டுத்தனமாக வெளியேறிச் செல்வேன். மிலி, துனி மற்றும் நான் மூவரும் எங்கள் வீட்டின் பின்புறம் இருக்கும் மாமரத்தின் அடியில் விளையாடுவோம்.

பொதுவாக, நாங்கள் செலினை எங்களுடன் விளையாட அழைப்பதில்லை. ஆனால், அவள் நாங்கள் விரும்பாத ஒருத்தியாக எப்படியாவது எங்களுடன் சேர்ந்துகொள்வாள். செலினின் கால்கள் முடமாக இருக்கும். மேலும், அவளின் இரண்டு கால்களும் ஒன்றுக் கொன்று சேராமல் அகன்று பிரிந்து இருக்கும். ஒன்றுக்கொன்று இணையாத எதிரெதிர்க் கோணத்தில் இருப்பதைப்போல் விலகிய விரல்களுடன் குச்சிக் கால்கள் பார்க்கச் 'சகி'க்காவண்ணம் இருக்கும். கொஞ்சம் தவ்வியபடி கால்களை இழுத்து இழுத்து நடப்பாள். அவளுக்காக “ஊங்கி லெக்குடு வென்ச்”சை அவளின் பாட்டி சரியாகத் தேர்ந்தெடுத்திருந்தாள். செலின் எங்களுடன் சேர்ந்து விளையாட வரும்போதெல்லாம் என் நெஞ்சம் புதிதாகப் படபடக்கும். ஏன் இந்தக் கோணக்கால்காரி எப்போதும் கூப்பிடாமலே வந்துவிடுகிறாள்? என்ற கேள்வி நெஞ்சில் எழும்.

பொதுவாக, செலின் பாவாடை-சட்டை அணிந்திருப்பாள். அவளிடம் இரண்டு பாவாடை-சட்டைகள் மட்டுமே இருந்தன. அவளுக்கு அகன்ற பெரிய இடுப்பு, அந்த இடுப்புடன் அவள் முடமான கால்களுடன் நடக்கும்போது அவளின் பாவாடை ஒரு விதமான இயைந்த முறையில் ஏறி இறங்கும். பார்க்கச் 'சகி'க்காத அந்தக் காட்சி என் கண்களுக்கு ஒருவித வெறுப்புணர்வைத் தூண்டும். ஆனால், அவளுடன் முரட்டுத்தனமாக நடந்துகொள்ள முடியாது. அவளை நாங்கள் விளையாடும் 'சில்லு' (ஸ்டெப்-ஓ) விளையாட்டில் உப்புக்குச் சப்பாணியாகச் சேர்த்துக் கொள்வோம். மிகுந்த பொறுப்புடன் சிரத்தையெடுத்துத் தாண்டுவாள். ஆனால், எப்போதும் கோட்டை மிதித்துவிட்டு விளையாட்டில் தோற்றுவிடுவாள். ஆனால், அவள் தான் கோட்டை மிதிக்கவில்லை எனச் சொல்லி எங்களிடம் சண்டையிடுவாள்.

சில நேரங்களில், நாங்கள் அப்பா-அம்மா விளையாட்டு விளையாடும்போது எங்களுக்கு அவள் ஓர் ஆளாகத் தேவைப்படுவாள். எங்களுக்கு பாபுலாவும் தேவை. நான் 'அம்மா'வாக இருப்பேன். அதுதான் எனக்கு முழு அதிகாரத்தையும் கொடுக்கும். செலின் எப்போதும் 'டிலா' அத்தையாக இருப்பாள். அதுவே அவளுக்குப் பொருத்தமானதாக இருக்கும் என்பது எங்களின் எண்ணம்.

டிலா அத்தைப் பாத்திரம் என்பது ஓர் உண்மையான பாத்திரம். எங்கள் வீட்டில் 'பத்து-பாத்திரங்களை'த் தேய்த்துக் கழுவுவதுடன் சிறுசிறு வேலைகளையும் செய்கின்ற வீட்டு வேலைக்காரி டிலா அத்தையைப் போலச் செலினும் "சொப்புச் சாமான்களை"க் கழுவுவாள்; காய்கறிகளை நறுக்கித் தருவாள்; தண்ணீர் பிடித்து வைப்பாள். அவள் கொட்டாங்குச்சியில் சரளைத் துகள்கள், டகோமா பூக்கள் மற்றும் மண் ஆகியவற்றைப் போட்டுச் சமைப்பாள். சோறாக்கி, இலைகளைப் பறித்துவந்து சாப்பிட உட்கார்ந்துள்ள எங்கள்முன் போட்டுப் பரிமாறுவாள். இந்த விளையாட்டில் என் தம்பிகளை எப்போதாவதுதான் சேர்த்துக்கொள்வோம்.

என் நண்பர்களும் நானும் நண்பகல் வேளையில் கமுக்கமாகச் சந்தித்தபோது செலின் கிணற்றடியில் அமர்ந்து பாத்திரம் தேய்ப்பதில் மும்முரமாக இருந்தாள். ஒரு வாளி நிறைய தண்ணீர் இருக்க, முடிச்சுடன் கூடிய ஒரு நீண்ட கயிற்றைக் கையில் பிடித்தபடி நின்றுகொண்டிருந்தாள். அவளை எங்களுடன் சேர்த்துக் கொள்ளவேண்டும் என்று நாங்கள் நினைத்தால், அவளுடைய கவனத்தை ஈர்க்கத் தொண்டையைச் செருமி மெல்லிய ஒலியெழும் வகையில் கனைப்போம். அல்லது ஒரு சிறிய கல்லை எடுத்து அவள் மீது எறிவோம். ஒருமுறை அவளுடைய அம்மா ஜூலி-மா மாசியிடம் அடிவாங்கியதிலிருந்து வேகமாக ஒலியெழுப்பிச் செலினைக் கூப்பிடத் துணிவதில்லை. சண்டை-சச்சரவுகளில் இருந்து விலகியிருந்த என் அம்மா, 'வங்காள அகதிக் குடும்பத் தலைவி மிகவும் ஆபத்தானவள்' என்று கூறியிருக்கிறாள். கணவனுடைய கட்டுப்பாட்டில் அவள் இல்லாததால் எதையும் சாதிக்கக் கூடியவளாக அவள் இருக்கிறாள்; தெருவில் இறங்கி ஆம்பளையைப் போலச் சண்டையிடக் கூடியவள் ஜூலி' என்று எங்க அம்மாவும் பாட்டியும் சொல்லக் கேட்டிருக்கிறேன். அவள்

பெரிய சூனியக்காரி, எவ்வளவு பெரிய எதிர்ப்பையும் மிக இயல்பாகச் சமாளித்துக் கடந்துவிடுவாள்' என்று என் அம்மா அடிக்கடி சொல்லக் கேட்டிருக்கிறேன். எங்க அம்மா ஜூலி அவர்களைப் பற்றி என்ன சொல்ல வராங்கன்னு என்னால் புரிந்துகொள்ள இயலவில்லை. ஒருவேளை, ஜளலி-மா மாசி முத்திரை நடனம் ஆடும்போது பறந்துபறந்து ஆடுவாள், அதுவாக இருக்கும் என நான் நினைத்தேன். அவள் அம்மாவைப் போல் இல்லை, வேறுபட்டவள். மேலும், புதுமையாக (நவீனமாக) உடை உடுத்துபவள்; அவள் கைகள் இல்லாத சிவப்பு மேலாடையையும் வெள்ளை-சிவப்புப் பட்டை ஓரங்களைக் கொண்ட சேலையையும், நெற்றியில் வட்டமாக மிகப் பெரிய பொட்டையும் அணிந்திருப்பாள். அவளுடைய அடர்த்தியான கூந்தல் நீளமாகத் தொங்கும். அவள் 'பிரான்சிங் டிரிப்ஸ்' போல் நடக்கிறாள் என்று நான் அடிக்கடி கற்பனைசெய்து பார்த்ததுண்டு.

அவ்வப்போது, செலினால் நான் சிக்கலில் மாட்டிக் கொண்டதுண்டு. தனித்த, தீரமிக்க செயல்களில் ஈடுபடும்போது செலினைச் சேர்த்துக்கொள்ள என் நண்பர்கள் விரும்ப மாட்டார்கள். ஏனெனில், அவளால் வேகமாக ஓட முடியாது; எப்போதும் கடைசியில்தான் வருவாள். ஆனால், செலின் அவளுடைய உருண்டையான கண்கள் கசிய என்னிடம் வருவாள். அவளுடைய அழுது வடியும் துன்ப முகம், அவளை வேண்டாம் என்று முகத்தில் அடித்தாற்போல் சொல்ல முடியாமல் என்னைத் தடுத்துவிடும்.

இதுபோன்ற ஒரு தீரமிக்க பயணத்தில் நாங்கள் ஈடுபட்டபோது எதிர்பாராத சில நிகழ்வுகள் நடந்துவிட்டன.

பீபேஷ் பிஜு மிஸ்ரா என்பவர் மிகப் பெரிய தோட்டம் வைத்திருந்தார். அத்தோட்டத்தில் முந்திரி, கொய்யா மற்றும் பிற பழ மரங்கள் இருந்தன. பிஜு மிஸ்ரா ஒரு புகழ்பெற்ற மருத்துவர்; கட்டாக்கில் வசிக்கிறார்; அவர் இந்தத் தோட்டத்தைப் பொறுப்பான ஒரு காவல்காரர் மற்றும் அவருடைய மனைவியிடம் ஒப்படைத்து விட்டுச் சென்றார். அவர்கள் இருவரும் மிகவும் பொறுப்பாக அந்தத் தோட்டத்தைப் பராமரித்து வந்தார்கள். அந்தத் தோட்டத்துப் பக்கமாகச் செல்லும்போதெல்லாம் முந்திரி மற்றும் பிற பழங்களை நாங்கள் பறித்து எடுத்துச் செல்வோம். ஆனால், அந்தக் குறிப்பிட்ட நாளில், செலின் என்னிடம், 'என்னையும் உங்களிடம் சேர்த்துக் கொள்ளுங்கள்' எனக் கெஞ்சிக் கேட்டுக்கொண்டாள். என்னால்

மறுக்க முடியவில்லை. எங்களுக்குக் கிடைத்த அந்தத் 'திரில்'லான நேரத்தில் தோட்டத்துக்குள் புகுந்து கிளைகளை உடைத்துப் பழங்களை உதிர்த்துத் தின்றோம். கொஞ்சம் உயரமான மரத்தில் பாபு அவனாகவே ஏறி முந்திரிக் கொட்டைகளைப் பறித்தான். அப்போது 'தொப்' என்னும் பெரிய ஒலியுடன் கீழே விழுந்தான். ஒலியைக் கேட்டுத் தோட்டத்துக் காவல்காரரும் அவருடைய மனைவியும் ஓடி வந்தார்கள். நாங்கள் எல்லாரும் மதில் சுவர் ஏறித் தப்பித்து விட்டோம். ஆனால், செலின் மட்டும் மாட்டிக்கொண்டாள். அவளைப் பிடித்து அடி அடியென்று அடித்துவிட்டனர். தாங்கமுடியாத வலியுடன் அழுதுகொண்டே அவள் திரும்பி வந்தாள்.

மாலை நேரத்தில் நானும் என் தம்பிகளும் ஒன்றுமே நடக்காதது போல் படிக்க அமர்ந்தோம். இதுபோன்ற துணிச்சலான தீரச்செயல்களில் ஈடுபடப்போகும்போது நாங்கள் எப்போதும் தீவிரமாகப் படிப்பதுபோல் நடிப்போம். நாங்கள் ஒன்றும் அறியாதவர்கள் போல் அமர்ந்திருந்தோம். எங்கள் கண்கள், திறந்திருந்த அந்தப் புத்தகத்தின் பக்கத்தின் மீது பதிந்திருந்தன. இருப்பினும், வழக்கம்போல் அந்தப் புத்தகத்தின் பக்கம் திரும்பாமல் அப்படியே இருந்தது. அதனால், அந்த மாலை வேளையில் மின்சாரம் இல்லாதபோதும் பாயை விரித்து அதில் அமர்ந்து கைவிளக்கு வெளிச்சத்தில் மிகத் தீவிரமாகப் படித்துக்கொண்டிருப்பதுபோல் இருந்தோம். அப்பா வீட்டிற்குத் திரும்பி வந்துவிட்டார். அவர் அவருடைய "லேம்பர்ரேட்டா" உந்துவண்டியைத் தள்ளிக்கொண்டு வந்து தாழ்வாரத்தில் நிறுத்தினார். அவர் சாப்பாட்டுக் கூடையில் இருந்து சாப்பாட்டுப் பெட்டியை எடுத்தபோது அவரை நோக்கி இரண்டு உருவங்கள் அசைந்து செல்வதை நான் பார்த்தேன். அவர்கள் ஜூலி-மா மாசி மற்றும் செலின் என்பதை அவர்களின் உருவ அமைப்பைப் பார்த்துத் தெரிந்துகொண்டேன். என்னுடைய நெஞ்சம் பதற்றத்தில் படபடத்தது. ஏன் இவர்கள் நம் வீட்டிற்கு வரவேண்டும்? கண்டிப்பாக இவர்கள் தவறான நோக்கத்தில்தான் வந்திருக்க வேண்டும். அவள் வங்காளம் மற்றும் ஒடிசா மொழிகளில் கலந்து சினத்துடன் என்மீது குற்றச்சாட்டுகளை அடுக்கினாள். அவை வெள்ளம்போல் அவள் வாயிலிருந்து பொங்கி வழிந்தன. அவளுடைய மகளையும் சேர்த்துக்கொண்டு அடுத்தவங்க தோட்டத்துக்குச் சென்று பழங்களைத் திருடிவிட்டு, அவளுடைய மகளைத்

தனியாகவிட்டுவிட்டு இவர்கள் மட்டும் சாதூர்யமாகத் தப்பித்து வந்து விட்டார்கள் என்றும், அதன் விளைவுகளை அவள் மகள் எதிர்கொண்டாள் என்றும் என் மீது குற்றம்சாட்டினாள். என்னால்தான் அவளின் மகள் மிகவும் மோசமாக அடிவாங்கினாள் என்றும் கூறினாள்.

அப்பா,

"கை-விளக்கை எடுத்து வா"

என அம்மாவை நோக்கிக் கத்தினார். அம்மா கை-விளக்கை எடுத்துக்கொண்டு வந்து அப்பாவிடம் கொடுத்துவிட்டு அமைதியாகக் கதவில் சாய்ந்து நின்றுகொண்டாள். அம்மாவுக்குப் பின்னால் நின்றுகொண்டு நான் வெளியே எட்டிப்பார்த்தேன். அப்பா கை-விளக்கை ஒளிரச்செய்து அந்த ஒளியைச் செலின் மீது பாய்ச்சினார். அவள் முகம் வீங்கிப்போய் காயங்களுடன் காணப்பட்டது. அவளுடைய கண்புருவங்கள் கூட வீங்கிப் போய் ஒரு பக்கமாகச் சாய்ந்திருந்தன. மேலும், அவள் முகத்தில் காய்ந்துபோன கண்ணீரும் அழுக்கும் படிந்திருந்தன. அவளுடைய மேல்உதட்டில் வெட்டுக்காயம் இருந்தது. அதில் குருதி உறைந்திருந்தது. அப்பா கை-விளக்கை அணைத்துவிட்டு,

"நினா, இங்கே வா"... என்று அழைத்தார்.

மனதுக்குள் மெதுவாக மங்களாதேவியை வேண்டிக்கொண்டே அச்சத்துடன் அவரிடம் நடந்துசென்றேன்.

"அவங்க சொல்றதெல்லாம் உண்மையா?" இடிஇடிப்பதுபோல் அப்பா என்னிடம் கேட்டார்.

நான் ஆணிஅடித்தாற்போல் நிலையாக நின்றுகொண்டு, ஏதும் சொல்லாமல் தலையை மட்டும் அசைத்து "இல்லை" என்று அச்சத்துடன் மறுத்தேன். அந்த இருட்டில், நான் தலையசைத்து இல்லை என்று சொன்னது அவருக்குத் தெரியவில்லை.

"எனக்குத் தெரியும், நீ தான் எல்லாக் குறும்புத் தனங்களுக்கும் மூலக் காரணம்"

என்று கத்தியவாறே அடுத்த நொடியே கை-விளக்கைத் திருப்பிப் பிடித்துக்கொண்டு என்னுடைய பின்புறத்தில் வேகமாக அடித்தார்.

நான் ஏதோ சூடான நீர் வெளியானதைப்போல் உணர்ந்தேன். மின்னல் வெட்டைவிட வேகமாக உள்ளே ஓடித் தனியான ஓரிடத்தில் அமர்ந்தேன். என்னுடைய வலியையும் மானக்கேட்டையும் எண்ணிக் கூனிக்குறுகி அழுதேன்.

"இது எல்லாம் உன்னுடைய தவறு" அடுத்தநாள் காலையில் பள்ளிக்குச் செல்லும் வழியில் பாபு சொன்னான். "அவளை ஏன் நீ தோட்டத்துக்குக் கூட்டி வரணும்?"

அதற்கு நான், "என்னுடைய தவறு இல்லை. உன்னுடையதுதான்" என்று மறுத்துப் பேசினேன்.

நேற்று மாலையில் பட்ட அடியின் வலியும் அதனால் ஏற்பட்ட மானக்கேடும் இப்போதுவரை என்னை உறுத்திக்கொண்டே இருந்தன.

"நீ ஏன் கீழே விழணும்?, முந்திரிக் கொட்டைகளைத் திருடுவது இதுதான் முதல்முறையா?" என்று கேட்டேன்.

"எறும்புகள் கடித்தன", பாபு விளக்கினான்.

"இனிமேல், செலினை நம்முடன் கூட்டிச்செல்லக் கூடாது" என்றும் கூறினான்.

விரும்பத்தகாத இத்தகைய நிகழ்வுகளுக்குப் பின்னும் என்னால் செலினிடமிருந்து விலகி இருக்க இயலவில்லை. அப்படியென்றால், நான் அவளுடைய நட்பை விரும்பினேன் என்பதல்ல. ஆனால், அவளுடைய சகிக்கமுடியாத, ஈர்ப்பில்லாத தோற்றமும் அவளுடைய சிறிய கண்களில் தெரிந்த கெஞ்சலும் அவளைப் புறந்தள்ள இயலாமல் செய்துவிட்டன. திருடுவதில் திறன்-பயிற்சி இல்லாதபோதும் கொய்யா, முந்திரிக்கொட்டைகள் திருடிய இதுபோன்ற பல நிகழ்வுகள் நடந்தன. ஒவ்வொரு நிகழ்வுக்குப் பின்னரும் அவள் அவளுக்கே உரிய முறையில் மன்னிப்புக் கேட்பாள். எப்போதெல்லாம், நாங்கள் அவளை விளையாட்டில் சேர்த்துக் கொள்ளவில்லையோ, அந்தச் சில நாள்களில், அவள் சற்றுத் தூரத்தில் சோகமான முகத்துடன் எங்களைப் பார்த்துக்கொண்டு அமர்ந்துகொண்டோ அல்லது நின்றுகொண்டோ இருப்பாள். அவளுடைய வீட்டில் இருந்த பெரிய 'ஜுஜுபி' மரத்தில் விளைந்திருந்த சாறும் சதைப்பற்றும் மிக்க பெரிப் பழங்களில் இருந்து தயாரிக்கப்பட்ட இனிப்பான ஊறுகாய் எனக்கு மிகவும்

பிடிக்கும் என்ற என்னுடைய மிகப்பெரிய பலவீனத்தை அவள் தெரிந்து வைத்திருந்தாள். அவள் அந்த இனிப்பு ஊறுகாயை அவளுடைய அம்மாவுக்குத் தெரியாமல் எனக்குக் கொண்டுவந்து தருவாள்.

அந்த மரம் மிகவும் உயரமானது; அதிலிருந்து பெரிப் பழங்களைப் பறித்தல் என்பது மிகவும் அரிய செயல். எனவே, ஜுலி-மா மாசி, மரத்திலிருந்து கீழே உதிரும் பழங்களை எடுத்துக்கொள்ளும் வகையில் மரத்துக்குக் கீழே பழைய படுக்கை விரிப்பைக் கொண்டுவந்து விரித்துவைப்பாள். ஜுலி-மா மாசி தானியங்களைப் புடைத்து எடுக்கின்ற முறத்தைக் கொண்டுவந்து பழங்களை அவற்றில் எடுத்துச் சென்று வீட்டின் சமையலறையின் கல்நார் கூரையில் உலர்த்துவதை நான் மிகுந்த ஆசையுடன் பார்ப்பேன்.

என்னை வற்புறுத்தி, மீண்டும் எங்களுடன் இணைய, அந்த ஊறுகாய்தான் சரியான கையூட்டு என்பதைச் செலின் நன்றாக அறிந்திருந்தாள்.

குளிர்காலத்தின் இறுதி நாள்கள் தவிர்த்து ஆண்டின் பெரும்பாலான நாள்களில், பெரி பழுத்திருக்கும். அந்த நாள்களில், நாங்கள் மதில் சுவருக்குள் இருந்த அந்த மரத்தடியில் வழக்கமாக விளையாடுவோம். பல்வேறு விதமான விளையாட்டுகளை அந்தப் புல்தரையில் விளையாடுவோம். நாங்கள் அங்கே விளையாடும் போது, செலின் மிகுந்த மகிழ்ச்சியடைவதை நான் பார்த்திருக்கிறேன்.

மதில் சுவருக்குள் விளையாடுவது என்றால் எனக்கு மிகவும் பிடிக்கும். ஆனால், ஒருநாள் நல்ல மழைபெய்த காலை நேரத்தில் செலின் என் வீட்டு வாசலுக்கு வந்து என்னை உரக்கக் கத்தி அழைக்கும் வரை, அவ்விடத்தின் அருமை-பெருமைகளை நான் அறிந்திருக்கவில்லை. எங்கள் பள்ளியின் கோடை விடுமுறை இன்னும் முடியவில்லை. நான் என்னுடைய பாட்டியின் பின் உட்கார்ந்துகொண்டு, சப்பாத்தி, பாலாடை, சர்க்கரை மற்றும் தயிர் வைத்துக்கொண்டு காலை உணவைச் சாப்பிட்டுக் கொண்டிருந்தேன். இந்த முன்-காலை நேரத்தில் அவள் என்னை ஏன் அழைக்கிறாள் என்று தெரிந்துகொள்ள மிகுந்த ஆர்வம் ஏற்பட்டது. சாப்பிடுவதைப் பாதியில் விட்டுவிட்டு, பாட்டியின் பேச்சைப் புறந்தள்ளிவிட்டு அவளைச் சந்திக்க படிக்கட்டுகளில் கீழே ஓடினேன்.

"வா" என்று அழைத்தாள் செலின். ஏதோ அரிய ஒன்றைக் கண்டுபிடித்துவிட்ட பரபரப்பு மலர்ந்திருந்த அவளுடைய முகத்தில் தெரிந்தது.

"இது என்ன?" என்று ஐயத்துடன் கேட்டேன்.

வேறு யாரைக் காட்டிலும், செலினால் எனக்கு மிகுந்த வியப்பைத் தரமுடியும் என்பதை என்னால் நம்ப இயலவில்லை.

"நீ என்னுடன் வா" என்று அழைத்தவள், திரும்பி முன்னோக்கி நடந்தாள். நாங்கள் அங்கிருந்த சின்ன சுற்றுச்சுவரைத் தாண்டிச் சென்று மிகப் பெரிய மதில் சுவரை அடைந்தோம். அப்போது லேசாகத் தூறிக்கொண்டிருந்தது. சிறிது தூரம் சென்றபின்னர், அப்படியே நான் சிறிதுநேரம் நின்றுவிட்டேன். வியப்பு என்னை விழுங்கியிருந்தது. அந்தப் பச்சைப் புல்தரையின் மீது சின்ன வெள்ளைப் பூக்களால் ஆன கம்பளம் விரிக்கப்பட்டிருந்தது. இவையெல்லாம் எங்கிருந்து வந்தன என்ற கேள்விக்கணைகளோடு செலினை நான் நோக்கினேன். என் கண்கள் வியப்பில் அகல விரிந்திருந்தன.

"காளான்கள்" என்று சிரித்துக்கொண்டே அறிவுப் பூர்வமாகப் பதிலளித்தாள். 'இவற்றை உண்பார்கள். அம்மா இவற்றைப் பறித்துக்கொண்டு வரச்சொன்னாள்' என்றாள்.

நான் அந்தச் சின்னஞ்சிறு வெள்ளைப் பூக்களைச் சுற்றிச்சுற்றிப் பார்த்துக்கொண்டிருந்தேன்.

'காளான்கள்? ஆனால், காளான்கள் இப்படி இருக்காதே?' நான் முழுமையாகத் தெரியாத நிலையில் சொன்னேன்.

சென்ற ஆண்டுக் கோடை விடுமுறையில் நான் என்னுடைய சித்தியின் கிராமத்துக்குச் சென்றிருந்தேன். அங்கே இரண்டு நாள்கள் தொடர்ந்து மழைபெய்து கொண்டிருந்தது. மூன்றாம் நாளின் அதிகாலையில், என்னுடைய சித்தியின் மகள்,

'வெளியில் வா... வந்து இதைப் பார்'

என்று பரபரப்போடு வெளியிலிருந்து அழைத்தாள். நான் கண்களைத் துடைத்துக்கொண்டே, முற்றத்துக்கு வந்து அவள் காட்டிய இடத்தைப் பார்த்தேன். இளஞ்சிவப்புடன் கூடிய வெள்ளைப் பூக்கள் என்னுடைய சித்தியின் வீட்டுக் கூரையைப் போர்த்தியதுபோல் வளர்ந்திருந்தன.

'இவை வைக்கோல் காளான்கள்'

என்று என் சித்தியின் மகள் விளக்கினாள். ஏணியின் மீது ஏறி அந்த வைக்கோல் காளான்களைப் பறித்தோம். அந்தக் காளான்களைச் சமைத்தனர். ஆனால், நான் அந்தக் காளான் கறியை விரும்பிச் சாப்பிடவில்லை. மேலும், அந்தச் சுவை கூட என் நினைவில் இல்லை.

"பறிக்கலாம் வா.." என்று அழைத்துச் செலின் நனவோடை நிலையிலிருந்த என்னைத் தன்னிலைக்குக் கொண்டுவந்தாள்.

"ஆனால், பறிக்கின்ற பூக்களை வைத்துக்கொள்ள முதலில் உங்கள் வீட்டிலிருந்து செய்தித்தாள்களைக் கொண்டுவருவோம், வா" என்றாள்.

அவள் கூறியது எனக்குப் பிடித்திருந்தது. நான் வீட்டிற்கு ஓடிச்சென்று செய்தித்தாள்களுடன் திரும்பி வந்தேன். நான் தாளின் ஒரு பகுதியைக் கூம்புவடியில் மடித்தேன். என்னுடைய இடக்கையில் அந்தத் தாள்கூம்பை வைத்துக்கொண்டு, காளான்களைப் பறிக்கத் தொடங்கினேன். அவற்றை அதில் சேகரித்தேன். இந்தக் காளாள்கள், நான் என் சித்தி வீட்டில் பார்த்த பெரிய இளஞ்சிப்புக் காளான்களின் சிறிய வடிவமாக இருந்தன. ஒரு சிறிய வெள்ளைநிற வட்ட வடிவத்தில் இருந்த அதை மண்ணிலிருந்து வெளிவந்து லேசாக ஒட்டிக்கொண்டிருந்த ஒல்லித் தண்டு பிடித்திருந்தது. காளான்கள், சிறிய, ஒல்லியான மேலும், சப்பானியப் பெண்கள் தலைக்குமேல் பிடித்திருக்கும் வெள்ளைக் குடைபோல் இருந்தன. நான், 'முத்து எஸ். பக்கு'வின் ஒடியாப் புதினங்களின் மொழிபெயர்ப்பைப் படித்திருக்கிறேன். அவற்றின் ஆழமான பொருளை நான் அறிந்திருக்காவிட்டாலும், அவை என்னை மிகவும் கவர்ந்திருந்தன.

காளான்கள் நிறைந்திருந்த தாள்கூம்பினைப் பிடித்துக் கொண்டு எங்கள் வீட்டு மாடியில் உள்ள படிக்கட்டுகளைத் தாவி ஏறி என்னுடைய பாட்டியிடம் வந்தேன்.

'இவை என்னுடைய மணல் காளான்கள்...' பாட்டியின் கண்கள் வியப்பிலும் மகிழ்ச்சியிலும் மின்னின.

'வெளியே வா, வந்து பார், என் பேத்தி என்ன கொண்டு வந்திருக்கிறாள்' என்று பாட்டி என்னுடைய அம்மாவை வெளியில் அழைத்தாள்.

'என்ன அது?'

என்றவாறே அம்மா சமையலறையிலிருந்து கைகளைத் துடைத்தவாறே முகத்தில் ஒருவித எதிர்பார்ப்புத் தென்பட வேகமாக வந்தாள். அவளுடைய பார்வை செய்தித்தாள்களில் பரப்பி வைக்கப்பட்டிருந்த வெள்ளைப் பூக்களின் மீது படர்ந்தது. அவள் என்னையும் பாட்டியையும் மாறி மாறிப் பார்த்தாள். அவளின் விழிகளில் கேள்வி நிறைந்திருந்தது.

'இவை எங்கிருந்து வந்தன?' என்றவளின் கண்களில் கவலையும் மகிழ்ச்சி நிறைந்த வியப்பும் கலந்திருந்தன.

'எங்கே போயிருந்தாய்?' என்றாள்.

'எங்குமில்லை, இவற்றை இங்கிருந்துதான் ஜூலி-மா மாசியின் வீட்டு மதில் சுவருக்குள் இருந்துதான் கொண்டுவந்தேன்.' என்று பெருமை பொங்கக் கூறினேன்.

அதைக்கேட்டு,

'உனக்கு இதெல்லாம் வேண்டாம்...'

என்று சற்றுக் கவலையுடன் கூறினாள்.

'அந்த மதில் சுவரை ஒட்டி நிறைய எறும்புப் புற்றுகள் இருந்தன. அவற்றில் பாம்புகளும் இருக்கலாம்'.

அம்மாவுடைய குரலில் ஏதோ ஒரு மறைமுகக் குறிப்பு இருந்தது. ஏனென்றால், அவளுக்குத் தெரியும் நான் அவளுடைய எச்சரிக்கையைப் பொருட்படுத்தமாட்டேன் என்று. அன்று பாட்டி, கடுகுச் சாந்து, உப்பு, மாங்காய் வடுக்கள் மற்றும் காய வைத்த கருப்பு உளுந்துச் சாந்து ஆகியவற்றைக் கொண்டு காளான்களைச் சமைத்திருந்தாள். என் அப்பா காளான் கறியை மிகவும் சுவைத்துச் சாப்பிட்டுக்கொண்டிருந்தார். நான் பெருமையுடனும் மகிழ்ச்சியுடனும் பார்த்துக்கொண்டிருந்தேன். என்னால் காளான் கறியைச் சாப்பிட இயலவில்லை. ஏனோ அந்த மணம் எனக்குப் பிடிக்கவில்லை.

செலினின் மீது எனக்கு மிகுந்த விருப்பம் என்று சொல்லமாட்டேன். ஆனால், அவள் எனக்குள் அவள் மீதான உறுதியான தாக்கத்தை ஏற்படுத்தியிருந்தாள். என்னால் அவளிடம் இடைவெளியைக் கடைப்பிடிக்கவோ அல்லது அவளை விலக்கி வைக்கவோ இயலவில்லை. அவள் என்னுடைய நட்புக்காக

ஏங்கினாள்; மேலும், நான் எங்குச் சென்றாலும் என்னுடன் வர விரும்பினாள் என்பது அவளைப் பார்க்கும்போது தெரிந்தது. அதனால், நான் அவளை இன்னொரு தீரச் செயலில் இணைத்துக் கொண்டேன். இது, காளான்களைப் பறித்த சில நாள்களுக்குப் பின் நடந்தது. நானும் அந்த நாள்களில் செலினுடன் சிறிது கனிவாக நடந்துகொண்டேன். எனக்கு அனிமா தாசு என்றொரு வகுப்புத் தோழி இருந்தாள். அவள் எங்களுக்கு ஒரு கருத்தைச் சொன்னாள். அனிமா தாசின் வீடு தெருவுக்குக் கீழ்ப்புறம் அமைந்திருந்தது. அந்தத் தெருவைத் தொட்டுக்கொண்டு 'தலதண்டா' என்னும் கால்வாய் ஓடியது. அந்தக் கால்வாயின் குளிக்கும் இடம், அவளுடைய வீட்டுக்கு மிக அருகில் இருந்தது. அங்குச் சென்று ஏதாவது புதுமையான தீரச்செயலில் ஈடுபடலாம் என்று அவள் எங்களை அழைத்தாள். அந்தத் தீரச்செயல் என்ன என்று எங்களுக்குச் சிறிதும் தெரியாது. அனிமா அதை வெளிப்படுத்தாமல் கமுக்கமாக வைத்திருந்தாள். நானும் மிலியும் அவளுடன் சென்றோம். செலின் எங்களுக்குப் பின்னால் தடுமாறியபடி வந்தாள். பருவ மழைக்கு முந்திப் பெய்த மழையால் கால்வாய் நிரம்பி வழிந்து ஓடிக்கொண்டிருந்தது. சேற்று நீர் சுழன்று நீரோட்டத்தில் வேகமாக பாய்ந்தோடியது. தண்ணீர் என்றாலே எனக்கு உள்ளுக்குள் ஒருவித அச்சம் இருந்தது.

'இங்கே என்ன செய்யப் போகிறோம்' என்று நான் அச்சத்தின் நடுக்கத்தை உணர்ந்தவாறு கேட்டேன்.

'பொறுத்திருந்து பாருங்கள்' என்ற அனிமாவின் முகத்தில் ஒருவிதக் கமுக்கமான புன்னகை தவழ்ந்தது. அவள் புத்தகத்தில் வைத்திருந்த காவிநிற நீர்உறிஞ்சும் துணியை எடுத்துக் கால் முட்டிக்கு மேலே உடையைத் தூக்கி இடுப்பில் இறுக்கமாகக் கட்டிக்கொண்டாள். அங்கே குளித்துக் கொண்டிருந்த ஒருவரை அழைத்து, அந்தத் துணியின் ஒரு முனையைப் பிடித்துக்கொள்ளச் சொன்னாள். அவர், அவளுக்குத் தெரிந்தவராக இருக்கும் என நினைத்தேன். மீன்பிடிக்கும் வலையைப் போல அந்தத் துணியை அவர்கள் இருவரும் பிடித்துக்கொண்டனர். அவர்கள் இருவரும் அந்தத் துணியைப் பிடித்துக்கொண்டு கடைசிப் படிக்கட்டுக்குக் கீழே இறங்கிச் சென்றனர். அது வெளியில் தெரிந்தாலும் கிட்டத்தட்ட நீருக்கு அடியில் இருந்தது. நீர் அனிமாவின் முழங்கால் வரை ஓடியது. அவர்கள் சற்று வளைந்து, அந்த மீன்பிடித் துணியைக் கடைசிப் படிக்கட்டுக்கு மிக அருகில் நீருக்கு அடியில் அழுத்திப்

பிடித்தனர். ஒரு மின்னலடிக்கும் கணநேரத்தில், கடைசிப் படிக்கட்டில் பிடித்துக்கொண்டிருந்த அந்த மீன்பிடித் துணியில் கிழிசல் ஏற்பட்டது. அதை நீரில் இருந்து வெளியில் எடுத்தனர். அந்தத் துணியில் சிறிது நீர் இருந்தது. நீரில் சின்னச்சின்ன இறால்கள் திரள்திரளாய்ப் படபடத்தன. அந்தத் துணியை இடைவெளிவிட்டுப் பிரித்துப் பார்த்தோம். இந்தச் சின்ன வெள்ளையாக இருக்கின்ற இவற்றைச் 'சென்னாக்குனி' (பொடிப்பொடி இறால்கள்) என்று எங்கள் பாட்டி அழைப்பாள்.

'நீங்கள் அவற்றைப் பார்த்தீர்களா?' என்று கேட்டவாறே வெற்றிப் புன்னகையுடன் எழுந்து நின்றாள்.

'இப்போது இவற்றை எங்கே வைப்பது?' என்றவாறு அவற்றை வைப்பதற்கான 'ஏனம்' (பாத்திரம்) ஏதாவது கிடைக்குமா என்று சுற்றுமுற்றும் பார்த்தோம். ஒரு தகர டப்பா கிடைத்தது. அதில் அந்தப் பொடிப்பொடி இறால்களைப் போட்டு வைத்தோம். உண்மையிலேயே அந்த இறால்கள் மிகவும் அழகாக இருந்தன. அவை, அங்காடியில் வாங்கி வந்ததைப் போல் சுருண்டோ, உருண்டையான காசுகளைப் போலவோ, அல்லது வட்டமாக இருக்கின்ற மாத்திரைகளைப் போலவோ இல்லாமல், மிதக்கும் ஒல்லியான வெள்ளைக் குச்சிகளைப் போலிருந்தன. அனிமா அவர்களுடன் சேர்ந்துகொள்ளுமாறு மிலியை அழைத்தாள். மிலி ஆர்வத்துடன் படிக்கட்டுகளில் கீழ் இறங்கினாள். அனிமா அந்த மீன்பிடித் துணியின் ஒரு முனையைப் பிடித்துக்கொண்டிருக்க, இவள் மற்றொரு முனையைப் பிடித்துக்கொள்ள, நீருக்குக் கீழ் துணியை அழுத்தினர். அடுத்ததாக, பெரியதான இறால் கூட்டம் நீருக்குள் இருந்து வெளியே வந்தது. அந்த வரிசையில் மூன்றாவதாக இருந்த என்னை அனிமா அழைத்தபோது, நான் அச்சமூட்டுவதுபோல் இருந்த படிக்கட்டுகளில் மெதுவாகச் சென்றேன். ஆனால், அந்த மீன்பிடித் துணியில் இருந்த இறால்களை வெளியே எடுக்கவேண்டும் என்ற அடக்கமுடியாத பேரார்வத்தில் என்னுடைய எல்லா அச்சத்தையும் மறந்துபோனேன். சேறும் சகதியும் நிறைந்த அந்தத் தலதண்டா கால்வாயை நான் அடக்கி ஆள்வதுபோல் உணர்ந்தேன். அடுத்து, அந்தத் துணியைப் பிடிக்கச் செலினின் முறை வந்தது. அவள் மெதுவாக, கவனமாகப் படிக்கட்டுகளில் இறங்கி அந்தத் துணியின் ஒரு முனையை இறுக்கமாகப் பிடித்துக் கொண்டாள்.

‘ஏய்... நல்லா பிடிச்சுக்கோ. இல்லன்னா, துணியில் இருக்கின்ற இறால்கள் மீண்டும் நீருக்குள் தாவிக் குதித்துவிடும்’ என்று அனிமா எச்சரித்தாள். ஏனென்றால், செலின் அந்தத் துணியின் முனையை மிகவும் மோசமாகப் பிடித்துக் கொண்டிருந்தாள். வலையைப் பிடிப்பது போல அது ஒன்றும் அவ்வளவு எளிதானது அல்ல. அவள் நீரில் அவளுடைய இடையை மெலிதாக வளைத்தாள். அவ்வளவுதான், மின்னலடித்ததுபோல் ஏதேதோ நடந்துவிட்டது. அவளுடைய கால்கள் நீருக்குள் நழுவுவதைப் பார்த்தேன். ஆனால், செலினைப் பார்க்கவில்லை. கண்இமைக்கும் நேரத்தில் அவள் நீருக்கடியில் மூழ்கிப்போனாள். நான் வெடிக்கும் அளவுக்குச் ‘செலின்... செலின்... செலின்’ எனக் கத்தத் தொடங்கினேன்.

மிலி, செலினுடைய பாவாடையின் ஒரு முனையைப் பிடித்துக்கொண்டு ‘செலின் மூழ்குகிறாள்’ என்று வெறித்தனமாகக் கத்தினாள். நான் என் கண்களை இறுக மூடிக்கொண்டேன். நீண்ட நேரத்துக்குப் பிறகு நான் கண்திறந்து பார்த்தபோது, முழுதும் நனைந்த உடலுடன் கால்வாயின் மேல்படிக்கட்டில் செலின் தலைக்குப்புறக் கிடத்தப்பட்டிருந்தாள். அவளைச் சுற்றி ஒரு கூட்டம் கூடியிருந்தது. ஒருவர் அவளுடைய முதுகைப் பிடித்து அழுத்தினார். செலின் விழுங்கியிருந்த நீரைக் கொப்பளித்தாள். ‘செலின் செத்துட்டாளா?’ என் நெஞ்சம் வேகமாகத் துடித்தது. ஆனால், செலின் எழுந்து உட்கார்ந்து மெதுவாக இருமினாள். பின்னர், முழங்கால்களுக்கிடையே புதைத்திருந்த தலையைத் தூக்கிப் பார்த்தாள். சற்றுநேரம் அப்படியே அமர்ந்திருந்தாள். செலினைச் சுற்றிக் கூடியிருந்த கூட்டத்தில் இருந்த ஒருவர் என்னைப் பார்த்தார். ‘நீ... நடுவண் அரசு சாலை ஆராய்ச்சி நிலையத்தில் வேலைசெய்யும் பதி அய்யாவின் மகள் அல்லவா?. நானும் அங்குதான் வேலை செய்கிறேன். பலமுறை நான் உங்கள் வீட்டிற்கு வந்திருக்கிறேன். ஆனால், நீ ஏன் இதுபோன்ற இடங்களுக்கு வந்தாய்? நல்ல குடும்பத்துப் பெண்கள் இதுபோன்ற இடங்களுக்கு வரமாட்டார்கள்’ என்றார்.

நான் நிமிர்ந்து அவரைப் பார்க்கவில்லை. இதுபற்றி அப்பாவுக்குத் தெரிந்தால் என்ன நடக்கும் என்று நினைத்துப் பார்க்கவே அஞ்சினேன். செலின் ‘தொப்பறக்கட்டையாக’ (முழுமையாக) நனைந்திருந்தாள். அந்த வெட்டவெளியில் அவளுடைய ஆடைகளைக் கழற்றுவது இயலாது. எனவே, நானும்

மிலியும் அவளுடைய நனைந்த ஆடையின் இரண்டுபுறமும் பிடித்துப் நீரைப் பிழிந்துவிட்டோம். நாங்கள் அருகில் இருந்த கோயிலுக்குச் சென்றோம். அவளுடைய ஆடைகள் கொஞ்சமாவது காயட்டும் என்று சற்றுநேரம் அங்கு அமர்ந்திருந்தோம். வீட்டிற்குத் திரும்பும்போது வழிநெடுக, நானும் மிலியும் இங்கு நடந்ததை வீட்டில் உள்ள எவர்க்கும் சொல்லக்கூடாது என்று அறிவுறுத்திக்கொண்டே வந்தோம். அவள் கண்களையும் மூக்கையும் தொட்டுக்கொண்டே அப்படியே செய்வதாகச் 'சத்தியம்' செய்தாள்.

அம்மா 'செலினுடன் ஏன் பழகுகிறாய்?' என்று கேட்பதை நிறுத்தவில்லை. செலின் போன்ற பெண்களுடன் ஏன் பழகுகிறாய்? அவர்கள் நம்ம சாதியை (இனத்தை)ச் சார்ந்தவர்களா?' என்று கேட்டாள்.

'செலினுடன் விளையாடுவதால் என்ன சிக்கல்?' நான் திகைப்புடன் கேட்டேன்.

நான் கேட்ட அடுத்த கணமே, என் கேள்வியைத் தவிர்ப்பதற்காக, 'அவள் உன் அகவைக்காரியா? எந்த வகையில் அவள் உன்னோடு நட்பாக இருக்கப் பொருத்தமானவள்? என்று படாரெனக் கேட்டாள்.

'அவர்கள் நல்லவர்கள் இல்லை' விளக்கினாள் அம்மா.

அம்மா 'அவர்கள் நல்லவர்கள் இல்லை' என்று சொன்னதைச், செலினுடைய அம்மா, அவளின் அக்கா ஜூலி, அவளுடைய இரண்டு தம்பிகள் என்பதாக நினைத்துக்கொண்டு

'அதற்குப் பொருள் என்ன?' என்று நான் கவலையுடன் கேட்டேன். ஆனால், செலின் அப்படிப்பட்டவளாக இருப்பாள் என்று அம்மா நினைப்பதுபோல் செலின் இல்லை. அவள் ஒரு நல்ல தோழி.

'அவர்கள் நம்மீது பொறாமை கொள்கிறார்கள்' என் முகத்தை நேரே பார்க்காமல் அம்மா சொன்னாள்.

'பொறாமையா? அப்படின்னா என்ன?' என்று கேட்டேன்.

என் கேள்விகளால் எரிச்சலடைந்த அம்மா, 'நீ பெரியவளா வளர்ந்தபின் தெரியும்' என்று கவலையுடனும் சினத்துடனும் சொல்லிக்கொண்டே அடுத்த அறைக்குச் சென்றாள்.

அம்மா தொ ர்ந்து புதிராகப் பேசிக்கொண்டிருந்தாள். அவள் பேசியது என்னுடைய இலக்கியப் புத்தகத்தில் இருந்தது. படித்திருக்கிறேன். ஆனால், அவள் ஏன் அப்படிப் பேசுகிறாள் என்று எனக்குப் புரியவில்லை. என்னுடைய ஐயங்களுக்கெல்லாம் அவளிடம் ஒரேயொரு விடைதான் இருந்தது. அது, 'நீ எப்போது வளர்ந்தாய் என்று உனக்குத் தெரியுமா?'

செலின் என்னைவிடப் பெரியவள் என்று எனக்குத் தெரிந்தாலும், அவள் என்னைவிட எத்தனை வயது மூத்தவள் என்று எனக்குத் தெரியாது. அதுகுறித்த சிந்தனையும் எனக்கில்லை. மிலியை வைத்துப் பார்த்தோமானால், அவள் மிலியின் அக்கா 'நிலிமா அபா'வின் வகுப்புத் தோழி. நிலிமா அபா இப்போது பத்தாம் வகுப்புப் படிக்கிறாள். ஆனால், செலின் இன்னும் ஐந்தாம் வகுப்புதான் படிக்கிறாள். நான் ஆறாம் வகுப்புக்குத் தேறிவிட்டேன். ஆனால், செலின் மீண்டும் தோல்வியடைந்து இன்னும் ஐந்தாம் வகுப்பிலேயே படிக்கிறாள். எனவே, அவளுடைய வயதைக் கணக்கிடுவது எனக்கு அவ்வளவு எளிதாக இல்லை.

'அவள் தலையில ஒன்னுமே இல்லை. ஆனால், அவள் அது அடைகிற அளவுக்கு... வளர்ந்துவிட்டாள்' என்று மிலி, புதிராகச் சொன்னது காற்றுடன் வந்தது.

மிலி சொன்ன புதிரைப் புரிந்துகொள்ள இயலாததால், 'நீ என்ன சொல்கிறாய்?. அவள் 'எதை' அடைந்துகொண்டிருக்கிறாள்? என்று கேட்டேன்.

'ஒவ்வொரு மாதமும் நிலிமா அபாவுக்கு வருவதைப் போல' 'மாதவிடாய்க் காலம்' என்று எல்லாம் தெரிந்ததுபோல் மிலி சொன்னாள்.

அவளுடைய மூத்த அக்காவுக்கு வந்த இந்தப் புதிரான மாதவிடாய்க் காலத்தைப் பற்றி முன்பு ஒருமுறை மிலி சொன்னது நினைவுக்கு வந்தது. அதனால், அவளால், ஒவ்வொரு மாதமும் மூன்று நாள்கள் பள்ளிக்கு வர இயலாமல் போனதையும் சொல்லியிருந்தாள். ஆனால், அப்போது அவள் சொல்லியதை நான் கவனமாகக் கேட்கவில்லை.

நான் நினைத்துக் கூடப் பார்க்காத ஒன்றைப் பற்றி மிலிக்குத் தெரிந்திருக்கிறதே என்ற உணர்வில், 'உனக்கு எப்படித் தெரியும்? என்று கேட்டேன்.

ஒருநாள், அவளுடைய பாவாடையின் பின்புறத்தில் குருதிக்கறை படிந்திருப்பதைப் பார்த்தேன். நிலிமா அபாவுக்கு அவ்வப்போது இதுபோல் நடக்கும். அந்நாளில், செலின் பள்ளிக்குச் சென்றதில்லை. அவள் தண்ணீர் எடுக்க வந்திருந்தாள். நான், அவளைத் தண்ணீர் பிடிக்கும் இடத்தின் அருகில் பார்த்தேன்.

‘அதை’ அறிந்த பெருமை அவள் முகத்தில் ஒளிபோல் பரவியிருந்தது. பள்ளியில் நான் எப்போதும் முதல்இடத்தில் இருப்பேன். ஆனாலும், நான் தெரிந்துகொள்ள வேண்டியது நிறைய இருக்கிறது, இது என்னுடைய அறிவுக்கு எட்டவில்லையே என நினைத்து மனதுக்குள் வாடினேன். இதைப் போன்றதைத் தெளிவுபடுத்த மிலிக்கு, நிலிமா அபா இருக்கிறாள். எனக்குத் தெளிவுவடுத்த யாருமில்லை. என்னுடைய முகம் வாடியது.

அந்த நாளின் காலைப்பொழுதில், கத்தலும், ஒருவருக்கொருவர் உரக்கச் சண்டையிடும் கூச்சலும் எனக்குக் கேட்டது. அந்தச் சத்தம் செலின் வீட்டின் அருகில் இருந்து வந்தது. நான் பள்ளிக்குக் கிளம்பிக் கொண்டிருந்தேன். என்ன நடக்குது என்பதை அறிய ஆவல், அதைப் பார்க்க மாடத்துக்கு ஓடினேன். செலின் வீட்டின் முன் கூட்டம் கூடியிருந்தது. கூட்டத்தைப் பார்த்தபடி, அவர்கள் முன்வாசல் கதவை நோக்கியபடி, திரும்பி நின்றிருந்தனர் செலினின் பெற்றோரும் அவளின் இரண்டு சகோதரர்களும். என்னால் செலினையோ அல்லது ஜுலி தீதியையோ பார்க்க முடியவில்லை. ஜுலி-மா மாசி இரண்டு கைகளையும் இடுப்பில் வைத்துக்கொண்டு சினத்தில் திட்டிக் கொண்டிருந்தாள்.

‘ஒருவேளை, அந்த இடத்தின் உரிமையாளர், இடத்தைக் காலிசெய்யும்படி கேட்கச் சிலரை அனுப்பிருக்கலாம்’ என்று அப்பா அம்மாவிடம் சொன்னதை நான் கேட்டேன். அதற்கு, ‘அந்த இடத்தின் உரிமையாளரே, அவர்களைத் தங்க அனுமதிக்க வில்லையா?’ என்று கேள்வி வடிவில் அம்மாவின் பதில் இருந்தது.

‘ஆமாம், அவரேதான் தங்க அனுமதித்தார். ஆனால், அவர் கல்நாரால் கூரைவேய்ந்த ஒரு சின்ன கொல்லைப்புற வீட்டைத்தான் தந்தார். ஆனால், அவர்கள் அதைப் பெரிதாக விரிவுபடுத்தி அமைத்துக் கொண்டார்கள். அவர்கள் முறையான அல்லது சொல்லக் கூடிய சாதியையோ அல்லது இனத்தையோ சார்ந்தவர்கள் அல்லர். அவர்களின் முன்னோர்கள் பற்றி எந்தத்

தகவலும் இல்லை. அவர்கள் கிழக்கு வங்காளத்தில் இருந்து வந்தவர்கள் என்றும் இப்போது பல குற்றச் செயல்களில் ஈடுபட்டு வருகிறார்கள் என்றும் செவிவழிச் செய்திகள் கூறுகின்றன' எனப் பாதி மறந்தவர் போல அப்பா சொன்னார்.

நான் ஒரு பிடித்தமில்லாத படபடப்பான சூழலில் இருப்பதை உணர்ந்தேன். செலின் மற்றும் அவளின் குடும்பத்தினர் எங்கே செல்வார்கள்? என்று நினைத்து, அதற்கான சாத்தியக்கூறுகளை எண்ணியவண்ணம் மனம் முழுக்கக் குழப்பங்களுடன் பள்ளிக்குச் சென்றேன்.

அந்த ஆண்டில் அதாவது குளிர்கால விடுமுறைக்குக் கொஞ்சம் பின்னர். சில புதிய மற்றும் எதிர்பாராத நிகழ்ச்சிகள் நடந்தன. சாலைகள் வெறிச்சோடிக் கிடந்தன. மாலை நேரங்களிலும் இரவிலும் விளக்குகளை அணைத்து வைக்கும்படி அப்பா எங்களைக் கேட்டுக் கொண்டார். நாங்கள் இரண்டே இரண்டு பூச்சியம் வாட் நீல விளக்குகளை வைத்தே சமாளிக்க வேண்டி இருந்தது. அப்பா தன்னுடைய இரண்டு சக்கர உந்துவண்டியில் முன்புற விளக்கின் மேற்பாதியில் கருப்பு வண்ணத்தில் வண்ணம் தீட்டினார். அனைத்து இரண்டு சக்கர உந்து வண்டிகள், பேருந்துகள் மற்றும் டிரக்குகளின் முன்புற விளக்குகளின் மேற்பாதியில் கருப்பு வண்ணம் ஒரே மாதிரியாகத் தீட்டப்பட்டிருந்ததை நான் பள்ளிக்குச் செல்லும்போது கவனித்தேன். எங்கள் பள்ளி மூடப்பட்டது. ஒருவிதமான அச்சம் எங்கும் பரவியிருந்தது. பாகிஸ்தானுக்கு எதிரான பங்களாதேசின் போரில் இந்தியா பங்களாதேசுடன் சேர்ந்துள்ளது என அப்பா சொன்னார். பாகிஸ்தானின் விமானப்படை அணுகுண்டு வீசித் தாக்குதல் நடத்தக்கூடும் என்ற அச்சத்தைப் போக்கத் தேவையான முன்னெச்சரிக்கை நடிவடிக்கைகள் எடுக்கப்பட்டன. அப்பா வேலை செய்யும் நடுவண் சாலை ஆராய்ச்சி நிறுவனம் (சிஆர்ஆர்ஐ), பாராதீப் துறைமுகம், ஹிராகூட் அணை போன்ற முக்கியமான இடங்கள் பதட்டமான இடங்களாகத் தெரிவிக்கப்பட்டு, அவ்விடங்கள் இரவுநேரத்தில் கும்மிருட்டாகவே வைக்கப்பட்டன.

எல்லாரும் செலின் மற்றும் அவளின் குடும்பத்தினர் மீது மிகுந்த சினத்தில் இருந்ததாக நான் உணர்ந்தேன். அவர்கள்தான் எல்லாவற்றுக்கும் மூலக்காரணம். போருக்கு அவர்களே பொறுப்பு. பங்களாதேசின் அகதிகள் சிலர் இங்கிருப்பது பாகிஸ்தான்

இராணுவத்தினருக்குத் தெரியவந்தால், கண்டிப்பாக அணுகுண்டு போடுவார்கள். நாங்கள் எல்லாரும் இறந்துவிடுவோம். படுக்கைக்கு உறங்கச் செல்வதற்கு முன், செலின் வீட்டில் விளக்குகள் அணைத்து வைக்கப்பட்டுள்ளனவா அல்லது இல்லையா? என்பதை அறிய நான் ஒருமுறைக்குப் பலமுறை எங்கள் வீட்டு மெத்தைக்குச் செல்வதை வழக்கமாகக் கொண்டிருந்தேன்.

செய்தித்தாள்கள் ஒவ்வொரு நாளும் போர்ச்செய்திகளைச் சுமந்து வந்தன. செய்திக்கட்டுரைகள் பெரிய பெரிய எழுத்துகளில் “அமர் சோனார் பங்களா.. அமி டோமா கே பாலோ பாசி” (Amar Sonar Bangla... Ami Toma ke Bhalo Basi) என்ற பாடல் வரிகள் கொண்ட முழுக்கங்களுடன் வெளியிடப்பட்டன. பங்களாதேசின் விடுதலைக்காகப் போரிட்டு உயிர் நீத்த இந்திய இராணுவ வீரர்களின் உயிர்ஈகையை ‘ரோசனா’வின் மிகவும் துணிச்சலான சொல்லவொண்ணாத் துயர்மிக்க உயிர் ஈகையுடன் தொடர்புபடுத்திச் சேக் முசிபூர் இரகுமானும் இந்தியப் பிரதமர் இந்திராகாந்தியும் செய்தி வெளியிட்டனர். இவையனைத்தும் என்னைக் கற்பனையின் ஆழத்துக்கே இட்டுச்சென்றன. வீரமிக்க ரோசனா போல் இருக்க என்ன செய்யவேண்டும்? இப்படிக், கொஞ்சம்கூட அச்சமின்றி வெடிகுண்டுகளை முதுகில் கட்டிக்கொண்டு, பாகிஸ்தானின் போர்-பீரங்கிகளை ஏற்றிவந்த தொடர்வண்டியின் முன் எப்படி அவளால் பாய முடிந்தது? நம் இராணுவ வீரர்கள் எப்படிப் பகைவருடன் போரிட்டனர்? மகாபாரதப் பெருங்காப்பியத்தில் விவரிக்கப்பட்டுள்ளதைப போன்ற போரா இது? இருநாட்டு வீரர்களும் வரிசை வரிசையாக ஒருவர்பின் ஒருவராக நின்று துப்பாக்கிகள் மற்றும் பிற போர்க்கருவிகளுடன் ஒருவருக்கொருவர் எதிர்த்து நின்று போரிட்டார்களா? அல்லது மகாபாரதப் போரில் துரோணர், பீமன் ஆகியோரைப் போன்று ‘சக்கர வியூகம்’ அமைத்துப் போரிட்டார்களா? நான், செய்தித்தாள்களில் வந்த கொரில்லாப் போர் குறித்துப் படித்து அதன் பொருள் உணர்ந்து மிகவும் வியந்துபோனேன். மிகப்பெரிய அளவில், உடலெல்லாம் முடியாக ஆதி மனிதர்களைப் போல் இருக்கும் கொரில்லாப் படங்களை நான் பார்த்திருக்கிறேன். இதுபோன்ற ஆதி-மனிதர்களைப் போலிருக்கும் இந்த விலங்குகள் தாங்களாகவே குழு அமைத்திருந்தார்களா? இதுபோன்ற விடையளிக்க இயலாத பல புதிரான வினாக்கள் என் நெஞ்சில் எழுந்து குழப்பத்தை ஏற்படுத்தின.

'பார், என் நாடு உன் நாட்டின் உரிமைகளுக்காகப் போரிடுகிறது' என்று செலினிடம் தன்னைத் தானே உயர்த்திக் கொள்ளும் வகையில் சொன்னேன். என் நாட்டின் வீரமிக்க இராணுவ வீரர்கள் உன் நாட்டுக்காக எப்படி உயிர்ஈகை செய்து கொண்டிருக்கிறார்கள் என்று அவளிடம் சொன்னேன். அவள் மகிழ்ச்சியுடனும் பணிவுடனும் இருப்பாள் என்று நான் நம்பினேன். ஆனால், அவள் தன்னுடைய அழகற்ற பற்களை மட்டுமே காட்டிச் சிரித்தாள். நான் சொன்னதை அவள் புரிந்துகொண்டாள் என்று என்னால் உறுதியாகச் சொல்லமுடியாது.

பங்களாதேசு நாட்டின் விடுதலை நிகழ்வை அவளுடைய குடும்பம் கொண்டாடியது. அங்கே ஒரு கூட்டம் கூடியது. மேலும், அக்கூட்டத்தின் சிரிப்பொலிகளும், மகிழ்ச்சிக் கொண்டாட்டமும் எங்கள் வீட்டில் கேட்டன. ஆட்டுக்கறி நிறைந்த ஒரு கிண்ணத்தை ஜூலி தீதி எங்கள் வீட்டுக்கு எடுத்துவந்தாள். அவள் முகத்தில் புன்னகை தாண்டவமாடியது.

நண்பகலில் விளையாடுவது என்பது கண்டிப்பான வழக்கமான ஒன்றாக இல்லை. அதனால், நான் என்னுடைய நண்பகல் நேரத்தை வீட்டில் செலவழித்தேன். இதுபோன்ற நேரங்களில் நூல்கள் படிப்பதை வழக்கமாகக் கொண்டிருந்தேன். அப்பா அவருடைய அலுவலக நூலகத்தில் இருந்து புகழ்பெற்ற எழுத்தாளர்களின் தேர்ந்தெடுக்கப்பட்ட பெரிய பெரிய நூல்களை என் பாட்டிக்காக எடுத்துவருவார். என் பாட்டி நூல்கள் படிப்பதில் மிகுந்த ஆர்வமிக்கவர். என் அம்மாவும் நேரம் கிடைக்கும்போது நூல்கள் படிப்பார். என் வீட்டில் நான் ஒரு நூலைப் பார்த்தேன், அது ஒருவேளை ஏதோ ஒரு வகையில் எங்கள் வீட்டுக்கு வந்திருக்கலாம். அதன் பெயர் 'மீரா, த பண்டிட் குயின்' (Mira, the Pndit Queen). அந்த நூல் மிகவும் விறுவிறுப்பாகவும் ஆர்வத்தைத் தூண்டுவதாகவும் இருந்தது. எனக்கு ஒரு வாய்ப்பாகக் கிடைக்கப் பெற்ற அந்த நூல் தொடர்வரிசை நூல்களுள் ஒன்று என்பதை அறிந்துகொண்டேன். நான் அந்த நூலின் முன்வரிசை மற்றும் பின்வரிசை நூல்களைப் படிக்க விரும்பினேன். என்னுடைய நல்லநேரம், அந்த நூல்வரிசையின் பிற நூல்கள் மிலியின் சகோதரி நிலிமா அபாவிடம் இருப்பதைத் தெரிந்துகொண்டேன். மிலி அந்த நூல்களை எனக்குப் பெற்றுத் தந்தாள். அவற்றின் மீது நான் ஒரு கண்ணோட்டம் செலுத்தினேன்.

நண்பகல் நேரத்தில் வீட்டில் அனைவரும் உறங்கிக் கொண்டிருக்கும்போது, நான் வீட்டின் மொட்டை மாடியில் அல்லது மாமரத்தின் அடியில் அமர்ந்துகொண்டு நூல்களைப் படிப்பேன். நான் அந்நூல்களை என் அம்மாவின் கண்களில் படாதவண்ணம் கமுக்கமாகப் படிக்க வேண்டியிருந்தது. ஏனெனில், அவள் பார்வையில் அந்நூல்கள் படிப்பதற்கு உகந்த நூல்களாக இல்லை. மீராவின் வீர-தீரங்களை விறுவிறுப்பாக வெளிப்படுத்தும் இந்த நூல் எப்படி முறையற்றதாகவும் படிப்பதற்கு உகந்ததில்லை என்றும் அம்மாவால் சொல்லப்படுகிறது என்று என்னால் விளங்கிக்கொள்ள இயலவில்லை. என்னைப் பொறுத்தவரை, 'மீரா தொடர்' நூல் எனக்குள் ஒரு பெரிய தாக்கத்தை ஏற்படுத்தியது. அந்நூலில், மீரா ஓர் அச்சமற்ற, விடாமுயற்சியுடைய, அறிவார்ந்த மற்றும் சிறைப்படுத்தப்பட்ட அழகான இளம்பெண்ணாகக் காட்டப் பட்டிருந்தாள். மீராவின் அழகு அழகான கலைநயத்துடன் நூலாசிரியரால் காட்டப்பட்டிருந்தது. கூர்மையான நாசி, இளஞ்சிவப்பு இதழ்கள், தாமரைத்தண்டுபோல் நீண்ட கழுத்துடன் பெருமிதம்கொண்ட பெரிய விழிகளை உடையவளாக மீரா காட்டப்பட்டிருந்தாள். அவளுடைய அழகான நெற்றியில் கருஞ்சாந்துப் பொட்டு வைக்கப்பட்டிருந்தது. அவளுடைய இடை சிறுத்திருந்தது. அவள் ஒல்லியானவள்; ஆனால், அழகான மார்பகங்களும், வலிமையான இடுப்பும் கொண்ட பெண். அவளுடைய பல வகையான படங்கள் அந்தத் தொடர் வரிசை நூல்களின் அட்டைப்படங்களை அலங்கரித்திருந்தன.

ஓர் அட்டைப் படத்தில், கொடி இடையில் கைவைத்துக் கொண்டு, வலதுகாலைச் சற்று உயர்த்தி எதிரில் இருந்த பாறையில் வைத்துக்கொண்டு, ஆணையிடும்வண்ணம் நின்று கொண்டிருந்தாள். அவளுடைய தோள்களில் துப்பாக்கி தொங்கிக் கொண்டிருந்தது. அவள் இளஞ்சிவப்புச் சட்டையைக் 'காக்கி' வண்ண முக்கால் அளவு கால்சட்டைக்குள் திணித்து அணிந்திருந்தாள். அடுத்த அட்டைப் படத்தில், மீரா தொப்பி மற்றும் காலணிகள் அணிந்து குதிரையின்மேல் அமர்ந்தவண்ணம் இருந்தாள். ஒரு துப்பாக்கி அவளின் முதுகில் தொங்கிக் கொண்டிருந்தது. அவளுடைய வீரதீரப் பராக்கிரமங்கள் நிறைந்த கதை என்னைப் புல்லரிக்கச்செய்தது. பணக்காரர்களிடம் கொள்ளையடித்து ஏழைகளுக்குக் கொடுக்கிறாள்; படைபலமும் பணபலமும் அதிகாரபலமும் மிக்க பல ஆளுமைகளுக்குப் பாடம்

புகட்டுகிறாள்; ஆணாதிக்கக் குமுகத்தின்மேல் ஆளுமை செலுத்துகிறாள். 'நான் மீராவாக இருந்தால்', ஏக்கத்துடன் நினைத்துப் பார்த்தேன், துணிச்சல்மிக்க, உறுதியான, அறிவான அழகானவள்'. மீராவைப் போல் உருவானால், அது ஒரு பெண்ணுக்கு மிகப்பெரிய வெற்றியைக் கொடுக்கும். அவளுடைய பெரிய கண்களில் தெரிந்த 'ஆங்காரம்' எனக்குள் ஓர் ஈர்ப்பை ஏற்படுத்தியது. எனக்குத் தெரியும், எனக்கும் மீராவைப் போலப் பெரிய கண்கள். கோபப்படும்போது, அம்மா என்னை 'முண்டக் கண்ணி' என்று அழைப்பாள். நான் அறிவில் முழுமையாக நம் பிரதமர் இந்திராகாந்தி போல் இருக்கிறேன் என்று எங்கள் தாத்தா சொல்லுவார். அப்போது, அம்மா 'அப்படிச் சொல்லி அவளை உசுப்பேத்திவிடாதீர்கள், தலைக்கனம் பிடித்துவிடப்போகிறது' என்று தாத்தாவிடம் வேண்டிக்கொள்வாள். அதற்கு தாத்தா, 'அன்பு மருமகளே, அவள் இன்னும் வளரவில்லை; வளர்ந்தவுடன் மிகப் பெரிய ஆளா வருவா, அதை நீயே பார்ப்பாய்' என்று நெஞ்சாரச் சிரித்துக் கொண்டே பதில் சொல்வார்.

அவர்கள் பேசிக்கொண்டிருப்பதை நான் கவனித்துக் கொண்டே, எப்படி ஒருவருடைய அறிவு வளரும் மற்றும் அவருடைய மூளை முதிர்ச்சியடையும் எனச் சிந்தித்துக் கொண்டிருந்தேன். அப்போது, டிலா அத்தை மாசமாக இருந்தபோது, சுரா மாமா ஆட்டுத்தலை ஒன்றை வாங்கிவந்தது என் நினைவுக்கு வந்தது. அவர் அதை உரித்து, நான்கு துண்டுகளாக வெட்டினார். அதனுள் வெள்ளைப் பஞ்சுபோன்று திரண்டிருக்கும் கட்டித் தயிர்போன்ற ஒரு பொருள் இருந்தது. 'இதுதான் ஆட்டு மூளை. இதைக் கருவுற்றிருக்கும் பெண்கள் சமைத்துச் சாப்பிட்டால், குறிப்பாக, வயிற்றுக்குள்ளிருக்கும் குழந்தையின் மூளை நன்கு வளரும்' என்று, டிலா அத்தை விளக்கினாள். அந்தக் காட்சி, வெட்டப்பட்ட அந்த ஆட்டுத் தலையை இன்னொரு முறை பார்க்கமுடியாத அளவுக்கு என்னுள் வெறுப்பை நிரப்பியிருந்தது. இதுபோன்றுதான் என் மூளையும் அறிவும் வளரவேண்டுமானால், அப்படிப்பட்ட மூளை வளர்ச்சியோ அல்லது அறிவு முதிர்ச்சியோ எனக்குத் தேவையில்லை என எனக்குள் நான் உறுதியெடுத்துக் கொண்டேன்.

'பண்டிட் குயின்' மீரா மிகப்பெரிய ஆளுமையாக எனக்குள் உருவானாள். நான் அவளைப் போல ஆக விரும்பினேன். அடிக்கடி அவளுடன் என்னை ஒப்பிட்டுப் பார்த்துக்கொண்டேன். கூர்மையான

எடுப்பான நாசி, கருஞ்சாந்துப் பொட்டு தீட்டப்பெற்ற நெற்றி, இளஞ்சிவப்பு உதடுகள், மெலிந்த நேரான கழுத்து இதுதான் அவள் என்று அவளின் உருவ வரையறை சொன்னது. இதெல்லாம் மிகையானது என்று என் பாட்டி சொன்னாள். கவிஞர்களும் புனைகதையாளர்களும் இப்படி மிகைப்படுத்தி, வருணிக்கும் தொனியில் எழுதுகிறார்கள். மீரா, ஓர் அழகு நிறைந்த பெண்; அவளுடைய கன்னங்கள் வறட்டுத்தனமான பளபளப்புடையவை. இப்படித்தான் நான் மீராவைக் கணித்திருந்தேன். நான் சிவப்பு அன்று; இந்தக் கருப்பு நிறத்தை வைத்துக்கொண்டு நான் என்ன செய்யப் போகிறேன்? படிக்க உட்காரச் சொல்லும்போது நான் தயக்கம் காட்டும்போது அம்மா முணுமுணுப்பதைக் கேட்டிருக்கிறேன். என் முகத்தில் முகில் சூழ்ந்தது. நான் என் பாட்டியைப் பார்த்தேன். அது ஒரு பொய்; நீ வேண்டுமானால் சிவப்பாக இல்லாமல் இருக்கலாம் ஆனால், நீ களையாக கவர்ச்சியாக ஒளிபொருந்திய முகத்துடன் பொலிவுடன் இருக்கிறாய். இந்த ஒளிபொருந்திய பளபளப்பு நீ வளரவளர இன்னும் பளபளப்பாகும். நீ உளியால் செதுக்கப்பட்ட அம்சங்களைப் பெற்றிருக்கிறாய். இன்னும் சில ஆண்டுகள் பொறுத்திருந்து பார், நீ எவ்வளவு அழகு என்று உனக்கே தெரியும்!' என்று பாட்டி சொன்னதைக் கேட்டு மனநிறைவு அடைய வேண்டியிருந்தது. பாட்டி, 'நினாவிடம் இப்படியெல்லாம் சொல்லாதே' என்று என் அம்மாவுக்கு அறிவுறுத்தினாள்.

அவளுடைய உடல் உறுப்புகளைப் பற்றிய வருணனைகளும் உண்டு. எடுப்பான, அழகான பெரிய மார்பகங்கள், கொடி இடை மற்றும் வலிமையான இடுப்பு ஆகியவற்றை மீரா கொண்டிருந்தாள் என அந்த வருணைனைகள் கூறின. இவற்றின் பொருள் சரியாகப் புரியவில்லை என்பதால் என்னுடைய சிந்தனை சில கணங்கள் அங்கே நின்றது. நான் மிகவும் ஒல்லியாகவும் மெலிவாகவும் இருந்தேன். எனவே, என்னுடைய இடை குறுகியதாக இருப்பதாக நான் எண்ணியிருந்தேன். வலிமையான இடுப்பு என்பது உருவக வருணனை, இதை நான் இலக்கிய நூல்களில் வழக்கமாகப் படித்திருந்தும், அதன் தாக்கங்களை ஆழமாக அறியாமல் விட்டுவிட்டேன். ஆனால், பெரிய எடுப்பான மார்பகங்களைப் பற்றிப் புரிந்துகொள்ள அவ்வளவு கடினம் எனக்கு ஏற்படவில்லை. அந்தத் தொடர் புத்தக வரிசைகளில் வெளிவந்த அட்டைப்படங்கள் ஒவ்வொன்றிலும் அதற்குச் சான்றாகப் படங்கள் வெளிவந்திருந்தன.

முழுமையான பெரிய மார்பகங்கள் தவிர்த்து, மற்ற எல்லாப் பெண் உறுப்புகளையும் என்னால் வளர்த்துக்கொள்ள முடியும் என என்னை நானே சமாதானப்படுத்திக் கொள்ள எண்ணினேன். நான் உள்ளிருந்து கழிவறையின் கதவைச் சாத்தினேன். கட்டை விரல்களில் நின்றுகொண்டு என்னுடைய மார்பகங்களைக் கண்ணாடியில் பார்த்தேன். அந்தச் சிறிய கண்ணாடியில் தெரிந்த, சதைப் பற்றின்றித் தோலாய், தட்டையாய் இருந்த என்னுடைய முன்அழகும், எலும்புக் கூட்டில் இருந்து வெளியே நீட்டிக் கொண்டிருந்த நான்கு வரிசை விலா எலும்புகளும் என்னை விரக்தியில் ஆழ்த்தின. எடுப்பான, உருண்டுதிரண்ட அழகிய மார்பகங்களை உடைய மீராவைப் போன்ற உருவத் தோற்றத்தை என்னால் பெற முடியும் என்ற நம்பிக்கை எனக்குள் அற்றுப்போனது.

“நாயகியாக நடித்தவர் உண்மையில் ஒரு பெண் அன்று!” என்று கமுக்கமாக என் காதில் மிலி மர்மமான முறையில் கிசுகிசுத்தாள். அந்த நாள் இரவு முழுதும், நாட்டிய நாடகத்தைப் பார்த்த நான் விடியற்காலையில், மிலி, அவளுடைய பெற்றோர் மற்றும் சகோதரி நிலிமா அபாவுடன் திரும்பினேன்.

‘என்னிடம் சொல்லாதே!’ என்று முணுமுணுத்துக் கொண்டே நானும் திரும்பினேன். அவள் மிகவும் கவர்ச்சியாகவும் ஈர்ப்பாகவும் இருந்தாள். அவளுடைய உள்ளங்கைகளில் அவளுடைய கணவனைத் தாங்கிக்கொண்டே அழுதாள்.

உனக்கு ஒன்னும் தெரியாது. அவன் ஒரு திருநங்கை. அவன் பெண் உருவைப் பெற்றிருக்கிறான். அவன் பெண் உடைகளை அணிய விரும்புகிறான். அவன் பெண் உருவைப் பெற வேண்டும் என்பதற்காக மேல்சட்டையில் (சாக்கெட்டில்) இரண்டு உருண்டையான பந்துகளை வைத்திருக்கிறான். நாங்கள் ‘மூன்று சக்கர மிதிவண்டி’யிலிருந்து மிலியின் வீட்டின்முன் இறங்கினோம். என்னை வீட்டில் விடுவதற்காக மிலி என்னுடன் நடந்து வந்தாள். செலின் மற்றும் நிலிமா அபாவைப் போல அவர்கள் உண்மையான தோற்றத்தைப் பெற்றிருக்கவில்லை. அவர்கள் வெறும் இரண்டு பந்துகளைச் ‘சாக்கெட்’டினுள் வைத்திருக்கிறார்கள். நான் ‘சத்தியம்’ செய்கிறேன், மிலியும் கண்களைத் தொட்டுத் ‘சத்தியம்’ செய்து எனக்குச் சமாதானம் சொல்கிறாள். நாங்கள் தனியாக இருந்தபோதும், அவள் கிசுகிசுப்பாகவே பேசினாள்.

நாங்கள் எங்கள் வீட்டை அடைந்தோம். மிலி திரும்பி அவள் வீட்டை நோக்கி நடந்தாள். அவள் உருவம் மறையும் வரை பார்த்துக்கொண்டிருந்தேன். என் கண்களில் நம்பிக்கை மற்றும் நம்பிக்கையின்மை ஆகிய இரண்டும் கலந்து காட்சி தந்தன.

மிலியின் சொற்கள் என்னுள் ஒருவித இனம்புரியாத உற்சாகத்தை நிரப்பின. நான், முழுமையான பருவமடைந்த மார்பகங்கள் என்றால் என்ன என்பதைப் பற்றி அறிந்துகொள்ள வேண்டும் என்று நினைத்தேன். என் எண்ணத்தை நிறைவேற்றும் வண்ணம் மிலி அவளை அறியாமலேயே எனக்கு ஒரு துப்புக் கொடுத்தாள். செலினின் ‘சாக்கெட்’டிற்கு அடியில் உப்பியிருந்ததை நானும் பார்த்திருக்கிறேன். செலினின் உருவத்தை வைத்து எப்போதும் மார்பகங்கள் எப்படி உயர்ந்து அல்லது முழுமையடைகிறது என்பதை என்னால் அறிந்துகொள்ள இயலும்.

நான் கவனமாக ஒரு திட்டம் வகுத்தேன். பின், மிலியை அழைத்து அதை அவளிடம் விளக்கினேன். இதை எந்தச் சூழ்நிலையிலும் வெளியில் யாருக்கும் சொல்லக்கூடாது என அவளிடம் செகந்நாதர் சாமிப் படத்தில் கைவைத்துச் ‘சத்தியம்’ வாங்கினேன்.

செலின் கடந்த சில நாள்களாகப் புதிய சிவப்புநிற ஆடையை உடுத்தியிருந்தாள். அது மிகவும் அழகாக இருந்தது. அந்தச் சட்டையிலும், பாவாடையிலும் விளிம்புகளில் அழகிய சரிகை வேலைப்பாடு செய்யப்பட்டிருந்தது. அவளுடைய பங்களாதேசு நாட்டிலிருந்து அவளுடைய மாமா அந்த ஆடையை வாங்கி வந்ததாகச் செலின் சொன்னாள். இதற்கு முன்பு, இதுபோன்ற அழகிய உடையைச் செலின் உடுத்தியிருந்ததை நான் ஒருபோதும் பாரத்ததேயில்லை. அந்த உடையில் அவள் அழகாக இருந்தாள்.

எங்கள் வீட்டின் தரைத்தளத்தில் வாடகைக்கு இருந்தவர்கள் விடுமுறையைக் கழிப்பதற்காக வெளியில் சென்றிருந்தனர். அந்த இடத்தின் முன்புறத்தை (வராண்டாவை) நாங்கள் பயன்படுத்திக் கொள்ளத் திட்டமிட்டோம். என்னுடைய வழிகாட்டுதலின்படி, காயவைத்த அரிசி, சிவப்புநிறச் செம்பருத்திப் பூக்கள், சில துப் புற்கள், மஞ்சள் மற்றும் குங்குமப் பொடி ஆகியவற்றைத் துனி கொண்டுவந்தாள். நான், சுண்ணக்கட்டியால் தரையில் பெரிய கட்டம் வரைந்தேன். அதில் கொஞ்சம் அரிசி, மஞ்சள் மற்றும் குங்குமப்

பொடிகளைக் கொட்டி வைத்தேன். கட்டத்தின் நான்கு மூலைகளிலும் செம்பருத்திப் பூக்களை வைத்தேன். செலினை அழைத்து வருவதற்காக மிலி செலின் வீட்டிற்குச் சென்றாள். செலின் மகிழ்ச்சியுடன் வந்தாள். ஒருவேளை, முதன்முறையாக, எங்களுடன் சேர்ந்து விளையாட அவளை அழைத்தது அதற்குக் காரணமாக இருக்கலாம். சுண்ணக்கட்டியால் வரையப்பட்ட அந்தக் கட்டத்தையும் அதில் செய்யப்பட்டிருந்த பிற ஏற்பாட்டையும் பார்த்த செலினின் விழிகள் வியப்பால் விரிந்தன. மிலி அவளுடைய கையைப் பிடித்துத் தள்ளி அந்தக் கட்டத்தின் ஓரிடத்தில் அவளை அமரச் செய்தாள். அவர்களை நோக்கி, நானும் துனியும் கட்டத்தின் எதிர்ப்புறத்தில் அமர்ந்தோம். செலின் கேள்விக்கணைகளோடு மிலியையும் என்னையும் பார்த்தாள்.

நினா அவளுடைய 'லோபின்-டோகோ' என்னும் 'முடிக்கற்றை வளைப்பட்டையை'த் தொலைத்துவிட்டாள். (லோபின்-டோகோ என்பது உண்மையில் 'லவ் இன் டோக்கியோ' என்பதன் சிதைந்த சொல். கூந்தலைக் கட்டப் பயன்படும் பல்வண்ண மணிகளால் கோக்கப்பட்ட முடிக்கற்றை வளைப்பட்டை என்பதே இதன் பொருளாகும்.) என மிலி அவளிடம் விளக்கினாள். தொலைந்துபோன வளைப்பட்டையைக் கண்டுபிடிக்க மிலி இப்போது ஒரு மந்திர-தந்திரம் செய்கிறாள்.

அதைப் புரிந்துகொண்டவளாக 'ஓ...' என்று சொல்லியவாறு அந்த இடத்திலேயே அமைதியாக அமர்ந்திருந்தாள் செலின்.

நான், ஏதோ புரியாத மொழியில் 'மந்திரத்தை' உச்சரிப்பதைப் போல உதடுகளை அசைத்தேன். கொட்டாங் குச்சியில் இருந்த நீரில் செம்பருத்திப் பூவை நனைத்தேன். அதைச் செலினின் மீது வீசினேன். அது செலினின் முன் விழுந்தது. செலின் காலைச் சற்று நகர்த்தினாள். இதேபோல் நான்குமுறை திரும்பத் திரும்பச் செய்ய வேண்டும் என்றாள் மிலி. அவள்மீது நான்கு முறை பூக்களைப் போடும்போது ஏதேனும் ஒருமுறை பூ அவள்மீது விழுந்தால்கூட அவள்தான் திருடி. மீண்டும் ஒருமுறை, நான் கண்களை மூடி மந்திரத்தைச் சொல்லியவாறே பூவை அவள்மீது போட்டேன். இந்த முறை, பூ செலினின் வலது கால்முட்டியில் விழுந்தது. மூன்றாவது முறை அவள் அருகில் விழுந்தது. செலின் கொஞ்சம் நிம்மதியாக இருப்பதாகத் தோன்றியது. ஆனால், அவள் எதுவும் சொல்லவில்லை. நான் கடைசி மற்றும் நான்காவது பூவை

எடுத்து, கண்களில் ஒரு கண்ணைச் சிறிது திறந்து செலின் மீது துல்லியமாக எறிந்ததால், அது சரியாகச் செலினின் மடியில் விழுந்தது.

மிலி உடனே ஓடிச்சென்று செலினின் வலப்பக்கத் தோளை இறுகப்பற்றிக்கொண்டு, 'நீ தான் திருடி' எனக் கத்தினாள்.

'இல்லை... இல்லை... நான் பார்த்ததும் இல்லை, திருடவும் இல்லை' எனச் செலின் மறுத்தாள். இதற்கிடையில், துனி அந்தக் கட்டத்துக்குள் ஓடிச்சென்று செலினின் இடக்கையைப் பற்றிக்கொண்டாள்.

'நான் திருடி இல்லை. நான் எதையும் திருடவில்லை. அருள்கூர்ந்து என்னை விட்டுவிடுங்கள்' என்று என்னைப் பாரத்தவாறு அழுது அரற்றினாள். நான் அவளைக் காப்பாற்ற வரவேண்டும் என்ற ஏக்கம் அவளுடைய கண்ணில் தெரிந்தது. நான் கொஞ்சமும் அசையவில்லை. என் முகத்தில் கடுமையான அலட்சியம் தெரிந்தது. துனியும் மிலியும் அவளுடைய இரண்டு தோள்களையும் இறுகப்பற்றிக்கொண்டு அவளை நேராக நிமிர்த்தி நிற்க வைத்தனர்.

'சரி, அப்படியென்றால், உன்னுடைய சாக்கெட்டைத் திற, உள்ளே பார்க்கவேண்டும்' என்று மிலி கட்டாயப்படுத்தினாள்.

'நான் ஏன் அப்படிச் செய்யணும்? அதை நான் எடுக்கவில்லை' என்று சொன்னாள்.

'இல்லை. ஏய் துனி, அவளை இறுக்கிப் பிடி. நாங்கள் அவளுடைய ஆடைக்குள் இருக்கிறதா என்று பார்க்க வேண்டும்' என்று கேலியுடன் துனியிடம் கத்திச் சொன்னாள். இரண்டு பெண்களும் அவர்களுடைய முழு வலிமையையும் பயன்படுத்திச் செலினுடைய தோளைக் கிடுக்கிப்பிடிப் போட்டுப் பிடித்துக்கொண்டனர்.

'இல்லை... கண்டிப்பாக நீங்கள் என்னைச் சோதிக்க வேண்டாம். நான் எடுக்கவில்லை என்று உறுதியாகச் 'சத்தியம்' செய்து சொல்கிறேன், செலின் ஒரு கையால் தன்னுடைய நெஞ்சைப் பிடித்துக்கொண்டு மறு கையால் பாவாடையின் மேற்பகுதியைப் பிடித்துக்கொண்டு அழுது அரற்றினாள்.

மிலி என்னைப் பார்த்தவாறு திரும்பி, 'அந்த வெட்டுக்கத்தியை (blade) என்னிடம் கொடு'. 'இவளுக்கு ஒரு சிகிச்சை அளிக்க வேண்டும்' என்று கேட்டாள். நான் வெட்டுக்கத்தியை அவளிடம் கொடுத்தேன். ஆனால், செலினின் அருகில் சென்று என் நண்பர்களுடன் சேர்ந்துகொண்டு செலினைச் செயலிழக்கச் செய்ய என்னால் இயலவில்லை.

மிலி ஒரு கண்ணை அடித்தவாறே, செலினின் சிவப்பு நிற மேற்சட்டையின் 'வி' வடிவ மேல்கழுத்துப் பகுதியை வெட்டுக் கத்தியால் தொட்டுக் கிழித்தாள். வெட்டப்பட்டுக் கிழிந்த பகுதி ஒரு பக்கத்தில் தளர்வாகத் தொங்கியது. மிலி, 'நைலான்' மேற்சட்டையின் முன்பகுதியைக் கிழித்ததுடன், அதன் மேற்பகுதியைச் செலினின் மார்புக்குக் கீழே இழுத்தாள். உடனே, மேற்சட்டையின் முன்பகுதி செலினின் மார்பின்மீது இப்படியும் அப்படியும் ஒற்றைக்கோணத்தில் படபடத்து அவள் உள்ளே அணிந்திருந்த அழுக்குப்படிந்த உள்ளாடையை வெளிக்காட்டியது. அந்த உள்ளாடை பல இடங்களில் தைக்கப் பட்டிருந்தது. மேலும், அதில் பல ஓட்டைகளும் இருந்தன. மிலி, வெட்டுக்கத்தியால் உள்ளாடையைக் கிழிக்க முயற்சித்தாள். ஆனால், அவளின் முயற்சி பலனளிக்கவில்லை.

'நான் எதையும் திருடவில்லை' என்று செலின் உரக்கக் கத்திக்கொண்டு, காட்டுத்தனமாகக் கால்களை நிலத்தில் உதைத்தவாறு துள்ளிக்குதித்தாள். அப்போது திடீரென்று, அவளின் மேற்சட்டையின் அடியிலிருந்து 'லோபின்-டோகோ' சிவப்பு மணிகளால் ஆன 'முடிக்கற்றை வளை' தரையில் விழுந்தது. செலின் நம்பமுடியாமல் அதனைப் பார்த்தாள். அவள் முகத்தை உயர்த்தி என்னைப் பார்த்தாள். அந்தக் கணநேரத்தில் எங்கள் கண்கள் சந்தித்துக்கொண்டன. ஆனால், அந்தத் துளிக் கணநேரமே, அவள் முற்றிலுமாகச் சிதைந்து உடைந்துபோனதை அவளுடைய சிறிய வட்டமான கண்களில் காணப் போதுமானதாக இருந்தது. அந்தப் பார்வை, 'நீயுமா?' என்று என்னை நோக்கிய மன்னிக்க முடியாத குற்றச்சாட்டாக இருந்தது. உடனே, நான் என்னுடைய முகத்தைத் திருப்பிக்கொண்டேன்.

ஒருகணம் அவள் அப்படியே அசையாது நின்றாள். அதன்பின்னர், கிழிக்கப்பட்ட அவளுடைய மேற்சட்டையை மார்பில் இறுக அணைத்துப் பிடித்தபடி எங்களுடைய வீட்டின் முன்வாயில்

கதவைத் திறந்துகொண்டு விறுவிறுவென்று வெளியேறினாள். அவள் நிற்க இயலாத சூம்பிய கால்களால் வெறித்தனமாக விந்திவிந்தித் தள்ளாடியவாறு ஓடினாள். அதைப் பார்த்தபோது அவள் எந்தக் கணமும் நிலைதடுமாறி விழுந்துவிடுவாள் என்று நான் அஞ்சினேன்.

'சரி! எதையாவது பார்த்தாயா?' என்று வினா தொடுப்பதைப்போல் மிலி என்னைப் பார்த்தாள். அவளுடைய முகம் சிவந்து வியர்த்திருந்தது.

'உள்ளாடையை வெட்டித் திறப்பதென்பது அவ்வளவு எளிமையான செயல் அன்று'. அவள், அப்படியொரு வேகத்தில் என் கையைத் தள்ளிவிட்டு ஓடிவிட்டாள். அவள் கத்தியே தோற்கடித்தாள்' என்றாள் மிலி. செலினின் மேற்சட்டைக்குள் 'முடிக்கற்றை வளையை'ச் செருகி வைக்கும் பொறுப்பு மிலிக்கு வழங்கப்பட்டிருந்தது.

என்னுடைய பார்வை அந்தச் சிவப்பு மேற்சட்டையும் அதன்கீழ் தெரியும் செலினின் தள்ளாடும் கால்களும் மறையும் வரை அவற்றையே பார்த்தவாறு நிலைகுத்தி இருந்தது. நான் எதுவும் பேசவில்லை. மேலும், வெளியே பார்த்துக் கொண்டிருந்தேன்.

'ரொட்டி'யும் பாலும் சாப்பிட்டுக்கொண்டிருக்கும் அந்த இரவு உணவின்போது, செலினின் அழுக்கான கிழிந்து தைக்கப்பட்ட உள்ளாடை என் கண்களில் மின்னலடித்துச் சென்றது.

அந்த விரும்பத்தகாத நிகழ்ச்சிக்குப் பின் செலின் பெரும்பாலும் என் கண்களில் படவில்லை. அறத்தின்படி அவளைப் பார்க்கும் துணிச்சலும் எனக்கு இல்லை. நண்பகல் நேரத்தில் வெளியே விளையாடப் போவதையும் நான் நிறுத்திவிட்டேன்.

கோடை விடுமுறைக்குப்பின் பள்ளி திறக்கப்பட்டது. இப்போது நான் ஏழாம் வகுப்பில் இருந்தேன். மேலும், பொதுத்தேர்வில் அதிக மதிப்பெண்கள் பெறவேண்டும் என்று என் அம்மா என்னை எச்சரித்திருந்தாள். எனக்கும் தம்பிகளுக்கும் பாடம் கற்பிக்கத் தனிப்பயிற்சி ஆசிரியர் ஒருவரும் அமர்த்தப்பட்டார். செலின் ஐந்தாம் வகுப்பில் மீண்டும் ஒருமுறை தோல்வியடைந்தாள். மிலி எட்டாம் வகுப்புக்குத் தேர்ச்சி பெற்றாள். நான் செலினிடம் பேசத்

தொடங்குவதற்கு முன், அவளுடைய சினத்தைத் தணிக்க எனக்குச் சில காலம் தேவைப்பட்டது.

இதற்குமுன் அடிக்கடி பார்த்ததுபோல் என்னால் மிலியைப் பார்க்க இயலவில்லை. அவள் இப்போது எட்டாம் வகுப்புப் படிப்பதால் காலைநேர வகுப்புக்குச் சென்று கொண்டிருந்தாள். நீண்டகால இடைவெளிக்குப்பின் நானும் மிலியும் சந்தித்துக் கொண்டபோது வேண்டும் என்றே செலினைப் பற்றிப் பேசுவதைத் தவிர்த்தோம்.

‘நாம் செலினுடைய சட்டையைக் கிழித்ததை அவள் அவளுடைய அம்மாவிடமோ அல்லது தங்கையிடமோ சொல்லவில்லை’ என்றாள் மிலி. அந்த நிகழ்வு நடந்து ஒரு மாதம் அல்லது அதற்கு மேலும்கூட இருக்கலாம்.

‘உனக்கு எப்படித் தெரியும்’ என்று கேட்டேன்.

‘நான் நகராட்சித் தண்ணீர்க் குழாயடியில் ‘ஜுலி தீதி’யைச் சந்தித்தேன். அவள் தண்ணீர் எடுக்க வந்திருந்தாள். புதிய சட்டையைக் கிழித்து விட்டதால் அன்று செலினுக்கு நல்ல அடி கிடைத்ததாகச் சொன்னாள். சுற்றுச் சுவரை ஏறித் தாண்டிக் குதிக்கும்போது சட்டை முட்புதரில் மாட்டிக் கிழிந்து விட்டதாகச் செலின் அவளுடைய அம்மாவிடம் சொன்னதாகச் சொன்னாள்.’ என்று மிலி பதிலளித்தாள். அந்த நிகழ்ச்சியால் செலின் அதிகமாகப் பாதிக்கப்பட்டாள். ஆனால், ஒருவழியாக அதிலிருந்து மீண்டு விட்டாள்.

‘செலின் பொய் சொல்கிறாள் என்று தான் நினைப்பதாக ‘ஜுலி தீதி’ என்னிடம் சொன்னாள். சட்டை கிழிந்த அளவு மற்றும் கிழிந்த விதத்தை வைத்துப் பார்க்கையில் செலினின் விளக்கத்திற்கும் இதற்கும் பொருந்தவில்லை’ என்று மிலி தொடர்ந்து பேசினாள்.

நான் இதுகுறித்து மேலும் கேட்க விரும்பாததால், வேண்டுமென்றே பேச்சை மாற்றினேன். மிலியும் செலின் குறித்த பேச்சைத் தொடரவில்லை.

நண்பகலுக்குப்பின், விளையாடவோ அல்லது புதிய விளையாட்டைத் திட்டமிடவோ எனக்கு நேரம் கிடைக்கவில்லை. தனிப்பயிற்றுநர் அதிக நேரத்தை எடுத்துக்கொண்டார்.

தனிப்பயிற்சிக்குப் பின் கிடைக்கும் கொஞ்சநேரமும் இல்லாமல்போனது. மாலை நேரத்துக்கு முன் கிடைத்த நேரம் பெரிய அளவில், வீரதீரச் செயலைச் செய்யப் போதுமானதாக இல்லை. மிலியும் துனியும் எப்போதாவது வருவார்கள். அவர்களுடன் மொட்டைமாடிக்குச் சென்று ஊறுகாயுடன் வறுத்த வேர்க்கடலையைக் கொரித்துக்கொண்டே மற்றவர்களின் கதையைப் பேசிக்கொண்டிருப்போம்.

அந்த ஆண்டு கடுமையான மழை பெய்தது. எங்கள் வீட்டைச் சுற்றியுள்ள பெரும்பாலான இடங்கள் நீரில் மூழ்கின. எங்கள் வீட்டு வாயிற் கதவைக் கடப்பதற்கே பெரும்பாடு படவேண்டியிருந்தது. இலையுதிர் காலத்தில் நிலைமை சற்று நன்றாக இருந்தது. எங்கள் வீட்டின் முன்பிருந்த காலி இடத்தில் அப்பா, ஒரு பூப்பந்து விளையாட்டிடத்தை அமைத்தார். குளிர்கால மாதங்களில் அப்பாவும், அருகில் வசிக்கும் அவருடைய நண்பர்களும் பூப்பந்து விளையாடினார்கள். எனக்கும் என்னுடைய தம்பிகளுக்கும் மூன்று சிறிய பூப்பந்து மட்டைகளை அப்பா வாங்கி வந்தார். வலை இல்லாததைப் பற்றியெல்லாம் பெரும்பாலும் கவலைப்படாமல், விளையாடித் தூக்கியெறியப்பட்ட இறகுப் பந்துகளை வைத்து நாங்கள் விளையாடுவதை வழக்கமாகக் கொண்டோம்.

செலின் கொஞ்சங்கொஞ்சமாக எங்கள் நண்பர்கள் கூட்டத்தில் இருந்து விலகினாள். அவள் பள்ளிக்குச் செல்வதை நிறுத்திவிட்டாள். எப்போதாவது, எங்கள் வீட்டு மாடத்தில் இருந்து பார்க்கும்போது நகராட்சித் தண்ணீர்க் குழாயடியில் பாவாடை சட்டையுடன் அவள் கண்ணில் படுவாள்.

நான், மிலி, துனியுடன் மொட்டை மாடியில் அமர்ந்து கொண்டு தெரிந்தது தெரியாதது என்ற கவலையின்றி எல்லாவற்றையும் பற்றிக் கதையளந்து கொண்டிருந்த அந்தப் பிற்பகல் நேரத்தில், ‘செலின் வயிற்றில் அது இருக்கிறதாம். உனக்குத் தெரியுமா?’ என்று கண்இமைகள் படபடக்க, அவளுக்கே உரிய பாணியில் மிலி ஒரு குண்டைத் தூக்கிப் போட்டாள்.

‘அப்படி என்றால் என்ன?’ கண்கள் சிமிட்டிக் கொண்டே கேட்டேன்.

‘ஆரஞ்சுப் பழச் சுளைகளை விதையுடன் அப்படியே விழுங்கினால் அது வயிற்றில் வளரும் என்பது எனக்குத் தெரியும்.

மேலும், டிலா அத்தையின் மகள் வயிற்றில் 'நாக்குப்பூச்சிகள்' இருந்ததும் எனக்குத் தெரியும். செலின் வயிற்றில் என்ன இருக்கிறது?' என்று கேட்டவாறு மிலியிடமிருந்து எனக்குத் தெரிந்ததைக் காட்டிலும் நல்ல தகவல் கிடைக்கும் என்ற ஆவலில் அவளைப் பார்த்தேன்.

நான் சொன்னதைக் கேட்டு மிலி, 'நீ ஒரு முட்டாள்' என்றாள். 'அவள் வயிற்றில் ஒரு குழந்தை இருக்கிறது' என்று ஒரு நீதிபதி தீர்க்கமாகத் தீர்ப்பு வழங்குவதைப்போல் உறுதியாகச் சொன்னாள். மிலி நன்றாகப் படிக்கக்கூடியவள் அன்று. ஏதோ அப்படியிப்படி என்று எப்படியோ கடினப்பட்டு அடுத்தடுத்த வகுப்புகளுக்குத் தேறியவள். ஆனால், இதுபோன்ற நடைமுறைச் செய்திகளைப் புரிந்துகொள்வதில் மிகவும் கூர்மையானவள். அதனால்தான் அவள் அடிக்கடி என்னை 'முட்டாள்' என்று அழைப்பாள்.

'அது எப்படி? அவளுக்கு இன்னும் திருமணம் ஆகவில்லையே' என்று நான் மறுத்துக் கேட்டேன். அதற்கு அவள் 'ஒரு பெண் திருமணம் ஆகாமலேயே குழந்தை பெற்றுக்கொள்ள முடியும்' என்று ஆணித்தரமாகச் சொன்னாள். அவள் முகத்தில் 'எனக்கு எல்லாம் தெரியும்' எனும் தற்செருக்கு வெளிப்படையாகத் தெரிந்தது.

'அப்படியெல்லாம் நடக்க முடியாது. ஒரு பையனும் பெண்ணும் திருமணம் செய்துகொண்டு கணவன் மனைவியாக ஆனபின்னரே அந்தப் பெண் ஒரு குழந்தையைப் பெற்றுக் கொள்ள முடியும்' என்று நான் உறுதியாக எதிர்த்துப் பேசினேன்.

'உனக்கு அதை விளக்கிச் சொல்வதில் எந்தப் பயனும் இல்லை. மந்த புத்தி உள்ளவர்களுக்கு விளக்குவது என்பது 'விழலுக்கு இறைத்த நீராக'த்தான் போகும் என்று ஏளனமாகப் பேசினாள் மிலி.

எனக்கு விளங்க வைக்க அவள் எடுத்துக்கொண்ட முயற்சிகளில் தோற்றுப் போனாலும், பேச்சை விட்டுவிடாமல் 'இதுபற்றி என்னுடைய அப்பாவும் அம்மாவும் பேசிக் கொண்டிருந்ததை நான் கேட்டேன்' என்று தொடர்ந்தாள் மிலி. 'நகராட்சித் தண்ணீர்க் குழாயடிக்கு அருகில் மூன்றுபேர் வசிக்கும் வீடுகளுக்குச் செலினை அவளுடைய அம்மா அடிக்கடி அனுப்பினாள்' என்ற செய்தியை என்னுடைய அக்காவும்

சொன்னாள். அவர்களிடமிருந்து சர்க்கரை, பால், உருளைக் கிழங்கு போன்றவற்றை வாங்கிவருமாறு செலினை அவளுடைய அம்மா கேட்டுக்கொண்டாள். அதனால், அங்குச் சென்றவள் வயிற்றில் குழந்தையை வாங்கிக்கொண்டாள்' என்று விரிவாகச் சொன்னாள் மிலி.

'ஆனால் எப்படி? சர்க்கரை, பால், உருளைக்கிழங்கு போன்றவற்றை வாங்கி வந்தால் எப்படிக் குழந்தையை வயிற்றில் வாங்க முடியும்? கருவுற்ற பெண்கள் அணிகின்ற சேலையை உடுத்தாதபோதும், அவள் வயிறு பெரிதாகத் தெரியவில்லையே', என்னுடைய அறிவைப் பயன்படுத்திக் கேட்டேன்.

'அவளுடைய வயிறு தெரிதாகத் தெரியாது. ஏனென்றால், அவளுடைய குடும்பத்தினர் அவளை ஒரு மருத்துவனைக்கு அழைத்துச் சென்றார்கள். அங்கே அவளுடைய வயிறு சுத்தம் செய்யப்பட்டது' என்றவள் தன் கருத்தை வலியுறுத்துவதற்காக இடையிடையே நிறுத்தி நிறுத்திப் பேசினாள்.

அவள் சொன்னது சரியாக விளங்காததால் மீண்டும் கண்களை இமைத்துக்கொண்டேன்.

'மருத்துவர்கள் அவள் வயிற்றை அறுவை சிகிச்சை செய்து வயிற்றுக்குள் வளர்ந்திருந்த கருவை வெளியே எடுத்து எறிந்துவிட்டனர். அதன்பின்னர், 'சோப்பு நீரால்' வயிற்றைக் கழுவித் தூய்மை செய்து தைத்துவிட்டனர். அதனால், அவள் வயிறு எப்போதும்போல் உள்ளது' என்று மிலி புரியும்படி விளக்கிச் சொல்ல முயற்சித்தாள்.

'அப்படியா? அவளுக்கு ரொம்ப வலித்திருக்கும் இல்லையா?.' என்று நான் செலினுக்காகக் கவலைப்பட்டேன்.

என் கேள்விக்கு விடையளிக்காமல், 'அவள் வீட்டுக்குப் பலமுறை காவலர் வந்துபோனது உனக்குத் தெரியாதா?' என்று கேட்டாள். செலின் வீட்டுக்குக் காவலர் வந்துபோனது பற்றி என் அப்பாவும் அம்மாவும் பேசிக்கொண்டதைக் கேட்டது நினைவுக்கு வந்தது. ஆனால், அவர்கள் பேசிக்கொண்டதில் நான் மிகுந்த அக்கறை காட்டவில்லை. இப்போது நான் குழப்பமடைந்ததாக உணர்ந்தேன். செலின் குறித்து நான் கேள்விப்பட்டதில் எந்த அளவு உண்மை உள்ளது என்பது எனக்குத் தெரியாது.

குளிர்காலத்தின் கடைசி மாதக் கடைசி ஞாயிறு மந்தமாக விடிந்தது. நான் நேரங்கழித்து எழுந்தேன். என் பாட்டியுடன் காலை உணவு சாப்பிட அமர்ந்திருந்தேன். உடல்நலமின்றி இருந்த என் பாட்டி அண்மையில்தான் குணமாகியிருந்தார். எனவே, அவர் தேநீரும் ரொட்டியும் மட்டுமே சாப்பிட்டார். இதுபோன்ற நாள்களில் நோயுற்ற மக்கள் பெரும்பாலும் ரொட்டி மட்டுமே உண்பது வழக்கம்.

என் பெயரைச் சொல்லிக் கூப்பிட்டுக்கொண்டே, மூச்சிறைத்தபடி பாபு வீட்டுக்குள் ஓடிவந்தான்.

'நினா தீதி, செலின் அவளுடைய மாமாவுடன் பங்களாதேசுக்குப் போய் நல்லா வாழப் போறாங்களாம்' என்றான் பாபு.

கையில் வைத்திருந்த ரொட்டித் துண்டை மீண்டும் தட்டில் வைத்துவிட்டு, பாபுவைத் திகைப்புடன் பார்த்தேன்.

'பங்களாதேசுக்குப் போறாங்களா? எப்போது?'

'இப்போது' என்றான் பாபு.

'அவள் உன்னிடம் சொல்லச்சொன்னாள். அவள் நகராட்சித் தண்ணீர்க் குழயடியில் இருக்கிறாள். அவளைக் காட்டுவதற்காகப் பாபு என்னை மாடத்துக்குக் கையைப் பிடித்து இழுத்துச் சென்றான்.

'அங்கே இருக்கிறாள், பார்'

செலின், அவளுடைய அம்மா, தங்கை மற்றும் சகோதரர்கள் இருவருடன் குழாயடியில் நிற்பதை நான் பார்த்தேன். அவர்களுடன் வேறு ஒருவரும் இருந்தார். அவர் பங்களாதேசில் இருந்து வந்திருக்கும் அவளுடைய மாமாவாக இருக்கக்கூடும். அங்கே இன்னும் சிலரும் இருந்தனர், அவர்கள் யார் என்று எனக்குத் தெரியாது. நான் படிக்கட்டில் இறங்கி முன்வாயிற் கதவை நோக்கிப் போடப்பட்டிருந்த பாட்டையில் ஓடினேன். முன்வாயிற் கதவு திறந்திருந்தது. ஆனால், செலினைப் பார்க்க நான் வெளியே போகவில்லை. அதற்குப் பதிலாக, அங்கிருந்த மதுமாலதி கொடியின் கீழ் நின்றுகொண்டு அவர்களைக் கவனித்தேன். குழாயடிக்கும் எங்கள் வீட்டு முன்வாயிலுக்கும் கிட்டத்தட்ட 30 அடி தொலைவே இருக்கும்.

'அவள் உன்னைத்தான் கேட்டுக்கொண்டிருந்தாள்' பின்னாலிருந்து பாபு சொன்னான்.

'கடைசியா ஒருமுறை ஏன் நீ சென்று அவளைச் சந்தித்துப் பேசக்கூடாது' கேட்டான். நான் எங்கள் வீட்டு முன்வாயிலில் நிற்பதை உள்ளுணர்வால் உணர்ந்ததைப்போல் செலின் எங்கள் வீட்டு முன்வாயிலை நோக்கித் திரும்பினாள். ஒரு சின்ன புன்முறுவல் அவள் முகத்தில் மின்னியது அல்லது அவ்வாறு நான் எண்ணிக்கொண்டேன். அன்று எங்களால் கிழிக்கப்பட்ட அதே சிவப்பு உடையை இன்று அவள் உடுத்தியிருந்தாள். சட்டையின் கிழிக்கப்பட்ட முன்பகுதி தைக்கப்பட்டிருந்தது. சட்டையின் 'வி-வடிவிலான' கழுத்துப் பகுதியிலிருந்து இடுப்புவரை தைக்கப்பட்டிருந்த இடம் மேடாக அசிங்கமாகத் தெரிந்தது. செலின், எங்கள் முன்வாயிலை நோக்கிச் சில அடிகள் எடுத்து வைத்தாள். நானும் மதுமாலதி மரத்தின் பின்னிருந்து வெளியே வந்து அவளை நோக்கிச் சில அடிகள் நடந்தேன். ஆனால், அதற்குமேல் என்னால் நடக்க முடியவில்லை. ஏதோ தெரியாத ஒன்று என்னை நடக்கவிடாமல் இழுத்துச் சிறைப்படுத்தியதுபோல் இருந்தது.

செலினின் அப்பா, அவளுடைய கைகளை இறுக்கமாகப் பற்றிக்கொண்டு அவளை வெளியே இழுத்துச் சென்றார். அவள் இழுத்துச் செல்லப்பட்டாலும், அவள் பார்வையை நான் இருந்த இடத்தை நோக்கியே வைத்திருந்தாள். அவள் முகம், கண்ணீருடன் கனத்திருந்தது. சாலை வளைவில் அவர்கள் திரும்பி மறையும்வரை நான் அங்கேயே ஆணிஅடித்தாற்போல் நின்றிருந்தேன். நான், ஏதோ நடக்கக்கூடாத, அதிர்ச்சியளிக்கக் கூடிய மோசமான ஒன்று நடந்ததைப் போல் உணர்ந்தேன். செலின் உணவுக்காகத்தான் சென்றாளா? அப்படியென்றால் அது, எவ்வளவு எதிர்பார்க்க முடியாதது? என்று உண்மையை உணர்ந்துகொள்ள இயலாமல் தவித்தேன்.

நீண்ட நேரத்துக்குப்பின், 'நீ ஏன் அவளைப் போய்ப் பார்த்துப் பேசவில்லை?' என்று வீட்டு முன்வாயிலுக்குத் திரும்பியதும் பாபு கேட்டான்.

'ஒருசமயம், அவள் ஏதோ உன்னிடம் பேச விரும்பியிருக்கலாம். இப்போ அவள் திரும்பி வரமுடியாத இடத்துக்குப் போய்விட்டாள்' என்றான்.

நான் ஒன்றும் பேசமுடியாமல் என் கால்களை தயக்கத்துடன் இழுத்தேன், தலைகுனிந்திருந்தேன். இனம்புரியாத இழப்பின் நார்கள் சுற்றி, எனக்குள் ஒரு முடிச்சாக மாறி இறுக்கி என்னைப் பேசமுடியாமல் செய்தன. நான், தனிமையின் உச்சத்தில் இருந்து முயன்று தப்பிக்கவும் அழுதுபுலம்புவதில் இருந்து என்னை விடுவித்துக்கொள்ளவும் விரும்பினேன். செலின், கடைசியாக ஒருமுறை என்னைச் சந்தித்துப் பேச விரும்பினாள். ஏன்? என்ன சொல்ல நினைத்திருப்பாள்? என் பார்வையிலிருந்து மறையும் வரை என்னையே உற்றுப்பார்த்த அவள் கண்களை நினைவில் கொண்டுவந்தேன். அந்தக் கண்களில் உறைந்திருந்த எதிர்பார்ப்பு என்னை அப்படியே மரத்துப்போய் நிலைகுத்தி நிற்கச் செய்தது.

'கடவுளே! கடவுளே! என்ன இது. எதுவும் பேசமுடியாமல் நிற்கின்றேனே?'

நான் என்னுடைய மேல்நிலைப் பள்ளிப்படிப்பை 'ராவன்சா' கல்லூரியில் முடித்த பின்பு, பர்லாவில் உள்ள மருத்துவக் கல்லூரியில் சேரப் பதிவுசெய்து படித்தேன். அதனால், கட்டாக்கில் உள்ள எங்கள் வீட்டுக்கு அடிக்கடிச் செல்லும் சூழல் அமையவில்லை. ஒருமுறை உடனே திரும்பவேண்டிய நிலையில் வீட்டுக்குச் சென்றிருந்தபோது, 'ஜுலி தீதி' பான் மற்றும் புகையிலைப் பொருட்களை விற்கும் ஒரு பையனுடன் ஓடிப் போய்விட்டதாக என் அம்மாவிடம் இருந்து தெரிந்துகொண்டேன். செலினின் இரண்டு சகோதரர்களும் வாழ்க்கையை ஓட்டும் அளவுக்குக் கூடச் சம்பாதிக்கவில்லை. கொஞ்ச காலத்துக்குப் பின்னர், நான் சண்டிகரில் முதுகலை மருத்துவம் படித்துக்கொண்டிருந்தபோது, அம்மாவிடம் இருந்து ஒரு மடல் வந்தது, அதில் எங்கள் வீட்டு மனையின் உரிமையாளர், வீட்டைக் காலிசெய்யச் சொன்னதாக அம்மா எழுதியிருந்தாள். இனி எங்கே போவது என்றோ ஒடிசாவுக்கு வெளியில் படித்துக் கொண்டிருக்கும் என் இரண்டு தம்பிகளை என்ன செய்வது என்றோ? தெரியாமல் அம்மா தவித்தாள்.

இதற்கிடையில் மினியும் துனியும் திருமணம் செய்துகொண்டனர். மினி கட்டாக்கில்தான் எங்கோ இருந்தாலும் என்னால் அவளைச் சந்திக்க இயலவில்லை. துனியின் அப்பா பெர்காம்பூருக்குப் பணியிட மாற்றம் செய்யப்பட்டதால் துனியின் குடும்பம் கட்டாக்கை விட்டு இடம்பெயர்ந்து சென்றது. அம்மாவுக்கு அவர்களைப் பற்றி அதற்குமேல் எதுவும் தெரியவில்லை.

நான் என்னுடைய முதுகலைப் பட்டத்தை முடித்த உடனே எனக்குத் திருமணம் நடைபெற்றது. திருமணத்துக்குப் பின்பு, என்னுடைய மருத்துவப் பணியை நிறுத்திக்கொண்டேன். என் மகள் பிறந்து பல ஆண்டுகள் சென்றபின்னர், நான் ஒரு தன்னார்வத் தொண்டு நிறுவனத்தைத் தொடங்கினேன். அம்மா எனக்கு எழுதிய மடல்கள் ஒன்றில், வீட்டுமனை உரிமையாளர், அந்த இடத்தை யாரோ ஒரு கட்டுமான நிறுவனத்தார்க்குக் குத்தகைக்கு விடப்போவதாக எழுதியிருந்தாள். அவர்கள் அங்கே ஓர் ஆறு அடக்கு அடுக்ககத்தைக் கட்டிக் கொண்டிருந்தார்கள். அவர்கள் அங்கிருந்த மிகப்பெரிய ‘ஜுஜுபி’ மரத்தை வெட்டி அகற்றினார்கள். அந்தப் பெரிய மரம் வெட்டப்பட்டு அகற்றப்பட்ட செய்தி எனக்குள் தொடர்ந்து உறுத்திக்கொண்டே இருந்தது. வெட்டியகற்றப்பட்ட அந்தப் பெரிய மரத்தை வெட்டாமல் இருக்க நான் மிகப்பெரிய அளவில் முயற்சி செய்திருக்கலாம். அந்த மரம் எவ்வளவு பழமையானது என்று யாரேனும் நினைத்துப் பார்த்திருப்பார்களா? என்று எண்ணினேன். நான் குழந்தையாக இருந்தபோது, இரவு நேரத்தில் எங்கள் வீட்டு மாடத்துக்குச் செல்வதற்கு அச்சப்படுவேன். பகலில், அந்தப் பெரிய மரம் பச்சைப்பசேலென்று வலிமையான மரமாகக் காட்சியளித்தாலும், இரவில், அச்சமூட்டும் ‘மாயாசால’க் கதைகளில் வருகின்ற அரக்கனைப்போலக் காட்சியளிக்கும்.

எங்கள் அப்பா இறந்தபிறகு, பெரும்பாலும் அம்மா பம்பாயில் உள்ள புபுவின் வீட்டில்தான் தங்கியிருந்தாள். எப்பவாவது புவனேசுவரில் உள்ள என் வீட்டிலும் தங்குவாள். ஆண்டின் பெரும்பாலான நாள்களில் கட்டாக்கில் உள்ள எங்கள் வீடு பூட்டியே இருக்கும். அவ்வப்போது, தரைத்தளத்தில் யாராவது வாடகைக்குத் தங்குவதுண்டு. சுரா மாமாவும் அவருடைய மனைவி டிலா அத்தையும் சில ஆண்டுகளுக்கு முன்பு இருந்ததைப் போல வீட்டின் பின்புறத்தில் இருந்த தனிவீட்டில் தங்கியிருந்தார்கள். அவர்களுடைய இரண்டு மகன்கள் தொடர்வண்டி நிலையத்துக்கு அருகில் இரண்டு கடைகளை அமைத்திருந்தார்கள்.

வேலை காரணமாகக் கட்டாக் வரும்போதெல்லாம் எங்கள் பழைய வீட்டுக்குச் செல்வதை நான் வழக்கமாகக் கொண்டிருந்தேன். நான், சிறுவயதில் மகிழ்ச்சியாக விளையாடித் திரிந்த எனக்கு மிகவும் பிடித்த இடத்தை ஆக்கிரமித்து மிகப் பிரம்மாண்டாகக் கட்டப்பட்டிருந்த அந்த ஆறுஅடுக்கு

அடுக்ககத்தைப் பார்த்தேன். ஏறக்குறைய அந்த அடுக்ககத்தைப் போல ஓங்கி உயர்ந்து, இருட்டில் ஓர் அரக்கனைப்போலத் தெரிந்த அந்த ‘ஜ"ஜ"பி’ மரம் என் நினைவில் வந்து என்னை வாட்டியெடுத்தது. அந்த மரத்தின் அடியில் இருந்த சுற்றுச்சுவர் இல்லாத கிணறு, செலின், அவளுடைய பெற்றோர், இரண்டு தம்பிகள் மற்றும் ஜூலி தீதியுடன் வசித்த சாய்வான கல்நார் கூரைவேய்ந்த இரண்டு அறைகளைக் கொண்ட கொல்லைப்புற வீடு என் நினைவுக்கு வந்தன. அந்தக் கட்டிடத்துக்கு மறுபுறம் இருந்த சிதிலமடைந்த, பாழடைந்த சுற்றுச்சுவரைப் பார்த்தபோது, என்னுடைய குழந்தைப் பருவத்தில் நான் விளையாடிக் களித்த காலை மற்றும் நண்பகல் நினைவுகள் என்னை ஏக்கத்தில் மூழ்கடித்தன. நான் கண்களை மூடிக்கொண்டேன். அப்போது, செலினுடைய கண்ணீருடன் கூடிய கனத்த முகம் என் முன்னே மின்னி மறைந்தது. பின்னால் தொங்கும் அவ்ளுடைய இரண்டு சடைகள், அவளுடைய சிவப்புச் சட்டை, கிழிக்கப்பட்ட இடத்தில் ‘அசிங்கமான’ தையலுடன் தைக்கபட்டிருந்த சட்டையின் முன்பகுதி, நிற்க முடியாமல் தள்ளாடும் கால்களுடன் என்னை உற்றுநோக்கிய அவளுடைய பார்வை ஆகியவற்றுடன் கூடிய செலினுடைய உருவம் வழக்கத்துக்கு மாறாகத் தெளிவாக என் கண்முன்னே வந்தது. நான் கண்களைத் திறந்து மீண்டும் அவளைப் பார்த்தேன். அவளுடைய அழகான சட்டையைக் கிழித்ததால் அவளுடைய கண்களில் தெரிந்த வலி, அவளுடைய சொல்லப்படாத குற்றச்சாட்டுகள் மற்றும் அழுக்கடைந்த, தைக்கப்பட்ட கிழிசலுடன் கூடிய உள்ளாடை, வெட்கத்துடன் வெளியே எட்டிப்பார்க்கும் கிழிந்து தொங்கிய சட்டையின் துணித் துண்டுகள் ஆகியவற்றை நான் பார்த்தேன்.

‘அம்மா, தொலைக்காட்சிப் பெட்டியை இயக்குங்கள்’ என்றபடி அறையில் இருந்து என் மகள் வெளியே வந்தாள். அவள் முகம் மகிழ்ச்சியில் சிவந்திருந்தது. ‘நான் இப்போதுதான் அந்தச் செய்தியைக் கேட்டேன். உங்களுடைய தொண்டு நிறுவனம் சிறந்த தொண்டு நிறுவனம் என்ற தகுதியைப் பெற்றுள்ளது. அதற்கான விருதை இந்தியக் குடியரசுத் தலைவரின் கையால் நீங்கள் பெறப் போகிறீர்கள்’ என்று சொல்லிக்கொண்டே உள்ளூர்த் தொலைக்காட்சியின் செய்திச் ‘சேனலை’ இயக்கினாள்.

செய்தித்தாளில் பதிந்திருந்த விழிகளை உயர்த்தி ‘வாழ்த்துகள்’ என்றார் என் கணவர். ‘கடந்த காலங்களில் நீ

செய்த நேர்மையான மற்றும் உண்மையான பணிகளுக்குக் கிடைத்த வெற்றி' என்றார். மேலும், பெருமையுடன் என்னைப் பார்த்து, 'ஏதிலிகள், வீடற்ற சிறுவர்களின் வாழ்க்கையை உயர்த்துவதற்காக உன்னுடைய தொண்டு நிறுவனம் ஆற்றிய நல்ல பணிகளை நாங்கள் அறிவோம்' என்றார். 'உண்மையில் செய்தது கொஞ்சம்தான்' என்னை மறந்து சொன்னேன்.

'பின்தங்கிய மற்றும் ஏழைக் குழந்தைகளை முன்னேறியவர்களுக்கு இணையாக முன்னுக்குக் கொண்டு வர விரும்பினால், இன்னும் செய்யப்படவேண்டிய பணிகள் ஏராளமாக உள்ளன.'

சாதனைகளை அளவிடும் 'தராசில்' என்னை அளவிடும் போதெல்லாம் 'ஆற்றலின்மை' வைக்கப்படும் தராசுத் தட்டு எப்போதும் கீழே தொங்குகிறது. இதை என்னை விட யாரால் நன்கு அறியமுடியும்?

'இது இராத்திரி சாப்பிடற நேரம். எல்லாரும் வாங்க, சாப்பிடலாம்' என்று அழைத்தபடி, தொலைக்காட்சியை நிறுத்தினேன்.

6. மறுபடியும்

சுனயனா தன் மகளுக்கு விருப்பமான தின்பொருளான இனிப்புப் பணியாரத்தை ('அரிசா'வை) மும்மரமாகத் தயாரித்துக் கொண்டிருந்தாள். சுனயனாவின் மகள் பஞ்சாப்பைச் சேர்ந்தவரைத் திருமணம் செய்து கொண்டு, கணவருடனும் இரு குழந்தைகளுடனும் மும்பையில் வசித்து வருகிறாள். அவள் ஒவ்வோர் ஆண்டும் தீபாவளியின் போது தவறாமல் அம்மாவைப் பார்க்க வந்துவிடுவாள். சுனயனா அவளுடைய பேரன் பேத்தியின் வருகைக்காக மிகுந்த ஆவலோடு காத்துக் கொண்டிருந்தாள்.

'அரிசா' தயாரிப்பது மிகவும் சிக்கலானது. அதற்குக் கடுமையான உழைப்பு தேவை. இருப்பினும், இன்றைய அறிவியல் உலகில் புதிய சமையல் பொறிகள் சமையல் வேலையை மிகவும் எளிதாக ஆக்கியுள்ளன. அந்த வீட்டின் வேலைக்காரப் பெண், ஊற வைத்து, உலர்ந்த அரிசியைக் 'கலவை அரைப்பானில்' (மிக்சியில்) அரைத்து வைத்திருந்தார். அரிசா செய்வதற்கான எஞ்சிய வேலைகளைச் சுனயனா செய்வாள். சமையலறையில் வேலை செய்துகொண்டிருந்த அவளுடைய எண்ணங்கள் சமையலை எளிதாக்கக் கூடிய பொறிகள் இல்லாத அந்தக் காலத்துக்குச் சென்றன. அக்காலத்தில், மரத்தூள் அல்லது நிலக்கரித் துண்டுகளை எரிபொருள்களாகப் பயன்படுத்தி மண் அடுப்புகளில்தான் அனைத்து வகையான சமையலையும் செய்தனர். சமையல் அனைத்தும் கைமுறையாகத்தான் செய்யப்பட்டது.

சுனயனா எப்போதும் கடுமையான உழைப்பாளியாக இருந்தாள். அவளுக்கு இருபதாம் அகவையில் திருமணம் நடந்தது. அந்த இளம்வயதிலும் அவளுடைய கணவனின் பெரிய குடும்பத்தின் பொறுப்புகளை அவளுடைய தோளில் சுமந்தாள். அவளுடைய மாமனார் உயிரோடு இல்லாததாலும் அவளுடைய கணவன் மூத்த மகன் என்பதாலும் குடும்பத்துக்கு உறுதுணையாக இருக்க வேண்டிய கடமையும், குடும்பத்தைப் பேணிக் காக்க வேண்டிய பொறுப்பும் அவளுக்கு இருந்தது. அவளுடைய முதல் இரவு அன்று அவளுடைய கணவர் அவினாசு மூத்த மருமகளின் கடமைகள் குறித்து அவளுக்கு விளக்கி இருந்தார். அவள் இதைச் சற்றும் எதிர்பார்க்கவில்லை. குறைந்தபட்சம், அவர்கள் தனியாகச் சந்தித்துக்கொள்ளும் முதல் இரவில் இப்படி நடக்கும் என்பதை

அவள் எதிர்பார்க்கவேயில்லை. அவள்மீது ஏற்றப்பட்ட பொறுப்பு ஒரு பெரிய மலைபோல இருந்தது. அவள் வாழ்க்கையில் உறுதியற்ற நிலையை உணர்ந்தாள்; மனம் தளர்ந்தாள். அர்ப்பணிப்புடன் கணவன் வீட்டுக் கடமைகளை நிறைவேற்றத்தான் அவள் திருமணம் செய்து கொண்டாளா? அவள், அவள்மீது கணவனுக்குக் கொஞ்சமாவது அன்பு இருக்கிறதா? என்பதை அறிந்துகொள்ள கணவனின் முகத்தைக் கடைக்கண்ணால் பார்த்தாள். கணவனின் கள்ளம்கபடமற்ற பார்வை, அவன் ஓர் எளிமையான, ஆசைக்கு ஆட்படாத மாந்தன் என அவளுக்குச் சொன்னது. மற்றப் பெண்கள் கனவு காண்பதைப் போல உணர்ச்சிமிக்க காதலனைப் போல் அவன் இருக்க மாட்டான். ஆனால், அவன் ஒரு நல்ல கணவன், இணக்கமாக இருக்கக்கூடிய அமைதியான மாந்தன். அவினாசு ஒரு நல்ல மாந்தன் என்று எல்லாரும் சொன்னார்கள். இருள் அவளைச் சூழும் போதெல்லாம் அதிலிருந்து மீண்டு ஒளிர்வதற்கு இது ஒன்றே போதுமான நல்ல காரணமாக இருந்தது.

அந்த இளம்வயதில் கடுமையான உடல் உழைப்பாலும் குடும்பப் பொறுப்புகளாலும் அவள் ஒருபோதும் சோர்வடைய வில்லை. அவளுக்குள் வற்றாத ஆற்றல் இருந்தது போல் இருந்தது. அவளுள் முகிழ்த்த நற்குணமும், மகிழ்ச்சியுடன் பொங்கியெழும் ஆர்வமும் அவளைச் சோர்வின்றி வேலை செய்யத் தூண்டின. அவள், அவளுடைய கொழுந்தனார் மற்றும் நாத்தனார்களின் திருமணங்களை நடத்தி முடிப்பதில் முதன்மையான பங்களித்திருந்தாள். அவர்களுடன் தங்கியிருந்த அவளுடைய மாமியாரை எப்போதும் மிகுந்த அக்கறையுடன் கவனித்திருந்தாள். ஒரு மகளும், ஒரு மகனுமாகப் பிள்ளைகள் வந்தவுடன் அவர்களை அனைத்து வகையிலும் அக்கறையுடன் வளர்த்து, அவர்கள் பள்ளிக்குச் செல்லத் தொடங்கியவுடன் அவர்களுடைய படிப்பு, கல்வி தொடர்பான அனைத்துச் செயல்பாடுகளையும் மேற்பார்வையிடும் பொறுப்பை ஏற்றிருந்தாள். அவளுடைய மாமியார் குளியலறையில் மோசமாக விழுந்து காலில் எலும்பு முறிவு ஏற்பட்டதால் கட்டாக் மருத்துவக் கல்லூரி மருத்துவமனையில் அனுமதிக்கப்பட்டிருந்த அந்த நாள்களை அவளால் மிகத் தெளிவாக நினைவுகூர முடிந்தது. கிட்டத்தட்ட அதே காலக்கட்டத்தில் அவளுடைய கணவரின் தம்பியின்

மனைவியும் அதே மருத்துவமனையில் மகப்பேற்றுக்காகச் சேர்க்கப்பட்டிருந்தாள். அவர்கள் இருவரையும் மருத்துவமனையில் பார்த்துக் கொண்டதோடு மட்டுமல்லாமல் பல நாள்கள் அவர்களுக்குச் சமைத்து இருவேறு 'டப்பா'க்களில் தனித் தனியாகக் கொடுத்தனுப்பினாள்.

அவள் கணவனுக்காகவும் குழந்தைகளுக்காகவும் வகைவகையாகச் சமைப்பதில் தனி இன்பம் கண்டாள். அவளுடைய கணவர் மறந்துபோய் அவளுடைய சமையலைப் பாராட்டினால் கூட, அவள் மிகுந்த மகிழ்ச்சியடைந்தாள். பகல் உணவுக்குப் பின் அவள் ஓய்வு எடுக்க விரும்பியதில்லை. நீண்ட காலமாகக் கிடப்பில் போடப்பட்டிருக்கும் தையல் வேலையைக் கையிலெடுத்தாள். தொடர்ந்து நீண்ட நாள்களாகச் செய்யும் கடுமையான உழைப்பும் பொறுப்புகளும் அவளை ஒருபோதும் களைப்படைய வைத்ததில்லை. அதற்குப் பதிலாக, அவள் காற்றில் நடப்பது போல், அதிக ஊக்கமும், இலகுத்தன்மையும் பெற்றதாக உணர்ந்தாள். அழுத்துகின்ற அன்றாட வீட்டு வேலைகள் அவளுக்குக் களைப்பையோ சலிப்பையோ தந்ததில்லை. மாறாக, அவள் முகத்தில் பொலிவைக் கொண்டு வந்தன. அவளுடைய ஒவ்வொரு பகலும் கடமைகளைச் சரியாக செய்துமுடித்த மனநிறைவோடு முடிந்தது. ஒவ்வோர் இரவும் புதிய புதிய எதிர்பார்ப்புகளையும் புதிய சவால்களையும் கொண்டு வரும் பகலாக விடிந்தது.

விழாக் காலங்களையும் குடும்ப உறவுகள் ஒன்று கூடும் நிகழ்வுகளையும் மிகுந்த விருப்பத்துடன் களித்துக் கொண்டாடினாள். இதுபோன்ற நிகழ்வுகளில் குறிப்பாக, அதிகமான உறவினர்கள் வந்து கலந்துகொண்டு களிக்கும் 'துர்கா பூசை'க் காலங்களில் எல்லையில்லா மகிழ்ச்சியடைவதாக அவள் உணர்ந்தாள். அவள் ஒரு குழந்தையைப்போல் அவளுடைய மருமகன்களுடனும் மருமகள்களுடனும் குழந்தைகளுடனும் உரையாடினாள், வேலை செய்தாள், அவர்களுடன் விளையாடினாள். இவர்களின் குடும்பத்திற்காக வீட்டின் பின்புறமுள்ள கொல்லைப் புறத்தில் மாமரங்களுக்குக் கீழே அடுப்புகள் அமைக்கப்பட்டு, சமையல்காரர்களை வேலைக்கு அமர்த்தி வகைவகையான சுவை உணவுகளைச் சமைக்கச் செய்தாள். ஒவ்வொரு வேளை உணவும் ஒரு விருந்தாக இருந்தது. நேரம் மகிழ்ச்சியாக சிறகடித்துப் பறந்தது, இனிய கனவுகள்

நிறைந்த இரவுகளாக உருண்டோடிப் புத்தம் புதிய மகிழ்ச்சியுடன் திரும்பிய அந்த இனிமையான நாள்களை சுனயனாவால் அடக்கிவைக்க இயலவில்லை.

அவினாசு பதவி உயர்வில் புவனேசுவருக்கு இடம் மாறுதல் செய்யப்பட்ட போது, அவளுடைய மகனுக்குப் பதினான்கு அகவை, மகளுக்குப் பன்னிரெண்டு. அவர்கள் புவனேசுவரில் உள்ள அரசுக் குடியிருப்புக்குக் குடிபெயர்ந்த நாள், அவர்களுடைய பதினைந்தாம் திருமண நாள். புதிய வீட்டை ஒழுங்குபடுத்திச் செம்மையாக அமைக்கும் பணியில் ஈடுபட்டிருந்ததால் திருமண நாளைக் கொண்டாடும் எண்ணம் இல்லாமல் போனது. அவளுடைய மகனும், மகளும் அவர்களுக்குக் கொடுக்கும் கைச்செலவுப் பணத்தில் இருந்து சேமித்த பணத்தைக் கொண்டு சிறியசிறிய பரிசுப் பொருள்களை வாங்கிக் கொண்டு வந்து தந்தார்கள்.

அவர்களுடைய சமையலறை முழுமையாக அமைக்கப் படாததாலும், சமைப்பதற்குத் தயாராக இல்லாததாலும் அன்று இரவு அவர்கள் அவளுடைய சகோதரனின் வீட்டில் உணவு உண்டார்கள். முப்பது ஆண்டுகளைக் கடந்த பின்னரும், அந்த இரவு இன்னமும் அவள் நினைவில் பசுமையாக வாழ்ந்து கொண்டிருக்கிறது. அந்த இரவில்தான் சுனந்தாவை அவள் முதன்முதலாகச் சந்தித்தாள். உணவு உண்ணும் மேசையில் அவளை நேருக்குநேர் பார்த்தவாறு உட்கார்ந்திருந்தான். அப்போது, அவர்களின் கண்கள் சந்தித்துக் கொண்டன. அவள் பார்வையைத் திசைமாற்றினாள். ஆனால், அவள் கமுக்கமாக அவன் முகத்தையே உற்றுப் பார்த்துக் கொண்டிருந்தாள். அவனும் அவளைப் பார்த்துக் கொண்டிருக்கிறான் என்பது அவளுக்குத் தெரியும். அவளுடைய முதுகுத் தண்டுவடத்தில் ஓர் அதிர்வு ஓடியது. உணவு அறையின் மங்கலான வெளிச்சம், வெளியில் வீசிக்கொண்டிருந்த மெல்லிய தூறல், சுனந்தாவின் கண்களில் வியப்பு என அனைத்தும் ஏதோ ஒரு மறக்கமுடியாத நுகர்வின்பத்தைத் தந்தன. இத்தனை ஆண்டுகளுக்குப் பின்பும் கூட, சுனந்தாவின் கண்களில் இருந்த ஊடுருவும் பார்வை, யாருக்கும் தெரியாமல் ஒருவருக்கொருவர் பார்வையால் திருடிக் கொண்ட விதம் என அனைத்தையும் அவளால் தெளிவாக நினைத்துப் பார்க்க முடிந்தது. இந்த முப்பது ஆண்டுகளில் எத்தனையோ மாற்றங்கள் நிகழ்ந்து விட்டன. இந்த மிக நீண்ட காலப்பரப்பில் அவள் அடைந்த பட்டறிவுகள்

அவளுடைய வாழ்க்கையில் பல புதிய கோணங்களைக் கொடுத்திருந்தன. நெருங்கி வந்து கொண்டிருக்கும் இரவின் அடர்ந்த ஆழத்தில் கரைவதற்காகக் காத்திருக்கும் அசடு வழியும் அந்திப் பொழுதாக வாழ்க்கை மாறிவிட்டது இப்போது.

கடாய்ச் சட்டியில் வெல்லப் பாகு கொதிக்கத் தொடங்கியிருந்தது. தன்நினைவு பெற்றவளாய்ச் சுனயனா பழைய நினைவுகளில் இருந்து அவளை விடுவித்துக் கொண்டாள். அரிசாவுக்கு மாவு பிசைவதில் மும்முரமாக ஈடுபட்டாள். தீபாவளிக்குத் தீபாவளி வந்துபோகும் அவளுடைய மகள் மற்றும் பேரப் பிள்ளைகளின் வருகையை எண்ணி மிகவும் மகிழ்ச்சி அடைந்தாள். அவளுடைய மகள் சண்டிகரில் படித்தபோது சந்தித்த பஞ்சாப்பைச் சேர்ந்த பையனைத் திருமணம் செய்து கொண்டிருந்தாள். அவினாசு தொடக்கத்தில் அந்தத் திருமணத்திற்கு எதிராக இருந்தார். ஆனால், அவரை இசைய வைப்பதில் சுனயனா வெற்றியடைந்திருந்தாள். 'நமக்கு நம் மகளின் மகிழ்ச்சி தான் முதன்மையானது' என்பதைக் காரணமாகச் சொல்லியிருந்தாள். 'அவளுடைய விருப்பத்தை நிறைவேற்றாமல், மறுத்து அவளை நாம் காயப்படுத்தக் கூடாது' என்றாள். திருமண விழா மிகவும் நேர்த்தியாகவும் கோலாகலமாகவும் நடைபெற்றது. அவளுடைய மகளும் மருமகனும் மருத்துவப் பணியை மேற்கொண்டனர். அப்பணியிலேயே அவர்களை முழுமையாக ஈடுபடுத்திக் கொண்டனர். ஆனால், அவர்கள் மகிழ்ச்சியாக வாழ்ந்தனர். அவினாசின் மரணத்திற்குப் பிறகு அவர்கள் அவளைத் தங்களுடன் வந்து தங்குமாறு எப்போதும் கேட்டுக்கொண்டே இருந்தனர்! ஆனால், சுனயனா மறுத்துக் கொண்டிருந்தாள். சுனயனாவுக்கு மும்பை பிடிக்கவில்லை. மும்பை எப்போதும் பரபரப்பாக இயங்கிக் கொண்டிருக்கும் ஒரு நகரம். சற்று நின்று இளைப்பாற அல்லது ஓய்வெடுத்துக்கொள்ள, ஏன் மூச்சுவிடக்கூட நேரம் இல்லாத ஒரு நகரம் அது. ஆனால், அவளுடைய மகளுக்கு மகனும் மகளும் பிறந்தபோது ஒவ்வொரு முறையும் இரண்டு மாதங்கள் மும்பையில் அவளுடைய மகளுடன் தங்கி இருந்திருந்தாள் என்பது என்னவோ உண்மைதான்..

சோவன் அவளுடைய ஒன்பது அகவையுடைய பேரன். அவனுக்குப் பாட்டி என்றால் கொள்ளை ஆசை. அவன் பாட்டியிடம் தொலைபேசியில் இந்தியும் ஆங்கிலமும் கலந்து பேசுவதை

வழக்கமாகக் கொண்டிருந்தான். சுனயனா செய்யும் 'ஆரஞ்சுக் கேக்' அவனுக்கு நிரம்பப் பிடிக்கும். அவன் வரும்போதெல்லாம், அடுத்தமுறை வரும்போது 'ஆரஞ்சுக் கேக்கைச் செய்து தயாராக வைத்திருக்கும்படி சொல்வான். சோவா ஆறரை அகவையுடைய பேத்தி, பாட்டியிடம் இருந்து சற்றுத் தள்ளியே இருப்பாள். அவர்கள் இருவருக்கும் 'ஆரஞ்சுக் கேக்கை' நாளைக்குத் தயார் செய்துகொள்ளலாம் என்று முடிவெடுத்து, அவளுடைய மனதைச் சமைப்பதில் செலுத்தினாள் சுனயனா.

அவளுடைய எண்ணங்கள் மீண்டும் கடந்த காலத்தை நோக்கிப் பயணிக்கத் தொடங்கின.

புவனேசுவரத்துக்கு வந்த உடனே அவள் இடர்ப்பாடுகளையும் அமைதியின்மையையும் எதிர்கொள்ள வேண்டியிருந்தது. வீட்டு வேலைகள் அனைத்தையும் ஆர்வத்துடன் வலிய இழுத்துப்போட்டுக்கொண்டு செய்தாள். சோர்வும் களைப்பும் வந்துசேர்ந்துவிட, ஒரு மந்தமான பற்றற்ற நிலைக்கு ஆட்பட்டு இருந்தாள்.

பிள்ளைகள் வளர்ந்துவிட்டார்கள், அவர்கள் பெரும்பாலான நேரத்தைப் பள்ளியிலும், வீட்டுப் பாடங்களைச் செய்வதிலோ அல்லது அவர்களுடைய நண்பர்களுடன் இருப்பதிலோ செலவழித்தனர். அவினாசு அவனுடைய அலுவலகப் பணிக்காக நேர இடைவெளி இல்லாமல் தொடர்ந்து வேலை செய்ய வேண்டிய நிலை இருந்தது. குறிப்பாக, பதவி உயர்வுக்குப் பின்னர், அவர் மிகுந்த பணியழுத்தத்தில் இருந்ததுபோல் காணப்பட்டார். அவளுடைய மாமியார் அவளுடைய இளைய கொழுந்தனாருடன் கட்டாக்கில் தங்க விரும்பினார். இப்போதெல்லாம் உறவினர்கள் எப்போதாவது தான் வருகை புரிந்தனர். அவளுடைய வாழ்க்கையில் அமைதி குடிகொண்டது.

ஆனால், இன்னதென்று அறியமுடியாத வெறுமையும், சொல்லமுடியாத எதிர்பார்ப்பும் அவளுக்குள் இருந்தன. அதுதான் சலிப்பா? ஒவ்வொரு நாளும் பொழுது வருவதும் போவதுமாக ஒரே மாதிரியான வாழ்க்கை மாற்றமில்லாமல் இருந்தது. அவினாசும் அப்படி உணர்கிறானா, எனத் தெரிந்து கொள்ள முயன்றாள். ஆனால், அவருடைய நடத்தையில் அப்படி எந்த மாற்றத்தையும்

காணமுடியவில்லை. அதன்பிறகு, அந்தத் தூறல் அடிக்கும் மாலைப் பொழுதும், சுனந்தாவுடன் பேசாமல் பேசிய நினைவுகளும், இடர்ப்பாடுகளும் ஏக்கமும் நிறைந்த அவளுடைய வாழ்க்கையில் முட்டிமோதின. அவள் அந்த நீங்கா நினைவுகளை மனதிலிருந்து விரட்ட முயன்றாள். ஆனால், சுனந்தா அவளை அப்படிச் செய்ய விடவில்லை. அவன் சுனயனாவின் சகோதரனுடன் அவர்களுடைய அரசுக் குடியிருப்புக்கு வந்தான். அவன் இயல்பாகத்தான் வந்தான். ஆனால், அவனுடைய கண்களில் இருந்த தேடல், அவளுக்காகவே தான் அவன் வந்திருந்தான் எனச் சுனயனாவுக்குச் சொன்னது. அவளுள் ஒரு பேரின்ப அதிர்வலை எழுந்து அவளை முழுமையாக நனைத்தது.

சுனந்தாவுக்குச் சொந்தத் தொழில் இருந்தது. அவன் அவளுடைய சகோதாரனுடன் கல்லூரியில் படித்தவன். ஆனால், இதற்குமுன், சுனயனா அவனைப் பார்த்ததே இல்லை. அவனுடைய தோற்றம் எல்லாருக்கும் பிடிக்கும். அவனுடைய அன்பும் பண்பும் மகிழ்வளிக்கும் பேச்சும் அவினாசையும் குழந்தைளையும் ஈர்த்தன. அவன் எவரையும் எளிதில் ஈர்க்கக்கூடியவன். அது, அவனுடைய காந்தம்போல் ஈர்க்கும் மாய வலையில் சுனயனாவை விழ வைக்க அதிக நேரம் எடுத்துக் கொள்ளவில்லை.

'காதம்பரி...' ஒரு மெல்லிய குரல் பின்னாலிருந்து வந்து 'அரிசா'வைப் பொரித்துக் கொண்டிருந்த சுனயனாவைத் திடுக்கிட வைத்தது. யாரென்று பார்க்க அவள் சட்டென்று திரும்பினாள். அழைத்தவரைப் பார்த்து ஓர் அதிகப்படியான வெறுமையால் வரவேற்றாள்.

அவளை அழைக்க சுனந்தா பயன்படுத்தும் பெயர்தான் காதம்பரி. காதம்பரி என்பதற்குத் 'தெய்விக மயக்கம்' என்பது பொருள். அவன், 'நீங்கள் என்னை மயக்கிவிட்டீர்கள்' என்று வழக்கமாகச் சொல்வான். அவன் குடும்ப நண்பராக இருந்ததனால், எந்த நேரத்திலும் அவர்கள் வீட்டிற்கு வந்து செல்ல அவனுக்கு எந்தத் தடையுமிருக்கவில்லை. சில நேரங்களில், வீட்டில் அவர்கள் தனியாக இருக்கும் போது, சமையல்கட்டில் வாயு அடுப்பின் அருகில் நின்று நொறுக்குத் தின்பொருள்களை வறுத்துக் கொண்டிருக்கும் சுனயனாவின் இடுப்பைக் கைகளால் வளைத்து அணைத்துக் கொண்டிருக்கிறான்.

காதம்பரி... என்று அவன் மென்மையாகக் கூப்பிடும் போது அவனுடைய மூச்சுக்காற்று அவளுடைய தோளைத் தொட்டுத் தழுவும்.

பெரும்பாலான நேரங்களில் அவன் சிறியசிறிய பரிசுகளைத் தந்து அன்பை வெளிப்படுத்தினான். ஆனால், அப்பரிசுகள் பெரும்பாலும் அவளுக்கு மிகவும் பிடித்த, பொருளுள்ள நூல்களாகவே இருந்தன. புதினங்களையும் சிறுகதைத் தொகுப்புகளையும் படிப்பதை அவள் விரும்பினாள். அவை அவளுடைய இலக்கியப் பார்வையைக் கூர்மையாக்கி விரிவுபடுத்தின. சுனந்தா ஒரு தொழிலக உரிமையாளராக இருந்தார். ஆனால், அவர் இலக்கியத்தின் மீது நாட்டம் கொண்டிருந்தார். சூழலுக்கேற்பத் தொழில் செய்யும் அவனின் அழகியல் மற்றும் தெளிவான இலக்கியச் சுவைத்திறனைக் கண்டு சுனயனா வியந்துபோனாள். 'எனக்கு இளம்அகவையிலிருந்தே நூல்களின் மீது விருப்பம் இருந்தது' என்று சுனந்தா சொல்லி இருந்தான்.

'எனக்கே எனக்கானவளாக மட்டும் உன்னால் இருக்க முடியாதா?' என நெருக்கமாக அவளுடன் இருந்த போது ஒருநாள் அவன் கேட்டிருந்தான். 'அவள் அவனுடையவளாக இல்லையா?' சுனயனா வியந்தாள். ஒருவர் ஒருவருக்கு உரியவராக இருப்பதை உணர்த்துவதற்கு இன்னும் எவ்வளவு நெருக்கம் தேவை?

ஆனால், பெரும்பாலும் ஆண்கள் ஒரு பெண் எப்படி இருக்க வேண்டும் என்று விரும்புகிறார்களோ அப்படி அவள் முழுவதுமாக அவளை அவனிடம் ஒப்படைத்துவிடவில்லை. அவன் அந்தப் பொருளில் கேட்டிருந்தால் அதற்கு அவளிடம் பதில் இல்லை.

'அன்பு நெஞ்சத்தில் வாழ்கிறது... உண்மையான அன்பில் பிறக்கும் ஆசையில் தவறே இல்லை. தவறு என்பது மனதிலும் அதைக் கடக்கும் எல்லையிலும்தான் இருக்கிறது, சுனந்தா அவளிடம் விளக்கினான். 'உனக்கு என்ன தயக்கம்? அன்பும் ஆசையும் சேர்ந்தே இருக்கிறது என்று அறியும்போது நீ ஏன் கவலைப்படுகிறாய்?' என்று சுனந்தா கருத்துரைத்துப் பேசிக் கட்டாயப்படுத்தியபோதும், சுனயனா ஒருபோதும் அவனுடைய ஆசைக்கு இணங்கவில்லை. அது அவனைப் புண்படுத்தி இருந்தது. 'நீ என்னை உண்மையாக விரும்பவில்லை!' என்று அவன் அவளைக் குற்றம் சாட்டினான்.

ஒரு நாள் பிற்பகலில் சுனந்தா அவள் வீட்டிற்கு வந்தான். அவன் நல்ல நோக்கத்துக்காகப் புவனேசுவரை விட்டுக் கிளம்புவதாகச் சொன்னான். அவனுடைய தொழில் விரிவடைந்திருந்தது. அவனுடைய தலைமை அலுவலகம் தில்லிக்கு மாற்றப்பட்டது. அவனும் அவன் குடும்பமும் நிரந்தரமாக தில்லியில் குடியேறுகிறார்கள். இதுபோன்ற எதிர்பாராத திருப்பங்கள் சுனயனாவை வாயடைத்துப் போகும்படி அதிர்ச்சிக்குள்ளாக்கின. இதுகுறித்துச் சுனந்தா ஒரு துளிக் குறிப்பைக் கூட அவளிடம் வெளிப்படுத்தியிருக்கவில்லை. அதைக் கூட அவன் செய்திருக்கக் கூடாதா? என்று எண்ணியபோது, அவளுடைய கண்கள் சிந்தாத கண்ணீர் அவளுடைய நெஞ்சத்தைக் கிழித்துவிடுமோ என்று அவள் அஞ்சினாள். அதை அவள் எப்படியோ சமாளித்தவாறு, 'என்னை மறந்து விடாதே' என்று மிகவும் கடினப்பட்டுச் சொன்னாள்.

'நீயும்... நான் அவ்வப்போது புவனேசுவருக்கு வந்து கொண்டிருப்பேன்' என்று சொன்ன அவன் அவளை அவனுடைய கைகளில் ஏந்திக்கொண்டான். அவனுடைய குரலிலும், தொடுதலிலும் ஏதோ ஒன்று இருக்கத்தான் செய்தது. அது, இதுதான் அவள் கடைசியாக அவனைப் பார்ப்பது எனச் சொன்னது. அந்த இரவு அவள் நீண்ட நேரம் அழுதாள். அவளுடைய அந்த உள்ளுணர்வு சரி என்பதுபோல் மெய்யாகிப் போனது. ஆம், அன்றைக்குப் பிறகு அவள் அவனைச் சந்திக்கவே இல்லை. சுனந்தாவும் அவளைச் சந்திக்க முயற்சி செய்ததாகத் தெரியவில்லை, ஒரு தொலைபேசி அழைப்புச் கூட அவனிடமிருந்து வரவில்லை. அவள் உளமார நேசித்த ஒரு மாந்தன், இவ்வுலகத்தின் பெரிய கூட்டத்தில் கண்டுபிடிக்க முடியாத அளவிற்குக் காணாமல் போய்விட்டான். சுனந்தாவிடமிருந்து பிரிந்த மனவருத்தமும், அவன் வேண்டுமென்றே அவளைத் தவிர்த்ததனால் ஏற்பட்ட மானக்கேடும் அவளை வாயடைக்கச் செய்தன.

கால ஓட்டத்துக்கேற்ப, வாழ்க்கையும் மாறியது. அவளுடைய மகன் இந்தியத் தொழில்நுட்ப நிறுவனத்தில் (ஐஐடியில்) படிப்பதற்காகக் கான்பூருக்குச் சென்றான். அவளுடைய மகளுக்குப் புர்லாவில் உள்ள மருத்துவக் கல்லூரியில் இடம் கிடைத்தது. அவளுடைய கணவர் அவினாசுக்குப் பதவி உயர்வு கிடைத்தது. அவருக்கு அலுவலக மகிழுந்து வழங்கப்பட்டது. அவருடைய வீட்டு வேலைகளைச் செய்வதற்கு அலுவலகப் பல்நோக்குப்

பணியாளர்கள் இருந்தார்கள். வாழ்க்கை மிதமிஞ்சிய செல்வச் செழிப்புடையதாகவும் எல்லா வகையான வசதிகள் உடையதாகவும் உயர்ந்திருந்தது.

ஆனால், சுனயனா, காரணங்கள் எதுவுமின்றி வாழ்க்கையை வாழாமல் அதிலிருந்து விலகிச் செல்வதாக உணர்ந்தாள். இனம்புரியாத மரத்துப்போன நிலையும், மனத்தடுமாற்றமும் அவளை ஆட்கொண்டன. இதுபோன்று எதன்மீதும் ஈடுபாடில்லாமை அவளை மனஅழுத்தத்திற்கு இழுத்துச் சென்றுவிடுமோ? என அச்சப்பட்டாள். ஆனால், இதுபோன்ற மனவோட்டத்தைத் தடுத்து நிறுத்திப் போராடி விரட்டி மனதைக் கட்டுப்படுத்தக் கூடிய ஆற்றல் அவளிடம் இல்லை. அவளுடைய கணவர் அவினாசும் பணிநெருக்கடியில், அவளைக் கவனிக்கக் கூடிய நிலையில் இல்லை. அவர் சுனயனாவை மகப்பேற்று மருத்துவரிடம் அழைத்துச் சென்றார். அந்த மருத்துவர், இவையனைத்தும் மாதவிலக்கு நிறைவுறும் காலத்தில் தோன்றக்கூடிய பொதுவான அறிகுறி என்றும் அது விட்டு விலகும்போது எல்லாம் சரியாகிவிடும் என்றும் சொல்லிவிட்டார். ஆனால், சுனயனாவிடம் எதன்மீதும் ஈடுபாடில்லாமை கடுமையாக வளர்ந்துகொண்டே இருந்தது.

அவளுடைய மகன் ஆராய்ச்சிப் படிப்பிற்காக அமெரிக்கா சென்றான். அவளுடைய மகள் பஞ்சாப்பைச் சேர்ந்த ஒருவரைத் திருமணம் செய்து கொண்டாள். சுனயனா தனது கடமைகளை மிகுந்த மனநிறைவுடன் ஆற்றியிருந்தாள். ஆனால், அவள் எதிலும் ஈடுபாடு இல்லாதவளாக இருந்தாள். அவள் அனைத்தையும் ஒரு நடுநிலையான பார்வையாளரைப் போல் வெளியிலிருந்து கவனித்துக் கொண்டிருந்தாள்.

எல்லாவற்றிலுமிருந்து விலகி அமைதியாக இருந்த அந்தக் காலக்கட்டத்தில்தான் அவளுடைய பள்ளித் தோழி பூர்ணிமாவைச் சந்திக்க நேர்ந்தது. ஒல்லியான மெலிந்த உடல்வாகுடைய பெண்ணாக இருந்த அவள் கொஞ்சம் எடை கூடி இருந்தாள். அவள் மனம்நிறைந்த வாழ்க்கையைப் பெற்றவள்போல் காணப்பட்டாள். பூர்ணிமாவுடன் இருக்கும்போது சுனயனா அமைதியான தெளிவான நீர் நிறைந்த குளத்தின் அருகில் நிற்பது போல் உணர்ந்தாள். அவள் பூர்ணிமாவுடைய மகிழ்ச்சிக்கான காரணத்தைத் தெரிந்து கொள்ளும் ஆவலில் இருந்தாள்.

அவளுடைய நிறைவான மகிழ்ச்சிக்குக் காரணம், பாபா அனுகுல சந்திரா அவர்களின் அருள் வாழ்த்துகள்தாம் என்று பூர்ணிமா கூறினாள். 'நாமும் ஒருமுறை முயற்சி செய்து பார்க்கலாமே, அதில் என்ன தவறு இருக்கிறது?' என நினைத்தாள் சுனயனா. ஓர் அருள்பெற்ற மாந்தர் அவளை ஆன்மிகப் பாதையில் வழி நடத்தினால், இயல்பாகவே தொடர்ந்து இடரளித்துக் கொண்டிருக்கும் சிக்கல்களை மறக்க முடியும் என்று எண்ணினாள். உடனடியாக அவள் தானாகவே வலிந்து பாபா அனுகுல சந்திராவின் ஆன்மிகக் கோட்பாடுகளில் அவளை ஈடுபடுத்திக் கொண்டாள். மட்டுமல்லாமல், குருவின் தீவிரப் பின்பற்றாளராகவும் ஆனாள்.

இருப்பினும், விதி வேறுவிதமாக விளையாடியது. எவ்வளவு விரைவாக ஆன்மிகத்தில் மூழ்கினாளோ அவ்வளவு விரைவாக ஆன்மிக ஈடுபாட்டின் ஆழத்திலிருந்து அவள் வெளியே வரவேண்டி இருந்தது. ஒரு மாதத்திற்கும் மேலாக அவினாசு காய்ச்சலால் பாதிக்கப்பட்டிருந்ததற்குப் பிறகு குருதிப் புற்றுநோயின் அறிகுறிகள் இருப்பதாகக் கண்டறியப்பட்டன. அந்த அதிர்ச்சிச் செய்தி, அதுவரை குடும்பத்துடன் காப்பாக இருக்கிறோம் என்ற அவளுடைய உணர்வை அழித்து நிலைகுலையச் செய்தது. எந்தவித ஆசைகளுக்கும் ஆட்படாத அவினாசைப் போன்ற நல்ல மாந்தர்கள் இப்படி ஒரு கொடுமையான நோயினால் பாதிக்கப்படுவார்கள் என்று அவளால் கற்பனை செய்துகூடப் பார்க்க இயலவில்லை.

அவினாசு, புற்றுநோயின் தாங்க முடியாத வலியால் துடித்துக் கொண்டிருக்கிறார் என்றால், அதேபோல் ஒவ்வொரு நாளும் கொஞ்சங்கொஞ்சமாக இறந்துகொண்டிருக்கும் கணவரின் துன்பத்தைப் பார்த்து மனதளவில் சுனயனாவும் துன்பத்தில் துடித்துக்கொண்டிருந்தாள். புற்றுநோய், மெதுவாக, ஆனால் நிலையாக அவனுடைய உடலைத் தின்று தீர்த்தது. வாழ்க்கை என்பது, நம்பிக்கை-நம்பிக்கையின்மை, இடைவிடாத போராட்டம்-அமைதி என்னும் வலையால் பின்னப்பட்டது. இறுதியில் மரணத்தைத் தழுவக்கூடியது. எதைப்பற்றியும் கவலைப்படாத இந்த உலகில் சுனயனா ஆதரவற்ற நிலையில் தனித்து விடப்பட்டாள். ஆனால், அவளுடைய கணவர் அந்தக் கொடுமையான வலியிலிருந்து விடுதலையடைந்தார் என்று நினைத்து ஒருவகையில் மன அமைதியைப் பெற்றாள்.

சுனயனா, நீண்ட நேரமாக அடுப்பருகில் நின்று 'அரிசா'வைப் பொரித்துக் கொண்டிருந்தாள். சூடு அவளுடைய நெற்றியில் வியர்வை முத்துகளை உருவாக்கி இருந்தது. அவற்றை, சேலை முந்தாணையால் துடைத்தெறிந்தாள்.

(2)

சுனயனாவின் மகள், மூன்றாவது அரிசாவைக் கடித்த பிறகு, 'அம்மா... உங்களுடைய அரிசா மிகவும் சுவையாக இருக்கிறது!' என்று பாராட்டினாள். அவளுடைய கண்களில் அம்மாவின் மீதான அன்பும் மிளிர்ந்தது. மகள் அரிசாவை சுவைத்துச் சுவைத்து உண்டது, சுனயனாவுக்கு மிகுந்த மனநிறைவைத் தந்தது. அவளுடைய மகளும் பேரப் பிள்ளைகளும் வந்திருந்தார்கள். அவர்களின் ஆட்டத்தாலும், அவர்கள் எழுப்பிய ஒலியாலும் அந்தச் சிறிய அடுக்கக் குடியிருப்பே கலகலப்பால் அதிர்ந்தது. பெரியவர்களும் குழந்தைகளும் பலவற்றைப் பேசிக் களித்தனர். சுனயனாவின் மகள், அவளுடைய பணியைப் பற்றியும், கணவருடைய பணியைப் பற்றியும், நண்பர்களைப் பற்றியும், மும்பையில் முன்பதிவு செய்து வைத்திருந்த புதிய அடுக்கக மனையைப் பற்றியும் அம்மாவிடம் விரிவாகப் பேசினாள். மும்பையில் பெய்த பெருமழையால் ஏற்பட்ட வெள்ளம், வெள்ளத்தில் மூழ்கிய மும்பை போன்ற செய்திகளையும் அம்மாவிடம் சொன்னாள். இவற்றையெல்லாம் தாண்டி, மும்பை நகரம் எப்படி பரபரப்பாக இருக்கிறது என்பதையும் கூட அம்மாவிடம் சொன்னாள்.

பேச்சுக்கிடையியே, 'அம்மா தன்னந்தனியாக இங்கே எப்படி இருக்கிறீர்கள்? தனிமையில் விடப்பட்டதாக உணர்வீர்கள், இல்லையா?' என்று கேட்டு, அதற்கு அம்மாவிடம் இருந்து என்ன விடை வருகிறது என்பதை அறிந்துகொள்ள அம்மாவின் முகத்தை உற்றுப் பார்த்தாள்.

அதற்குச் சுனயனா, 'அதெல்லாம் ஒன்றும் இல்லை. இந்த அடுக்ககத்தில், பல நல்ல அன்பானவர்கள் அக்கம்பக்கத்தில் குடியிருக்கிறார்கள். அவர்களுடன் கூடி என்னுடைய நேரத்தைக் கொஞ்சம் செலவிடுகிறேன். மற்ற நேரங்களில் பழைய திரைப்படங்களைப் பார்க்கிறேன், பாடல்களைக் கேட்கிறேன். இங்கே ஒரு நல்ல நூலகம் இருக்கிறது. அங்கே நல்லநல்ல படிக்கத்

தூண்டும் நூல்கள் இருக்கின்றன. அவற்றைப் படிக்கிறேன். நல்லவிதமாக நேரம் போகிறது. என்னைப் பற்றி நீங்கள் கவலைப் படவேண்டாம்.' என்று விடையளித்தாள்.

'ஆனால், நீங்கள் இங்கே தனியாக இருக்க வேண்டும் என்று நினைக்கும் உங்களுடைய எண்ணம் எனக்குப் பிடிக்கவில்லை' என்று மகள் வலியுறுத்திச் சொன்னாள். ஒருமுறை வந்து பாருங்கள். மும்பை உங்களுக்குப் பிடிக்கும். என்னுடைய மகனும் மகளும் உங்கள் மீது எவ்வளவு அன்பு வைத்திருக்கிறார்கள் என்பது உங்களுக்குத் தெரியும். நீங்கள் எங்களுடன் வந்து தங்கினால் அவர்கள் மிகவும் மகிழ்ச்சி அடைவார்கள். சில மாதங்களுக்காவது அங்கு வந்து தங்குவதற்கு முயற்சி செய்து பாருங்கள். அப்படியொரு மயக்க வைக்கும் நகரம் மும்பை. ஒருமுறை அந்த ஈர்க்கும் மும்பை மயக்கத்தை அடைந்தவர்கள் ஒருபோதும் அதை விட்டு வெளியேற மாட்டார்கள். சில மாதங்களுக்காவது அங்கு வந்து தங்க முயற்சிக்கலாமல்லவா?' என்றவள், 'ஆனால் நான் சொல்வதை நீங்கள் கேட்கமாட்டீர்கள்' என்பதையும் சற்றுச் சினத்துடன் சேர்த்துச் சொன்னாள்.

அதைக் கேட்ட சுனயனா, 'அப்படியெல்லாம் நினைக்காதே' என்றாள். 'எப்படி இருந்தாலும் கடைசியாக நான் உங்களிடம்தான் வரவேண்டும். நான் அமெரிக்காவிற்குச் சென்று உன் தம்பியுடன் தங்குவது என்பது இயலாத ஒன்று. எனக்கு இங்கே இந்த வீடு இருக்கிறது. தேவை ஏற்படும் போது எனக்கு உதவ நம் உறவினர்கள் இங்கு இருக்கிறார்கள். இன்னும் கொஞ்ச காலம் இப்படியே ஓடட்டும். தேவை ஏற்படும் போது நான் கட்டாயமாக உங்களுடன் வந்து தங்குவேன்' என்றாள்.

அவர்கள் பகல் உணவுக்குப் பிறகு களைப்பின் காரணமாக ஓய்வு எடுத்துக் கொண்டிருந்தார்கள். சுனயனாவின் மகள் தரையில் உட்கார்ந்து அவளுடைய பெட்டியைத் திறந்தாள். அதிலிருந்த இரண்டு விலையுயர்ந்த பட்டுச் சேலைகளை வெளியில் எடுத்துக் கட்டிலில் வைத்தாள்.

'இதற்கெல்லாம் எதற்கு இவ்வளவு செலவு செய்கிறாய்?' எனச் சுனயனா மகளிடம் அன்புடன் கடிந்து கொண்டாள். 'போன தீபாவளிக்கு நீ வாங்கிக் கொடுத்த அந்த இரண்டு பட்டுச் சேலைகளையே நான் இன்னும் கட்டவில்லை. இந்த இரண்டையும்

நீயே வைத்துக் கொள். நீ ஒவ்வொரு நாளும் வெளியில் சென்றுவருவதால் இவற்றை நன்றாகப் பயன்படுத்தலாம்'.

'இல்லை, இல்லை... நான் இங்கு இருக்கும் போது நீங்கள் இவற்றை உடுத்தவேண்டும்', என மகள் வலியுறுத்தினாள். சுனயனாவுக்கு அவளுடைய மகள் குழந்தைபோல் அடம்பிடித்தது பிடித்திருந்தது. அவளுடைய பேரப் பிள்ளைகள் அவளுடன் ஒட்டிக் கொண்டதால் அவள் மிகுந்த மகிழ்ச்சியில் களித்தாள். குளிர்காலத் தொடக்கத்தின் இளஞ்சூட்டை அவள் மகிழ்ந்து களித்தாள்.

சுனயனாவின் தூரத்து உறவினரான 'பிரு' அவருடைய மனைவியுடனும் ஓர் அகவை மகளுடனும் அன்று மாலை வந்திருந்தார். சுனயனாவும் பிருவும் ஒரே ஆண்டில், ஒரே மாதத்தில் பிறந்தவர்கள். இதைப் பற்றிச் சுனயனாவின் அம்மா அவளிடம் பலமுறை சொல்லியிருக்கிறார். 'பிரு' ஒரு வங்கி ஊழியர்; அவருடைய வாழ்நாளின் பெரும்பகுதியை வெளிமாநிலத்திலேயே கழித்தவர். இரண்டு ஆண்டுகளுக்கு முன் பணிநிறைவு பெற்றுப் புவனேசுவரில் குடியிருந்தார். அவருடைய இளைய மகனின் திருமணத்திற்குச் சுனயனாவை அழைக்க வந்திருந்தார். 'அபா திருமணச் சடங்குகள் அனைத்திலும் நீ இருக்க வேண்டும்' என்று அவர் வலியுறுத்தினார் 'ஏய், ஜுலி! நீ எப்போது மும்பையிலிருந்து வந்தாய்? நீ மட்டும் வந்திருக்கிறாயா? அல்லது எங்கள் மருமகனுடன் வந்திருக்கிறாயா?' என்று சுனயனாவின் மகளிடம் கேட்ட பிரு அவளுடைய மகளுடனும் மகனுடனும் விளையாடினார். அவர் ஓர் அரக்கனைப்போல் காட்டிக் கொண்டு குழந்தைகளை நோக்கி ஓடினார். அவர் நடிப்பதை அறியாத குழந்தைகள் அஞ்சி ஓடிச் சென்று அம்மாவின் பின்னால் நின்று கொண்டனர். சுனயனாவும் அவளுடைய மகளும் பிரு குழந்தைகளுடன் விளையாடுவதைப் பார்த்து மகிழ்ந்தார்கள். அவர் வளைந்து குனிந்தார். ஆனால், சுனயனாவின் பேரப் பிள்ளைகள், பிரு அன்புடன் அவர்களிடம் விளையாடுகிறார் என்பதை இன்னமும் அறிந்துகொள்ளவில்லை. அம்மாவின் பின் இருப்பதே நல்லது எனக் கருதி அப்படியே இருந்தார்கள். பிருவின் ஓரகவை மகள் அவளுடைய அம்மாவின் மடியிலிருந்தபடி அவர்களைப் பார்த்துக் கண் சிமிட்டினாள்.

'கடைசியில், பிரு அவருடைய கடைசி மகனுக்குப் பொருத்தமான பெண்ணைக் கண்டுபிடித்தார். பையனுக்குப் பெங்களூரில் பணி. அவனுடைய திருமணம் தள்ளித்தள்ளிப போனது. அதனால், பிரு மிகுந்த கவலையாக இருந்தார்' எனச் சுனயனா முன்பக்கக் கதவைத் தாழ்ப்பாள் போட்டபடி மகளிடம் சொன்னாள்.

'எப்படிப் பிரு மாமா இவ்வளவு காலம் கடந்த நிலையில் மறுமணம் செய்து கொண்டார் என்பதை நினைக்கும்போது, 'எனக்கு மிகவும் வியப்பாக இருக்கிறது அம்மா! அவருக்கு இரண்டு மகன்கள் இல்லையா? ஒருவருக்கு அகவை முப்பத்தைந்து மற்றவருக்கு எப்படியும் முப்பத்தொன்று இருக்குமே? ஆனால், இந்தப் புதிய மாமி அவருடன் மகிழ்ச்சியாக இருப்பது போலவே தோன்றுகிறது. அவருக்கு அகவை 40க்கும் குறைவாகவே இருக்கும். ஆனால், இந்த வயது வரை இவர் திருமணம் ஆகாமல் இருந்ததும் வியப்புதான். ஒருவேளை பிரு மாமாவுக்காகத்தான் போலிருக்கிறது. அவளுக்கு இப்போது ஒரு மகள் இருக்கிறாள்...' என்ற சுனயானவின் மகள் கொஞ்சம் நிறுத்தினாள்.

'நீங்கள் இருவரும் ஒரே அகவை உடையவர்கள் தானே? ஆனால், பிரு மாமா போல் ஏன் உங்களுக்கு ஒரு வாய்ப்பு இல்லை. ஏன் இப்படி ஒரு பாகுபாடு? ஒரு பெண் மற்றவர்களின் முடிவுக்குக் கட்டுப்படும்போது, ஓர் ஆண் மட்டும் அவனுடைய வாழ்க்கை குறித்த முடிவுகளை எடுக்கும் முழுமையான உரிமையை எடுத்துக்கொள்வது ஏன்?'

'ஆனால், அகவை கடந்த நிலையில் மனைவியை இழக்கும் ஆண்கள் அனைவருமே மறுமணம் செய்துகொள்வதில்லை என்பதும் உண்மை. 'பிரு' இளம்அகவையிலிருந்தே சற்று வேறுபட்டவர். சிலு பௌஜாவுக்குப் புற்றுநோய் இருப்பது கண்டறியப்பட்ட போது மிகவும் கவலை அடைந்தார். 'அபா இப்போது நான் என்ன செய்யப் போறேன்? நான் எப்படித் தனியாக வாழப் போகிறேன்?' என்று சொல்லிப் புலம்பிக் கொண்டிருந்தார். அது அவர் மும்பையில் பணியாற்றிக் கொண்டிருந்த காலக்கட்டம். சிலு பௌஜாவுக்குப் புற்றுநோய் இருப்பது கண்டறியப்பட்ட ஐந்து ஆண்டுகளுக்குப் பிறகு, மருத்துவமனைக்கு வெளியே ஓர் உலகம் இருப்பதையே மறந்து விட்டதாக அவர் சொன்னார்' எனச் சுனயனா விளக்க முயற்சித்தார்.

'அவர் திமிங்கலம் அளவுக்கு ஏகப்பட்ட பணத்தைச் செலவழித்திருந்தார். ஆனால், புற்றுநோய் ஒரு வெல்ல முடியாத கொலையாளி' அவளுக்குள் பேசிக்கொள்வதுபோல் சொன்னாள்.

'ஆனால், அவர் அந்த அதிர்ச்சியிலிருந்து விடுபட்டது உண்மையிலேயே மிகவும் நல்லது. அவர், மனைவி இறந்து ஓர் ஆண்டுக்குப் பின் திருமணம் செய்து கொண்டார். அவர் புதிய மனைவியுடன் மகிழ்ச்சியாக இருப்பதாகவே தோன்றுகிறது'

அன்று இரவு சுனயனா அவள் மகள் சொன்னதை நினைத்துப் பார்த்தாள்.

அவளுடைய அறையில் அவள் படுத்திருந்தாள். பேரன் சோவன் அவளுடன் தூங்கினான். அவனுடைய முகம் தலையணையில் புதைந்திருந்தது. உறக்கம் அவளுடைய கண்களை விட்டு நீண்டதூரம் சென்றுவிட்டிருந்தது. புதிய வாழ்க்கையைத் தொடங்குவது என்பது ஆண்களுக்கு மட்டுமேயான உரிமையா? பெண்களுக்கு அப்படியொரு வாய்ப்பு இதில் ஏன் கொடுக்கப் படுவதில்லை?

சுனயனாவின் எண்ணங்கள் நீண்ட நாள்களுக்கு முந்தைய ஒரு பிற்பகல் பொழுதை நோக்கிப் பயணித்தன. அவளுடைய கணவரின் நண்பரும் உடன் பணிசெய்பவருமான பிகாசுவிக்காகச் சமையலறையில் 'காலிபிளவர் பக்கோடா' பொரிக்கும் பணியில் அவள் மும்மரமாக ஈடுபட்டிருந்தாள். அவள் கணவரை விட பிகாசு சில ஆண்டுகள் இளையவர்.

'பெரும்பாலான பெண்கள் ஐம்பது அகவையைக் கடக்கும் போது உடல் தேவையைப் பொருத்தமட்டில் ஒரு பற்றற்ற நிலையை வளர்த்துக் கொள்கிறார்கள். அதனால்தான் 'அதை அறிந்து தேர்ந்தவர்கள், அந்தக் காலக்கட்டத்துக்கு முன்பாகவே அதை அதிகமாகப் பயன்படுத்திக் கொள்கிறார்கள்' என்று பிகாசு திடீரென்று குறிப்பிட்டார்.

சுனயனா அவரைப் பார்க்கத் திரும்பினாள். 'உங்களுக்கு எப்படி இதெல்லாம் தெரியும்?' புன்னகைத்துக் கொண்டே கேட்டாள்.

'தெரியும்' என்பதற்கான புன்னகை பிகாசின் இதழ்களில் தெரிந்தது. கமுக்கமான ஒன்றைத் தெரியாதவருக்குத் தெரிவித்த மனநிறைவு அந்தப் புன்னகையில் இருந்தது. சுனயனாவின் புன்னகையில், தெரிந்துகொள்ள வேண்டும் என்ற ஒரு வேட்கை இருந்தது. அதனால், அவனுடைய பேச்சில் இருந்த உள்-குறிப்பை அவளால் உணர்ந்து கொள்ள முடியவில்லை என்று எடுத்துக் கொள்ளக் கூடாது.

'இது யாருக்குத் தெரியாது?' பிகாசு மீண்டும் சிரித்தார். ஐம்பது அகவையைக் கடந்த பெண்களுக்கு ஆண்களை ஈர்க்கும் தோற்றப்பொலிவு உண்டா? ஆனால், ஆண்களுக்கு இந்தக் குறை இல்லை. ஆண்களுடைய விருப்பத்தைப் பொருத்தமட்டில், அகவை ஒரு பொருட்டே அல்ல. இளம்பெண்களின் மீதான ஆசையால் அவர்கள் இன்னும் தோற்றப் பொலிவை, வலிமையைப் பெறுகிறார்கள்' என்றான்.

'ஒருவேளை, நீங்கள் சொல்வது உண்மையாக இருக்கலாம்' என்றாள் சுனயனா. 'அகவை முதிர்ந்த ஆண்களுக்கு அவர்களுடைய ஆசையைத் தூண்டுவதற்கு இளம்பெண்கள் தேவைப்படலாம். ஆனால், அதற்காக ஓர் அகவை முதிர்ந்த பெண் அவளுடைய ஈர்க்கக்கூடிய அழகு அனைத்தையும் இழந்து விடுகிறாள் என்பதெல்லாம் ஏற்றுக்கொள்ள முடியாதது. பெண்ணின் உடல் தேவையை வைத்து அவளுடைய ஈர்ப்பழகு அளவிடப்படுகிறது என்று நினைக்கிறீர்களா?' என்று கேட்டு, சரியாகத்தான் பேசுகிறோம் என்று தெரியாமலேயே கேட்டாள் சுனயனா.

'ஓர் அகவை முதிர்ந்த ஆண் செய்வதைப் போல், ஓர் அகவை முதிர்ந்த பெண் கமுக்கமான ஆசையை ஏன் வளர்த்துக் கொள்ள கூடாது?' என்று மீண்டும் பேச்சைத் தொடர்ந்தாள். அவளுடைய கருத்தை நிலைநாட்டும் வரை விடக்கூடாது என்பதில் உறுதியாக இருந்தாள். பிகாசை அவனுடைய ஆயுதத்தைக் கொண்டே தாக்கவேண்டும் என்ற உந்துதல் ஏற்பட்டவள்போல் அவள் வீறுகொண்டு காணப்பட்டாள்.

பிகாசு கொஞ்சம் பதற்றமடைந்தான். ஒருவேளை சுனயனா இப்படி வலிமையாக எதிர்வினை ஆற்றுவாள் என்று அவன் எதிர்பார்த்திருக்க மாட்டான்.

'நான் சொல்வது எல்லாம் அறிவியலின்படி மெய்ப்பிக்கப்பட்டுள்ளது, அதைத்தான் நான் சொல்ல விழைந்தேன்'. என்று சற்றுத் தடுமாறியபடி அவன் விடையளித்தான். இரண்டாம் முறை பொரித்த 'பக்கோடாக்களை' வடிகட்டி இறக்கி வைத்துவிட்டு, வாயுஅடுப்பைக் குறைத்துவிட்டுப் பிகாசை நேரிடையாக நோக்கினாள்.

'நாம் உயிரியல் கோட்பாடு குறித்துப் பேசுகிறோமா? ஆற்றல் ஒருபோதும் தீர்ந்துபோகாது. ஆனால், வேறு வடிவில் மாற்றம் அடையும் என்று அறிவியலும் சொல்கிறது. ஆசைகள் அல்லது உணர்ச்சிகள் கூட ஆற்றலின் வடிவங்கள்தாம், இல்லையா? அவ்வாறிருக்கையில் இந்த ஆற்றல் எப்படி அழிந்து போகும்? இது மாறுதல் மட்டுமே அடைந்து வேறுவகைகளில் வெளிப்படும். மக்கள் இளமையில் இருந்து படிப்படியாக வளர்வதால், அகவை ஆக ஆக, உடல்அளவில் செயலூக்கம் குறைந்தாலும், பட்டறிவால் மனதளவில் கனிந்த முதிர்ச்சியடைகிறார்கள். ஆனால், ஓர் ஆணுக்கும் பெண்ணுக்கும் இடையில் உள்ள ஈர்ப்பும் அன்பும் ஒருபோதும் இல்லாமல் போகாது.' என்றவள்,

'இன்னொன்றையும் கேட்டுக்கொள்ளுங்கள், ஒவ்வொரு பெண்ணுக்கும் தெரியும், அவளுடைய ஆற்றல் எங்கே இருக்கிறதென்று' என்றும் சொன்னாள்.

அவள் ஏன் இப்படிப் பதிலடி கொடுத்தாள்? என்பதை எண்ணும்போது அவளுக்கே வியப்பாக இருந்தது. ஒருவேளை அவள் சுனந்தாவின் சொற்களால் பட்ட காயம் இன்னும் அப்படியே இருக்கிறதோ... 'ஆசைப்படுவதின் துன்பம் நம் எண்ணத்தில் இருக்கிறது. ஆனால், உண்மையான அன்பு தூய்மையான நெஞ்சத்தில் வாழ்கிறது' என்றாள்.

'ஆனால், பாலுணர்வு ஆணுக்கும் பெண்ணுக்கும் ஒரே வகையில் வெளிப்படுவதில்லை' என்று பிகாசு மறுத்துப் பேசினார்.

'இது பொதுவான கருத்து, இருப்பினும், எப்போதும், ஒரு பெண் வீரத்தாலும், வெற்றியாலும் ஈர்க்கப்படுகிறாள். ஓர் ஆண் இளமையாலும், அழகாலும் ஈர்க்கப்படுகிறான். ஆனால், எனக்குத் தெரியும், ஒரு பெண்ணின் பாலியல் விருப்பம் அவளுடைய உடல் தேவையைப் பொறுத்து வெளிப்படுவதில்லை. அது அவளுடைய

அன்றாட வாழ்க்கை நடைமுறைகளுடன் பின்னிப் பிணைந்துள்ளது. அவள் இல்லத்தை நடத்தும் கலை, உடை உடுத்தும் பாங்கு, அவளைச் சுற்றியுள்ள உறவுகளை மகிழ்ச்சியாக வைத்திருப்பதால் கிடைக்கும் மனநிறைவு ஆகியவற்றின் மூலமாகத்தான் அவளுடைய பாலியல் விருப்பம் வெளிப்படுகிறது. நான் அகவை ஐம்பதைக் கடந்துவிட்டேன். ஆனால், நான் பாலியல் உணர்வுகளைக் கைவிட்டதாகவோ அல்லது அதற்குப் பயனற்றவளாக இருப்பதாகவோ எண்ணிக் கவலைப்படவில்லை.

'அப்படியென்றால், அவினாசு அண்ணன் மீதான அன்பில் மாற்றமில்லாமல் இருப்பதாகச் சொல்கிறீர்களா? துளி அளவு கூட அதில் மாறவில்லையா?' என்று கேட்டான்.

அதைக் கேட்ட சுனயனா, 'ஏன் இந்தக் கேள்விக்கான விடையை நீங்கள் தெரிந்து கொள்ள வேண்டும் பிகாசு? என்று சிரித்துக் கொண்டே கேட்டாள்.

'உங்கள் எண்ணத்தின் ஆழத்தைப் புரிந்து கொள்வது மிகவும் கடினம்' என்று அவனுக்குள் பேசிக் கொள்வதுபோல் சுனயனாவைப் பார்க்காமல் தெளிவின்றிச் சொன்னான்.

அதற்குப் பிறகு அவினாசு இல்லாதபோது வீட்டிற்கு வருவதை நிறுத்திக் கொண்டான் பிகாசு. அவளுடன் பேசும் போதும் சுனயனாவை அவன் நேருக்குநேர் பார்த்ததில்லை.

அடுத்தநாள் காலை, 'அம்மா, யோகிந்தார் இன்று நண்பகலில் இங்கே வந்து சேருவார். ஆனால், அவருடைய பகல் உணவைப் பற்றிக் கவலைப்பட வேண்டாம். அவர் வானூர்தியிலேயே சாப்பிட்டு விடுவார். அங்கே கொடுக்கப்படுவதுபோல், மிதமான பகல் உணவையே விரும்புபவர் அவர்' என்று சுனயனாவின் மகள் காலைஉணவுக்குப் பின் தெரியப்படுத்தினாள்.

அதைக் கேட்டு, பழைய நினைவுகளிலிருந்து விடுபட்டு, 'மகிழ்ச்சி, அவர் ஒடிசாவுக்கு வந்து ரொம்ப நாளாச்சு. அவர் இங்குச் சில நாள்கள் தங்குவார் என நம்புகிறேன்' சுனயனா மகிழ்ச்சியுடன் சொன்னாள்.

'இல்லை அம்மா. அவர் இரண்டு நண்பர்களுடன் வருகிறார். அவர்கள் இங்கே உள்ள இடங்களைச் சுற்றிப் பார்க்க

விரும்புகிறார்கள். நாங்கள், நாளை பிட்டரகனிகாவுக்கும், சிம்லிபாலுக்கும் செல்ல இருக்கிறோம். அவர் இணையத்தளம் மூலமாகவே சுற்றுப்பயண நிகழ்ச்சியை அமைத்துக் கொண்டதுடன், இரவு தங்குவதற்கும் விருந்தினர் மாளிகையில் அறைகளைப் பதிவு செய்து வைத்திருக்கிறார். வானூர்தியில் இருந்து இறங்கியவுடன், அவருடைய நண்பர்களை உணவகத்தில் விட்டுவிட்டு இங்கு வருவார்' என்றாள் மகள்.

'அவர்களை அழைத்து வர நாம் மகிழுந்தை அனுப்புவோம். இங்குள்ள இடங்களைச் சுற்றிப் பார்க்க வேண்டும் என்ற அவர்களுடைய பயணத்திட்டம் சிறப்பானது. குழந்தைகள் எப்போதும் வீட்டுக்குள்ளேயே அடைந்து கிடந்தால் சலிப்படைந்து விடுவார்கள்.' என்றாள் சுனயனா.

'அவருக்கு மகிழுந்து தேவை இல்லை. அவர் அதற்கான ஏற்பாடுகளை செய்திருக்கிறார். நாங்கள் குழந்தைகளை எங்களுடன் அழைத்துச் செல்லப் போவதில்லை. ஏனென்றால், நாங்கள் செல்லக்கூடிய பகுதி அனைத்துமே காட்டுப் பகுதி, குழந்தைகள் உடன் இருந்தால், ஏதேனும் சிக்கல் ஏற்பட்டால் சூழலைச் சமாளிப்பது கடினமாக இருக்கும். அவர்கள் உங்களுடன் இருக்கட்டும். அவர்கள் உங்களுடன் இருப்பதை நீங்களும் விரும்புவீர்கள்' என்றாள்.

'நீ சொல்வது சரிதான், அவர்கள் இங்கேயே இருக்கட்டும். நீங்கள் திரும்பிய பிறகு பக்கத்திலிருக்கும் சில இடங்களுக்கு அவர்களை அழைத்துச் செல்லலாம்.' என்றாள் சுனயனா.

'நாங்கள் நாளை கிளம்புகிறோம், திரும்பி வர ஒரு வாரம் ஆகும். அதற்கு அடுத்த நாள் இங்கிருந்து கிளம்புகிறோம். அம்மா, உங்களுடன் நீண்ட நேரம் இருக்க முடியவில்லை, பொறுத்துக் கொள்ள வேண்டும். கூட்டு முயற்சியில் நாங்கள் புதிய மருத்துவமனை அமைக்கப் போவது உங்களுக்குத் தெரியும். இந்தத் திட்டம் எங்களுடைய எல்லா நேரத்தையும் எடுத்துக் கொள்கிறது. எனக்கு மிகவும் வருத்தமாக இருக்கிறது' என்றாள்.

'நீ அப்படியெல்லாம் நினைக்கக் கூடாது. மகிழ்ச்சியாகப் போய்விட்டு வா. நான் சில நல்ல, உடல்நலத்துக்குத் தேவையான நொறுக்குத் தின்-பொருள்களை எடுத்து வருகிறேன்.'

'ஆனால், அம்மா அதுக்காக, நீங்கள் உங்களை வருத்திக் கொள்ள வேண்டியதில்லை. நான் ஏற்கெனவே யோகிந்தரிடம் ஒரு பட்டியல் கொடுத்திருக்கிறேன். அவர் இவர்களுக்குப் பிடித்த தின்பொருள்களையும் தேவையான உணவுப்பொருள்களையும் கொண்டு வருவார். உண்மையில், எனக்கு இந்தச் சுற்றுப் பயணத்தில் பெரிய ஆர்வம் இல்லை, ஆனால், யோகிந்தர் அவருடைய தொழில்கூட்டாளிகளை இப்படிச் சிலவற்றால் மகிழ்ச்சியாக வைத்துக்கொள்ள விரும்புகிறார். அவர் பலமுறை என்னை அழைத்து இந்தத் திட்டத்தில் எந்த மாற்றமும் இல்லையென உறுதிப்படுத்தினார். அம்மா, இந்தக் தொழில் கூட்டாளிகள் எங்களுடைய புதிய மருத்துவமனையை நிறுவுவதற்குத் தேவைப்படுகிறார்கள் என்பது உங்களுக்கே தெரியும். இந்த நிலையில் அவர்களை மனநிறைவு அடையச் செய்யாமல் இருக்க முடியாது. எனக்கு வாய்ப்பு கொடுத்திருந்தால், நான் இந்தச் சுற்றுப் பயணம் செல்ல மாட்டேன்' என்ற சுனயனாவின் மகளின் குரலில் கவலையுடன் கூடிய குற்ற உணர்ச்சியும் வெளிப்பட்டது.

மகளின் கவலையை அறிந்த சுனயனா, 'நீ எதையும் நினைத்துக் கவலைப்படக் கூடாது. நான் குழந்தைகளோடு மிகுந்த மகிழ்ச்சியுடன் இருப்பேன். உண்மையில் நான் அவர்களுடன் இருப்பதை மிகவும் விரும்புகிறேன்' என்று மகளைத் தேற்றினாள்.

அடுத்த நாள், காலை உணவுக்குப் பிறகு மகளும் மருமகனும் சுற்றுப்பயணத்திற்குக் கிளம்பினார்கள். சுனயனா குழந்தைகளுடன் மகிழ்ச்சியுடன் இருந்தாள். அன்றைய நாள் மனநிறைவுடன் கடந்தது.

ஒரு நாளுக்குப் பிறகு...

அவளுடைய பேரன் சோவன் கொஞ்சம் அமைதியின்றி இருப்பதைக் கவனித்தாள். அவன் எந்த இலக்குமின்றி வீட்டில் அங்கும் இங்கும் அலைந்து கொண்டிருந்தான். பலமுறை அவன் மாடத்துக்குச் சென்று வந்தான். அடிக்கடி தொலைபேசியை எடுத்துக் கொண்டே இருந்தான். அவன் முன்வாசற் கதவை யாரும் அழைக்காதபோதும், வெளியே போகாதபோதும் திறந்து திறந்து மூடினான்.

'என்னாச்சு உனக்கு? ஏன் படபடப்பாக இருக்கிறாய்?' சுனயனா கேட்டாள்.

'அம்மாவும் அப்பாவும் முதலைகளைப் பார்க்கச் சென்றிருக்கிறார்கள், அப்படித் தானே? அங்கே முதலைகள் இருக்கும் ஒரு கடல் இருக்கிறதா?' சோவன் கேட்டான்.

'இல்லை, அங்கே ஒரு பெரிய ஆறு இருக்கிறது. அந்த ஆற்றில் முதலைகள் இருக்கின்றன' சுனயனா விளக்கினாள். 'அம்மா உன்னையும் அவர்களோடு அழைத்துச் சென்றிருந்தால் நன்றாக இருந்திருக்கும். நீயும் பெரிய முதலைகளைப் பார்த்திருப்பாய்'.

'என்னை அவரோடு அழைத்துச் செல்ல விரும்பியதாகவும் ஆனால், அது காட்டுப் பகுதி என்பதால், அங்கே கொசுக்கள் நிரம்பி இருக்கும். அதனால், எனக்கு நோய் ஏற்பட வாய்ப்பாகிவிடும் என்பதாலும் அழைத்துச் செல்லவில்லை என்று அம்மா சொன்னாள்' என்றான். ஆனால், பூரிக் கடலில் முதலைகள் இருக்கின்றனவா? சென்ற முறை ஒடிஷா வந்த போது நாம் பூரி சென்றோம் இல்லையா?' என்று கேட்டான்.

'இல்லை... இல்லை'... என்று சிரித்துக் கொண்டே சொன்ன சுனயனா 'பூரியில் இருக்கும் கடலில் முதலைகள் இல்லை. மறுபடியும் உனக்குப் பூரி பார்க்க வேண்டுமா?' என்று கேட்டாள்.

'ஆமாம் பாட்டி, பூரிக்கு மீண்டும் போகலாம்' என்ற சொன்ன சோவனின் கண்கள் பளிச்சிட்டன.

'ஆனால், நம்மால் இப்போது எப்படிப் போக முடியும்? அம்மாவும் அப்பாவும் திரும்பி வரட்டும்' எனறாள் பாட்டி.

'நாம் மூவரும் இப்போது போக முடியாதா?' சோவன் ஆர்வத்தை அடக்கமுடியாமல் கேட்டான்.

சுனயனா கொஞ்ச நேரம் சிந்தித்தாள். உண்மையில், அவர்களுடைய வழக்கமான பயண முகவர் மூலம் ஒரு வண்டியை எடுப்பதில் எந்தச் சிக்கலும் இல்லை. அவர் நம்பிக்கைக்கு உரியவர். இந்த அடுக்ககத்தில் இருக்கும் பெரும்பாலானவர்கள் அவர் மூலமாகத்தான் வண்டிகளை வாடகைக்கு எடுக்கிறார்கள். அவள் மிக விரைவாகக் குழந்தைகளுக்குப் பகல் உணவைச் சமைத்தாள். குழந்தைகளை மூன்று மணிக்கெல்லாம் அணியமாக இருக்கும்படி கேட்டுக் கொண்டாள். குழந்தைகள் இருவருமே பூரி செல்லும் நிகழ்வையெண்ணி மிகுந்த மகிழ்ச்சி அடைந்தனர்.

மூன்றே முக்கால் மணிக்கு வண்டி வந்தது. அவர்கள் கிளம்பும்போது தொடக்கக் குளிர்காலத்தின் மாலைநேரம் தொடங்கி விட்டிருந்தது. காலம்கடந்த இந்த நேரத்தில் பயணப்படுவது சரியாக இருக்குமா? என்று சுனயனாவுக்கு உறுதியாகத் தெரியவில்லை. ஆனால், குழந்தைகளை ஏமாற வைப்பதில் அவளுக்கு விருப்பமில்லை. முதலில் இருட்டுவதற்கு முன்பாகக் கடற்கரைக்குச் சென்றுவிட வேண்டும். பின்னர், பூரியில் உள்ள அவளுடைய உறவுக்காரச் சகோதரியின் வீட்டிற்குச் செல்ல வேண்டும் என்று சுனயனா முடிவெடுத்தாள். அவர்கள் கடற்கரையை அடைந்த போது மாலை ஐந்து மணி ஆகிவிட்டது. வெளிர்சிவப்பும் அடர்சிவப்பும் கலந்த நிறத்தில் கதிரவன் தொடுவானத்தில் மூழ்கிக் கொண்டிருந்தான். கடல் அந்த அழகிய வண்ணக் கலவையை உள்வாங்கிக் கொண்டது.

குழந்தைகள் மகிழ்ச்சியில் துள்ளிக் குதித்துச் சிரித்துக் கொண்டே வண்டியில் இருந்து வெளியே வந்தனர். கடற்கரை சுற்றுலாப் பயணிகளால் நிரம்பி வழிந்தது. பெரும்பாலும் மேற்கு வங்கத்திலிருந்து வந்தவர்களே அதிகமாக இருந்தனர். கூட்டத்தைப் பார்த்ததும், சுனயனாவுக்குச் சட்டென்று ஓர் அச்சஉணர்வு ஏற்பட்டது. கூட்டம் நிறைந்த இந்தப் பகுதிக்கு இரண்டு குழந்தைகளையும் அழைத்து வந்தது சரியில்லையோ என்று நினைத்தாள். அவள் தயங்கி நின்ற நிலையில் சோவாவும் சோவனும் கடல் நீரை நோக்கிச் செல்லத் தொடங்கினர்.

'ஏய், சோவா! சோவன்! நில்லுங்க. கூட்ட நெருக்கம் எவ்வளவு அதிகமா இருக்கு பாருங்க. இரண்டு பேரும் என் கையை இறுகப் பிடிச்சிக்கோங்க. கையை விட்டுட்டு எங்கும் போகக் கூடாது' என்றாள். இரண்டு குழந்தைகளும் இரண்டு பக்கமும் அவளுடைய கைகளை இறுகப் பிடித்திருக்க அவள் மிகவும் கவனமாக மணலின் மேல் நடந்து சென்றாள். மிகவும் கவனமாக, மெதுவாக நடந்து, சின்னச்சின்ன அலைகள் அடிக்கின்ற இடத்திற்குக் குழந்தைகளை அழைத்துச் சென்றாள்.

'சோவா, சோவன், கடலில் காலை நனைக்க விரும்பு கிறீர்களா? மிகக் கவனமாகக் கடல்நீரைத் தொட்டவுடனே காலை எடுத்துவிடுங்கள். என் கையை விட்டு விடாதீங்க. வேண்டாம் சோவன் இதற்கு மேல் போகாதே!' என்று சுனயனா எச்சரித்துக் கொண்டே இருந்தாள்.

கடற்கரையில், நிறைய திறந்தவெளிக் கடைகள் இருந்தன. அங்கே புதிதாக வறுத்த மீன், இறால், சமோசா, வறுத்த உருளைக்கிழங்கு சீவல்கள், வறுத்த கடலை, காரச்சாந்து போட்ட வறுத்த அரிசி போன்ற நொறுக்குத்தீனிகள் நாக்கில் எச்சில் ஊறச்செய்யும் வகையில் வைக்கப்பட்டிருந்தன. அதைப் பார்த்த சுனயனா, பேரப் பிள்ளைகளை நோக்கினாள். அவர்கள் மிகுந்த ஆர்வத்துடன் உணவுப் பொருள்களைப் பார்த்துக் கொண்டிருந்தார்கள்.

அவர்களின் ஏக்கப் பார்வையைப் பார்த்து, ‘வறுத்த கடலை அல்லது பட்டாணி எதாவது வேண்டுமா?’ என்று கேட்டாள். ‘வேண்டும்’ எனச் சோவன் தலையை ஆட்டினான். ‘இவையெல்லாம் தூய்மையில்லாதவை. நான் பனிக்கூழ் (ஐஸ்கிரீம்) சாப்பிடுவேன்’ என்று சோவா சொன்னாள்.

‘பனிக்கூழா? இந்தக் குளிர்காலத் தொடக்கத்திலா? சுனயனா தயக்கத்துடன் கேட்டாள். ஆனால், அவ்விடத்தில் யாரேனும் பனிக்கூழ் விற்கிறார்களா? எனத் திரும்பிச் சுற்றும்முற்றும் பார்த்தாள்.

பேரப் பிள்ளைகளின் மீதிருந்த பார்வையை விலக்கித் தொலைவில் உள்ள கடற்கரையை ஒட்டிய சாலையில் பனிக்கூழ் விற்பவர் எவரேனும் இருக்கிறாரா? என்று பார்ப்பதற்கு முன்பு, இவர்கள் நின்ற இடத்திற்கு, ஒரு குதிரை, குதிரையோட்டிக்குக் கட்டுப்படாமல் தாறுமாறாக ஓடிவந்தது. அதைக் கண்டதும் அவ்விடத்தில் பெரும் பதற்றமும் சலசலப்பும் ஏற்பட்டன. நொடிப்பொழுதில், அங்கிருந்தவர்கள் நாலாபக்கமும் கலைந்து சிதிறி ஓடினார்கள். அந்தப் பதற்றமான நேரத்தில், சோவாவின் கை சுனயனாவின் பிடியிலிருந்து நழுவியது. குதிரை தாவிக் குதித்து ஓடியது. சோவாவை எங்கும் காணாமல், சுனயனா பெருங்கலக்கம் அடைந்தாள்.

‘சோவா எங்கே இருக்கிறாய்? சோவா...’ சுனயனா உரக்கக் கத்திக் கூப்பாடு போட்டாள். வெறித்தனமாக அங்கும் இங்கும் ஓடினாள். கதறி அழுதாள். கடற்கரைக்குக் குழந்தைகளை அழைத்து வந்ததை எண்ணி அவளையே அவள் நொந்து கொண்டாள்.

'கவலைப்படாதிங்க பாட்டி, அழாதிங்க அவள் மிகவும் தெளிவானவள். தொலைந்து போகமாட்டாள். கொஞ்சம் பொறுங்கள். அவள் திரும்பி வந்து விடுவாள்' என்று சோவன் அவளைத் தேற்ற முனைந்தான்.

பதற்றம் சுனயனாவைப் பற்றிக் கொண்டது. இருள் கவ்விக் கொண்டிருந்தது. கண்ணீர் ததும்பிய அவள் கண்களுக்கு அனைத்துமே மங்கலாகத் தெரிந்தன. இந்தக் கூட்ட நெரிசலில் அவளை எங்கேபோய்த் தேடுவது? கைகளால் தலையைப் பிடித்தபடி தரையில் சரிந்து உட்கார்ந்தாள்.

'பாட்டி, ஒருவேளை அவள் வண்டியில் காத்திருக்கிறாளோ? நான் போய்ப் பார்த்து வருகிறேன். நீங்கள் இங்கேயே இருந்து தேடுங்கள்' என்ற சோவன் வண்டியை நோக்கிப் புறப்பட்டான். ஆனால், சுனயனா அவன் கையைப் பற்றிக் கொண்டு, 'இல்லை... நானும் வருகிறேன்' என்றாள். ஒருவர் கையை மற்றொருவர் பிடித்துக் கொண்டு சாலை வரை நடந்தனர். ஆனால், சோவா வண்டியிலும் இல்லை.

சுனயனா அச்சத்தில் மனப்பிறழ்வு அடைந்தவள்போல் ஆனாள். கடற்கரையில் உள்ள இந்தக் கூட்டத்தில், சிவந்த நிறம்கொண்ட, வெளிர்சிவப்பில் பாவாடை-சட்டை அணிந்த, ஆறு அகவை சிறுமி எங்கே போனாளென்று யாரிடம் கேட்பது? சுனயனா மனக்கட்டுப்பாட்டை இழப்பதை உணர்ந்தாள். 'என்ன ஆச்சு?' என்று கேட்டுக்கொண்டே அருகில் இருந்த கடையிலிருந்து ஒருவர் வந்தார். சுனயனா பேசுவதற்காக வாயைத் திறந்தாள். ஆனால், பேச்சு வரவில்லை. அவர் என்ன கேட்கிறார் என்பதையும் அவளால் உணர்ந்துகொள்ள முடியவில்லை. அவரிடம் சோவன் கொஞ்சம் விளக்கினான். அந்தக் கடைக்காரர் புரிந்துகொண்டதுபோல் தலையாட்டினார். அவர்கள் பேசியது எதுவுமே சுனயனாவின் மனத்தில் பதியவில்லை.

அந்தக் கடைக்காரர், 'இங்கேயே இருங்கள். நான் ஒரு காவலரை அழைத்து வர முயற்சிக்கிறேன்' என்று சொல்லிவிட்டுக் காவலரைத் தேடிச் சென்றார்.

காத்திருப்பதா? அவளால் எப்படிக் காத்திருக்க முடியும்? சென்றவர் நீண்ட நேரம் திரும்பிவரவில்லை. ஒவ்வொரு நிமிடமும் ஒரு நூற்றாண்டைப்போல் இருந்தது.

'பாட்டி, இங்கே பாருங்க' என்று பலவகைகளில் ஓடிக் கொண்டிருந்த சுனயனாவின் எண்ணங்களை மாற்றுவதற்காகக் கத்தி அழைத்தான் சோவன். அப்போது, 'சோவா... அங்கே பார்! அந்தப் பனிக்கூழ் கடையில் அவள் இருக்கிறாள்' என்று பாட்டி பனிக்கூழ் கடையைக் காட்டிச் சொன்னாள். சோவன் ஓடிச்சென்று, சுனயனா அசையாமல் நின்று கொண்டிருந்த இடத்திற்கு 'முளரி மொட்டுபோல்' இருந்த சோவாவை அழைத்துக் கொண்டு வந்தாள்.

'குறும்புக்காரப் பெண்ணே! ஏன் என் கையை விட்டுவிட்டுப் போனாய்? சுனயனா நா தழுதழுக்கக் கேட்டாள்.

அதற்கு, 'பாட்டி! நீங்கள் பனிக்கூழ் கடையைத் தேடிக் கொண்டிருக்கும்போது, குதிரை முரட்டுத்தனமாக நெருக்கியடித்துக் கொண்டு ஓடி வந்தது. நீங்கள் திரும்பினீர்கள். என் கை உங்கள் பிடியிலிருந்து நழுவியது. அதன்பின், உங்களை என்னால் எங்கும் கண்டுபிடிக்க முடியவில்லை. நான் இந்தப் பனிக்கூழ்க் கடைக்கு வந்தேன்' என்றாள். தெளிந்த நீரோடை ஓடி வருவதைப்போல், சோவாவின் வாயிலிருந்து சொற்கள் வெளிவந்தன.

'சீக்கிரம்! வண்டியில் ஏறுங்கள்', என்ற சுனயனா உள்ளங்கைகளை ஒன்றாகச் சேர்த்து வல்லமை மிக்க கடவுள் செகந்நாதரை வணங்கி நன்றி கூறினாள். சரியான நேரத்தில் வந்து காப்பாற்றினார் பூரி செகந்நாதர். இல்லையென்றால் என்னவெல்லாம் நடந்திருக்கும் என நினைத்துப் பார்க்கக் கூட அவள் அஞ்சினாள். உறவுக்காரச் சகோதரி வீட்டிற்குச் செல்லும் திட்டத்தை விடுத்து நேராகப் புவனேசுவருக்குத் திரும்பினாள். வீட்டுக்குத் திரும்பும்வரை வண்டிக்குள் ஓர் இடர்மிகுந்த அமைதி நிலவியது.

'அம்மாவும் அப்பாவும் நம்முடன் இருந்திருந்தால் நன்றாக இருந்திருக்கும். சோவா பனிக்கூழ் மீது ஆசைப்பட்டு இப்படித் தொலைந்து போயிருக்க மாட்டாள்!' என்று நீண்ட நேரத்திற்குப் பிறகு பேசி, அந்த அமைதியான சூழலை இயல்பு நிலைக்குக் கொண்டுவர சோவன் வெள்ளந்தியாக முயன்றான்.

அதற்கு, 'என் அருமைச் செல்லமே, நீ சொல்வது சரிதான்', சற்றுத் தடுமாற்றத்துடன் சுனயனா விடையளித்தாள். ஆனால், உங்கள் அப்பா 'சிமிலிபால்', 'பிட்டர்கனிகா' போன்ற இடங்களுக்குச் செல்வதையே மிகவும் விரும்பினார்' என்றாள்.

‘உண்மையில் அம்மாதான் சுற்றுப்பயணத் திட்டத்தை ஏற்பாடு செய்தார். இதை நான் அம்மா அப்பாவிடம் தொலைபேசியில் பேசும்போது கேட்டேன்’ என்றான்.

அதற்குச் சுனயனா எதுவும் சொல்லவில்லை. எஞ்சிய தூரத்தைக் கடுமையான அமைதியுடனே கடந்தார்கள்.

ஒரு வாரத்துக்குப்பின், அவளுடைய மருமகனும் மகளும் வீர-தீரப் பயணத்தை முடித்துக் கொண்டு திரும்பினர்.

‘இத்தனை நாள்களை எப்படிக் கழித்தீர்கள்?’ சுனயனாவின் மகள் அவளுடைய பிள்ளைகளைக் கேட்டாள்.

அதற்குச் சோவன், பாட்டி சுனயனாவைப் பார்த்துக் கொண்டே, ‘நாங்கள் பாட்டியுடன் விளையாடி மிக மகிழ்ச்சியாக நேரத்தைக் கழித்தோம்’ என்று உடனடியாக விடையளித்தான். பாட்டியைப் பார்த்த சோவனின் பார்வையில், அவர்களுக்கிடையே யான கமுக்கமான புரிதல் ஒளிர்ந்தது.

அவளுடைய மகள் அடுத்த நாள் மும்பைக்குத் திரும்பினாள். அதன்பிறகு, சுனயனாவின் வீட்டை மீண்டும் வெறுமை சூழ்ந்தது.

(3)

அவினாசு இறந்த பிறகு, கொஞ்ச நாள்களிலேயே அவர்களுடைய சொந்த வீட்டை விற்றுவிட்டனர். சுனயனாவின் மகன் அமெரிக்காவில் இருந்து வந்திருந்து வீடு விற்கும் வேலையை முடித்து இருந்தான். அவன் வாங்கிய புதிய அடுக்கக வீட்டில்தான் இப்போது சுனயனா குடியிருக்கிறாள். அம்மாவைப் புதிய வீட்டில் அனைத்து வசதிகளுடன் குடிஅமர்த்திய பிறகு அவன் அமெரிக்கா சென்றான். ஓர் ஆண்டுக்குப் பிறகு அவன் திருமணம் செய்துகொண்ட செய்தியைச் சுனயனாவிற்குத் தெரிவித்தான். அவன் கனடாவைச் சேர்ந்த அவனுடைய பெண்தோழியைத் திருமணம் செய்து கொண்டான். அவர்களுடைய திருமணம் ஒரு தேவாலயத்தில் நடந்தது. ‘உங்களுக்கு விருப்பம் இருந்தால் அங்கே வரவேற்பு விழாவிற்கு ஏற்பாடு செய்யுங்கள் அம்மா’ என்று அவளுடைய மகன் சொல்லியிருந்தான். ஆனால், சுனயனாவுக்கு அதில் விருப்பம் இல்லை. அதனால் அவள் நடந்தவற்றை அப்படியே விட்டுவிட்டுப் புதிய வாழ்க்கை முறைக்கு அவளைப்

பழக்கப் படுத்திக்கொள்ளத் தொடங்கினாள். அந்த அடுக்ககக் கட்டிடத்தில் அக்கம்பக்கத்தில் குடியிருப்பவர்களிடம் நட்புறவை வளர்த்துக் கொண்டாள். அவர்களுடன் சேர்ந்து காலையில் உலாவச் செல்வதில் மகிழ்ந்தாள். குடியிருப்போர் சங்கம் ஏற்பாடு செய்த விழாக்களில் கலந்து கொண்டாள். அங்குள்ள பெண்கள் சங்கத்தின் தலைவியாகத் தேர்ந்தெடுக்கப்பட்டாள். அவளுடைய வாழ்க்கையில் ஏற்பட்ட இனிமை தந்த அமைதியான ஓய்வை அவள் விரும்பினாள். கடந்த காலத்தில் அவளை விரட்டியடித்த கால அலைகள் ஓய்ந்தனபோல் காணப்பட்டது.

திறந்திருந்த பலகணி வழியாகக் குளிர்ந்த காற்று வேகமாக வீசியது. அது அவளுக்குள் உறைய வைக்கும் தனிமையின் நடுக்கத்தை ஏற்படுத்தியது. அப்போது, தொலைபேசி மணி ஒலித்தது. மும்பையில் இருந்து அவளுடைய மகள் அழைத்தாள்.

அவள், ‘அம்மா, எப்படி இருக்கீங்க? எனக்கு ரொம்ப வருத்தமாக இருக்கிறது. இந்தமுறை உங்களோடு அதிகநேரம் இருக்க முடியவில்லை’ என்று பொறுத்தாற்றச் சொல்லிக் கேட்பதுபோல் பேசினாள்.

‘நீ அப்படி நினைக்காதே’ எனச் சொல்லிச் சுனயனா அவளுடைய குற்ற உணர்வைத் தணிக்க முயன்றாள். ‘நீயும் யோகிந்தரும் இந்தப் பயணத்தை மகிழ்ச்சியுடன் கழித்தது எனக்குப் பிடித்திருந்தது. யோகிந்தர் ஓடிசாவை அதிகம் பார்த்திருக்கவில்லை. மேலும், குழந்தைகளுடன் இருந்தது எனக்கு மிகவும் பிடித்திருந்தது. அவர்களுடன் மகிழ்ந்து களித்தேன். சோவன் நிறைய பேசுகிறான். அவர்களுடன் இருந்த அந்த ஒரு வாரம் நேரம் போனதே தெரியவில்லை’ என்றாள்.

‘அவன் ஓர் அரட்டைப் பெட்டி. அவன் உங்களுக்கு அதிகம் இடரைத் தந்திருக்கமாட்டான் என்று நம்புகிறேன். ‘பாட்டி எங்களை அடுக்ககத்தை விட்டு வெளியே கூட விடவில்லை’ என்று அவன் என்னிடம் சொன்னான்’ என்றாள்.

‘நான் அங்கே வருவதற்கு இன்னும் ஓர் ஆண்டு ஆகலாம். நீங்கள் ஏன் கோடையில் மும்பைக்கு வரக்கூடாது? கோடையில் புவனேசுவரம் மிகவும் சூடாக இருக்கும். அப்போது குழந்தைகளும் கோடைவிடுமுறையில் இருப்பார்கள். அவர்கள் நீங்கள் வருவதை விரும்புவார்கள்’ என்றும் சொன்னாள்.

‘முயற்சிக்கிறேன், செல்லம். அதற்கு என்னுடைய உடல்நலமும், உடல்திறனும் ஒத்துழைக்கவேண்டும்’ என்று சுனயனா மகளுக்கு மனநிறைவளிக்கும் வகையில் பேசினாள்.

பேசி முடித்ததும், தொலைபேசியைத் தாங்கியில் வைத்தாள். அவள் முகத்தில் சிறு புன்னகை பூத்திருந்தது. சோவன் மிகவும் அறிவுடையவனாக இருக்கிறான். பூரிப் பயணத்தைப் பற்றி அவன் அம்மாவிடம் மூச்சுவிடவில்லை என்று நினைத்துக்கொண்டாள்.

அது திசம்பர் மாதத்தின் இனிமையான நண்பகல் நேரம். சுனயனா ஓய்வெடுத்துக் கொண்டிருந்தாள். யாரோ கதவு மணியை அடித்தார்கள்.

இந்த நேரத்தில் யாராக இருக்கும்? என்று சுனயனா சிந்தித்தாள். சற்று எரிச்சல் அடைந்தாள். அந்த அடுக்குமாடிக் குடியிருப்பின் புரளிபேசும் பெண்மணிகள் பிற்பகல் நேரத்தில் இவளை இடையூறு செய்யமாட்டார்கள். ஏனென்றால், பகல் உணவுக்குப் பிறகு சுனயனா குட்டித்தூக்கம் போடுவாள் என்பது அவர்களுக்குத் தெரியும், என்றெல்லாம் நினைத்துக்கொண்டே படுத்திருந்தாள். மீண்டும் மணி அடித்தது. சுனயனா இந்த நேரத்தில் இடையூறு செய்கின்றவரை நினைத்துச் சினத்துடன் படுக்கையில் இருந்து இறங்கி முன்அறையை நோக்கி நடந்தாள். கதவைத் திறந்தவள், உடனடியாக அழைப்பு மணியை அடித்தவரைப் பார்த்தாள். அவளுடைய பார்வையில் யார் நீ? உனக்கு என்ன வேண்டும்?’ என்ற கேள்விகளும் முகச்சுளிப்பும் கலந்திருந்தன.

பழைய நைந்துபோன ‘ஜீன்சும்’ அரைக்கைச் சட்டையும் அணிந்த ஓர் இளம்பெண் கதவருகில் நின்றிருந்தாள். அவளுடைய தோளில் நூல்கள் நிறைந்த ஒரு தோள்-பை தொங்கிக் கொண்டிருந்தது. அவள் கொஞ்சம் மூச்சுவிடத் திணறுவதைப் போல் காணப்பட்டாள். அவளுடைய கருத்த நெற்றியில் சிறியசிறிய வேர்வை முத்துகள் இருந்ததைக் கவனித்தாள் சுனயனா.

அவள் ஒரு விற்பனைப் பெண்.

ஆனால், ஒரு விற்பனைப் பெண் எப்படி இந்த அடுக்கக அடுக்குமாடிக் கட்டிடத்திற்குள் நுழைய முடியும்? ‘ஆமாம்?’ என்ற அவளுடைய குரல் கொஞ்சம் காட்டமாக இருந்தது.

‘உங்களை இப்படி இடையூறு செய்வதற்காக நான் மிகவும் வருந்துகிறேன் அம்மா’ என்று அந்தப் பெண் மிகுந்த பணிவுடன் சொன்னாள் .

‘என்ன இது?’ என்று கேட்ட சுனயனாவின் பார்வையில் சினம் குறைந்திருந்தது. அந்தப் பெண் பார்ப்பதற்கு பண்புள்ளவளாகக் காணப்பட்டாள். அவள் இளம்பெண் இல்லை. ஆனால், அவள் முகம் இளமைப்பொலிவுடன் இருந்தது.

‘அம்மா, நான் சில நூல்களைக் கொண்டு வந்திருக்கிறேன், கொஞ்சம் பார்க்கிறீர்களா? இவை நல்ல நூல்கள், உங்கள் விருப்பத்துக்கு ஏற்ற நூல்களாக இருக்கும். நிறுவனம் இவற்றிற்கு நல்ல கழிவு தருகிறது. மாதாமாதம் பணம் செலுத்துவதற்கான வாய்ப்பும் உள்ளது’ என்றாள். அவளுடைய குரலில் பணிவும் சொல்வன்மையும் இருந்தன.

‘புரிகிறது. ஆனால், இப்போதெல்லாம் நான் அதிகம் படிப்பதில்லை. நான் இங்குத் தனியாக இருக்கிறேன். அதனால்...’ என்ற சுனயனா தொடர்ந்து பேசாமல் அத்துடன் நிறுத்திக் கொண்டாள். அவள் தனியாகத்தான் வாழ்கிறாள் என்பதை அந்தப் பெண் தெரிந்துகொள்ளக்கூடாது. அந்த அடுக்ககக் குடியிருப்பின் பாதுகாப்பு முறை வலிமையாக இருந்தது. இருப்பினும், அவள் வாய்தவறி அப்படிச் சொல்லியதற்காக வருந்தினாள்.

‘அம்மா... ஒரே ஒருமுறை இந்த நூல்களின்மீது உங்கள் பார்வையைச் செலுத்துங்கள். கட்டாயம் அவை உங்களுக்கு பிடிக்கும், ஆர்வமூட்டும். அவை ஏராளமான தகவல்களைக் கொண்டவையும் கூட. சில நேரங்களில் உங்கள் குடும்பத்தில் உள்ள யாருக்காவது இவை தேவைப்படும்’ என்று அவள் சற்றுத் தயக்கத்துடன் வேண்டிக் கொண்டாள்.

சுனயனா, அந்தப் பெண்ணின் சோர்ந்த முகத்தைப் பார்த்தாள். அவளிடம் எவரும் கடுமையாக நடந்துகொள்ள இயலாவண்ணம் தடுக்கக்கூடிய பணிவான தன்னடக்கம் இருந்தது.

‘சரி... உள்ளே வாம்மா’ என்ற சுனயனா அந்தப் பெண் உள்ளே வர வழிகொடுத்து ஒதுங்கி நின்றாள்.

அங்கிருந்த 'அமர்மெத்திருக்கையை'க் காட்டி 'உட்கார்!' என்றாள். உனக்குக் குடிக்கக் கொஞ்சம் தண்ணீர் கொண்டு வருகிறேன்' என்று சொல்லிவிட்டுக் கூடத்துக்குச் செல்வதற்காகத் திரும்பினாள் சுனயனா.

'வேண்டாம் அம்மா. எனக்குத் தண்ணீர் வேண்டாம்' என்றாள் அந்தப்பெண். அவள் பார்ப்பதற்கு உடல்நலம் இல்லாதவள்போல் காணப்பட்டாள்.

ஆனால், சுனயனா எற்கெனவே கூடத்துக்குள் சென்றுவிட்டாள். அவள் 'புட்டியில்' இருந்த தண்ணீரை ஒரு குவளையில் ஊற்றினாள். சிந்தனையில் ஏதோ தோன்ற, குளிர்ப்பெட்டியைத் திறந்து சில 'காஜு பர்பி'த் (முந்திரி இனிப்பு மிட்டாய்கள்) துண்டுகளை எடுத்து ஒரு தட்டில் வைத்தாள். தட்டையும் தண்ணீரையும் எடுத்துக்கொண்டு முன்அறைக்கு வந்தாள். அதைப்பார்த்த அந்தப்பெண் அகன்ற விழிகளுடன் உடனே எழுந்து நின்றாள். இதுபோன்ற விருந்தோம்பல் அவளுக்கு இதுவரை கிடைத்ததில்லை. 'ஏன் அம்மா எனக்காகக் கடினப்படுகிறீர்கள்? என்னை வீட்டிற்குள் அழைத்ததே அதிகம்' என்று கண்கள் பொங்கக் கூறினாள்.

'அதெல்லாம் ஒன்றுமில்லை. கடுமையான வெயிலில் நகரத்தைச் சுற்றிவந்து இந்த நூல்களை விற்க நீ மிகவும் கடினப்படுகிறாய்' என்றாள். இது திசம்பர் மாதம். ஆனால், ஆண்டின் மிகக் குளிர்ந்த மாதத்தில் கூட ஒடிசாவின் கடலோரப் பகுதியில் பிற்பகல் கொஞ்சம் சூடாகத்தான் இருக்கும் என்பதைச் சுனயனா அறிந்திருந்தாள்.

இதற்கிடையில், அந்தப்பெண் பையைத் தரையில் இறக்கி வைத்து விட்டு அதன் அருகே அமர்ந்திருந்தாள். பையில் இருந்த நூல்களை வெளியில் எடுத்து அழகாக, சிறிய வரிசையாக அடுக்கி வைத்தாள். அதில், சில அகராதிகள், கலைக்களஞ்சியங்கள், நல்ல சிறிய வெளியீடுகள் (காபி டேபிள் நூல்கள்) மற்றும் பளபளப்பான மேலட்டை நூல்கள் இருந்தன.

'அம்மா... எல்லா நூல்களும் பாதி விலைக்குத் தருகிறோம்' என்றாள் அந்தப்பெண். 'முழுப்பணமும் கொடுத்து வாங்கினால், பத்து விழுக்காடு கழிவு கிடைக்கும். 'தவணை' முறையிலும்

செலுத்தலாம், எந்தச் சிக்கலும் இலலை. நான் ஒவ்வொரு மாதமும் இங்கு வந்து பணம் பெற்றுக்கொள்வேன். ஐந்தாயிரத்துக்கு அதிகமாக இருந்தால் நீங்கள் எங்களுக்குப் பின் நாளிட்ட காசோலையையும் தரலாம். இப்படி எங்கள் நிறுவனம் வாடிக்கை யாளர்களுக்கு எளிமையான திட்டத்தை அறிமுகப்படுத்தியுள்ளது' என்று அந்தப்பெண் ஆர்வத்துடன் விளக்கிக்கொண்டே போனாள்.

சுனயனா மூன்று நூல்களைத் தேர்ந்தெடுத்தாள். கழிவுபோக, மொத்தம் உருவா இருபத்தாறாயிரம் (ரூ.26,000) வந்தது. சுனயனாவிடம் அந்தப்பெண் ஒவ்வொரு மாத இறுதியிலும் இருநூறு உருவா பெற்றுக்கொள்வதாக ஒப்புக்கொண்டாள்.

நூல்கள் விற்பனை இலக்கை வெற்றிகரமாக அடைந்து விட்ட மனநிறைவில் அந்தப்பெண் இருந்ததை சுனயனா கவனித்தாள். அவளைப்பற்றிக் கொஞ்சம் தெரிந்துகொள்ள முயன்றாள்.

'உன் பெயர் என்ன? உனக்கு எந்த ஊர்?' கேட்டாள்.

'நந்தினி! நந்தினி தாஸ்! எங்களுக்குச் சொந்த ஊர் பாலசோருக்கு அருகில் உள்ள ஒரு சிற்றூர். ஆனால், நாங்கள் இப்போது திக்காவில் குடியிருக்கிறோம். இந்த இடத்தைப் பற்றி நீங்கள் கேள்விப்பட்டிருப்பீர்கள் என்று நம்புகிறேன்' என்று எஞ்சிய நூல்களை எடுத்து அவளுடைய 'தோள்-பையில் போட்டுக் கொண்டே விடையளித்தாள் அந்தப் பெண். அவள் சுனயனாவை நிமிர்ந்து பார்த்தாள். அவள் முகம் மனநிறைவின் புன்னகையால் ஒளிர்ந்தது. பங்களாதேசில் இருந்து இந்தியாவில் குடியேறிய குடும்பங்களில் அந்தப் பெண்ணின் குடும்பமும் ஒன்று என்று சுனயனா நினைத்தாள்.

'இங்கே புவனேசுவரில் யாருடன் இருக்கிறாய்? பெற்றோர்?'

'இல்லை... அம்மா! நான் என் தந்தையை வெகுகாலத்திற்கு முன்பே இழந்து விட்டேன். என்னுடைய அம்மா எங்கள் ஊரில் என்னுடைய அண்ணன்-அண்ணியுடன் இருக்கிறார்கள். நான் இங்கு வேறு சில பணிபுரியும் பெண்களுடன் அறையைப் பகிர்ந்து கொண்டுள்ளேன்'

சுனயனா அறிந்துகொள்ள விரும்பிய இன்னும் சில தகவல்களை, முறையாக இருக்காது என்பதாலும், அதிக ஆர்வம்

காட்டுவது போலிருக்கும் என்று நினைத்ததாலும் கேட்காமல் அடக்கிக் கொண்டாள். அப்படிக் கேட்டால், அந்தப் பெண் தவறாக எடுத்துக் கொள்ளலாம் என்றும் நினைத்தாள்.

நந்தினி சென்றுவிட்டாள். சுனயனா தான் வாங்கிய நூல்களின் பக்கங்களைப் புரட்டினாள். அவற்றில் ஒன்று காட்டு விலங்குகள் பற்றிய கலைக்களஞ்சியம். சோவனுக்கு அது பிடிக்கும். அவள் மும்பைக்குச் செல்லக்கூடிய அக்கம்பக்கத்தில் உள்ள யாராவது ஒருவர் மூலமாக அதை அவனுக்கு அனுப்பலாம். அல்லது சோவன் அடுத்தமுறை வரும்போது கொடுக்கலாம் என்று நினைத்தாள். அவள் மற்ற இரண்டு நூல்களையும் கண்ணாடிப் பேழையில் வைத்தாள். அவள் அவற்றை எப்போது படிப்பாள் என்று அவளுக்கே தெரியவில்லை. அந்தப் பெண்ணை ஏமாற்ற மனம் இல்லாத காரணத்தால் நூல்களை வாங்கினாள்.

நந்தினி சரியாக ஒரு மாதத்திற்குப் பிறகு முறைப்பணம் பெற வந்தாள். அவள் வீட்டிற்கு வருவதற்குச் சுனயனாவிடம் இசைவு பெற்றிருந்தாள். அவள் ஒழுக்கமானவாளவும் பண்பட்டவளாகவும் காணப்பட்டாள். இந்தமுறை சுனயனா அவளுடன் கணிசமான நேரம் பேசிக்கொண்டிருந்தாள். அவளுக்காகச் சில நொறுக்குத் தீனிகளையும் தயார் செய்து வைத்திருந்தாள். நந்தினியுடன் இருப்பதில் அவள் மகிழ்ந்தாள்.

அடுத்த மாதம் முதல் நாள் நந்தினி சுனயனாவுக்குத் தொலைபேசியில் பேசினாள். முறைப்பணத்தைப் பெற்றுக்கொள்ள பிற்பகலுக்குப் பின்னர் வரப்போவதாகச் சொன்னாள். இந்தமுறை சுனயனா அவளுக்காக ஆவலுடன் காத்திருப்பதை உணர்ந்தாள். நந்தினி வருவதற்கு அரைமணி நேரம் தாமதமானது. சுனயனா அச்சமடைந்தாள். ஏதாவது நடக்கக்கூடாதது நடந்துவிட்டதா? அல்லது ஏதேனும் விபத்து நடந்துவிட்டதா? அவள் உண்மையிலேயே கவலைப்பட்டாள். மேலும், அவளுடைய இதுபோன்ற உணர்வுகள் குறித்து அவளே வியந்தாள். அவள் எதற்காக இந்தப் பெண்ணைப் பற்றி இவ்வளவு கவலைப்பட வேண்டும்? அவள் அவளுக்கு என்ன உறவு?

‘உங்கள் வீட்டில் போய்ச் சாப்பிட வேண்டாம்’ என்று சொல்லி நந்தினியை வற்புறுத்தி நிறைய சாப்பிட வைத்தாள்.

'இரவு உணவா? இந்த ஈடிலா உணவுக்குப் பிறகா? வயிறு நிறைந்து, இப்போது நெஞ்சுவரை உண்டுவிட்டேன்' என்றாள் நந்தினி.

'மேலும் எனக்கு வீடு இல்லை அம்மா!' என்று சிறிது நேரம் அமைதியாக இருந்துவிட்டுப் பேசினாள். அவள் கண்கள் ஈரம் காத்தன. சுனயனா புரிந்துகொண்டு பேச்சை மாற்ற முயன்றாள்.

'விடுதியில் உன்னுடன் யார்யாரெல்லாம் தங்கியுள்ளார்கள்? உன்னுடைய திருமணம் எப்போது? யாராவது இருக்கிறார்களா?' என்று கேட்ட சுனயனா அந்தப் பெண்ணுக்கு அகவை முப்பதுக்கு மேல் இருக்கும் என்று கணித்தாள். இது மிகவும் தனிப்பட்ட வாழ்க்கை குறித்த கேள்வி. என்றாலும், இதுபோன்று கேட்கக்கூடிய உரிமையுள்ள அளவில் அவள் அந்தப் பெண்ணுடன் நெருங்கிப் பழகிவிட்டதாகச் சுனயனா நினைத்தாள்.

'இல்லை. அப்படி ஒன்றும் இல்லை', நந்தினி விடையளித்தாள். அவளுடைய கருத்த முகம் மெலிதாகச் சிவந்தது.

'என்னை நம்பலாம்' என்று மீண்டும் வற்புறுத்தினாள் சுனயனா. அவள் ஏன் அப்படிச் செய்தாள் என்று அவளுக்கே தெரியவில்லை.

'அவர் பெயர் அமியா' என்று சொல்லும்போது நந்தினி நாணப்பட்டாள். நான் பணிபுரியும் அதே நிறுவனத்தில் அவரும் வேலை செய்கிறார். அவரும் என்னைப் போலவே கடினமான வாழ்க்கை வாழ்கிறார். அவர் அங்குல் என்ற இடத்திற்கு அருகில் உள்ள ஊரிலிருந்து வருகிறார். அவருக்குத் திருமண வயதில் இரண்டு தங்கைகளும் கணவனை இழந்த அம்மாவும் உள்ளனர். இவர்களைக் கவனித்துக் கொள்ள வேண்டிய பொறுப்பு அவருக்கு உள்ளது. இவருடைய மூத்த சகோதரி 'இயல்பிலா மரணம்' அடைந்ததால் அவளுடைய குழந்தைகளும் இவர்களுடன் தங்கி உள்ளனர். பெரும்பாலும், இங்கு அவர் சம்பாதிக்கும் ஊதியம் முழுவதையும் அவர்களுக்கு அனுப்புகிறார். ஆனால், கடுமையான நிதி நெருக்கடியைச் சமாளிக்க அது போதுமானதாக இல்லை.

நான் உட்பட பதினைந்து பெண்கள் ஒரே பெரிய விடுதி அறையில் தங்கியிருக்கிறோம். நாங்கள் ஒவ்வொருவரும் தங்குவதற்கு மாதம் ஐந்நூறு உருவா செலுத்துகிறோம்.

அமியாவும் ஒரு வீடுபோல்-உணவுவிடுதியில் (மெஸ்) தங்கி யிருக்கிறார். வீட்டுக்கு அனுப்பிய பணம் போக எஞ்சிய பணத்தை அவருடைய உணவிற்கும் தங்குமிடத்திற்கும் செலவிடுகிறார். திருமணத்திற்குப் பிறகு எங்களால் வாடகை வீட்டில் குடியிருக்க முடியாது. அதைத் தவிர வேறு செலவுகளும் இருக்கும். எங்களது குறைந்த ஊதியத்தில் அதை எப்படி எதிர்கொள்ளப் போகிறோம்? என்று சொன்ன நந்தினி ஆழ்ந்த பெருமூச்சு விட்டாள். அவள் முகத்தில் மெல்லிய இடர்அடர்ந்த புன்னகை படர்ந்தது.

'எங்களுக்கு நல்லது நடக்கும் என்று நம்பிக்கை இருக்கிறது. அமியாவும் நல்ல வேலையைத் தேடிக் கொண்டு இருக்கிறார்' என்று சுனயனாவை நிமிர்ந்து பார்த்துக் கொண்டே சொன்னாள். அவள் முகத்தில் மெல்லிய இடர்அடர்ந்த புன்னகை படர்ந்திருந்தது.

'நான் இப்போது புறப்படுகிறேன் அத்தை' என்றவாறே நந்தினி எழுந்து நின்றாள். நான் உங்கள் நேரத்தை நிறைய எடுத்துக் கொண்டேன். அது ஏன் என்று எனக்குத் தெரியவில்லை. ஆனால், உங்களுடன் இருக்கும்போது மகிழ்ச்சியாக இருப்பதாக உணர்கிறேன்' என்றாள்.

அன்றிரவு நந்தினியின் நினைவுகள் சுனயனாவை நீண்ட நேரம் தூங்கவிடாமல் செய்தன. அடுத்த நான்கு நாள்களும் அவள் பெண்கள் சங்க ஆண்டு விழாவிற்கான ஏற்பாடுகளில் மும்மரமாக ஈடுபட்டிருந்தாள். ஐந்தாம் நாள் காலை நந்தினியைத் தொலைபேசியில் அழைத்தாள்.

'இன்றைக்கு வீட்டுக்கு வர முடியுமா? எப்போது ஓய்வாக இருக்கிறாயோ அப்போது வரலாம்'

'கண்டிப்பாக அத்தை' நந்தினி ஆவலுடன் சொன்னாள். 'நான் ஐந்து முப்பது மணியளவில் அங்கு இருப்பேன்' என்றாள்.

'நீ என்னுடன் தங்கிக் கொள்ளலாம்', சுனயனா கருத்துரைத்தாள். இப்படிச் சொல்வது சரியா? நல்ல முடிவா? என்று அவளுக்குத் தெரியவில்லை. 'நீ பணம் எதுவும் தர வேண்டியதில்லை. அந்த வகையில் நீ கொஞ்சம் சேமிக்கலாம். மேலும், நீ என்னுடன் இருந்தால் நான் மகிழ்ச்சி அடைவேன்'.

அதைக்கேட்ட நந்தினி, பேசாமல் கொஞ்சநேரம் அமைதியாக இருந்தாள். அவளுடைய காதுகளை அவளால் நம்பமுடியவில்லை. 'உங்களுக்கு இடையூறாக இருக்கும். என்னைப் பற்றி அதிகம் கவலைப்பட வேண்டாம். நான் பார்த்துக் கொள்கிறேன்' என்று விளக்கம் தருவதற்காக எப்படியோ விட்டுவிட்டுப் பேசிச் சமாளித்தாள்.

'ஒரு முயற்சி செய்து பார். கொஞ்ச நாள்கள் என்னுடன் இரு. இங்கே உனக்குச் சரிப்பட்டு வராது என்று நினைத்தால் நீ போய்விடலாம். அப்படிச் செய்தால் நன்றாக இருக்கும். நீ உங்கள் அத்தை வீட்டில் கொஞ்ச நாள்கள் தங்குவதற்காக வந்திருப்பதாக நினைத்துக்கொள்' சுனயனா வலியுறுத்தினாள்.

இறுதியில் அடுத்த மாதம் முதல் நாள் முதல் நந்தினி சுனயனாவுடன் தங்குவதாக முடிவு செய்யப்பட்டது. இரவு உணவை முடித்துவிட்டு நந்தினி புறப்பட்டாள். முடிவுசெய்தபடி, அடுத்த மாதம் முதல் நாள் சுனயனாவுடன் தங்குவதற்காக நந்தினி வந்தாள்.

'உங்கள் வீட்டில் உங்கள் மருமகள் யாராவது இருக்கிறார்களா?' காலையில் நடைப்பயிற்சி முடிந்து திரும்பும் போது மிசுரா கேட்டார்.

'அப்படிச் சொல்லலாம். அவள் என் மருமகள். தூரத்து உறவு' என்று சுனயனா இயல்பாகச் சொன்னாள்.

'நல்லது. அவள் உங்களுக்குத் துணையாக இருக்கலாம். நீங்கள் தனிமையாக இருப்பதாக உணர்ந்திருக்கலாம்' என்றார் மிசுரா. மிசுராவுக்கு, அளித்த விடை அவருக்கு நிறைவாக இருக்கிறதா என்று சுனயனாவுக்குத் தெரியவில்லை.

பின்னர், மற்றவர்களும், அவள் யார் என்று அறிந்துகொள்ள துடிக்கும் அக்கம்பக்கத்தில் உள்ளோரும் இருந்தனர். 'அபா உங்களுடன் தங்கி இருக்கும் அந்தப் பெண் யார்? பல இடங்களுக்குச் சென்று நூல்களை விற்கும் விற்பனைப் பெண் தானே அவள்?' என்று கேட்டாள் ஒருத்தி.

'நீங்கள் சொல்வது சரிதான். அவளே தான். அவள் பணிபுரியும் பெண்கள் விடுதியில் தங்கி இருந்தாள். மிகவும் நல்லபெண். அவளை இங்கே என்னுடன் இருக்கச் சொன்னேன்'.

'அப்படியா? ஓ... கடவுளே!' பக்கத்தில் குடியிருக்கும் இனிமையான பெண் மகிழ்ச்சியில் கத்திவிட்டாள். 'உங்களால் எப்படி முடிந்தது அபா? சிறிய வாய்ப்பு கிடைத்தாலும் இவர்கள் குற்றவாளிகளாக மாறி விடுவார்கள் என்று நீங்கள் நினைக்கிறீர்களா? உங்கள் பிள்ளைகளிடம் கேட்டீர்களா? எல்லாவற்றிற்கும் மேலாக நீங்கள் இங்கே தனியாக இருக்கிறீர்கள்' என்ற அந்தப் பெண்ணின் குரலில் உண்மையான கவலை இருந்தது.

'இல்லை, அப்படிப்பட்ட எண்ணம் எதுவும் என்னிடம் இல்லை. இதில் கேட்பதற்கு என்ன இருக்கிறது? நந்தினி நல்ல பெண். என்னுடைய தனிமையைப் போக்குகிறாள்' என்று சுனயனா அமைதியாகச் சொன்னாள்.

'ஆனால், எல்லாவற்றுக்கும் மேலாக நம்ம குழந்தைகள்தாம், நமக்குச் சொந்தக் குழந்தைகள்' என்று அந்தப் பெண்மணி சொன்னாள். அவள் அவளுடைய கருத்தை நிலைநாட்ட விரும்பினாள். நீங்கள் மிகவும் கவனமாக இருக்க வேண்டும். இது ஆபத்தில் முடியும்' என்று சொன்ன அந்த நற்குணப் பெண்மணியின் அழகான முகத்தில் ஏதோ இனம்புரியாத அச்சத்தின் நிழல் மறைந்திருந்தது.

'நிச்சயமாக, நீங்கள் சொல்வதெல்லாம் சரி. நம்ம பிள்ளைங்கதான் நமக்குச் சொந்தம். ஆனால், அவர்கள் எங்கே? என் மகன் அமெரிக்காவில் இருக்கிறான். மகள் மும்பையில் இருக்கிறாள். எனக்குத் துணையாக யாரோ ஒருவர் வேண்டும். நாம் அனைவரும் அறிந்ததுபோல், யாராலும் தவிர்க்க முடியாததைத் தடுக்க முடியாது. இல்லையா?' என்று கேட்ட சுனயனா ஒரு சிறு புன்னகையுடன் அவளுடைய அடுக்ககக் குடியிருப்பு வீடு இருக்கும் இடம் நோக்கி நடந்தாள்.

வீட்டைத் திறக்கச் சாவியைப் போட்டுத் திருப்பியபோது, நந்தினி வந்திருப்பதை உணர்ந்து பின்னால் திரும்பிப் பார்த்தாள். நந்தினி வெள்ளந்தியாய்ச் சிரித்தாள். 'இன்று எப்படி இவ்வளவு விரைவாகத் திரும்பி வந்து விட்டாய்?' அவளைப் பார்த்த மகிழ்ச்சியில் சுனயனா கேட்டாள்.

'முன்னாடியே வேலை முடிந்துவிட்டது அத்தை', என்று சொன்ன நந்தினி அவளுடைய அறைக்குச் சென்றாள். முகம் கழுவி விட்டு மீண்டும் கூடத்துக்கு வந்தாள்.

'உங்களுக்கு ரொம்ப பிடிக்கும் என்பதற்காகக் கொஞ்சம் தோக்லா கொண்டு வந்துள்ளேன்'.

'அப்பபடியா?... சுனயனா ஆசையுடன் திரும்பினாள். 'நான் தோக்லாவுடன் சாப்பிடத் தேநீர் கொண்டு வருகிறேன்' என்று அவள் சமையலறைக்குள் சென்றாள்.

'நீங்கள் இங்கே உட்காருங்கள் அத்தை, நான் தேநீர் போடுகிறேன்' என்றாள் நந்தினி. சுனயனா மறுக்கவில்லை. நந்தினி உரிமை எடுத்துக்கொண்டு பேசிய முறை அவளுக்குப் பிடித்திருந்தது.

நந்தினி ஒரு தட்டில் இரண்டு கோப்பை தேநீருடன் திரும்பினாள். ஒரு சிறிய கிண்ணத்தில் தின்-பொருள்களைப் போட்டு, அதைத் தட்டில் வைத்து எடுத்துவந்தாள். அந்தத் தட்டை சிறிய மேசையில் வைத்தாள். அவள் அங்கிருநத அமர்மெத்திருக்கையில் அமர்ந்தாள்.

சுனயனா கனிவாக அவளைப் பார்த்தாள். 'உன்னுடைய விற்பனை எப்படிப் போகிறது? இப்போதெல்லாம் மக்கள் நூல்கள் படிக்கும் ஆர்வத்தை இழந்துவிட்டனர்' என்று சுனயனா தோக்லாவின் ஒரு துண்டை மென்றுகொண்டே சொன்னாள். அதற்கு நந்தினி என்ன சொல்வாள் என்பதை அறிந்துகொள்ளும் வகையில், கோப்பையில் இருந்த தேநீரை ஒருவாய் குடித்துவிட்டு அவளைப் பார்த்தாள்.

'நல்லாப் போகிறது அத்தை, நான் உங்கள் வீட்டுக்கு மாறி வந்தபிறகு, நூல்களின் விற்பனை அதிகரித்துள்ளது. நீங்கள் என்னுடைய நலம்விரும்பி என்பதை மெய்ப்பித்துவிட்டீர்கள். நீங்கள் எனக்கு என்னவாக இருக்கிறீர்கள்? என்று என்னால் சொற்களால் சொல்ல முடியாது', நந்தினி உடைந்த குரலில் பேசினாள்.

'ஏய்! நலம்விரும்பி, அதுஇது என்பதை எல்லாம் விடு' என்று சுனயனா மகிழ்ச்சியுடன் சொன்னாள்.

'நீ என்னுடன் தங்க வந்த பிறகு நான் மிகவும் மகிழ்ச்சியாக இருக்கிறேன்'

'அந்த நூலின் படிகள் எத்தனை விற்றன' என்று சுனயனா கேட்டாள். அப்போது, அவள் கண்களில் உட்பொருள் புரிதலுடன் கூடிய குறும்பும் மின்னியது.

'எந்த நூல்?' நந்தினி புதிராகப் பார்த்தாள். அதன் பிறகு அந்த நூல், அவள் முதன்முதலில் நூல் விற்பனைக்காக வந்தபோது, சுனயனாவால் வாங்கப்பட்ட 'வாத்சாயனரின் காமசூத்ரா' என்று அறிந்தபோது, அவள் முகத்தில் மெல்லிய நாணம் படர்ந்தது. 'ஓ...! அந்த நூலா? அந்த நூலுக்கு மிகுந்த வரவேற்பும் தேவையும் இருக்கிறது. அந்த நூலை விற்க எந்தவித முயற்சியும் தேவையில்லை, பரபரப்பாக விற்கிறது' என்ற அவள் புரிதலுடன் சிரித்தாள்.

'அந்த நூலின் இன்னொரு படி உன்னிடம் உள்ளதா? எனக்கும் அதை வாங்க மிகவும் ஆசையாக இருக்கிறது. வேற மாதிரி கணக்குப்போட்டு அப்படிப் பார்க்காதே! எனக்காக இல்லை... அது கனடாவில் இருக்கும் என்னுடைய மருமகளுக்காக. இந்த வெளிநாட்டுப் பெண்களுக்கு உண்மையில் 'இன்ப அழகியல்' பற்றி எந்தச் சிந்தனையும் இல்லை' என்று சொன்ன சுனயனாவின் முகம் குறும்புத்தனமான வேட்கையில் ஒளிர்ந்து சிவந்தது.

'சரியாகச் சொன்னீர்கள் அத்தை. ஆனால், நம் இந்தியப் பையன்கள் வெள்ளைத்தோலைப் பார்த்துப் பைத்தியமாக இருக்கிறார்கள்' என்ற விடை நந்தினியிடமிருந்து விரைவாக வந்தது.

'தேன்நிறத் தோல் உடையவர்களிடம் இருக்கும் இன்பச்சுவை அவர்களுக்குத் தெரியாது' என்று சொல்லிக் கொண்டே சுனயனா சிரித்தாள். நந்தினியும் அவளுடன் சேர்ந்து கொண்டாள்.

'பாவம், முட்டாள்கள். சிவந்த தோலைக் கண்டு கண் மயங்குகிறார்கள்' என்றவள் மீண்டும் சிரித்தாள். இந்த முறை உரக்கச் சிரித்தாள். அந்தச் சிரிப்பு, கடுமையாகவும் எக்காளத்துடனும் இருந்தது.

அவளுக்குள், எரிமலைக் குழம்பாய் ஆழ்ந்துகிடந்த துன்பங்கள், நூற்றாண்டுக் கால எரிமலை வெடித்துச் சிதறிப் பொங்கி வழிவதைப்போல் பொங்கி வழிந்துகொண்டிருந்தன.

'உண்மைதான் அத்தை', என்ற நந்தினியும் உரக்கச் சிரித்தாள். சுனயனா கண்களில் கண்ணீர் வரும் அளவுக்கு வெறித்தனமாகச் சிரித்தாள். நந்தினியைப் பார்த்தாள். அவளும் கைக்குட்டையால் கண்களின் ஓரங்களில் வழிந்த கண்ணீரைத் துடைத்துக் கொண்டிருந்தாள்.

சுனயனா அவளுடைய நெஞ்சத்தில் இருந்த பெரிய சுமை இறங்கி மிகவும் லேசாக இருப்பதாக உணர்ந்தாள். மீண்டும் நந்தினியைப் பார்த்தாள். அவளுக்கு முப்பத்து இரண்டு அல்லது முப்பத்து மூன்று அகவை இருக்கும் என்று நினைத்தாள். வாழ்க்கை வழங்கவுள்ள பல புதியபுதிய பட்டறிவுகளைப் பெற அவளுக்கு இந்த அகவைக்காலம் போதாது. ஆனால், சுனயனா அவளுடைய வாழ்க்கையின் பெரும்பகுதியை வாழ்ந்து விட்டாள். கூடுமானவரை வாழ்க்கைப் பட்டறிவுகளைப் பெற்றாள். அவளுடன் சேர்ந்திருந்த எளிமையையும் வெளிப்படைத் தன்மையையும் கண்டு அவள் வியந்தாள். மேலும், அவள், ஒருபோதும் யாரிடமும் பேசாதவற்றையும் உள்ளத்தில் புதைந்துகிடந்த எண்ணங்களையும் புதியவளான அவளிடம் வெளிப்படுத்தினாள்.

'நான் மாலை வழிபாட்டுக்கு விளக்கேற்ற வேண்டும், நீ உடையை மாற்றிக் கொள்' என்ற சொல்லியவாறு சுனயனா எழுந்து நின்றாள்.

'இன்று இரவு வீட்டுக்குச் சாப்பிட வரமாட்டேன், அத்தை. அருள்கூர்ந்து எனக்காகக் காத்திருக்க வேண்டாம்'

'சரி... பரவாயில்லை' சுனயனா புன்னகைத்தாள்.

அவளுடைய மகளைக் கவனமாக, அக்கறையுடன் வளர்க்க வேண்டிய பொறுப்புகள், அவளுடைய படிப்பு-திருமணம்-எதிர்காலம் போன்றவை குறித்த கவலைகள் ஆகியவற்றில் அவளை முழுமையாக ஈடுபடுத்திக்கொண்டதால், அவளுடைய மகள் வளர்ந்து வருவதைக் கண்டுகளிக்க அவளுக்கு நேரம் கிடைக்கவில்லை. மகள், சிறார் பருவத்தில் இருந்து இளமைப் பருவத்திற்கு மாறும்போது ஏற்படும் வாழ்க்கை வளர்பருவ மாற்றங்களைக் கவனிக்கக் கூட அவளுக்கு நேரம் கிடைக்கவில்லை.

ஆனால், அவள் நந்தினியுடன் இருக்கும் பொழுதுகளை விரும்பிக் களிததாள். இது ஓர் எளிய பிணைப்பாக இருந்தது.

இதில், ஒருவரின் சொந்த மகளை வளர்ப்பதில் உள்ள கவலைகள்-பொறுப்புகள் போன்ற சிக்கல்கள் இல்லை.

நந்தினி அமியாவுடன் அவ்வப்போது மாலையில் வெளியே சென்று காலம்கடந்து திரும்புவது வழக்கம். ஒருநாள் இரவு பதினொரு மணிக்கு வந்தாள். அதற்காகப் பொறுத்தாற்றச் சொல்லிக் கேட்டாள். அவள் முகத்தில் உண்மையான குற்ற உணர்வு தெரிந்தது. ஆனால், சுனயனா அவளை அது குறித்துக் கவலைப்பட வேண்டாம் என்று கேட்டுக் கொண்டாள். நந்தினியும் அமியாவும் ஒருவரை ஒருவர் சந்தித்துக் கொள்ளப் பேரார்வத்துடன் இருந்தனர் என்பதைச் சுனயனாவால் புரிந்து கொள்ள முடிந்தது. நந்தினியிடம் அமியாவை வீட்டிற்கு அழைத்து வரச் சொல்ல வேண்டும் என அவள் பலமுறை நினைத்திருக்கிறாள். ஒருவேளை நந்தினிக்கு அது இடையூறாக இருந்திருக்கலாம்...

சுனயனா படித்துக் கொண்டிருந்த நூலைக் கட்டிலில் போட்டுவிட்டு நந்தினியின் அறையை நோக்கிச் சென்றாள். கதவு சிறிது திறந்திருந்தது. சுனயனா அவளுடைய ஊடுருவும் பார்வையால் குறுகிய திறப்பின் வழியே அறையை நோட்டம் விட்டாள். அறையில் விளக்கு எரிந்துகொண்டிருந்தது. நந்தினி பெரிய கண்ணாடி முன் நின்றிருந்தாள். அவள் ஒரு கையில் அணிந்திருந்த சட்டைப்பனியனை உயர்த்திப் பிடித்துக் கொண்டிருந்தாள். மறுகையில் நறுமண-நீர்மப் புட்டி இருந்தது. அதிலிருந்து மட்டமான மணம் காற்றில் பரவியது. அதைப்பார்த்த சுனயனா அங்கிருந்து திரும்பினாள்.

மீண்டும் அவளுடைய படுக்கை அறைக்கு வந்து கண்ணாடிப் பேழையில் இருந்த வெளிநாட்டில் இருந்து இறக்குமதி செய்யப்பட்ட சிறிய நறுமண-நீர்மப் புட்டியை எடுத்தாள். அவளுடைய கனடா நாட்டு மருமகள் பல வகையான நறுமண வழலைக்கட்டிகள், நறுமண-நீர்மங்கள், நறுமணக் குழைவுகளை பயன்படுத்தினாள். அமெரிக்க நாடுகளில் பெண்கள் நறுமண-நீர்மங்களைத் தேவைக்கு அதிகமாகப் பயன்படுத்தும் பழக்கம் உள்ளவர்கள் என்று அவளுடைய மகன் கூறி இருந்தான். நறுமண-நீர்மம் எப்போதும் உடலின் உணர்ச்சி மணத்துடன் ஏன் பொருந்துகிறது?

சுனயனா நந்தினியின் அறைக்கதவை மெதுவாகத் தட்டினாள். தடுமாற்றத்துடன் நந்தினி குதிகாலில் ஆடிச் சட்டைப் பனியனை

இழுத்துக் கழற்றினாள். அவள் முகத்தில் நாணத்துடன் கூடிய புன்னகை தவழ்ந்துகொண்டிருந்தது.

'இதோ... இதை எடுத்துக் கொள்' என்று சுனயனா நறுமண-நீர்மப் புட்டியை அவளிடம் நீட்டினாள். 'இதுதான் அமெரிக்காவில் மிக அதிகமாக விற்பனையாகும் நறுமண-நீர்மமாக இருக்க வேண்டும். கனடாவில் இருக்கும் என் மருமகள் எனக்காக வாங்கிக் கொண்டு வந்திருந்தாள். அது பேழையில் இருந்தது. இன்னும் திறக்கக்கூடவில்லை. இப்போதெல்லாம் நான் அதிகம் வெளியில் செல்வதில்லை. இதைப் பயன்படுத்த வேண்டும் என்ற எண்ணம் எனக்கு ஒருபோதும் இருந்ததில்லை. அதன் மணம் உனக்குப் பிடிக்கும் என்று நினைக்கிறேன்'.

நந்தினி ஒருகணம் வாயடைத்துப் போய்த் திகைத்து நின்றாள். நடப்பதெல்லாம் உண்மைதானா? என்பது போலச் சுனயனாவின் முகத்தைப் பார்த்தாள்.

'இது மிகவும் விலை உயர்ந்தது. நான் எப்படி உங்களிடம் இருந்து இதைப் பெற்றுக்கொள்ள முடியும், அத்தை?' என்று நீண்ட நேரம் வாயடைத்துப் போயிருந்த அவள் வாய்திறந்து தடுமாற்றத்துடன் கேட்டாள்.

சுனயனா, நந்தினியினுடைய மென்மையான மறுப்பை ஒதுக்கிவிட்டு, 'இந்த மாற்றுச் சாவியையும் வைத்துக்கொள்' என்றாள். 'நீ நேரங்கடந்து வர நேர்ந்தால் என்னை எழுப்பினால், எனக்கு இடையூறாக இருக்கும் என்று நீ கவலைப்பட வேண்டியதில்லை' என்று சொன்ன சுனயனா திரும்பி அவளுடைய படுக்கையறைக்குச் சென்றாள்.

அடுத்த சில நிமிடங்களில் நந்தினி, சுனயனாவின் படுக்கையறை வாசலில் வந்து நின்றாள். 'நான் கிளம்புகிறேன் அத்தை! டாட்டா' என்றாள்.

'சரி' என்ற சுனயனா, படித்துக் கொண்டிருந்த நூலின் பக்கங்களிலிருந்து கண்களை விலக்கிப் புருவத்தை உயர்த்தி அவளைப் பார்த்தாள். அவளுடைய காதலரைச் சந்திக்கச் செல்கிறோம் என்ற நாணமும், புதிரான புன்னகையும் நந்தினியின் முகத்தில் ஒளிர்ந்தன.

'போய்ட்டு வாம்மா...' என்றாள் சுனயனா.

'உனக்கே உரித்தான மெல்லிய நாணத்துடன் கூடிய புன்னகையை உதிர்க்கும்போது நீ மிகமிக அழகாக இருக்கிறாய்' என்று சுனந்தா அவள் காதில் முணுமுணுத்தான். அவனுடைய குரல் அழுத்தமாகவும் உணர்ச்சிவயப்பட்டும் இருந்தது. சுனயனா அன்று மல்லிகை மொட்டுகளால் தொடுத்த மாலையைத் தலைப்பின்னலில் சுற்றிச் சூடியிருந்தாள். அந்த மல்லிகைப் பூச்சரத்தின் மணம் அந்த அறையின் காற்றில் கலந்து அறை முழுக்க மணந்து கொண்டிருந்தது. சுனயனா கொஞ்சநேரம் அசையாமல் பலகணி அருகில் நின்றாள். பின்னர் அவள் பலகணியின் நகரும்-கண்ணாடிக் கதவுகளைத் தள்ளித் திறந்தாள். அப்போது குளிர்ந்த காற்று அறைக்குள் மிதந்து வந்தது. காற்றுப் பட்டதும், சுனயனா கொஞ்சம் நடுங்கினாள். அவள் வெளியே பார்த்தாள். பலகணிக்கு அப்பால், மாலைப்பொழுது மெதுவாக இரவாகிக் கொண்டிருந்தது. ஓசையின்றியும் கமுக்கமாகவும் நடந்துகொண்ட இரவின் அணுகுமுறை வழி அவளுக்குப் பிடித்திருந்தது.

அவள் அந்தப் பலகணியின் நகர்-கதவுகளைப் பின்னோக்கி நகர்த்தி மூடியதுபோல், சுனயனாவின் முகத்தில் ஒரு புதிரான புன்னகை மின்னி மறைந்தது.

7. மயக்கம் தெளிந்தது

வானவூர்தி கீழே இறங்குவதற்குத் தயாரானது. மாதுரி தன்னுடைய கைப்பையைத் திறந்து அதிலிருந்து ஒரு துண்டுத்தாளை எடுத்தாள். அதில் எழுதப்பட்டிருந்த முகவரியில் கண்களை ஓடவிட்டாள். அப்போது, பதற்றத்தினால் ஏற்பட்ட அதிர்வை அவள் உணர்ந்தாள். அவளுடைய தொண்டை வறண்டது. கைகள் மெல்ல நடுங்கின. அவளுடைய மடியில் இருந்த கைப்பையைப் பிடித்துக்கொண்டாள். இது தில்லிக்குச் செல்லும் அவளுடைய இரண்டாம் வானூர்திப் பயணம். பரந்துவிரிந்த தில்லி வானூர்தி நிலையத்தில் எங்கே தொலைந்து போய்விடுவோமோ? என்று அவள் அஞ்சினாள். அவளுடைய அத்தை, அவளுடைய அப்பாவின் உறவினர், தில்லியில் உள்ள பட்பார்கஞ்ச் பகுதியில் வசித்து வந்தார். கொஞ்சம் தூரத்து உறவினர் என்றாலும், அவளுடைய அம்மாவுக்கு அத்தை மிக நெருக்கம். மாதுரியின்மீது அத்தைக்கு அளவுகடந்த அன்பு. இவள் தன் பெற்றோருடன் அவளுடைய அத்தை மற்றும் மாமாவைத் தில்லியில் இரண்டுமுறை சந்தித்திருக்கிறாள். அந்தச் சந்திப்பு நிகழ்ந்து கிட்டத்தட்ட பத்து ஆண்டுகள் அல்லது அதற்குமேலும் இருக்கும். அந்த இரண்டு முறையும் அவள் தொடர்வண்டியில் பயணம் செய்திருந்தாள். முதல்முறை அவள் பெற்றோருடன் தில்லிக்கு வந்தபோது, ஆக்ரா, மதுரா மற்றும் பிருந்தாவனம் போன்ற பகுதிகளைச் சுற்றிப் பார்த்தாள். அவர்கள் தில்லி மற்றும் ஜெய்ப்பூர் முழுவதையும் சுற்றிப்பார்க்கும் நோக்கில் சுற்றுலா வந்திருந்தனர். அந்தப் பயணத்தைத் திரும்ப நினைத்துப் பார்த்தபோது, அவளுடைய முகத்தில் ஒரு சின்னப் புன்னகை மின்னியது.

பட்பார்கஞ்ச் பகுதியில் உள்ள அவள் அத்தை வீட்டின் தோற்றம் இன்னும் அவள் நினைவில் பசுமையாக இருக்கிறது. அதன்பிறகு நீண்ட காலம் அவள் அத்தையைச் சந்திக்க வரவில்லை. ஆறு ஆண்டுகளுக்கு முன் எதிர்பாராமல் நிகழ்ந்த அவளுடைய அப்பாவின் இறப்புக்குப்பின் அவள் வெளியூர்ப் பயணங்களை நிறுத்திவிட்டாள் என்பதே உண்மை. அவளுடைய பயணம் என்பது அவள் கற்றுக்கொடுக்கும் பள்ளிக்கும் வீட்டுக்கும் எனச் சுருங்கிவிட்டது. ஆனால், தில்லியில் உள்ள அவளுடைய அத்தையின் வீட்டை அவள் மறக்கவில்லை. பழைய வடிவக் கட்டிடமான நான்கு மாடி அடுக்ககக் குடியிருப்பின் இரண்டாம்

தளத்தில் அவளுடைய அத்தை வீடு இருந்தது. அந்தக் கட்டிடத்தின் இரும்பு நுழைவாயிற் கதவைச் சுற்றி, காலஓட்டத்திற்கு ஏற்ப ஊதா நிற அலரிப் பூக்களை உடைய படர்செடிகள் அடர்த்தியாகவும் தூசி படர்ந்தவையாகவும் வளர்ந்திருந்தன. அந்தப் பகுதியில் அண்மையில் உருவாகியிருந்த புத்தம்புதிய வடிவக் கட்டிடங்களுக்கு நடுவில், அந்த இடத்திற்குப் பொருந்தாத ஒன்றாக இந்த அடுக்ககக் குடியிருப்பு காட்சியளித்தது. திருமணத்திற்குப் பின் அத்தை மாமாவுடன் தில்லிக்குச் சென்றுவிட்டார். திருமணத்துக்குச் கொஞ்சநாள் முன்புதான் இந்த வீட்டை வாங்கியதாக அவளுடைய மாமாவும், மாதுரியின் அத்தையும் சொல்லியிருந்தனர். அந்த நேரத்தில், அவர் ஒரு குறுகிய கால ஒப்பந்ததாரராகப் பணியாற்றி வந்தார். பின்னர், படிப்படியாக, அதிக அளவிலான பெரிய பணி ஒப்பந்தங்களைப் பெற்றார். நல்ல வசதிகளுடன் வாழக்கூடிய அளவு பொருள் ஈட்டினார். இந்த அடுக்ககத்தில்தான் அவருடைய குழந்தைகள் பிறந்து பெரியவர்களாக வளர்ந்தனர். அவர்களுடைய மகன் அமெரிக்காவில் குடும்பத்துடன் வாழ்க்கையை அமைத்துக் கொண்டார். மகள் மும்பையில் இருக்கிறார். மாமாவும் அத்தையும் அதே பழைய அடுக்ககத்தில் தனியாக வசிக்கிறார்கள். அவர்கள் புதிய வீட்டுக்குக் குடிபெயர வேண்டும் என்று எப்போதும் நினைக்கவில்லை என்று சொல்ல முடியாது, ஆனால், அந்த எண்ணத்தை நினைத்த மாத்திரத்திலேயே கைவிட்டு விட்டனர். அந்தப் பகுதி அவர்களுக்கு நன்கு அறிமுகமான பகுதியாக இருந்தது. மேலும், அந்தப் பகுதியை அவர்கள் விரும்பும் அளவுக்கு அவர்களின் மனம் வளர்ந்திருந்தது. அவர்களுடைய குழந்தைகள் அவர்களுடன் தங்கியிருக்க அடிக்கடி வருவதில்லை. அவர்களுடைய மகள் தில்லிக்கு வரும்போதெல்லாம், அவளுடைய மாமியார் வீட்டில் தங்குவதற்கே விரும்பினாள். தில்லியில், அவர்கள் பணம் படைத்தவர்களாகவும், பெரிய மாளிகையில் வாழ்பவர்களாகவும் இருந்தனர். அவளுடைய மகள் தன் பெண் குழந்தையுடன், பெயரளவுக்கு வந்து அப்பா-அம்மாவுடன் சில மணிநேரங்கள் மட்டும் தங்கிச் சென்றாள். கொஞ்ச நாள்கள் இந்தியாவில் வந்து தங்கிச்செல்வோம் என்ற எண்ணம்கூட அவர்களுடைய மகனுக்கு இல்லை. அவன் அவர்களுக்குக் கால இடைவெளியில் மின்-அஞ்சல்கள் அனுப்பினான். அவனுடைய அப்பா-அம்மாவை அமெரிக்காவுக்கு வந்து தன்னுடன் தங்குமாறு அடிக்கடி அழைத்தான். ஆனால், அவர்களுக்கு அமெரிக்கா சென்று

வாழத் துளியும் விருப்பம் இல்லை. முன்னதாக, சென்ற அமெரிக்கப் பயணங்கள் ஒன்றும் அப்படிச் சொல்லிக்கொள்ளு மளவுக்கு இல்லை. அவர்கள், அயல்நாட்டில், உறவு துண்டிக்கப் பட்டுத் தனித்து விடப்பட்டதாக உணர்ந்தார்கள். அந்த வீடு மிகப்பெரியதாக, தூய்மையானதாக, வாழ்வதற்குத் தேவையான அனைத்து வசதிகளுடனும் கட்டப்பட்டிருந்தது. அந்த வீட்டில், ஒரு பெரிய குளிர்சாதனப் பெட்டியில் பளபளப்பான மற்றும் சுவையான பழங்களும் காய்கறிகளும் வைக்கப்பட்டிருந்தன. ஆனால் அவற்றின் சுவை வேறுபட்டது. உண்மையில், அவை சுவையற்றிருந்தன.

அமெரிக்காவில், எங்கும் சொர்க்கத்தைப் போலப் பளபளப்பும், மிகமிகத் தூய்மையும் நிறைந்திருந்தன என்று கடைசியாக அவள் தில்லிக்கு வந்திருந்தபோது மாதுரியின் அத்தை சொன்னாள். ஆனால், அந்தச் சொர்க்கம்போல் சூழ்நிலை, இடர்ப்பாடுடைய உணர்ச்சியற்றதாக, அதற்கேற்பச் சட்டென்று மாற்றிக்கொள்ள இயலாத ஒன்றாக இருந்தது. அந்த அயல்நாட்டுச் சொர்க்கத்தில் போராடி வாழ்வதைக் காட்டிலும், இங்கே நம் சொந்த மண்ணில் துன்பப்பட்டு வாழ்வதே நன்று.

சுமு பாய் ஹேக் நகரத்தில் உள்ள சிலிக்கான் பள்ளத்தாக்கில் பார்த்து வந்த நல்ல வேலையை விட்டுவிட்டு இந்தியாவுக்கு வந்த காரணம் இதுதானோ? அங்கே அவரும் தன்னை ஓர் அயலக உயிரியாக உணர்ந்தாரோ? என்று நினைத்து, அத்தையின் சொற்களை நினைவுகூர்ந்தபோது மாதுரி, வியந்து போனாள். மாதுரிக்கு, கடைசியாக அத்தை வீட்டுக்கு வந்த அந்த நாள் நினைவுக்கு வந்தது. அது ஆறு ஆண்டுகளுக்கு முன்பு நடந்தது. இறந்துபோன தன் தந்தையின் பணியைத் தனக்குக் கருணை அடிப்படையில் தருமாறு வேண்டுகோள் விடுக்கத் தன் தந்தை பணிசெய்த அலுவலத்திற்கு வந்தாள். அவளுடைய அப்பா அந்த நிறுவனத்தின் கீழ் இயங்கும் கிளைகளில் ஒரு கிளையின் கணக்கு அதிகாரியாக வேலை செய்தவர். அவளுடைய அப்பா, அலுவலக வேலையில் இருக்கும்போது மாரடைப்பு ஏற்பட்டு, மருத்துவமனைக்கு எடுத்துச்செல்வதற்கு முன்பே மரணமடைந்தவர். மாதுரி ஆசிரியையாகப் பணிசெய்யும் பள்ளியில் பணியில் இருந்தபோது, அவளுடைய வீட்டின் பக்கத்தில் வசித்துவந்த அத்தையிடமிருந்து தொலைபேசி அழைப்பு வந்தது. 'உடனே கிளம்பி

வா, உன்னுடைய அப்பா கவலைக்கிடமாக இருக்கிறார்' என்று அத்தை தொலைபேசியில் பேசினார். அவள் வீட்டுக்கு விரைந்தாள். அவளுடைய நெஞ்சம் உள்ளுணர்வுக்கும் நம்பிக்கைக்கும் இடையே தவிப்புடன் அலைபாய்ந்து கொண்டிருந்தது. அவளுடைய தந்தை முன்அறையில் தரையில் வெள்ளைத் துணியால் சுற்றப்பட்டுப் கிடத்தப்பட்டிருந்தார். அந்தக் காட்சி அவளுடைய நினைவில் வர, கண்கள் ஈரமாயின.

அவளுடைய வேண்டுகோளை அந்த நிறுவனம் ஏற்கவில்லை. அதனால், அவள் வீட்டுக்குத் திரும்பி ஏற்கெனவே வேலை செய்த ஆங்கில வழிப் பள்ளியில் ஆசிரியையாகப் பணியில் தொடர்ந்தாள். சில நாள்களுக்கு முன்பு, தில்லியில் உள்ள 'லிட்டில் பிளவர் பப்ளிக் ஸ்கூலில்' அவள் விண்ணப்பம் போட்டிருந்தாள். அந்தப் பள்ளி, ஆசிரியர்களைத் தேர்வு செய்வதற்காக நேர்காணல் ஒன்றை நடத்தியது. மாதுரி சொந்த ஊரில் பணிசெய்த பள்ளியில் இருந்து விலகினாள். 'உன்னுடைய அப்பா வேலைசெய்த அலுவலகத்தில் வேலைக்கு நீ புதிதாக விண்ணப்பிக்கலாம்.

அது கிடைக்கக் கொஞ்ச நாள்கள் ஆகலாம். ஆனால், எப்போதும் அதற்கு வாய்ப்பு உண்டு. அதற்குக் கொஞ்ச காலம் நீ காத்திருக்கவேண்டும்' என்று அவள் அத்தை சொன்னாள். எனவே, மாதுரி இந்த முறை அதற்கான நல்வாய்ப்பை முயற்சி செய்து பார்ப்பதற்காகத் தில்லி வந்தாள். நேர்காணலில் கலந்துகொள்வாள், தேர்ந்தெடுக்கப்பட்டால், அந்தப் பள்ளியில் பணியில் சேர்வாள். அதற்கிடையில், அப்பா வேலைசெய்த நிறுவனத்தின் தலைமையகத்தில் அப்பாவின் வேலை அவளுக்குக் கிடைக்க முயற்சி செய்வாள்.

அவள் ஒரு முன்பணம் செலுத்தக்கூடிய வாடகை மகிழுந்தை அமர்த்திக்கொண்டாள். செல்லவேண்டிய முகவரியை அந்த வண்டியின் ஓட்டுநரிடம் கொடுத்தாள். அந்த வண்டி நகரத் தொடங்கியதும், கண்ணாடி வழியாக வெளியில் பார்த்தாள். கடந்த ஆறு ஆண்டுகளில், அந்த நகரம் அடைந்திருந்த மாற்றங்களைக் கண்டு வியந்தாள்.

பத்து ஆண்டுகளுக்கு முன் இருந்த மாதுரியாக அவள் இப்போது இருக்கவில்லை, நெளிவு-சுளிவு அறிந்து நடக்கக் கூடியவளாக மாறிவிட்டாள் என்பதை அவளே, நினைத்துக் கொண்டாள்.

கடந்த பத்து ஆண்டுகள் சுமு பாயின் வாழ்க்கையில் என்னென்ன மாற்றங்களைக் கொண்டு வந்திருக்கும்? என்பதை ஊகித்து அறிந்துகொள்ள மாதுரி முயற்சித்தாள்.

அவளுக்கு, இத்தனை ஆண்டுகளில், அவனைப் பற்றி நினைத்திராத நாளே இல்லை. இந்த நினைப்புக் கடந்த இரண்டாண்டுகளில் மிக அதிகமானது. ஏனெனில், சுமு பாய், தில்லியில் வாழ்க்கையை அமைத்துக் கொண்டுள்ளான் என்ற செய்தியை அவள் அறிந்திருந்தாள். சுமு பாய் தில்லியில், தான் புதிதாகப் பணியமர்த்தம் செய்யப்பட்ட செய்தியைச் சில நெருக்கமான நண்பர்களுக்கு மின்-அஞ்சல் மூலம் அனுப்பினான். அந்தப் படியை (நகலை) பத்துக்கும் மேற்பட்ட வேறு சிலருக்கும் அனுப்பினான். அவ்வாறு கிடைக்கப்பெற்ற மின்-அஞ்சலிலிருந்து மாதுரி அவனுடைய முகவரியைப் பெற்றாள்.

நான்கு மாடிகளைக் கொண்ட ஒரு பழைய அடுக்குமாடிக் கட்டிடத் தொகுப்புக்குமுன் அந்த வண்டி நின்றது. அவளுடைய அத்தை அவளுக்காகக் காத்திருந்தாள். சிரித்த முகத்துடன் அவளை வாழ்த்தி வரவேற்க வெளியில் வந்தாள். அத்தை, அவளைப் பார்த்ததில் உண்மையாகவே மகிழ்ச்சியடைந்தாள் என்பதை மாதுரி உணர்ந்தாள். அவளுடைய மாமா மாலைநேர உலாவலுக்குச் சென்றிருந்தார்.

மாதுரி, முகம், கை, கால்களைக் கழுவியபின், உணவிருக் கையில் அவளுடைய அத்தையுடன் அமர்ந்தாள். இருவரும் அதையும் இதையும் என அனைத்தையும் பேசிக் கொண்டிருந்தனர். அவள், அத்தைக்காக, அம்மாவால் கொடுக்கப்பட்ட, வீட்டில் செய்யப்பட்ட பல்வேறு வகையான தின்பண்டங்களைத் தன்னுடைய பையில் இருந்து வெளியில் எடுத்துக் கொடுத்தாள். மாதுரி, சமையல்காரியை அரைநாள் விடுப்பில் அனுப்பச் செய்துவிட்டு, இரவு உணவுக்கான சமையல் வேலைகளைத் தானே செய்ய முன்வந்தாள். மாதுரி குழம்பு வைப்பதற்காகக் காய்கறிகளை நறுக்கிக்கொண்டிருந்தபோது, அவளுடைய அம்மாவுக்கு, அவள் காப்பாக வந்துவிட்டாள் என்பதைச் சொல்ல அத்தை தொலைபேசியில் அவளுடைய அம்மாவை அழைத்தாள். 'அவள் இங்குத் தங்குவதால், அங்குத் தனியாகச் சமாளிக்க உனக்குக் கடினமாக இருக்கும் அல்லவா?' என்று கேட்டாள்.

'இல்லை... இல்லை' என்று அம்மாவின் குரல் மறுமுனையில் இருந்து கேட்டது. 'எனக்கு எந்தச் சிக்கலும் இல்லை. அவள் அவளுடைய அப்பாவின் வேலையைப் பெறுவதற்கு தொடர்ந்து முயற்சிக்க வேண்டும். அவள் சில காலம் தில்லியில் தங்கியிருந்து எல்லாவற்றையும் கவனிக்காவிட்டால் அது நடக்காது.' என்றாள் அவளுடைய அம்மா.

இரவு உணவுண்ணும்போது, அவளுடைய அத்தை, அவளுடைய புதிய வேலை, பணியிடம், அதற்கான ஊதியம் ஆகியவற்றை விவரமாகக் கேட்டார். அதற்கு, மாதுரி 'இன்னும் வேலைக்குத் தேர்ந்தெடுக்கப்படவில்லை' என்றாள். சில நாள்களுக்குப் பின்னர் நேர்காணல் நடக்க இருந்தது.

மாதுரி படுக்கையிலிருந்து விழித்தெழுந்தாள். அவள் தலைக்குமேல் நேராகச் சுற்றிக்கொண்டிருந்த மின்விசிறியைப் பார்த்தாள். அவள் மனம் முரண்பட்ட சிந்தனைகளுடன் ஒழுங்கற்ற நிலையில் ஓடிக்கொண்டிருந்தது.

அம்மாவைத் தனியாக அங்கே விட்டுவிட்டு, தான் மட்டும் தில்லிக்கு வந்தது சரியான முடிவா? என்று உறுதியற்ற நிலையில் அவள் சிந்தித்தாள். தில்லியில், அவளுடைய அப்பா பணிபுரிந்த நிறுவனத்தின் தலைமையகத்தை அணுகி இறந்துபோன அப்பாவின் வேலையை அவளுக்கு வாங்க அவளேதான் முயற்சிக்க வேண்டும். அம்மாவைச் சமாதானப்படுத்த இந்த ஒரு காரணம் போதும். மாதுரி அந்த வேலைக்கான பணியாணையைப் பெற்றுப் பணியில் அமரவேண்டும் என்பதில் அவளுடைய அம்மா மிகுந்த ஆர்வமுடன் இருந்தார் என்பதை அவள் அறிந்திருந்தாள். அது ஒரு நடுவண் அரசு வேலை. அது அவளுடைய மகளின் எதிர்கால வாழ்க்கையை உறுதிப்படுத்தும் என்று நம்பினாள்.

'என்னால் சமாளிக்க முடியும் என எண்ணுகிறேன். தேவை ஏற்பட்டால், அக்கம்பக்கத்தில் வசிக்கும் குடும்பத்தினரின் உதவியை நாடிக் கொள்கிறேன். அப்படி எதுவும் சிக்கல் வராதுன்னு நினைக்கிறேன்' என்று மாதுரிக்கு அவள் அம்மா உறுதியளித்தாள்.

அப்பா, கஜ்பதி நகரில் ஒரு சிறிய வீட்டைக் கட்டியிருந்தார். நீண்ட காலத்துக்குப் பின்னர், அப்பா இறந்த பிறகு, அப்பா இறந்ததற்கு ஈடாகக் கிடைத்த தொகையில் அந்த வீட்டின் மேலே

இன்னொரு சிறிய பகுதியை அம்மா கட்டியிருந்தாள். அவளும் அம்மாவும் புதிதாகக் கட்டப்பட்ட மேல்தள வீட்டில் இருந்தனர். அவர்கள் தரைத்தளத்தை வாடகைக்கு விட்டனர். வீட்டுவேலை செய்பவள் தன் குடும்பத்துடன் கொல்லைப்புறத்தில் கட்டப்பட்டிருந்த 'கல்நார்' கூரை வேய்ந்த வீட்டில் வசித்துவந்தாள். கடந்த காலங்களில் மாதுரியும் அவளுடைய அம்மாவும் ஒன்றாக வசித்தபோது, ஒருவர் இன்னொருவருடைய தேவையை அறிந்திருந்தனர். அவர்கள் ஒருவருக்காக ஒருவர் வாழக் கற்றுக்கொண்டார்கள்.

அவளுக்குத் தனியாக வாழ்வதில் எந்தச் சிக்கலும் இல்லை என்று ஒரேயடியாகச் சொல்லிவிட முடியாது. ஆனால், மாதுரியின் அம்மா, அவளுடைய மகளின் திட்டத்தை ஒப்புக்கொண்டிருந்தார்.

இதில், ஒரு முடிவெடுப்பது என்பது மாதுரிக்கு அவ்வளவு எளிதானதாக இருக்கவில்லை. அவளும், அவர்களுடைய சிறிய வீட்டில் வாழ்வதற்கும், அங்கிருந்து மூன்று 'கிலோமீட்டர்' தொலைவில் உள்ள தான் ஆசிரியையாகப் பணியாற்றும் பள்ளிக்குச் சென்றுவருவதற்கும் இடையிலான எல்லைக்குள் வாழப் பழகியிருந்தாள். இதில் எந்தவொரு மாற்றமும் நிகழும் என்று அவள் எப்போதும் நினைத்ததில்லை.

ஆனால், எதிர்பாராத நிகழ்வுகள் சில நிகழ்ந்ததால், அவள் தில்லிக்கு வரவேண்டிய கட்டாயத்துக்குத் தள்ளப்பட்டாள்.

அவள் படுக்கையில் படுத்திருந்தாள். அவளுக்குத் தூக்கம் வரவில்லை. மாதுரியின் எண்ணங்கள் மெல்லமெல்லப் பின்னோக்கி வெகுதூரம் சென்றன. அவளுடைய நெருக்கமான நல்ல தோழி லேடிகாவுடன் பழகிய மகிழ்ச்சியான நாள்கள் அவளுடைய நினைவுக்கு வந்து பளிச்சிட்டன. பானா அத்தையின் மகள்தான் லேடிகா. சுமு பாய் அவளுடைய மூத்த அண்ணன். இவளுக்கு நான்கு ஆண்டுகள் மூத்தவன். மாதுரியும் லேடிகாவும் ஒன்றாக ஒரே பள்ளியில், ஒரே கல்லூரியில் படித்தவர்கள். இருவரும் முதுகலைப் பட்டத்தை ஒரே பல்கலைக்கழகத்தில் பெற்றவர்கள். இருவரும் நாளின் சிறந்த நேரங்களை ஒன்றாகக் கழித்தவர்கள். இவர்களுடைய நட்பைப் பார்த்துப் பள்ளியிலும் கல்லூரியிலும் மற்றவர்கள் பொறாமைப்பட்டனர். மேலும், இருவரும் ஒரே ஆண்டில் திருமணம் செய்துகொண்டனர்.

ஒருவர் மற்றவர்க்காக வாழ்வதுபோல், லேடிகாவுக்கும் அவளுடைய அண்ணன் சுமு பாய்க்கும் இடையில் இறுக்கமான அன்புப் பிணைப்பு இருந்தது. சுமு பாய்க்குக் கணிதப் பாடம் நன்றாகத் தெரியும். அவன் லேடிகாவுக்கும் அவளுக்கும் கணிதப் பாடத்தைக் கற்றுத் தந்தான். மாதுரிக்குக் கணக்கு நன்றாக வராது. 'அடி கழுதை...' என்று மாதுரியைக் கிண்டல் செய்வான். மேலும் அவளுடைய குதிரைவால் சடையைப் பிடித்து இழுப்பான்.

அந்த நாளில், மாதுரி மதுமலாட்டி என்னும் படர்கொடியின் பக்கத்தில் நின்று கொண்டிருந்தாள். யாரோ நெருக்கமாக இருப்பதுபோல் உணர்வெழச் சட்டெனத் திரும்பிப்பார்த்து வியப்படைந்தாள். அங்கே சுமு பாய் நின்றுகொண்டிருந்தான். அவளுடைய விழிகளில் புதியதாக ஓர் ஒளி மின்னியது. 'சுமு பாய் என்ன இது?' என்று சற்றுக் குழப்பத்துடன் கேட்டாள்.

'ஒன்றுமில்லை' என்று சற்றுத் தடுமாற்றத்துடன் சுமு பாய் சொன்னான். 'சிரிக்கும்போது நீ, அழகாக இருக்கிறாய், அத்தகைய புன்முறுவல் உன்னுடையது' சற்றுநேரத் தயக்கத்துக்குப் பின் சிரித்துக்கொண்டே சொன்னான்.

அவளுடைய காதுகளின் பின்புறம் சட்டென்று சூடாவதை மாதுரி உணர்ந்தாள். அவள் அங்கிருந்த மதுமலாட்டிப் படர்கொடிகளைத் தன் கைகளால் இறுகப் பற்றிக்கொண்டாள்.

சுமு பாய், அவனுடைய தங்கை லேடிகாவுக்குப் பொருத்தமான இணையைத் தேர்ந்தெடுத்திருந்தான். அவர் அமெரிக்காவை வாழிடமாகக் கொண்டவர். திருமணத்திற்குப் பிறகு, லேடிகா அமெரிக்கா சென்றாள். அங்கே அவள் அவளுடைய கணவன் மற்றும் இரண்டு குழந்தைகளுடன் மகிழ்ச்சியாக வாழ்ந்துவந்தாள் என்று பானா அத்தை மாதுரியிடம் அடிக்கடிச் சொல்வாள். தோழிகள் இருவரும் ஒரே ஆண்டில் அதாவது 1999ஆம் ஆண்டு திருமணம் செய்துகொண்டனர். 'அடுத்த ஆண்டு வரை நீங்கள் காத்திருக்கவேண்டும்' என்று சுமு பாய் குறிப்பிடுவான். அப்படிக் காத்திருந்தால் அது (ஆயிரங்காலத்துப் பயிராக) ஆயிரம் ஆண்டுத் திருமணமாக இருந்திருக்கும்'.

அவளுடைய திருமண நாளுக்கு முந்தைய நாள், மாதுரி சுமு பாயை நேருக்குநேர் சந்தித்தாள்.

'இவ்வளவு விரைவாகத் திருமணம் செய்துகொள்வது ஏன்?' என்று அவன் கிண்டலாகக் கேட்டான். 'நீ எனக்குச் சொல்லியிருக்க வேண்டும். நான் லேடிகாவுக்குப் பார்த்ததுபோல், உனக்கும் பொருத்தமான மாப்பிள்ளையைப் பார்த்திருப்பேன்' என்றான். சுமு பாயின் சொற்களில் ஏதோ இடரடைந்த ஏமாற்றம் இருந்ததா? அல்லது அந்தச் சொற்கள் விளையாட்டுத்தனமாக வந்தனவா?' என்று மாதுரியால் உறுதிப்படுத்த முடியவில்லை.

'ஆனால், அப்படி ஒருத்தரைக் கண்டுபிடிக்க வேண்டும் என நீங்கள் எப்போதும் கவலைப்பட்டதில்லை, இல்லையா?' என்று அவன்மீது திருப்பி அன்பாகக் குற்றஞ்சாட்டும் தொனியில் கேட்டாள்.

மாதுரியின் திருமண வாழ்க்கை லேடிகாவின் திருமண வாழ்க்கையைப் போன்று அமையவில்லை. பெருந்துன்பமாக அமைந்துவிட்டது. அவளுடைய கணவன், ஒரு வழக்குரைஞர், அவருடைய விருப்பத்துக்கு மாறாக இவளைத் திருமணம் செய்திருந்தார். இதனை மாதுரி திருமணம் நடந்தபின் விரைவில் தெரிந்துகொண்டாள். இரண்டு மாதங்களுக்குப்பின்னர், அவள் வீட்டுக்குத் திரும்பிவிட்டாள். சட்டப்படி மணமுறிவு கேட்டு வழக்குத் தொடுத்தாள். அவளுடைய உறவுக்காரப் பெரியவர்களும், அவளுடைய நலம் விரும்பிகளும் கண்மூடித்தனமாக அவள் எடுத்த முடிவைத் தடுக்க முயன்றனர். ஆனால், மாதுரிக்கு முறிந்துபோன உறவில் ஒட்டிக்கொண்டிருக்கவோ அல்லது வாழ்வதுபோல் பொய்யாக நடிக்கவோ விருப்பமில்லை.

இந்தச் சின்ன கசப்பான வாழ்வியல் நகர்வுக்குப்பின், மாதுரியின் அப்பா மாரடைப்பால் மரணமடைந்தார்.

லேடிகா, திருமணத்துக்குப்பின் ஒருமுறை கூட ஒடிசாவுக்கு வரவில்லை. அவளுடைய நிழற்படத்தையும், அவளின் குடும்பப் படங்களையும் பானா அத்தை மாதுரிக்குக் காட்டினார். அந்த நேரங்களில் லேடிகாவும் மாதுரியும் காணொளி மூலம் பேசிக் கொண்டனர். 'என் கணவருக்கு விடுமுறை கிடைக்காத காரணத்தால் இந்தியாவுக்கு வர முடியவில்லை' என்று லேடிகா சொன்னாள். லேடிகாவுக்கு மகன் பிறந்தபோது, ஒருமுறை பானா அத்தையும் மாமாவும் அவளைப் பார்க்கச் சென்றிருந்தனர். அதே பயணத்தின்போது, இருவரும் சுமு பாய் வீட்டிலும் சில நாள்கள் தங்கியிருந்தனர். லேடிகா மகிழ்ச்சியாக இருந்தாள். அவளுடைய

திருமண வாழ்க்கை நல்லபடியாக அமைந்திருந்தது. ஆனால், மாதுரியின் வாழ்க்கையில் அனைத்தும் தலைகீழாக நடந்தன. ஆனால், அவளுடைய அப்பாவின் மரணத்தைவிட, அவள் பெற்ற மணமுறிவு அவளை பெரிய அளவில் மனக்கலக்கம் அடையச் செய்யவில்லை.

இன்னொரு நாள், 'மிகுந்த முயற்சிக்குப்பின் சுமுவை நான் ஒப்புக்கொள்ள வைத்தேன்' என்றாள் பானு மாசி. அவன் மிகுந்த தயக்கத்துக்குப்பின் திருமணம் செய்துகொள்ள ஒப்புக்கொண்டான். இவைதாம் அவனுக்காகப் பார்க்கப்பட்ட சில மணப் பெண்களின் படங்கள்' என்று கூறிய பானா அத்தை, அழகான பெண்களின் நிழற்படக் கட்டைப் பிரித்துக்காட்டினாள். 'அந்தப் பெண்களின் பிறப்புக் குறிப்புகளும் சுமுவுடைய பிறப்புக் குறிப்புகளுடன் பொருத்தமாக உள்ளன. இவற்றைப் பார்த்தால், அவன் எப்படி நடந்துகொள்வான் என்று எனக்குத் தெரியவில்லை. அந்தக் கடமையை உன்னிடம் ஒப்படைக்கிறேன். நீ இந்தப் படங்களை அவனிடம் காட்டி, அவனுக்குப் பிடித்த பெண்ணைத் தேர்ந்தெடுக்கச் சொல்' என்றாள்.

லேடிகாவின் திருமணத்துக்குப் பின்னும் அவளுடைய அப்பாவின் திடீர் மரணத்துக்குப் பின்னும் லேடிகா குடும்பத் தினருடனான மாதுரியின் உறவு மிகவும் நெருக்கமாக வளர்ந்தது. மாதுரி அடிக்கடி பானா அத்தையின் வீட்டுக்குச் சென்றாள். சில நேரங்களில் தனியாகவும், இன்னும் சில நேரங்களில் அம்மாவுடனும் சென்றாள். லேடிகாவும், சுமுவும் இல்லாதபோதிலும், ஒவ்வோராண்டும் அவர்களுடைய பிறந்த நாள்களைப் பானா அத்தையின் வீட்டில் அவர்கள் கொண்டினார்கள். கடந்த ஆண்டுகளில், அவளுடைய மணமுறிவு மற்றும் அவளுடைய அப்பாவின் மரணத்துக்குப் பின் மாதுரி, லேடிகா குடும்பத்தில் ஒருத்தி என்பதையும் தாண்டி உயர்ந்திருந்தார்.

எனவே, அவளுடைய மகனைச் சமாதானப்படுத்தி மகனிடமிருந்து திருமணத்துக்கு ஒப்புக்கொள்ள வைக்கும் பொறுப்பைப் பானா அத்தை மாதுரியிடம் ஒப்படைத்தாள்.

'சுமு பாய் இந்தியாவுக்குக் கடைசியாக எப்போது வந்தார்?'

'நான்கு ஆண்டுகள் இருக்கலாம். நான்கு ஆண்டுகளுக்கு முன் இந்தியாவில் நடந்த லேடிகாவின் திருமண விழாவின் போது வந்தான்'.

சுமுபாய் வருவதற்கு முந்தைய நாள் மாலையில், மீண்டும் ஒருமுறை மணப்பெண்ணைத் தேர்ந்தெடுப்பதற்காகப் பெறப்பட்ட பெண்களின் நிழற்படங்களைப் பானா அத்தை மாதுரியிடம் காட்டி 'இதில், உனக்குப் பிடித்த பெண்ணைத் தேர்ந்தெடு' என்று சொன்னாள்.

எல்லாப் பெண்களும், அழகும், நேர்த்தியான அறிவு மிக்கவர்களாகவும், குடும்பப் பாங்கான தோற்றம் உடையவர் களாகவும் மாதுரியின் கண்களுக்குத் தோன்றினார்கள். 'இந்தப் பெண்களில் சிறந்த பொருத்தமான ஒருத்தியைத் தேர்ந்தெடுப்பது என்பது அவ்வளவு எளிதான செயல் இல்லை அத்தை' என்றாள் மாதுரி. சுமு பாயிடமே இந்தத் தேர்ந்தெடுப்பு வேலையை விட்டுவிடுங்கள். அவன்தான் இறுதி முடிவெடுக்க வேண்டும்' என்று சொல்லிப் படங்களை அத்தையிடம் திருப்பிக் கொடுத்தாள்.

அடுத்த நாள் சுமு பாய் வந்தார்.

அவன் வந்து இரண்டு நாள்கள் சென்றபின்னர், மாதுரி பானா அத்தையின் வீட்டுக்குச் சென்றாள். சுமுபாய், விண்-பயணக் களைப்பைப் போக்கவும், இந்தியாவின் நேரத்துக்கு ஏற்பத் தன்னைச் சரிப்படுத்திக் கொள்ளவும் ஒருநாள் முழுக்கத் தூங்குவான் என்பது அவளுக்குத் தெரியும்.

மாதுரி பானா அத்தையின் வீட்டுக்குச் சென்ற நேரத்தில், சுமுபாய் முன்னறையில் அமர்ந்திருந்தான்.

'எங்கள் வீட்டை விண்ணுலகத் தேவர் இந்திரனின் அரண்மனையைப் போல் அலங்கரித்தாய் என்று நான் கேள்விப்பட்டேன். மேலும், இரண்டு நாள்களாக இந்தப் பக்கம் முகம்காட்டவில்லையே' என்று அவனுடைய இதழ்களில் குறும்புச் சிரிப்புத் தவழக் கேட்டான்.

அவன் உள்ளே சென்று கையில் ஒரு பெரிய பையை எடுத்து வந்தான். அந்தப் பையை அவளிடம் கொடுத்து, 'இங்கே பார்... மாது, இது உனக்கு' என்றான்.

'இது என்ன?'

'கொஞ்சம் நறுமண நீர்மப் பொருள்கள், ஒப்பனைப் பொருள்கள் மற்றும் சாக்லேட்டுகள்' என்றான்.

மாலை நேரத்தில் அவர்கள் ஒன்றாக அமர்ந்து தேநீர் அருந்திக் கொண்டிருந்தபோது, 'மாது செல்லம், எந்தப் பெண் பிடித்திருக்கிறாள் என்று அவனிடம் கேள்' என்று பானா அத்தை மாதுரியிடம் சொன்னாள்.

அதற்கு, 'இது குறித்து அவனிடம் பேசிவிட்டீர்களா? அந்தப் பெண்களின் படங்களைக் காட்டிவிட்டீர்களா?' மாதுரி தெரிந்துகொள்ள வேண்டிக் கேட்டாள்.

'ஆமாம், அவன் படிக்கின்ற மேசையின் மீது படங்களை வைத்துவிட்டேன்'.

'சரி, நான் பார்த்துக்கொள்கிறேன்' என்றவாறு மாதுரி சுமு பாயின் அறைக்குச் சென்றாள்.

அவன் ஓர் இதழின் பக்கங்களைத் திருப்பிக் கொண்டிருந்தான்.

'என்னுடைய அறை அப்படியே இருக்கிறது, துளி மாற்றம் கூட இல்லை. எல்லாப் புகழும் உனக்கே' என்று சொன்ன அவன், மாதுரியைப் பாராட்டும் வகையில் பார்த்தான்.

'உங்களுடைய வருங்கால மனைவி, வரும்போது, இதைவிடச் சிறப்பாக ஒழுங்குபடுத்தி வைத்துக் கொள்வாள்' என்று புன்னகையினூடே சொன்னாள்.

'வா, வந்து உட்கார், வீணாகப் பேசாதே' என்று சற்று எரிச்சலுடன் சொன்னான்.

'இது வீண் பேச்சல்ல... முக்கியமானது' என்றாள்.

அதற்கு, மேசை மீது கிடந்த படங்களைக் காட்டி, 'இதிலிருந்து, எந்த ஒன்றையும் தேர்ந்தெடுக்க எனக்கு விருப்பம் கிடையாது' என்றான் சுமு பாய்.

'ஆனால், நீ கண்டிப்பாக...' அவள் முடிக்கவில்லை அதற்குள்,

'இதுகுறித்துப் பிறகு பேசலாம். இப்போது, சொல் நீ எப்படி இருக்கிறாய்?' என்று கேட்டு அந்தப் பேச்சைத் தவிர்த்தான்.

அத்தையும் மாமாவும் அவனுக்குத் திருமணம் செய்து வைப்பதில் மிகுந்த ஆர்வத்துடன் இருந்தனர். ஆனால், சுமு பாய்

திருமணப் பேச்செடுக்கும் போதெல்லாம் அதனைத் தவிர்த்து நழுவினான். அவன் அமெரிக்காவுக்குச் செல்லும் நாள் நெருங்கிக் கொண்டிருந்தது.

நாளின் பெரும்பாலான நேரங்களை மாதுரி, பானா அத்தையின் வீட்டில் கழித்தாள். மாலையில் சுமு பாய் அவளை அவள் வீட்டில் கொண்டுவந்து விட்டான். இது ஒவ்வொரு நாளும் நடக்கும் வழக்கமான ஒன்றாகி விட்டது. அத்தையும் மாமாவும், சுமு பாயும் கூட அவள் அவர்கள் வீட்டில் அவர்களுடன் நீண்ட நேரம் இருக்கவேண்டும் என்று விரும்புகிறார்கள் என்பதை மாதுரியால் உணர முடிந்தது. அவள் மீதும், அவளுடைய விருப்பத்தின்மீதும் சுமு பாய் காட்டிய அக்கறை அவளை அவன்மீது காதல் கொள்ளச் செய்தது. சுமு பாய் விரைவில் அமெரிக்கா செல்லவிருப்பதால், இந்த மகிழ்ச்சி நீண்ட நாள்கள் நீடிக்காது என்பது மாதுரிக்குத் தெரியும். அவளுடைய மகிழ்ச்சியான எண்ணங்களின் எல்லையைத் தகர்க்கும்வண்ணம், இருண்ட நிழல்போல வாழ்வின் இயல்புத் தன்மை மிகப்பெரியதாக அச்சமூட்டும் வகையில் இருந்தது.

'நீ குறுநகை செய்யும்போது மிக அழகாக இனிமை யானவளாக இருக்கிறாய்!...'

'சிவப்பு வண்ணம் உனக்கு மிகவும் கச்சிதமாக, அழகாகப் பொருந்துகிறது. நீ மென்மையான பொன்வண்டுபோல் இருக்கிறாய்...!'

'இனிமையானவற்றை எல்லாம் எனக்கு ஏன் கொடுக்கிறாய், உனக்காகக் கொஞ்சம் வைத்துக்கொள்!'

'எப்படி என்னால் திருமணம் செய்துகொள்ள முடியும்? உன்னைப்போல் ஒருத்திக்கு நான் எங்கே போவேன்?

இதுபோன்று, பல்வேறு கட்டங்களில், பல்வேறு நிகழ்வுகளில் சுமு பாயால் அங்கொன்றும் இங்கொன்றுமாகப் பேசப்பட்ட சொல் துளிகளை இணைத்துப் பார்க்க மாதுரி முயன்றாள். ஒரு களிப்பூட்டும் உள்ளார்ந்த நெருக்கம் ஓர் இழைபோல் நீண்டுகொண்டே சென்றது. மாதுரி வியந்துபோனாள். நீண்டுகொண்டே போகும் அந்த இழையின் முடிவில் என்னதான் இருக்கும் என்பதை அறிந்துகொள்ள வேண்டும் என்ற வேட்கையால்

உந்தப்பட்டாள். ஒருமுறைக்குப் பலமுறை இந்தக் கேள்வியை அவள் தனக்குள் கேட்டுக்கொண்டாள். ஆனால், அதற்கான விடை உண்மையிலே அவளுக்குத் தேவையா? என்பதை அவளால் உறுதியாக உணரமுடியவில்லை.

அவர்கள் ஒரு திரைப்படத்துக்குச் சென்றிருந்தபோது, ஒரு காதல் பாட்டுக் குறுவட்டை வாங்கி வந்திருந்தனர். அமெரிக்காவில் இருந்து கொண்டுவந்திருந்த குறுவட்டுப் பாடற்பொறியில் அந்தக் குறுவட்டைச் சுமு பாய் செருகினான். இருவரும் அமைதியாக அமர்ந்து, காதல் உணர்வைத் தூண்டும், அந்தக் காதல் பாடலின், திரும்பத் திரும்ப வரும் எடுப்பு வரிகளைக் கேட்டுக் கொண்டிருந்தனர். அனிச்சைச் செயலாக மாதுரி சுமு பாயைத் திரும்பிப் பார்த்தாள். அவன் கண்கள் அவள் முகத்தின் மீது நிலைகுத்தியிருந்தன. அவற்றில், ஆழமான நோக்கம் நிறைந்திருந்தது. ஒரு சிறிய, உடைந்த கணநேரத்தில் இருவரின் கண்களும் ஒன்றையொன்று கவ்விக்கொண்டன. மாதுரியின் கண்கள் தன்னியலாகக் கீழ்நோக்கிப் பார்த்தன. அவளுள் ஒரு புதிய அதிர்வு ஓடியது.

அது ஏதோ, முன் எப்போதும் அவள் நுகர்ந்திடாத ஒன்று.

'இதுதான் காதலா? அவள் வியந்தாள்.

அவள் சுமு பாய் மீது காதல் வயப்பட்டுள்ளாளா? அவள் அச்சமுற்று அந்தக் கேள்வியிலிருந்து விலகி நின்றாள். ஆனால், இன்னமும் அந்தப் பேரானந்த மயக்கத்திலேயே கிடந்தாள்.

அந்த இரவில் அவன் அவளை அவளுடைய வீட்டுக்குக் கொண்டுசெல்லும் வழியில் அவளுடைய வலக்கையை இறுகப் பற்றினான். 'நாளை அம்மாவும் அப்பாவும் ஒரு திருமணத்தில் கலந்துகொள்ள ஊருக்குச் செல்கிறார்கள்' என்று அவனுடைய கட்டை விரலால் அவளுடைய உள்ளங்கையை வருடிக்கொண்டே மெதுவாகச் சொன்னான். 'நாளைக்கு உன்னால் வர முடியாதா? நீ இல்லையென்றால், நான் ரொம்பத் தனிமையாக இருப்பதாக உணர்வேன்' என்றான். கரகரப்பாகவும், அழுத்தமாகவும் இருந்த அவனுடைய அந்தக் குரல் அவளுக்குப் புதியதாகத் தோன்றியது.

அது, யாரோ ஒரு வாளி நிறைய குளிர்ந்த நீரை அவள்மீது ஊற்றியதுபோல் இருந்தது. அவள் உச்சி முதல் உள்ளங்கால்

வரை நனைந்துகொண்டிருந்தாள். மேலும், மாதுரி அவளுக்குள் அச்சப்பட்டாள்.

அடுத்த இரண்டு நாள்கள் சுமு பாயின் பெற்றோர் ஊரிலேயே தங்கிவிட்டனர். அந்த இரண்டு நாள்களும் மாதுரி சுமு பாயுடன் தங்கியிருந்தாள். அந்த இரண்டு நாள்களில், அவளுக்கும் சுமு பாயிக்கும் இடையில் என்ன நடந்ததோ அது தவிர்க்க முடியாதது என்று மாதுரி நினைத்தாள். இதில் இயற்கைக்கு முரணானது அல்லது இயற்கையை மீறியது என ஒன்றும் இல்லை. கடைசியில் இப்படித்தான் நடக்கும் என்பது மாதுரிக்குத் தெரியும். அவர்களுக்கிடையே அதிகரித்த ஈர்ப்பினால் ஏற்பட்ட வெளிப்படையான விளைவுதான் இது.

அது சின்னதோ அல்லது பெரியதோ, சுமு பாய் தொடர்புடைய எதுவானாலும் அனைத்தையும் மாதுரி விரும்பத் தொடங்கினாள். அவன் அமர்கின்ற இருக்கை, அவன் படிக்கின்ற நூல்கள், அவனுடைய பணப்பை, அவன் வீட்டில் அணிகின்ற காலணிகள், தேநீர் அருந்தும்போது அவன் உதடுகளால் சுவைக்கின்ற தேநீர்க் கோப்பை, படுக்கையறைச் சுவரில் தொங்கவிடப்பட்டுள்ள பழைய பூப்பந்து மட்டை ஆகிய இவையனைத்தும் அவளுக்குத் தனித்துவம் மிக்கவை. அவை அவளுக்குச் சிறப்பானவை, ஏனெனில், அவை அவனால் தொடப்பட்டவை, அவனால் பயன்படுத்தப்பட்டவை, ஆகையால் அவற்றில் சுமு பாயின் ஏதோ ஒன்று இருக்கின்றது.

இதன்பின்னர், சுமு பாய் காதலைச் சொல்வான் என மாதுரி எதிர்பார்த்திருந்தாள். அவனுடைய வாழ்க்கைத் துணையாக, அவளைப் போல ஒரு பெண் வேண்டும் என்று அவன் அடிக்கடிச் சொல்லி வந்திருக்கிறான். ஆனால், அதைப்போல் எதையும் அவன் செய்யவில்லை. அவன் இப்போதைக்குத் திருமணம் வேண்டாம் என்று அவனுடைய பெற்றோருக்குத் தெரியப்படுத்தினான். அப்படியென்றால், இதற்கு என்ன பொருள்? மாதுரி திகைத்துப் போனாள். சுமு பாய் தன்னை அழைத்து, 'என்னைத் திருமணம் செய்துகொள்ள உனக்கு விருப்பமா?' என்று கேட்பான் எனக் கடைசி வரை மாதுரி காத்திருந்தாள். அவன் கேட்பான் என நம்பிக்கையின்றி ஏங்கிக் கொண்டிருந்தாள். ஆனால், அதைப்பற்றி ஒரு கேள்வியைக் கூடச் சுமு பாய் அவளிடம் கேட்கவில்லை. மேலும், கடைசியில், ஒரு நாள் அவன் அமெரிக்காவுக்குப் பறந்துவிட்டான்.

அமெரிக்காவுக்குத் திரும்பிய ஆறு மாதங்களுக்குப் பின், சுமு பாய் அவளை அழைத்து, இந்திய மரபு அமெரிக்கப் பெண்ணை அங்கேயே திருமணம் செய்துகொண்டதாகத் தெரிவித்தான்.

தில்லியில், கம்லா நகரில் உள்ள மழலையர் பள்ளியில் வேலைக்கான நேர்காணலுக்கு இன்னும் ஐந்து நாள்களே இருந்தன. அத்தை வீட்டுக்குப் பக்கத்தில் இருந்த முடிதிருத்தகத்திற்கு முடிதிருத்தம் செய்துகொள்வதற்காக மாதுரி சென்றாள். அங்கே அவளுடைய நீண்ட கூந்தலை வெட்டிச் சிறியதாகச் சுருக்கிக் கொண்டாள். மேலும், முடியின் வண்ணத்தைப் பழுப்பு வண்ணமாக மாற்றிக்கொண்டாள். அவள் முகப்பொலிவு செய்து கொண்டாள். அவள் அவளுக்காக, சில 'ஜீன்ஸ்' கால்சட்டைகளையும், மேல்சட்டைகள் மற்றும் சட்டைகளையும் வாங்கிக் கொண்டாள். இவளுடைய புதிய தோற்றத்தைக் கண்டு வியந்து போனாள் அத்தை. ஆனால், இதுகுறித்து எந்தக் கருத்தையும் அவள் தெரிவிக்கவில்லை. தில்லியில் உள்ள இடங்களின் நிலத்தியல் நிலைப்பாடுகளைக் கண்டறியும் வகையில், 'ஜிபிஆர்எஸ்' பொருத்தப்பட்ட கைப்பேசி அட்டையை வாங்கித் தன்னுடைய கைப்பேசியில் பொருத்திக் கொண்டாள். அவளைக் கண்ணாடியில் அவளே பார்த்துக்கொண்டாள். ஒரு சிறிய கண நேரத்தில் அவளை அவளாலேயே அடையாளங்கண்டு கொள்ள முடியவில்லை.

அவள் ஒரு 'ஆட்டோவை' வாடகைக்கு அமர்த்திக்கொண்டு, ஓட்டுநரிடம் 'சாகேட்' செல்ல முகவரியைக் கொடுத்தாள். சுமு பாய் வசிக்கின்ற அடுக்ககத்தின் மிக அருகில் இறங்கிக்கொண்டாள். சிறிதுதூரம் நடந்து அங்கே சென்றாள். அவளுடைய புதிய தோற்றத்தில் அவள் யார் என்பதை எவரும் அறிந்திருக்க மாட்டார்கள் என்று நிம்மதியடைந்தபோதிலும், ஒரு சின்ன உடல்நலமின்மையை அவள் உணர்ந்தாள். கட்டிடத்தின் நுழைவாயிலில் அவள் நின்றாள். அதுதானா? என்ற ஒரு சின்ன ஐயப்பாட்டினை உணர்ந்தாள். ஒரு முறைக்குப் பலமுறை மேலனுப்பம் செய்யப்பட்ட மின்-அஞ்சலில் இருந்த முகவரியைச் சரிபார்த்தாள். அந்த அடுக்ககத்தின் நான்காம் தளத்தில் சுமு பாய் வசிப்பதைத் தெரிந்துகொண்டாள்.

அவளை நோக்கி வந்த வாயிற்காவலர், 'எங்கே போக வேண்டும்?' என்று கேட்டார். அவள், முதன்மை நுழைவாயிலின்

வழியாகப் பாதுகாவலர் அமர்மேடைக்குச் சென்று சுமு பாயின் பெயரையும் அவன் வசிக்கும் வீட்டு (பிளாட்) எண்ணையும் கொடுத்தாள்.

காவலாளி, 'இதில் உங்களுடைய பெயரை எழுதுங்கள்' என்றவாறு ஒரு பதிவேட்டை இவள் பக்கம் தள்ளினான். 'நான், அந்த வீட்டில் உள்ளவரை அழைத்து, அவருடைய அனுமதியைப் பெறுகிறேன்' என்றவாறு உள்தொடர்பு-தொலைபேசியை எடுத்தான்.

மாதுரி, 'வேண்டாம்... வேண்டாம்' என்று அவனைச் சற்று வேகமாகத் தடுத்தாள். அந்தக் காவலாளி அவளை ஒருமாதிரியாகப் பார்த்தான். 'அந்த வீட்டில் இப்போது யாரும் இல்லை, நான் கிளம்பும்போதுதான் பேசினேன். நான் இந்த முகவரி சரியானதுதானா? என்பதை அறிந்துகொள்ள வந்தேன். நான் இன்னொரு முறை வருகிறேன்' என்று சொல்லிவிட்டு, மாதுரி திரும்பி வேகமாக வாயிற்கதவைக் கடந்தாள். தடுமாற்றத்தில் அவளுடைய முகம் சிவந்திருந்தது. கடுமையான, ஐயப்பாட்டுடன் கூடிய அந்தக் காவலாளியின் பார்வை அவளுடைய முதுகைத் துளைப்பதை அவளால் உணர முடிந்தது.

அவள் முதன்மைச் சாலைக்கு வந்தாள். அவள், 'ஆட்டோ' ஒன்றைக் கைகாட்டி அழைத்தாள். 'ஆட்டோவில்' ஏறியவுடன்தான் அவளுக்குக் கொஞ்சம் நிம்மதியாக இருந்தது. அவள் கைப்பையில் இருந்த தண்ணீர்ப்புட்டியைத் திறந்து தாகம் தீரத் தண்ணீரைக் குடித்தாள்.

சுமு பாயைக் காவலாளி அழைத்திருந்தால் என்ன நடந்திருக்கும்? மாதுரி நடுக்கத்துடன் நினைத்துப் பார்த்தாள். அவன் வீட்டுக்கு, இவளுடைய திடீர் மற்றும் எதிர்பாராத வருகையை அவன் எப்படி எதிர்கொண்டிருப்பான்? அல்லது சுமு பாய் எங்காவது வெளியில் சென்றிருக்க, அவனின் மனைவி மட்டும் இருந்திருந்தால்? எப்படி அவன் மனைவியிடம் மாதுரி அவளை அறிமுகப்படுத்திக் கொண்டிருப்பாள்? ஒருவேளை, எந்தவித முன்அறிவிப்பும் இன்றி, அவனுடைய வீட்டுக்குச் செல்வது முறையானதாக இருக்காது. அவள் தலையை அசைத்துக் கொண்டாள். 'ஆட்டோ' ஓடிக்கொண்டிருந்தது. மாதுரி சாலையில் ஓடிக்கொண்டிருந்த உந்து வண்டிகள், சாலையின் இருபுறமும் இருந்த கடைகள் என எதையும் பார்க்கவில்லை. ஆறு மாடிகளைக் கொண்ட அடுக்ககத்தை மட்டும்

பார்த்தாள். அதன் சுற்றுச் சுவரின் உள்பகுதி வில்லோ மரங்களால் சூழப்பட்டிருந்தது. நான்காம் மாடியில் உள்ள சுமு பாயின் வீட்டு மாடத்தில் இருந்த துணிக்கொடியில் துணிகள் போடப்பட்டிருந்தனவா என்பதை நினைவுபடுத்த முயன்றாள். அவற்றில் சுமு பாயின் சட்டைகள் இருந்தனவா? இல்லை, ஒருவேளை இருந்திருக்கலாம். மாதுரியால் உறுதிப்படுத்த முடியவில்லை. அவள் விவரிக்க முடியாத இழப்பின் பிடியில் சிக்கியிருந்தாள்.

அவள் அத்தையின் வீட்டை அடைந்தபோது அவள் முழுமையாக வற்றிப்போய்விட்டதாக உணர்ந்தாள். அவள் உடையை மாற்றிக்கொண்டாள். முகம் கழுவிய பின் கட்டிலில் விழுந்தாள். அவளுக்கு ஒரு குவளை தேநீர் தேவைப்பட்டது. ஆனால், சமையலறைக்குச் சென்று தேநீர் போடத் தெம்பில்லாததை உணர்ந்தாள்.

‘நீ நேர்காணலுக்குச் செல்லவேண்டிய பள்ளி இருக்கும் இடத்தைக் கண்டறிந்துவிட்டாயா?’ கதவின் அருகில் இருந்து கொண்டு அவளுடைய அத்தை கேட்டாள். ஒரு தட்டில் ஒரு தேநீர்க் குவளையை வைத்துக்கொண்டு நின்றிருந்தாள்.

மாதுரி நிமிர்ந்து பார்த்து, ‘ஆமாம் பார்த்துவிட்டேன் அத்தை’ என்று சோர்வுடன் விடையளித்தாள்.

‘முதலில் இந்தத் தேநீரைக் குடி. தில்லி மற்றும் மாசு நிறைந்த நகரம். ஒரு சிறிய சுற்றுச் சுற்றிவந்தாலே போதும், யாராக இருந்தாலும் உடனே சோர்வடைந்துவிடுவார்கள்’ என்று சொல்லிவிட்டு, படுக்கையருகே இருந்த மேசையில் தேநீர்த் தட்டை வைத்துவிட்டு வெளியில் சென்றாள். மாதுரி அவளைத் தடுத்து நிறுத்தவில்லை. அவள் கொஞ்சநேரம் முழுமையான தனிமையில் இருக்க வேண்டியிருந்தது. சுமு பாயின் திருமணத்துக்குப்பின் வந்த நாள்களில், அவளுடைய எண்ணங்கள் பின்னோக்கிப் பயணித்தன. அந்தச் செய்தி, பானா அத்தை மற்றும் மாமாவை மோசமாக அதிர்ச்சியடையச் செய்தது. எப்போதெல்லாம், மாதுரி பானா அத்தையைச் சந்திக்கிறாளோ அப்போதெல்லாம் பானா அத்தை அழுதாள். ‘சுமுவைப் போல ஒரு பிள்ளை, இதுபோல் செய்வான் என்று நாங்கள் கனவில் கூட நினைத்துப் பார்க்கவில்லை’ என்றாள் அவள். சுமு பாய் தொலைபேசியில் அழைக்கும் போதெல்லாம்

திட்டித் தீர்த்தாள். 'இனிமேல் நீ எனக்குப் பிள்ளை இல்லை. இப்போதிருந்து உன்னுடைய அப்பாவும் அம்மாவும் செத்துட்டாங்கன்னு நினைத்துக்கொள். என்னுடைய வீட்டுக்கு இப்ப மட்டுமல்ல, எப்பவும் வராதே' என்றாள்.

அதன்பிறகு சுமு பாய் எப்போதும் வீட்டுக்கு வந்ததில்லை. மூன்று ஆண்டுகளுக்கு முன் லேடிகா சில நாள்கள் வந்துவிட்டுப் போனாள். மாதுரி அவளை நேரடியாகச் சந்தித்தது அதுதான் கடைசிமுறை. அவ்வப்போது, அவர்கள் மின்-அஞ்சல் மூலம் செய்திகளைப் பகிர்ந்துகொள்வதன் மூலம் தொடர்பில் இருந்தார்கள் அவ்வளவுதான். காலப்போக்கில், மின்-அஞ்சல் மூலம் தொடர்பு கொள்வதும் குறைந்துபோனது. கடந்த இரண்டு ஆண்டுகளில் பானா அத்தையின் வீட்டுக்கு மாதுரி ஒருமுறை கூடச் செல்லவில்லை. லேடிகா, சுமு பாய் மற்றும் அவர்களின் பெற்றோர் ஆகியோரின் நினைவில் கொஞ்சங்கொஞ்சமாக மறதி அடுக்கடுக்காய்ப் படிந்துவிட்டது.

அதற்குப் பின்னர் இந்த மின்-அஞ்சல்.

ஏன் லேடிகா சுமு பாயின் மின்-அஞ்சல் முகவரியை இவளுக்கு அனுப்பவேண்டும்? அவளுடைய இணைப்பில் உள்ள எல்லோருக்கும் இயல்பாக எப்போதும் மின்னஞ்சலைப் படியெடுத்து மேலனுப்பம் செய்வதுபோல், அவளுக்கும் அனுப்பி விட்டாளா? அல்லது இப்படி அனுப்புவதற்கு வேறு ஏதாவது காரணம் இருக்குமா? சுமு பாய் தன்னுடைய தில்லி முகவரியை மாதுரிக்கு அனுப்பச் சொல்லிக் கேட்டானா? பின்பு ஏன் லேடிகா, ஓராண்டு தொடர்பில்லாமல் இருந்துவிட்டு, இப்போது இந்த மின்-அஞ்சலை அனுப்பினாள்? மாதுரி ஓர் உணர்வுவயப்பட்ட அச்சத்துக்கு ஆட்பட்டாள்.

சுமு பாயின் அமெரிக்க மனைவியைப் பானா அத்தை அல்லும் பகலும் திட்டித்தீர்த்தாள். 'அவள் என் மகனுக்கு ஏதோ மந்திரம் செய்துவிட்டாள்' என்றாள். இரண்டு ஆண்டுகளுக்கு முன் கடைசியாகச் சந்தித்தபோது, 'சுமு பாயிக்கும் அவனுடைய மனைவிக்கும் ஒத்துப்போகவில்லை' என்று லேடிகா சொல்லி யிருந்தாள். அவனுடைய மனைவி, அவனிடம் சொல்லாமல் பல நாள்கள் வெளியில் தங்கியிருந்துள்ளாள். அவளுக்குக் குழந்தை பெற்றுக்கொள்ள விருப்பம் இல்லை' என்றும் லேடிகா சொல்லி

யிருக்கிறாள். சுமு பாய், அவளைத் திருமணம் செய்து கொண்டது தவறு என இப்போது வருந்துகிறான்' என்றும் சொன்னாள்.

லேடிகா கூறியதைக் கேட்ட பின்பு, மாதுரி, சுமு பாயின் திருமண வாழ்க்கைக்கு ஒரு வடிவம் கொடுக்க முயன்றாள். மணவாழ்க்கையில் சுமு பாய் மகிழ்ச்சியாக இல்லை என்பதை உணர்ந்தாள். அவள் உணர்ந்தாலும், அதைத் தன்னுள் அனுமதிக்காமல் தவிர்த்தாள். அது அவளுக்கு இனம்புரியாத ஆறுதலைத் தந்தது. சுமு பாய் தில்லியில் வந்து குடியிருக்கிறான் என்ற தகவலைக் கொண்டுவந்த மின்-அஞ்சல் வந்ததிலிருந்து அவள் அமைதியிழந்து விட்டதாக உணரத் தொடங்கினாள். அவளுடைய வாழ்க்கையின் முதன்மையான பகுதி இப்போது தில்லியில் நிலைகொண்டுவிட்டதைப்போல் உணர்ந்தாள். மேலும், சுமு பாயின் வாழ்க்கை பற்றிய உண்மைகளைக் கண்டறிய வேண்டும் என்பதை மனதில் ஏற்றிக்கொண்டாள்.

ஆனால், அவள் நினைத்ததைப்போல் அது ஒன்றும் அவ்வளவு எளிதானதாக இருக்கவில்லை. தில்லி ஒரு மாநகரம், மேலும், அது அவளுக்குப் பழக்கமானதன்று. இங்கு அவளுக்கு நண்பர்கள் இல்லை. மாதுரி இங்கே வந்திருக்கிறாள் என்று அவனுக்குச் சொல்வதற்கான வாய்ப்புகள் மிகமிகக் குறைவு. சுமு பாயின் வீட்டைக் கண்டறிந்துவிட்டு வந்தபிறகு அவள் மீது துன்ப இருள் படர்ந்திருந்தது. தொடர்ந்து தொடர்பில் இருக்கும் ஒருவரைச் சந்திப்பதுபோல் இருந்தால் இந்த முயற்சி இயல்பானது. பெரிய நகரத்தில் இருக்கும் மற்ற அடுக்ககத் தொகுப்பைப்போல் இது மற்றோர் அடுக்ககத் தொகுப்பு அவ்வளவுதான்.

'இது மற்ற அடுக்ககக் குடியிருப்புபோல் வெறும் குடியிருப்பு மட்டும்தானா?'

'இல்லை'

'இது வேறு ஏதோ ஒன்று. மிக மிகச் சிறப்பானது. விதி விரும்பியிருந்தால் இந்த ஆறு மாடி அடுக்ககத்தில் உள்ள இந்தக் குடியிருப்பு அவளுடையதாக இருந்திருக்கலாம். ஆனால், இப்போது அதை நெருங்கக்கூட அவளுக்குப் போதுமான உறுதியில்லை. அந்தப் பகுதி, கூரான கருவியால் வலிமையாகக் குத்தியதுபோல், அவளை வலிக்கச் செய்தது. மாதுரி படுக்கையில்

படுத்துக் கிடந்தாள். அவளுள் ஒரு புதிய சோர்வு ஊடுருவிக் கொண்டிருந்தது. தேநீர் ஆறிப் போயிருந்தது.

நேர்காணல் நன்றாக நடந்தது. விரைவில் பணி ஆணை அனுப்புவதாகப் பள்ளிப் பொறுப்பு அலுவலர்கள் கூறினர். பள்ளியில் வேலை பெறுவதில் எந்தச் சிக்கலும் இருக்காது என்பதை மாதுரி அறிந்திருந்தாள். உண்மையைச் சொல்லப்போனால், அந்தப் பணிக்குத் தேவையான தகுதி மற்றும் பணியாளுமை ஆகியவற்றுக்கும் மேலாகக் கூடுதல் தகுதி மற்றும் பணியாளுமையை அவள் பெற்றிருந்தாள். பள்ளியிலிருந்து திரும்பி வரும்போது, 'ஆட்டோ' ஓட்டுநரிடம் சாகெட்டுக்குப் போகும்படிச் சொன்னாள். கடந்த முறை செய்ததுபோல் அவள் வண்டியைவிட்டு இறங்கவில்லை. ஆனால், அந்தக் கட்டிடத்துக்கு முன்பாகச் செல்லும் பாதையில் செல்லும்படி ஓட்டுநரிடம் கூறினாள். மாதுரி தான் அமர்ந்திருந்த இடத்திலிருந்து முடிந்தவரை தலையைச் சாய்த்து, சுமு பாயின் குடியிருப்பாக இருக்கும் எனக் கருதிய இடத்தின் மாடத்தைப் பார்த்தாள். கடந்த முறை பார்த்ததுபோலவே உள்ளே செல்லும் கதவு பூட்டியே இருந்தது. மாதுரி கீழே இறங்கவோ, கடந்த முறை பட்டதைப்போல் படவோ விரும்பவில்லை.

அவள் கையில் கட்டியிருந்த மணிப்பொறியைப் பார்த்தாள். அது பிற்பகல் மூன்று மணியைக் காட்டியது. இது, எவர் வீட்டுக்கும் செல்லக்கூடிய நல்ல நேரம் அன்று. போகலாமா? வேண்டாமா? என்ற இரண்டு நிலை இருந்தாலும், கட்டிடத்தின் உள்ளே சென்று, சுமு பாய் அங்கே வசிக்கிறாரா? என்பதை அறிந்துகொள்ளும் ஆவல் அவளை உந்தித் தள்ளியது. லேடிகா அவனுடைய முகவரியை அனுப்பியிருந்தாள். ஆனால், அவள் அனுப்பியது சரியான முகவரி தானா? என்பதைச் சரிபார்த்துக்கொள்ள மாதுரி விரும்பினாள். அதே காவலாளி அங்கு இருக்கலாம். மாதுரி அவருடைய ஐயப்பாடுள்ள விழிகளை மீண்டும் ஒருமுறை சந்திக்க விரும்பவில்லை. அடுத்த காவலாளி வந்து முறைமாற்றிப் பணிப்பொறுப்பை ஏற்கும் வரை காத்திருப்பது என முடிவுசெய்தாள். அதே தெருவில் உள்ள பேரங்காடி மாளிகைக்குப் (ஷாப்பிங் மால்) போகும்படி கூறினாள்.

அந்தப் பெரிய விற்பனை மாளிகையில் கூட்டம் அலைமோதியது. மக்கள் அங்கும் இங்கும், கடைக்குக் கடை

அலைந்துகொண்டிருந்தனர். மாதுரி வாங்க வேண்டியது ஒன்றும் இருக்கவில்லை. மாதுரி நோக்கமின்றிச் சுற்றிக் கொண்டிருந்தாள். அவளுடைய சிந்தனைகள் அவளுடைய கண்கள் பார்ப்பதையும் தாண்டி எங்கோ ஓடிக்கொண்டிருந்தன.

ஒருவேளை, இங்கு நேருக்குநேர் சுமு பாயைச் சந்திக்க நேர்ந்தால்? மாதுரி ஏக்கத்துடன் சிந்தித்தாள். அவளை அவனால் அடையாளம் காணமுடியுமா? கடைசியாகச் சந்தித்து எட்டு ஆண்டுகள் மட்டுமே ஆகின்றன. ஒருகாலத்தில் மிகவும் நெருக்கமாக இருந்தவர்களை மறந்துவிடும் அளவுக்கு எட்டு ஆண்டுக்கால இடைவெளி என்பது அப்படியொன்றும் நீண்ட இடைவெளி அன்று என்று மாதுரி அவளுக்கு அவளே காரணம் சொல்லிக்கொண்டாள்.

ஆனால், இதுபோன்ற நேரங்கெட்ட நேரத்தில், இந்த இடத்தில், இந்த விற்பனை மாளிகையில் சுமு பாய் எப்படி வருவார்? என்று மாதுரி அவளை அவளே கேட்டுக்கொண்டாள். அவன் கட்டாயம் அவனுடைய அலுவலகத்தில்தான் இருப்பான். அவன் வேலை செய்யக்கூடிய அலுவலகம் அல்லது நிறுவனம் எங்கே இருக்கிறது? அவன் அங்கு எந்தப் பதவியில் இருக்கிறான்? மாதுரிக்கு எதுவும் தெரியவில்லை. லேடிகாவால் அனுப்பப்பட்ட மின்-அஞ்சலில், அவன் வேலை குறித்த எந்த விவரமும் இல்லை. சுமு பாய் குறித்த கூடுதல் தகவல்களைத் திரட்டுவதற்கு அவள் லேடிகாவை ஒருபோதும் தொடர்புகொண்டதில்லை.

மாதுரி அந்த ஆறு மாடிக் கட்டிடத்தின் முன், 'ஆட்டோவில்' இருந்து இறங்கியபோது மாலை ஆறு மணி. அவள் காவலாளியைக் கூர்ந்து பார்த்தாள். அவன் கொஞ்சம் அகவை குறைந்தவனாகக் காணப்பட்டான். ஒருவேளை, இந்த இடத்துக்கு மாதுரி முதன்முதலில் வந்தபோது சந்தித்த காவலாளியாக இவன் இல்லாமல் இருக்கலாம். அவன் அவளை நினைவுபடுத்திப் பார்க்கக்கூடாது, என்று கடவுளை நம்பி அவள் வாயிற்கதவைத் திறந்து உள்ளே நுழைந்தாள்.

அவள், காவலாளி அமர்ந்திருக்கும் மேசைவரை நடந்துசென்றாள்.

'இங்கு நான்காம் மாடியில் மனை எண் 6/2இல் திரு.சௌம்யாகந்தா பட்நாயக் வசிக்கிறாரா?' என்று மாதுரி

அவனிடம் கேட்டாள். அவள் மூச்சைப் பிடித்துக்கொண்டு, இயல்பாக இருப்பது போல முகத்தை வைத்துக்கொள்ள மிகவும் கடினப்பட்டாள்.

அவன், சுட்டுவிரலைப் பதிவேட்டில் எழுதப்பட்டிருந்த பெயர்களில் ஓடவிட்டான். பின், நிமிர்ந்து அவளைப்பார்த்து,

'ஆமாம்' என்றான்.

'அவர் இப்போது வீட்டில் இருக்கிறாரா?' கேட்டாள்.

அவன், 'அவர் இன்னும் அலுவலகத்தில் இருந்து வரவில்லை' என்பதுபோல ஏதோ சொன்னான்.

'இப்போது வேறு யார் அந்த வீட்டில் இருக்கிறார்கள்?' என்று கேட்டாள்.

'யாரும் இல்லை. கதவு மூடப்பட்டுள்ளது' என்று ஆர்வமின்றிச் சொன்னவன், முகத்தைத் திருப்பிக்கொண்டான். ஏன் இந்தப் பெண் இவ்வளவு கேள்விகள் கேட்கிறாள் என்பதை அறிந்துகொள்ள அந்தக் காவலாளி ஆர்வமாக இருந்தானா? என்று மாதுரிக்குத் தெரியவில்லை.

அவள் 'ஆட்டோவில்' ஏறி அமர்ந்துகொண்டாள். அவள் மனம் குழப்பமான சிந்தனைகளுடன் அலைபாய்ந்தது.

மாதுரி அவளுடைய அத்தையின் வீட்டுக்குத் திரும்பினாள். அவள் மோசமான மன உளைச்சலில் இருந்தாள். உடையை மாற்றவோ அல்லது முகம் கழுவவோ எண்ணாமல், மடிக்கணினியைத் திறந்து மின்-அஞ்சலைப் பார்த்தாள். லேடிகா அனுப்பியிருந்த தில்லியில் வசிக்கும் சுமு பாயின் முகவரியைப் படித்தாள். மாதுரி லேடிகாவுக்குப் பதில் மின்-அஞ்சல் அனுப்பி யிருக்கவில்லை. சுமு பாய் ஏன் அமெரிக்காவை விட்டு வர முடிவுசெய்தார், தற்போது அவர் எந்த நிறுவனத்தில் பணி செய்கிறார் என்பன போன்ற விபரங்களை லேடிகா அவளிடம் சொல்வாள் என்பது மாதுரிக்குத் தெரியும். மாதுரி அவளிடம் கேட்டிருந்தால், அவள் சுமு பாயின் மனைவியைப் பற்றிக் கூடுதல் செய்திகளைக் கூறுவாள். ஆனால், மாதுரி லேடிகாவைத் தொடர்புகொள்ள விரும்பவில்லை. முகநூல் பக்கத்தைத் திறக்கும்படி ஏதோ ஒன்று அவளைத் தூண்டியது. ஒருவேளை,

சுமு பாயை முகநூலில் பிடிக்க முடியும் என அவளுடைய உள்ளுணர்வு உணர்த்தியிருக்கலாம். அவளுடைய உள்ளுணர்வு உணர்த்தியது உண்மையாக இருந்தது. சில நிமிடத் தேடுதலுக்குப் பின், முகநூலில் சுமு பாயைக் கண்டுபிடித்தாள். அவள், அவனுடைய தன்விவரக் குறிப்பில் இருந்த அவனுடைய படத்தை நீண்டநேரம் உற்றுப் பார்த்தாள். சுமு பாய், விலை அதிகமுள்ளதாகத் தோன்றிய வெளிநாட்டு மகிழுந்தின்மீது சாய்ந்துகொண்டு நின்றிருந்தான். அவனுடைய தோற்றத்தில் எந்தவிதப் பெரிய மாற்றத்தையும் அவளால் கண்டுபிடிக்க முடியவில்லை. ஒருவேளை அவன் அவனுடைய வீட்டின் முன் நின்றிருக்கலாம், என ஊகித்தாள்.

என் வீட்டு முன் இருக்கின்ற மக்னோலியா பழத் தோட்டத்தை உனக்கு ஒருநாள் காட்டுகிறேன், எனச் சுமு பாய் அவளிடம் சொல்லியிருக்கிறான். அவை, உயரமானவை, அடர்த்தியான இலைகளைக் கொண்ட மரங்கள். பெரியவை ஆனால், எளிமையானவை. அவற்றின் இலைகள் அடர்பச்சை நிறத்திலும் மென்மையாகவும் இருந்தன. மேலும் அவற்றின் பூக்கள்... அவை கொஞ்சம் இந்த உலகத்தைத் தாண்டியவை. தாமரைப் பூக்களைப் போன்று பெரியதாக இருந்தன. கொஞ்சம் வெண்மையாகவும், சிறிய அளவில் நறுமணம் வீசக் கூடியவையாகவும் இருந்தன. அதன் இதழ்கள் தொடுவதற்கு அவ்வளவு மென்மையாக இருக்கும் என்று சுமு பாய் சொல்லியிருக்கிறான். அவளுடைய கன்னத்தில் மென்மையாக வருடி, இதுபோல் இருக்கும் என்றிருக்கிறான். அப்போது, அவனுடைய இதழ்களில் இறுக்கமான, குறும்புத்தனமான புன்னகை தவழ்ந்திருந்தது.

மாதுரி, இல்லாத ஒருவர் பெயரில் பொய் முகநூல் கணக்கு ஒன்றைத் தொடங்கினாள். அழகான இளம்பெண் ஒருத்தியின் படத்தை இணையத்திலிருந்து பதிவிறக்கம் செய்தாள். அவளுடைய தோற்றத்தில் சில மாற்றங்களைச் செய்து, அவளை 'வர்னாலி சர்கார்' என்று அறிமுகப்படுத்தினாள். அவளுடைய கல்வித் தகுதி, பொழுதுபோக்கு, தற்போதைய வேலை, முகவரி போன்ற சுருக்கமான விபரங்களைப் பதிவிட்டாள். பின்னர், வர்னாலி சர்கார் பெயரில், 'சௌம்யாகந்தா பட்நாயக்குக்கு' நண்பராக ஏற்றுக்கொள்ளச் சொல்லி அனுப்பினாள். சௌம்யாகந்தா பட்நாயக், அவளுடைய நண்பராக ஏற்கச் சொல்லிய கோரிக்கையை ஏற்பானா

என்பதை எதிர்பார்த்துக் காத்திருப்பதைத் தவிர வேறு எதுவும் செய்யமுடியவில்லை. அவள் கணினியை நிறுத்திவிட்டு அமைதியுடனும் சோர்வின்றியும் தூங்கச் சென்றாள்.

மூன்றாம் நாள், நண்பராக ஏற்று உறுதிசெய்த செய்தி வந்தது. சுமு பாய் வர்னாலி சர்காரின் நண்பருக்கான வேண்டுகையை ஏற்றுக்கொண்டான். மாதுரி அவளுக்குள் சிரித்துக் கொண்டாள். அதன்பின்னர், சௌம்யாகந்தா மற்றும் வர்னாலி சர்கார் இருவரும் தொடர்ந்து தொடர்பிலிருந்தனர். கணினியில் எழுத்துவழிப் பேசிக்கொள்வதும், மின்-அஞ்சல் அனுப்புவதும் வழக்கமான ஒன்றானது.

‘நீங்கள் தனியாக வசிக்கிறீர்களா?’

‘ஆமாம்’

‘நீங்கள் பொய் சொல்கிறீர்கள், என்று நினைக்கிறேன்’

‘நான் ஏன் உங்களிடம் பொய் சொல்லவேண்டும்?’

‘அப்புறம், உங்கள் மனைவி’

‘என்க்கு ஒரு மனைவி. ஆனால், அவளும் இப்போது என்னுடன் இல்லை’

‘அப்படியென்றால், அதன்பொருள் என்ன?’

‘நீங்கள் எப்படி வேண்டுமென்றாலும் உங்கள் விருப்பத்துக்கு எடுத்துக் கொள்ளலாம். ஆனால், அதுதான் உண்மையாக நடக்கும்’

சில நாள்களுக்குப் பின்னர், இதுபோன்ற இயல்பான செய்தித் தொடர்புகள், தனிப்பட்ட வாழ்க்கை மற்றும் சொந்த வாழ்க்கைப் பற்றியும் பகிர்ந்துகொள்ளும் அளவுக்கு வளர்ந்தது.

சில நேரங்களில், வர்னாலி சர்கார் குறித்துச் சுமு பாய் பகிர்கின்ற செய்திகள், மாதுரியை வெகுவாகக் காயப்படுத்தும். சரியாக அறிமுகம் இல்லாத, நேருக்குநேர் சந்தித்துப் பேசாத ஒரு பெண்ணிடம் எப்படி இவ்வளவு தனிப்பட்ட முறையில் சுமு பாயால் பேச முடிகிறது?.

‘நீங்கள் எப்போதாவது காதலித்திருக்கிறீர்களா?’ போலி அடையாளத்தில் தன்னை மறைத்துக்கொண்டு மாதுரி கேட்டாள்.

'இது ரொம்ப ரொம்ப கடினமான கேள்வி. யாரும் இந்தக் கேள்விக்கு விடையை எதிர்பார்க்கக் கூடாது. அது அவ்வளவு கொடுமையானதாக இருக்கும். நான் எல்லாரையும் போல ஒரு மாந்தன். இந்தக் கேள்வியையே நான் உங்களிடம் கேட்டால்?' என்றான்.

'என்னை ஈர்க்கின்ற என்னுடைய காதல் இளவரசனை நான் இன்னும் சந்திக்கவில்லை, என்பதே என்னுடைய விடை' என்றாள்.

'அதேபோல் இங்கும், ஒரே வழியில் பயணிக்கிறோம்' என்றான்.

'நீங்கள் யாரையும் தீவிரமாகக் காதலிக்கவில்லையா? மேலும், காதலித்து அவளிடமிருந்து நீங்களாகவே விலக வில்லையா? இது ஒருபோதும் உங்கள் வாழ்வில் நடக்க வில்லையா? என்று கேட்டு, இதற்குச் சுமு பாயின் விடை என்னவாக இருக்கும் என்று அறிந்துகொள்ள மாதுரி தவித்தாள்.

'இல்லை, நான் எப்போதும் அப்படிச் செய்ததில்லை. நான் எப்படி அமெரிக்கப் பெண்மீது காதல்கொண்டேன், கடைசியில் எப்படித் திருமணம் செய்துகொண்டேன், எப்படி அந்தத் திருமணம் முறிந்துபோனது என்று நான் உங்களுக்குச் சொல்லியிருக்க வேண்டும் என்று நினைக்கிறேன்' என்றான்.

'ஆனால், நம்பிய ஒருவர்க்கு இரண்டகம் செய்வது தவறு என நீங்கள் நினைக்கவில்லையா?'

'என்னைப் பொறுத்தவரை நான் ஓர் இயல்பான எளிய, தன்னலமில்லாத மாந்தன். இரண்டகம் செய்தல் போன்ற அனைத்தும், சிக்கலான மாந்தர்களின் முன்கணிப்புகளாக இருக்கும்'.

சௌம்யாகந்தா பட்நாயக் தீவிரமாக வற்புறுத்தியும், பலமுறை வேண்டுகோள் விடுத்தும், வர்னாலி சர்கார், காணொலிக் காட்சிமூலம் பேச ஒப்புக்கொள்ளவில்லை. அவள் வேண்டுமென்றே அவளை யாரும் கவனிக்காத வகையிலும், மற்றவர்கள் கண்ணில் படாதவகையிலும் அவளைக் காத்துக்கொண்டாள்.

'நீங்கள் என்னைப் பார்ப்பதில் ஆர்வமிக்கவராக இருந்தால் சொல்லுங்கள், நாம் நேரில் சந்திக்கலாம். படக்கருவி மூலமாக வேண்டாம்' என்றாள்.

‘நேரில் சந்திப்பதையே நானும் விரும்புகிறேன். எப்போது எனக்கு அந்த அழகான வாய்ப்புக் கிடைக்கும்?’

‘நேரம் வரும்போது, நானே சொல்கிறேன்’.

‘விரைவில் சந்திக்க வேண்டும் என்றால் நான் என்ன செய்ய வேண்டும். ஏதோ ஒருவகையில் சரியாக நடந்துகொள்ளப் பயிற்சி எடுக்கவா? நான் தயாராக இருக்கிறேன். ஏதோ நன்மையை அடைய வேண்டுமென்றால், அதற்கான வலியை ஒருவன் தாங்கிக்கொள்ளத்தான் வேண்டும் என்பதை நான் அறிவேன்’ என்றான்.

‘ஈட்டல் அல்லது இழத்தல் குறித்து நீங்கள் ஏன் பேசுகிறீர்கள்?’

‘உண்மைதான், ஈட்டுதலும், இழத்தலும் என்பது ஒருவரின் மனநிலையைப் பொறுத்து வரையறுக்கப்படுகிறது’.

காலையில் பள்ளிக்குச் செல்வது, மாலையில் சுமு பாயிடம் தொடர்பிலிருப்பது, இதுதான் மாதுரியின் வழக்கமான ஒன்றாகிவிட்டது.

அவனுடைய மனைவி அங்கேயே தங்கியிருக்க விரும்பியதால், அவன் மட்டும் தனியாக அமெரிக்காவில் இருந்து வந்ததாக வர்னாலியிடம் சுமு பாய் சொன்னான். எனவே, அவர்கள் இணைந்து வாழ்ந்ததில்லை. அவன் அமெரிக்காவில் ‘எம்பிஏ’ படித்து, ‘ஏர்னஸ்ட் அண்டு யெங்’ நிறுவனத்தில் உயர்பதவியில் இருந்தான். அவன் கூச்சம் மிக்கவனாகவும், தனிமை விரும்பியாகவும் இருந்ததால், அவனுக்கு நிறைய நண்பர்கள் இல்லை. வர்னாலியாக, மாதுரி, சுமு பாயினுடைய இயல்புகளைத் தெரிந்துகொண்டாள். மேலும், அவனுடைய பழக்கவழக்கங்கள் குறித்து ஏற்கெனவே அவளுக்குத் தெரியும். அது வெளிப்படையாகத் தெரியாவிட்டாலும் கூட, சிதைந்த சுமு பாயின் வாழ்க்கையைப் பற்றித் தெரிந்து கொண்டது அவளுக்கு ஆறுதலாக இருந்தது.

‘நான் கற்பனையாக, உங்களைக் காட்சிப்படமாகப் பார்க்க விரும்புகிறேன்’ என்று சுமு பாய், வர்னாலி சர்காருக்கு மின்னஞ்சல் அனுப்பினான்.

ஒருவேளை, நீங்கள் ஒரு மலரைப்போல அல்லது புதிய தென்றலின் மெல்லிசையைப் போன்றவர்!, அல்லது நீரருவியை அல்லது நீல வானத்தைப்போல அழகா?'

'நான் அப்படியெல்லாம் எதுவுமில்லை, மிக இயல்பான பெண்'

'அதை முடிவுசெய்வதற்கு எனக்கு ஒரு வாய்ப்புக் கொடுங்கள்..'

மாதுரி பல ஆண்டுகளுக்கு முன்பு, அவன் அவளிடம் சொன்னதில் சிலவற்றை நினைத்துப் பார்த்தாள்.

'உன்னுடைய கண்கள் ரொம்ப அழகு, உன்னுடைய இதழ்கள்... உன்னுடைய மார்பகங்கள்...!'

அவனுடைய அந்தப் பார்வை அவளுடைய கழுத்துக்குக் கீழே இறங்கியது.

'மேலும், உன்னுடைய...'

அவனுடைய காமப்பார்வை இடுப்புக்குக் கீழே பயணம் செய்தது.

'எல்லாம் முதல் தரமானவை...!'

அவன் பேசியதைக் கேட்ட மாதுரி, நாணமும் கூச்சமும் சேர்ந்துகொள்ள உள்ளுக்குள் நெளிந்தாள். ஆனால், அவள், சுமு பாய் அவளுடைய அழகையும், இளமைத் தோற்றத்தையும் கண்டு வேட்கையுடன் விரும்புகிறான் என்பதை அறிந்து உள்ளுக்குள் மகிழ்ந்தாள்.

அவள் இதழ்களை அழுத்தி, பெருமிதச் சிரிப்பைக் கண்கள் வரை ஓடவிட்டாள். அவனை நேருக்குநேர் பார்க்க முடியாமல் கண்களைக் கீழிறக்கித் தவிர்த்தாள்.

இதுபோலத்தான் சுமு பாய் வழக்கமாகப் பேசுவான். அவனுடைய சொற்கள் சுருக்கமானவை, இனிமையானவை, நன்கு தேர்ந்தெடுக்கப்பட்டவை, துல்லியமானவை, காளையின் கண்களில் நேராகக் குத்தும் ஈட்டியைப் போன்றவை. எப்போதெல்லாம், மாதுரி சுமு பாயின் துல்லியமான சொற்தேர்வை நினைக்கிறாளோ

அப்போதெல்லாம், மாம்பழக் குவியலின் காட்சியும், அதிலிருந்து வெளிவரும் இனிமையான மணமும் அவள் நினைவுக்குவரும். அவற்றிலிருந்து, சுமு பாய் மணமும் சுவையும் மிக்க பழங்களை மட்டுமே ஒன்றன் பின் ஒன்றாக எடுத்து அவளிடம் கொடுத்தான். அவனுடைய கைகளில் இருந்த மாம்பழங்களை மாதுரியால் எடுக்க முடியவில்லை. மாம்பழங்களின் மணத்தில் மயங்கி அவள் அந்தப் பழக்குவியல்களையே சுற்றிச்சுற்றி வந்தாள்.

அவள் வீட்டில் படுக்கையில் படுத்திருக்கும்போது சுமு பாயின் சொற்கள் அவளுடைய செவிகளில் எதிரொலித்துக் கொண்டிருந்தன. தூக்கம் வர மறுத்தது. அதற்கான விடையாக எதையும் சொல்லாததால், அவள் அவளையே நொந்துகொண்டாள். அவனுடைய வலது தோளில் இருந்த மச்சமும், இவளுடைய மச்சமும் ஒன்றையொன்று தொட்டுக்கொண்ட அந்தத் தருணத்தைப் பற்றி அவனிடம் அவள் கேட்டிருக்கலாம். அந்த நேரத்தில் அவனுடைய கண்கள் பாதி மூடியிருந்ததையும், 'விசில்' அடிப்பதுபோல் உதடுகள் வட்டமாகக் குவிந்து காற்றை உள்ளிழுத்ததையும் அவனிடம் கேட்டிருக்கலாம். ஆனால், சுமு பாயிடம் அவளாகவே அனைத்தையும் சொல்ல அவளால் முடியவில்லை.

அவனை மகிழ்ச்சிப்படுத்துவதில் மட்டுமே அவள் ஆவலுடன் இருந்தாள். அவள், காதல் வளர்ப்புக் கலை பற்றி அறிந்து வைத்திருக்கிறாளா? என்பது பற்றி அவளால் உறுதியாகச் சொல்ல முடியவில்லை. அவன் அருகில் அமர்வதையும் அவன் பேசுவதைக் கவனிப்பதையும் மட்டுமே அவள் விரும்பினாள். அவ்வாறு செய்யும்போது, அவள் அனைத்தையும் அடைந்ததுபோல் அவளுடைய முகம் புன்னகையுடன் ஒளிர்ந்தது. சுமு பாயின் அருகில் இருந்தாலே அவள் மிகுந்த மயக்கத்தில் திளைத்தாள். அவள் இலேசாக இருப்பதுபோல் உணர்ந்தாள். காற்றில் பறந்து கொண்டிருந்தாள்.

அவள் ஒரு நீரோடை போல ஓட விரும்பினாள். சில நேரங்களில், அவள் அவளுடைய கற்பனையைத் தாண்டிய மெய்மறந்த இன்ப வெள்ளத்தில் பாய்ந்து நீந்திக்கொண்டிருந்தாள். மேலும், அவளுக்கு மூச்சு முட்டியது. அவள் சுமு பாயுடன் இருந்த எல்லா நேரமும், மகிழ்ச்சி வெள்ளத்தில் மூழ்கியிருந்தாள். அது அவளுடைய கழுத்து வரை வந்தது.

சுமு பாய் அவளை ஏன் கைவிட வேண்டும்? அது ஒரு சிறப்பான அல்லது மகிழ்ச்சியான வாழ்க்கை இல்லையா? மாதுரி இந்தக் கேள்விகளுக்கு அடிக்கடி விடைதேட முயற்சிப்பாள். ஆனால், அவளுடைய முயற்சிகளுக்கு உரிய விடை கிடைக்க வில்லை.

சுமு பாய் எப்போதும் அவளுடைய தோற்றத்தைப் புகழ்ந்து கொண்டிருந்தான். அவளுடைய அப்பாவின் திடீர் மரணத்தால் அவள் படிப்பைப் பாதியில் நிறுத்தியிருக்கலாம், ஆனால், அவள் மதிநுட்பம் வாய்ந்தவள் என்றும் தன்மதிப்பு மிக்கவள் என்றும் சுமு பாய் நன்கு அறிந்து வைத்திருந்தான். அவள் அவளுடைய கணவனிடமிருந்து மணமுறிவு பெறுதல் குறித்த சட்ட நடவடிக்கை எடுக்கப்பட்ட காலக்கட்டத்தில், அவளுடைய துணிச்சலான நிலைப்பாட்டை அவன் வெகுவாகப் போற்றி ஏற்றான். ‘நன்றாகச் செய்தாய், மாது’ என்று அவளைப் பாராட்டினான். ‘நீ அதற்காக மிகுந்த நம்பிக்கையுடன் போராடினாய்’ என்று போற்றினான். பிறகு என்ன, குறை கண்டாய் அவளிடம்? அவனுடைய மனைவியாக இருக்கப் பொருத்தமற்றவள் என்று மெய்ப்பித்தது எது? பெரும்பாலும், மாதுரியின் இயல்பு மிகவும் வெளிப்படையாக இருந்தது அவனுக்கு. அவள் ஒரு திறந்த நூல். அவனுக்கு அவள் மீதிருந்த ஆர்வம் குறைய, அதுவே காரணமாக இருந்தது.

அவளுடைய அம்மா அழைத்தாள். மாதுரி அந்த மழலையர் பள்ளியில் சேர்ந்ததில் அவளுக்கு மகிழ்ச்சி இல்லை. தில்லியைப் போன்ற வெகுதூரத்தில் உள்ள இடத்திற்குப் போய் மழலையர் பள்ளியில் பணிசெய்வதன் தேவை என்ன? உன்னுடைய அப்பா வேலை செய்த அலுவலகத்தின் தலைமையகத்தில் அவருடைய வேலையை வாங்கத் தொடர்ந்து முயற்சி செய். அங்கு நல்ல வேலைகள் இருந்திருக்கலாம். மழலையர் பள்ளி ஆசிரியை என்னும் சிறிய வேலையைக் காட்டிலும் சிறந்த வேலையைச் செய்யக் கூடிய தனித்துவ ஆற்றல்பெற்றவள் நீ. அவள் செய்வது சரி என்று மாதுரிக்குத் தெரியும். தில்லியில் மழலையர் பள்ளியில் வேலை செய்யவில்லை, அது அங்கே அவளைத் தடுத்து நிறுத்தி வைத்துள்ளது என்று அவளால் அம்மாவிடம் சொல்ல முடியவில்லை. அவளுடைய அம்மா தனிமையில் இருப்பதாக உணர்கிறாள் என்று அவள் உணர்ந்திருந்தாள். அவளுடைய கண்கள் ஈரமாயின.

‘இதுபோல் நீ என்னை இம்சை செய்யக்கூடாது. நான் உன்னைச் சந்திக்க வேண்டும்’ என்று சௌம்யாகந்தா பட்நாயக், வர்னாலி சர்காருக்கு மின்-அஞ்சல் அனுப்பினான்.

‘கண்டிப்பாக, நாம் சந்திக்கலாம்’

எப்பொழுது? எங்கே? எப்படி? என்னுடைய அவசரம் உனக்குப் புரிகிறதா?

மாதுரி அவளுடைய முகவரியை அவனுக்குத் தந்தாள். அது அவளுடைய பழைய சிதைந்த வீட்டின் முகவரி அன்று. அதற்குப் பக்கத்தில் புதியதாகக் கட்டப்பட்ட அடுக்ககக் குடியிருப்பின் முகவரி.

என்னுடைய அத்தை வீட்டில் இருப்பாள். உங்களை நேரடியாக என் வீட்டுக்கு வருமாறு அழைக்கமுடியாது. நாம் எங்களுடைய அடுக்ககக் குடியிருப்புக்கு வெளியில் சந்திக்கலாம். நாளை மாலை 6 மணிக்கு உங்களால் வர முடியுமா? நாளை ஞாயிற்றுக் கிழமையாக இருப்பதால், உங்களால் வரமுடியும் என்று நினைக்கிறேன். மின்-ஏணிக்கு அருகில் சுவரில் வரிசையாக அஞ்சல் பெட்டிகள் பொருத்தப்பட்டிருக்கும். ஒருவேளை நான் வருவதற்குத் தாமதமானால், அஞ்சல் பெட்டி எண் 6/2இல் குறிப்புச் சீட்டைப் போட்டுவிடுங்கள்.

‘குறிப்புச் சீட்டைப் பற்றி ஏன் நீங்கள் பேசுகிறீர்கள்? நான் உங்களை நேரில் சந்திக்கத் தீவிரமாக இருக்கிறேன். மேலும், இதுநாள் வரை நீங்கள் உங்கள் கைப்பேசி எண்ணை எனக்குத் தரவில்லை’.

‘கையால் எழுதப்பட்ட மடல் அல்லது குறிப்புச் சீட்டைப் பெறுவது ஒருவித மனக்கிளர்ச்சியைத் தரும். அப்படி ஏன் நீங்கள் சிந்திக்கக் கூடாது? இதுவரை நீங்கள் யாருக்கும் மடல் எழுதியதில்லையா? அல்லது எவரிடமிருந்தும் நீங்கள் மடல் பெற்றதில்லையா?’

அதுபற்றி நான் நினைவுக்குக் கொண்டுவர முயற்சிக்க வேண்டும். ஒருவேளை, நான் அமெரிக்காவில் இருந்த தொடக்க நாள்களில், என்னுடைய அப்பா-அம்மாவுக்கும், நண்பர்களுக்கும் மடல்கள் எழுதியிருக்கலாம். அது நடந்து நீண்ட காலம் ஆகிறது. இப்போதெல்லாம், மின்-அஞ்சல் மூலம் மட்டுமே தொடர்பு

கொள்கிறார்கள். ஆனால், இதுபோன்ற பொருண்மையை ஏன் நீங்கள் எழுப்புகிறீர்கள்? எனக்கு உங்களைக் காட்டக்கூடாத அளவுக்கு, நீங்கள் என்ன வனதேவதையா அல்லது பெண் தெய்வமா?'

'அதெல்லாம் ஒன்றுமில்லை. இவையெல்லாம், நம்மில் எவரேனும் ஒருவர் அந்த இடத்தை அடைவதற்குத் தாமதமானால், நம்மை ஒருங்கிணைப்பதற்காகவே, மற்றபடி எதுவுமில்லை. முதல் சந்திப்பிலேயே நாம் ஒருவருக்கொருவர் அடையாளங்கண்டு கொள்ள முடியுமா? என நான் நினைத்துக் கொண்டிருந்தேன். மேலும், நான் உங்கள் கைகளால் எழுதப்பட்ட உங்களுடைய மடலைப் பெறவேண்டும் என விரும்புகிறேன்' என்று மாதுரி விளக்கம் கொடுக்க முயற்சித்தாள்.

'உங்களுடைய காலடி ஓசையை என்னால் அறிந்துகொள்ள முடிகிறது. உங்களுடைய நிழற்படத்தை நான் பலமுறை மிக நெருக்கமாகப் பார்த்திருக்கிறேன். உங்களை ஒரு கணநேரத்துக்கும் குறைவாகப் பார்த்தால்கூட போதும், நீங்கள் எங்கிருந்தாலும் என்னால் உங்களை அடையாளம் காண முடியும்'.

'நீங்கள் ஒரு கவிஞர் என்பதை இது காட்டுகிறது' என்று மாதுரி எழுதினாள். நன்று, அப்புறம்... நாம் நாளை மாலை ஆறு மணிக்குச் சந்திக்கலாம். இப்போது விடைபெற்றுக்கொள்கிறேன் வணக்கம். அவள் கணினியை நிறுத்திவிட்டு, சன்னலுக்கு வெளியே பார்த்தாள். அவள் சுமு பாயை வரச் சொல்லிவிட்டாள். ஆனால், அவளுக்கு அவனை நேருக்குநேர் சந்திக்கக்கூடிய துணிச்சல் இருக்கிறதா என்று அவளுக்குத் தெரியவில்லை.

அடுத்த நாள் காலை முழுவதும் மாதுரி, புத்துணர்ச்சியுடனும் கொஞ்சம் பரபரப்பாகவும் இருப்பதாக உணர்ந்தாள். நேரம் போகப்போக, நண்பகல் உணவை முடித்தபின் அவள் அமைதியிழக்கத் தொடங்கினாள். ஓர் உறுதியற்ற உணர்வு அவளைப் பற்றிக்கொண்டிருந்தது. அவள் மாடத்துக்கு வந்து, குனிந்து சாய்ந்து வெளியே பார்த்தாள். அவள் நின்ற இடத்திலிருந்து, பக்கத்திலிருந்த கட்டிடத்தின் நுழைவாயிலை அவளால் தெளிவாகப் பார்க்கமுடிந்தது. சுமு பாய் வரும்போது, மாடத்தின் இந்த இடத்திலிருந்தே அவனை நன்றாகப் பார்க்கமுடியும் என்பதை மாதுரி அறிந்து கொண்டாள். அதன்பின்னர், மாதுரி

கீழிறங்கி வந்து அவனை வரவேற்பாள். மாதுரி, அங்குச் சுமு பாயைப் பார்த்தவுடன், ஒன்றும் அறியாதவள் போலும், அவனைக் கண்டு திகைப்புற்றவள் போலும் நடிப்பாள்.

'சுமு பாய், நீ எப்படி இங்கே? என்ன ஓர் இன்பஅதிர்ச்சி! என்னைத் தெரியுதா?'

அதற்கு, அவன் என்ன பதில் சொல்வான் என்று மாதுரி அவன் இடத்தில் அவளை வைத்து முயற்சித்துப் பார்த்தாள்.

'யாரையாவது பார்க்க வந்தியா?' அதே திகைப்புடன் இருப்பதுபோல் நடித்துக்கொண்டே மாதுரி மீண்டும் கேட்பாள்.

ஒருவேளை உனக்குத் தெரியாதா? நானும் இங்கேதான், என் அத்தை வீட்டில் இருக்கிறேன். தில்லியில் வேலை செய்கிறேன். நீ...? தில்லியில்தான் நீயும் குடியிருக்கிறாயா? எப்போதிலிருந்து...?

மாதுரி அவனுடன் உரையாட அவளைத் தயார்படுத்திக் கொண்டிருந்தாள்.

அந்தக் கதை இந்தக் கதை எனப் பேச வேண்டியிருக்கும். அவர்களுக்குள் நலம் உசாவ வேண்டியிருக்கும்.

மாதுரி, வர்னாலியாக ஆள் மாறாட்டம் செய்திருக்கிறாள் என்று சுமு பாய் ஊகிக்கக் கூடும். அப்படி, அவனால் ஊகிக்க முடியாவிட்டால் மாதுரி சில குறிப்புகளைக் கொடுக்கலாம். மின்-அஞ்சலில் பரிமாறிக்கொண்ட செய்திகளில் ஒருசில துணுக்குகளைத் திரும்பவும் ஒரு குறிப்பாகச் சொல்ல முடியும்.

அதன்பின்னர் என்ன நடக்கும்? வர்னாலி சர்கார் எனும் கற்பனைக் கதை மாந்தராகத் தன்னை மறைத்திருந்தவள் மாதுரிதான் என்பதை அறிந்தால் சுமு பாய் எப்படி நடந்துகொள்வான். சுமு பாய் என்ன சொல்வான்?

'இன்னும் உன்னை விரும்புகிறேன்... உன்னை நினைக்காத நாளே இல்லை. சூழ்நிலைதான் எல்லாவற்றுக்கும் பொறுப்பு. அருள்கூர்ந்து எல்லாவற்றையும் மறந்துவிடு... என்னைப் பொறுத்துக் கொள்!. இப்போதிலிருந்து நாம் இனி எப்போதும்...

அந்த மாலையில் அவர்கள் சந்திக்கும்போது, சுமு பாய் எவ்வாறெல்லாம் பேசுவான் என்று நம்பிய சொற்களுடன் மாதுரி

கனவுலகில் சுழன்றுகொண்டிருந்தாள். அப்போது, கேட்ட அவளுடைய அத்தையின் அலறல்ஒலி அவளை ஆழ்ந்த சிந்தனையிலிருந்து மீட்டது.

'மாது சீக்கிரம் வா... உன்னுடைய மாமாவுக்கு என்ன ஆச்சுன்னு வந்து பார்' என்று அலறினாள் அத்தை.

மாதுரி உள்ளே ஓடினாள். அவளுடைய மாமா கீழே தரையில் அவருக்கு இடப்பக்கமாக விழுந்துகிடந்தார். அவருடைய தலை, கோணலாய் அவருடைய நெஞ்சைநோக்கிச் சாய்ந்து கிடந்தது. கண்கள் மூடியிருந்தன. அதைப் பார்த்த மாதுரி நிலைகுத்தி நின்றாள். எதிர்பாராத அச்சமூட்டும் அந்தக் காட்சி அவளைத் திகைக்கச் செய்தது.

'கொஞ்சம் தண்ணீர் எடுத்துவந்து அவர் முகத்தில் தெளி' என்றாள் அத்தை. மாதுரி சமையலறைக்கு ஓடித் தண்ணீரை எடுத்துவந்து மாமாவின் முகத்தில் தெளித்தாள். ஆனால், அவர் விழித்தெழவில்லை.

அவளுடைய அத்தை அதிர்ச்சியுடனும் குழப்பத்துடனும் அவளைப் பார்த்தாள். இந்த அகவையில், இருவரும் ஒருவருக்கொருவர் உதவியாய் இருந்தார்கள் என்பதை மாதுரி அறிவாள். அத்தையால் தெளிவாகச் சிந்திக்க முடியவில்லை.

'என்னுடைய மூளை வேலை செய்யவில்லை. அருள்கூர்ந்து, அடுத்த வீட்டில் இருக்கும் ஸ்ரீவத்சவ் அவர்களைக் கூப்பிடு' என்று நாக்குழறிப் பேசினாள் அத்தை.

மாதுரி ஓடிப்போய் பக்கத்துக் குடியிருப்பின் ஒலிப்பான் பொத்தானை அழுத்தினாள். ஸ்ரீவத்சவ் மாமா கதவைத் திறந்து விரைவாகப் பார்க்க வந்தார். அவருடைய மனைவி அவரைத் தொடர்ந்து வந்தாள்.

'நான் குட்வில் நர்சிங் ஹோமை அழைக்கிறேன். அங்கு 'ஆம்புலன்ஸ்' இருக்கிறது' என்று சொன்னவர் முதலில் அத்தையையும் பின்னர், அவருடைய மனைவியையும் கேள்வியோடு பார்த்தார். இருவரும் ஒன்றுமே சொல்லவில்லை. அவர் 'நர்சிங்ஹோமை' அழைத்து, மருத்துவ வண்டியை அனுப்பும்படி வேண்டுகோள் விடுத்தார்.

'அவருடைய நாக்குக்குக் கீழே இரண்டு சொர்பிட்ரேட் மாத்திரைகளை வைத்தீர்களா?' என்று ஸ்ரீவத்சவ் மாமா மாதுரியின் அத்தையிடம் கேட்டார்.

'ஆமாம்...இல்லை... மாதுரி' என்று அத்தை முழுமையான குழப்பத்துடன் மாதுரியைப் பார்த்தாள்.

மாதுரி ஓடிச்சென்று மேசையின் மேலிருந்த மருந்துப்பெட்டியை எடுத்துவந்து அதை ஸ்ரீவத்சவ் மாமாவிடம் கொடுத்தாள். ஸ்ரீவத்சவ் மாமா மாத்திரைகளை வெளியில் எடுத்து, இறுக்கமாகக் கடித்துக்கொண்டிருந்த மாமாவின் தாடையை கரண்டியால் திறந்து நாக்கின் கீழே மாத்திரைகளை வைத்தார்.

ஸ்ரீவத்சவ் மாமாவின் அழைப்புக்கிணங்கி, அந்த அடுக்ககத்தின் அதே தளத்தில் இருந்த மேலும் இருவர் உதவிக்கு வந்தனர். அவர்கள் இருவரும் இணைந்து மாமாவைத் தூக்கிக் கொண்டு மின்-ஏணிக்கு வந்தனர். மாதுரியும் அவளுடைய அத்தையும் அவர்களைத் தொடர்ந்தனர். அங்கிருந்த சின்ன இடத்தில் அனைவரும் ஒடுங்கி இருந்தனர். மருத்துவ வண்டி வருவதற்கும், மின்-ஏணி அடித்தளத்துக்கு வருவதற்கும் சரியாக இருந்தது. மருத்துவ வண்டியின் பின் கதவைத் திறந்துகொண்டு இருவர் 'படுக்கைவண்டி'யைத் தள்ளிக்கொண்டு வந்தனர். மாதுரியின் மாமாவை, அவர்கள் படுக்கைவண்டிக்கு மாற்றி மருத்துவ வண்டியில் ஏற்றினர். அத்தை கைகளால் வண்டியைப் பற்றிப் பரபரப்புடன் உள்ளே ஏறினாள். அவளைத் தொடர்ந்து மாதுரியும் ஏறி அமர்ந்தாள். வண்டியின் கதவு மூடப்பட்டதும் மாதுரியின் விழிகள் திரும்பி வெளியில் பார்த்தன. மூடிய கண்ணாடிச் சன்னல்கள் என்றாலும், அந்தக் கட்டிடத்தின் நுழைவாயிலில் நீண்ட குங்கும நிற மகிழுந்து ஒன்று வந்து நின்றதை மாதுரியால் பார்க்க முடிந்தது. அந்த மகிழுந்து அத்தையின் வண்டிக்கு அடுத்து நின்றிருந்தது. அதிலிருந்து உயரமான, வெளிர் நீல 'ஜீன்சும்', நீலநிறப் 'பனியன்சட்டையும்' அணிந்திருந்த ஒருவர் கீழிறங்கி மகிழுந்தின் கதவை மூடினார். அவர் திரும்பினார், மாதுரியால் அவரைப் பார்க்க முடிந்தது. அவர் சுமு பாய். அவன் கொஞ்சம் நிறம் வெளுத்திருந்தான். அவனுடைய தலைமுடி கொஞ்சம் மெலிந்திருந்தது. ஆனால், வேறெந்தக் குறையும் சொல்ல முடியாது, அவன் சுமு பாயே தான். மாதுரி அவளுடைய மணிப்பொறியைச் சட்டெனப் பார்த்தாள். அது சரியாக மாலை ஆறு மணியைக்

காட்டியது. சுமு பாய் நேராக மருத்துவ வண்டியைப் பார்த்துக்கொண்டிருந்ததை அவள் பார்த்தாள். அவன் அவளையும் பார்த்தானா? அவர்களின் விழிகள் சந்தித்துக்கொண்ட அந்தக் கணநேரத்தில் மருத்துவ வண்டி முன்னோக்கிச் செல்லத் தொடங்கியது. சுமு பாய், கண்ணாடிச் சன்னல் வழியே பார்த்தான் என்றும், அவளை அடையாளம் கண்டுகொண்டான் என்றும் மாதுரி நினைத்துக் கொண்டாள். அவள் உள்ளுக்குள் நடுங்கினாள்.

மருத்துவமனையில் மருத்துவர்கள், மாமாவுக்கு உடனடியாகச் சில மருத்துவ ஆய்வுகள் செய்யவேண்டும் என்றும், சில மணிநேரம் அவர் மருத்துவக் கண்காணிப்பில் இருக்கவேண்டும் என்றும் அறிவுறுத்தினர். மாமா மீண்டும் தன் உணர்வுக்குத் திரும்பினார். மருத்துவர்கள், இனி அச்சப்பட ஒன்றுமில்லை என்றனர். எல்லாரும் மீண்டு மனநிறைவடைந்தனர். ஆனால், மருத்துவர்கள் அடுத்த நாளும், அதற்கடுத்த நாளும் மாமாவுக்கு மேலும் சில மருத்துவ ஆய்வுகள் செய்யவேண்டும் என்று அறிவுறுத்தினர். அவர்கள் வீட்டுக்குத் திரும்பி வரும்போது மணி பத்தாகி விட்டிருந்தது. மாதுரியும் அவளுடைய அத்தையும் மாமாவைப் படுக்கையில் படுக்க வைத்தனர். மாமா தூங்கும் வரை மாதுரி அங்கேயே காத்திருந்தாள்.

'நான், ஒரு முக்கியமான மடலை எதிர்பார்த்திருக்கிறேன். அந்த அஞ்சல் வந்திருக்கிறதா? என்று கிழே சென்று அஞ்சல் பெட்டியைப் பார்த்துவிட்டு வந்துவிடுகிறேன்' என்று அத்தையிடம் சொல்லிவிட்டுக் கீழே வந்தாள். அவள் அடுத்த கட்டிடத்தின் நுழைவாயில் வரை நடந்து சென்றாள். அந்தக் கட்டிடத்தின் காவலாளி இயல்பாக அவள்மீது ஒரு பார்வை பார்த்துவிட்டுத் திரும்பிக்கொண்டான். அவள் பக்கத்து அடுக்ககக் குடியிருப்பில் வசிக்கிறாள் என்பது அவனுக்குத் தெரியும். மாதுரி, அந்தக் குடியிருப்பின் மின்-ஏணிக்கு அருகில் உள்ள சுவர்வரை சென்று அங்கு மாட்டப்பட்டிருந்த அஞ்சல் பெட்டி வரிசையைப் பார்த்தாள். சில அஞ்சல் பெட்டிகள் திறந்திருந்தன. சில மூடப்பட்டிருந்தன. மாதுரி சுமு பாயிடம் அஞ்சல் பெட்டி எண் 6/2இல் குறிப்புச் சீட்டைப் போடும்படி கேட்டிருந்தாள். ஏனெனில், அந்தப் பெட்டிதான் எப்போதும் திறந்திருக்கும் என்பது அவளுக்குத் தெரியும். அவள், யாரும் பார்க்கிறார்களா? என்று சுற்றும்முற்றும் பார்த்துவிட்டு, அந்த அஞ்சல்பெட்டியின் தாழ்ப்பாளைத் திறந்தாள். அதனுள்

நான்காக மடிக்கப்பட்ட ஒரு தாள் இருந்தது. அந்தத் தாளை எடுத்து, உடனே, அதை அவள் அணிந்திருந்த 'ஜீன்சின்' பையில் திணித்துக் கொண்டாள். அவள் நுழைவாயிலுக்கு வெளியில் வந்தாள். அவளுடைய அத்தையின் அடுக்ககக் குடியிருப்புக்கு வந்து மின்-ஏணியில் ஏறும்வரை அவளுடைய நெஞ்சம் படபடவென்று அடித்துக் கொண்டிருந்தது. அந்த மடலில் என்ன எழுதியிருக்கும்? அவள் கற்பனை செய்துபார்க்க முயற்சித்தாள்.

'மாது, நீ தான் வர்னாலி சர்கார் என்று நீ அனுப்பிய மின்-அஞ்சல் வந்த அந்த நாளிலேயே நான் தெரிந்துகொண்டேன். நான் அவளுடைய மாற்றுப்பெயர் வழியாக உன்னைப் பார்த்தேன். சுமு பாய் இதுபோன்று ஏதேனும் எழுதியிருப்பானா? 'ஜீன்ஸ்' பையிலிருந்து அந்த மடலை எடுக்கும்போது, அவளுடைய கைகள் நடுங்கின. அவளுடைய நெஞ்சம் படபடவென வேகமாக அடித்துக்கொண்டது.

'காத்திருப்பின் வலி, அதற்கே உரிய இன்பத்தைக் கொண்டிருக்கிறது. என்னால் உன்னைச் சந்திக்க முடியாது என்று எனக்குத் தெரியும். கனவுகள் அவ்வளவு எளிதில் நனவாகிவிடாது. என்னுடைய அன்பும், வாழ்த்துக்களும்...' படித்துக்கொண்டு வந்தவள், இந்த இடத்தில் நிறுத்தினாள். 'கவனமாக இரு' என்று அந்த மடலை முடித்திருந்தான். மடலைப் படித்துக் கொண்டிருந்தவள் அதிலிருந்து கண்களை விலக்கி உயர்த்திப் பார்த்தாள். 'கவனமாக இரு' தனக்குள் பேசுவதுபோல் உச்சரித்தாள். இதுதான் சுமு பாய் எழுதிய அந்த மடலின் கடைசி வரி. இது, பெயரளவில், புதியதாக மற்றும் பொதுவாக எழுதப்படுகின்ற சொற்றொடரின் ஒரு பகுதி. என்ன ஓர் இயல்பான, நட்பு அடிப்படையிலான குறிப்பு.

இதன் பொருள் என்ன?

அறிமுகம் இல்லாத ஒரு பெண்ணிடம் சொல்வதுபோல் எப்படி இவ்வளவு எளிதாகச் சுமு பாயால் சொல்ல முடிந்தது. ஒருபோதும் பார்த்திராத, பேசியிராத மற்றும் அறிமுகமே இல்லாத ஒரு பெண்ணிடம் சொல்லக்கூடியதல்லவா இது.

'கவனமாக இரு' என்ன ஓர் ஒன்றுமில்லாத, இயல்பான மற்றும் சுருக்கமான சொற்றொடர்.

தெரியாத பெண்ணிடம், அவளை அவளாகவே 'கவனமாக இரு' என்று எளிமையாகவும் அன்பாகவும் சுமு பாய் எப்படிக் கேட்டுக் கொண்டார்.

அவளுக்குள் ஏதோ வெடித்துப் பொடிப்பொடியானது.

மேலும், அவளுடைய மயக்கம் தெளிந்தது.

வாழ்க்கையின் எளிய உண்மையை உணர்ந்துகொள்ளச் சிலருக்கு மிக நீண்ட காலம் பிடிக்கிறது.

அடுத்த நாள் நண்பகல் உணவருந்திக் கொண்டிருக்கும் போது, மாதுரி, 'மாமாவுக்கு உடல்நலம் சீரானதும், நான் வீட்டுக்குப் போய்விடப் போகிறேன்' என்று அத்தையிடம் சொன்னாள். 'இந்த வேலை எனக்கு ஏற்றதாக இல்லை. அம்மா வேறு வீட்டில் தனியாக இருக்கிறாள். மேலும், எனக்கும் வீட்டு நினைவு வந்துவிட்டது' என்றாள்.

அவளுடைய அறைக்கு வந்தாள். இன்னமும் அந்த மடல் படுக்கையில் கிடந்தது. அவள் அதை எடுத்து எந்தவிதப் பதற்றமும் இன்றி அதைச் சுக்கு நூறாகக் கிழித்தாள். கிழிக்கப்பட்ட துண்டுகளைக் குப்பைக் கூடையில் விட்டெறிந்தாள்.

அவள் சுமு பாயை நினைக்காத நாளே இல்லை. இனிவரும் ஒவ்வொரு நாளும் அவனை நினைத்துக்கொண்டே இருக்கலாம். ஆனால், அது ஒரு வேறுபட்ட பட்டறிவாக இருக்கும். மாதுரி அதில் உறுதியாக இருந்தாள்.

8. பொறுத்தாற்றுதல்

'அந்த ஈக்களை நீங்கள் ஏன் விரட்டிவிடக் கூடாது?'

'ஈக்கள்?' எந்த ஈக்கள்? எங்கே?'

'வேறு எங்கே? இரட்டை ஈக்கள் உங்கள் நாசியின் இருபக்கமும் இருக்கின்றன. ஒன்று நீலநிறம், மற்றொன்று சிவப்பு நிறம்.' அவை உங்கள் நாசி ஈக்கள் அல்லவா?'

'என்ன ஒரு கிண்டல். குறும்புத்தனம் மிக்க செல்லமே, அவை மூக்குத்திகள். மூக்குத்தியை 'நாசி ஈக்கள்' என்று சொல்வது பேச்சு வழக்கம்.'

என்னுடைய அன்புப் பாட்டி புன்னகை செய்தவாறு இருப்பாள். அவளுடைய உதடுகள் வெற்றிலைச் சாற்றால் சிவந்திருக்கும். அவள் உதடுகள் அசையும்போது அதற்கேற்றாற் போல், அவளுடைய அழகான முழுமையான கன்னங்கள் இரண்டிலும் விரல்நுனியால் அழுத்தும்போது தோன்றும் குழிகள்போல் கன்னக்குழிகள் தோன்றும்.

'எனக்குத் தெரியும், நீ அவற்றைக் கூர்ந்து கவனித்திருக்கிறாய். என்னுடைய இறப்புக்குப் பின் அவை உனக்குத்தான்' என்று சேர்த்துச் சொன்னாள். அவளுடைய புன்னகை இன்னும் அப்படியே படர்ந்திருந்தது.

'அன்புள்ள தெய்வமே!, ஏன் இப்படிப் பேசுகிறாய்? நீ இன்னும் நூறாண்டுகள் வாழ்வாய்!.' என்றேன்.

'இன்று இல்லை என்றால் இன்னொரு நாள் எல்லாரும் இறந்துதான் ஆகவேண்டும்' என்று பிரிந்து பேசிய அவளின் உதடுகள் மீண்டும் தன்னிடத்திற்கே சுருங்கின. என்னைக் கடக்கும்போது தன்னை மறந்த பார்வையுடன் என்னைப் பார்த்தும் பார்க்காதது போல் சென்றாள். சன்னலுக்கு வெளியே மாம்பூக்கள் நிறைந்திருந்த மாமரத்தின்மேல் அவளுடைய பார்வை நிலைகுத்தியிருந்தது.

'இந்த உலகில் எவரும் சாகாவரம் பெற்றவர் அல்லர். மேலும், நான் ஏன் நூறாண்டுகள் வாழவேண்டும்? எவ்வளவு விரைவில் முடியுமோ அவ்வளவு விரைவில் இந்தப் 'பாவப்பட்ட வாழ்க்கை'யில் இருந்து என்னை எடுத்துக்கொள்' என்றுதான் நான் நாளும் இறைவனை வேண்டுகிறேன்' என்று சொன்ன அவளிடமிருந்து ஒரு நீண்ட பெருமூச்சு வெளிப்பட்டது.

மென்மையான, ஒளிர்கின்ற அவளுடைய நெற்றியில் கவலையின் அழகற்ற சுருக்கங்கள் தோன்றின.

'அது எப்படி அவ்வாறு இருக்க முடியும்?' விரைவாகவும், விடாப்பிடியாகவும் பதிலளிக்க நான் தயாராக இருந்தேன். 'நீங்கள் இறக்க மாட்டீர்கள், அதற்குமுன் நான் மருத்துவராகி விடுவேன். உங்களுடைய அகவை முதிர்ந்த காலத்தில் உடல்நலம் பாதிக்கப்பட்டால் உங்களுக்கு யார் சிகிச்சை அளிப்பார்கள்?' என்றேன். 'பாவப்பட்ட வாழ்க்கை' என்று பாட்டி சொன்னதன் பொருளை உண்மையிலேயே என்னால் விளங்கிக்கொள்ள இயலவில்லை. ஆனால், ஒருநாள், நான் பெரிய பெண்ணாக வளரும்போது இதற்கான பொருளைக் கட்டாயமாகக் கண்டுபிடிப்பேன்' என்று என்னை நானே தேற்றிக்கொண்டேன். அந்த இளம்அகவையில், ஏன் இரண்டு மூக்குத்திகள்?, ஒன்று சிவப்புக்கல் பதித்ததும், மற்றொன்று நீலக்கல் பதித்ததும், சீட்டுக்கட்டு விளையாட்டில் பயன்படுத்தப்படுகின்ற மூன்று பூக்கள் (ஏஸ்-ஆப்-கிளப்) வடிவத்தில் செய்யப்பட்டு, 'மூக்குத்தி ஈக்கள்' என்று அழைக்கப்படுகின்ற இது பற்றி நான் எண்ணிப் பார்த்ததே இல்லை.

மேலும், 'நீங்கள் ஏன் இறக்கவேண்டும்? உங்களுக்கு இன்னும் வயதாகவில்லை. உங்கள் தலைமுடி இன்னும் நரைக்கத் தொடங்கவில்லை' என்று நான் என் கருத்தை வலியுறுத்திப் பேசினேன். ஒருவேளை, அந்த அகவையில், பாட்டி மரணத்தைப் பற்றிச் சிந்திப்பதைத் தடுக்கவேண்டும் என்பது என் எண்ணமாக இருந்திருக்கலாம்.

இப்போது, பல ஆண்டுகளுக்குப் பின்னர், என் பாட்டி 'விரைவில் இறந்துவிட விரும்புகிறேன்' என்று என்னிடம் சொன்னபோது, பாட்டிக்கு உண்மையிலேயே வயதாகவில்லை என்பதைத் தெரிந்துகொண்டேன். அப்போது எனக்கு அகவை எட்டு, என் தம்பி நிலுவுக்கு நான்கு. அப்போது, பாட்டிக்கு நாற்பத்தெட்டு அல்லது அதற்குக் கொஞ்சம் அதிகம் இருக்கலாம்.

என்னுடைய மருத்துவப் படிப்புக்கான நுழைவுத் தேர்வு முடிவுகள் வந்தபோது பாட்டி எங்களுடன் இருந்தாள். அதில், நான் வெற்றிபெற்றதைக் கண்டு மகிழ்ச்சியில் திளைத்துப் போனாள். அப்போது பாட்டிக்கு அகவை அறுபது, அகவை முதிர்ந்திருந்தாள். ஆனால், அப்போதும் அவள் அழகாக இருந்தாள். அவள் சிரிக்கும்போது, வெற்றிலை-பாக்கு போட்டால் ஏற்படும் சிவப்பு

நிறத்தில் அவளுடைய உதடுகள் சுழித்து, எப்போதும்போல் வியப்பை ஏற்படுத்தின. இப்போதும், அவளுடைய மூக்குத்திகளில் இருந்த சிவப்பு மற்றும் நீலக்கற்கள் ஒளிரும் தன்மையை இழக்காமல் மென்மையாக ஒளிர்ந்துகொண்டிருந்தன. நான் மருத்துவக் கல்லூரியில் சேர்ந்து ஓராண்டுக்குப்பின் அவள் வாழ்க்கையில் எதிர்பாராத திருப்பம் ஏற்பட்டது.

கட்டாக்கில் பள்ளிப்படிப்பை முடித்த நான் டெல்லியில் உள்ள மருத்துவக் கல்லூரியில் சேர்ந்தேன். நான் நுழைவுத் தேர்வில் வென்று எய்ம்ஸ் மருத்துவக் கல்லூரியில் முதுகலை கண்மருத்துவ உயர்-சிறப்புப் படிப்பில் சேர்ந்தேன். ஆனால், இந்த முறை, இந்த மகிழ்ச்சியான செய்தியை முதல் ஆளாகக் கேட்கப் பாட்டி இல்லை. அவளுக்குப் பதிலாக என்னுடைய வருங்காலக் கணவருடன் சேர்ந்து இதைக் கொண்டாடினேன். அவர் என்னுடைய வகுப்புத் தோழர். மேலும், அவரும் எய்ம்ஸ் கல்லூரியில் அறுவைச் சிகிச்சைக்கான உயர்-சிறப்புப் பட்டம் படிக்கத் தேர்வாகியிருந்தார். எங்கள் பெற்றோருக்கு இந்தச் செய்தியைச் சொன்னோம். அந்தநேரம், பாட்டி, எங்கள் சொந்த ஊரில் உள்ள தாய்மாமா வீட்டில் இருந்தாள்.

நான் இளம்அகவையில் இருந்தபோது, பாட்டி என்னிடம் சொன்னவற்றையெல்லாம் நினைத்துப் பார்க்கக்கூடிய நேரங்கள் அவ்வப்போது எனக்குக் கிடைத்தன. அப்போது அவர் சொன்ன வாழ்க்கைத் தத்துவங்களையெல்லாம் கடைப்பிடிக்க முடியாவிட்டாலும் கூட, அவை என் இளமனதில் மிகப் பெரிய மறக்க முடியாத தாக்கத்தை ஏற்படுத்தியிருந்தன.

'ஆற்றின் நீரோட்டம் கீழ்நோக்கித்தான் பாயும்' என்று பாட்டி சொல்வார். 'மலையடிவாரத்தை நோக்கிச் செல்லும் அதன் பயணத்தை எப்போதாவது அது நினைத்துப் பார்த்திருக்குமா?'

கடந்த காலங்களில் சில மெதுவாக நகரும் நண்பகல் பொழுதுகளில் பாட்டி சொன்ன இந்தச் சொற்களை என்னால் எப்போதும் மறக்க இயலாது.

'நினைத்துப் பார்த்திருக்கலாம்', இத்தனை நாள்களுக்குப் பின், நான் சிந்தித்துப் பார்த்தேன், 'ஆறு சிறிய, தெளிந்த நீரோடையாக, பாறைகள் சூழ்ந்த வழியில், இருபுறமும் உயர்ந்தோங்கிய மரங்கள் வளர்ந்திருக்க, அழகான வண்ண

வண்ணப் பறவைகள் இனிமையாகப் பாட, எந்தச் சூழலிலும் அமைதிகாக்கும் குன்றுகள் நிறைந்திருக்கும் இடங்களில் ஓடும்போது, அது சில நேரங்களில் நினைத்துப் பார்த்திருக்கும். ஆற்றால் அதன் இனிமையான கடந்த காலங்களை நினைத்துப் பார்க்க மட்டுமே முடியும். அந்தக் காலங்களை நோக்கிப் பின்னோக்கிச் செல்லவோ அல்லது அழகாகச் சிரித்தோடிய பழைய நிலையை அடையவோ முடியாது. காலத்தின் போக்கில் இயல்பாக ஓடிக்கொண்டிருக்கிறது, அவ்வளவுதான்.

பாட்டி, இராமாயணம் மற்றும் மகாபாரத இதிகாசங்களின் கிளைக்கதைகளை எனக்குச் சொல்வாள். அவள் எனக்குத் தேவதைக் கதைகளையும் சொல்வாள். அவள் என்னை அவளருகில் உட்கார வைத்து இறைப்பாடல்களைப் பாடக் கற்றுத் தருவாள். என்னுடைய அம்மாவின் இளம் அகவையில் நிகழ்ந்த சுவையான கதைகளையும், சில நேரங்களில் அவள் வாழ்க்கையில் நிகழ்ந்த உண்மைக் கதைகளையும் சொல்லியிருக்கிறாள். என்னுடைய நீண்ட இளம்பருவக் காலத்தின் அனைத்து வெறுமைகளையும் அவளுடைய நெருக்கமான அன்பால் பூர்த்தி செய்திருக்கிறாள். பல்வேறு நிகழ்வுகளில் நாங்கள் ஒருவரையொருவர் புரிந்துகொண்டு நடந்திருக்கிறோம். நான் கூடை நிறைய பூக்களைக் கொண்டுவந்தால், அவள் அதை அழகான மாலைகளாக்கித் தருவாள். நாங்கள் இருவரும் அவற்றை எடுத்துக்கொண்டு, கடவுள் கிருட்டினர், இப்புவியில் பிறந்த எட்டாம் நாள் கொண்டாடப்படும் விழாவான 'ஜென்மாஷ்டமி' அன்று, கிருட்டினன்- இராதை இணைந்து அருள்பாலிக்கும் கோயிலுக்கு வழிபடச் செல்வோம். வழிபாடு முடிந்தபின்னர், நாங்கள் இருவரும் வீட்டுக்கு வந்து, 'ஸ்ரீமத் பாகவத'த்தின் பத்தாம் புத்தகத்தைப் படிப்போம். பாட்டி ஒரு பகுதியைப் படித்தால், நான் அடுத்ததைத் தொடர்ந்து படிப்பேன். கார்த்திகை முழுநிலவு விழா நாளன்று பாட்டி விடிவதற்குமுன் என்னையும் என்னுடைய தம்பியையும் எழுப்புவாள். நாங்கள் மூவரும் மூன்று சக்கர மிதிவண்டியில் மகாநதி ஆற்றங்கரையில் உள்ள 'காத்கடியா' படித்துறைக்கு, வாழைமரப் பட்டைகளால் செய்யப்பட்ட எங்கள் படகுகளை மிதக்க விடுவதற்காகச் செல்வோம். அவள் எங்களுடன் இருந்தவரை, சுவையான கறிகள் மற்றும் பிற உணவுப் பண்டங்களைச் சமைத்துத் தருவதை வழக்கமாகக் கொண்டிருந்தாள். நானோ என்னுடைய தம்பியோ காய்ச்சலில் படுத்திருக்கும்போது, துணியைத் குளிர்ந்த நீரில் நனைத்து எங்கள் நெற்றியில் ஒற்றிவைப்பாள்.

நான், அம்மா-அப்பா மற்றும் பாட்டியுடன் தில்லி, மதுரா, பிருந்தாவனம் ஆகிய இடங்களுக்குச் சென்ற நாள்களை நினைத்துப் பார்க்கிறேன். குதிரை வண்டியில் பயணம் செய்து மகிழ்ந்தது, அந்தப் பகுதியின் சிறப்பு உணவுப் பொருளான வெள்ளைச் சுரக்காயின் உள்பகுதியைத் துருவியெடுத்து இனிப்பைச் சேர்த்துச் செய்யப்பட்ட 'பெதா' என்னும் இனிப்புப் பண்டத்தை முதன்முதலாகத் தின்றது என அனைத்தையும் நினைத்துப் பார்த்தேன். 'பாட்டி, இந்தப் பெதா எதனால் செய்யப்பட்டது?' என்று என் தம்பி நிலு கேட்டான். 'குதிரை முட்டையால் செய்யப்பட்டது' என்று கிண்டலாக, குறும்புத்தனமான சிரிப்புக்கிடையில் உதடுகள் சுழித்துப் பாட்டி சொன்னாள்.

எட்டு அகவையுடைய பெண்ணான எனக்கு அப்போது, முகமூடி அணிந்து உலவும் மனிதர்களுக்கும் அவர்களின் உள்ளிருக்கும் உண்மையான எண்ணங்களுக்கும் இடையில் இருக்கும் வேறுபாட்டை ஆழமாக அறிய முடியவில்லை.

பாட்டி எப்போதும் என் வாழ்க்கையை வண்ணங்களால் நிரப்பிக்கொண்டிருந்தாள். ஆனால், நான் அவளுடைய வாழ்க்கைச் சித்திரத் துணியில் உள்ள வெற்றிடங்களைத் தொடுவதற்குக் கூட துளி வண்ணத்தையும் தர முயற்சித்ததில்லை. கிட்டத்தட்ட எனக்குப் பன்னிரண்டு அகவை இருந்தபோதுதான், வெளித்தோற்றத்தில் இனிமையாக மகிழ்ச்சியுடன் நடந்துகொள்ளும் பாட்டியின் ஆழ்மனத்தில் இருந்த துன்பத்தை என்னால் உணர முடிந்தது. அவள் எவ்வளவு மரத்துப்போய் உணர்ச்சிகளை வெளிக்காட்டாமல் இருக்கிறாள் என்பதைக் காணத் தொடங்கினேன். அவள் நல்ல சுவையான உணவுகளை உண்ணவோ அல்லது அழகழகாக உடுத்தி மகிழவோ பெரிதாக ஆர்வம் காட்டியதில்லை. அவளின் பெரும்பாலான நேரங்களை வழிபாடு செய்வதிலும், இறைப்பாடல்களைப் பாடுவதிலுமே ஓட்டினாள். காலை நேரங்களில் அவள் ஒன்றல்ல, இரண்டு அல்லது மூன்று செய்தித்தாள்களைப் படிப்பதை வழக்கமாகக் கொண்டிருந்தாள். அவள் சிறப்பு மற்றும் தனித்த செய்திகளைத் தீவிரமாகத் தேடுவதைப் போலச் செய்தித்தாள்களை ஆழ்ந்த கவனத்துடன் படித்தாள். பாட்டி எழுதப்படிக்கத் தெரியாதவள் அல்லள். உண்மையைச் சொல்லப்போனால் அவள் ஏழாம் வகுப்புவரைப் படித்தவள்.

'நீங்கள் ஏன் படிப்பைத் தொடரவில்லை?' பாட்டியிடம் நான் கேட்டேன். 'நீங்களும் அம்மாவைப் போல ஒரு மருத்துவராகி இருக்கலாம்.' என்றேன்.

'அக்காலத்தில், பெண்களுக்குக் கல்வி அளிக்கவேண்டும் என்ற அக்கறை எவர்க்கும் இருந்ததில்லை. அதையெல்லாம் மீறி நான் ஏழாம் வகுப்புவரைப் படித்தேன் என்றால் அதற்கு என்னுடைய அப்பாவின் துணிச்சலான துணைதான் காரணம். அவர் மட்டும் இல்லையென்றால், இராமாயணம் மற்றும் அதுபோன்ற நூல்களைப் படித்தறியும் நிலையில் நான் இருந்திருக்கமாட்டேன்' என்று தன்னை மறந்த நிலையில் பாட்டி சொன்னாள்.

'ஆமாம்' என்று சொன்ன நான் உடனே, 'உங்களால் மூன்று நாளிதழ்களையும் கூடப் படிக்க முடியாது போயிருக்கும்' என்றேன்.

'மூன்று நாளிதழ்கள்! நான் மூன்று நாளிதழ்களைப் படிக்கிறேனா? யார் சொன்னது?' என்று கேட்ட பாட்டியின் விழிகள் விரிந்தன.

'அம்மாவிடம் அப்பா சொன்னபோது நான் கேட்டேன்' என்று ஏதோ பெரிய கமுக்கமான செய்தியைக் கண்டுபிடித்ததுபோல் சொன்னேன். 'ஒரு செய்தித்தாள் போதுமானது. மூன்று செய்தித் தாள்களுக்கான தேவை என்ன...?' என்றார் அப்பா. ஆனால், அம்மா கண்டிப்பாக மூன்று செய்தித்தாள்களையும் வாங்க வேண்டும்' என்றாள். 'அம்மா ஓர் எழுத்துவிடாமல் அனைத்தையும் விரிவாகப் படிப்பதில் மிகுந்த ஈடுபாடு உடையவள்' என்றாள் அவள். மேலும், அவள் 'நீங்கள் அதில் எதையோ தேடுகிறீர்கள்' என்றாள். 'நானும் பார்த்திருக்கிறேன், நீங்கள் செய்தித்தாளில் எதையோ நுணுகித் தேடி, விரல்களால் ஒவ்வொரு எழுத்தையும் தொட்டுத் தொட்டுப் படித்ததை நான் பார்த்திருக்கிறேன்' என்று கூடுதலாகச் சொன்னேன் நான். 'பாட்டி, அப்படி எதைத் தேடுகிறீர்கள்?' என்று கேட்டேன். நான், எப்போதும் கமுக்கமான செய்திகளை அறிந்துகொள்வதில் மிகுந்த ஆர்வத்துடன் இருந்தேன்.

'நீ நினைப்பதுபோல் ஒன்றுமில்லை. உன்னுடைய அம்மா இயல்பாகத்தான் அப்படிச் சொல்கிறாள்' என்று கேள்வியைத் தவிர்க்கும் வகையில் பார்வையை விலக்கி வெளியில் பார்த்தவாறு சொல்வாள் பாட்டி. அப்போது ஒருவித நிழல் அவள் முகத்தில் படரும். அவள் கண்ணாடியைக் கழற்றி வெளியில் வழிந்துவிடுவது

போல் துளிர்க்கும் கண்ணீரைத் துடைத்துக் கொள்வாள். நான் அமைதியாக அவ்விடத்தைவிட்டு வெளியேறி விடுவேன்.

நான் என் அம்மாவிடமிருந்து மாமாவைப் பற்றித் தெரிந்துகொண்டேன். அவர்க்கு அகவை ஐந்திருக்கும்போது அவர் நாள்பட்ட மஞ்சள் காமாலை நோயால் பாதிக்கப்பட்டு உயிரிழந்தார் என்று அம்மா சொன்னாள். ஒருவேளை, அந்த இழப்பு இன்னும் அவரைத் துன்புறுத்திக்கொண்டிருக்கிறது என்று நான் எண்ணினேன். ஆனால், இந்தக் காரணம் எனக்கு மனநிறைவைத் தரவில்லை. என்னுடைய தாத்தாவைப் பற்றிய செய்திகள் என்ன? என்று நான் கேட்க விழைந்தேன். நான் தாத்தாவை ஒருபோதும் பார்த்தில்லை. இருப்பினும், தாத்தா எங்கேயோ இருக்கிறார் என்பதில் உறுதியாக இருந்தேன். என்னுடைய தோழி சுனிக்குத் தாத்தா-பாட்டி உண்டு. அவர்கள் ஊரில் அவருடைய மாமாவுடன் இருக்கிறார்கள். விடுமுறைக் காலங்களிலும், திருவிழாக் காலங்களிலும் மட்டும் அவள் அங்குச் சென்று அவர்களைப் பார்ப்பது வழக்கம். எனக்கு என்னுடைய தாத்தாவைப் பற்றித் தெரிந்து கொள்ள வேண்டும் என்ற ஆவல் பிறந்தது. அவரைப் பற்றித் தெரிந்து கொள்ள ஏராளமான கேள்விகளால் அம்மாவைத் துளைத்தெடுத்தேன்.

இறுதியாக ஒருநாள், என்னுடைய நச்சரிப்பில் எரிச்சலடைந்த அம்மா கடுகடுப்புடன், 'உனக்குத் தாத்தாவே இல்லை' என்றாள். நான், அவர் வீட்டைவிட்டு வெளியேறிச் சாமியாராகப் போய்விட்டார் என்று நினைத்துக்கொண்டேன்.

'அவர் சாமியாராகப் போய்விட்டாரா?' என்று கொஞ்ச நேரம் இடைவெளிவிட்டுக் கேட்டேன். அவர் எப்போது அப்படிப் போனார்? அவர் இப்போது எங்கே இருக்கிறார்? என்று உறுதியுடன் கேட்டேன். நான் தெரிந்துகொள்ளும்வரை விடுவதாக இல்லை.

'அதைப் பற்றி எனக்கு ஒன்றும் தெரியாது. நச்சரிப்பதைக் கொஞ்சம் நிறுத்து' என்றவள் என்னை வாயை மூடச்சொல்லி முறைத்தாள். சற்று நேரத்துக்குப்பின், என்னைப் பார்த்தாள். அவள் கனிவாகப் பேசினாள். 'யாருக்குத் தெரியும், அவர் எங்கே இருக்கிறார் என்று. ஒருவேளை இமயமலையில் இருக்கலாம். அந்த நேரத்தில் நானும் என்னுடைய அண்ணனும் மிகவும் இளையவர்கள். ஒருநாள் அப்பா, அவர் வேலை செய்யும் அலுவலகத்திலிருந்து வீடு திரும்பவில்லை. நாள்கள், மாதங்களாயின, மாதங்கள் ஆண்டுகளாக உருண்டோடின. ஆனால், அப்பா திரும்பவே

இல்லை'. அம்மா திடீரென்று பேசுவதை நிறுத்தினாள். அவளுடைய முகம் சிவந்திருந்தது.

தாத்தாவை அரித்துவாரில் பார்த்ததாக மாமா 'தெதா' சொன்னார். தாத்தா, சடைவிழுந்த தலையுடன், மழிக்கப்படாத தாடியுடன், சாமியார்கள் அணிகின்ற காவி உடையுடன் இருந்ததாகச் சொன்னார். தாத்தாவைப் பார்க்க, தெதா மாமா அவரிடம் ஓடினார். ஆனால், அதற்குள் தாத்தா அங்கிருந்த கூட்டத்தில் மறைந்து விட்டாராம். இந்தக் கதையைச் சொல்லும்போது அம்மாவின் குரல் கம்மியது.

'இப்போது உனக்கு மனநிறைவு தானே?' கொஞ்ச நேரத்துக்குப்பின் கிட்டத்தட்ட இயல்பான குரலில் அம்மா கேட்டாள். 'எவரிடமும் இதுகுறித்துத் திருப்பித் திருப்பிக் கேட்காதே, பாட்டியிடம் எப்போதும் எதையும் கேட்காதே' என்று என்னை எச்சரித்து, அந்தப் பேச்சை அத்துடன் முடித்துக்கொண்டாள்

'ஆனால், நிலு கேட்டால், அவனிடம் என்ன சொல்வது?' நான் அம்மாவிடம் கேட்டேன்.

'இதையெல்லாம் அவனால் புரிந்துகொள்ள முடியாது. அவன் ரொம்பச் சின்ன பையன்.' அவன் வளர்ந்தபின் நானே அவனிடம் சொல்லிக்கொள்கிறேன். 'ஆனால், நீ அவனிடம் எதையும் சொல்லாதே', அம்மா திரும்பத் திரும்ப எச்சரிக்கை செய்ததால், அவளின் குரல் சற்றுக் கனத்திருந்தது.

இந்தப் பெரிய கமுக்கமான செய்தியைச் சுமந்த என் நெஞ்சம் கனத்தது. நிலு என்முன் வந்தபோதெல்லாம், எங்கே இந்தக் கமுக்கச் செய்தி என் நெஞ்சைப் பிளந்துகொண்டு வெளிவந்துவிடுமோ என்று நினைத்தேன். இந்தக் கமுக்கச் செய்தியை நெஞ்சில் வைத்துக் காப்பதற்கு, மாந்த ஆற்றலுக்கும் மேலான ஆற்றல் தேவைப்பட்டது. நான் பாட்டியுடன் இருக்கும்போது அவளைப் பற்றி ஒன்றும் தெரியாதவள்போல் பாசாங்குசெய்வது எனக்கு மிகவும் கடினமாக இருந்தது. அந்த நேரத்தில் நான் எடுத்த முடிவில் என்னுடைய ஆர்வத்தை வெளிப்படுத்தாமல் மென்று முழுங்கினேன். இறுதியாக, என்னுடைய அமைதியே எனக்கு அமைதியைக் கொடுத்தது. என் நெஞ்சைத் தைத்துக்கொண்டிருந்த பல கேள்விகளுக்கான விடைகளை என் பாட்டியிடமே கேட்டுத் தெரிந்துகொள்வது என்ற முடிவுக்கு வந்தேன்.

அதுவொரு கோடைக்கால நண்பகல். என்னுடைய பள்ளியில் விடுமுறை விடப்பட்டது. நான் பாட்டியுடன் அவளுடைய அறையில் இருந்தேன். அவளிடம், 'அப்படியானால், தாத்தா வீட்டைவிட்டு வெளியேறி, சாமியாராகப் போய்விட்டார், இல்லையா பாட்டி?' என்னுடைய ஆற்றலையெல்லாம் திரட்டிக்கொண்டு கேட்டேன். உள்ளங்கைகளால் முகத்தைத் தாங்கிப் பிடித்துக்கொண்டு, சாய்ந்து செய்தித்தாளைப் படித்துக்கொண்டிருந்த பாட்டியின் கண்கள் விருப்பமின்றி அந்தப் பக்கத்தைப் பார்த்துக் கொண்டிருந்தன. சட்டென்று எழுந்து உட்கார்ந்த அவள், என்னை ஒருமாதிரியாகப் பார்த்தாள். யாருக்கும் தெரியாத சில கமுக்கமான செய்திகளை எப்போதும் யாருக்கும் சொல்லக்கூடாது என்கிற உணர்ச்சியின் வெளிப்பாடு, கணநேர ஒளியாய் அவளுடைய பார்வையில் தெரிந்தது.

'உனக்கு யார் சொன்னது?' இறுக்கமான குரலில் கேட்டாள். 'அம்மா சொன்னாள்' என்று நான் முதிர்ச்சியடைந்தவளாகவும், முழுமையாக ஒன்றைப் புரிந்துகொண்ட பெரியவர்களின் மனநிலையிலும் பக்குமாக விடையளிக்க முயன்றேன்.

'ஓ..' என்றவளின் பார்வையில் இருந்த கடுமை குறையத் தொடங்கியது. 'ஆமாம், அவர் வீட்டைவிட்டுப் போய்விட்டார். அதற்கு என்ன செய்வது?' என்ற பாட்டி சற்றுப் பேச்சை நிறுத்தினாள்.

'அப்போது, என் அம்மாவுக்கு அகவை ஏழு தான்' எல்லாவற்றையும் விளக்கமாக அறிந்தவள்போல் நான் தொடர்ந்தேன்.

'ஆமாம்' மெலிந்த குரலில் விடையளித்தாள். ஒருவேளை, அவள் கடந்த காலத்துக்குப் பின்னோக்கிச் செல்ல விரும்பா திருந்திருக்கலாம். அது அவளுக்கு எந்த அளவுக்கு வலியைக் கொடுக்கும் என்று எனக்குத் தெரியாது. மேலும், என்னுடைய அனைத்துக் கேள்விகளுக்கும் அவளிடமிருந்து விடைகளை அறிந்துகொள்வதில் நான் குறியாய் இருந்தேன்.

'ஆனால், அவர் ஏன் இப்படி உங்களை விட்டுவிட்டுச் செல்லவேண்டும்?' விடாப்பிடியாகக் கேட்டேன்.

'செல்லம், எனக்கு எப்படித் தெரியும்?. என்று இளைத்த குரலில் சொன்னவள், 'ஒருவேளை அவரை யாராவது வசியம் செய்திருக்கலாம்' என்றும் சொன்னாள்.

'யார் அப்படிச் செய்திருப்பார்கள் என்று நினைக்கிறீர்கள் பாட்டி' உண்மையைத் தெரிந்துகொண்டால், ஏதாவது செய்யலாம் என்று தொடர்ந்து கேட்டேன்.

'யாருக்குத் தெரியும்?' என்ற பாட்டி ஒரு நீண்ட பெருமூச்சு விட்டாள். இதுபோன்ற பேச்சைத் தவிர்ப்பதற்காக, 'நீ ஏன் போய் ஒரு குட்டித் தூக்கம் போடக்கூடாது?' என்று பேச்சை மாற்றினாள். 'உன்னுடைய தனிப்பயிற்சி ஆசிரியர் மாலையில் வந்துவிடுவார். இப்போது சிறிது தூங்கவில்லையென்றால், அப்போது தூங்கி விழுவாய்' என்றாள். அவள் முகத்தைச் செய்தித்தாள் பக்கங்களில் புதைத்துக்கொண்டாள்.

'பேச்சை முடித்துக்கொள்' என்று சொல்லாமல் சொல்வதற்கான மென்மையான குறியீடு இது என்பது எனக்குத் தெரியும். அதன்பிறகு, அவள் உரையாடலைத் தொடரவில்லை. நான் பெரியவளாக வளர்ந்தபின் அனைத்தையும் தெரிந்து கொள்வேன் என்ற ஆறுதலுடன் பாட்டியைப் பற்றித் தெரிந்து கொள்ள வேண்டும் என்ற என்னுடைய ஆர்வத்தை அடக்கிக் கொள்ளவேண்டியிருந்தது.

இதுபோன்று, கடந்த காலங்களில் நிகழ்ந்த என்னைப் பற்றிய பல சுவையான நிகழ்வுகளைப் பாட்டி சொன்னார். அவளுடைய நான்கு அகவை தம்பி, எப்படிப் பருப்புக் கொதிக்க வைக்கும் கொப்பரையில் எதிர்பாராத வகையில் விழுந்து எரிந்துபோனான் என்பதையும், எட்டு அகவை தங்கை எப்படிக் காலரா நோயால் இறந்துபோனாள் என்பதையும் சொன்னாள். பாட்டிக்குப் பத்து அகவையிலேயே திருமணம் நடந்து விட்டது. அவளை விட ஏழு அகவை அதிகமுடைய என்னுடைய தாத்தாவுடன் அவளுக்கு நடந்த திருமணக் கதையை அவள் எனக்குச் சொன்னாள். மேலும், அவர், திருமண மேடையில் மூச்சுத் திணறித் தும்மிய வேடிக்கைக் கதையையும் சொன்னாள்.

மகாத்மா காந்தியைப் பார்க்கப் பல மைல்கள் நடந்து சென்ற நிகழ்வையும் விளக்கினாள். அவருடைய சொற்பொழிவால் ஈர்க்கப்பட்டு, உப்பு எடுத்ததையும், கை இராட்டினத்தில் நூல் நூற்றதையும் சொன்னாள். தாத்தா முதலில் பணியில் சேர்ந்த இடம் கோராபுத். அங்கே இரவு நேரத்தில் புலிகள் நடமாட்டம் இருக்கும். அவை, அங்குள்ள வீடுகளின் கதவுகளைப் பிராண்டிச் செல்லும். கதவுகளில் புலிகளின் பிராண்டல் தடயங்கள் மிகப்

பெரிதாகவும் தெளிவாகவும் தெரியும். சில இரவுகளில், தாத்தா சாகிப்புடன் பல்வேறு மாவட்டங்களுக்குப் பயணம் சென்றுவிடுவார். அப்போது, தன் இரண்டு குழந்தைகளுடன் பாட்டி தனியாக இருக்க வேண்டியிருக்கும். தன் இரண்டு குழந்தைகளை இறுக்கமாகப் பற்றிக்கொண்டு அந்த அச்சமூட்டும் இரவுகளை எப்படிக் கழித்தாள் என்று பாட்டி சொன்னாள். பாட்டி சொன்ன ஒவ்வொரு கதையும் என்னுடைய ஒன்றும் அறியாக் குழந்தைப் பருவத்தைச் சுற்றிப் பின்னப்பட்ட தங்கம் மற்றும் வெள்ளியால் ஆன சரத்தில் கோக்கப்பட்ட மணிகளாக இருந்தன. இல்லற வாழ்வைத் துறந்து தாத்தா மேற்கொண்ட துறவு வாழ்க்கையைப் பற்றிப் பாட்டி ஒருபோதும் ஒன்றும் சொல்லாதது பெருவியப்பாக இருந்தது.

என்னுடைய பதினெட்டாம் அகவையில், நான் விடுதியில் தங்கி மருத்துவம் படிக்கச் செல்லும்வரை பெரும்பாலான நாள்கள் பாட்டி எங்களுடனேயே இருந்தார். எங்கள் அம்மா தன்னுடைய ‘கிளினிக்கில்’ நீண்ட நேரம் செலவழிக்க வேண்டியிருந்ததால், பாட்டி எங்கள் மீது மிகுந்த கவனம் செலுத்தினார். மேலும், வீட்டுவேலைகளையும் பார்த்துக்கொண்டார். நான் விடுதிக்குச் சென்று ஓராண்டு சென்றபின்னர், அந்த எதிர்பாராத ஒன்று நடந்தது. நான் விடுதியில் தங்கிப் படித்தாலும், விடுதி, வீட்டிலிருந்து நீண்ட தூரம் இல்லாததால் நான் அடிக்கடி வீட்டுக்கு வருவதை வழக்கமாகக் கொண்டிருந்தேன்.

அதுவொரு சனிக்கிழமை பிற்பகலின் சாய்வுநேரம். நான் வகுப்பு முடிந்து வீட்டுக்கு வந்தேன். என்னுடைய அப்பாவும் அம்மாவும் சிகிச்சையகத்தில் இருந்தனர். விளையாடச் சென்ற என்னுடைய தம்பி இன்னும் திரும்பவில்லை. எங்கள் வீட்டின் முன்வாயிற் கதவின் தாழ்ப்பாளை யாரோ தூக்குவதுபோல் எனக்கு ஒலி கேட்டது. உடனே யாரென்று பார்க்க வெளியே வந்தேன். அழுக்கு வேட்டி-சட்டையுடன் அகவை முதிர்ந்த ஒருவர் நின்றிருந்தார். அவர் வெட்டித் திருத்தப்படாத நீண்ட தலைமுடியுடன், பாதி நரைத்த தாடியுடன் இருந்தார். அவர் உள்ளே வந்துவிட்டார். ஆனால், கதவுவரை வரவில்லை. முன்வாயிற் கதவருகிலேயே நின்றிருந்தார். அவர், முடிவெடுக்க முடியாத நிலையில் இருப்பவர் போல் தோற்றமளித்தார். அவரை ஒரு நோயுற்றவராகக் கருதினேன்.

கொஞ்சம் அவர் அருகில் சென்று, ‘நீங்கள் யாரைப் பார்க்க வந்துள்ளீர்கள்?’ என்று கேட்டேன்.

‘இது சுமித்ரா... மருத்துவர் சுமித்ரா அவர்களின் வீடு தானே?’ அவர் கேட்டார்.

‘ஆமாம்’ நான் சொன்னேன். ‘ஆனால், இப்போது மருத்துவர் சுமித்ரா, மருத்துவர் பிரசாந்த் மிஸ்ரா இருவரும் அவர்கள் சிகிச்சையகத்தில் உள்ளனர்’. நான் அவ்விடத்தின் முகவரி மற்றும் அவர்களின் தொடர்பு எண்ணைத் தருகிறேன்’ என்றேன். பழகுவதற்கு இனிய தோற்றம்கொண்ட அந்த முதியவருக்கு உதவவேண்டும் என்று விரும்பினேன்.

‘வேண்டாம்’ என்றார். கொஞ்சம் நேர அமைதிக்குப்பின், அவர் எப்போது வருவார்’ என்று கேட்டார்.

‘அவர்கள் வருவதற்கு மணி ஒன்பது ஆகி விடும். அவர்கள் எந்த ஒரு நோயுற்றவரையும் வீட்டில் பார்ப்பது இல்லை’ என்றேன். தாழ்வாரம் வரை வந்த அவர் படிகளில ஏறவில்லை.

‘நீங்க யார்...’ கேள்வியோடு என்னைப் பார்த்தார்.

‘நான் அவர்களின் மகள், மனாசி’ என்றேன்.

பிற்பகல் அந்திப்பொழுதாக மங்கியது. அதன் நிழல் ஆழமாகப் படரத் தொடங்கியது. சற்றுநேரம் அவர் என்னையே உற்றுப் பார்த்துக்கொண்டிருந்தார். அவருடைய கனிவான கண்களைப் பார்த்தேன்.

‘ஓ... என்ன படிக்கிறீர்கள்?’ கேட்டார்.

‘நான் கட்டாக்கில் மருத்துவம் படிக்கிறேன்’ விடையளித்தேன்.

‘அம்மாவைப் போல’ என்று தனக்குள் பேசுவதுபோல் தெளிவில்லாமல் சொல்லிவிட்டு மெதுவாகப் படிகளில் ஏறினார்.

என்னைப் பார்க்காமல், ‘நான் காத்திருக்கிறேன்’ என்றார்.

‘சரி, அய்யா, உட்காருங்கள்’ என்று சொல்லிய நான் அங்கிருந்த பிரம்பு நாற்காலியைக் காட்டினேன். என்னுடைய பார்வை கைகளில் கட்டியிருந்த கடிகாரத்தில் தவழ்ந்தது. அது ஆறு முப்பதைக் காட்டியது. என்னுடைய அம்மாவும்-அப்பாவும் வருவதற்கு இன்னும் இரண்டரை மணி நேரமாகும். அவர் எங்கள் ஊரில் இருந்து வந்திருக்கிறார் என்று நினைத்துக்கொண்டேன். எங்கள் வீட்டில் வேலை செய்யும் பையன் பபுனாவை அழைத்து அவர்க்கு ஒரு குவளை தண்ணீர் தரச்சொன்னேன்.

சட்டென்று என் எண்ணத்தை மாற்றிக்கொண்டு 'தேநீர் அருந்துகிறீர்களா' என்று கேட்டேன்.

'ம்ம்ம்... ஒரு குவளை தேநீர் கொடுங்கள்' என்றார்.

நான் மீண்டும் பபுனாவை அழைத்து, 'தண்ணீருடன் ஒரு குவளை தேநீரையும் கொடு' என்று சொல்லிவிட்டு உள்ளே சென்றேன். இதுபோல் பலர் மருத்துவர்களின் வீட்டுக்கு வருவார்கள் என்பது எனக்குத் தெரியும்.

'யார் அது?' முற்றத்தின் அருகில் இருந்த குழாயடியில் இருந்து பாட்டி கேட்டாள். அவள், இறைவழிபாட்டை முடித்தபின்பு, கை-கால்களைக் கழுவிக்கொண்டிருந்தாள். இறைவழிபாட்டுக்கு முன்னும் பின்னும் கை-கால்களைக் கழுவுவது அவளின் வழக்கமாகும்.

'யார் அது' அவள் மீண்டும் கேட்டாள்.

'தெரியலை, யாரோ ஊரில் இருந்து வந்தவர்போல் தெரியுது. அவர் அம்மாவைப் பார்க்க வந்திருக்கிறாராம். அம்மா வரும்வரை காத்திருப்பதாகச் சொல்கிறார்' என்றேன்.

பாட்டி, தன் சேலை முந்தானையில் கைகளைத் துடைத்தவாறு வெளிப்புறத் தாழ்வாரம் வரை சென்றாள். அவள் சட்டென்று 'கதவின் நிலைப்படி'யில் நின்றாள். அவளுடைய கைகள் முந்தானையைப் பிடித்தவாறு அப்படியே இருந்தன. அவள் அப்படியே ஆணி அடித்ததுபோல் அசையாது நின்றாள். அவளுடைய திறந்த பெரிய விழிகளில் ஒரு தெளிவற்ற இருண்மை தென்பட்டது. அவளுடைய செயல்களைக் கண்டு திகைத்துப் போனேன். இதற்குமுன், பாட்டியை இதுபோன்று நான் பார்த்ததே இல்லை. அந்தப் பழகுதற்கு இனிய முகத்தை உடைய முதியவர் சில அடிகள் முன்வைத்துப் பாட்டியின் அருகில் வந்தார்.

'சுமியின் அம்மா...' பாட்டியைப் பார்த்து அவர் கேட்டார். 'உன்னுடைய பற்கள் விழுந்துவிட்டனவா?' என்றார்.

குறைந்த வெளிச்சம் தருகின்ற மின்விளக்கு ஒன்று தாழ்வாரத்தில் மங்கிய வெளிச்சத்தைச் சிந்திக் கொண்டிருந்தது. அந்த மங்கிய ஒளியில், அந்த முதியவரின் கண்களில் இனம்புரியாத உணர்ச்சி தெரிவதை என்னால் பார்க்க முடிந்தது. பாட்டி, ஒரு

சொல் கூடச் சொல்லாமல், அப்படியே திரும்பி, விரைவாக நடந்து நேராக அவளுடைய அறைக்குச் சென்றாள். அவள் மோசமாக நடுங்கினாள். தன்னிலை மறந்து நடந்துகொண்ட அவளின் நிலையைக் கண்டு அவளைத் தொடர்ந்து அவள் அறைக்குள் சென்றேன்.

'என்ன இது பாட்டி?, என்ன ஆச்சு?'

'மானு, உடனே உன் அம்மாவைத் தொலைபேசியில் கூப்பிடு, சீக்கிரம்...' என்றாள் பாட்டி. அவள் குரல் மோசமாக நடுங்கியது.

'சரி.. சரி... முதலில் நீங்க உட்காருங்க' என்றவாறு அவளுடைய கையைப் பற்றிப் படுக்கையில் உட்காரவைத்தேன். என்னுடைய விழிகள் பாட்டியை விட்டுச் சிறிதும் விலகவில்லை. அம்மாவைத் தொலைபேசியில் அழைத்தேன். 'கிளிக்' என்ற ஒலி கேட்டது. அதைத் தொடர்ந்து அம்மாவின் குரல் தொலைபேசியில் கேட்டது. அதற்குள் பாட்டி என்னிடம் வந்துவிட்டாள். என்னுடைய கைகளில் இருந்த தொலைபேசியைப் பிடுங்கிக்கொண்டாள். 'சுமி, உடனே விரைந்துவா' என்றவளின் குரலில் இயல்பை மீறிய அவசரம் தொற்றியிருந்தது. அம்மா காரணம் ஏதும் கேட்காமல், அடுத்த பத்தாவது நிமிடம் வீட்டில் இருந்தாள். ஒருவேளை, அவள், தொலைபேசியில் பாட்டியின் குரலை வைத்து, ஏதோ தவறாக நடந்திருக்கிறது என்பதை உணர்ந்திருப்பாள்.

அந்த முதியவர் என்னுடைய தாத்தா. வீட்டுத் தொடர்பை அறுத்துக்கொண்டு சாமியாராகச் சென்றவர். முப்பத்தாறு ஆண்டுகளுக்குப் பின்னர் இப்போதுதான் திரும்பியிருக்கிறார்.

அம்மாவும் அப்பாவும் தாத்தாவையும் பாட்டியையும் எங்களுடன் தங்க வைத்துக் கொண்டு ஒன்றாக வாழ விரும்பினர். ஆனால், பாட்டி, சொந்த ஊருக்கு அனுப்பச் சொல்லிக் கட்டாயப்படுத்தினாள். எங்கள் ஊர் கட்டாக்கில் இருந்து அதிகத் தொலைவில் இல்லை. ஊரில் இருந்த பழுதான வீட்டைச் சீர்செய்ய ஒன்னரை மாதங்கள் ஆயின. அம்மா, வீட்டுக்குப் பயன்படும் புதிய பொருட்களை வாங்கி வைத்து வீட்டை வசதியாக்கினாள். நாங்கள் எல்லாரும் மகிழுந்தில் ஊருக்குச் சென்றோம். அழகான, தூய்மையான நல்ல வசதியுடன் சீர்செய்யப்பட்ட அந்த வீட்டை நான் பெரிதும் விரும்பினேன். அந்த வீட்டின் சிறிய சமையல்கட்டில், ஒரு மண்ணெண்ணெய் அடுப்பு இருந்தது. சமையலறையின் ஒரு

மூலையில் அடுப்பு வைக்கப்பட்டது. அந்த நாள்களில் ஊர் மக்களுக்கு வாயு அடுப்பின் பயன் தெரிந்திருக்கவில்லை. வீட்டின் முன்பகுதியில் அழகாக வேலியிடப்பட்ட சிறிய தோட்டம், கிணறு மற்றும் துளசி மாடம் இருந்த உள்முற்றத்தில் அமைக்கப்பட்டிருந்த 'சிமெண்ட்' மேடை ஆகியவற்றை நான் மிகவும் விரும்பினேன். என்னுடைய தாத்தாவையும் பாட்டியையும் அந்தப் புதிய வீட்டில் விட்டுவிட்டு மாலையில் நாங்கள் எங்கள் வீட்டுக்குத் திரும்பினோம்.

'நான் என் அம்மாவைத் தனிமைப்படுத்தி விட்டேனா?' கட்டாக்குக்குத் திரும்பும் வழியில் அம்மா அப்பாவிடம் கேட்டார். அவள் கன்னங்களில் கண்ணீர் வழிந்தோடியது. 'நீண்ட நெடுங்காலத்துக்குப் பின் அவருடைய முகத்தில் மகிழ்ச்சியைக் கண்டேன். அவர் இப்போது மகிழ்ச்சியுடன் இருக்கிறார். அவரைப் பற்றிய கவலையை விடு' என்று அப்பா கனிவாகப் பேசி இறுகப்பற்றிக் கொண்டு ஆறுதல்படுத்தினார்.

அம்மாவுக்கும் அப்பாவுக்கும் இடையில் அன்று நடந்த சிறிய உரையாடலின் பொருளை அந்த அகவையில் என்னால் சரியாக விளங்கிக்கொள்ள முடியவில்லை.

அம்மாவும்-அப்பாவும் ஒவ்வொரு வாரமும் தாத்தா-பாட்டியைப் பார்க்கச் செல்வார்கள். அவர்கள், மருந்துகள், மளிகைப் பொருட்கள் மற்றும் பிற தேவையான பொருள்களை எடுத்துச் செல்வார்கள். வெவ்வேறு நாள்களில் நானும், என்னுடைய தம்பியும் அவர்களுடன் சேர்ந்துசெல்வோம். அப்போது பாட்டி அகவை அறுபதைத் தாண்டியிருந்தாள், தாத்தாவுக்கு அப்போது அகவை அறுபத்தேழு. அகவை மூப்பின் காரணமாக அவளுடைய நடமாட்டம் தடைபட்டாலும், நாங்கள் ஊருக்குச் செல்லும் போதெல்லாம், அவள் 'நாக்கில் எச்சில் ஊறும்' வகையில் சுவையான உணவுகளைச் சமைத்துத் தர தவறியதில்லை. சுவையான அரிசிச் சோறு, உளுந்து மற்றும் காய்கறிகளால் சமைக்கப்பட்ட சூடான தொடுகறி, வறுக்கப்பட்ட தேங்காய்த் துருவல் உருண்டைகளால் ஆன காரமான குழம்பு ஆகியவற்றை சாப்பிட்டபின் கைவிரல்களை அப்பா நக்கிச் சுவைத்தது நினைவுக்கு வந்தது. ஒவ்வொரு முறையும், வீடு திரும்பும்போது அம்மாவின் முகத்தில் துன்பக் கார்மேகம் படர்ந்திருக்கும். சிந்தாத கண்ணீர்த்துளிகளால் அவளுடைய வீங்கிய கண்களில் பார்வை மறைந்திருக்கும்.

காலப்போக்கில், பாட்டி வீட்டுக்குச் செல்வது, ஒருமுறைக்கும் அதற்கு அடுத்த முறைக்கும் உள்ள இடைவெளி கொஞ்சங் கொஞ்சமாக அதிகரித்து மிக அதிகமானது. பாட்டி வீட்டுக்கு வாரம் ஒருமுறை சென்றுவந்தது, மாதம் இருமுறை என்றாகி, மாதம் ஒருமுறை என ஆனது. எனக்குப் படிப்பில் அழுத்தம் அதிகமாக இருந்ததால், என்னால் பாட்டி வீட்டுக்குத் தொடர்ந்து செல்ல இயலவில்லை. நிலு, என்னுடைய தம்பியும் 'மெட்ரிக்குலேசன்' தேர்வுக்கான தயாரிப்பில் மும்மரமாக இருந்தான். இறுதியாக, பாட்டியோ அல்லது தாத்தாவோ உடல்நலம் பாதிக்கப்பட்டுத் துன்புறும் காலத்தில் மட்டும் அவர்களைப் பார்க்க அப்பாவும் அம்மாவும் ஊருக்குச் செல்லும் நிலை ஏற்பட்டது. மெதுவாக என்றாலும், என் பாட்டி-தாத்தாவின் உருவம் என் மனதைவிட்டுக் கொஞ்சங் கொஞ்சமாக மறையத் தொடங்கியது.

காலம் அதன்போக்கில் உருண்டோடியது.

அதன்பிறகு, நான் தில்லியில் என்னுடைய முதுகலைப் படிப்புக்கான நுழைவுத்தேர்வுக்குப் படித்துக் கொண்டிருந்தபோது, அம்மா என்னை அழைத்து எதிர்பாராத செய்தியைச் சொன்னாள்.

'உன்னுடைய தாத்தா மறுபடியும் காணாமல் போய்விட்டார், நாங்கள் தேடவேண்டிய அனைத்து இடங்களிலும் தேடிவிட்டோம். ஆனால், அவர் கிடைக்கவில்லை. தாத்தா காணாமல் போய்விட்டார் எனக் காவல் துறையில் புகார் அளித்துள்ளோம்' என்று அம்மா கவலையுடன் தொண்டை அடைக்கச் சொன்னாள். நான் கட்டாக்குக்குத் திரும்பிச் செல்ல விரும்பினேன். ஆனால், எதிர்வரும் தேர்வின் அழுத்தம் என்னை அவ்வாறு செய்யவிடாமல் தடுத்தது.

மூன்று மாதங்களுக்குப்பின் வீட்டுக்குத் திரும்பினேன். பாட்டியின் தோற்றத்தைப் பார்த்து அதிர்ச்சியடைந்தேன். அவள் கருப்பு ஓரப் பட்டையுடன் கூடிய வெள்ளைச் சேலையை உடுத்தியிருந்தாள். தலையில் நேர்வகிடெடுத்த இடத்தில் குங்குமக் குறியில்லை. கைகளில் வளையல் இல்லை. அவளுடைய கூர்மையான மூக்கின் இரண்டு புறங்களிலும் மெல்லியதாக ஒளிர்ந்துகொண்டிருந்த, அவளால் 'மூக்குத்தி ஈக்கள்' என்று சொல்லப்பட்ட மூக்குத்திகள் மட்டுமே இருந்தன. ஒரு கைம்பெண் கோலத்தில் இருந்த பாட்டியின் தோற்றத்தை என்னால் ஏற்றுக்கொள்ளவே முடியவில்லை.

'இப்போது பாட்டியை எதுவும் கேட்காதே' என்று அம்மா என்னை எச்சரித்தாள். கடுமையாக வற்புறுத்திய பின்னர்தான் அம்மா இங்கே வர ஒப்புக்கொண்டாள்' என்றும் சொன்னாள். எனக்குப் பணி ஆணை வந்தது. தில்லிக்குச் சென்று இரண்டு வாரத்தில் பணியில் சேரவேண்டும்.

இரண்டாம் முறையாகத் தாத்தா காணாமல்போன நாளில் இருந்து சரியாக அடுத்த ஐந்து ஆண்டுகள் மட்டுமே பாட்டி உயிர் வாழ்ந்தாள். இதற்கிடையில் எனக்குத் திருமணம் நடைபெற்றது. நான் கணவருடன் தில்லியில் வாழ்ந்தேன். என்னுடைய மகள், பிறந்து பத்து நாள்கள் ஆனபோது, பாட்டி ஒரு விபத்தில் சிக்கிக்கொண்டாள் என்ற செய்தி எனக்குக் கிடைத்தது. பாட்டி குளியலறையில் மோசமாக விழுந்துவிட்டாள். அவளுக்குத் தலையில் அடிபட்டுப் பெரிய அளவில் மூளை நரம்பு வெடித்துப் பக்கவாதம் ஏற்பட்டது. அந்த நேரத்தில் அம்மா என்னுடன் தில்லியில் இருந்தாள். அவள், கிடைத்த அடுத்த விமானத்திலேயே உடனே திரும்பிச் சென்றாள். பாட்டி அவசரச் சிகிச்சைப் பிரிவில் சேர்க்கப்பட்டிருந்தாள். அதன்பிறகு அவள் வீட்டுக்குத் திரும்பவே இல்லை. அவளுடைய இறுதிச் சடங்கில் என்னால் கலந்து கொள்ள முடியவில்லை.

ஐந்து ஆண்டுகளுக்குப் பின்னர், அடுத்து எனக்கு ஓர் ஆண் குழந்தை பிறந்தது. நான் கருவுற்றிருந்த அந்தக் கடுமையான நாள்களில் அம்மா என்னுடன் தில்லியில் இருந்தாள். அவள் ஆறு மாதங்கள் தன்னுடைய சிகிச்சையகத்தை மூடப்போவதாகவும், அவளிடம் தொடர்ந்து சிகிச்சைபெறுபவர்களின் தொலைபேசி அழைப்புகளைப் பற்றிக் கவலைப்படாமல் முழுமையாக என்னுடனேயே தங்கப் போவதாகவும் அம்மா சொன்னாள். அம்மா என்னுடன் இருப்பதை நான் பெரிதும் விரும்பினேன். அதுவும், எனக்காகவே அவள் எல்லாவற்றையும் விட்டுவிட்டு வருவது எனக்கு மிகுந்த மகிழ்ச்சியைத் தந்தது. என்னுடைய படிப்பைத் தொடர நான் வீட்டுக்கு வந்தபின் இதுபோன்று எப்போதும் அம்மாவுடன் மிக நெருக்கமாக இருந்ததில்லை. நீண்ட நேரம் எங்களால் உள்ளார்ந்து உணர்வுகளைப் பகிர்ந்துகொள்ள முடிந்தது. இதுபோன்ற ஒருநாளில் நானும் அம்மாவும் தனித்திருக்கும்போது, பாட்டியின் கடந்த காலங்கள் பற்றிக் கேட்டேன்.

'எப்படி அவளுடைய வாழ்வின் பெரும்பாலான ஆண்டுகளைத் தனியே கழிக்க அவளால் முடிந்தது?' நான்

அம்மாவிடம் கேட்டேன். 'அவள் அப்போது மிகவும் இளையவள்' என்றாள் அம்மா.

'அவளால் எப்படி முடிந்தது...' நான் மீண்டும் கேட்டேன்.

'அதை நினைத்துப் பார்த்தபோது, எனக்கும் பெருவியப்பாக இருந்தது' அம்மா சொன்னாள். துன்பம் மிகுந்த, மனவலி தந்த அந்த நாள்கள் எப்படிக் கடந்துபோயின. அவளுடைய கடந்த காலத்தை நோக்கிய பின்னோக்குப் பயணத்தை மேற்கொள்ளும் அம்மாவுக்காகக் காத்துக்கொண்டு, உன்னிப்பாகக் கவனித்துக் கொண்டிருந்தேன். கடந்த காலத்தைப் பற்றிய சிந்தனைகளில் இருந்து விடுபடவே அவள் எப்போதும் விரும்பினாள்.

'அப்பா வீட்டைவிட்டு ஓடிப்போகும்போது, எனக்கு அகவை ஏழு, தம்பிக்கு நான்கு மட்டுமே. சிக்கலான சிந்தனைகளைப் பெற்றுக்கொள்ள என்னுடைய மனம் தயாராக இல்லை. பெரும்பாலும் என்னுடைய நேரம் என்பது இரண்டாக அமைந்திருந்தது. ஒன்று பள்ளிக்குச் செல்வது. மற்றொன்று வெளியில் சென்று நண்பர்களுடன் விளையாடுவது. ஒருநாள் மாலையில் யாரோ ஒருவர் என்னிடம் ஓடிவந்தார். அவர் என்னுடைய உறவினர். ஒருவேளை அவர் 'ஆலி'யாக இருக்கலாம். வேகமாக ஓடிவந்ததால் அவருக்கு மூச்சிரைத்தது. அப்பா காணாமல் போய்விட்டதாக அவர் சொன்னார். நான் வீட்டுக்கு ஓடினேன். அங்கே என்னுடைய மாமாக்களும் அத்தைகளும் குழுமியிருந்தனர். எல்லாரும் ஒரேநேரத்தில் பேசிக்கொண்டிருந்தனர். அங்கே பேரிரைச்சல் கேட்டது. அம்மா அசையாமல், பேசாமடந்தையாய் உட்கார்ந்திருந்தாள். அந்த ஆண்டின் குளிர்காலத்தில் என்னுடைய இளைய தம்பி மஞ்சள் காமாலை நோயால் மாதக்கணக்கில் பாதிக்கப்பட்டிருந்தான். அதனால், அவன் இறுதியில் இறந்து போனான். என்னுடைய தாத்தா-பாட்டி என்னுடன் வாழ்ந்து வந்தார்கள். அப்பா எங்களைவிட்டு ஓடியபின், அவர்கள் என்னுடைய மாமா வீட்டுக்குப் போய்விட்டனர்' என்று சொன்ன அம்மா சற்றே இடைநிறுத்தினார்.

கணவனால் தனியாக விடப்பட்டதாலும், நான்கு அகவையுடைய மகன் இறந்துபோனதாலும் ஏற்பட்ட தாங்க முடியாத துயருக்கிடையில் வாடி-வதங்கித் தனியாக வாழ்ந்த ஒரு இளம்பெண்ணின் கோலத்தை மனக்கண்முன் கொண்டுவர நான் முயற்சித்தேன்.

என்னுடைய தாத்தா-பாட்டி, அம்மாவை அவர்களுடன் மாமா வீட்டுக்கு அழைத்துச் செல்ல விரும்பினர். சில கணங்கள் சென்ற பின்னர், அம்மா மீண்டும் தொடர்ந்தாள். 'ஆனால், என் அம்மா, அதாவது உன் பாட்டி அவர்களுடன் செல்ல மறுத்து விட்டாள். அவளுடைய வீட்டிலேயே மகளுடன் வாழப்போவதாகவும், மகளைக் கவனித்துக்கொள்ளப் போவதாகவும் சொன்னாள். மகளின் படிப்பில் முழுக்கவனத்தையும் முழுப் பொறுப்பையும் செலுத்தப் போவதாகவும் சொன்னாள்.

என்னுடைய சிந்தனை மீண்டும் அவளுடைய கோலத்தின் மீது திரும்பியது... யாருடைய கவனிப்பும் இன்றி, யாருடைய உதவியுமின்றி, தனியாக இருபது அகவைக்கும் கீழ் உள்ள ஒரு பெண், எட்டு அகவையே உடைய தன்னுடைய மகளுடன் பெரிய வீட்டில் வாழ்ந்தாள். நினைத்துப் பார்க்கவே வியப்பாக இருந்தது.

தாத்தா காணாமல் போனது குறித்த புகார் காவல் நிலையத்தில் கொடுக்கப்பட்டது. வானொலி மற்றும் செய்தித்தாள்களில் விளம்பரங்கள் கொடுக்கப்பட்டன. ஆனால், எந்தப் பயனும் இல்லை. கொஞ்சங்கொஞ்சமாக, நாங்கள் வறுமையின் கோரப்பிடியில் சிக்கினோம். வீட்டின் கூரை நைந்து வேகமாகப் பிய்ந்து கொண்டிருந்தது. வீட்டின் அனைத்து அறைகளுக்கும் மேற்கூரையை மறுசீரமைக்க அம்மாவிடம் பணம் இல்லை. அவளிடம் இருந்த பணத்தைக்கொண்டு, ஒரேயொரு படுக்கை அறைக்கும், சமையலறைக்கும் புதிதாகக் கூரை வேய்ந்தாள். மற்ற எல்லா அறைகளும் கோரமான, சீர்கேடடைந்த, கூரைகளற்ற, இடிந்துவிழும் சுவர்களுடன் கூடியனவாக விரைவாக மாறின. ஒரு பெரிய வீடு இடிந்து விழுகின்ற நிலையை அடைந்து கொண்டிருந்தது. மாலைநேரத்தில் அவை அச்சமூட்டுவனவாக இருக்கும். நான், அவற்றைப் பார்க்காமல் எச்சரிக்கையுடன் தவிர்த்துவிடுவேன்' அம்மா தன்னை மறந்து பேசினாள். மீண்டும் பேசுவதற்குச் சற்று இடைவெளியை எடுத்துக்கொண்டாள்.

நான் ஐந்தாம் வகுப்பு அல்லது ஆறாம் வகுப்புப் படிக்கும் போது, என்னுடைய அப்பாவின் நண்பர் நரேந்திரா மாமா மறுமணத் திட்டம் ஒன்றை எடுத்துக் கொண்டு அம்மாவிடம் வந்தார். அவர் மனைவியை இழந்து இரண்டு குழந்தைகளுடன் எங்கள் ஊருக்குப் பக்கத்து ஊரில் வசித்துவந்தார். அவர் ஒரு செல்வந்தர், ஏக்கர் கணக்கில் நிலங்களுக்கு உரிமையாளர். அப்பா சென்றபின்னர்,

அதன்பொருட்டு, அவர் அடிக்கடி எங்கள் வீட்டுக்கு வந்துபோவதை வழக்கமாகக் கொண்டார். அவரை மறுமணம் செய்துகொள்ளும்படி அவர் அம்மாவை வற்புறுத்தினார். என்னுடைய மாமா தெதா அவர்களும் அம்மாவைச் சமாதானப்படுத்தி இசைவிக்க முயன்றார். 'எவ்வளவு காலம், அண்ணி, இப்படியே தனியே வாழ்க்கையை ஓட்டுவீர்கள்' என்று கேட்டுத் தன் கருத்தை நியாயப்படுத்தினார். 'அருள்கூர்ந்து நரேந்திராவின் மறுமணத் திட்டத்தை ஒப்புக்கொள்ளுங்கள்' என்றார். அண்ணன் திரும்பிவர மாட்டார். நீங்களும் உங்கள் மகளும் பாதுகாப்பான வசதியான வாழ்க்கை வாழலாம்' என்றார். ஆனால், என் அம்மா, உன்னுடைய பாட்டி அவளுடைய முடிவில் இருந்து கொஞ்சமும் வழுவவில்லை.'

'என்ன ஒரு தளராத மனஉறுதி! அவள் எடுத்த முடிவின்படி உறுதியாக இருக்க எங்கிருந்து கற்றாள்?' பாட்டியின் வலிமையான குணத்தைக் கண்டு வியந்து நான் கேட்டேன்.

'நிறைய பேர் அவளை அச்சமூட்டியும், அவளுடைய மனஉறுதியைக் குலைக்கவும் முயன்றனர்' அம்மா தொடர்ந்து பேசினாள். நள்ளிரவு நேரத்தில் முன்வாசல் கதவை அச்சமூட்டும் வகையில் வேகமாகத் தட்டும் ஒலி கேட்டது. வீட்டின் மீது கற்களும் வீசப்பட்டன. ஒரு காலத்தில் எங்கள் பெரிய வீட்டின் ஒரு பகுதியாக இருந்த பாழடைந்த கட்டிடத்தில் அவர்கள் கும்பலாக அச்சமூட்டும் வகையில் வேகமாக இறங்கினார்கள். நண்பகல் நேரத்தில் தனியாக இருக்கும்போது, வீட்டின் பின்புறத்தில் உள்ள கிணற்றடியில் இருந்து யாரோ வெட்கக்கேடான வகையில் தொண்டையைச் செருமி ஒலியெழுப்பினர். அம்மா குளித்துவிட்டுக் குளத்திலிருந்து வரும்போது, தூரத்து உறவுக்கார மாமாக்கள் அடிக்கடி அவளை எப்படிக் கமுக்கமாக, கபடமாக பார்த்தார்கள் என்பதை நானே பார்த்திருக்கிறேன். அவர்களில் சிலர், தவறான சாக்குபோக்குச் சொல்லி அவளை வழிமறிக்க முயன்றனர். அந்த மாமாக்களே, அம்மா கண்களில்படும்படி, முட்டிக்கு மேலே வேட்டியைத் தூக்கிக் கட்டி, அருவருக்கத்தக்க வகையில் தொடையில் அடித்துக் காட்டினர். அது பொறுக்கித்தனத்தின் உச்சம்' என்றாள் அம்மா. கசப்பான அருவருக்கத்தக்க கடந்த காலங்களை நினைவு கூர்ந்ததைப் போல அவள் குரலில் வெறுப்புணர்ச்சியுடன் கூடிய கெட்டசொற்கள் நிறைந்திருந்தன.

அம்மா சொன்னதைக் கேட்ட நான், பல ஆண்டுகளாக நெஞ்சுக்குள் பூட்டி வைத்திருந்த கமுக்கமான செய்தியை வெளிப்படுத்த முடிவுசெய்தேன்.

'என்னுடைய திருமணத்துக்கு முன் நான் உங்களுடன் இருந்த அந்த ஒரு மாதத்தில், நீங்கள் பாட்டியிடம் கேட்காதே என்று சொன்னதை நான் பாட்டியிடம் கேட்டேன்.' அம்மாவிடம் சொன்னேன்.

'நீ கேட்டியா? என்ன கேட்டாய்?' அம்மா அதிர்ச்சியுடன் மழுப்பலாகக் கேட்டாள். அவளின் அதிர்ச்சியடைந்த பார்வை என் முகத்தின் மீது நிலைகுத்தியிருந்தது.

'ஓடிப்போன தாத்தா ஏன் திரும்பினார்? வந்தவர் ஏன் உங்களைத் தனியே விட்டுவிட்டு மீண்டும் திரும்பிச் சென்றார்?' என்று பாட்டியிடம் கேட்டேன். அவள் சிறிதுநேரம் அமைதியாக இருந்தார். ஆனால், திரும்பத் திரும்பக் கேட்டேன். பாட்டி என் கேள்விக்கு விடையளிக்க மறுக்கமாட்டார் என்று எனக்குத் தெரியும்.

'அவர் என்னிடம் மன்னிப்பு கேட்பதற்காக வந்தார்' என்று பாட்டி சொன்னார்.

விரிந்த அவள் விழிகளில் இருந்த வியப்பை நான் பார்த்தேன்.

'நீ அவரை மன்னித்தாயா?'

பாட்டி விடையளிக்கவில்லை. அவர் என் தலையைத் தன் கைகளால் வருடிக்கொடுத்தார். நான் அவ்வளவு எளிதில் விடுவதாயில்லை. மீண்டும் கேட்டேன்.

'எப்படி அவரை மன்னிக்க முடியும்?' என்று கேட்டுப் பாட்டி ஒருகணம் என்னை நெருக்கமாகப் பார்த்தார். நான் பாட்டியினுடைய வலது கையை மென்மையாகப் பற்றினேன். அது இப்போதும் அப்படியே நடந்தது. நாங்கள் ஒருவருக்கொருவர் எப்போதெல்லாம் பேசிக்கொள்கிறோமோ அப்போதெல்லாம் யாராவது ஒருவர் மற்றவரின் கைகளைப் பற்றிக்கொள்வோம். முந்தைய நாள்களில், நான் சிறுமியாக இருந்தபோது பாட்டி என் கைகளைப் பற்றிக்கொள்வார். பாட்டியினுடைய மெல்லிய நீண்ட விரல்களைப் பற்றிக்கொண்டு விளையாடுவது எனக்குப் பிடிக்கும். ஆனால், இப்போது அது வேறுவிதமாக இருந்தது. இப்போது, மெலிந்த நரம்புகள் புடைத்த கைகளை என் கைகளால் பற்றியிருந்தேன். அவளுடைய விரல்கள் குச்சிபோலும் எலும்பாகவும் இருந்தன.

'உனக்கு விரைவில் திருமணம் நடக்கும். அப்போது, கணவன்மார்கள், மனைவியிடமிருந்து எதிர்பார்க்கும் பலவிதமான மன்னிப்புகளை நீயே புரிந்துகொள்வாய். மனைவி கணவனை எத்தனை முறை, எத்தனை வகைகளில் மன்னிக்க வேண்டும் என்பதையும் நீயே உணர்வாய்' என்று சிரித்துக்கொண்டே சொன்னாள். அந்தச் சிரிப்பில் துயரம் நிறைந்திருந்தது.

'ஆனால், தாத்தா ஏன் உடனே சென்று விட்டார்? அதற்கான எந்தவிதமான அறிகுறியையும் அவர் உங்களிடம் காட்டவில்லையா?' நான் அனைத்தையும் விபரமாக அறிந்துகொள்ள வேண்டும் என்ற ஆவலில் பொறுமையின்றிக் கேட்டேன்.

'ஆமாம், அவருடைய விருப்பத்தை என்னிடம் சொன்னார். அவர் என்னுடைய இசைவைக் கேட்டார்.'

'நீங்கள் ஒத்துக்கொண்டீர்களா?' குழப்பத்துடன் கேட்டேன்.

பாட்டி விடையளிக்கவில்லை.

'தாத்தா உயிருடன் இருக்கும்போது, ஏன் இந்தக் கைம்பெண் கோலம்?'

'இது அவருடைய விருப்பம்' பாட்டியினுடைய குரல் உடைந்து போயிருந்தது. பார்வை எங்கோ தூரத்தை நோக்கியிருந்தது.

என்னுடைய அம்மா என்னை வியப்புடன் பார்த்துக் கொண்டிருந்தார்.

'முன்பே இவையனைத்தையும் சொல்ல வேண்டும் என நான் விரும்பினேன். ஆனால், அதற்கான உரிய நேரம் வாய்க்கவில்லை என்றேன்.

'மன்னித்தல்...' அம்மா அவளுடைய மூச்சினூடே சொன்னாள். புரிந்துகொள்ள இயலாவண்ணம், அவள் இப்போதும், என்னையே உற்றுப் பார்த்துக் கொண்டிருந்தாள்.

9. கண்ணீர்

'இந்தத் துயர்மிகுந்த வாழ்க்கைக்குக் கண்டிப்பாக ஒரு முற்றுப்புள்ளி வைக்கவேண்டும்' என்று அந்தப் பெண் நினைத்தாள்.

அவள் வாழ்க்கையைப் பின்னோக்கிப் பார்க்கையில், அதுவொரு கசப்பான தொலைக்காட்சித் தொடரின் ஒரு பகுதியாகத் தோற்றமளித்தது. அதில், அவள் வரவேற்க இயலாத தேவையற்ற கதைமாந்தராக இருந்தாள். அவளுடைய முடிவு நெருங்கிக் கொண்டிருந்தது. கொஞ்சங்கொஞ்சமாக நலிவடைந்து வரும் அவளின் உடல்நிலையைக் கொண்டு அவளால் அதை உணர முடிந்தது. ஆறு ஆண்டுகளுக்குமுன் அவளுடைய கணவர் இந்த உலகைவிட்டுப் பிரிந்துசென்றுவிட்டார். அவளுடைய கடுமையான மூட்டுவலி அவளைக் கிட்டத்தட்ட முடமாக்கிவிட்டது. மேலும், அவளுடைய எதிர்காலம் வெறுமையாகக் காட்சியளித்தது.

அந்த ஊருக்கு வாழ்க்கைப்பட்டு வந்த நாள் முதல் கடந்து போன ஆண்டுகளை அவள் எண்ணிப் பார்ப்பதை நிறுத்திவிட்டாள். அவளுக்குப் பொருத்தமான துணையைத் தேடுவது என்பது அவளுடைய அப்பாவுக்கும் மாமாக்களுக்கும் மிகக் கடுமையான வேலையாக இருந்தது. அவள் கருப்பாகவும், சப்பை மூக்குடனும், படிக்காதவளாகவும் இருந்தாள். திருமணத்துக்குப் பின்னர், அவளுடைய கணவன் ஓராண்டு கூட அவளை வைத்து வாழவில்லை. இந்தத் திருமணம், இவளுடைய கணவனின் தூரத்து உறவுக்கார மாமாவால் ஏற்பாடு செய்யப்பட்டது. இவளுக்குப் பார்த்த மாப்பிள்ளை இவளைவிடப் பன்னிரண்டு அகவை மூத்தவர் என்று கேள்விப்பட்டாள். அவருக்கு இரண்டு சகோதரர்கள் மற்றும் இரண்டு சகோதரிகள் இருந்தனர். அவர்களுடைய அப்பா நீண்ட காலத்துக்கு முன்பே இறந்துவிட்டார். அவருடைய சகோதரிகளுக்குத் திருமணம் ஆகிவிட்டது. அவருடைய மூத்த சகோதரர் இறந்து ஆறு ஆண்டுகள் கடந்துவிட்டன. அதனால், அவருக்குக் குடும்பப் பொறுப்பு அதிகமில்லை என்று அப்பா அம்மாவிடம் சொன்னதைத் கேட்டிருந்தாள்.

அவளுடைய கணவனின் குடும்பத்தில் இருந்து ஒருவர்கூட இவளுடைய பெற்றோர் வீட்டுக்கு இவளைப் பெண் பார்க்க வரவில்லை. திருமணம் அனைத்துச் சடங்குகளுடன் புனிதத் தன்மையோடு நடப்பதற்கு மாறாக அவசர அவசரமாக நடந்தது.

திருமண நாளன்று, அவளுடைய அண்ணி, இவளுடைய முகத்திரையை விலக்கி முகத்தைப் பார்த்தவுடன் அழுது கூக்குரலிட்டது இன்னும் நினைவில் இருக்கிறது. 'எங்கள் தம்பியை ஏமாற்றி விட்டார்கள்' என்று கத்தி ஆர்ப்பாட்டம் செய்து, அந்தச் செய்தியை ஊர் முழுக்கப் பரப்பி விட்டனர். அவளுடைய கணவன் முதல்இரவு நாளன்று இவள் வீட்டுக்கு வரவில்லை. அவள் ஒரு மங்கலான இருட்டறையில் ஒடுங்கி உட்கார்ந்தாள். அதுவோர் ஓலைக்குடிசை. அவள் அழுத்தமான சாம்பல்பூரி திருமணச் சேலையை உடுத்தியிருந்தாள். அந்தக் காற்றோட்டமில்லாத மங்கல் அறையில் பல மணிநேரமாகக் காத்திருந்ததால், அவளுக்கு மூச்சுத்திணறல் ஏற்பட்டது. இரவு நீண்டநேரம் ஆனதால், அவள் தூங்கிவிழத் தொடங்கினாள். இறுதியில், விடிந்தபோது அமைதியற்ற தூக்கத்தினால் அவள் படுக்கையின் கால்மாட்டில் தலைவைத்துப் படுத்துக் கிடந்தாள். அவளுடைய கணவனின் இளைய தங்கை அறைக்குள் நுழைந்து மஞ்சள் சாந்தை வைத்திருந்த மரக்கிண்ணத்தைத் தரையில் வேகமாகப் போட்டாள். அதனால் எழுந்த ஒலியால், அரைத்தூக்கத்தில் கிடந்த அவள் துள்ளிஎழுந்தாள்.

'அழகு அரசியே, என் நாத்தனாரே, போய் ஒரு குளியல் போட்டுவிட்டு வாங்க' என்று கிண்டலாகச் சொன்னாள்.

அவள் அந்த அழுத்தமான சாம்பல்பூரி சேலையால் தன்னைப் போர்த்திக்கொண்டு குளிப்பதற்காக ஆற்றைநோக்கிச் சென்றாள்.

அந்த வீடு அவளுடைய இறந்துபோன பெரிய மூத்தாரின் மனைவியின் வீடு என்பது அவளுக்குத் தெரியும். ஆனால், திருமணம் ஆன எட்டாம் நாள் வரை அவள் எங்கும் கண்ணில் படவில்லை. அன்று அந்நிகழ்வு விரும்பத்தகாத வியப்பாக வந்தது. மஞ்சள் மற்றும் சிவப்பு நிறப் பூக்கள் போட்ட சேலையை அணிந்திருந்த ஒரு பெண், அவள் நின்றிருந்த இடத்திற்கு நேர்எதிரில் உள்ள தாழ்வாரத்தில் அமர்ந்தாள். அவளுடைய இரண்டு கைகளாலும் ஓர் அலுமினியக் குவளையைப் பிடித்துக்கொண்டு தேநீரைச் சுவைத்துக் கொண்டிருந்தாள்.

'அவளை உற்றுப்பார்' என்று முடிதிருத்தும் பெண் அவளுடைய காதில் முணுமுணுத்தாள். அவளுடைய குரலில் இதுவரை உணர்ந்தறிந்திராத ஏதோ ஒன்று இருந்தது. அவளை

உற்று நோக்கியதால், சிவப்பு மற்றும் மஞ்சள் நிறச் சேலை அணிந்திருந்த அவள் எழுந்து அறையின் உள்ளே சென்றாள். சற்றுத் தொலைவில் அவள் இருந்தபோதும், பெரிதாகியிருந்த அவளுடைய வயிற்றைப் பார்க்க முடிந்தது. அவள் வயிற்றில் குழந்தையைச் சுமந்துகொண்டிருந்தாள். 'இது எப்படிச் சாத்தியம்? அவள் கைம்பெண் ஆயிற்றே!' கேட்டேன்.

'அவள் உன்னுடைய பெரிய நாத்தனார். உன்னுடைய கணவனின் இறந்தபோன பெரிய அண்ணனின் மனைவி. ஆமாம், அவள் கைம்பெண்தான், ஆனால், அதற்கும் மேலானவள்' என்றாள். அவள் முடிதிருத்தும் பெண்ணைப் பார்த்தாள். இப்போது அவளுடைய பெரிய திறந்த விழிகளில் கேள்வியும் ஐயப்பாடும் கலந்திருந்தன.

முடிதிருத்தும் பெண் உதட்டைச் சுழித்து, பொருள்பொதிந்த ஒரு புன்னகையை உதிர்த்தாள். அந்தப் புன்னகை அவளுடைய நெஞ்சாங்கூட்டில் குத்தியதுபோல் வலிக்கச்செய்தது. ஒரு புரியாத புதிர்போல் இருந்த அதற்கு, அவள் நம்பிக்கையின்றித் தீர்வுகாண முயன்றாள். ஆனால், அவளால் முடியவில்லை. அதுவே, அவளைத் தொடர்ந்து உறுத்திக் கொண்டிருந்தது. அந்த முடிதிருத்தும் பெண்ணின் பொருள்பொதிந்த புன்னகை அடிக்கடி அவள் முன் பளிச்சிட்டது. தசைப்பிடிப்பு வலி அவளுடைய நெஞ்சாங்கூட்டில் மீண்டும். அவளுடைய கை தன்னிச்சையாக நெஞ்சின்மேல் உள்ள மென்மையான தசைகளைத் தொட்டுத் தடவியது.

அவளுடைய கணவன் ஒரு 'நாள்பட்ட காசநோயாளி'. அந்த நோயால் அவர் இறந்து ஆறு ஆண்டுகள் அல்லது அதற்கு மேலும் இருக்கும். ஆனால், அவர் இறப்பதற்கு ரொம்ப காலத்திற்கு முன்பே, முற்றத்தின் இரண்டு பக்கமும் உள்ள இரண்டு வரிசை அறைகளைப் பிரிக்கும் சுவர் கட்டப்பட்டது. அவளுடைய பெரிய நாத்தனார் கணவன் வழியாக மூன்று குழந்தைகளையும், அவளுடைய சொந்த விருப்பத்தின்பேரில் ஐந்து குழந்தைகளையும் ஈன்றெடுத்திருந்தாள். அவளுடைய பெரிய மூத்தாரின் கைம்பெண் மனைவி முற்றத்துக்கு இந்தப்புறம் வருவதே இல்லை. குழந்தைகளுடன் வாழும் அந்தப் பெண் வாழும் முற்றத்துக்கு அந்தப்புறம், இவள் செல்லக்கூடாது என்பது சொல்லப்படாத எச்சரிக்கையாக, சட்டமாக இருந்தது. அவர்கள் தனித்தனியே சமைத்துக்கொண்டனர். ஆனால், அவர்கள் வறுமையின்

கொடுமையைப் பார்த்தவர்கள் இல்லை. ஏனெனில், அவர்கள் நிலச்சுவான்தார் குடும்பத்தைச் சார்ந்தவர்கள். அவர்கள் நிலங்களில் விளையும் பயிர் விளைச்சலில் இருந்து வரும் வருவாய், ஒரு பெரிய குடும்பத்தின் ஆண்டுச் செலவையும் தாண்டித் தேவைக்கும் மிக அதிக அளவில் இருந்தது. ஆனால், மற்ற எல்லாவற்றையும் போல, அவளுடைய கைம்பெண் நாத்தனார் அவளுடைய கணவரின் தனிப்பட்ட கவனத்தினாலும், அக்கறையாலும் அதிகப் பங்கைப் பெற்றிருந்தார். ஒருவர் இரண்டு பைகளில் காய்கறிகளை வழக்கமாக வாங்கி வருவார். ஒரு பையை ஒரு பக்கத்திலும், மற்றொரு பையைக் கதவுக்கு மறுபக்கத்திலும் தருவார். அவளுடைய கணவன் கையில் ஒரு பையுடன் தன் கைம்பெண்-அண்ணி வசிக்கும் பகுதிக்குப் பல மாலை வேளைகளில் சென்றார். அவர் அங்கு நீண்ட நேரம் இருந்தார். அவள் தன் கணவர், அந்தப் பையில் என்ன கொண்டு சென்றார் என்பதை அறிந்துகொள்ள விரும்பினாள். அதில், 'அவள் கட்டியுள்ள விலைகுறைந்த பருத்திச் சேலையைவிட உயர்ந்த பூக்கள் அச்சிடப்பட்ட சேலை இருக்குமோ? அல்லது பையில் நல்ல சுவையான உணவுப்பொருள்கள் இருக்குமோ?' எனச் சிந்தித்துப் பார்த்தாள். சுவையான உணவுப்பொருள்களை நினைத்தவுடன் அவள் வாயில் எச்சில் ஊறியது. ஓர் ஆண்டு அல்லது அதற்குக் கொஞ்சம் மேலான காலஇடைவெளியில் அவள் தொடர்ந்து குழந்தைகளை ஈன்றெடுத்துக்கொண்டிருந்தாள். மேலும், சுவையான உணவுகளைச் சாப்பிடவேண்டும் என்ற ஆசை அவளை உந்தித் தள்ளியது. சாப்பிடுவதற்குச் சுவையான உணவுப்பொருள்களை வாங்கித் தருமாறு கணவனிடம் கேட்க முடியாமல் அவள் கணவன் மீதிருந்த அச்சம் அவளைத் தடுத்தது. கிடைக்கின்ற குறைந்த பணத்தில் எப்படியோ கொஞ்சம் சேமித்து, தன் மூத்த மகளிடம் கொடுத்துக் கடையிலிருந்து அவளுக்கு விருப்பமான உணவுப் பொருள்களை வாங்கிவரச் செய்தாள். தன் இரண்டு மகள்களுக்கும் பிரித்துக் கொடுத்தாள். எஞ்சியதைக் கமுக்கமாக யாருக்கும் தெரியாமல் சாப்பிட்டாள். அவள் கணவன் எங்கிருந்தாவது வந்து விடுவாரோ? என்றும், அவர்க்குத் தெரியாமல் சாப்பிடுவதைக் கண்டுபிடித்து விடுவாரோ? என்றும் எப்போதும் அச்சத்திலேயே இருந்தாள். அப்படி என்னதான் அந்தப் பையில் வைத்துத் தன் கணவர், அவருடைய அண்ணிக்குக் கொண்டு செல்கிறார் என்பதை அவளால் எவ்வகையிலும் அறிந்துகொள்ள முடியவில்லை. அதனால் அவள்

மிகுந்த ஏமாற்றம் அடைந்தாள். அது ஒவ்வொரு கணமும் அவளுடைய நெஞ்சத்தைக் கசக்கிப் பிழிந்துகொண்டிருந்தது.

இருப்பினும், குழந்தைகள் எழுதப்படாத சட்டத்தை மீறித் தங்கள் விருப்பத்திற்கேற்றாற்போல் ஒன்றாக விளையாடினர். அவர்கள் இரண்டு சமையலறைகளிலும் புகுந்து, நல்ல உணவுப் பொருள்களை யாருக்கும் தெரியாமல் எடுத்துச் சாப்பிட்டனர். அது, இரண்டு பக்கத்துப் பெண்களுக்கும் இடையே சிறுசிறு சண்டைகளை உருவாக்கியது. அவர்கள் ஒருவருக்கொருவர் பேசிக் கொள்ளாததால், உயிரற்ற அந்தச் சுவரின்மேல் தகாத சொற்களை வீசினர். அவை, தாங்கள் தாக்க விரும்பிய அவரைத் தாக்கும் என எண்ணினர். விழாக் காலங்களில், இரண்டு பெண்களும், தாங்கள் கட்டியுள்ள புதிய சேலைகளைக் காட்டத் தங்கள்தங்கள் பகுதியிலிருந்து தாழ்வாரத்துக்கு வெளியில் வருவார்கள். இருவரும் ஓரக்கண்களால், ஒருவருக்கொருவர் தெரியாதவண்ணம் புதிய சேலைகளைப் பார்த்துக்கொள்வார்கள்.

அவள் நண்பகல் நேரங்களில், கொல்லைப்புறத்தில் உள்ள அகாசியா மரத்தின் அடியில் அமர்ந்து கொண்டிருக்கும்போது தன் வாழ்க்கையைப் பற்றிச் சிந்தித்துக் கொண்டிருப்பாள். அவள் வாழும் வாழ்க்கை பயனற்றது, தேவையற்றது என எண்ணி நெஞ்சம் கசப்பாள். அவள் பிறக்காமல் இருந்திருந்தால், இந்த உலகம் எந்தவித மாற்றமுமின்றி அப்படியே இருந்திருக்கும் என்று நினைத்தாள். அவளுடைய மனம் பெற்றோருடன் வாழ்ந்த கடந்த காலத்தை நோக்கிப் பயணித்தது. வெளிறிய, துன்ப இருள் சூழ்ந்த, தன் கணவர்க்கு ஓர் ஆண் குழந்தையைப் பெற்றுத்தர இயலாத பெருந்துயரத்தைச் சுமந்து கொண்டிருந்த தன் தாயின் முகத்தை அவளால் பார்க்க முடிந்தது. அம்மாவை நினைக்கும்போதெல்லாம், இரவும் பகலும் உழைத்து உழைத்துச் சலித்து, நலிவடைந்து போன வயதான அவளின் தோற்றம்தான் மனதில் தோன்றும். அம்மா அரிதாகத்தான் பேசுவாள். அவளுடைய முதல் மகப்பேற்று நாள்களில், அப்பா கட்லா மீன் வாங்கி வந்தார். கருவுற்ற காலங்களில் அந்த மீனின் தலையைத் தின்பவர், ஆண் குழந்தையைப் பெற்றெடுப்பார் என்று நம்பப்பட்டது. ‘நான் ரொம்ப ‘அதிர்ஷ்டம்’ இல்லாதவள்’ என்று அம்மா அடிக்கடிச் சொல்வாள். ‘நான் கருவுற்றிருந்த காலத்தில் உன் அப்பா அடிக்கடி மீன் வாங்கி வருவார். அவரே சாப்பிடாமல், மீனின் தலையை எனக்குத் தருவார்.

ஆனால், உன்னுடைய ஆயா, தொடக்கத்தில் இருந்தே மீனின் மீது ஒரு கண் வைத்திருப்பார். நான் சாப்பிட உட்கார்ந்தால்போதும், அவர் பேராசையுடன் கண்களை மீனின் மீது வச்ச கண் வாங்காமல் மீனையே பார்த்தபடி இப்படியும் அப்படியும் உலாத்துவார். ஒருவேளை அவருடைய கெட்ட எண்ணம், ஆண் குழந்தை பெறுவதற்கான பலனைக் கெடுத்திருக்கலாம், அதனால் சதித் தேவதை என் வயிற்றில் வளர்ந்த ஆண் குழந்தையைப் பெண் குழந்தையாக மாற்றியிருக்கலாம். அதுதான் நீ என்று அம்மா ஒரு பெருமூச்சு விட்டபடி சொல்லியிருக்கிறாள்.

எனவே, அதுதான் இது! சக்தி தெய்வம் அவளுடைய அம்மா வயிற்றில் வளர்ந்த ஆண்குழந்தையைப் பெண்குழந்தையாக மாற்றிவிட்டாள். அந்த விரும்பி வரவேற்கப்படாத குழந்தை இவளே, இவளேதான்.

அவளுடைய பார்வை கதவைத் தாண்டிப் பயணித்தது. அங்கே நனைந்த குப்பைக்குவியலில், ஒரு சின்னஞ்சிறிய பெண் குழந்தை வெற்றுடலுடன் கிடந்தது. உண்மையில், அந்தக் குழந்தை சாலையோரச் சாய்க்கடையிலோ அல்லது பாழடைந்த குளத்திலோ கிடந்திருக்கலாம். ஆனால், சக்திதெய்வம், அந்தக் குழந்தையை உயிருடன் வைத்திருக்கிறது. ஏன்? மேலும், அப்படி அந்தக் குழந்தையை உயிருடன் வைத்திருக்கத் தெய்வம் விரும்பினால், அந்தச் சக்திதெய்வம் ஏன் அவளுக்கு அழகான நிறத்தைக் கொடுக்கவில்லை? அப்படி அழகான நிறத்தைக் கொடுத்திருந்தால், அவளுக்கு மாப்பிள்ளை தேடுவதில் அவளுடைய அப்பாவுக்கு எந்தவிதச் சிக்கலும் இருந்திருக்காது. அவள் இப்படியொரு குடும்பத்தில் வாழ்க்கைப் பட்டிருக்கவும் மாட்டாள்.

மேலும், வருந்தத்தக்க நிலையில் உள்ள வாழ்க்கைச் சூழலைத் தாங்கிக்கொண்டு மூன்று பெண்குழந்தைகளைப் பெற்றெடுத்த அவளின் அம்மாவுக்காக அந்தப் பெண் வருந்தினாள். பெரும்பாலும், அம்மாவின் வாழ்க்கையோடு ஒத்துப் போகிற தன் வாழ்க்கைத் துன்பங்களை அவள் நினைத்துப் பார்க்கத் தொடங்கினாள். பெரும்பாலும், முதல் குழந்தைப்பேற்றுக்காக, எல்லாப் பெண்களையும் தாய்வீட்டுக்கு அனுப்பிவைப்பார்கள். ஆனால், இவளை அவளது மாமியார் அனுப்பவில்லை. கணவன் வீட்டிலேயே அவள் முதல் குழந்தையைப் பெற்றெடுக்கட்டும் என்று சொல்லிவிட்டாள்.

இவள், தன் முதல் குழந்தையைக் கணவன் வீட்டிலேயே பெற்றெடுத்தாள். அது பெண்குழந்தை. குழந்தை பிறந்த செய்தியைக் கேட்ட அவள் கணவன் எந்தவித உணர்ச்சியையும் காட்டவில்லை. குழந்தையைப் பார்க்கக்கூட அறைக்குள் வரவில்லை. அவளுடைய அத்தையும், முணுமுணுத்துக் கொண்டும், மறைமுகமாக வசைபாடியும் தன் ஏமாற்றத்தை வெளிப்படுத்தினாள். குழந்தை பிறந்து சில மாதங்களுக்குப் பின்னர், அவள் கணவனுடைய சகோதரிகள் வந்தார்கள், அவனுடைய இளைய சகோதரி, 'தம்பி, இவளையெல்லாம் அவளுடைய அம்மா வீட்டுக்கு அனுப்பிக் குழந்தையைப் பெற்று எடுத்துக்கொண்டு வா என்று அனுப்பியிருக்க வேண்டும். இங்கே வைத்துக் குழந்தைப் பேற்றை நடத்தியிருக்கக் கூடாது. விழுந்துவிழுந்து கவனித்தோமே என்ன பயன் கிடைத்தது? ஒரு பொம்பளப் பிள்ளை' என்று ஏளனமாகச் சொன்ன கணவனின் இளைய சகோதரி, இவளைப் பார்த்துக் கேவலமாக ஒரு சிரிப்புச் சிரித்தாள்.

இவள், இரண்டாம் குழந்தைப் பேற்றுக்காகத் தாய்வீட்டுக்கு அனுப்பப்பட்டாள். அவளுடைய கணவன் அவளுடன் வரவில்லை. மாறாக, அவளை அவனுடைய தூரத்து உறவுக்காரத் தம்பியுடன் அனுப்பிவைத்தான். இந்த முறையும் ஆண் குழந்தை பிறக்கவில்லை என்றால், எப்படிக் கணவனை எதிர்கொள்வது என்ற சிந்தனையும் அச்சமும் அவள் முகத்தில் வெளிப்படையாகத் தெரிந்தது. அவள் வீட்டுக்குச் செல்லும் வழிநெடுக, ஆண்குழந்தையைப் பெற்றெடுக்க அருள்செய்யுமாறு வேண்டிக்கொண்டே வந்தாள். அவளுடைய வேண்டுதலை நிறைவேற்றினல், எல்லாக் கடவுள்களுக்கும் சிறப்பான வழிபாடு செய்யவேண்டும் என்று எண்ணினாள்.

ஆனால், 'தலைவிதி' அவளுடைய எண்ணத்துக்கு மாறாக விளையாடியது. இந்தமுறையும் பெண்குழந்தையே பிறந்தது. மூத்த பெண்குழந்தையைக் காட்டிலும் கொஞ்சம் நிறமாக இருந்ததைத் தவிர வேறெந்த வேறுபாடும் இன்றி அப்படியே மூத்த பெண் குழந்தையைப் போலவே இருந்தது. இதைக் கேள்விப்பட்டுப் பார்க்கவரும் கணவன் எப்படி நடந்து கொள்வான் என்பதைக் கற்பனை செய்துபார்க்கக் கூட அவள் அஞ்சினாள்.

இரண்டாம் குழந்தை பிறந்த மூன்றாம் நாள் அவளுடைய மாமியார் இறந்துவிட்டார் என்ற தகவல் கிடைத்தது. அவளுடைய

அப்பாவுக்கு என்ன செய்வது என்றே தெரியாமல் இரட்டை மனநிலையில் இருந்தார். இக்கட்டான இந்தச் சூழ்நிலையில் தன் மகளை அவளுடைய கணவன் வீட்டுக்கு அனுப்புவதா? வேண்டாமா? என்று முடிவெடுக்க முடியாமல் தவித்தார். ஆனால், பெரியவர்கள், அனுப்பவேண்டாம் என்று சொன்னார்கள். அதனால், அவர் சம்பந்தி அம்மாளின் இறுதிச் சடங்கில் கலந்துகொண்டு செய்ய வேண்டியவற்றைச் செய்யச் சென்றார்.

அவளுக்கு, அவளுடைய மாமியாரின் நினைவு திரும்பவும் மின்னலடித்ததுபோல் வந்தது. அவள் அமைதியாகத், தன்னைப் பற்றிய சொந்த எண்ணங்களில் மூழ்கினாள். அவள் சுவரில் சாய்ந்துகொண்டு, கால்களை நீட்டியபடி தன்னை மறந்தநிலையில் வெறுமையாகப் பார்த்துக்கொண்டு உட்கார்ந்திருந்தாள். அவளின்முன், சிறிய கூடையில் 'பான்' தயாரிக்க வேண்டிய வெற்றிலை, அரேகா பருப்புகள் மற்றும் காரத் தூள்கள் இருந்தன. அவள் அவளுடைய அம்மாவைப் போலன்றி, மிகவும் மாறுபட்டவளாக இருந்தாள். அவள் ஒப்பீடு செய்து பார்த்தாள். அவளுடைய அம்மா மிகவும் செயல்திறன்மிக்கவளாகவும் சுறுசுறுப்பானவளாகவும் இருந்தாள். ஆனால், அவளுடைய மாமியார் சிலைபோல ஓரிடத்தில் அசையாது அமர்ந்திருந்தாள். எப்போதும் தூங்கி வழிந்துகொண்டிருந்தாள்.

திருமணத்திற்குப்பின் பல மாதங்கள் அவளுடைய கணவன் அவளை விரும்பி நெருங்கவில்லை. அவள் தனியாகவும், ஏமாற்றத்தால் மனமுடைந்து, முதல்இரவு நாளைக் கழித்த, அந்த மங்கலான குறுகிய சமையல் அறைக்குப் பக்கத்து அறையில் படுத்து உறங்கினாள்.

அவள் கணவன், முன்கூடத்தின் அருகில் இருந்த காற்றோட்டம் மிக்க பெரிய அறையில் தூங்கினான். பாதுகாப்பற்ற நேரங்களில், அடிக்கடி, அவள் தன்னுள் கற்பனையை வளர்த்துக் கொண்டு, நப்பாசையுடன் அந்த அறையை நோக்கித் தன் பார்வையைத் திருப்புவாள். ஆனால், அந்த அறையின் பக்கம் செல்லவோ அல்லது அந்த அறையின் மீது ஒரு கண்ணோட்டம் விடவோ அவளுக்கு எப்போதும் துணிச்சல் வந்ததில்லை. இதுபோன்ற செயல்களால் ஏற்படும் அச்சமும், அதனால் ஏற்படும் விளைவுகளைப் பற்றிய சிந்தனையும் அவளுடைய ஆர்வத்தைக் குலைத்தன.

அவளுக்குத் திருமணம் நடந்து ஆறு மாதங்களுக்கு மேல் இருக்கும், ஒரு நாள் இரவு, அவளை அந்த அறைக்குச் செல்லுமாறு அவளுடைய மாமியார் சொன்னார்.

'இன்று இரவு நீ என்னுடைய மகனுடைய அறையில் படுத்துக்கொள்ள வேண்டும்' மென்மையாகச் சொன்னாலும், அது ஒரு கட்டளையாகவே இருந்தது. அவளுக்கு அந்தச் சொற்களைப் புரிந்துகொள்ளக் கொஞ்சநேரம் பிடித்தது. இறுதியில் அவர்கள் எண்ணியதை நிறைவேற்றியபோது, அவள் அச்சம் மற்றும் கவலையில் நடுங்கினாள்.

ஆனால், அவள் அவர்கள் சொன்னதை ஏற்றுக்கொண்டு அந்த அறைக்குள் சென்றாள். மெல்லிய மங்கலான 'லாந்தர்' விளக்கு வெளிச்சத்தில் அவளுடைய கணவனின் உருவத்தை அவளால் காண முடிந்தது. அவன் கட்டிலில் படுத்திருந்தான். அவளுடைய காலடி ஒலி அவனுக்கு இடையூறாக இருக்கும் என்று கருதிய அவள், நுனிவிரல்களால் நடந்து கட்டிலருகில் சென்று கட்டிலின் வெளிஓரத்தில் அமர்ந்தாள். மெதுவாக, ஆற்றலை யெல்லாம் திரட்டிக்கொண்டு, பல மாதங்களுக்குமுன் திருமணம் செய்துகொண்ட அவனுடைய கால்களைத் தொட்டாள்.

அடுத்தநாள் மாலையில், ஏதோ இனம்புரியாத அமைதியின்மை அவளைத் தொற்றிக்கொண்டது. முந்தைய நாள் இரவு ஒன்றும் அவளுக்கு மனநிறைவளித்ததாகவோ அல்லது இன்பமளித்ததாகவோ இல்லை. ஆனால், அந்த அறையில் தனக்காகக் காத்திருந்தது தன் கணவன் அல்ல 'தலைவிதி' என்பதை உணர்ந்தாள். அனைவரும் இரவு உணவைச் சாப்பிட்டனர். அவளும் சாப்பிட்டாள். சமையலறையைத் தூய்மை செய்தாள், 'லாந்தர்' விளக்கின் திரியை இறக்கி வெளிச்சத்தைக் குறைத்தாள். முந்தைய நாள் இரவில் 'கணவன் அறைக்குச் செல்' என்று சொன்னதுபோல், இன்றும் மாமியார் சொல்வார் எனச் சமையலறையிலேயே காத்துக்கிடந்தாள். ஆனால், அவளுடைய மாமியார் அப்படி ஏதும் செய்யவில்லை. சமையலறைக்கு வெளியில் வந்து கதவைச் சாத்தினாள். அப்போதும், தாம் கணவன் அறைக்கு அழைக்கப் படுவோம் என்ற ஒரு சிறிய நம்பிக்கை அவளுடைய நெஞ்சின் ஏதோ ஒரு மூலையில் ஒட்டிக்கொண்டிருந்தது. அதேநேரத்தில் இரண்டு நிகழ்வுகள் அங்கே நடந்து கொண்டிருந்தன. மாமியார் அவருடைய படுக்கை அறைக்குள் சென்றாள். அவளுடைய

மூத்தாரின் மனைவி, ஒரு கையில் தட்டில் உணவுடனும் மறு கையில் 'லாந்தர்' விளக்குடனும் தன் கணவன் படுத்திருந்த அறைக்குள் நுழைந்து கொண்டிருந்தாள். அடுத்த இரண்டு நாள்களும், அவளுடைய மாமியார் அவளைக் கணவனின் அறையில் சென்று தூங்குமாறு சொல்லவில்லை. மூன்று நாள்களுக்குப்பின், மாமியார் கணவனின் அறைக்குச் சென்று தூங்குமாறு சொன்னாள்.

அதன்பிறகு இதுவே வழக்கமான ஒன்றானது. அவள் இந்த முறையைப் புரிந்துகொண்டு ஏற்றுக்கொண்டாள். அவளுடைய முறைக்காகக் காத்திருக்கத் தொடங்கினாள். மறுபடியும், முடிதிருத்தும் பெண்ணிடம் இருந்து, அவளுடைய இறந்துபோன மூத்தாரின் மனைவியைப் பற்றித் தெரிந்துகொள்ளும் வாய்ப்பினை அவள் பெற்றாள். அவளைப் பார்க்கும்போதெல்லாம், முடிதிருத்தும் பெண், அவளைப் பார்த்து, ஒருமாதிரியாக உதட்டைச் சுழித்து, அவளைப் பற்றிய கமுக்கச் செய்தியை அறிந்ததுபோல் சிரிப்பதை வழக்கமாகக் கொண்டிருந்தாள். 'அந்தப் பெண் உன்னுடைய கணவனையும், மாமியாரையும் மயக்கி வைத்துள்ளாள். உன்னால் இதைப் புரிந்துகொள்ள முடியவில்லையா? ஒவ்வொரு நாள் மாலையிலும், கருப்பு அம்ரோசியாவின் சாந்தின் ஒரு சிறிய உருண்டையை உன் மாமியாருக்கு அவள் தருவாள். உன் மாமியார் அதற்கு அடிமையாகிவிட்டாள். அது ஓபியம் என்னும் போதைப் பொருள், அதுதான் எல்லாம் செய்கிறது. அவள் தன் கணவனை இந்தப் போதைப்பழக்கத்துக்கு அடிமையாக்கினாள். அந்தப் போதைப் பழக்கமே அவனைச் சுடுகாட்டுக்கு அனுப்பிவைத்து விட்டது. உன்னுடைய நல்லநேரம், உன் கணவன் அந்தப் பழக்கத்துக்கு அடிமையாகவில்லை. வேறு சிலவற்றால் அவள் உன் கணவனைத் தன்வயப்படுத்தியிருக்கலாம்'. முடிதிருத்தும் பெண் பேசப்பேச, ஒவ்வொரு நொடியும் இழுத்துப்பிடிக்கும் வலி அவளுடைய நெஞ்சாங்கூட்டில் ஏற்பட்டது.

ஒரு பெண் இப்படி இருக்கமுடியுமா? இறந்துபோன உன் மூத்தாரின் மனைவி வேண்டுமென்றே ஒரு பெரிய ஓபிய உருண்டையை வயதான உன் மாமியாருக்குக் கொடுத்தாள், இதுதான் தலைவிதியா? அப்படி நடப்பதற்கான சாத்தியக் கூறுகளைப் பல குறிப்புகள் மூலம் அந்த முடிதிருத்தும் பெண் சுட்டிக்காட்டினாள். அவள் சொன்னது உண்மையாக இருக்குமா?

ஆனால், இப்போது அதுகுறித்துச் சிந்தித்துக்கொண்டிருக்க முடியாது. ஆனால், அவளிடமிருந்து ஒரு நிம்மதிப் பெருமூச்சு வெளிப்பட்டது. அது ஏன் என்று அவளுக்குத் தெரியவில்லை.

மாமியாரின் இறுதிச்சடங்கில் கலந்துகொண்டுவிட்டு அவளுடைய அப்பா வீட்டுக்குத் திரும்பினார். அவளுடைய கணவன் அவன் அண்ணியிடம் வைத்திருக்கும் முறைதவறிய தொடர்பை அப்பாவிடம் அம்மா ஒருவேளை சொல்லியிருக்கலாம். அது அவர்க்குக் கடுமையான உதறலை ஏற்படுத்திவிட்டது. சிறிதுநேரம், பேச்சுமூச்சின்றி அப்படியே உட்கார்ந்திருந்தார். பின்பு சுவரில் சாய்ந்துவிட்டார்.

சின்னதாய்க் குற்ற உணர்ச்சி உறுத்த, 'இந்தச் செய்தி, அரசல்-புரசலாய் எங்களுக்குத் தெரியும்' என்றாள் அவளுடைய அம்மா. 'ஆனால், அது புரளியாய் இருக்கும் என்று நாங்கள் நினைத்தோம். மேலும், உன் கணவர் நல்ல மதிப்புமிக்க வசதியான குடும்பத்தில் இருந்து வந்தவர். அவரைப் பற்றிச் சொல்லப்படும் கதைகள் அனைத்தும் உண்மை என்றாலும்கூட, அவை ஒரு கட்டத்தில் கடந்துபோய்விடும் என்று எண்ணினோம்' என்றாள் அம்மா.

இப்போது அவள் முறை, அவள் அம்மாவை அதிர்ச்சியுடன் அப்படியே வைத்த கண் வாங்காது பார்த்தாள். அவனைப் பற்றி அப்பா-அம்மாவுக்கு ஏற்கெனவே தெரிந்திருக்கிறது. ஆனால், அதை மறைத்துத் தங்கள் மகளை இதுபோன்ற ஒரு காமுகனுக்கு மணமுடித்துக் கொடுக்க முடிவுசெய்திருக்கிறார்கள். இதுபோன்ற ஒருவனை மணமுடித்துக் கொள்ள விருப்பமா? என்று ஒருமுறையேனும் கேட்கவேண்டும் என்ற எண்ணம்கூட அவர்களிடம் இல்லை. அதுபற்றி அவர்கள் கவலைப்படவும் இல்லை.

'நம் மகளால் இந்தச் சூழலைப் பொறுத்துக்கொள்ள முடியவில்லை என்றால் அவளை இங்கேயே வைத்துக்கொள்வோம். அவளுக்கு நல்ல பையனா பார்த்து மறுமணம் செய்து வைத்திடுவோம். இப்படிக் கேவலப்பட்டு வாழ்வதில் ஒரு பொருளும் இல்லை' என்றாள் அம்மா.

'ஆனால், நான் இன்னொரு திருமணம் செய்துகொள்ள மாட்டேன்' என்றாள். அவள் குரலில் உறுதியும் இறுதியும்

இருந்தது. 'இரண்டாம் திருமண வாழ்க்கை நல்லபடியா அமையும்னு எப்படி உறுதியாகக் கூறமுடியும்? என்னுடைய மகள்களை யாரும் நல்லபடியா கவனித்துக்கொள்ள மாட்டார்கள். நான் இப்ப அடைகிற துன்பத்தைவிட அவர்கள் அதிகத் துன்பத்தை அடைவார்கள். என் தலையில எழுதியபடி நடக்கட்டும். நான் எல்லாத் துன்பத்தையும் தாங்கிக்கொள்கிறேன். அப்பா கிட்ட சொல்லுங்க, நான் இன்னும் சில நாள்களில் என்னுடைய மாமியார் வீட்டுக்குப் போயிடறேன்னு' என்றாள்.

அந்தப்பெண் கணவன் வந்து அழைத்துச் செல்வான் என்று காத்துக்கிடந்தாள். நாள்கள் சென்றன. ஆனால், அவன் வரவில்லை. அவளுடைய கணவன் அவள்மீது அக்கறையின்றி அலட்சியமாக இருப்பதற்கு அவளே பொறுப்பு எனக் கருதினாள். அவளுடைய அப்பாவும்-அம்மாவும் பொறுமையிழந்து விட்டனர் என்பதையும் அவள் உணர்ந்தாள். நீண்ட நாள்கள் அவள் அம்மா வீட்டிலேயே இருந்ததனால் அவளின் பெற்றோர் அமைதியிழந்து காணப்பட்டனர்.

இதற்கிடையில், அவளுடைய மூத்த அண்ணி இன்னொரு மகனைப் பெற்றெடுத்த செய்தி அவளுக்குக் கிடைத்தது. இரண்டு அல்லது அதற்கு மேற்பட்ட மாதங்கள் காத்திருந்தபின், அது அவளுக்கு நீண்டகாலம் காத்திருந்ததுபோல் தோன்றியது. எனவே, அவள் அப்பாவிடம், தன்னைக் கணவன் வீட்டுக்கு அழைத்துச் செல்லும்படி கூறினாள்.

அவளுடைய கணவன் வீட்டை அடைவதற்கு நண்பகல் ஆகிவிட்டது. அப்போது அவளுடைய கணவன் வீட்டில் இல்லை. அவனுடைய அண்ணி தாழ்வாரத்தில் உட்கார்ந்து அண்மையில் பிறந்த குழந்தைக்குப் பாலூட்டிக் கொண்டிருந்தாள். அவளுடைய முதல் மகன் அவள் அருகில் விளையாடிக் கொண்டிருந்தான். அவள், இவளுடைய தந்தையை அலட்சியமாகப் பார்த்தாள். உடனே முகத்தைத் திருப்பிக்கொண்டாள். அவளுடைய அந்தப் பார்வையில் கொஞ்சம்கூடச் கூச்சத்திற்கான அறிகுறி தென்படவில்லை.

அந்தப் பெண்ணின் முகம் சிவந்தது. அவளே ஏதோ மானக்கேடான செயலைச் செய்ததுபோல் உணர்ந்தாள். ஒருவேளை, நடந்த அனைத்துக்கும் அவளே காரணமாக இருக்கலாம்.

இவள் சமையலறைக்குள் சென்று அப்பாவுக்குச் சிறிது சோறாக்கினாள். மாலைநேரத்துக்குச் சற்று முன்னர் அவளுடைய கணவன் வந்தான். அவன், அவளுடைய அப்பாவின் காலைத் தொட்டு வணங்கினான். ஏற்கெனவே, நேரமாகிவிட்டிருந்ததால் அவளுடைய அப்பா வீட்டுக்குத் திரும்புவதில் அவசரம் காட்டினார். வழக்கமான சில கைம்மாற்றங்கள் மற்றும் சிலவற்றைப் பேசியபின் அவளுடைய அப்பா சென்றார். அவள் தன்னுடைய பச்சிளம் பெண்குழந்தையை மடியில் கிடத்திக்கொண்டு அறையில் அமர்ந்தாள். மூத்த பெண் குழந்தை அவளருகில் விளையாடிக் கொண்டிருந்தது. அவளுடைய கணவன் அறைக்குள் வந்தான். வந்தவன், அங்கிருந்த துணிகளில் இருந்து துணிகளை இழுத்துப்போட்டுத் தனக்கு வேண்டியதை எடுத்துக் கொண்டு வெளியே சென்றான். ஆனால், அவன் கடந்து செல்லும்போது எதிர்ப்படுவதைப் பார்ப்பதுபோல் கூடப் பார்க்காமல் விரைவாகச் சென்றான். அப்போது அவளுடைய மூத்தமகள் ‘அப்பா’ என்று அவனைக் கூப்பிட்டாள். ஆனால், அவன் மகளைத் திரும்பிப் பார்க்கவில்லை. இவ்வாறு அவன் சென்றது, அந்த அறையில் எவருமே இல்லாததுபோல் இருந்தது. அவர்கள் இருந்தார்கள். ஆனால், அவன் அவர்களைப் பற்றிச் சிறிதும் கவலைப்படவில்லை. அது குளிர்காலத்தின் முற்பகுதியாக இருப்பினும், மாலைநேரம் ஒரே இறுக்கமாகவும், புயலுக்குமுன் இருக்கும் அமைதியாகவும் இருந்தது.

அவள் சமையல் செய்வதற்காகச் சமையல் அறைக்குச் சென்றாள். சோறு மற்றும் பருப்புக் கறியைச் சமைத்தாள். கணவன் வருகைக்காகக் காத்திருந்தாள். அவன் இரவு வெகுநேரம் கழித்து வந்தான். மூத்தமகள் தூங்கிவிட்டாள். பிறந்த குழந்தையைத் தூங்க வைப்பதற்காக மடியில் போட்டு ஆட்டிக் கொண்டிருந்தாள். கணவனிடம், ‘சாப்பாடு எடுத்து வைக்கட்டுமா?’ என்று கேட்டாள். ஆனால், அவன் ஒன்றும் பேசாமல் அறையை விட்டு வெளியே சென்றுவிட்டான். அவனைப் பின்தொடர்ந்து அவளும் வெளியே தாழ்வாரத்துக்குச் சென்றாள். அவனிடம் மீண்டும் கேட்டதையே கேட்டாள். அவன் திரும்பி அவளைப் பார்த்தான். அந்தப் பார்வையில் ஏதோ திடீர் உணர்ச்சி இருந்தது. அதனால் அச்சமுற்ற அவள் பின்வாங்கினாள்.

‘ஒரு பெண்ணின் வயிற்றிலிருந்து ஒரு மகன் எப்படி வருகிறான் என்று உனக்கு நான் காட்டுகிறேன், என்னுடன் வா’ என்று அவளைத் தரதரவென்று பிடித்து இழுத்துத் தாழ்வாரத்தின் படிகளில் இறங்கி, முற்றத்தின் வழியாக, சமையலறையை ஒட்டியிருந்த அவளுடைய அறைக்கு நேர்எதிரில் இருந்த அவனுடைய அண்ணியின் படுக்கை அறைக்குச் சென்றான். அந்த அறையின் கதவு பாதி திறந்து இருந்தது. அவளுடைய கணவன் அந்தக் கதவை ஒரு கையால் தள்ளித் திறந்து மறு கையால் அவளை உள்ளே தள்ளினான். கட்டிலில் படுத்திருந்த அந்தப் பெண் விழித்து எழுந்தாள். அவளுடைய இரண்டு பையன்களும் தரையில் விரிக்கப்பட்டிருந்த பாயில் படுத்திருந்தனர். இவர்கள் இருவரின் வருகையால் வியப்படைந்த அவள் சட்டென்று கட்டிலைவிட்டு இறங்கினாள். அறையின் நடுப்பகுதியில் அவள் நின்றிருந்தாள். அவளுடைய விழிகள் விரிந்திருந்தன. அந்த அறையில் இருந்த ‘லாந்தர்’ விளக்கு மங்கிய ஒளியை உமிழ்ந்துகொண்டிருந்தது. அந்தப் பெண்ணும், அவனுடைய மனைவி இருவரும் ஒரே நேரத்தில் அதிர்ச்சியடைந்தனர். இத்தனை ஆண்டுகளில், ‘அவள் செல்லக்கூடாது’ என்று தடைசெய்யப்பட்டிருந்த அந்த அறைக்குள் அவள் நுழைவது இதுவே முதல்முறை. அவள் கணவன் அவளை விட்டுவிட்டு, அந்த லாந்தர் விளக்கின் வெளிச்சத்தை அதிகப்படுத்தினான். அங்கிருந்த அந்தப் பெண்ணின் அருகில் சென்றான். அந்தப் பெண் என்ன நடக்கப்போகிறது என்று சிந்திப்பதற்குள், அவளின் இடுப்பில் கட்டியிருந்த சேலையை அவிழ்த்தான். அவளுடைய மார்பகங்கள் தெரியும்படி, மார்பில் இருந்த சேலையின் மற்றொரு பகுதியைப் பிடித்துஇழுத்தான். அவளை இறுக்கமாகப் பிடித்துக்கொண்டு, நெஞ்சோடு நெஞ்சாக அணைத்தான். அவளுடைய உதடுகளைத் தன்னுடைய உதடுகளால் சுவைத்தான்.

அவனுடைய மனைவி சட்டெனக் கண்களை மூடிக்கொண்டாள்.

அந்த ஒரு கணத்தில் பூமி சுற்றுவதை நிறுத்திக் கொண்டது போல் இருந்தது. அவளின் கால்கள் ஆணி அடித்ததுபோல் தரையில் நிலையாகப் புதைந்துபோயின. எத்தனை முயற்சித்தாலும், கால்களை வெளியே எடுக்கமுடியுமா என்று அவளுக்குத்

தெரியவில்லை. அவள் திரும்பி, கனமாகிப் போன தன் கால்களை இழுத்துக்கொண்டு அறைக்கு வெளியில் சென்றாள். அவள் உடலெல்லாம் பயங்கரமாக நடுங்கியது, பற்கள் கிடுகிடுவென அடித்துக் கொண்டன. அவள் தாழ்வாரத்தில் சரிந்து உட்கார்ந்தாள், அங்கிருந்த சுவரில் சாய்ந்தாள். அவளுடைய எண்ணங்கள் கணவனுடைய இழிவான செயலைச் சுற்றி வந்தன.

அவள் வீட்டுவேலைகள் அனைத்தையும் முடித்துவிட்டு கணவனுடைய அறைக்குள் நுழையும்போது, 'லாந்தர்' விளக்கை நிறுத்திவிட்டு அவள் கணவன் தூங்கிவிடுவது வழக்கம். அவள் நுனிவிரல்களில் நடந்து கணவன் தூங்கும் கட்டிலின் முனையை அடைந்து, அவனுடைய கால்களைத் தொட்டு வணங்குவாள். பெரும்பாலான இரவுகளில், அவன் தூங்கச் செல்வதற்குமுன் அவனுடைய கால்களை அழுத்திவிடுவாள். அப்போது, அவன் அவளை அருகில் வரச்சொல்வதும் உண்டு. இடுப்புக்கு மேலே சேலையைத் தூக்கச் சொல்வான். இதுபோன்ற இரவுகளில் கூட அவனுடைய கைம்பெண் அண்ணியிடம் நடந்துகொள்வதுபோல், உள்ளார்ந்த அன்புடன் நெருங்கிப் பழகிய ஓரிரவும் அவளுக்கு நினைவில் இல்லை. ஒருபோதும், அவளுடைய சேலை மார்பகங்களில் இருந்து விலகியதுமில்லை அல்லது இடுப்பில் சேலையின் முடிச்சு அவிழ்க்கப்பட்டதுமில்லை.

அதிகாலையில் கதவு திறக்கும் ஒலி கேட்டது. அந்த ஒலி தூக்கம் வராமல் புரண்டுபுரண்டு படுத்துக்கிடந்த அவளை எழுப்பியது. மெதுவாக விடிந்துகொண்டிருக்கும் அந்த இரவின் மங்கிய வெளிச்சத்தில் திறந்திருந்த கதவின் வழியாக அவள் கணவன் வெளியே நடந்து கொண்டிருந்தான். அவன் முற்றத்தைக் கடந்து இருமிக்கொண்டே முற்றத்துக்கு அடுத்த பக்கத்தில் இருந்த அவனுடைய அறைக்குள் நுழைந்தான்.

உள்ளே சென்றவன் குளியல் பொருள்கள் மற்றும் பல்பசை, பல்குச்சி போன்றவற்றுடன் அந்த அறையிலிருந்து உடனடியாக வெளியே வந்தான். கதவின் வழியாக வீறுநடைபோட்டுக் கொண்டு வீட்டின் கொல்லைப் புறத்துக்குச் சென்றான். அவள் மெதுவாக எழுந்து குறுகிய மங்கலான அவளுடைய சொந்த அறைக்குச் சென்றாள். அவளுடைய பெண்குழந்தையை மடியில் கிடத்திப் பாலூட்டினாள்.

குளித்து முடித்துவிட்டு அவள் கணவன் வந்தான். வந்தவன் நேராகச் சமையலறைக்குச் சென்று, முந்தைய நாள் இரவில் சமைக்கப்பட்ட சோற்றைக் குழம்பு ஊற்றிச் சாப்பிட்டான். அவளிடம் ஒன்றும் சொல்லாமல் உடையை உடுத்திக்கொண்டு வெளியில் சென்றான். அவள் குளிப்பதற்காக ஆற்றை நோக்கி விரைந்தாள். அந்தக் காலை வேளையில், ஆற்றங்கரையில் நிற்கும்போது, முதல்முறையாக ஆற்றில் மூழ்கித் தன் வாழ்வை முடித்துக்கொள்ள வேண்டும் என்று அவளுக்குத் தோன்றியது. ஆனால், அவளுக்கு நீச்சல் தெரியும் என்பதால், ஆற்றில் மூழ்கி இறப்பது என்பது அவ்வளவு எளிதல்ல என்று எண்ணினாள். கழுத்தைச் சுற்றி ஒரு பாறாங்கல்லைக் கட்டிக்கொண்டு கிணற்றில் குதித்துவிடலாமா? அல்லது மண்ணெண்ணெயை உடலில் ஊற்றிக்கொண்டு தீ வைத்துக் கொள்ளலாமா? இப்படி வெறித்தனமாகத் தன் வாழ்க்கையை முடித்துக்கொள்ள ஒன்று மாற்றி ஒன்றாக எண்ணிக் கொண்டிருந்தாள். அவளுக்குள் ஒரு சில்லிப்பு ஏற்பட்டு உடலெங்கும் ஓடியது. மேலும், தொடர்ந்து விட்டுவிட்டு விக்கல் எடுப்பதுபோல அவளுக்கு மூச்சடைப்பு ஏற்பட்டு விம்மிவிம்பி அழுதாள். ஆற்றங்கரையில் இருந்த அகாசியா மரத்தில் பைத்தியம் பிடித்தவள்போல் தலையை முட்டிமோதத் தொடங்கினாள். சிறிது நேரத்துக்குப்பின், அமைதியாகி ஆற்றின்பக்கம் அமர்ந்தாள். ஆற்றில் ஏதோ ஒன்று மிதந்துவருவதைக் கண்டாள். அவளுடைய மூத்த மகள் தூங்கி விழித்திருப்பாள் என்பது அவளுக்கு நினைவுக்கு வந்தது. மேலும் அவள் அம்மாவைத் தேடித் தாழ்வாரத்துக்கு வந்திருப்பாள் அப்போது, அவள் கீழே விழுந்திருக்கலாம் என்றும் நினைத்தாள். 'ஐயோ, கடவுளே, அவள் கீழே விழாமல் பார்த்துக்கொள்ளுங்கள்' என்று உரக்கக் கூறி அவளுடைய இரண்டு உள்ளங்கைகளையும் ஒன்றாக வைத்துக் குவித்து நெற்றியில் வைத்து வணங்கினாள். அவள் வீட்டை நோக்கித் திரும்பி ஓடினாள்.

ஏறத்தாழ ஆறு மாதங்களுக்குப்பின்னர், அவளுடைய கணவனின் சகோதரிகள் அந்த இன்னொரு பெண்ணின் மகனின் கஞ்சி வார்க்கும் விழாவில் கலந்துகொள்ள வந்தனர். அந்த விழாவுக்காக அவளுடைய கணவன் ஏராளமாகச் செலவு செய்தான். பொதுவாக, எல்லா நேரங்களிலும் கணவனே முடிவு எடுக்கட்டும் என்று அவள் அமைதியாகவும் பணிவாகவும் இருப்பாள். ஆனால், இம்முறை வெளிப்படையாகக் காட்டப்பட்ட

வேறுபாட்டை ஓர் அம்மாவாக அவளால் பொறுத்துக்கொள்ள முடியவில்லை. பொங்கியெழுந்து எதிர்த்துக் கேட்டுச் சண்டையிட்டாள். அந்தச் சண்டை சச்சரவு சூடாகி நீண்டநேரம் நீடித்தது. பிறகு அவன் அவளை அறைந்தான். மேலும், பலமாக அடித்தான்.

'இந்த ஊரில் உள்ள திருமணம் ஆன பெண்கள் அனைவரும் கணவன்களால் கடுமையாக அடித்து ஒடுக்கப்பட்டு அடங்கிக் கிடக்கிறார்கள். போனால் போகுதுன்னு இன்னைக்கு வரைக்கும் உன்னை அப்படி ஏதும் செய்யாமல் வைத்திருக்கிறேன்' அவன் சினத்தில் உறுமினான். 'அடி, கருப்பி' உன்னைக் காப்பாத்தி வைத்திருப்பதற்கு நன்றி சொல்லணும். இல்லையென்றால், நீ சீரழிந்து வேசியாக நாசமாப் போயிருப்பாய்.

எனக்கு நீ என்ன கொடுத்தாய்? வெறும் பொட்டப் பிள்ளைங்க! ஒருநாளும் உன்னை நான் குற்றம் சொன்னதில்லை. எப்போதும், நல்ல உணவும் உடையும் கொடுத்துக் கொண்டிருக்கிறேன். உனக்கு என்ன அப்படியொரு பொறாமை' என்று எக்கச்சக்கமாய்ப் பேசினான்.

அதன்பிறகு அவள் அந்தச் சிக்கல் குறித்துப் பேசவில்லை. அந்தப் பெண்ணிடமும் சண்டையிடவில்லை. மாறாக, அன்பாகவும் இணக்கமாகவும் நடக்க முயற்சித்தாள். அந்தப் பெண்ணிடம், குடும்பத்தில் உள்ள அனைவருக்கும் சேர்த்து ஒரே சமையல் செய்யலாம் என்று பலமுறை அவள் சொல்லியிருக்கிறாள். ஆனால், அதற்கு அந்தப் பெண் ஒருபோதும் உடன்பட்டதில்லை.

அந்தப் பெண்களின் குழந்தைகள் ஒன்றாகச் சேர்ந்து விளையாடினர். ஆனால், அவர்களும் வேறுபாட்டை அறிந்திருந்தனர். அதனால், குழுவமைத்துக் கொண்டு விளையாடினர். குழுவாகப் பிரிந்து சண்டையிட்டுக்கொண்டனர். ஏதாவது காரணம் அல்லது வாய்ப்புக் கிடைக்கும் போதெல்லாம், யாருக்கும் தெரியாமல் ஒருவர் இன்னொருவருடைய சமையல் அறையில் புகுந்து உணவுப் பொருள்களைத் திருடித் தின்றனர்.

ஒருநாள் அந்தப் பெண், 'அற்பக் காரணங்களுக்கெல்லாம் சண்டை சச்சரவுகள் எப்போதும் வருகின்றன' என்று யார்மீதும் பழிசொல் பேச அஞ்சாது உரத்துப் பேசக்கூடிய குணம்கொண்ட

அவளுடைய சின்ன நாத்தனாரிடம் கூறினாள். மேலும், 'ஏன் உன்னுடைய அண்ணன் என்னைத் திருமணம் செய்தான்? அவளையே திருமணம் செய்திருந்தால் இதுபோன்ற சண்டை-சச்சரவுகளும், விரும்பத்தகாத நிகழ்வுகளும் நடக்காதல்லவா?' என்று கேட்டாள்.

அவள், அந்தப் பெண்ணின் நெற்றியில் கைவைத்து, ஏதோ வேற்றுக்கிரகத்தில் இருந்து வந்தவளைப்போல் பார்த்தாள். அவளுடைய அப்பாவித்தனத்தைப் பார்த்து இரக்கப்பட்டு, 'அவனுக்குக் கண்டிப்பாகத் திருமண வாழ்க்கை வேண்டும். அதனால்தான் உன்னைத் திருமணம் செய்துகொண்டான்' என வெளிப்படையாகப் பேசினாள். 'அவனுடைய முன்னோர்களுக்குத் 'திதி' கொடுக்க ஒருவர் தேவை. மேலும், சட்டப்படி செய்யப்பட்ட திருமண வாழ்க்கை வேண்டும். ஏனெனில், அதன்மூலம் பிறக்கும் மகன்தான் அவனுடைய இறுதிச் சடங்குகளைச் செய்வான்' என்றவள்,

'ஆனால், எப்படி ஒருவன் தன்னுடைய கைம்பெண் அண்ணியைத் திருமணம் செய்துகொள்ள முடியும்? இப்படியொரு ஒழுக்கக்கேடான, வெறுக்கத்தக்க அறம் தவறிய குற்றத்தைச் செய்யவேண்டும் என்று நீ எப்படி எதிர்பார்க்கலாம்? உண்மையில் நீ மிகவும் 'அதிர்ஷ்டசாலி', என் அண்ணன் உன்னை ஒதுக்கிவிடவில்லை. அவன் எவ்வளவு அழகு என்று உனக்குத் தெரியாது? எப்பவாவது, அவனுக்கு நீ சரியான பொருத்தமாக இருக்க முடியுமா? நீ ஓர் ஏழைக் குடும்பத்தில் இருந்து வந்தவள். நீ, ஓர் ஆண் குழந்தையைப் பெற்றுக்கொடுக்கத் தகுதி இல்லாதவள். அவனுக்கு ஓர் ஆண் குழந்தையைப் பெற்றுக் கொடுத்தால், நீ நல்ல வாழ்க்கை வாழமுடியும்' என்று மேலும் அடுக்கிக்கொண்டே போனாள்.

அதைக் கேட்ட, அவள் ஒன்றும் பேசவில்லை. அவளுக்குப் பேச ஒன்றும் இல்லை. அவளின் இளைய நாத்தனார் சுட்டிக்காட்டிய உண்மைகள் ஒவ்வொன்றும் முழுவீச்சில் அவளைத் தாக்கின. அதிகப்படியான குறைபாடு அவளிடம் இருந்தது. அவள் கருப்பு, ஏழை மற்றும் படிக்காதவள். மேலும், மூன்று தங்கைகளை உடையவள். அதனால், அவளின் அப்பாவால் போதுமான அளவில் வரதட்சணை கொடுக்க இயலவில்லை என்று அவளை அவளாகவே

ஞாயப்படுத்திக்கொண்டாள். மேலும், தவிர்க்க முடியாதவற்றை;ழீ தனக்குள் ஏற்றுக்கொள்ள வேண்டும் என்று தன்னைத் தயார்படுத்திக்கொண்டாள்.

இனியும் குழந்தை பெற்றுக்கொள்ள அவள் மிகவும் அஞ்சினாள். இன்னொரு பெண் குழந்தை பிறந்தால், அது கண்டிப்பாக அவள் வாழ்க்கையை முழுமையாக அழித்து விடக்கூடும் என்று நினைத்தாள். ஆனால், அவள் வயிற்றில் ஒரு குழந்தை வளர்கிறது, அது வேறு செய்தி. அதில் அவளுடைய விருப்பம் அதிகமாகப் பார்க்கப்படவில்லை. அவள் மூன்றாம் முறை கருத்தரித்தபோது, பல கோயில்களுக்குச் சென்று அங்கிருந்த சாமியார்களின் அறிவுறுத்தங்களின்படி, வேண்டுதல்கள் வைத்து வழிபாடுகள் செய்தாள். அவளுடைய வேண்டுதல்களுக்கு ஒருவழியாகக் கடவுள் மனம் இரங்கினார். அவள் ஓர் ஆண் குழந்தையைப் பெற்றெடுத்தாள். அவளுடைய கணவன் அந்த நிகழ்வை மிகச் சிறப்பாகக் கொண்டாடினான். அடுத்த ஆண்டு, இன்னொரு மகனை அவள் ஈன்றெடுத்தாள். இதற்கிடையில், அவனுடைய கைம்பெண் அண்ணி ஒரு பெண்குழந்தையை ஈன்றாள். இவள் ஐந்தாம் குழந்தையைப் பெற்றெடுத்தாள். அதுவும் ஆண்குழந்தையாகப் பிறந்தது. இவையெல்லாம், விதி அவனுடைய கைம்பெண் அண்ணியின் செருக்கைப் பழிவாங்கியதுபோல் இருந்தது.

அக்கம்பக்கத்தில் வாழும் பெண்கள் அந்தப் பெண்மீது உண்மையாகவே அன்பு செலுத்தினர். அவர்கள் இளமையாக இருந்தபோது, ஆற்றுக்குக் குழுவாகச் சென்று குளித்தனர். ‘சுவைன்’ குடும்பத்தின் மிகவும் இளமையான மருமகளாக அனைவராலும் மிகவும் விரும்பப்பட்ட இவளும் அவர்களில் ஒருத்தியாக இருந்தாள். ‘அபா, இடுப்புக்குக் கீழே விழுகின்ற கருப்பு அலைகள் போன்ற மிகமிக அழகான கூந்தல் உங்களுக்கு’ என்று அவள் அடிக்கடி கனிவுடன் விளையாட்டாகச் சொல்வாள். ‘அந்த மென்மையான மிருதுவான கூந்தலில், பல இளம் இதயங்கள் மாட்டிக்கொண்டு கண்ணை மூடிக்கொண்டு உங்கள் பின்னால் ஓடி வருவார்கள்.’ என்றும் சொல்வாள்.

‘உங்களுக்கு என்ன ஒரு பளபளப்பான அழகான பற்கள்’ என்று மற்றொரு முறை சொல்வாள். ‘உங்கள் புன்னகை முழுநிலா எழுவதுபோல் அவ்வளவு அழகாக இருக்கிறது’ என்பாள்.

‘அப்படியா...?’ என்று அந்தப் பெண் வியப்பாள்.

அவள் பழைய கண்ணாடியை உற்றுப் பார்த்தாள். ஆமாம், அவள் பற்கள் பளபளப்பான வெள்ளை, சரி. சுவைன் குடும்பத்தின் இளைய மருமகள் இருக்கலாம், அதுவும் சரி.

அந்த இரவில், அவள் நீண்ட அடர்த்தியான கூந்தலைக் சுற்றிக் கொண்டையாகப் போட்டு, அதைச் சுற்றி மல்லிகைப்பூ மாலையை அணிந்திருந்தாள்.

அதைப் பார்த்த அவள் கணவன் இடரடைந்தான். ‘நான் ஒரு நாள்பட்ட காசநோயாளி என்றும், எனக்குப் பூக்களின் மணம் ஒத்துக் கொள்ளாது என்றும் உனக்குத் தெரியாதா?’ என்று கேட்டான். பின், அவன் கட்டிலை விட்டு இறங்கி, மெலிதாக இருமிக்கொண்டு, முற்றத்தைக் கடந்து, தாழ்வாரத்தில் ஏறி, எதிர்ப்புறம் உள்ள அவனுடைய மூத்த அண்ணனின் கைம்பெண் அண்ணியின் அறைக் கதவைத் தட்டினான்.

அவள் நிலையாக அப்படியே நின்றாள். அவள், எதிர்ப்புறம் சென்று கதவைத் தட்டும் அவள் கணவனைப் பார்த்துக் கொண்டிருந்தாள்.

கூந்தல், கருப்புக் கடல் அலைகள்!

பற்கள், ஒளிரும் நிலவு!

என்ன ஒரு நகைச்சுவை!

அவளுடைய மனம் நடைபெற இயலாத, தடைசெய்யப்பட்ட பகுதியை நோக்கிப் பயணித்தது.

சுவைன் குடும்பத்தின் இளைய மருமகள் விளையாட்டாகச் சொன்னதுபோல், யாரோ கமுக்கமாக அவளைத் தொடர்ந்து வந்து அவளுடைய அறையில் ஏதோ ஒரு மூலையில் ஒளிந்திருப்பான். அந்தப் பெண்ணின் அறைக்கதவைத் தட்டித் திறக்கச் செய்வதற்காக அவளுடைய கணவன் வெளியில் செல்லும்போது, அவன் மறைவிடத்திலிருந்து திருட்டுத்தனமாக வெளிப்படுவான். அந்த யாரோ ஒருவன், மெதுவாக, ஒலியெழாவண்ணம் உள்புறமாக அந்த அறையின் கதவைத் தாழிட்டு, ‘லாந்தர்’ விளக்கின் வெளிச்சத்தை அதிகப்படுத்துவான். பின்னர், அவளுடைய கூந்தலை

அவிழ்த்து, பளபளப்பான, அடர்த்தியான கூந்தலைக் காம அலைகளில் தவழவிடுவான். அவன் அன்பான அவனுடைய விரல்களால் கூந்தலை வருடி ஓடவிடுவான். அதன்பிறகு அவனுடைய கைகளால் அவளுடைய முகத்தைத் தாங்குவான். மெதுவாக, பசிமிக்க அவனுடைய உதடுகளால் அவளுடைய கீழ்உதடுகளைக் கவ்விப் புசிப்பான். அவனுடைய ஒரு கை மாராப்புச் சேலையை எடுக்க, மறு கை இடுப்புச்சேலை முடிச்சை அவிழ்க்கும்.

அவள் மெய்மறந்த இன்பத்தில் துடித்தாள். 'அட... இவளே' என்று அவள், சுவைன் குடும்பத்தின் இளைய மருமகள் மீது சினப்பட்டாள்.

'வெட்கங்கெட்டவள்!' இதுபோன்ற அனைத்து மாசுடைச் சிந்தனைகளை அவள் மனதில் சுமந்துகொண்டிருந்தாள்.

ஆனால், உண்மையாகவே அவள் அந்தப் பெண்மீது சினம் கொள்ளவில்லை. மாறாக, அடுத்தநாள் காலை அவளைப் பார்க்கவேண்டும் என்று ஆவல்கொண்டாள். அவர்கள் இருவரும் ஒருவருக்கொருவர் பழகுவதில் மிகவும் மகிழ்ந்தனர். இருவரும் ஒன்றாகச் சேர்ந்து குளிப்பதற்காக ஆற்றுக்குச் சென்றனர். இருவரும் ஒருவருக்கொருவர் பகடி செய்துகொண்டனர். மகிழ்ச்சியாகக் களிப்புடன் பேசிச் சிரித்துத் தங்கள் சிக்கல்களை மறந்தனர். சில நேரங்களில் ஆற்றில் நீந்தி வலம்வந்து மகிழ்ந்தனர்.

அவள் இவளுடைய நம்பிக்கைக்குரிய தோழி. அவள் இவளிடம் தன்னுடைய இன்பங்களையும் துன்பங்களையும் பகிர்ந்துகொண்டாள். இவர்கள் இருவரும் ஒருவருக்கொருவர் அன்புடைய தோழிகளாக ஒன்றாக வளர்ந்தனர். ஆனால், அகவை முதிர்வடைவதற்குள், சுவைன் குடும்பத்து இளைய மருமகள், ட்ராப்சி எனப்படும் நீர்க்கட்டி நோயால் பாதிக்கப்பட்டு இறந்துபோனாள். அவளுடைய திடீர் மரணம், இந்தப் பெண்ணின் வாழ்வில் ஒரு வெற்றிடத்தை உருவாக்கியது.

இப்போது, வாழ்க்கையின் இக்காலக்கட்டத்தில், மறுபிறப்பு என்று ஒன்று இருந்தால் என்று அவள் நினைத்தபோது, அப்பிறப்பில் வேறு உலகத்தில் இந்தத் தோழியுடன் சேர்ந்து ஒன்றாக வாழவேண்டும், ஆனால் கணவனுடன் அல்ல என்று நினைத்தாள்.

இந்த நாள்களில், அவள் அடிக்கடி தனியாக அமர்ந்து கடந்த காலத்தை அசைபோட்டாள்.

ஐந்து ஆண்டுகளில் ஐந்து குழந்தைகள், அவர்களின் உடல்நலம், பள்ளிப்படிப்பு ஆகியவற்றில் கவனம் செலுத்தியது, பல்வேறு விழாக்களைக் கொண்டாடுவதற்கான ஏற்பாடுகளைச் செய்வது, மற்றும் வீட்டுப் பொறுப்புகளை நிறைவேற்றுவது என அனைத்தையும் கிட்டத்தட்டத் தனி ஆளாகச் செய்ததில், ஓடிக்கொண்டிருக்கும் ஓர் ஆற்றைப்போல வாழ்க்கை பறந்தோடியது. அடிக்கடி வந்துபோகும், உறவினர்கள் மற்றும் விருந்தினர்களை வரவேற்று விருந்தோம்பலும் அவளால் செய்யப்பட வேண்டியிருந்தது. பண்ணை ஆள்களையும் வீட்டு வேலையாட்களையும் அவள் கவனிக்கவேண்டியிருந்தது. இவற்றுடன், சமையல் செய்தல், என்றுமே முடியாது தொடர்ந்து கொண்டிருக்கும் சலிப்பூட்டும் வீட்டு வேலைகள் என அனைத்திலும் ஈடுபட வேண்டியிருந்தது. இவை எல்லாவற்றையும் முடித்தபிறகும் கூடச் சில தையல் வேலைகளை அவளால் செய்ய முடிந்தது. அவள் வெள்ளைத் துணிகளில் தையல் பூ வேலைகளைப் பல்வேறு பூ வடிவங்களைக் கையால் தைத்து அதை அக்கம் பக்கத்துப் பையன்களை அழைத்துச் சட்டகத்தில் பிணைத்து, முன்னறையில் அழகாகத் தொங்கவிட்டாள்.

இவைதவிர்த்து, அவளால் எவருடனும் பகிர்ந்துகொள்ளப் படாத சில சிறப்பான, தனித்துவமான தருணங்களும் இருந்தன. கோடைக்காலத்தின் தொடக்கத்தில், அமைதியான ஒரு நண்பகல் நேரத்தில், குளக்கரையில் அமர்ந்துகொண்டு, கால்களை நீரில் தொங்கவிட்டு நனைத்து, நடுங்கவைக்கும் கோடைத்தென்றலை உடல் வழியாக அனுப்பி, அந்த நடுக்கத்தில் மகிழ்ந்து கொண்டிருந்த தருணங்களும் இருந்தன. கோடையின் நடுப் பகுதியில், பெய்த கடுமையான கோடை மழையில் நின்றுகொண்டு, நனைந்த குறும்புத்தனங்கள் நிறைந்த தருணங்களும் இருந்தன. மழைக்கால மாதங்களில் கொட்டாங்குச்சிகளில் பொன்வண்டு களைப் பிடித்துச் சேகரித்தாள். இலையுதிர்காலத் தொடக்கத்தில், ஆற்றங்கரைக்கு ஓடி முதல்முதலாகப் பூக்கத் தொடங்கும் கான்-புல்லின் மொட்டுகளைப் பார்த்துக்கொண்டிருப்பாள். கொல்லைப் புறத்தில் தீ மூட்டி அதன் அருகில் அமர்ந்துகொண்டிருப்பாள். சில நேரங்களில் அவளுடைய குழந்தைகள் அங்கே வந்து அவளைச்

சுற்றி அமர்ந்திருப்பார்கள். அவள் அந்தத் தீயில், உருளைக் கிழங்கை வறுத்துக் கொடுப்பாள்.

சில நேரங்களில், அவள் தொப்புளுக்குக் கொஞ்சம் கீழே ஏற்பட்ட கடுமையான வலியால் துடித்தாள். தசை இழுத்துப் பிடித்துக்கொண்டு மோசமான வலியைத் தந்தது. அவளுடைய வலக்கையின் கட்டை விரல் மற்றும் ஆள்காட்டி விரலுக்கு இடையில் அவள் வலியை உணர்ந்தாள். மேலும், அவள் அதைக் கீழே அழுத்த முயற்சித்தாள். அவள் அவளுடைய மகளை அழைத்துப் பித்தளைக் கிண்ணத்தில் குளிர்ந்த நீரைக் கொண்டுவருமாறு சொன்னாள். அந்தக் குளிர்நீர் நிறைந்த பித்தளைக் கிண்ணத்தை அவளின் தொப்புளின்மேல் வைத்தாள். மெதுவாக, வலி மறைந்தது.

அவள் தன் மகள்கள் கல்வி கற்றதைக் கண்டாள். அவளைப் போலப் படிக்காதவர்களாகத் தன் மகள்களை இருக்கவிடக் கூடாது என்று எண்ணினாள். தன் கணவனை வற்புறுத்தி மகள்களை அந்த ஊரில் இருந்த பள்ளியில் சேர்த்தாள். வீட்டில் மின்சார வசதியை ஏற்படுத்தினாள். வீட்டில் உள்ள அனைத்து அறைகளிலும் மின்விசிறியைப் பொருத்தத் தன் கணவனை வற்புறுத்தினாள். ஒரு கருப்பு-வெள்ளைத் தொலைக்காட்சிப் பெட்டியை வாங்கி, வீட்டின் முன்அறையில் அமைத்தாள். அவளும் அந்தப்பெண்ணும் ஒன்றாகச் சேர்ந்து பகல்பொழுதில் தொலைக்காட்சி நிகழ்ச்சிகளைக் கண்டு களித்தனர்.

அவளுடைய மகள்களை நல்ல குடும்பத்தில் திருமணம் செய்வித்தாள். மருமகன்கள் இருவரும் சொந்தமாகக் கடை வைத்திருந்தனர். நல்ல வசதிகளுடன் பொருளாதாரத்தில் உயர்ந்திருந்தனர். அவளுடைய மூத்தமகன் அறிவாற்றல் மிக்கவன். அவன் பள்ளி இறுதிப்படிப்பை இரண்டாம் வகுப்பில் தேறினான். அருகில் இருந்த கல்லூரியில் சேர்ந்து உயர்கல்வியைக் கற்றான். அடுத்த இரண்டு ஆண்டுகளில் அவன் தொழில்நுட்பக் கல்வி கற்க முடிவெடுத்து, அதன்படி கணினித் தொழில்நுட்பம் பயின்றான். அவளுடைய கணவன், மகள்களின் திருமணத்திற்காகவும், மகனின் உயர்கல்விக்காகவும், நிலங்கள் சிலவற்றை விற்றார். ஆனால், மாறாக அந்தப் பெண்ணின் மகன்கள் மதிநுட்பம் குறைந்தவர்களாகவும், படிப்பில் உரிய ஆர்வம் இன்றியும்

இருந்தனர். அவர்கள் குறும்புத்தனம் மிக்கவர்களாகவும், சோம்பல் தன்மையுடன் எதற்கும் பயன்படாத வகையினர்களாகவும் இருந்தனர். அவர்கள் இருவருக்கும் இவளுடைய கணவன் அந்த ஊரில் ஒரு மளிகைக் கடையை வைத்துக்கொடுத்தார். ஆனால், அவர்கள் அந்தக் கடையை முறையாக நடத்தவில்லை. இரண்டே ஆண்டுகளில் அந்தக் கடை மிகப் பெரிய அளவில் நட்டத்தில் ஓடத் தொடங்கியது. அவளுடைய கணவன் அந்தப் பெண்ணின் மூத்த மகனுக்குத் திருமணம் செய்து வைத்தார். இப்போது அவனுக்கு இரண்டு குழந்தைகள் இருக்கின்றனர். இளைய மகனுக்கு இன்னும் திருமணம் ஆகவில்லை. அவன் பொறுப்பின்றி ஊதாரித்தனமாகச் சுற்றிவந்தான். அவளுடைய மகள்களும் படிப்பில் நல்ல நிலையில் இல்லை. எனவே, அவர்கள் படிப்பைப் பாதியில் விட நேர்ந்தது. அவள் கணவன் உயிருடன் இருந்தவரை அந்தப் பெண்ணின் மகளுக்குப் பொருத்தமானவரைத் தேர்ந்து மணமுடிக்க இயலவில்லை. அவளுடைய மகன்களுக்கும் அந்தப் பெண்ணுடைய மகன்களுக்கும் தொடர்ந்து கைகலப்பும் சண்டையும் இருந்துவந்தன. அவளுடைய கணவனின் இறப்புக்குப்பின், அது அதிகமாக வளர்ந்து மிகவும் மோசமானது. அவளுடைய மகன், அந்தப் பெண்ணையும் அவளின் மகன்களையும், வீட்டைவிட்டு விரட்டி விடுவேன் என்றும், அதன்பிறகு நீங்கள் பிச்சையெடுத்துதான் வாழவேண்டும் என்றும் மிரட்டுவான்.

வீட்டை இரண்டு பகுதிகளாகப் பிரிக்கும் வகையிலும், சண்டை-சச்சரவைக் குறைக்கும் வகையிலும் வீட்டு முற்றத்தின் நடுவில் ஒரு சுவர் கட்டப்பட்டது. ஆனால், அந்தச் சுவரையும் தாண்டிப் பகையுணர்ச்சி வெளிப்பட்டது. சகிப்பின்மை மற்றும் மனநிறைவின்மை அனல்காற்றாய் இருபுறமும் உள்ளவர்களைச் சுட்டுத் தீய்த்தது.

படத்தொகுப்பில் உள்ள படங்கள் வேகமாக ஓடுவதைப்போல, நினைவுகள் ஒன்றன்பின் ஒன்றாக நழுவிச் சென்றன. அவளுடைய கணவனின் கைம்பெண் அண்ணியின் ஒரே மகள் சரக்கு வண்டி ஓட்டுநருடன் ஓடிப்போனாள். ஒருநாள் காலையில், அவளுடைய சொந்தப் பெரிய மகன், பங்களாதேசு நாட்டில் இருந்து அகதியாக வந்த, தலைமுடியில் சிவப்பு வண்ணம் தீட்டியிருந்த பெண்ணை வீட்டுக்கு அழைத்து வந்தான்.

இரண்டு குடும்பத்துக்கும் இடையில் இருந்து வந்த சொத்துப் பங்கீடு தொடர்பான சண்டையின் காரணமாக ஒவ்வொரு நாளும் வெறுப்புணர்வும் பகையுணர்ச்சியும் வளர்ந்துவந்தன. அவளுடைய சொந்தமகன், அந்தப் பெண்ணுக்கும் அவளுடைய பிள்ளைகளுக்கும் சொத்தைப் பிரித்துத்தர விரும்பவில்லை. இதனால், சில நேரங்களில் வாய்ச்சண்டை முற்றிக் கைகலப்பாக மாறியது. ஒருநாள் இரவில் கைகலப்பு வெறுப்பின் உச்சத்திற்குச் சென்றது. அவளுடைய மூத்த மகன் அந்தக் குடும்பம் வீட்டை விட்டு வெளியேறியே ஆகவேண்டும் என்று வலியுறுத்தினான். சொல்வதைக் கேட்டு நடந்தால், பண்ணை நிலத்தில் வீடுகட்டிக் கொள்ள இடம்தருவதாக அவன் சொன்னான். அந்தப்பெண்ணின் இளைய மகன், அவன் மனைவியைக் காம இச்சையுடன் பார்ப்பதாக அவளுடைய சொந்த மகன்மீது குற்றஞ்சாட்டினான். அவனுடைய மனைவி தன்னுடைய மூன்றுமாதக் குழந்தைக்குப் பாலூட்டிக் கொண்டிருந்தபோது திருட்டுத்தனமாகப் பார்த்தான் என்று அவளுடைய மகன் சொன்னான்.

அந்தப் பெண், அவனிடம், 'அவர்கள் உன்னுடைய ஒன்றுவிட்ட சகோதரர்கள், அவர்களுக்குச் சட்டப்படி சேரவேண்டிய உரிமைப்பங்கை தர நீங்கள் மறுக்கக்கூடாது. நீங்கள் இதைச் செய்யாவிட்டால், அவர்கள் எப்படி வாழ்வார்கள்?' என்று ஞாயப்படுத்திப் பேசினாள்.

கடுமையான சினத்தால் ஏற்பட்ட நடுக்கத்துடன் அவன் அவளைப் பார்க்கத் திரும்பினான். அவனுடைய குருதிச் சிவப்பேறிய கண்களில் பகையுணர்ச்சியைக் கக்கக்கூடிய கூர்மையான பார்வை இருந்தது. அது அவனுடைய அம்மாவை உள்ளுக்குள் பதறவைத்தது. அவன், 'அட, பொட்ட நாயே!, நீ தான் எல்லாத் துன்பங்களுக்கும் அடிப்படைக் காரணம். நீ உன் கணவனை அவளுடன் காம உறவுக்கு அனுமதித்த கொடூரமான முட்டாள். அதனால், இப்போது நாங்கள் துன்பப்படுகிறோம்' என்று அம்மாவைத் திட்டினான்.

அவள், அந்த நாள் இரவுவரை, தன் மகன் எடுத்த முடிவுகளில் ஒருபோதும் தலையிடவே இல்லை. அவள் கருத்துகளின்மீது அவன் காட்டிய வன்முறை அவளைத் திகைக்கச் செய்தது.

அவள் அந்த இரவு முழுவதும் தூங்க முடியாமல் தவித்தாள். விடிவதற்கு முன்னர், அந்தப்பெண் கொல்லைப்புறக் கதவைத் திறந்துகொண்டு வெளியில் வந்தாள்.

அவன் மகன் பேசிய கடுமையான சொற்கள் மீண்டும் மீண்டும் எதிரொலித்தன. அவள் கண்களில் கண்ணீர் பெருக்கெடுத்து வழிந்தது. அவள் கண்ணீர் வடித்ததைக் கண்டு அவளே வியந்தாள். ஏனெனில், அவள் அழுவதை நிறுத்தி மிக நீண்ட காலம் ஆகியிருந்தது.

அவள் ஆற்றில் முழங்கால் அளவு நீரில் நின்றாள். அவள் கண்களில் கண்ணீர் பொங்கியது. அவள் கண்களில் இருந்து கண்ணீர் தாரைதாரையாய்க் கன்னங்களில் வழிந்தது. அந்த வருத்தத்தில் தன்னிலை மறந்து அவள் அப்படியே நீரில் நின்று கொண்டிருந்தாள். கதிரவன் தொடுவானத்தில் இருந்து ஊர்ந்து வந்து கொண்டிருந்தான். கதிரவனின் கதிர்கள், ஆரஞ்சு வண்ணத்தில் அந்த ஆற்றில் ஆடியவாறு வந்து அவளின் முகத்தைத் தொட்டபோதுதான் அவள் மீண்டும் தன்னிலைக்கு வந்தாள்.

அவள் ஆற்று நீரில் இருந்து வெளியில் வந்தாள். படித்துறைப் படிக்கட்டுகளில் ஏறினாள். சற்றுத் தொலைவில், ஒரு பகுதி நிலத்தில் அரும்-படர்கொடிகள் வரிசையாக வளர்ந்திருந்தன. அவற்றை அவள் பார்த்தாள். அவள் அவ்விடத்துக்கு அருகில் சென்றாள். பளபளப்பான, பெரிய வட்டவடிவ அரும் இலை ஒன்றைப் பறித்துக்கொண்டு ஆற்றுக்குத் திரும்பினாள். மீண்டும் ஒருமுறை படிக்கட்டுகளில் இறங்கி ஆற்று நீரை அடைந்தாள். அவள் முகத்துக்குக் கொஞ்சம் கீழே அந்த இலையைப் பிடித்துக் கொண்டு அதில் கண்ணீர்த் துளிகளை விழச்செய்தாள். முதலில் விழுந்த சில துளிகள் இலையை நனைத்தன. அதன்பின் விழுந்த துளிகள் அதிகமாகவும் பெரிதாகவும் இருந்தன. அவை இலையின் பளபளப்பான மேற்பரப்பில் சேகரிக்கப்பட்டு, வளர்கதிரின் மெல்லொளியில் வெள்ளியைப் போல் மின்னின. அவள் அதை வியந்து பார்த்தாள்.

மிகக் கவனமாக, விழிப்புணர்வுடன், அவள் தன் இரண்டு கைகளின் உள்ளங்கைகளில் அந்த அரும்-இலையைத் தாங்கிப் பிடித்துக் கீழே கொண்டுவந்தாள். அதில் கண்ணீர்த்துளிகள் வெள்ளிப்பனித் துளிகள்போல் தொடர்ந்து மின்னிக்கொண்டிருந்தன.

மெதுவாக, அந்த இலையைக் கீழே இறக்கி நீரில் விட்டாள். மேலும், அந்த இலையை நீரில் மென்மையாக அழுத்தி மிதக்கவிட்டாள். அவள் மிதக்கும் அந்த இலையையும் அதில் முத்துகள்போல் மின்னிய கண்ணீர்த் துளிகளையும் ஆற்றின் நடுப்பகுதியைத் தாண்டிச் செல்லும்வரை பார்த்துக் கொண்டிருந்தாள்.

அவளுடைய பெயர்த்தி எழுந்துவிட்டிருப்பாள் என்ற நினைவு அவளுக்கு வந்தவுடன் தன்னை மறந்த நிலையிலிருந்த அவள் சட்டென அதிலிருந்து மீண்டாள். அவளுக்கு உணவு ஊட்ட வேண்டும். அவள் பால் பானையை உரியில் எடுத்து வைத்துவிட்டு வந்தோமா அல்லது இன்னும் அடுப்பிலேயே இருக்கிறதா என்று அவளுக்குச் சரியாக நினைவில் இல்லை. பால் பானையை உரியில் வைக்காமல் வந்திருந்தால், பூனை எல்லாப் பாலையும் குடித்துவிட்டுப் போயிருக்குமே என்று அவள் கவலைப்பட்டாள். அவள் திரும்பி வீட்டை நோக்கி விரைவாக நடந்தாள். அவள் திரும்பி ஒருமுறை அந்த ஆற்றின்மேல் கண்ணோட்டம் விட்டாள். அவள் கண்ணில் அந்த அரும்-இலை படவில்லை.

(2)

'அதனால்', அந்த அரும்-இலையைத் தொலைவில் இருந்து பார்க்க முடிந்தது.

ஆவலில் 'அது' அருகில் சென்று, அந்த இலையைச் சுற்றி நீந்தியது. அது அதனுடைய உறுதியான அசையும் வால்பகுதியில் கதிரொளியைப் பிடித்துப் பல்வேறு வண்ணங்களைப் பூசிக் கொண்டது. அது தன் இரண்டு செதில்துடுப்புகளையும் அரும்-இலையின்மேல் வைத்து, ஆடாமல் சமநிலையில் இருந்துகொண்டு அதை மிக அருகில் பார்க்கத் தன் தலையைச் சாய்த்துப் பார்த்தது. இலையின் மென்மையான மேற்பரப்பில் வெள்ளி நீர்த் துளியைப் போன்ற ஏதோவொன்று மின்னியது. நீர்? இருக்கலாம்! அது சற்று விரிந்து அந்த வெள்ளி நீர்த்துளிகளை நாவால் சுவைத்தது. அது வேறுபட்ட உப்பும் இனிப்பும் கலந்த சுவையாக இருந்தது. அந்த சுவை கடல்நீர் சுவையைப்போல் இல்லை. அது கடல்நீரின் சுவையை நன்கு அறிந்திருந்தது. அந்தச் சுவை அதற்குப் பிடித்திருந்ததால், அது அனைத்து நீர்த்துளிகளையும் சுவைத்துவிட்டது.

அதன்பிறகு புதியதாய் ஏதோ நடந்தது.

அதன் உடலில் ஏதோ மாற்றம் ஏற்பட்டதை அதனால் உணர முடிந்தது. ஒருவேளை அதைப்போலப் பெரிய சிவப்பு நிறத் தங்கமீன் உலகில் வேறெங்கும் இருந்திருக்காது. என்ன நடக்கிறது என்பதை உணரும் முன்னே, அதன் உடலின் மேல்பகுதி மாறத் தொடங்கிவிட்டது. குழப்பத்தில், அது அங்குமிங்கும் நோக்கமின்றி நீந்திக் கொண்டிருந்தது. நீண்டநேரம் நீந்தியபின், அது கடலைத் தாண்டி, ஓர் ஆற்றின் முகத்துவாரத்தை அடைந்தது. அங்கே நீர் அமைதியாக அசைந்து கொண்டிருந்தது. அது தன்னுடைய உடலின் மேல்பகுதியைத் தூக்கி நீரில் தெரிந்த தன்னுடைய உடலின் உருவத்தைப் பார்த்தது. தன் உருவம் பெரியதாக மாறியிருப்பதைக் கண்டு வியந்தது. கடற்கரைக்கு மிக அருகில் உள்ள பகுதிகளில் நீந்தும்போது, பல மாந்தப் பெண்களைப் பார்த்தது. அதனுடைய மேற்பகுதி மாந்தப் பெண்களைப்போல் இரண்டு நீண்ட கைகளுடனும் தலையில் தங்கநிற முடியுடனும் இருந்தது. அது கண்களைத் திருப்பி உடலின் கீழ்ப்புறம் பார்த்தது. அது மேலும், வியந்தது. அதன் உடலின் கீழ்ப்பகுதி மிகப் பெரியதாக வளர்ந்து மிகப்பெரிய கடல்மீனின் வால்போல் இருந்தது. இந்தப் புதிய மாறிய உடல் தோற்றத்துடன் என்னசெய்வது என்று முடிவெடுக்க முடியாமல் கொஞ்சநேரம் நீருக்கு அடியில் சென்றது. ஆழ்கடலுக்குச் சென்று, அதனுடைய தங்கமீன் நண்பர்களை அதிர்ச்சி அடையச் செய்வதா? ஆனால், இந்தப் புதிய தோற்றத்தைக் கண்டு அவர்கள் என்ன செய்வார்கள் என்பது உறுதியாகத் தெரியவில்லை. ஒருவேளை அவர்களால் அதனை நண்பன் என்று அடையாளம் காணமுடியாமல் போகலாம். மேலும், அதனைத் தங்கமீன் கூட்டத்தில் இருந்து விலக்கியும் வைக்கலாம். இவ்வாறு தன் உருவ மாற்றத்தால் ஏற்படப் போகும் விளைவுகளை எண்ணிக் கொண்டே நீருக்கடியில் நீந்திக் கொண்டிருந்தது. அது நீருக்குள் இருந்து வெளியே தலையைத் தூக்கிச் சுற்றும்முற்றும் பார்த்தது, அதுவாகவே, ஆற்றின் கரையைக் கண்டுபிடித்தது. தங்கமீனின் ஆவலுடன் கூடிய பார்வை ஆற்றின் கரையையும் தாண்டி விரிந்து சென்றது. அங்கே தொலைவில் தெரிந்த பச்சைப்பசேல் என்றிருந்த பசுமை அதனை மயக்கியது. அது, புரிந்துகொள்ள இயலாத அந்தப் பசுமையைப் பார்க்க வா என மயக்கி அழைக்கும் அழைப்பாக இருந்தது.

அது வளைந்தும் நெளிந்தும், நீரின் கரையில் வளர்ந்திருந்த 'பெர்ன்' புதர்கள் வரை சென்றது. அங்கே அதற்கு இன்னொரு வியப்புக் காத்திருந்தது. அதனுடைய தங்கச் செதில்களால் ஆன பளபளப்பான வால் வேகமாக மறைந்து, அந்த இடத்தில் மாந்தர்களுக்கு இருப்பதுபோல் மெல்லிய அழகான கால்கள் தோன்றின. அவள் நேராக எழுந்து நின்றாள். மேலும், மெதுவாக அந்தப் பசுங்காட்டை நோக்கி அடியெடுத்து வைத்தாள். அவள் சுற்றும்முற்றும் பார்த்தாள். அங்கே அடர்த்தியாக வளர்ந்திருந்த காட்டு வாழைத்தோப்பைக் கண்டாள். அங்கிருந்த ஒரு வாழைமரத்தில் இருந்து நீண்ட இரண்டு வாழை இலைகளைப் பறித்துத் தன் உடலெங்கும் சுற்றிக்கொண்டாள். இதையெல்லாம் செய்ததில் அவள் சற்றே களைப்புற்றாள். அந்தக் காட்டின் விளிம்பில் இருந்த ஒரு பாறையின் மீது அமர்ந்தாள்.

அவளின் இடப்பக்கமிருந்து சருகுகள் சலசலக்கும் ஒரு மெல்லிய ஒலி அவளின் கவனத்தை ஈர்த்தது. அந்தச் சருகொலி வளர்ந்து அதிகமாகி, அந்தக் காட்டின் பசும்அமைதியைக் குலைத்தது. அது எதுவாக இருக்க முடியும்? பகைவன் வருகிறானா? ஏதாவது ஆபத்தான விலங்கா? உடனே அவள், எச்சரிக்கை அடைந்தாள். கடலிலும் பகைவர்கள் உண்டு. ஆனால், பரந்து விரிந்த கடலில், எதிரிகளை எதிர்கொள்வது ஒன்றும் பெரிதல்ல. ஆனால், இது முற்றும்முழுதான பழக்கமில்லாத புதிய இடம். இதுபோன்ற இக்கட்டான நேரத்தில் என்ன செய்வது என்று அவளுக்குத் தெரியவில்லை. மீண்டும் ஒருமுறை அவள் காட்டை உற்றுப் பார்த்தாள். மரத்தின் பின்னால் இருந்து மாந்தர் ஒருவரின் நீலங்கலந்த வெள்ளைக் கண்கள் அவளைத் தயார்நிலைக்குக் கொண்டுவந்தன. அடர்த்தியான மரத்தடிப் புதரை நீண்ட கைகளால் தள்ளி விலக்கிக்கொண்டு மாந்த உருவம் ஒன்று காட்டைவிட்டு வெளியில் வந்தது. அதுவொரு 'வனமகன்'. வெளியில் வந்தவன் ஒரு நிமிடம் நின்றான். பின்னர், அவள் அமர்ந்திருந்த பாறையை நோக்கி மெதுவாக நடக்கத் தொடங்கினான்.

அந்தக் கடற்கன்னி, அச்சத்தாலும், திகைப்பாலும் அஞ்சி ஒதுங்கினாள்.

'என்ன அழகு?', 'ஐயோ...செம', 'இயற்கை எப்படி? பேச்சு வழக்கில் பேசுவதுபோல் அந்த இளைஞன் அவளைப் பார்த்துப்

பேசினான். வியந்து பேசிய அவனின் விழிகள், பாறையில் அமர்ந்திருந்த அந்த அழகிய இளம்பெண்மீது பதிந்திருந்தன.

வியக்கத்தக்க வகையில், அவன் பேசிய சொற்கள் ஒவ்வொன்றின் பொருளும் அந்தக் கடல்கன்னிக்குப் புரிந்தது.

'என்ன அழகு' என்று மீண்டும் ஒருமுறை உணர்ச்சிப் பெருக்கில் உரக்கச் சொல்லிய அந்த இளைஞன் அவள் அருகில் சென்றான். 'யார் நீ?, கடல் தேவதையா? நாட்டுப்புறத் தேவதையா?' என்று கேட்டுக்கொண்டே வந்த அவன், 'நான் தாமஸ்... தாமஸ் அர்னால்டு' என்று தன்னைத் தானே அறிமுகப்படுத்திக் கொண்டு, தன்னுடைய வலக்கையை நீட்டினான்.

அவளே அவளை அறிந்துகொண்டு, 'சிவப்புத் தங்கமீன்' என்று மாந்தமொழியில் விடையளித்தாள். எந்தவிதத் தயக்கமுமின்றி, அவளும் அந்த இளைஞனை நோக்கித் தன் கையை நீட்டினாள். அந்த இளைஞன் அவளுடைய கைகளை இறுகப்பற்றினான். அப்போது, இதுவரை அடைந்திராத ஒரு கிளர்ச்சிப் புல்லரிப்பு அவளுள் ஊர்ந்து படர்ந்தது.

'சிவப்புத் தங்கமீன்? அழகான பெயர், உனக்கு மிகவும் பொருத்தமான பெயர்' என்று தாமஸ் என்ற அந்த இளைஞன் சொன்னான். 'கடந்த மூன்று நாள்களாக இந்தக் காட்டில் நான் தங்கியிருக்கிறேன். ஆனால், இங்கு ஓர் அழகான வியப்பு எனக்குக் காத்திருக்கிறது என்ற மிகச்சிறிய அறிகுறி கூட எனக்குத் தென்படவில்லை' என்று அவன் புன்னகைத்துக்கொண்டே சொன்னான்.

'நீ எங்கிருந்து வருகிறாய்?'

'கடலிலிருந்து'

'கடல்? ஹா...ஹா...ஹா...' தாமஸ் வெடிச்சிரிப்புச் சிரித்தான். அவள் கைகளை விட்டுவிட்டு, குறுகிய நேரம் அவளை அப்படியே பார்த்துக்கொண்டிருந்தான்.

'நீ எங்கிருந்து வருகிறாய் என்பதில் எனக்குச் சிக்கல் ஒன்றும் இல்லை. எனக்கு நீ ஒரு வியக்கத்தக்க பேரின்ப நுகர்வு, இதுவரை நான் அடையாத தனித்த மகிழ்ச்சி. சொல், நீ எங்கே செல்ல

வேண்டும்? நான் உன்னை அங்கே கொண்டு சேர்க்கிறேன்' என்று சிறிதுநேர அமைதிக்குப்பின் சொன்னான்.

அவள் தலையை ஆட்டினாள்.

தாமஸ் பெருமூச்சு விட்டான். அவளைக் கூர்ந்து பார்த்தான். 'சரி, என்னுடன் வா. ஏதாவது சாப்பிடலாம். உனக்குப் பசிக்கவில்லையா?' என்று கேட்டான்.

அவள் அவனுடைய கையைப் பிடித்துக்கொண்டு எழ முயற்சித்தாள். அவள் எழ முயற்சிசெய்த அதேவேளையில் அவள் மீண்டும் உட்கார்ந்தாள். ஏனெனில், எழுந்து நின்றால், அவள் உடலைச் சுற்றியிருந்த இலை நழுவிக் கீழே விழுந்துவிடும் என்று நினைத்தாள். அவளுடைய இரண்டு கைகளாலும், உடலைச் சுற்றியிருந்த இலையை இறுகப் பற்றிக்கொண்டாள். அப்போது, அவள் வெட்கப்பட்டு உடனே முகம் சிவந்தாள்.

அவள் கூச்சத்தைக் கண்டு, உணர்ந்து, 'கொஞ்சம் இரு' என்றான் தாமஸ்.

அவன் திரும்பி அந்தக் காட்டு வாழைத்தோப்பை நோக்கி நடந்தான். அவன் நான்கு பெரிய வாழை இலைகளைப் பறித்து அதன் காய்ந்த நீண்ட நாரைக் கிழித்தான். பின், அந்த இளம்பெண்ணை நோக்கி வந்தான். அவளை இலைகளால் சுற்றினான். சுற்றிய இலைகள் விழாமல் இருக்க வாழை நாரை வைத்துக் கட்டினான். அவன் இலைகளைச் சுற்றிக்கட்டும்போது, அதை அனுமதித்து அப்பாவித்தனமாக அவள் அப்படியே நின்றாள். தாமசின் தொடுதல் அவளுள் ஒருவிதப் பரவசத்தை ஏற்படுத்தியது. அவள் இளம் பவளப்பாறை வரிசையில் நீந்தியபோது, காற்று அவள் உடலைத் தழுவியபோது உணர்ந்ததைப்போல் இப்போது உணர்ந்தாள். தாமஸ், அவளைச் சுற்றி இலைஆடையைக் கட்டும் பணியை முடித்துவிட்டுக் கையை நீட்டி,

'வா' என்று அழைத்தான்.

சிறிது தூரம் நடந்தபின், அவர்கள் தாமசுடைய கூடாரத்தை அடைந்தனர். நகரத்தில் தாமஸ் தனியே வசித்துவந்தான். குறிப்பிட்ட காலஇடைவெளியில் அவன் 'ஹட்சன்' ஆற்றின் ஓரத்தில் இருக்கும்

இந்தக் காட்டுப் பகுதிக்கு வந்து கூடாரம் அமைத்துத் தங்குவான். சிவப்புத் தங்கமீன் என்று சொல்லிய அந்த இளம்பெண்ணிடம் இவற்றையெல்லாம் தாமஸ் சொன்னான்.

கூடாரத்தின் உள்ளே, நாற்காலி மற்றும் மேசை போடப்பட்டிருந்தது. தாமஸ் தட்டில் சில பழங்களை வைத்து எடுத்து வந்தான். கத்தியால் அந்தப் பழங்களைச் சிறுசிறு துண்டுகளாக நறுக்கினான். அவன் ஒரு பழத்துண்டை எடுத்து அவள் வாயில் ஊட்டினான். அவள் அந்தப் பழங்களின் சுவையை விரும்பினாள். அவளும் சில பழத்துண்டுகளை எடுத்து வாயில் போட்டுச் சுவைத்தாள். தாமஸ் ‘காபி’ தயாரித்து, அதை இரண்டு குவளைகளில் ஊற்றினான். அவனைப் பார்த்து, அவனைப் போலவே, அவளும் ‘காபி’‘யைக் கொஞ்சங்கொஞ்சமாக உறிஞ்சிக் குடித்தாள்.

‘கொஞ்சம் உலவச் செல்லலாமா?’ தாமஸ் கேட்டுக் கையை நீட்டினான். கைகளைக் கோத்துக்கொண்டு அவர்கள் நடந்தார்கள். அவர்கள் முதலில் எங்குச் சந்தித்தார்களோ அதே ஆற்றங்கரையை அடைந்தார்கள்.

‘உனக்கு நீந்தப் பிடிக்குமா?’ என்று தாமஸ் கேட்டு ஆற்றைப் பார்த்தான். அது இளஞ்சூட்டில் ஓடிக் கொண்டிருக்கிறது. ஆற்றில் ஒரு முழுக்குப் போடலாமா? என்று கேட்டு, தாமஸ் அவளுடைய கையை விட்டுவிட்டு அவளுடைய கண்களைப் பார்த்தான். அவளை நெருக்கமாக நெருங்கி, மென்மையான கைகளால், அவள் உடலைச் சுற்றியிருந்த இலைகளை எடுத்தான். அந்தச் சிவப்புத் தங்கமீன் அவன்முன் வெற்றுடலாகி நின்றாள்.

‘தெய்விகம்’ என்றான் தாமஸ். அவன் குரல் திக்கி அடைத்தது.

அவன் அந்தப் பெண்ணின் கைகளைத் தன் கைகளுடன் பற்றிக்கொண்டு ஆற்றை நோக்கி நடந்தான். அவர்கள் நீரை அடைந்து, நீந்தத் தொடங்கினார்கள். சில நேரங்களில் அவர்கள் நீரில் மிதந்தார்கள், இன்னும் சில நேரங்களில் நீருக்குள் மூழ்கினார்கள். அவர்கள் ஆற்றில், நீண்ட.. நீண்ட நேரம், கிட்டத்தட்ட பிற்பகல் முழுதும் இருந்தார்கள். அவர்கள் வெளியே வரும்போது, கதிரவன் மேற்குவானில் மூழ்கிக்கொண்டிருந்தான். ஆரஞ்சு நிறத்தில் தங்கம்போல் மின்னிக்கொண்டிருந்த கதிரொளி ஆற்றின்

நீர்த்துளிகளில் எதிரொளித்தது. தாமசின் அழகான, வெற்றுடல் ஒரு புதிய மினுமினுப்பைப் பெற்றது. அந்தப்பெண் இதை வியப்புடன் உற்றுப்பார்த்தாள். அவன்பால் ஏற்பட்ட பெருவிருப்பால் அவள் உடலில் மெல்லிய மின்அதிர்வு ஏற்பட்டது.

நீண்டநேரம் அவர்கள் நீரில் இருந்ததால், அவர்களின் உடல்கள் நடுங்க, பற்கள் கிடுகிடுக்கக் கையோடு கைகோத்து, ஓட்டமும் நடையுமாகத் தாமசின் கூடாரத்தை நோக்கிச் சென்றனர். தாமஸ் அவளைத் தன் கைகளில் அள்ளி நெஞ்சில் இறுக அணைத்துக்கொண்டான். அந்தப்பெண் பேரின்பப் பெருங்கடலில் ஆழத்தில் இன்னும் ஆழத்தில் மூழ்கத்தொடங்கினாள்.

'ஒரு பெண்ணின் உடல், இந்த அளவுக்கு விரும்பத் தக்கதாக இருக்கும் என்று நான் அறிந்திருக்கவில்லை. உன்னுடைய தீண்டப்படாத, தூய அழகு என்னுள், நான் இதுவரை உணர்ந்திராத இன்பத்தை நிரப்பியுள்ளது. நீ எனக்கு அன்பளிப்பாக உன்னைத் தந்தமைக்கு நான் கண்டிப்பாக உனக்கு நன்றிக் கடன்பட்டவன், என்று சொல்வேன்' என்று தாமஸ் சொன்னான். அவனுடைய குரலில் அழுத்தமும் இன்பஉணர்ச்சியும் வெளிப்பட்டன. அவளுடைய மார்பில் அவன் முகம்புதைத்தான். அவளுடைய அன்பான விரல்கள் அவனுடைய பொன்னிறத் தலைமுடியைக் கோதிக்கொண்டிருந்தன.

நீண்ட நேரத்துக்குப்பின், பின்னிரவில், தாமஸ் தீமூட்டி, இரண்டு கோப்பைகளில் மதுவை ஊற்றினான். அவனும் அவளும் ஒரே போர்வையைப் போர்த்திக்கொண்டு தீயின் அருகில் அமர்ந்தனர். அவர்களின் உதடுகள் மதுக்கிண்ணங்களைச் சுவைத்துக் கொண்டிருந்தன. தொடர்ந்துவந்த மறுநாள் பகலும் அந்தப் பெண்ணுக்கு முந்தைய நாள் இரவில் அடைந்த பெருமகிழ்வைத் தந்ததாகவே இருந்தது. இதற்கிடையில், அந்தப் பெண் தாமசுடைய சட்டையையும், தொளதொள 'ஜீன்ஸ்' கால்சட்டையையும் அணியத் தொடங்கியிருந்தாள். தாமசுடன் இருந்த ஒவ்வொரு கணமும் அவளுக்குக் கிடைத்தற்கரிய, மறக்கவியலாத இன்பத்தைத் தந்தது.

ஒருநாள் காலை, காலைச் சிற்றுண்டியை உண்டு முடித்தபின், தாமஸ் தன்னுடைய பொருள்களைக் கட்டத் தொடங்கினான். அவன் அருகில் நின்றுகொண்டு அந்தப்பெண் அதைப் பார்த்துக்

கொண்டிருந்தாள். 'உன்னுடைய இதழ்கள் செர்ரிப் பழத்தைப்போல சிவப்பானவை! உன்னுடைய பளபளப்பான பொன்னிற தலைமுடிதான் எவ்வளவு அழகு! நான் எப்போதும் உன்னைச் சிவப்புத் தங்கமீன் என்று அழைக்கலாம் என்று எண்ணுகிறேன்' என்றவன், முழுச்சிவப்பு நிறத்தில் பளபளத்த அவளுடைய இதழ்களைத் தன்னுடைய வலக்கையின் ஆள்காட்டி விரலால் தொட்டுத் தடவினான்.

'நான் கூடாரத்தைக் காலிசெய்துவிட்டுப் புறப்படவேண்டும். நீ என்ன செய்யப் போகிறாய்?' அவளிடம் கேட்டான்.

அந்தப் பெண் பதிலளிக்கவில்லை.

'நான் உன்னை மிகவும் விரும்புகிறேன். என்னுடன் வர உனக்கு விருப்பமா? ஒருமுறை முயற்சி செய்து பாரேன். என்னுடன் வாழ விருப்பமில்லை என்றால், எப்போது வேண்டுமானாலும் நீ என்னைவிட்டுப் பிரிந்து சென்றுவிடலாம்' தாமஸ் அமைதியாகச் சொன்னான்.

அந்தப் பெண்ணால் விடையளிக்க இயலவில்லை. அவள் தொண்டை கம்மியது, விம்மத் தொடங்கினாள். அவள் கண்களில் கண்ணீர் ததும்பி நின்றது.

தாமஸ் தன் கைகளால் அவளை அணைத்துக் கட்டிப்போட்டான். தன்னுடைய இதழ்களால் அவளுடைய இதழ்களைக் கவ்வினான்.

'பார், நான் பணக்காரன் அல்ல. ஒரு பள்ளியில் பாடம் சொல்லித் தருகிறேன். அந்தப் பள்ளி என் வீட்டில் இருந்து ரொம்ப தூரத்தில் இல்லை. என்னுடைய ஊதியத்தில் உனக்குத் தேவையான எளிய வசதிகளைச் செய்து கொடுக்க என்னால் முடியும். உனக்கு ஒரு பகட்டான வாழ்க்கையை என்னால் கொடுக்க முடியாமல் போகலாம். ஆனால், உனக்கு என்மேல் உண்மையான அன்புணர்ச்சி இருந்தால் நம்மால் நன்றாக வாழமுடியும்.' தாமஸ் நடந்துகொண்டே சொன்னான்.

'நான் உன்னை விரும்புகிறேன்' என்ற அந்தப்பெண் அவனுடைய தோளில் சாய்ந்துகொண்டாள். தாமஸ், தோளில் சாய்ந்த அவளுடைய பளபளப்பான தலைமுடியைக் கனிவுடன் வருடினான்.

தாமசுக்கு நகரத்தில் நடுப்பகுதியில் ஒரு சிறிய வீடு இருந்தது. வீட்டைச் சுற்றி ஒரு சிறிய அழகான தோட்டம் இருந்தது. பின்புறம் ஒரு சிறிய நீச்சல்குளம் இருந்தது. அந்த வீடு எளிய முறையில் வடிவமைக்கப்பட்டிருந்தது. எல்லா வகையான வசதிகளுடன் வாழத் தேவையான எல்லாப் பொருள்களும் அங்கிருந்தன. அந்த வீடும், அதிலிருந்த பொருள்கள் அனைத்தும் அவளுக்குப் புதியதாகவோ அல்லது புதுமையானதாகவோ தோன்றவில்லை. எல்லாமே அவளுக்குப் பழக்கமானதாகவும் அவளுக்குச் சொந்தமானதாகவும் தோன்றின. முன்பே அவள் அவற்றையெல்லாம் அறிந்திருப்பாள்போலும். எந்தவித முயற்சியும் இன்றி, அவளால் அனைத்தையும் படிக்கவும், புரிந்துகொள்ளவும் அறிந்துகொள்ளவும் முடிந்தது.

மகிழுந்தில் ஏற்றிய 'காட்டில் தங்கல் பொருள்களை' இறக்கி வீட்டிற்குள் கொண்டுவரும் போது, 'விடுமுறை முடிந்துவிட்டது' என்று தாமஸ் சொல்லிக்கொண்டே வந்தான். 'நாளை முதல் காலை எட்டு மணிக்கு அலுவலகம்' என்றான்.

வீடு மற்றும் சமையலறையைத் தூய்மை செய்வதிலும் பொருள்களை அவற்றுக்குரிய இடங்களில் எடுத்து வைப்பதிலும் தாமசுக்கு அவள் உதவினாள். தாமஸ் இரண்டு கோப்பைகளில் தேநீர் தயாரித்துக் கொண்டுவந்தான். வரவேற்பறையில் இருவரும் அமர்ந்துகொண்டு தேநீரை அருந்திக்கொண்டு தொலைக் காட்சியைப் பார்த்துக் களித்தனர். தாமஸ், இரவு உணவாகக் காய்கறிக் கொத்துரொட்டியைத் தயாரித்தான். இருவரும் அதனைச் சில்லிட்ட 'பீருடன்' சாப்பிட்டனர்.

'அன்பே, காலை வணக்கம்' என்றவாறு தாமஸ் ஒரு கோப்பைக் 'காபி'யைப் படுக்கையை ஒட்டியிருந்த மேசையில் வைத்து அவளுடைய முகத்தைத் தொட்டான். ஒரு சின்னப் புன்னகை அவளுடைய முகத்தில் ஒளிர்ந்தது. அந்தப் புன்னகையில் மகிழ்ச்சியும் நன்றிக்கடனும் ஒருசேரக் கலந்திருந்தன. அவள் 'காபி'யைக் குடித்துவிட்டு, காலை உணவைச் சமைக்கச் சமையலறைக்குள் சென்றாள்.

'தொலைபேசிக்கு அருகில் என்னுடைய கைப்பேசி எண் எழுதப்பட்ட தாளை வைத்துள்ளேன். ஏதாவது, உடனடித் தேவை

என்றால், பேசலாம். நான் நண்பகல் உணவுக்கு வரமாட்டேன். நீ ஏதாவது சமைத்துச் சாப்பிட்டுக்கொள். நான் மாலை வீட்டுக்குத் திரும்புவேன். அந்த நேரத்தில் நீ தயாராக இரு. நான் உன்னை அழைத்துக்கொண்டு இந்தச் சிறிய நகரத்தைச் சுற்றிக் காட்டுகிறேன். கவனமாக இரு' என்று கூறிய தாமஸ் அவளுடைய இதழ்களில் 'சுருக்' முத்தமிட்டுவிட்டுப் பள்ளிக்குச் சென்றுவிட்டான்.

அவளுக்கு வீட்டில் அதிக வேலை இல்லை. காலை முழுவதும் ஓய்வாகவே இருந்தாள். சில பழங்களைச் சாப்பிட்டு, கொஞ்சம் பழச்சாற்றையும் பருகினாள். பின்னர், வீட்டைவிட்டு வெளியில் வந்து தோட்டத்துக்குச் சென்றாள். அது ஓர் அழகான நன்கு செப்பனிடப்பட்ட தோட்டம். ஆனால், அவளை மிகவும் ஈர்த்தது என்னவென்றால், அந்த வீட்டின் பின்புறமிருந்த நீச்சல்குளம்தான். அவள் தன்னுடைய 'பணியன்சட்டை' மற்றும் 'ஜீன்சு' கால்சட்டையைக் கழற்றிவிட்டு அந்தத் தூய்மையான நீலவண்ண நீரில் குதித்து நீந்திக் குளித்தாள்.

தாமஸ், மாலையில் அவளை நகரின் நடுப்பகுதியில் இருந்த அங்காடிக்கு அழைத்துச் சென்றான். பரபரப்பான கூட்டம், இரைச்சல், மற்றும் கூட்டம் மிகுந்திருந்த கடைகள் போன்றவற்றைப் பார்த்தவுடன் தொடக்கத்தில் அவளுக்கு அதிர்ச்சியாக இருந்தது. ஆனால், அடுத்த கணமே, அதைக் கடந்து, அந்தச் சூழலே உகந்ததாக இருப்பதாக உணர்ந்தாள். தாமஸ் அவளை ஒரு பல்பொருள் அங்காடிக்கு அழைத்துச்சென்றான். பழகியவள்போல் கூடையில் இருந்த உணவுப் பொருள்களை எடுத்தாள். ஊண் உணவுப் பிரிவுக்கு அவர்கள் வரும்வரை அவ்விடத்திலேயே சுற்றிவந்தனர்.

அப்படி வரும்போது, ஓரிடத்தில் பாம்பைப் பார்த்தவள்போல், அவள் சட்டென நின்றாள், இரண்டு அடிகள் பின்னோக்கி நடந்தாள். அவளின்முன், ஒரு பெரிய குளிர்சாதனப்பெட்டி இருந்தது. அதில், பெரிய தங்கமீன்கள் இருந்தன. அவை, கண்ணாடிப் பேழைக்குள் இயக்கமற்ற நிலையில் கிடந்தன. அவற்றின் கண்கள் வெறுமையாக உறைந்து போயிருந்தன. அவை இறந்துபோய் நீண்டநேரம் ஆகிவிட்டது என்பதை அவள் உடனே உணர்ந்து கொண்டாள். அவற்றின் பளபளப்பான செதில்கள் பொலிவை இழந்து காணப்பட்டன. அவள் முகத்தை வெளியே திருப்பிக் கொண்டாள்.

அவள் பார்வையில் இன்னொரு கண்ணாடிப் பேழை தென்பட்டது. அதில் உயிருள்ள தங்கமீன்கள் இருந்தன. தேங்கிய நீரில் அவை மெதுவாக நீந்திக்கொண்டிருந்தன. அவற்றின் நீந்தலில், இயற்கையாக இருக்கவேண்டிய சுறுசுறுப்பும் வலிவான ஆற்றலும் இல்லை. பாவப்பட்ட உயிரினங்கள், தாங்கள் கோரமான மரணத்துக்காகக் காத்திருக்கிறோம் என்பதைத் தெரிந்து வைத்திருக்கும் என்பதை அவளால் உணர முடிந்தது. அவளுடைய துன்பம் தோய்ந்த கண்களில், வெறுமையும், ஒளிஇழப்பும் காணப்பட்டன. இவை வெளிப்படையாகத் தெரிந்தாலும், அவள் சிந்தித்தாள். அதுபோல், இறந்த மீன்களின் உருக்குலைந்த படம் எப்போதும் அவர்களுக்கு முன் வந்தது. அது, வரவிருக்கும் மரணத்தை நிலையாக நினைவூட்டுவதாக இருக்கலாம்.

அந்தப் பெண் பயங்கரமாக நடுங்கத் தொடங்கினாள். அதனைத் தாமஸ் உணர்ந்துகொண்டான். உடனே, அவன் தன் கைகளால் அவளை அணைத்துத் தாங்கிக்கொண்டான்.

'என்ன ஆச்சு?' என்று கேட்ட அவனுடைய குரலில் கவலை தெரிந்தது. 'ஏன் இந்த உடனடிச் சில்லிப்பு? ஏதாவது காய்ச்சல் அடிக்கிறதா?' என்று கேட்டான்.

அதற்கு அவள், 'இந்த இடத்தைவிட்டு உடனே கிளம்பலாம், வா' என்று இலேசான நடுங்கும் குரலில் தடுமாற்றத்துடன் சொன்னாள்.

'மீன்கள் ஏதும் வாங்கவில்லையே' தாமஸ் கேட்டான். 'உனக்கு மீன் சாப்பிட மிகவும் பிடிக்கும் என்று நினைத்தேன். இந்த இடம், குறிப்பாகத் தங்க மீன்கள் மற்றும் வஞ்சிர மீன்களுக்குப் பேர்பெற்ற இடம். உனக்குப் பிடிக்கும், மிகவும் சுவையாக இருக்கும்.' என்று குறும்புத்தனத்துடன் சொல்லியவாறு அவளுடைய இடையில் மெல்லியதாகக் கிள்ளினான்.

அந்தப்பெண், 'அருள்கூர்ந்து, இந்த இடத்தைவிட்டுப் போகலாம்' என்றாள். 'இன்னும் ஒரு நிமிடம்கூட என்னால் இங்கே இருக்க முடியாது. எனக்கு மயக்கம் வருவதுபோல் இருக்கிறது' என்ற அவள், சற்றும் தாமதிக்காமல் அவனுடைய கையை இறுகப் பற்றிக் கொண்டாள். தாமஸ் அவளுடைய முகத்தைப் பார்த்தான். முதன்முதலில் விழும் பனியைப் போல் அவள் முகம்

வெளுத்திருந்தது. அவளைப் பிடித்துக்கொண்டே, அவன் மகிழுந்து இருக்கும் இடத்திற்கு நடந்துசென்றான்.

வீட்டை அடைந்ததும், அவன் 'ஏன், என்ன ஆச்சு, செல்லம்?. உடனே, எப்படி உனக்கு உடல்நலம் கெட்டுப் போச்சு?' என்று கேட்டான்.

'ஒன்னும் மோசமில்லை. ஆனால்...'

'சொல்லுடா செல்லம், உனக்கு ஏதாவது உடல்நலச் சிக்கல் இருக்கிறதா?

எதற்கும் கவலைப்படாதே, என்னிடம் சொல்' தாமஸ் மிகவும் கனிவுடன் கேட்டான்.

'அதெல்லாம் ஒன்றுமில்லை. ஆனால், ஒன்று மட்டும் கேட்டுக்கொள்கிறேன். நாம் எப்போதும் தங்கமீனை மட்டும் சாப்பிடக் கூடாது. அருள்கூர்ந்து, இனிமேல் தங்கமீனை வீட்டுக்கு வாங்கி வரவேண்டாம்' என்றாள். இப்போதும், அவள் உடல் மெலிதாக நடுங்கிக்கொண்டிருந்தது.

'ஓ... அதுதான் சிக்கலா? தங்கமீன் என்றால் உனக்கு ஒத்துக்கொள்ளாதா? இதெல்லாம் ஒரு சிக்கலே இல்லை. ஒவ்வொருத்தருக்கும் ஒவ்வொன்று ஒத்துக்கொள்ளாது. உண்மையாகவே இனிமேல் எப்போதும் சமைப்பதற்காகத் தங்கமீனை வாங்கிவர வேண்டாம், சரியா? நான், உனக்குத் தங்கமீன்களைச் சாப்பிடப் பிடிக்கும் என்று நினைத்துவிட்டேன். உன்னைத் தங்கமீன் என்று அழைப்பார்கள் என்று நீதானே சொன்னாய்?' என்று கேட்டுக் கொண்டே அவளின் தலையில் அவனுடைய தலையால் அன்புடன் இலேசாக முட்டினான்.

அவர்கள், பெரும்பாலும், ஒவ்வொரு நாளும் மாலைநேரத்தில் உலாவச் சென்றனர். சில நேரங்களில் ஆற்றின் கரையில் உலாவினர். அந்த ஆறு, அவள் வந்த ஆறு. அவர்கள் முதன்முதலில் சந்தித்துக்கொண்ட அந்தக் காட்டுப் பகுதியில் உள்ள இடத்துக்கும் சென்றனர்.

வீட்டில் விருந்தினர்களை அழைத்து விருந்தோம்பல் செய்த மாலைநேரங்களும் உண்டு. இரவு நீண்டநேரம் வரை, நடனம், பாட்டு மற்றும் களிப்பூட்டும் நிகழ்வுகள் எனத் தொடர்ந்து நடந்தன.

தாமசின் விருந்தினர்கள் அவளை வெகுவாகப் பாராட்டினர். ஆனால், ஒருவர் கூட அவளுடைய முன்வாழ்க்கையைப் பற்றி உசாவவில்லை. தாமசும் கூட, அவளுடைய முன்வாழ்க்கையைப் பற்றி எப்போதும் கேட்டதில்லை. நாள்கள் மாதங்களாக, மாதங்கள் ஆண்டுகளாக, காலம் உருண்டோடியது. இதற்கிடையில் தாமஸ் மடிக்கணினி ஒன்றை அவளுக்கு வாங்கித்தந்து, அவள் பெயரில் redgoldfish@yahoo.com எனும் மின்-அஞ்சல் கணக்கைத் தொடங்கினான். அண்மைக்காலத்தில் நேரம் கிடைக்கும் போதெல்லாம் இணையத்துக்குச் சென்று பலவற்றைப் பார்ப்பதும், கற்றுக்கொள்வதும் அவளுக்கு வழக்கமாகிவிட்டது. அவள் இணையத்தின் வழியாகப் பொருள்களை வாங்கப் பதிவுசெய்தாள். அந்தப் பொருள்கள் நேரடியாக வீட்டுக்கே கொண்டுவந்து தரப்பட்டன. அவள் புதிதாகப் பிடிக்கப்பட்ட உயிருள்ள ஐந்து பெரிய தங்கமீன்களை வாங்கப் பதிவுசெய்தாள். நீச்சல்குளத்தில் உள்ள நீரை முற்றிலும் நீக்கிப் புதிய நீரை நிரப்பினாள். அதில் பூச்சிக் கொல்லிகளைச் சேர்ப்பதை நிறுத்தினாள். தூய மூடப்பட்ட கலன்களில் வைத்துத் தங்கமீன்கள் கொண்டுவந்து தரப்பட்டபோது, அவற்றை நீச்சல் குளத்தில் உள்ள நீரில் நழுவவிட்டாள்.

'உனக்குத் தங்கமீன்கள் என்றாலே ஒத்துக் கொள்ளாதல்லவா?' என்று தாமஸ் தயக்கத்துடன் கேட்டான்.

அதற்கு, 'இவற்றால் எந்தச் சிக்கலும் வராது. கவலைப்படாதே' என்று விடையளித்தாள்.

நீண்ட காலத்துக்குப்பின், தாமஸ் எப்போதும் வருகின்ற நேரத்தைக் காட்டிலும் நேரம்கடந்து வீட்டுக்குத் வந்து கொண்டிருந்தான்.

அவனிடம், 'இனியவனே, நீ ஏதாவது பணிஅழுத்தத்தில் இருக்கின்றாயா?' என்று கேட்டாள்.

'ஆமாம், செல்லமே' என்று சொல்லிப் புன்னகைத்தான் தாமஸ். நான் அதிகமாகப் பொருளீட்ட அதிகமாக உழைக்க வேண்டி இருக்கிறது. இப்போது, நாம் இருவர். நம் வாழ்க்கை நன்றாக இருக்க எனக்குக் கொஞ்சம் கூடுதல் பணம் தேவைப்படுகிறது.

அதற்கு அவள், 'உங்களுக்கு உதவும் வகையில் என்னால் ஏதாவது பங்களிப்புச் செய்யமுடியாதா?' என்று அமைதியாக கேட்டாள்.

'ஆனால், எந்தவொரு துறையிலும் நீ ஆற்றல் உடையவள் மற்றும் அறிவுள்ளவள் என்பதைக் காட்ட உன்னிடம் எந்தவித ஆவணமும் இல்லையே. உரிய சான்றிதழ் இல்லையென்றால் அதிகாரப்பூர்வமான வேலை கிடைக்காது. ஆனால், நீ ஒரு குழந்தைகள் காப்பகம் அல்லது அதுபோன்ற ஏதாவது ஒன்றை நடத்தலாம். அதன்மூலம் நம் வருமானத்தைப் பெருக்கிக் கொள்ளலாம்' என்றான். அங்குச் சற்றுநேரம் பொருள்பொதிந்த அமைதி நிலவியது. அதன்பிறகு, உடனடியாக எதையோ நினைத்துக் கொண்டவன்போல், 'நீ மிகச் சிறப்பாக நீச்சல் அடிக்கக்கூடியவள். நீ ஏன் அந்த வகையில் சிந்திக்கக்கூடாது? அதேநேரம், இரண்டு மாதங்களுக்குப் பின், எங்கள் பள்ளியில் உள்ள பெண் நீச்சல் பயிற்றுநர் மகப்பேற்று விடுமுறையில் செல்ல இருக்கிறார். நீ அந்த விடுமுறைக்காலக் காலிப் பணியிடத்தைப் பெறலாம். அதற்கு நீ என்ன செய்யவேண்டும் என்றால், ஒருமாதக் கால 'விரைவு நீச்சல் பயிற்சி' 'க்குச் சென்று சான்றிதழ் பெறவேண்டும்' என்று சொன்னான்.

அவன் சொன்னதுபோல், அவள் வெற்றியுடன் அந்தப் பயிற்சியை முடித்தாள். அவள், தன்னுடைய புதுமையான, நுட்பமான ஆற்றலை நீச்சல் பயிற்றுவித்தலில் காட்டி அந்நிறுவனத்தில் உள்ளவர்களை வியக்க வைத்தாள். அவள் தன்னுடைய தலையையும் இரண்டு கைகளையும் நீருக்கடியில் வைத்துக் கொண்டு, கால்களைத் தொண்ணூறு பாகைக் கோணத்தில் நீருக்குமேலே தூக்கி வைத்து அசத்தினாள். இதேபோல், அவளால் நீண்டநேரம் இருக்கமுடியும். பின்னர், அவள் அழகாகப் புரண்டு புரண்டு நகர்ந்து நீச்சல் அடித்தலை உருவாக்கியும் மேலும் அனைவரும் பார்த்து வியக்கும்வண்ணம் நீந்தியும் காட்டினாள். இதுபோன்ற ஆற்றலுள்ள நீச்சல் பயிற்றுநரைப் பயிற்றுநராகப் பெற்றதற்கு, தாமசின் பள்ளி ஆசிரியர்கள் மற்றும் மாணவர்கள் பெரிதும் மகிழ்ந்தனர்.

'இதுபோன்ற நுட்பமான நீச்சல் வடிவங்களில் நீ மிகப் பெரிய தலைவியாகிவிட்டாய்' என்று ஒருநாள் தாமஸ் சொன்னான். இந்தச் சிறிய நகரத்தால், உனக்குப் பெரிய வாய்ப்பை வழங்க முடியாது.

நாம் பெருநகரத்துக்குச் சென்றால், உனக்கு உடனடியாகப் பெரும்புகழ் கிடைக்கும். தேசிய அளவில் நீ போற்றப்படுவாய். ஒலிம்பிக் போட்டியின் பயிற்றுநராகக் கூட நீ பணியமர்த்தப்படலாம். உலகம் முழுக்க நீ பயணம் செய்வாய். பணம் மழையாகக் கொட்டும். இந்த இடத்தைவிட்டுவிட்டு, பெருநகரத்தில் வேறு ஏதாவது ஓர் இடத்துக்குச் சென்று அங்கே வாழ்க்கையை அமைத்துக் கொள்ளலாம் என்று நீண்ட காலமாகவே நான் நினைத்துக் கொண்டிருக்கிறேன். நான் இந்தச் சாதாரண நகரத்தில் நீண்டகாலம் இருந்துவிட்டேன். வேறு ஏதாவது பெரிய நகரத்துக்குச் சென்று அங்கு நாம் நம்முடைய நல்வாய்ப்பை முயற்சி செய்து பார்க்கலாம்' என்று அவன் கருத்துரைத்தான்.

'ஆனால், நான் அதை இங்கே விரும்புகிறேன்' என்று அவள் அவனிடம் மன்றாடிக் கேட்டாள். 'இந்தச் சூழல் எவ்வளவு அமைதியாக, சாந்தமாக இருக்கிறது! அந்தக் காடு, ஆற்றங்கரை மற்றும் தனிமை... நான் இந்த இடத்தை விரும்புகிறேன்!' என்று அவள் தன் விருப்பத்தை எடுத்துரைத்தாள்.

'அது உண்மை, அன்பே' என்று தாமஸ் அவளுக்கு ஏற்றாற்போல் பேசினான். 'ஆனால், ஒருவர் மேலும்மேலும் வளர்வதற்கும் சிறப்பாக வாழ்வதற்கும் நல்ல வாய்ப்புள்ள இடம் வேண்டும். இனிமேலும், என்னால் ஒரே இடத்தில் இருக்க முடியாது. நாம் வருங்காலத்தில் எப்போதாவது இந்த இடத்தைவிட்டு வெளியேற வேண்டும். அதுவரை, இன்னும்கொஞ்ச காலத்துக்கு இங்கேயே தொடர்ந்து இருப்போம்' என்று தாமஸ் சொல்லியவாறு அவளைப் பார்த்தான். கொஞ்ச நாள்களுக்குப்பின், அவள் பெயரில் ஒரு வங்கிக் கணக்குத் தொடங்கப்பட்டது. தாமஸ் அவளுக்கு ஒரு மகிழுந்து வாங்கித் தந்தான். அவள் ஓய்வு நேரங்களில் மகிழுந்தில் நகரைச் சுற்றி வந்தாள். அவள் நீச்சல் குளத்தில் தங்கமீன்களுடன் நீந்தவும் செய்தாள்.

ஒருநாள் மாலைப்பொழுதில் தாமஸ், 'உனக்கு ஏதேனும் மறுப்பு இல்லையென்றால், நான் உன்னைத் திருமணம் செய்துகொள்ள வேண்டும் என்று நினைக்கிறேன். உன்னைச் சந்திப்பதற்குமுன், நான் நிறைய பெண்களுடன் நெருக்கமாக இருந்திருக்கிறேன். ஆனால், உனக்காக உணர்ந்ததைப்போல் வேறு எவரிடமும் உணர்ந்ததில்லை. நீ எனக்கு மிகவும் பொருத்தமான இணையாக இருப்பாய். நீ என்ன சொல்கிறாய்?' என்று

அவர்களுடைய அழகான தோட்டத்தில் உலவும்போது அவளிடம் கேட்டான். அவளுடைய கண்களில் கண்ணீர் பெருக்கெடுத்தது. அவளுடைய தொண்டை அடைத்தது. தாமஸ் அவளைத் தன்னுடைய கைகளில் அள்ளிக்கொண்டான். இருவரும் ஒருவருடைய கையை ஒருவர் பிணைத்துக்கொண்டு, நீண்டநேரம் அந்தத் தோட்டத்தில் உள்ள மரமேசையில் உட்கார்ந்திருந்தனர். அடர்சிவப்பு-ஆரஞ்சு வண்ணச் சிதறல்களைத் தூய அழகான புல்தரையிலும் அன்றலர்ந்திருந்த பல்வண்ண மலர்களிலும் தூவிப் பரப்பிவாறு கதிரவன், மேற்குத்திசைத் தொடுவானத்தைத் தாண்டி மறைந்து கொண்டிருந்தான். அந்த அமைதியான அந்திப்பொழுதில் தங்கமீன்கள் குளத்தில் நீந்தின. மெல்லிய, பளிச்சிடும் ஒலி அவர்களை அடைந்தது. தாமஸ் எழுந்தான்.

'நாம் உள்ளே போகலாம். இன்றிரவைக் கொண்டாடலாம். நீயும் நானும் மட்டும்' என்றான்.

அவள் தொடர்ந்து அந்த மேசையில் அமர்ந்து கொண்டிருந்தாள்.

'அன்பே, வா' என்றவாறு அவள் கையைப் பிடித்து இழுத்தான் தாமஸ்.

சற்றுநேரம் அமைதியாக இருந்த அவள், 'நான் உங்களிடம் பேச வேண்டும்' என்றாள்.

எதையோ சிந்தித்துக் கொண்டிருந்த அவளுடைய முகத்தைப் பார்த்தவாறு 'சரி' என்றான் தாமஸ். ஆனால், இப்போது நாம் உள்ளே சென்று கொண்டாடுவோம். நாம் செய்வதற்கு ஏராளமாக இருக்கின்றன' என்றவாறு அவளுடைய கையைப் பிடித்து மென்மையாக அவளைத் தூக்கிக்கொண்டு வீட்டின் உள்ளே சென்றான்.

இரவு உணவை மெழுகுவர்த்தி ஒளியில், 'ஷாம்பைன்' மது மற்றும் மெல்லிசையுடன் கொண்டாடுவதே தாமசின் திட்டமாக இருந்தது. அவள் அமைதியற்ற நிலையில் இருந்தாள்.

'தாமஸ், இப்போது, நீ நான் சொல்வதைக் கவனி' அவள் வேண்டினாள்.

'நீ இப்போது பதற்றமாக இருக்கிறாய்! சரி, சொல்! என்ன?' என்று கேட்டுக் கொண்டே தாமஸ் அங்கிருந்த சாய்விருக்கையில் சாய்ந்து அமர்ந்தான். அவனுடைய கையில் 'ஷாம்பைன்' மதுக் கோப்பை இருந்தது.

'இப்போது, நாம் ரொம்ப நெருக்கமாகிவிட்டோம். நீ என்னைப் பெரிய அளவில் நம்புகிறாய். நான் என்னைப் பற்றிய உண்மைகளை உன்னிடம் கட்டாயம் சொல்லியாக வேண்டும் என்று நினைக்கிறேன். உண்மையில் சொல்லப்போனால், நீ நம்பிக் கொண்டிருக்கிற மாதிரியானவள் நான் இல்லை' என்று கூறினாள். நேருக்குநேர் அவன் முகத்தைப் பார்த்துப் பேச மிகுந்த கடினப்பட்டாள்.

'உன்னைப் பற்றி நான் தெரிந்துகொள்ளாதது என்ன இருக்கிறது?' என்று தாமஸ் மென்மையாகக் கேட்டுச் சிரித்தான். 'அது உன்னுடைய குடும்ப வழியைப் பற்றியதா? உன்னுடைய முன்னாள் ஆண் நண்பர்கள்? கடந்த காலத்தில் என்னைப் போன்ற பல ஆண் நண்பர்கள் இருந்திருந்தாலும் எனக்குக் கவலை இல்லை. எல்லாருக்கும் இதுபோன்று இருக்கும். இதுபோன்ற சின்னச் செய்திகளுக்கெல்லாம் நீ பதற்றம் அடையாதே. மேலும், இதற்கெல்லாம் கவலைப்படாதே. இந்த மாலைப் பொழுதை மகிழ்ச்சியுடையதாய் ஆக்கலாம் வா' என்று அழைத்தான்.

'ஆனால், நீ என்னைப் பற்றிய உண்மையைத் தெரிந்துகொள்ள வேண்டும்' என்று அவள் பிடிவாதமாகக் கூறினாள். 'அருள்கூர்ந்து கவனமாகக் கேள். இதை ஒரு நகைச்சுவையாகக் கருதிச் சிரித்து அலட்சியப்படுத்தாதே. நான் உன்னிடம் சொல்ல விரும்புவது என்னவென்றால், நான் உன்னிடமிருந்து வேறுபட்டவள்' என்றாள்.

'ஆமாம், உண்மையாகவே நீ வேறுபட்டவள். நான் ஆண், நீ பெண்' அவன் நகைச்சுவையாகச் சொன்னான்.

'இது அதுவல்ல' என்று அவள் சொன்னாள். அவள் குரலில் தீவிரம் மிகுந்திருந்தது. நான் சொல்ல வருவதன் பொருள் என்ன வெனில், நான் உன்னைப் போன்ற மாந்த இனத்தைச் சேர்ந்தவள் அல்லள். உண்மையில் நான் ஒரு தங்கமீன். உண்மையில் என்ன நடந்தது என்று எனக்கு முழுமையாகத் தெரியாது. ஆனால், நான்

கடல்கன்னியாக முதலில் மாறினேன். பின்னர், மாந்த இனப்பெண்ணாக உடல் உருமாற்றம் அடைந்தேன்.' என்றாள்.

ஒரு கணம், தாமஸ் அவளை நெருக்கமாக உற்றுப் பார்த்தான். அவள் முகத்தில் எரிச்சலுடன் பதற்றமும் தொற்றியிருந்தது. அதைப் பார்த்து அவன் உரக்கச் சிரித்தான்.

'அது எனக்குத் தெரியும். நாம் சந்தித்த முதல் சந்திப்பிலேயே நீ ஒரு நாட்டுப்புறத் தெய்வமா? அல்லது கடல் தேவதையா? என்று கேட்டேன் அல்லவா?' என்று சொல்லிக்கொண்டே அவன் கணநேரத்தில் அவள் அருகில் சென்றான். அவனுடைய முகத்தை அவளுடைய முகத்தில் வைத்துக்கொண்டான்.

'நீ புரிந்துகொண்டதாகத் தெரியவில்லை' என்று அவனிடமிருந்து விலகியவாறு சொன்னாள். 'அதுதான் உண்மை. நான் கடலில் நீந்திக் கொண்டிருக்கும்போது, நான் அரும்-இலையைப் பார்த்தேன். அதில் ஏதோ தெரியாத நீர்மம் இருந்தது. பெரும்பாலும், அது மாந்தக் கண்ணீராக இருக்கவேண்டும். ஆவலில் அதை என் நாவால் சுவைத்தேன். அது மிகவும் சுவையாக இருந்தது. நான் எல்லாக் கண்ணீர்த் துளிகளையும் சுவைத்துவிட்டேன். அதன்பிறகு, நான் மாந்தப் பெண்ணாக மாறிவிட்டேன்' என்று அவள் தீவிரமாகச் சொன்னாள். அவனை நம்ப வைக்க மிகுந்த தீவிரத்துடன் முடிந்தவரை முயன்றாள்.

இந்தமுறை, தாமஸ் உண்மையிலேயே அவள் சொல்வதில் உள்ள உண்மையை உணர்ந்துகொள்ளத் தீவிரம் காட்டினான். ஒரு குறிப்பிட்ட நேரம் வரை அவனுடைய பொருள் பொதிந்த பார்வை அவள் முகத்தின்மேல் அப்படியே நிலைகொண்டிருந்தது. அதன்பிறகு மாறியது.

பின்னர், அவன், 'சரி' என்றான். அவனுடைய குரல் சற்று மெலிந்திருந்தது. அவனுக்காக மற்றொரு 'பெக்' மது தயாரிக்கச் சென்றான். அவன் பார்ப்பதற்கு மனஉளைச்சலில் இருப்பவன்போல் தோற்றமளித்தான்.

'உண்மையைப் புரிந்துகொள்ள முயற்சி செய்' அவள் அவனை வலியுறுத்தினாள். 'நீ முதன்முதலில் என்னைப் பார்த்தபோது நான், வாழை இலையால் என் உடலைச்

சுற்றியிருந்தேன், இல்லையா? நான் உண்மையான மாந்தப் பெண்ணாக இருந்திருந்தால், நான் உடைகள் உடுத்தியிருந்திருப்பேன் அல்லவா? அந்த நேரத்தில் என்னிடம் மகிழுந்து இல்லை. நான் நடந்தே அந்த இடத்திற்கு வந்திருப்பேன் என்று எப்படி நினைக்கிறாய்? அருள்கூர்ந்து என்னை நம்பு. நான் தங்கமீனாக இருந்து மங்கையாக மாறியவள்.

தாமசின் கண்களில் புதிய மின்னலொளி பளிச்சிட்டது. அவன் அவளை முதன்முதலில் பார்ப்பதுபோல் பார்த்தான்.

'சரி, இப்போது நீ போய் தூங்கு. இதுகுறித்துக் கலந்துபேச இயலாதபடி நான் மிகவும் களைப்பாக இருக்கிறேன். நாளைவரை காத்திரு, பின்னர் இதுகுறித்து பேசலாம்' என்றவன், திரும்பி, அவளுக்கு முதுகைக் காட்டியவாறு தூங்கச் சென்றான்.

அடுத்தநாள் காலை, தாமஸ் அவனுடைய மகிழுந்தை எடுத்துக்கொண்டான். 'உன்னை யாரிடமாவது அழைத்துச் சென்று காட்ட வேண்டும்' என்று விளக்கியவன், அவளை மகிழுந்தில் அழைத்துச்சென்றான். தாமஸ் அவளை அழைத்துச் சென்று பார்த்த அந்த நபர், மிகுந்த நகைச்சுவை உணர்வு உடையவராகவும், இணக்கமானவராகவும் இருந்தார். அவரிடம் இயல்பான நலம் உசாவல்களை முடித்துக்கொண்ட பின்னர், உடனே தாமஸ் வந்த நோக்கத்தை அவரிடம் விளக்கினான். 'என்னுடைய வருங்கால மனைவி, அவள் ஒரு தங்கமீனாக இருந்ததாகவும், எப்படியோ மாந்தப் பெண்ணாக மாறிவிட்டதாகவும் சொல்கிறாள்' என்றான். இதைக்கேட்டு அந்த நல்ல மாந்தர் வியப்படையவில்லை.

'அப்படியும் இருக்கலாம், எவ்வளவு இரசிக்கத்தக்கது!' அவர் சிரித்துக்கொண்டே சொன்னார். 'இதை அவரிடம் இருந்தே கேட்டுத் தெரிந்துகொள்ள விரும்புகிறேன், உண்மையில் அவருக்கு எந்தவிதத் தடையும் இல்லையெனில் அவர் என்னிடம் இதுகுறித்து விளக்கமாகச் சொல்லலாம்' என்றார்.

அவள், தாமசின் வேண்டுகோளுக்கிணங்க, அந்த நல்ல மாந்தரிடம், தங்கமீனாக இருந்து மங்கையாக மாறிய தன் கதையைத் திரும்பவும் கூறினாள். அவள் கூறியதைத் தொடக்கம் முதல் இறுதிவரை அவர் ஆர்வமுடன் கேட்டார். அந்த நேரங்களில் அவர் சில கேள்விகளையும் அவளிடம் கேட்டார். அவளுடைய கதையை அவள் சொல்லி முடித்ததும், அவர் அவளுக்குக்

'காய்கறிக் கொத்து ரொட்டி' 'யை வரவழைக்க ஏற்பாடு செய்தார். 'வாங்க, இந்த இடத்தைச் சுற்றிக் காட்டுகிறேன்' என்று தாமசிடம் சொன்னார். அவர்கள் இருவரும் அறையை விட்டு வெளியே வந்தனர். அவள் காய்கறிக் கொத்து ரொட்டியைச் சாப்பிட்டுவிட்டுக் காத்திருந்தாள். கிட்டத்தட்டப் பத்து நிமிடங்களுக்குப் பின்னர் அவர்கள் திரும்பிவந்தனர்.

வீட்டுக்குத் திரும்பிவரும் வழிநெடுக, தாமஸ் கவலையுடன் இருந்தான். அவளை வீட்டின் முன்வாயில் கதவுக்குமுன் இறக்கிவிடும்போது 'நீ இன்று பள்ளிக்குச் செல்லத் தேவையில்லை. ஓய்வெடுத்துக்கொள்' என்று சொன்னான்.

அவர்கள் இரவு உணவை முடித்தபின், ஒரு தட்டில் இரண்டு மாத்திரைகளைத் தாமஸ் எடுத்து வைத்து, 'நீ இந்த இரண்டு மாத்திரைகளையும், இரவு உணவுக்குப் பின் போட்டுக்கொள்ள வேண்டும்' என்றான்.

'இந்த மாத்திரைகள் எதற்காக? நான் ஏன் இவற்றைப் போட்டுக்கொள்ள வேண்டும்?' என்று கவலையுடன் அவள் கேட்டாள்.

அதற்கு, 'நீ எல்லாவற்றையும் விளக்கமாகத் தெரிந்துகொள்ள வேண்டியதில்லை. ஒவ்வோர் இரவும் நான் நினைவூட்டுகிறேன். நீ மாத்திரைகளைப் போட்டுக்கொள்' என்றான்.

தாமசின் முகம், காலையில் இருந்ததைப்போல் இன்னும் கவலை தோய்ந்ததாகவே இருந்தது.

'ஆனால், ஏதாவது காரணம் இருக்கவேண்டும். இவை மருந்துகள் அல்லவா?' என்று கேட்டாள்.

'கேள்விமேல் கேள்விகள் கேட்காதே. சொன்னதைச் செய்' தாமஸ் எரிச்சலுடன் உரக்கப்பேசினான்.

'இது எதற்கு என்று தெரியாமல், இந்த மருந்துகளை நான் எப்படி எடுத்துக்கொள்வேன்?' என்று அவள் கவலையுடன் கேட்டாள்.

'என்ன ஒரு பிடிவாதக்காரியாக இருக்கிறாள்' என்று பற்களைக் கடித்துக்கொண்டே சினத்துடன் கூறினான். அதைக்கேட்ட

அவள், 'என்ன சிக்கலை எனக்கு நானே கொண்டுவந்தேன்?' என்று கேட்டாள்.

'சரி, இனிமேல் நான் சொல்வதைக் கவனி. காலையில் உன்னை ஒரு நபரிடம் அழைத்துச் சென்றேன் அல்லவா, அவர் ஒரு மனநல மருத்துவர். நீ இப்போது அவருடைய மருத்துவச் சிகிச்சையில் இருக்கிறாய். சிகிச்சையின் தொடக்கமாக, நீ இந்த மாத்திரைகளை ஒரு மாதத்துக்குப் போடவேண்டும் என்று அவர் சொல்லியிருக்கிறார். பின்னர், இந்த மாத்திரைகள் வேலை செய்வதைப் பொறுத்து, மாத்திரைகளின் அளவை அவர் உயர்த்தலாம். இதையெல்லாம் நான் உன்னிடம் சொல்லியிருக்கவே கூடாது. ஆனால், நீ வலியுறுத்திச் சொல்ல வைத்துவிட்டாய்' என்று தாமஸ் சடசடவென்று பேசினான்.

'தாமஸ், நீ கண்டிப்பாக என்னை நம்பவேண்டும். நான்...' என்றாள். ஆனால், அவன் அவள் சொல்வதைக் கேட்கக் காத்திருக்கவில்லை. அவன், விடுவிடுவென்று அறையைவிட்டு வெளியேறினான். அந்த மாத்திரைகள் உணவுண்ணும் மேசையின் மேல் அப்படியே இருந்தன. அவள் அவற்றைப் போட்டுக் கொள்ளவில்லை.

'நீ கண்டிப்பாக மாத்திரைகளைப் போட்டுக்கொள்ள வேண்டும். இல்லையென்றால்...' மறுநாள் காலை பள்ளிக்குச் செல்லும்போது தாமஸ் அவளிடம் சொன்னான். அவன் வாயில் இருந்து வந்த அந்த எச்சரிக்கை, தவறி வந்தது அல்ல.

'தாமஸ், என்னை நம்பு' என்று அவள் அவனிடம் கெஞ்சுவதுபோல் சொன்னாள். 'நான் உன்னிடம் பொய் சொல்லவில்லை' என்றாள்.

'ஓ.. சரி அப்படியே இருக்கட்டும். இப்போது எனக்குத் தெரியும்' என்று தாமஸ் அவளைக் கிண்டல் செய்தான். 'நீ நீச்சல் குளத்தில் தங்கமீன்களை வாங்கி விட்டதற்கு அதுதான் காரணம். நீ பல மணி நேரங்கள் நீச்சல் குளத்திலேயே இருக்கிறாய். எதற்காக? நீ அவற்றுடன் உறவில் ஈடுபடுகிறாய், இல்லையா? அதுதான் உன் மனதைக் கெடுத்து விட்டது. தங்கமீனாம் தங்கமீன்! ம்ம்ம்... என்ன ஒரு மடத்தனம்!

தாமஸ் மகிழுந்தை ஓட்டிக்கொண்டு வெளியே சென்றான். அந்த மகிழுந்து மறையும்வரை அவள் அதையே பார்த்துக்

கொண்டிருந்தாள். அவள் பார்வையில் கவலையும் வியப்பும் கலந்திருந்தன.

இந்த நிகழ்வு நடந்து பதினைந்து நாள்கள் அல்லது அதற்கு மேலும் சென்றிருக்கும், தாமஸ் அந்தச் சிக்கல் குறித்து மீண்டும் ஒருமுறை அவளிடம் பேசினான்.

'இங்கே பார், நான், உனக்குச் சிகிச்சையளிக்க வேண்டிய எல்லாவற்றையும் செய்துவிட்டேன். ஆனால், நான் சொல்வதை நீ கேட்பதாகத் தெரியவில்லை. உன் செயல்கள் இதேபோல் போகக்கூடாது. உனக்கு வேறு ஏதாவது மாற்று ஏற்பாடுகளை நீ செய்துகொள்ள வேண்டும்' என்று சொல்லிவிட்டு, அவனுடைய படுக்கையை எடுத்துக்கொண்டு மாடியில் உள்ள அறையில் தூங்கச் சென்றான்.

'தாமஸ், நான் என்ன செய்யவேண்டும்?' என்று கேட்டாள், நிலைகுலைந்து போனாள். தாமஸ் அவனுடைய வாழ்க்கையில் அவளை அனுமதிக்கவில்லை என்பதை அவள் இப்போது உணர்ந்தாள்.

'உன் விருப்பத்துக்கு நீ என்ன வேண்டுமென்றாலும் செய்து கொள்ளலாம். நீச்சல் பயிற்றுநராக நீ கைநிறைய பொருள் ஈட்டுகிறாய்.

தங்கமீன்களுடன் நீ உறவுகொள்ளும் காட்சியை மக்கள் காண அனுமதித்தால் பணம் மழையாகக் கொட்டும். அதைக் குறுவட்டுகளாகவும் மின்-குறுவட்டுகளாகவும் தயாரித்து வெளியிட இந்த நாட்டில் ஆயிரக்கணக்கான நிறுவனங்கள் உள்ளன. அது ஒரே இரவில் உன்னைக் கோடீசுவரியாக ஆக்கிவிடும். அந்த வழியில் பொருள் ஈட்ட எனக்கு ஆர்வமில்லை' என்று தாமஸ் ஏளனத்துடன் பொடிவைத்துப் பேசினான்.

'அது உண்மையில்லை' என்று அவள் மென்மையாக மறுத்தாள். மேலும் அவள், 'இந்த நாள்களில் என்னால் அவற்றுடன் தொடர்பு கொள்ளக்கூட முடியவில்லை' என்றாள். அவள் குரல் நடுங்கியது.

'பின்னர், உன்னுடைய தசையை விற்றுப் பிழைக்கலாம். அது மிகச் சிறப்பான மாற்று ஏற்பாடாக இருக்கும். உன்னுடைய

வாடிக்கையாளர்களிடம் உன்னுடைய தங்கமீன் மங்கையாக மாறிய கதையை அவர்களிடம் கூறி அவர்களை மகிழ்விக்கலாம். அது உனக்குக் கூடுதல் பணத்தை ஈட்டித் தரும். ஆனால், கண்டிப்பாக நீ இந்த வீட்டைவிட்டு வெளியேற வேண்டும்' என்றான் தாமஸ். அவனுடைய முகம் சினத்தால் சிவப்பேறிப் போயிருந்தது.

'ஆனால், எனக்கு இங்கு யாரும் இல்லை. நான் எங்கே போவேன்?' அவள் அழுதாள்.

'இதில் என்னால் உனக்கு எந்த உதவியும் செய்ய முடியாது. இன்னும் சில நாள்களில் நீ இங்கிருந்து போய்விட வேண்டும். இதுதான் என்னுடைய இறுதி முடிவு' என்றான் தாமஸ். அவனுடைய குரலில் உலோகத்தின் அதிர்வொலி இருந்தது.

'கடவுளே உனக்கு நன்றி! நல்லவேளை நான் உன்னைத் திருமணம் செய்துகொள்ளவில்லை' என்று அவன் அவனுக்குள் பேசுவதுபோல் பேசினான். 'யாருக்குத் தெரியும்? நான் உன்னைத் திருமணம் செய்திருந்தால் எனக்கு ஒரு தங்கமீனோ அல்லது முட்டாளோ குழந்தையாகப் பிறந்திருக்கலாம். சட்டப்படி மணமுறிவு செய்தல் என்பது அவ்வளவு எளிதானதன்று. அதில், சட்டப்படி பிரிந்த மனைவியின் வாழ்வாதாரத்துக்குத் தரவேண்டிய 'ஜீவனாம்சம்' போன்ற பல சிக்கல்கள் உள்ளடங்கியிருக்கும்.' என்றான்.

அவன் மாடியில் உள்ள தன்னுடைய தனிப் படுக்கையறைக்குச் சென்றான்.

அவள், இரவு முழுவதும் கூடத்திலேயே அமர்ந்திருந்தாள். ஒரே நேரத்தில் எல்லாமே மாறிவிட்டதே, எப்படி? அப்படி அவள் என்ன தவறு செய்தாள்? தாமசிடம் அவளைப் பற்றிய உண்மையை அவள் சொல்லியிருக்க வேண்டாமோ? அதுதான் தாமசை இதுபோன்று முரட்டுத்தனமாக மாற்றியிருக்குமோ? அவளை அவளே கேள்விகள் கேட்டுக்கொண்டாள்.

நாள்கள் ஓடின.

ஒருநாள் மாலை, தாமஸ் ஒரு பெண்ணுடன் வீட்டுக்கு வந்தான். அந்தப்பெண் தாமசின் கழுத்தைத் தன் கைகளால் சுற்றிக்கொண்டு அவனை இறுக அணைத்திருந்தாள். தாமசின்

கைகள் 'ஜீன்ஸ்' அணிந்திருந்த அந்தப் பெண்ணின் பின்புறத்தைப் பற்றியிருந்தன. இருவரும் மிகுந்த அளவில் குடித்திருந்தனர்.

'ஏய்.. அங்கே பார்... அவள்தான் தங்கமீன்' தன்னுடன் வந்த பெண்ணிடம் அவளைக் காட்டிக் குழறியபடி தாமஸ் சொன்னான். 'இவள் என்னுடைய காதலி, மரியா' என்றவன் அவளை இழுத்து மேலும் இறுக்கி அணைத்து அழுத்தி முத்தமிட்டான். அவளைப் பார்க்காமலேயே, தாமஸ் அவனுடன் வந்த பெண்ணை அணைத்தபடியே, மாடியில் உள்ள அவனுடைய படுக்கை அறைக்குப் படிக்கட்டுகளில் ஏறிச் சென்றான். படிக்கட்டுகளில் தாமசுடன் ஏறிய அந்தப்பெண் இவளை ஆவலுடன் மீண்டும் மீண்டும் திரும்பிப் பார்த்தபடி படியேறினாள்.

தாமசும் அவனுடன் வந்த பெண்ணும் காலைச் சிற்றுண்டியை முடித்துவிட்டு வெளியில் சென்றனர். அவள், முடிவெடுக்க முடியாமலும், நிச்சயமற்ற நிலையிலும் நாள் முழுவதும் அவளுடைய அறையிலே முடங்கிக் கிடந்தாள்.

மாலையில், தாமஸ் அந்தப்பெண் மரியாவுடன் வீட்டுக்கு வந்தான். அவன் கையில் ஒரு பெரிய பையைக் கொண்டு வந்திருந்தான். அதனை உணவுண்ணும் மேசையில் வைத்தான்.

'மரியாவும் நானும் மிகுந்த பசியில் இருக்கிறோம். சீக்கிரமாகச் சமையல் செய்' என்று அவளுக்கு ஆணையிட்டுவிட்டு, மரியாவை அழைத்துக்கொண்டு மாடிக்குச் சென்றான். அவள் எழுந்தாள். அந்தப் பெரிய பையைக் கையில் எடுத்துக்கொண்டு சமையல் அறைக்குச் சென்றாள். அந்தப் பையை அவிழ்த்து, அதிலிருந்த பொருள்களைச் சமையலறை மேடையில் கொட்டினாள்.

அது, இறந்துபோன பெரிய தங்கமீன்.

அவள் படமெடுத்தாடும் நாகப்பாம்பைப் பார்த்திருந்தால் கூட அப்படித் திடுக்கிட்டிருக்க மாட்டாள்.

அடிபட்ட விலங்கு எப்படிக் கத்திக்கொண்டு ஓடுமோ அதைப்போல் கத்திக்கொண்டு அவள் கண்ணை மூடிக் கொண்டு இரண்டு அடிகள் பின்னோக்கிச் சென்றாள். பின்னர், தன்னுடைய அறைக்கு ஓடினாள். கட்டுப்படுத்த முடியாதவாறு நடுங்கிய அவளுக்கு வேர்த்துக் கொட்டியது.

நீண்ட நேரத்துக்குப்பின், நடுக்கம் அடங்காத நிலையில் அலங்கோலமாக அறையைவிட்டு வெளியே வந்தாள். வேகவேகமாகத் தாண்டியபடி நடந்து அவளுடைய மகிழுந்து இருக்குமிடத்துக்கு வந்தாள். அதில் ஏறி, சற்றுத் தடுமாற்றத்துடன், பதற்றமாகச் சாவியைப் போட்டுப் பூட்டைத் திறந்து மகிழுந்தைக் கிளப்பினாள். எங்கே போகிறோம் என்ற கவலையின்றி, அவள் நெடுஞ்சாலையில் மகிழுந்தை ஓட்டிச் சென்றாள். எந்த நோக்கமுமின்றிச் சிறிது நேரம் மகிழுந்தை ஓட்டிச்சென்றபின், அவள் இறுதியில் ஆற்றங்கரையோரக் காட்டை அடைந்தாள். அவள், சில மாதங்களுக்குமுன், ஆற்றில் இருந்து வெளிவந்த அதே இடம் அது. அவள் சாலையோரம் வண்டியை நிறுத்திவிட்டு, ஆற்றை நோக்கி நடந்து சென்றாள். எந்தவிதச் சிந்தனையுமின்றி, ஆற்று நீரில் இறங்கினாள். ஆற்று நீரில் இறங்கி நடந்தவள், இடுப்பளவு நீர் வந்தவுடன் நின்றாள். மீண்டும் ஒருமுறை கடல் கன்னியாக மாற வேண்டும் என்று கண்களை மூடிக்கொண்டு, விரும்பி வேண்டியவாறு மனஅமைதியைக் கொடுக்கின்ற அந்தச் சில்லென்ற நீரில் அப்படியே நின்றாள். நீரில் முழங்காலிட்டு நீரில் மூழ்கினால், மாற்றம் நடக்கும் என்ற நம்பிக்கையில், அவள் முழங்காலிட்டு நீரில் மூழ்கினாள். மூச்சுத் திணறலை உணரும்வரை அவள் அப்படியே நீரில் மூழ்கியவாறு இருந்தாள். பின்னர், நீருக்கு மேலே தலையைத் தூக்கி எழுந்தாள். எந்த மாற்றமும் நடக்கவில்லை. அவள் தன்னுடைய உண்மையான தங்கமீன் வடிவத்தை இனி எப்போதும் பெறமாட்டாளா? அவள் நீண்ட நேரம் இறைவனை வேண்டி நின்றாள். 'அருள்கூர்ந்து என்னைத் தங்கமீனாக மாற்றிவிடுங்கள்' என்று தொடர்ந்து வேண்டிக் கொண்டிருந்தாள்.

அவள் வேண்டுதலுக்கு எந்தப் பதிலும் இல்லை. நீண்ட நேரத்துக்குப் பின்னர் அவள் நீரைவிட்டு வெளியில் வந்தாள். அவள் உடல் விறைத்தும் சில்லிட்டும் இருந்தது. அவளுடைய பற்கள் கிடுகிடுத்தன. அது ஓர் அந்திப்பொழுது. கதிரவன் உதிக்கும்போது கிடைக்கும் ஆரஞ்சு வண்ணம், மங்கிய நிலையில் சிற்றலையாய் அடித்துக் கொண்டிருந்த அந்த ஆற்றின் நீரில் மின்னியது.

அவள் தன்னுடைய மீன் வடிவத்துக்கு மீண்டும் மாற முடியாது என்பதை அவளுடைய உள்ளுணர்வு உணர்த்தியது. அவள் கடுமையான இழப்பின் பிடியில் இருந்தாள். அவள், மீனாக இருந்தபோது எவ்வளவு மகிழ்ச்சி! எப்படிக் கவலையே இன்றிச் சுற்றித் திரிந்தாள்.

சில நேரங்களில் குழுவாகவும், இன்னும் சில நேரங்களில் தனியாகவும் நீந்தினாள். அவள், நீருக்கடியில் செங்குத்தாகக் குதித்து மூழ்கி, மென்மையான, பளபளப்பான கடற்பரப்பில் ஓய்வெடுத்த நாள்களும் உண்டு. அவள் பவளப் பாறைகள் வழியாக நீந்திச் செல்வாள். அப்போது, சுறா மீன்களைப் பார்த்துவிட்டால், பவளப்பாறைகளில் அவளாகவே மறைந்துகொள்வாள். சில சமயங்களில் அவள் கதிர்ஒளியில் களிப்புற, நீரில் மேற்பரப்பில் துள்ளிக் குதிப்பாள். அதன்பின்னர், மீண்டும் செங்குத்தாக நீரில் குதித்து மகிழ்வாள். பெரும்பாலான நேரங்களில் பரந்துவிரிந்த கடலில் ஓய்வாக மிதந்துகிடப்பாள். பரந்துவிரிந்த அந்தக்கடல்தான் அவளின் வீடு. அது ஒருபோதும் அவளை அங்கும்இங்கும் செல்லத் தடை போட்டதில்லை. அவளால் எங்கு வேண்டுமானாலும் எவ்வளவு தொலைவு வேண்டுமானாலும் நீந்திச் செல்லமுடிந்தது. அந்த நாள்களில்தான் எவ்வளவு மகிழ்ச்சியாக இருந்தாள்.

அவளுடைய கடல் வாழ்க்கையை நினைத்துப் பார்த்தபோது, அவளுடைய கண்களில் கண்ணீர் பெருக்கெடுத்து ஓடத் தொடங்கியது.

'ஓ.. அன்புக் கடவுளே!' அவள் கடல்அன்னையிடம் வேண்டினாள். 'அருள்கூர்ந்து இந்த மாந்த உருவத்தில் இருந்து மீண்டும் என் பழைய மீன் உருவத்துக்கு மாற எனக்கு உதவி செய்யுங்கள். அவள் அழுகையை அடக்கமுடியாமல் அழத் தொடங்கினாள். அவள் சுற்றும்முற்றும் பார்த்தாள். கண்ணீர் அவளுடைய கண்ணை மறைத்தது. அங்கிருந்த மேபிள் மரத்திலிருந்து இலையைப் பறித்தாள். அந்த இலையை அவள் முகத்துக்குச் சற்றுக் கீழே பிடித்துக்கொண்டாள். அவள் கன்னங்கள் வழியாக வழிந்த கண்ணீர் அந்த மேபிள் மரத்தின் இலையில் விழுந்தது. அவள் அந்த இலையை கவனமாகத் தன்னுடைய உள்ளங்கைகளில் தாங்கிக்கொண்டு, மீண்டும் நீருக்குள் சென்றாள். நீர் அவளுடைய முழங்காலை நனைத்தது. மெதுவாக, கண்ணீரைச் சுமந்துகொண்டிருந்த அந்த இலையை மென்மையாக நீரில் விட்டாள். அது நீரில் மிதந்து சென்றது. அது வீசிய தென்றல் காற்றில் மெதுவாக ஆடி அசைந்து அசைந்து வெகுதூரம் சென்றது.

10. ஓர் எல்லையற்ற நொடிப்பொழுது

தொலைபேசி தொடர்ந்து இடைவிடாது வேகமாக ஒலித்துக் கொண்டேயிருந்தது. அதுவொரு ஞாயிற்றுக்கிழமை, அந்த அதிகாலை வேளையில் ஒலித்துக்கொண்டிருந்த தொலைபேசியை எடுக்க எனக்கு மனமில்லை. ஞாயிற்றுக்கிழமைகளில், படுக்கையில் நீண்டநேரம் படுத்துக்கொண்டே இருக்கும் 'இன்பச்சோம்பல்' எனக்கு மிகவும் பிடிக்கும். இந்த அதிகாலையில் அழைப்பவர் யாராக இருக்கக்கூடும் என்று நினைத்த அதேநேரத்தில் எரிச்சலுடனும் வியப்புடனும் தூக்கக் கலக்கத்தின் ஊடே கையை நீட்டி அந்தக் கம்பியில்லாப் பேசியை எடுத்தேன். இனியும் என்னால் இன்பச்சோம்பலுடன் படுத்துக்கிடக்க முடியாது என்பதை உணர்ந்த நான், எழுந்து பேசியை எடுத்துக்கொண்டு கூடத்துக்குச் சென்றேன்.

'வணக்கம்' என்றேன்.

'ஒருவேளை அவரை உங்களுக்குத் தெரியாதிருக்கலாம். அவர், என்னுடைய கணவர், இப்போது, உயிருக்குப் போராடிக் கொண்டிருக்கிறார். இரவுக்குமுன், அவர் மாரடைப்பால் பாதிக்கப்பட்டார். எய்ம்சு மருத்துவமனையில் தீவிரச் சிகிச்சைப் பிரிவில் சேர்க்கப்பட்டுள்ளார். அந்த இரவில், எங்களுடைய மருமகன் நல்வாய்ப்பாக உடனிருந்தார்' என்று அவருடைய மனைவி துக்கம் தொண்டையை அடைக்கக் கண்கலங்கப் பேசினார்.

'மாரடைப்பா? எப்படி? ஏன்? எங்கே?'

எனப் பல வினாக்கள் என்னுள் ஒன்றன்பின் ஒன்றாக எழுந்து கொண்டிருக்க, என்னுடைய கை நடுங்கியது. ஆனால், எதை முதலில் கேட்பது என்று என்னால் முடிவு செய்ய முடியவில்லை. மறுமுனையில் அவருடைய மனைவி பேசிக் கொண்டிருந்தாள்.

கடந்த மாலை அவருக்கு நினைவு திரும்பியவுடன், 'அவர் உங்களைப் பார்க்க விரும்புகிறார்' என்று உங்களுக்குத் தகவல் தெரிவிக்கும்படி சொன்னார். மீண்டும் இன்று காலையில், அவரைப் பற்றி உங்களிடம் சொன்னேனா? என்று என்னிடம் கேட்டார்' என்று அடக்க முடியாத அழுகையின் நடுவே தேம்பியழுது கொண்டே சொன்னார்.

அதற்குமேல் பேசமுடியாமல் அவர் தொடர்பைத் துண்டித்துவிட்டார். மெதுவாக என்னை அச்சம் தொற்றிக் கொள்ளக்

கைகள் இன்னும் நடுங்கிக் கொண்டிருக்க நான் பேசியைக் கை மாற்றினேன்.

'மாரடைப்பு! எய்ம்சில் தீவிரச் சிகிச்சைப் பிரிவில் இருக்கிறார். அவர் துன்பப்பட்டுக்கொண்டிருந்தபோது நான் என்ன செய்து கொண்டிருந்தேன். நன்றாக கறிக்குழம்புச் சோறு உண்டுவிட்டு, நள்ளிரவில் திரைப்படம் பார்த்துக்கொண்டிருந்தேன். எல்லாவற்றுக்கும் சிகரம் வைத்தாற்போல், தொலைபேசியில் அழைத்தபோது எரிச்சலடைந்தேன். ஏனென்றால், அந்த அழைப்பு என்னைப் படுக்கையில் இருந்து எழுப்பி விட்டது. என்னையே என்னால் வருத்தப்படுத்திக்கொள்ள முடியவில்லை. என்னால் தரையில் நிற்க முடியவில்லை. அதிகமாக நடுங்கியது. மேலும் உட்காராமல் நின்றுகொண்டிருந்தால், கீழே விழுந்து விடுவேன் என்பதை உணர்ந்தேன். கடுமையாக முயன்று, தள்ளாடியவாறு நடந்துசென்று 'சோபாவில்' சரிந்தேன்.

அவர் மாரடைப்பால் பாதிக்கப்பட்டுள்ளார். எனக்கு ஒருசிறு உள்ளுணர்வுகூட ஏற்படவில்லை. அவர் என்னைவிட்டுப் போய்விடுவாரோ? ஓ.. கடவுளே அந்தக் கொடுமையை எனக்குச் செய்துவிடாதீர்கள். உண்மையிலேயே அவர்... நான் என்ன செய்வது? அச்சத்தால், அதற்குமேல் என்னால் சிந்திக்க முடியவில்லை. என் கணவர் அறைக்குள் வந்தபோதும் நான் நடுங்கிக் கொண்டிருந்தேன்.

'யாரது?' என்று கேட்டார். நான் சொற்கள் வெளிவராமல் அவரைப் பார்த்தேன். ஒருவேளை, என் விழிகளில் தெரிந்த கடுமையான வருத்தத்தைக் கண்டு ஏதோ கலக்கமான செய்தி என அவர் புரிந்துகொண்டிருக்கலாம். அவரிடம் எதையும் விளக்கிச் சொல்லும் நிலையில் நான் இல்லை. 'அவர் என்னைப் பார்க்க விரும்புகிறார்' என்ற செய்தியை நான் என் கணவரிடம் சொல்லவில்லை. அவர் உயிருக்குப் போராடிக்கொண்டிருக்கிறார் என்றும் நான் கண்டிப்பாகப் போகவேண்டும் என்றும் சொன்னேன். அவர் என் பழைய நண்பர் என்று என் கணவருக்குத் தெரியும்.

'சரி...' என்ற அவர், 'நான் நாளைக் காலை வானூர்தியில் செல்ல பயணச்சீட்டைப் பதிவுசெய்கிறேன்' என்றார்.

'நான் இன்றே செல்லவேண்டும்' என்றேன். என்னுடைய குரலில் உறுதி தொனித்தது. நீண்டநேரம் என்னை உற்றுப் பார்த்துக் கொண்டிருந்த அவர் பின்னர் தலையசைத்து இசைவு தெரிவித்தார்.

ஓர் எல்லையற்ற நொடிப்பொழுது

'அவர்' பல ஆண்டுகள் பழக்கமுடைய நண்பர் என்பது என் கணவருக்குத் தெரியும்.

பெரும்பாலான ஞாயிற்றுக் கிழமைகளில், என்னுடைய கணவரும் அவருடைய நண்பர்களும் யாராவது ஒருவருடைய வீட்டில் விருந்துக்கு ஏற்பாடு செய்வார்கள். அங்கே சீட்டு விளையாடி, பகல் உணவை உண்டு களிப்பார்கள். எனவே, என்னுடைய கணவர் குளித்து, காலை உணவை உண்டுவிட்டு அங்கே செல்வார். நல்வாய்ப்பாக, இந்த ஞாயிற்றுக்கிழமை எங்கள் வீட்டில் விருந்துக்கு ஏற்பாடு செய்யவில்லை.

என் கணவர் சென்று நீண்ட நேரம் ஆனபோதும் நான் அந்த அமர்மெத்திருக்கையிலேயே அமர்ந்திருந்தேன். அவர் என்னை விட்டுவிட்டு மொத்தமாகச் சென்றுவிடுவாரோ? என்ற கேள்வி என்னுள் வெடித்துக் கிளம்பியபோது, என் நெஞ்சம் வெடித்துச் சிதறியது. எழுந்து வீட்டின் உள்ளே கூடச் செல்லமுடியாத அளவில், ஏதோ இனம்புரியாத உணர்வின்மை, எதுவும் செய்யவிடாமல் என்னைக் கட்டிப்போட்டிருந்தது.

இது எப்படி நடக்க முடியும்? அவர் என்னைவிட ஐந்து அகவைதான் மூத்தவர். கடந்த ஆண்டுதான் பணிநிறைவு பெற்றார்.

'ஓ.. கடவுளே, அவருக்கு ஏதும் அஞ்சத்தக்க அளவில் நடந்துவிடக்கூடாது. அருள்கூர்ந்து இரக்கம் காட்டுங்கள் கடவுளே' என மந்திரம் ஓதுவதுபோல் தொடர்ந்து வேண்டிக்கொண்டிருந்தேன்.

'நான் சொல்வதைக் குறித்துக்கொள், உனக்கு முன்பாக நான் இறந்துபோக மாட்டேன். உன்னுடைய இறப்பின்போது, எரியூட்டக்கூடிய விறகுகளைச் சுமக்காமல் நான் இறக்கமாட்டேன்' என்று விளையாட்டாக ஒருமுறை சொல்லியிருந்தார்.

'நீங்கள் அப்படிச் சொல்லாதீர்கள். இறப்பு என்பது மாந்தர் கையில் இல்லை. நாம் இருவரும் ஒரே நேரத்தில் இறந்துபோக முடியாது. யாராவது ஒருவர் இன்னொருவருக்குமுன் இறக்க வேண்டும்' என்று நான் என்னுடைய மறுத்துப்பேசும் இயல்புடன் மறுத்துச் சொன்னேன்.

'நீ வேண்டுமானால் பார். நான் உன்னை விட்டுவிட்டு ஒருபோதும் போகமாட்டேன்', என்று உறுதியாக மறுமொழி அளித்திருந்தார்.

'இப்போது இது... உங்களுடைய 'அறைகூவல்' என்னவாயிற்று?' சிந்தாத கண்ணீர் உள்ளத்தை நனைத்து நிரப்பியது.

நாங்கள் பல ஆண்டுகளுக்கு முன்னர்ச் சந்தித்திருந்தோம். நான் அரசியல் பாட விரிவுரையாளராக இருந்த அதே கல்லூரியில் அவர் பொருளாதாரம் பயிற்றுவித்தார். எங்கள் துறையில் இருந்த ஓர் ஆசிரியர் அவருடைய நெருங்கிய நண்பராக இருந்தார். என்னுடன் பணிபுரியும் ஆசிரியரிடமிருந்து அவரைப் பற்றி நான் தெரிந்துகொண்டேன். ஆசிரியர்கள் தங்கும் பொதுஅறையில் நாங்கள் ஒரு குழுவாகச் சிறுசிறு உரைகளின்வழி எங்கள் கருத்துகளையும் இனிய நிகழ்வுகளையும் பகிர்ந்துகொண்டோம். அது தற்செயலாகவோ அல்லது எப்படியோ நிகழ்ந்தது, நாங்கள் இருவரும் கல்லூரி விழாக்களை நடத்தும் பொறுப்பாளர்களாக அமர்த்தப்பட்டோம். விழாக்களில் நான் பாடவும் செய்வேன்.

என்னுடைய ஆறு அகவை மகளின் பிறந்தநாள் விழாவின்போது முதன்முறையாக எங்கள் வீட்டுக்கு வந்தார். அவளுடைய தோழிகள் சிலர் பெற்றோர்களுடன் வந்திருந்தனர். வந்திருந்த விருந்தினர்களில், குடும்ப உறுப்பினர்கள், உறவினர்கள், என்னுடனும் என் கணவருடனும் உடன் வேலைசெய்யும் நண்பர்களும் எனப் பலரும் கலந்திருந்தனர். எங்கள் வீட்டின் புல்தரையில் வண்ண விளக்குத் தோரணங்களுடன் விழா கொண்டாடப்பட்டது. உணவு வழங்கும் மேசைகளில் கூட்டம் அதிகமாகக் காணப்பட்டது. கூட்டம் குறைவாக இருந்த மேசையின் கீழ் தேவையை நிறைவுசெய்யும் வண்ணம், போதுமான உணவுவகைகள் உள்ளனவா என்று பார்த்தேன்.

'சட்டெனத் திகைத்துப்போனேன், 'நீங்கள் கட்டியுள்ள சேலையின் வண்ணம் உங்களுக்கு மிகமிகப் பொருத்தமாக இருக்கிறது' என்ற அமைதியான குரல் எனக்குப் பின்னாலிருந்து கேட்டது. திடுக்கிட்டுத் திரும்பினேன், என்னுடைய குதிகால் இடற விழப் பார்த்தேன். அப்போது அவரை நேருக்குநேர் பார்த்தேன். அவருடைய பார்வையிலிருந்த ஏதோ ஒன்று என்னுள் உடனடியாக ஊடுருவிச் சென்றது. என்னுடைய பார்வையைத் தாழ்த்திக்கொண்டு, அவரிடம் தட்டு ஒன்றை நீட்டினேன்.

'ஏற்கெனவே நேரமாகிவிட்டது, இரவு உணவை உண்ணுங்கள்' புன்னகைத்துக்கொண்டே சொன்னேன். ஆனால், அவர் தட்டை வாங்கிக்கொள்ளவில்லை.

‘என்னை அனுப்புவதில் நீங்கள் ஆர்வம் காட்டுகிறீர்களா?’ என்று வேடிக்கையாகக் கேட்டார். ‘நான் உங்களுடன் சேர்ந்து உண்ணப் போகிறேன்’ என்றார். நான் மீண்டும் புன்னகைத்துக் கொண்டே, பிற விருந்தினர்களைக் கவனிப்பதற்காக அவ்விடத்தை விட்டு அகன்றேன். ஆனால், எனக்குள் தனித்த ஏதோ ஒன்று, புதிய ஒன்று நடந்துள்ளது என்பதை என்னால் ஆழமாக உணர முடிந்தது. ஒவ்வொரு முறையும் அவரைப் பார்க்கும்போது, அவருடைய பார்வை என்மீது நிலைகுத்தி இருந்ததைப் பார்க்க முடிந்தது. எங்கள் கண்கள் நேருக்குநேர் சந்திக்கும்போது நான் என் முகத்தை விலக்கிக்கொண்டேன். நாங்கள் உடன் பணிபுரியும் ஆசிரியர்களாக இருந்ததால் எங்களுக்குள் இயல்பாக உரையாடல் பகிர்வு இருந்தது. ஆனால், எங்கள் உறவு குறித்து வேறு கோணத்தில் பார்ப்பதற்கான சிறப்பான அல்லது தனிக் கவனத்துக்குரிய நிகழ்வுகள் ஏதும் நடக்கவில்லை. விழாக்கள் இல்லாத நாள்கள் உருண்டோடின. கல்லூரி ஆண்டுவிழாக் கொண்டாட்ட நாள் விரைவாக வந்தது. கலை நிகழ்வுகளை நடத்த வேண்டிய பொறுப்பு எங்கள் இருவரிடமும் ஒப்படைக்கப்பட்டது. நிகழ்ச்சியில் அரங்கேற்றுவதற்காக மாணவர்கள் சிலருடன் சேர்ந்து ஒரு பாடலைப் பாடி ஒத்திகை பார்க்க இருந்தேன். மேலும், முதல்வர் என்னை இரண்டு பாடல்கள் பாடும்படி கேட்டிருந்தார். நான் தபேலா மற்றும் தம்பூரா உதவியுடன் பாடல்களைப் பாடிப் பயிற்சி எடுத்துக் கொண்டிருந்தேன். நான் பாடுவதைப் பார்ப்பதற்காக அவருடைய அனைத்து வேலைகளையும் விலக்கி வைத்துவிட்டு வந்ததை நான் கவனித்தேன். அது ஏன் என்று எனக்குத் தெரியாது, ஆனால் அது என்னை மகிழ்ச்சிப்படுத்தியது.

‘உங்கள் பாடல் தேர்வு மிகவும் அருமை. நீங்கள் மிகவும் அருமையாகப் பாடுகிறீர்கள்’ என்ற அவரின் பாராட்டு, அவருக்கு நான் நன்றி பாராட்டக் கடமைப்பட்டவளாக உணர்த்தியது. இதுபோன்ற சின்னசின்ன நிகழ்வுகள் எங்கள் நட்பை வளர்த்தன. இதற்கிடையில், என்னுடைய தெய்விகப் பாடல்கள் அடங்கிய ஒலிநாடா வெளியிடப்பட்டது. அவர், இதுபோன்ற பல வகையான பாடல்கள் அடங்கிய ஒலிநாடாக்களை வெளியிட ஊக்கப் படுத்தினார். அவருடைய கருத்தை மதித்து ஏற்று நான், ஒடிசி, சாந்தா, சாம்பு உள்ளிட்ட பல்வேறு வகையான பாடலகளைப் பாடத் தொடங்கினேன். ‘இதுபோன்ற பாடல் வகைகளை நான் முன்னரே பாடியிருக்க வேண்டும்’ என்று நான் நினைத்தேன்.

இளைஞர் விழா ஒன்றில் பாடுவதற்காக நான் அழைக்கப்பட்டேன். அப்போது, நான் பதற்றமாக இருப்பதாக உணர்ந்தேன். அதை அவரிடம் வெளிப்படுத்தினேன். 'கவலைப்படுவதற்கு ஒன்றுமில்லை. பயிற்சியை விட்டுவிடாமல் தொடருங்கள். எல்லாம் நல்லபடியாக நடக்கும்' என்று உறுதியாகச் சொன்னார். இந்த முறை எங்கள் உறவு கொஞ்சம் நெருக்கமாக வளர்ந்திருந்தது. மேலும், என்னுடன் பேசும்போது, மதிப்புமிக்க முறையாகப் பேசுவதை விடுத்து, நெருக்கமான உறவை அழைப்பதைப் போன்று விளித்துப் பேசத் தொடங்கினார். அவருடைய கண்களால் என்னுடைய கண்களைக் கவ்வியவாறு 'நீ பாடுவதைக் கேட்க நான் உறுதியாக நிகழ்வில் கலந்து கொள்வேன்' என்றார்.

இரபீந்திரா பவன் அரங்கம் மக்கள் கூட்டத்தால் நிரம்பி வழிந்தது. முதல் வரிசையில் அவரும் என்னுடைய கணவரும் அமர்ந்திருந்தனர். என்னுடைய பாடலோடு நிகழ்ச்சி தொடங்கியது. பாடலைக் கேட்டவர்களின் கைத்தட்டலால் அரங்கமே அதிர்ந்தது. தொடர்ந்து ஒலித்துக்கொண்டிருந்த பலத்த கைத்தட்டல் ஒலியால், என்னுடைய குரலே என் செவிகளுக்கு எட்டவில்லை. நிகழ்ச்சி முடிந்தபின்னர், பார்வையாளர்கள் என்னைச் சந்தித்துப் பாராட்டி வாழ்த்தினார்கள். ஆனால், என்னுடைய விழிகள் அவரையும் என்னுடைய கணவரையும் தேடிக்கொண்டிருந்தன. தொலைவில் நின்றுகொண்டிருந்த என்னுடைய கணவர் என் பார்வையில் பட்டார். அவருடைய முகத்தில் ஒருவிதக் கடுமை குடி கொண்டிருந்தது. அதன்பிறகு, 'அவரை' நான் பார்த்தேன். அவருடைய அன்பான பார்வை என் மீது நிலைத்திருந்தது. அது அவர் என்னை நுட்பமாகத் தொடுவதுபோல் இருந்தது. நான் உள்ளுக்குள் தொட்டாச்சிணுங்கியைப்போல் சுருங்கினேன்.

'என்ன காரணத்தால் அதுபோன்ற பாடல்களைப் பாடினாய்' என்று வீட்டுக்குத் திரும்பும்போது என்னுடைய கணவர் கேட்டார். அவருடைய குரலில் மனநிறைவின்மையும் எதிர்ப்புணர்ச்சியும் வெளிப்பட்டன. 'இதற்குமுன் நீ எப்போதும் இதுபோன்ற பாடல்களைப் பாடியதில்லை' என்றார். 'மக்களை நேருக்குநேர் பார்க்க மானக்கேடாக உணர்ந்தேன்' என்றார். 'இந்த நிகழ்ச்சியில் இதுபோன்ற பாடல்களைப் பாடப்போகிறாய் என்பது குறித்த அறிகுறி தெரிந்திருந்தால் கூட, நான் நிகழ்ச்சிக்கு வந்திருக்கவே மாட்டேன்' என்றார். அவருடைய குரலில் கசப்பான மனநிறைவின்மை வெளிப்பட்டது. நான் களித்து

நுகர்ந்துகொண்டிருந்த இன்ப மனநிலைச் சுடரின்மேல் யாரோ உள்ளங்கையில் நீரை அள்ளித் தெளித்து அணைத்ததுபோல் இருந்தது.

என்னுடைய கணவர் எப்போதும் இப்படித்தான். நான் எது செய்தாலும், அதைத் தடுத்து நிறுத்த மாட்டார். ஆனால், அவருடைய இசைவின்மையை எதிலாவது காட்டிவிடுவார்.

'நான் ரொம்ப மோசமாகப் பாடினேனா?', குற்ற உணர்ச்சி மேலிட நான் கேட்டேன். 'இந்தப் பாடல்கள் என்னுடைய அறிமுகப் பாடல்கள்' என்று பொறுத்துக்கொள்ளும்படி சொன்னேன்.

மகிழுந்தில் வீட்டுக்குத் திரும்பும் வரை, என் கணவர் இருளடைந்த முகத்துடன் ஏதும் பேசாமல் நேரே பார்த்தவாறு அமர்ந்திருந்தார்.

வீட்டின் முன்னால் மகிழுந்து நின்றது. என் கணவர், வண்டி நிறுத்துமிடத்தில் மகிழுந்தை நிறுத்திவிட்டு வீட்டுக்குச் செல்லுமாறு ஓட்டுநரிடம் சுருக்கமாகச் சொன்னார். என்னைச் சிறிதும் பார்க்காமல், நேராக வீட்டு வாசற்கதவை நோக்கி விடுவிடுவென நடந்தார். நான் பாடிய அந்தப் பாடல்களில் எங்கே தவறு இருந்தது என்பதை அறிய அப்பாடல்களைத் திரும்பவும் நினைவுக்குக் கொண்டுவந்தவாறு நான் அவரைத் தொடர்ந்து சென்றேன். என்னைப் பொருத்தமட்டில் நான் முதலில் பாடிய மூன்று பாடல்களில் எந்தச் சிக்கலும் இல்லை. நான் பாடிய கடைசிப் பாடலாக இருக்குமோ? என்று நினைத்தேன். அந்தப் பாடல் பாலியல் உணர்வைத் தூண்டுவதாக இருந்தது. அந்தப் பாடல் 'கவிசூரியா பாலாதேப் ராத்' எழுதிய பாடல். அந்தப் பாடல் எப்போதும் என்னை ஈர்க்கும். நான் குளிக்கும்போது, அந்தப் பாடலை வாய்க்குள்ளே பாடியபடி குளிப்பேன். ஆனால், அது கன் கணவரின் காதுகளுக்கு எட்டாதவாறு பார்த்துக்கொள்வேன்.

சியாமை ஒரேயொரு பார்வை பார்த்த தாலே!
மன்மத நெருப்பால் எரிக்கப்பட்டேன் நானே!
நாணத்தை விட்டுச் சொல்கிறேன் தானே!
காதல் பேரின்ப உணர்ச்சி பற்றிக்கொண்டது காலை!
அதன்வழியில் இழுத்துச் செல்கிறது ஆளை!
எலும்பினுள்ளும் மகிழ்ச்சி பாய்கிறதே!
மெய்மறக்கச்செய்யும் அதன் வழியினிலே!

ஆமாம், என்னால் அந்தப் பாடலை நினைவுகூர முடிந்தது. நான் இந்தச் சில பாடல் அடிகளைப் பல வேறுபட்ட குறிப்புகளில் பாடியிருந்தேன். ஏனெனில், இசையமைப்பில் பாடலின் எடுப்பு அடிகளைத் திரும்பத் திரும்பப் பாடவேண்டும். அதைத்தான் என் கணவர் பாடக்கூடாத அடிகளாக நினைத்திருந்தார். அடுத்த சில நாள்கள், அவர் கடுமையாக, குற்றம் சாட்டும் முகத்துடன் இருந்தார். அதைப் பார்த்த நான், குற்ற உணர்ச்சியில் அமைதியாகச் சென்றேன்.

எனக்கும் என் கணவருக்கும் இடையே பல நிலைகளில் ஏற்படும் கருத்துவேறுபாடுகள் குறித்து அவரிடம் சொல்வதில் எனக்கு எந்தவித மனஉறுத்தலும் ஏற்பட்டதேயில்லை. ஆனால், என் கணவருடன் ஏற்பட்ட இந்த விரிசல் குறித்து அவரிடம் என்னால் சொல்ல முடியவில்லை. ஒவ்வொரு முறையும் அந்த விரிசல் குறித்துப் பேச வாயெடுக்கும் போதெல்லாம் ஏதோ ஒன்று, சொல்லவிடாமல் சொற்களைத் தொண்டைக்குள் தள்ளிவிடும். அதன்பிறகு, ஒருபோதும் நான் அந்தப் பாடலைப் பாடவேவில்லை. காலம் அதன்போக்கில் ஓடியது. கல்லூரி ஆண்டுச் சுற்றுலாவைத் திட்டமிடும் பொறுப்பு அவரிடம் ஒப்படைக்கப்பட்டது. அதுவொரு களிப்பூட்டும் 'கலை-விளையாட்டுச் சுற்றுலா'வாக இருக்கவேண்டும் எனப்பட்டது. அவருடைய ஆர்வமிக்க, தீவிர மேற்பார்வையில் ஒவ்வொருவரும் பரபரப்புடன் இயங்கிக் கொண்டிருந்தனர். இரவு உணவுக்குப் பின்னர், ஒரு பெரிய பேருந்தை அமர்த்திக்கொண்டு அட்கர் அணையை நோக்கிச் சென்றோம்.

விடிவதற்குச் சற்றுமுன், பேருந்து அட்கரில் உள்ள பயணியர் விடுதியை அடைந்தது. அங்கே காலைக் கடன்களை முடித்தபின், அனைவரும் அணையின் வழியாக மறுபுறம் நடந்தோம். தூய்மையான ஓர் இடத்தில் ஒரு கூடாரம் அமைக்கப்பட்டது. சில மடக்கு நாற்காலிகன் கூடாரத்தின் முன் போடப்பட்டன. வேகவேகமாக, சமையல் வேலைகள் நடந்தன. வேலையாட்கள், மரத்தின் கீழே சமையல் அடுப்புகளை அமைத்திருந்தனர். மாணவர்களும் ஆசிரியர்களும் காய்களை நறுக்கியும், சமையல் தொடர்பான பிற வேலைகளைச் செய்து கொண்டும் இருந்தனர். மற்றவர்கள் குழுக்குழுவாகச் சென்றுகொண்டும் சீட்டு விளையாடியும் பொழுதைக் கழித்துக் கொண்டிருந்தனர். அவர் என்னைச் சைகை மூலம் அழைத்தார். நான் எழுந்து அவரிடம் சென்றேன்.

'என்ன ஓர் அழகான இடம்!' என்று கம்மிய குரலில் சொன்னார். நாங்கள் இருவரும் மிக நெருக்கமாக நின்றிருந்தோம்.

'கவர்ந்திழுக்கும் பச்சைப்பசேலென்றிருக்கும் மலையடிவாரம், அதோ அந்த அருவியைப் பாருங்கள், அழகாய் ஈர்க்கும் ஒளிர்கின்ற நீலவண்ண வானம்' உணர்ச்சிமேலிட அவர் அவருக்குள் பேசுவதுபோல் பேசினார். நான் இனிமைதரும் அந்த அழகையெல்லாம் என் கண்களால் பருகினேன். அதில் வாயடைக்கச் செய்யும் மாயம் இருந்தது.

'நான் என்ன செய்யப் போகிறேன்?, சொல், பார்க்கலாம்' என்ற கேட்ட அவரின் பார்வையில் குறும்புத்தனம் மின்னியது.

'நான், அந்த மலைகளுக்கிடையே இருக்கும் அடர்ந்த காட்டுக்கு உன்னைத் தூக்கிக்கொண்டு ஓடப்போகிறேன்' என்று முணுமுணுத்துக் கொண்டு என் கண்களை உற்றுநோக்கினார். அதைக்கேட்டதும், நான், உண்மையிலேயே அவர் என்னைத் தூக்கிக்கொண்டு ஓடியதைப்போன்றும், அந்த அடர்ந்த காட்டுக்குள் நாங்கள் மறைந்ததைப்போலவும் உணர்ந்தேன்.

நாங்கள் சிறப்பான காலை உணவை உண்டோம். அத்துடன், பொரியையும் வறுத்த வேர்க்கடலையையும் நாங்களாகவே சாப்பிட்டோம். பகல்உணவு வரை இது தாங்கும். மாணவர்கள் ஒலிநாடாவில் பாட்டைப் போட்டுவிட்டு, அதற்கேற்ப வேடிக்கையாக ஆடத் தொடங்கினார்கள். மாணவிகள், பெண் ஆசிரியர்களை அவர்களுடன் சேர்ந்து நடனமாடக் கைகளைப் பிடித்து இழுத்தார்கள். எனக்கு நடனமாடத் தெரியாது, ஆனால், என் மகள் அவளுடைய சிறுஅகவையில் ஒடிசி நடனத்தை ஒரு குருவிடம் கற்றுக்கொண்டாள். கதவு மூடிய நிலையில், அவள் நடனப் பயிற்சி செய்யும் சில நேரங்களில் நானும் அவளுடன் சேர்ந்து ஆடியிருக்கிறேன். அது எனக்குச் சிலிர்ப்பானதாகவும் களிப்பூட்டக் கூடியதாகவும் இருந்தது. இப்போது கூட, என்னுடைய இருபத்தேழு அகவையுடைய மகள், கோடைவிடுமுறையில் வீட்டுக்கு வரும்போது, அவளுடன் சேர்ந்து ஆடும்படி வற்புறுத்துவாள், நானும் அவளுடன் சேர்ந்து ஆடுவேன். நான் தடுமாறியபடி, இசைக்கேற்றாற்போல் அசைந்து ஆடுவேன்.

மாணவர்கள் ஆண் ஆசிரியர்களை நடனமாட இழுத்தார்கள். அவரைத் தவிர எல்லா ஆசிரியர்களும் நடனமாட வந்துவிட்டார்கள்.

'அம்மா, அவரை எங்களுடன் சேர்ந்து நடனமாட வரச்சொல்லுங்கள்' என்று என்னிடம் ஒரு மாணவர் கேட்டுக் கொண்டார். நான் அவரை நோக்கிச் சென்றேன்.

அவரைப் பார்த்து, 'வாருங்கள்' என்றேன்.

அவர் தலையசைத்து மறுத்தார். நான், அங்கு ஆவலுடன் பார்த்துக்கொண்டிருந்த அனைவரின் பார்வையையும் புறந்தள்ளி விட்டு அவருடைய கையைப் பிடித்து இழுத்தேன், அவர் பணிந்து எழுந்தார். இசை ஒலிக்கத் தொடங்கியது. அவ்விடத்தில் அனைவரும் சறுக்கி ஆடத் தொடங்கினர். அப்போது, என்னுடைய இடையில் யாரோ மென்மையாகத் தொடுவதுபோல் உணர்ந்து, யாரென்று பார்க்கச் சட்டென்று திரும்பினேன். அவர், எங்களின் மூச்சுக்காற்று ஒன்றுடன் ஒன்று கலக்கும் அளவுக்கு மிக நெருக்கமாக நின்றுகொண்டிருந்தார்.

'அது என்னுடைய முத்தம்...' என்று மெதுவாகக் கிசுகிசுத்தார்.

'அது உலக நுகர்வின்பத்துக்கு அப்பாற்பட்டது. நான் அவருடைய முத்தங்களால் பூசப்பட்டிருந்ததை உணர்ந்தேன்.

யாராவது பார்த்தார்களா என்பதை அறிய சுற்றும்முற்றும் பார்த்தேன். நல்லவேளை யாரும் எங்களைப் பார்க்கவில்லை.

அப்போது, அலறிய தொலைபேசி, எங்கோ ஓடிக் கொண்டிருந்த என்னுடைய எண்ணங்களைத் துண்டித்து நிகழ்காலத்துக்குத் தள்ளியது.

'நண்பகல் வானூர்திக்குச் சீட்டுக் கிடைக்கவில்லை' என்று என் கணவர் மறுமுனையில் இருந்து பேசினார். ஆறு இருபது மணி இண்டிகோ வானூர்தியில் பதிவுசெய்துள்ளேன். தில்லி வானூர்தி நிலையத்தில் இராசன் உன்னை வரவேற்று அழைத்துச் செல்வார்' என்றார். நான் மணிப்பொறியைப் பார்த்தேன். மணி நண்பகல் பன்னிரண்டைக் காட்டியது. ஏதாவது ஒரு நண்பகல் வானூர்தியில் சீட்டுப்போட்டுத் தரும்படி வலியுறுத்த விரும்பினேன். ஆனால், என்னை நான் கட்டுப்படுத்திக் கொண்டேன். அன்று ஞாயிற்றுக்கிழமையாக வேறு இருந்தது. அவர் முடிந்தவரை முயற்சி செய்திருக்கிறார், ஆனாலும் கிடைக்கவில்லை என்று எனக்கு நானே காரணம் கூறிக்கொண்டேன். ஆனால், அவர் முழுமையாக முயற்சித்தாரா? என்ற ஒரு மெல்லிய ஐயப்பாடு நான் கூறிக்கொண்ட காரணத்தின்மீது இழையோடியது.

அவர் எனக்கு வணிக வகுப்புச் சீட்டைப் பதிவு செய்திருக்கலாம். என் கணவர் எப்போதும் முடிவுறுத்தும்வண்ணம் பேசுவார். பல நேரங்களில் அவர் சொன்னதை நான் நம்பினேனா என்பது ஐயம்தான்.

ஆனால், நான் 'அவரை' நம்பினேன்.

அவர் என்ன சொன்னாலும் தயக்கமின்றி அப்படியே நம்பினேன்.

'என்மீது நீ கொண்டுள்ள கண்மூடித்தனமான நம்பிக்கை என்னை இக்கட்டான நிலைக்குத் தள்ளுகிறது. நான் அதைக் காப்பாற்ற மிகமிகக் கவனமாகவும் பொறுப்பாகவும் இருக்க வேண்டியுள்ளது. சில நேரங்களில் சில இடங்களில் தவறிவிடலாம்' என்று அவர் அடிக்கடி சொல்வார்.

ஆனால், இதுநாள்வரை அவர் சொன்ன சொல்லில் இருந்து பின்வாங்கியதே இல்லை. எப்போதும் சொல் தவறியதே இல்லை, எப்போதும் நம்பிக்கையைக் குலைத்ததே இல்லை.

ஆனால், இந்த முறை உறுதியான அந்த நம்பிக்கைக் கட்டிடம் தகர்ந்திடுமோ? நான் நம்பிக்கைக்கும் நம்பிக்கை யின்மைக்கும் இடையில் அலைந்ததுபோல், என் நெஞ்சம் படபடவென்று அதிவேகமாகத் துடித்தது.

தன்நினைவின்றி, சில சேலைகளையும் என்னுடைய தனிப்பட்ட தேவைப் பொருள்களையும் பயணப் பையில் திணித்தேன். ஒருவேளை ஏதாவது பொருளை எடுக்க மறந்துவிட்டேனா? என்ற எண்ணம் எனக்குள் தோன்றிக் கொண்டே இருந்தது. ஆனால், அது என்ன என்பதை என்னால் நினைவுக்குக் கொண்டுவர இயலவில்லை. கடந்த காலத்துக்கும் நிகழ் காலத்துக்கும் இடையில் அரை-நினைவுடன் எண்ணங்களில் பயணித்துக்கொண்டிருந்த நான், அங்கும் இங்கும் அலைந்து கொண்டிருந்த நேரத்துக்கு நடுவில் உறுதியற்ற நிலையில் அல்லாடிக் கொண்டிருந்தேன்.

என்னுடைய எண்ணங்கள், கடந்த காலத்தில், பனாராசு இந்துப் பல்கலைக் கழகத்தின் மேனாள் மாணவர்கள் சங்கம் ஏற்பாடு செய்த ஆண்டு விழாவில் பாடுவதற்காக அழைக்கப்பட்ட அந்தக் காலத்துக்குப் பயணித்தன. நான் ஒரே நேரத்தில் மகிழ்ச்சியும் துன்பமும் அடைந்தேன். என்னுடைய அத்தையிடம் பிள்ளைகளைத்

தனியே விட்டுவிட்டுப் பிரிந்து ஆறு நாள்கள் வெளியில் தங்கியிருந்தேன். தொடரிப் பயணமே நான்கு நாள்களை எடுத்துக்கொண்டது. என்னுடைய கணவர் எப்போதும் நேரக் கட்டுப்பாட்டில் தீவிரமாக இருப்பவர். அந்த நேரத்தில் என்னுடைய கணவர் நெருக்கடியான அட்டவணையிடப்பட்ட பணிச்சூழலில் இருந்தார். மேலும், அந்த நேரத்தில் ஆறு நாள்கள் விடுமுறையில் செல்வதை என்னால் ஏற்றுக்கொள்ள இயலவில்லை. நான் தவிப்பில் இருந்தேன். இறுதியில், அவரிடம் சொல்லிவிடுவது என்று முடிவெடுத்தேன்.

அவரிடம் சொன்னேன். அவர் கவனமாகக் கேட்டுக் கொண்டார். ஆனால், விடையேதும் சொல்லவில்லை. நிகழ்ச்சி அமைப்பாளர்கள், பங்கேற்பை உறுதிசெய்யுமாறு தொடர்ந்து கேட்டுக்கொண்டிருந்தனர். இரண்டு நாள்களுக்குப் பின்னர், அவர் பனாரசு பல்கலைக்கழகத்தில் நிகழவிருக்கும் கருத்தரங்கில் கலந்துகொண்டு ஆய்வுக்கட்டுரை படிக்கவுள்ளதாகத் தெரிவித்தார். என்னுடைய நிகழ்ச்சி நடைபெறுவதாகத் திட்டமிடப்பட்ட அந்த நாள்களில்தான் அவருடைய கருத்தரங்கமும் நிகழவிருந்தது. அதனால், அவர் ‘என்னால் தெரியாத இடத்துக்குத் தனியாகப் போக முடியாது’ என்று சொன்னார். அவர் அவருடைய செல்வாக்கைப் பயன்படுத்தி எல்லாவற்றையும் திட்டமிட்டுச் செய்துள்ளார் என என்னால் சிந்திக்க முடிந்தது. ஆனால், அந்தத் திட்டம் எனக்கு மிகவும் சாதகமாக இருந்தது. அந்த ஆறு நாள்களும் அவர் அலுவலகப் பயணம் தொடர்பாக வெளியில் எங்கும் செல்லமாட்டேன் என்று என்னிடம் உறுதியளித்தார். நீண்ட தொடரிப் பயணத்தில் யாராவது உடன் இருந்தால், பயனுடையதாக இருக்கும் என்று எண்ணியிருக்கலாம். ஆனால், இருவரும் ஒன்றாகப் பயணம் செய்யவேண்டாம் என்று கருத்துரைத்தார்.

‘நாம் கண்டிப்பாகத் தனித்தனியாகப் பயணம் செய்ய வேண்டும்’ என்றார் அவர். புவனேசுவரம் ஒரு சிறிய நகரம். நாம் ஒன்றாகப் பயணம் செய்வதை யாராவது பார்த்துவிட்டால், அவர்கள் வாய்க்கு மெல்ல அவல் கொடுத்தது போலாகிவிடும். திரும்பும்போது வேண்டுமானால் இருவரும் ஒன்றாகப் பயணிக்கலாம்’ என்றார். எனவே, நான் தனியாகப் பயணித்தேன்.

நான், என்னுடன் பாடுபவர்களுடன் இணைந்து பாடல் ஒத்திகை செய்யவேண்டியிருந்ததால், நிகழ்ச்சிக்கு ஒருநாள் முன்னதாகப் பனாரசை அடையவேண்டியிருந்தது.

பனாரசு இந்துப் பல்கலைக்கழகம் மிகப்பெரிய கல்விக் கோட்டையாக இருந்தது. அதன் கட்டிடங்கள், புராதனத்தின் மிடுக்கான ஒளியைப் பெற்றிருந்தன. அங்கே பெரிய அழகான வளாகம் ஒன்று இருந்தது. அதைச்சுற்றிலும் அழகாக அமைக்கப்பட்டிருந்த வழியில் அடர்ந்த உயரமான மரங்கள் வளர்க்கப்பட்டிருந்தன. அங்கே மகிழ்ச்சியுடன் விடுதலையாகச் சுற்றிக்கொண்டிருந்த மயில்களின் குரல் காற்றில் கலந்து வந்து கொண்டிருந்தது. இவையெல்லாம் சேர்ந்து ஓர் இன்ப மயக்கத்தை ஏற்படுத்தின. பல்கலைக்கழக விருந்தினர் விடுதியில் எங்களுக்கு அறைகள் ஒதுக்கப்பட்டன. அவருடைய முழுமுயற்சியால் இத்தகைய ஏற்பாடுகள் செய்யப்பட்டுள்ளன என்பதை நான் அறிந்தேன்.

என்னுடைய நிகழ்ச்சி நன்றாக நிறைவுற்றது. நான் ஒடிசாப் பாடல்களையும், மிர் பசன் மற்றும் கபீர் பசன் பாடல்கள் சிலவற்றையும் பாடினேன். நான் பதற்றமாக இருந்தேன் என்பது உண்மை. ஆனால், நான் நன்றாகப் பாடினேன். பார்வையாளர்கள் மகிழ்ந்து களித்து ஆரவாரம் செய்தனர். அன்று இரவு உணவை நிகழ்ச்சி அமைப்பாளர்களுடனும் பல்கலைக்கழக நண்பர்களுடனும் உண்டு களித்தோம். ‘உண்டு முடித்ததும் போய்விடாதே, காத்திரு. கொஞ்ச தூரம் உலாத்திவிட்டு வருவோம். இதற்கிடையில், நான் சில நல்ல அழகான உலாவும் வழித்தடங்களைக் கண்டறிந்து வைத்திருக்கிறேன்’ என்று கமுக்கமாகக் காதில் கிசுகிசுத்தார்.

அன்று முழுநிலா இரவுக்கு முதல்நாள். நிலவொளியில் அந்த வளாகம் மயங்கவைக்கும் அழகுடன் மின்னியது. நிலவொளி என்னை எப்போதும் கவர்ந்திழுக்கும். எனக்கு, இதுபோல் மனதிற்குப் பிடித்த ஒருவருடன் இணையாகச் சுற்றியதுபோல், சுற்ற வேறு எப்போதும் வாய்ப்பு அமைந்ததில்லை. நாங்கள் இருவரும் கைகோத்தபடி, அந்த அழகான கவர்ந்திழுக்கும் வழியாக நடந்தோம். பாதி இருட்டும், பாதி வெளிச்சமும் சூழ்ந்த அந்தப் பகுதி, அடர்ந்த பெரியபெரிய இலைகளுடன் கூடிய மரங்களுடன் காட்சியளித்தது. அந்த இடத்தில் அவருடன் நடந்துசெல்லும்போது அந்த நடை முடிந்துவிடக்கூடாது என்று விரும்பினேன். சட்டென்று, ஒரு பெரிய மரத்தின் அருகில் அவர் நின்றார். நடந்துகொண்டிருந்தவர் திரும்பி என்னைப் பார்த்து ‘ஏதாவது ஒலி உனக்குக் கேட்கிறதா?’ என்று கேட்டார். நான் கூர்மையாகக் காதுகளைத் தீட்டிக்கொண்டு கேட்டேன். அப்போது, அந்த ஒலியை என்னால் கேட்க முடிந்தது. அது மேலிருந்து தரையில் ‘பொத்தென்று’ விழும் ஒலி.

அவ்விடத்தைச் சுற்றி ஓர் இனிய மணம் காற்றில் கமழ்ந்து கொண்டிருந்தது. தரையில் கிடந்த கொட்டை போலிருந்த ஒன்றை எடுத்து என் கையில் வைத்து,

'இது என்னவென்று தெரியுமா?' கேட்டார்.

'மகுவா' என்றபடி உரக்கக் கத்தி, மகழ்ச்சியில் வியந்தேன், வியப்புடன் சுற்றும்முற்றும் பார்த்தேன். நாங்கள் ஒரு பெரிய சொரசொரப்பான பட்டைகளை உடைய மகுவா மரத்தின்கீழ் நின்று கொண்டிருந்தோம். அடர்ந்த மரத்தின் இலைகளூடே கசிந்து கொண்டிருந்த நிலவொளியில், மரத்தினடியில் மகுவா மொட்டுகளை என்னால் காண முடிந்தது.

'இதுதான் அந்த ஒலி. மகுவா ஓட்டிலிருந்து உதிர்ந்து தரையில் விழும்போது இதுபோல் ஒலி கேட்கிறது' என்று அவர் மெதுவாகச் சொன்னார். 'இந்த ஒலி, முத்தம்கொடுக்கும் போது கேட்கும் ஒலிபோல் இல்லை?' என்று ஈர்க்கும் குரலில் கேட்டுக்கொண்டே என்னருகில் வந்தார்.

அவர் என் கைகளை இறுகப் பற்றிக்கொண்டு, கண்களை ஊடுருவிப் பார்த்தார். நான் மரத்தை அண்ணாந்து பார்த்தேன். மரத்தின் கிளைகளில் மகுவா மொட்டுகள் நிறைந்திருந்தன. அவை தரையில் மெதுவாக உதிர்ந்துகொண்டிருந்தன. மகுவா மொட்டுகள் உதிரும் ஒலியைக் கேட்டுத் தொடர்ந்து சென்று அவற்றை எடுத்துச் சேகரித்தோம். கைநிறைய திரட்டிய மகுவா மொட்டுகளை வாயில் போட்டு அவற்றின் சாற்றைச் சுவைத்தபடி திரும்பி நடந்தோம்.

'இந்த வளாகத்தில் நிறைய மகுவா மரங்கள் இருப்பதை நேற்றுக் கண்டறிந்தேன். அவற்றை உனக்குக் காட்டவேண்டும் எனக் காத்திருந்தேன்' என்று அவர் சொன்னார். அப்போது, நான் ஒரு பதின்பருவப் பெண்போல் மகிழ்ந்ததை உணர்ந்தேன். நாங்கள் பல்கலைக்கழக விருந்தினர் விடுதியில் உள்ள என்னுடைய அறையின்முன் நின்றோம்.

'உள்ளே வரும்படி அழைக்க மாட்டாயா?' என்று மெல்லிய குரலில் கேட்டார். அப்போது நான், என்னுடைய கைப்பையில் அறையின் சாவியைத் துழாவித் தேடிக் கொண்டிருந்தேன். என்னிடம் அவர் கேட்ட அந்தக் கேள்வியை நான் சிறிதும் எதிர்பார்க்கவில்லை. மாறாக, அந்தச் சூழ்நிலையில் இப்படியொரு கேள்வி வரும் என்று என்னுடைய உள்ளுணர்வு உணர்த்தியது.

'இன்னொருமுறை நடந்துவிட்டு வரலாமா?' நான் கேட்டேன். 'மறுபடியும் அந்த மகுவா மரத்துக்குப் போய் வரலாம்?' கேட்டேன்.

'கண்டிப்பாக' என்றார் அவர். விருந்தினர் விடுதியின் முன்வாயிற் கதவைத் தாண்டி வந்து மீண்டும் அந்த மரத்தை நோக்கித் திரும்பி நடந்தோம்.

'நம்முடைய உறவு நிலைத்திருக்க வேண்டும்' என்றேன். நாங்கள் மகுவா மரத்தின் அடியில் நின்றிருந்தோம். இருவரும் நெருக்கத்தை உணர்ந்தோம்.

'நீ ஏன் அப்படிச் சொல்கிறாய்?' என்று மறுத்துக் கேட்ட அவர் 'நம்முடைய உறவு கடைசி வரை நீடித்து நிலைத்திருக்கும்' என்றார்.

அதற்கு நான் ஏதும் சொல்லவில்லை.

'ஓர் ஆணுடன் ஒரு பெண்ணின் உறவு உறுதியாக வேண்டும் என்றால், நெஞ்சங்கள் இணைவதைப்போல அவர்களின் உடல்களும் இணையவேண்டும்' என்று அவர் விளக்கினார்.

'அந்த வகையான ஆசையுடன் ஒருவர் பழகினால் அந்தப் பழக்கம் நீடிக்காது' என்று நான் முன்பொருமுறை சொன்னதிலிருந்து அவர் இப்படிப் பேசுவதற்கான குறிப்பை எடுத்திருந்தார்.

'நீ நூலில் படித்ததிலிருந்து சொல்லிக்கொண்டிருக்கிறாய். உண்மையில், இதுபோல் எப்போதும் எல்லா நேர்வுகளிலும் நடக்காது' என்று அவர் மறுத்துப் பேசினார்.

'நான் என்னுடைய பட்டறிவிலிருந்து பேசுகிறேன்' என்று கிட்டத்தட்டச் சொல்லிவிட்டேன். ஆனால், இந்தச் சொற்கள் வெளிவராமல் சரியான நேரத்தில் தொண்டைக்குள் தள்ளிவிட்டேன்.

அப்படி ஒரு பட்டறிவைச் சொல்லியிருந்தால் அவருக்கு வலித்திருக்கும். உண்மையில், நீண்ட நாள்களுக்குமுன் அதுபோன்ற உறவில் நான் ஒருவருடன் பழகியிருந்தேன். அந்தப் பழக்கம் விரைவில் முறிந்துவிட்டது. இப்போது, எத்தனை முயன்றாலும் அந்த அவரை நினைவில் கொண்டுவர இயலவில்லை. என் கணவர் நாக்பூரில் பணியில் இருந்தபோது, நாங்கள் நாக்பூரில வசித்தோம். அப்போது அது நடந்தது. அப்போது நான் பணியில் சேர்ந்திருக்கவில்லை. என்னுடைய எண்ணங்கள் நிழல்போல் படர்ந்திருந்த கடந்தகாலத்தை நோக்கிப் பயணித்தன.

'ஏதாவது ஓர் எடுத்துக்காட்டைக் காட்டமுடியுமா?' என்னுடைய கவனச்சிதறல்களை மாற்ற நினைத்துக் கேட்டேன்.

'நீங்கள் உடல் தொடர்பான உறவைப் பற்றிக் குறிப்பிடுகிறீர்களா? அப்படியென்றால், அதில் உடல்தேவை நிறைவு என்பது கட்டாயம். ஆனால், சில காலத்திற்குப் பின்னர், இந்த உறவு எப்படி எந்திரத்தனமாகவும், வழக்கமான ஒன்றாகவும் மாறுகிறது என்பதை உங்களுடைய சொந்தப் பட்டறிவின் மூலம் அறிந்திருக்கவேண்டும்' என்றும் சொன்னேன்.

'ஆனால், நம்முடைய உறவு என்பது வேறுபட்டது. தனித்துவம் மிக்கது' என்று குறிப்பிட்டார். 'அது கண்டிப்பாக வேறுபட்டதாகவும் சிறப்பானதாகவும் இருக்கவேண்டும். நாம் எப்போதும் ஆசைக்கு அடிமையாக ஆகிவிடக் கூடாது' என்றேன்.

அவர், 'இதுபோன்ற உடற்தேவைகளை ஒரு சிறிய விழிப்புணர்வுடன் எப்போதும் இயல்பாகக் கடந்துவிட முடியும்' என்று கருத்துப்போர் செய்தார். நாம் கடந்த மூன்று ஆண்டுகளாக ஒருவரையொருவர் அறிந்திருக்கவில்லையா? நாம் எப்போதும் நம் உணர்வுகளை வேறு ஒரு தளத்தில் தொடர்ந்து வைத்திருக்கிறோம் இல்லையா?' என்றார்.

'எனக்கு என்ன வேண்டும் என்பது தெரியுமா? முப்பது ஆண்டுகளுக்குப் பின்னரும் கூட நாம் இருவரும் ஒருவருக் கொருவரின் தேவைகள் பற்றி அறிந்துகொள்ள முயற்சிக்க வேண்டும் என்று நான் விரும்புகிறேன். நாம் ஆசைக்கு அடிமை ஆகிவிட்டால், நமக்குள் நம்மின் தேவையை அறிந்துகொள்ள முயற்சிக்க மாட்டோம். மாறாக, ஒருவருக்கொருவர் நெருக்கமாக இருப்பதற்கான வாய்ப்புகளை அறிந்துகொள்ள முயற்சித்துக் கொண்டிருப்போம். அந்த உணர்வை நிறைவேற்ற, உரிய நேரத்தையும் இடத்தையும் அறிந்துகொள்ள முயற்சித்துக் கொண்டிருப்போம். அந்தமாதிரி நெருக்கமாக ஒருவரையொருவர் அறிந்துகொண்டால் நம் உறவில் எந்தவொரு ஈர்ப்பும் இருக்காது' என்று விளக்க முற்பட்டேன்.

அதைக்கேட்ட அவர், நீண்ட சிந்தனையுடன் என்னை உற்றுப் பார்த்துக்கொண்டிருந்தார். பின்னர், 'இந்த அளவுக்கு உன்னால் எப்படிச் சிந்திக்க முடிகிறது?' என்று கேட்டார். ஒருவேளை, அவர் நான் என்ன சொல்லவருகிறேன் என்பதை ஆழமாகச் சிந்திக்க முயற்சி செய்திருக்கலாம்.

'நீ என்னை விரும்பவில்லை, அதனால்தான் இப்படியெல்லாம் பேசுகிறாய்' என்று நினைக்கிறேன் என்றார்.

'காதல் என்பது கட்டுப்படுத்த முடியாத தீவிர உணர்வு மட்டுந்தானா? தொடர்ந்து கனன்றுகொண்டிருக்கும் நீறுபூத்த நெருப்பு இல்லையா? அதுபோன்ற காதலுக்கு வாழ்நாள் மிகக் குறைவு. முடிந்தவரை, நம் உயிர்களில் நீறுபூத்த நெருப்பாகக் காதல் இதமாகக் கனன்று கொண்டிருக்கவேண்டும் என்று நான் விரும்புகிறேன்.'' என்றேன்.

'இது இறுதிவரை கனன்றுகொண்டே இருக்கும். இப்போது இருப்பதைப் போன்றே, உனக்கு அறுபத்தைந்து அகவை ஆகும்போதும், அப்போது நான் உயிருடன் இருந்தால் அப்படியே இருக்கும்' என்று உணர்ச்சி மேலிட கனத்த குரலில் சொன்னார். அவரை மனம் நிறைவடையச் செய்யும்வண்ணம், 'நான் அப்படி நினைக்கவில்லை என்று நினைக்கிறீர்களா?' என்று திருப்பிக் கேட்டேன்.

'ஒருநாள் இல்லையென்றால் இன்னொரு நாள் இதுபோன்ற ஒரு சூழலை நாம் எதிர்கொள்ள வேண்டியிருக்கும் என்று எனக்குத் தெரியும். நாம் தொடர்ந்து சந்தித்துக் கொண்டிருப்போம், ஒருவருக்காக ஒருவர் ஏங்கிக் காத்துக்கொண்டிருப்போம், சந்திக்க முடியாத நேரங்களில் ஒருவருக்கு ஒருவர் மடல் எழுதிக் கொண்டிருப்போம். நான் உங்களுக்கு எழுதிய மடலை உங்கள் மனைவி பார்க்க நேர்ந்தால் அது நம் வாழ்வில் என்ன விளைவுகளை ஏற்படுத்தும் என எப்போதாவது நினைத்துப் பார்த்திருக்கிறீர்களா? நாம் வெவ்வேறு இடங்களில் கமுக்கமாகச் சந்திக்கலாம், ஆனால், அது எதிர்மறையான விளைவுகளையே ஏற்படுத்தும். எப்போதும், உடல்தேவை குறித்த மனநிறைவை விரும்புகின்ற காதல் விரைவில் அழிந்துபோகும். ஒருநாள் நாம் காதல் இன்றி வளர்ந்திருக்கிறோம் என்பதை அறிவோம். நீங்கள் இதை விரும்புகிறீர்களா?' என்று ஒரே மூச்சில் கேட்டேன்.

'ஆனால், இது எப்படிச் சாத்தியமாகும். காதல் எப்போதும், உடல்தேவையைக் கடந்து செல்ல முடியுமா?'

'நம்முடைய காதல் முழுமையாக ஆசையைக் கடந்த ஒன்று என்று நீ நினைக்கிறாயா?'

'ஆனால், காதல் என்பது உடல் ஆசை அல்ல, நீ விரும்பினால், அதைப் பாலியல் உறுத்தல் என்று சொல்லலாம்,

அது ஓர் ஆணுக்கும் ஒரு பெண்ணுக்கும் இடையிலான உறவு குறித்த தெளிவான பார்வை?' என அவர் மீண்டும் கருத்துப்போர் செய்தார்.

'நீங்கள் சொல்வதிலும் பொருள் இருக்கிறது' என்ற நான் 'ஆனால், பாலியல் உறுத்தலும் இயல்பான பாலியல் உணர்வும் வேறுவேறானவை. உண்மையாகப் பழகும் ஓர் ஆணும் ஒரு பெண்ணும், பாலியல் உறவின்றி இருக்கமுடியாதா? காதல் ஒரு பல அடக்கு நுகர்உணர்வு. அதை உடல்தேவைக்கான ஒன்று என்று சுருக்கி வரையறுக்கக் கூடாது. அப்படி இருந்திருந்தால், மகாபாரதத்தில் கடவுள் கிருட்டினருக்கும் திரௌபதிக்கும் இடையிலான உறவு இவ்வளவு உயர்வாகக் காட்டப்பட்டிருக்காது. அழகான-கூர்மதி படைத்த திரௌபதி, கடவுள் கிருட்டினர் ஆகிய இரண்டு கதைமாந்தர்களும் கவர்ச்சியும் ஈர்ப்பழகும் மிக்கவர்கள். மேலும், இவர்கள் இருவரும் சிறந்த முனிவர்களால் படைக்கப்பட்டவர்கள். மகாபாரதத்தின் சில பகுதிகளில், இவர்கள் இருவரின் உறவு கடவுள் கிருட்டினரின் வியக்கத்தக்க ஈர்ப்பின்ப விளக்கத்துடன் அழகாகச் சொல்லப்பட்டிருக்கும். இவர்கள் இருவரின் நட்பு, உடல்தேவைகளை எல்லாம் தாண்டிக் கடைசி வரை நீடித்தது. பின்னாளில், மகாபாரதம் பல ஆசிரியர்களால் மறுஉருவாக்கம் செய்யப்பட்டது; விளக்கவுரையும் எழுதப்பட்டது. அவர்களில் பெண் ஆசிரியர்களும் கூட இருக்கலாம். இதுபோன்ற விளக்கங்களில் உண்மையே இல்லை என்று முற்றிலுமாகப் புறந்தள்ளிவிட முடியாது...' என்று மென்மையாக எதிர்க்கருத்துரைத்தேன்.

பின்னர், நீண்ட நேரம் நாங்கள் இருவரும் அமைதியாக இருந்தோம். மகுவா மரத்தின் மேலே கொஞ்ச நேரம் பாரத்துக் கொண்டிருந்த அவர், 'திரும்பலாம்' என்று திடீரெனச் சொன்னார்.

நாங்கள் இருவரும் ஏதும் பேசிக்கொள்ளாமல் விருந்தினர் விடுதிக்குத் திரும்பினோம். திரும்பிவரும் வழியெங்கும், எல்லாவற்றையும் அவரிடம் எது என்னைச் சொல்ல வைத்தது என்று எண்ணித் தெளிவற்ற நிலையில் நான் வியந்து கொண்டிருந்தேன். கடந்த காலத்தில் நடந்த கசப்பான பட்டறிவு என்னுடைய நடுவுநிலையைப் பாதித்ததோ? ஒருவகையில், அவர் சொன்னதும் சரியாக இருக்கலாம்.

'இரவு வணக்கம்' என்றார் அவர்.

என்னுடைய அறையின்முன் கொஞ்சநேரம் அமைதியாக நின்றிருந்தோம்.

'இரவு வணக்கம்' என்ற நான் திரும்பி, அறையைத் திறப்பதற்காகச் சாவியைப் பூட்டில் நுழைத்தேன். அவர் அவருடைய அறையை நோக்கிச் சென்றுகொண்டிருந்தார்.

நான், அரைகுறை உறக்கத்தில் இது குறித்துச் சிந்தித்துப் பார்த்தேன். என்னுடைய பார்வையில் இதுபோன்ற உறவைப் புரிந்துகொள்வது என்பது அவ்வளவு எளிதானது அல்ல. இதுபோன்ற உறவுகள் அரிதாக இருக்கலாம். அது ரொம்ப நாள் நீடிக்காது. நாளையில் இருந்து அவர் என்னிடமிருந்து உளப்பூர்வமாக விலகி இருக்க நிறைய வாய்ப்புள்ளது. என்ன ஒரு விடாப்பிடித்தனம்! அவர் அப்படி...ப் பேசுவது, அப்படி என்ன வெறுக்கத்தக்க குற்றமா?' என்றெல்லாம் நினைத்து என்னையே நான் நொந்துகொண்டேன்.

என்னுடைய எண்ணங்களை எல்லாம் பொய்யாக்கும் வண்ணம், அடுத்த நாள் காலையில் என்னுடைய அறைக் கதவைத் தட்டி,

'காலை உணவுக்குக் கிளம்பலையா? வா போகலாம்' என்று அவருடைய இயல்பாகப் பழகும் உணர்வுடன் அழைத்தார்.

நாங்கள் காசி விசுவநாதர் கோயிலுக்குச் சென்றோம். அங்கிருந்த பூசாரி, எங்களைக் கணவன்-மனைவி என்று நினைத்துக்கொண்டு, கோத்திரத்தையும் பெயர்களையும் கேட்டார். அதைக்கண்டு திகைத்த நான், பொய்யான பெயர்களையும் கோத்திரத்தையும் சொன்னேன். நாங்கள் அங்கிருந்த படித்துறையில் மிதியடிப்படகு ஒன்றை வாடகைக்கு அமர்த்திக்கொண்டு கங்கையாற்றில் படகை மிதித்து ஓட்டிச் சென்றோம். மாலையில், கங்கா ஆரத்தி விழாவைக் கண்டுகளித்தோம். 'அழகே, அங்கே பார். உன்னுடைய நிலவு வந்துவிட்டது' என்றார் அவர். எனக்கு நிலவைப் பார்க்கப் பிடிக்கும் என்பது அவருக்குத் தெரியும்.

அவர் என்னை அடிக்கடி 'அழகே' என்று அழைப்பது வழக்கம். அது ஏன் என்று எனக்குத் தெரியாது. நான் எப்போதும் என்னை ஓர் அழகான பெண்மணி என்று நினைத்தது கிடையாது. அவர் 'அழகே' என்று அழைக்கும்போது, நான் பலமுறை எதிர்த்திருக்கிறேன்.

அப்போது, 'அழகான பெண்கள் என்பது அவர்களுடைய நிறத்தைப் பொறுத்து மதிப்பிடப்படுகிறதா? என்று எதிர்க்கேள்வி கேட்ட அவர், 'இந்த உலகம் முழுக்க, எனக்கு நீ மட்டும்தான் பேரழகி' என்பார். அவர் அவ்வப்போது, 'அருமையானவளே' என்றும் அழைப்பதுண்டு. அவ்வாறு அழைப்பதை அவர் விரும்பியதாகத் தோன்றியது.

திடீரெனத் தொலைபேசி ஒலித்தது. அது, கனவுலகில் இருந்த என்னைக் கசப்பான மெய்யுலகத்துக்கு உந்தித் தள்ளியது. தொலைபேசியில் என்னை அழைத்தவர் என் கணவர். நீ செல்லவேண்டிய வானூர்தி நேரத்துக்குக் கிளம்பிவிடும். நான் மகிழுந்தை அனுப்புகிறேன். ஓட்டுநர் உன்னை வானூர்தி நிலையத்தில் இறக்கிவிடுவார். நீ ஐந்து மணிக்கெல்லாம் அங்கே இருக்கவேண்டும். நான் வீட்டுக்குத் திரும்ப வரவேண்டிய தேவை எதுவும் இல்லை. எனவே, நீ அங்கிருக்க வேண்டியதில்லை. இருப்பினும், உன்னை வானூர்தி நிலையத்தில் நான் இறக்கிவிட வேண்டும் என்று விரும்பினால், நான் வர முயற்சிக்கிறேன்' என்றார்.

'நீங்கள் என்னை வானூர்தி நிலையத்தில் இறக்கிவிட மட்டும் வருவதாக இருந்தால் வரவேண்டியதில்லை. நான் பார்த்துக் கொள்கிறேன்' என்று உடனே தெரிவித்தேன். அவர் என்னை என்னுடைய இந்த வருத்தமுற்ற கோலத்தில் பார்க்க நான் விரும்பவில்லை.

மற்றவர்களின் தேவையை அறிந்து கொள்ளும் கலையில் நன்கு தேர்ந்தவர் என் கணவர். மாநில ஆளுநரின் வீட்டு நிகழ்வில் நடந்த நிகழ்ச்சிக்காக நான் அழைக்கப்பட்டிருந்த நிகழ்வை நினைவு படுத்திப் பார்த்தேன். சில பாடகர்களையும் நடனக் கலைஞர்களையும் பாராட்டும் நிகழ்ச்சி. பாராட்டப்படும் கலைஞர்களில் நானும் ஒருத்தி. நிகழ்ச்சி பிற்பகல் நான்கு முப்பது மணியளவில் நடப்பதாக அட்டவணையிடப்பட்டிருந்தது. அதன்படி வருகைபுரிந்து நிகழ்வரங்கில் அமர்ந்திருக்குமாறு நாங்கள் கேட்டுக்கொள்ளப் பட்டிருந்தோம். என் கணவரும் அழைக்கப்பட்டிருந்தார்.

அன்று திங்கள் கிழமை. நான் மிகுந்த பணி நெருக்கடியில் இருந்தேன். அப்போது, என் கணவர், 'நான் விரைவில் அலுவலகத்தை விட்டுக் கிளம்ப முடியாது. மகிழுந்தை அனுப்புகிறேன், ஓட்டுநர் உன்னை அங்கே அழைத்துச் செல்வார்' என்று வர இயலாததற்கான காரணங்களை எடுத்துச் சொன்னார்.

அதைக் கேட்ட நான், மிகுந்த ஏமாற்றமும் காயமும் அடைந்தேன். நான் எப்போதும், அவருடைய அலுவலக விழாக்களைத் தவிர்த்ததே இல்லை. என் கணவரின் நிறுவன நிறுவிய நாள் ஆண்டு விழா அன்று நிறைய நகைகள் அணிந்து ஓர் அரசி போன்ற தோற்றத்துடன், புகழ்பெற்றவர்களுக்காக ஒதுக்கப்பட்டுள்ள முன்வரிசையில் என்னுடைய கணவருடன் நான் அமர்ந்திருக்க வேண்டும் என்று எப்போதும் எதிர்பார்க்கப்பட்டது. விழாவின்போது அவருடன் அமர்ந்திருப்பதை நான் பெருமையாக உணர்ந்திருந்தேன். என் கணவர் என்னை அழைத்து, அவருடைய மாற்றப்பட்ட நிகழ்வைச் சொன்னபோதெல்லாம், என் கணவருடைய தேவைகளுக்கு முன்னுரிமை கொடுத்து, அந்தச் சூழ்நிலையைக் கருத்தில் கொண்டு அவருடைய செயல்களுக்கெல்லாம் காரணம் கற்பித்துக்கொள்ள முயற்சித்திருக்கிறேன்.

'நான் சில உடனடிக் கூட்டத்தைக் கூடக் கைவிட வேண்டியிருந்தது. சரியாக மூன்று நாற்பதுக்கு உன்னை அழைத்துச் செல்ல வருவேன். சாலை முனைக்கு வந்தவுடன் உன்னை அழைக்கிறேன், நீ கீழே வந்துவிடு. மறந்து விடாதே சரியாக மூன்று நாற்பது' என்றார்.

நான் எனக்குள் சிரித்துக்கொண்டேன். என்னுடைய கணவருக்கு அவருடைய தேவைகளில் எவற்றுக்கு முன்னுரிமை கொடுக்கவேண்டும் என்று அவருக்குத் தெரியும். அந்த விழா ஆளுநர் மாளிகையில் நடந்த விழாவாக இருந்ததால், அவரால் அதைத் தவிர்க்க முடியவில்லை.

கடந்த சனிக்கிழமை என்னுடைய தோழி அருணாவின் மகனுடைய திருமண வரவேற்பு. அருணா கட்டாக்கில் வசிக்கிறார். அவளுடைய கணவருக்கு அலுவலகப் பணி என்று ஒன்றும் இல்லை. அவர்களுக்குப் பெரிய பண்ணை நிலம் இருந்தது. அதில் வேளாண் தொழில் செய்தனர். அருணா திரும்பத்திரும்பப் பலமுறை அழைத்தும், நான் எவ்வளவோ வற்புறுத்தியும் கூட என் கணவர் அந்தத் திருமண வரவேற்பில் கலந்துகொள்ள நேரம் ஒதுக்கவில்லை. அவருடைய தேவை-அடிப்படையிலான முன்னுரிமைப் பட்டியலில், இதுபோன்ற அருமைகள் மற்றும் நட்பு அளவிலான நிகழ்வுகளுக்கு இடம் இல்லை. எங்கள் பார்வைகளும் உணர்வுகளும் இணைந்த ஒன்றாக இருக்கவேண்டிய தேவையில்லை. ஆனால், என்னுடைய நற்பெயரும் அவருடைய அலுவலக மதிப்பும் ரொம்ப ரொம்ப இன்றியமையாதன.

நான் கடந்த காலத்துக்கும் நிகழ்காலத்துக்கும் இடையே அலைந்துகொண்டிருந்தேன். சுவர் மணிப்பொறியை வெறித்துப் பார்த்துக் கொண்டிருப்பதைத் தவிர்த்து வீட்டில் செய்வதற்கு எனக்கு வேறு எந்தப் பணியும் இல்லை. அது, நேரம் நகரமாட்டேன் என்று முடிவுசெய்தது போலிருக்கும்.

நான் நம்பிக்கை இழந்தது போலவும், அமைதி இழந்தது போலவும் உணர்ந்தேன். சில நிமிடங்கள் அப்படியே அமர்ந்திருந்தேன். பின்னர், எழுந்து வீட்டுக்கு வெளியே நடந்தேன், மீண்டும் திரும்பி வீட்டுக்குள் வந்தேன். இதையே திரும்பத் திரும்பச் செய்து கொண்டிருந்தேன். ஒருவேளை அது முடிவின்றித் தொடரும் என்று நினைத்தபோது, இறுதியில், ஒருவழியாக மகிழுந்தை ஓட்டிக்கொண்டு ஓட்டுநர் வந்தார். அவருடன் சேர்ந்து வானூர்தி நிலையத்துக்குச் சென்றேன். என்னுடைய கால்கள் கனமானதைப் போல் உணர்ந்தேன். அவற்றை இழுத்துக்கொண்டு கோணல்-மாணலாகப் படிகளில் ஏறிச் சென்றேன். வானூர்தி நிலையத்தில் கிட்டத்தட்ட மயங்கிய நிலையிலேயே நடந்து சென்றேன். வானூர்தியில் பலகணி அருகில் அமர்ந்தேன். கண்ணிமைக்கும் நேரத்தில் அவர் இருக்கும் இடத்தை அடைந்துவிட வேண்டும் என்ற எண்ணத்தில் பலகணி வழியாக ஆழ்ந்து அடைந்து கொண்டிருக்கும் அந்திப்பொழுதை உற்று நோக்கினேன்.

'அம்மா, உங்களுக்கு என்ன வேண்டும்?' என்று ஒரு குரல் கேட்டது. நான் திரும்பிப் பார்த்தேன். பயணிகளுக்காக உதிர்க்கும் வணிகப் புன்னகையுடன் பணிப்பெண் ஒருத்தி சிற்றுண்டித் தள்ளுவண்டியை என் இருக்கைக்கு அருகில் நிறுத்திக் கொண்டு நின்றிருந்தாள்.

அவள், 'அம்மா, உங்களுக்கு என்ன வேண்டும்?' என்று மீண்டும் கேட்டாள். 'என்னுடைய தொண்டை வறண்டிருந்தது. 'தண்ணீர்' என்றேன்.

என்னுடைய வறண்ட இதழ்களைப் பார்த்தவாறு, 'அம்மா, குறைந்தது பழச்சாறு அல்லது வேறு ஏதாவது கேளுங்கள்' என்று செயற்கையான பணிவுடன் அந்தப் பணிப்பெண் வற்புறுத்தினாள்.

அந்தச் சிற்றுண்டி வண்டியில் என்ன இருக்கிறது என்று அதில் பார்வையைச் செலுத்தினேன். அதில் பழச்சாற்றுப் பைகள் இருந்தன. 'திராட்சைச் சாறு, ஒரு சிறு பை தாருங்கள்' என்றேன்.

‘இது தனித்த தூய திராட்சைச் சாறு, மது அல்ல. சுவைக்காக, ஒரு வாய் குடித்துப் பாருங்கள்’ என்று அவர் வலியுறுத்திருந்தார். அவர்தான் என்னை மது குடிக்கச் சொல்லி ஆசை காட்டி இணங்க வைக்க முயன்றார். எங்களுடைய பெரிய வீட்டில், மதுப்புட்டிப் பேழையில் அடுக்கப்பட்டிருந்த பல வகையான மதுப்புட்டிகள் என்னுடைய கணவருடைய உயர்ந்த சுவையைப் பறைசாற்றின. என்னுடைய கணவர், ‘விசுகி’‘யை விரும்பினார். அவருடைய நண்பர்கள் விசுகி, ரம், சின் மற்றும் வோட்கா போன்றவற்றைக் குடித்தார்கள். அவர்களின் மனைவிகள், வோட்கா அல்லது வோட்காவையும் சின்னையும் கலந்த கலவை மதுவைக் குடிக்கச் சென்றார்கள். ஒருவேளை நான் என் கணவருடன் இணைந்து மதுவிருந்தில் கலந்துகொண்டிருந்தால், அவர் மகிழ்ச்சியடைந்திருக்கலாம். ஆனால், எப்படியோ அந்த மது வகைகளில் எந்தவொன்றையும் தொட்டுக்கூடப் பார்க்கவில்லை. ஆனால், அவர் எப்போதும் என்னைச் சுவைக்கச் சொல்லி வற்புறுத்தியதில்லை. அந்த வகையில், எங்கள் வீட்டு மதுப்பேழையில் மதுப்பழச்சாறு (வொய்ன்) வைக்கப்படுவதில்லை.

ஒரு கருத்தரங்க நிகழ்வின் இரவு உணவின்போதுதான் முதன்முதலாக, நான் மதுப்பழச்சாற்றைச் சுவைத்திருந்தேன். அவர் என்னை வலியுறுத்தினார். ஒரேயடியாக மறுத்து, அவரைக் காயப்படுத்தக்கூடாது என்பதற்காக நான் ஒரே ஒரு வாய் சுவைத்தேன். நன்றாக இருந்தது. மெதுவாக, மதுப்பழச்சாற்றைப் பருகுவதை வளர்த்துக்கொண்டேன். மிகமிக அரிதாக, சில கூடுதல் நிகழ்வுகளிலோ அல்லது இதுபோன்ற சந்தர்ப்பங்களிலோ அவருடன் இணைந்து இந்த மதுப்பழச்சாற்றைக் குடிக்கின்ற வாய்ப்புகள் கிடைத்திருக்கின்றன. என்னதான் இந்தக் குமுகாயத்தில் புதுமை குறித்த கருத்துகள் முன்வைக்கப்பட்டாலும், பெண்கள் அவர்களுடைய ஆண் நண்பர்களுடன் பொதுவெளியில் அல்லது அவர்களின் வீட்டு அறைக்குள் மதுக்குடித்தல் என்பது குற்றமாகவே கருதப்படுகிறது. ஓர் ஆண் நண்பருடன் இயல்பாகப் பேசிக்கொண்டிருப்பது கூட, இந்தக் குமுகத்தில் இயல்பானதாகப் பார்க்கப்படுவதில்லை.

‘நீ எனக்கு எதுவும் கொடுக்கவில்லை. ஆனால், நான் சிலவற்றை உனக்காகக் கொடுத்துள்ளேன்’ என்று ஒருநாள் காலையில் வகுப்புக்குச் செல்லும்போது அவர் சொன்னார். அந்த ஒரு வகுப்போடு, அன்றைய நாளின் அனைத்து வகுப்புகளும் விலக்கப்பட்டன.

'அது என்ன?' என்று என்னுடைய ஆவலை அடக்க முடியாமல் கேட்டேன். அவர், 'நீ எனக்கு எதுவும் கொடுக்கவில்லை' என்று சொன்னதன் பொருளை நான் புரிந்துகொண்டேன். ஆனால், நீண்ட நாள்களுக்கு முன்னர், எங்களுடைய உறவில் கொடுக்கல்-வாங்கல் கொள்கைக்கு இடம் இல்லை என்று இருவரும் ஒப்புக்கொண்டிருந்தோம்.

'வகுப்பு விலக்கப்பட்டது என்றவுடன் வீட்டுக்குச் சென்றுவிடாதே, உனனை வியப்பில் ஆழ்த்த நான் ஒன்றை வைத்திருக்கிறேன்' என்றார். அவர் அவ்வாறு கமுக்கமாக, புதிராகப் பேசியது எனக்குப் பிடித்திருந்தது. அது கண்டிப்பாகத் தனிச்சிறப்பு மிக்கதாகவும் புதியதாகவும் இருக்கும் என்று நினைத்த நான் அவரைப் புன்னகையுடன் பார்த்தேன்.

பிற்பகல் மூன்று மணியளவில் நாங்கள் புறப்பட்டோம். மகிழுந்தில் அவர் அருகில் நான் அமர்ந்தேன். அவர் மகிழுந்தைத் திருப்பிக் கந்தகிரியை நோக்கிச் செல்லும் நெடுஞ்சாலையில் ஓட்டத் தொடங்கினார். அவர், என்னை அழைத்துக்கொண்டு நீண்ட தூரம் செல்ல விரும்புகிறார் என்று நான் நினைத்தேன். அவர் மகிழுந்தைச் 'சந்தகா' காட்டுவழியில் நிறுத்தி வண்டியை விட்டு இறங்கி இரண்டு நுழைவுச் சீட்டுகளை வாங்கினார். நாங்கள் மகிழுந்தில் காட்டுவழியில் மகிழுந்தை ஓட்டிச் சென்றோம். அடர்ந்த அந்தக் காட்டில் நீண்டதூரம் சென்றோம். புறநகர்ப் பகுதியில் இதுபோன்ற ஓர் அழகான காட்டைப் பார்த்து நான் மிகவும் வியந்துபோனேன். இதற்குமுன், இத்தகைய அழகான காட்டைப் பற்றி எப்படி நான் அறிந்து கொள்ளாமல் அல்லது வந்து பார்க்காமல் போனேன் என்று எண்ணி வியந்தேன். இந்த நாள்களில், இந்தச் சந்தகா காட்டுப் பகுதி ஒரு முறையான புகழ்பெற்ற சுற்றுலா இடமாக உருவாகியிருந்தது. ஆனால், தொண்ணூறுகளில் இந்த இடம் பெரிய அளவில் வெளியில் தெரியாவண்ணம் அப்படியேதான் இருந்தது. அந்த நாள்களில், இத்தகைய காடுகள் மிகவும் ஈர்ப்புமிக்கனவாக இருந்தன. ஏனென்றால், அவற்றின் உள்ளே சென்று மக்கள் எவரும் பார்த்திருக்கவில்லை. மக்கள் அவற்றை ஆக்கிரமிப்புச் செய்யத் தொடங்கியவுடன் காடுகள் அவற்றின் புதிரான பொலிவை இழக்கத் தொடங்கிவிட்டன.

அங்கிருந்த சரளைக்கற்கள் வழியில் மகிழுந்தை நிறுத்திய அவர் என்மீது சிறு புன்னகையை வீசினார். அவரைப் பார்த்து நான் சிரித்ததும் அந்த இடத்தைப் பார்த்து வியந்ததும், அவருக்கு

மகிழ்ச்சியைத் தந்தன என்பதை அவருடைய விழிகள் வெளிப்படுத்தின. அவர் கையை நீட்டிப் பின்இருக்கையில் இருந்த ஒரு பையை எடுத்தார். அதிலிருந்து புகழ்பெற்ற நிறுவனத்தின் பழச்சாற்று மதுப்புட்டியையும், இரண்டு நெகிழிக் கோப்பைகளையும் எடுத்த அவர் ஒரு புட்டித் திறப்பானையும் வெளியில் எடுத்தார்.

'ஏதாவது வித்தை காட்டப் போகிறீர்களா?' என்று சிரித்துக் கொண்டே கேட்டேன்.

மதுப் புட்டியைக் கையில் ஏந்தி 'மகிழ்ச்சி' என்று சொல்லிக்கொண்டே இதழ்களில் வைத்துச் சுவைத்தேன். இது மார்ச்சு மாதம். இனிமையான அந்தப் பிற்பகல் முன்அந்திப் பொழுதாய் மின்னிக்கொண்டிருந்தது. மிதமான வேகத்தில் அவர் வண்டியை ஓட்டிக்கொண்டிருந்தார். மங்கிக்கொண்டிருந்த மாலைக் கதிரவனின் ஒளியில் தாமிர வண்ணத் தளிர்கள் நம்ப இயலா வண்ணம் ஒளிர்ந்துகொண்டிருந்தன.

'ஓ' கடவுளே! எவ்வளவு இன்பமயக்கமாக இருக்கிறது' என்று நான் சொன்னேன். என் குரல் கம்மியிருந்தது. சாலையில் பார்வையை ஆழப் பதித்து, புதிராக முன்னோக்கி உற்றுப் பார்த்தவாறு மகிழுந்தை ஓட்டிக் கொண்டிருந்தார்.

பாதித் தாவிக் கொண்டும் பாதிப் பறந்து கொண்டும் ஆண் மயில் ஒன்றும் பெண் மயில் ஒன்றும் சாலையை வேகமாகக் கடந்து சென்றன.

'அதைப் பாருங்கள்' என நான் யாரும் கேட்டோ பார்த்தோ விடுவார்களே என்ற கவலை சிறிதுமின்றிக் கத்திச் சொன்னேன். கண்ணுக்கெட்டிய தூரம் வரை எவரும் தென்படவில்லை. நாங்கள் இருவர் மட்டுமே எங்களுக்கான காட்டில் காதல் பயணத்தில் இருப்பதுபோல் தோன்றியது.

மகிழுந்தைத் திருப்பிச் சற்றுநேரம் அமைதியாக ஓட்டினார். மெல்லிய இருள் கொஞ்சங்கொஞ்சமாகக் கறுக்கத் தொடங்கியது. திடீரென, 'உனக்கு இடப்பக்கமாக இருக்கும் வானத்தைப் பார்' என்றார். எங்களுக்கு இடப்பக்கத்தில், சரளைக்கற்கள் நிறைந்த வழிக்கு அப்பால் மரங்கள் பரந்து விரிந்து அடர்ந்திருந்தன. அதற்குப் பின்னால் நிழல்போல வரிசையாக தெரிந்த கருங்குன்றுகளுக்கு முன்னால் மூங்கில் காடுகள் நெருக்கமாக நிமிர்ந்து நின்றன. அவற்றுக்குப் பின்னாலிருந்து வெள்ளிபோல் ஒளிர்ந்துகொண்டிருந்த முழுநிலா எட்டிப் பார்த்துக் கொண்டிருந்தது.

அதன் அழகில் மயங்கிய நான் வியப்பில், 'ஆ' வென வாய் திறந்த நிலையில் அப்படியே முழுநிலவைப் பார்த்தேன். அது என் கைகளில் எடுத்துக்கொள்ளும் அளவுக்கு மிக அருகில் இருப்பதை உணர்ந்தேன். அது அவ்வளவு நெருக்கத்தில் இருந்தது.

'அது அழகாயிருக்கிறதல்லவா?' என அவர் என் காதுகளில் மெல்லிய குரலில் கேட்டார். அத்துடன் 'அது உன்னைப் போல்' என்பதையும் சேர்த்துக் கொண்டார். அதைக் கேட்டவுடன், என் விழிகள் நிறைந்து பூத்தன. சொற்கள் வெளிவராவண்ணம் வாயடைத்துப் போனது. என் இருக்கையின் மீது பின்னோக்கிச் சாய்ந்தேன். நாங்கள், இன்னும் சில நிமிடங்கள் பயணித்தோம்.

'என்னைக் கீழிறக்கி விடுங்கள். நான் கொஞ்சம் நடக்க வேண்டும்' என்று ஒரு குழந்தையைப் போல் அடம்பிடித்தேன். அவர் மகிழுந்தை நிறுத்திவிட்டு என்னைப் பார்த்தார்.

'இங்கு யானைகள் இருக்கின்றன. இருட்டிக் கொண்டிருப்பதால் நாம் இந்தக் காட்டுப் பகுதியை விட்டு விரைவாகக் கடந்து சென்றுவிட வேண்டும்' என்றார். நிலவொளியில் அந்தக் காட்டுப் பகுதி ஒளிர்ந்து கொண்டிருந்தது. ஆனால், உண்மையிலேயே மிகவும் நேரமாகிவிட்டது. அவர் என்னுடைய கோப்பையில் இன்னும் கொஞ்சம் பழச்சாற்று மதுவினை ஊற்றிவிட்டு மகிழுந்தை ஓட்டத் தொடங்கினார். காட்டின் வாயிலை விரைவாகக் கடந்தோம். நெடுஞ்சாலையை நோக்கி மகிழுந்தைத் திருப்பிக் கொண்டே 'ஒரு பாட்டுப் பாடு' என்று கேட்டார். அதைக் கேட்டுக் கொஞ்சநேரம் அமைதியாக இருந்தேன். பின்னர், என் கணவரின் கூற்றுப்படி, பாலியல் உணர்வைத் தூண்டும் என்று குறைகூறப்பட்ட அந்தப் பாட்டைப் பாடினேன். என் கணவர் குறைகூறிய பின்னர், அந்தப் பாட்டை நான் கடந்த எட்டு அல்லது பத்து ஆண்டுகளாகப் பாடாமலிருந்தேன். அன்றைய இரவு அந்தப் பாடல் மட்டுமே என் நினைவுக்கு வந்தது. நான் அருந்திய மது என்னுள் வேலை செய்தது. மேலும், அன்று முழுநிலவு இரவாகவும் இருந்தது. என் குரல் கனத்திருந்தது, நான் உளறிக் கொண்டிருந்தேன். அவர் மகிழுந்தை மெதுவாக்கிக் கொண்டு என் வலது தொடையை மென்மையாகத் தொட்டார்.

'எல்லாவற்றையும் பாட்டாகவே பாடிக் கொண்டிருந்தால் போதுமா? செயலில் கொஞ்சம் காட்டலாமே!' என்று குறும்புத் தனமாகச் சொன்னார்.

நான் அவரை உற்று நோக்கினேன்.

அவருடைய கைகளை மகிழுந்தின் 'திருப்பு வட்டு'டன் சேர்த்துப் பிடித்தபடி 'நிறுத்துங்கள்! நிறுத்துங்கள்!' என்று கத்தினேன்.

என்னுடைய அலறலைக் கேட்ட அவர், நிறுத்தியை அழுத்தி வண்டியை நிறுத்தினார். நான் உடனே கதவைத் தள்ளிக் கொண்டு தடுமாறியபடி இறங்கினேன்.

சாலைக்கு அப்பால், இரண்டு 'மீட்டர்' தொலைவில் ஒரு குழாய்க் கிணறு தென்பட்டது. அதைச்சுற்றிச் 'சிமெண்ட்' தளம் அமைக்கப்பட்டிருந்தது. அங்கு ஒருவருமில்லை. நிலவொளி காயும் அந்த இடத்துக்கு நான் தள்ளாடிவாறு சென்றேன். அங்குக் காய்ந்து கொண்டிருந்த நிலவைப் பார்த்தபடி நின்றேன். நான் என் தோளின்மீது கிடந்த சேலையை எடுத்து அந்தத் தளத்தில் விரித்தேன்.

'இங்கே வாருங்கள். எனக்கு இப்பொழுது நீங்கள் வேண்டும்' என்று சற்று உரத்த குரலில் சொன்னேன்.

அவர் மகிழுந்தை விட்டு இறங்கி என்னிடம் வந்தார். அவர், மெதுவாகத் தளத்தில் விரிக்கப்பட்டிருந்த சேலையின் முனையைப் பிடித்து எடுத்து என் தோளில் போர்த்தினார். பின்னர், அவர் என்னைக் கைகளில் ஏந்திக்கொண்டு பாதி நடத்தியும் பாதி இழுத்துக் கொண்டும் வண்டிக்குச் சென்றார். நான் இருக்கையில் சாய்ந்து, அவருடைய தோள்களில் என் தலையைச் சாய்த்தேன். அவர் புன்சிரிப்புடன் அமைதியாக வண்டியை ஓட்டினார். அவருடைய வலக்கை ஆள்காட்டி விரலால் மகிழுந்தின் 'திருப்புவட்டை' மெதுவாகத் தட்டிக் கொண்டிருந்தார்.

உணவு விடுதிக்கு அல்லது விருந்தினர் மாளிகைக்கு எங்கே அவர் என்னை அழைத்துச் செல்கிறார்? எனக் கேட்க எனக்குத் தோன்றவில்லை. அமெரிக்காவில் வாழும் அவரது உறவினரின் அடுக்கக வீடொன்று அவருடைய பொறுப்பில் உள்ளது. ஒருவேளை அங்கு அழைத்துச் செல்கிறாரோ? ஆனால், அதுபற்றி எனக்குக் கவலை இல்லை. அந்த நேரத்தில் நான் அவர் என்னை எங்கே அழைத்துச் சென்றாலும் அங்கே செல்ல அணியமாக இருந்தேன்.

நான் நிலைதடுமாறி நடந்ததை அறிந்த அவர், ஒரு ‘வெற்றிலை-பாக்குக் கடை’யின் அருகில் வண்டியை நிறுத்தினார். இரண்டு வெற்றிலைச்சுருள்களை வாங்கினார்.

‘நீ கொஞ்சம் அதிகமாகப் பழச்சாற்று மதுவைப் பருகிவிட்டாய். இந்த வெற்றிலைச்சுருளைப் போட்டு மென்றுகொண்டு வா’ எனச் சொல்லிவாறு ஒரு சுருளை என் வாயில் திணித்தார்.

‘இது மது நாற்றத்தைத் தடுக்கும்’ என்ற அவர் வண்டியை நேராக என் வீட்டுக்குச் செலுத்தினார். நான் வண்டியை விட்டு இறங்கினேன். இன்னும் மயங்கிய நிலையை உணர்ந்தவாறே முன்வாயில் வழியாக வீட்டிற்குள் சென்றேன். நல்ல வேளையாக என் கணவர் வீட்டிலில்லை. இருந்திருந்தால் என் தோற்றத்தைக் கண்டு, உண்மையில் நடக்காத ஒன்றை நடந்ததாகக் கருதி ஐயப்பட்டிருப்பார்.

வானவூர்தி இறங்கத் தொடங்கியவுடன், எவராவது ஒருவர் என்னைப்போல் மனம்கசந்து நிலைகுலைந்து போன வாழ்க்கையைக் கடந்து வந்திருப்பார்களா?’ என மற்றப் பயணிகளைப் பார்த்தேன்.

வானூர்தி நிலையத்திற்கு வெளியே இராசன் எனக்காகக் காத்திருந்தார்.

‘எங்கே செல்ல வேண்டும்?’ என அவர் அமைதியாக ஆங்கிலத்தில் கேட்டார். அவர் தென்னிந்தியாவைச் சேர்ந்தவர். நான் தில்லிக்கு வந்திருப்பதன் நோக்கம் குறித்து என்னுடைய கணவர் அவரிடம் ஏற்கெனவே சொல்லியிருந்திருக்க வேண்டும் என்று அவர் கேட்டதை வைத்து நான் தெரிந்துகொண்டேன்.

அவருடைய மனைவி என்னிடம் தொலைபேசியில் தெரிவித்திருந்த சில குறிப்புகள் எழுதப்பட்ட துண்டுச் சீட்டை இராசனிடம் கொடுத்து, ‘எய்ம்சுக்கு’ என்றேன்.

அவர் தில்லிச் சாலைகளைப் பற்றி நன்கறிந்திருந்த காரணத்தால், சிக்கல் ஏதுமின்றி எய்ம்சை அடைந்தோம். அந்தச் சீட்டிலிருந்த தகவல்களைப் பின்பற்றி, அவர் ஒரு குறிப்பிட்ட அறையில் இருக்கலாம் என்று எண்ணி அந்த அறைக்குச் சென்றோம். அந்த அறையின் கதவு மூடப்பட்டிருந்தது. அதைப் பார்த்ததும் என் நெஞ்சம் விட்டுவிட்டுத் துடித்தது. பின்னர்,

வேகமாக, படபடப்புடன் அடிக்கத் தொடங்கியது. மயக்கம் வருவதைப்போல் உணர்ந்தேன். அதைக் கண்ட இராசன் எனக்கு ஆறுதல் சொல்லித் தேற்றினார். பின்னர், என்னைச் சற்றுநேரம் உட்கார வைத்து விட்டு வரவேற்புப் பகுதியிலுள்ள தகவல் பிரிவில் இருந்த செவிலியரை அணுகிக் கேட்டார். அவரிடம், அந்தப் பெண், அந்த அறையில் இருந்த மிசுரா 'குருதிக்குழாய் அடைப்பு' சிகிச்சைக்குப் பின், கண்காணிப்பிற்காக, 'அறுவை சிகிச்சைக்குப்பின் கவனித்தல் பிரிவு' அறையில் இருப்பதாகச் சொன்னாள். அடுத்தநாள் காலை ஒன்பது மணிக்கு அவர் மீண்டும் அறைக்குக் கொண்டு வரப்படுவார் என்ற அந்தப் பெண், 'நீங்கள் அவருக்கு மிகவும் வேண்டப்பட்டவர்கள் என்றால் அங்கேயே போய்ப் பார்க்கலாம்' என்றும் கூறினாள்.

'அறுவை சிகிச்சைக்குப்பின் கவனித்தல் பிரிவு' அறை எங்கிருக்கிறது என்றும் அங்குச் செல்ல வேண்டிய வழியையும் அந்தப் பெண் சொன்னாள். முறையான இசைவு பெறாமல் யாரும் அந்தப் பிரிவின் உள்ளே செல்ல இயலாது. நான் அவருடைய மனைவியைக் கைப்பேசியில் அழைத்தேன். மருத்துவர்கள் சொன்னபடி, அவருக்குக் 'குருதிக்குழாய் அடைப்பு நீக்கும்' சிகிச்சை செய்ய வேண்டியிருந்ததாகச் சொன்னாள். 'இப்போது, அவர் நன்றாக இருக்கிறார். நாளைக் காலை அறைக்கு வந்து விடுவோம்' என்றாள்.

'நாளை காலை ஒன்பது முப்பது மணிக்கு நீங்கள் அங்கு வாருங்கள். நானும் அதே நேரத்திற்கு அங்கு வந்து விடுவேன். அதுவரை மருத்துவமனையில் எங்கள் மருமகன் இருப்பார்' என்றாள்.

இராசனும் நானும் 'அறுவை சிகிச்சைக்குப் பின் கவனிப்புப் பிரிவு'க்குச் சென்றோம்.

அவருடைய மருமகன் ஒழுக்கச் சீர்மிகுந்த இளைஞராக இருந்தார். நான், கதவுக் கண்ணாடி வழியாகப் பார்த்தேன். வெள்ளைத் துணியால் மூடப்பட்டு அசைவின்றி அவர் படுத்திருந்தார். மருந்தேற்றுப் புட்டிகளும், கண்காணிப்புப் பொறியும் மறைத்திருந்ததால் அவருடைய முகத்தை என்னால் தெளிவாகப் பார்க்க முடியவில்லை. அறைக்குள் ஓடிச் சென்று அவரை மிக நெருங்கிப் பார்க்க வேண்டும் என்ற என் ஆவலை அடக்கக் கடுமையாக முயற்சிசெய்ய வேண்டியிருந்தது.

என்னுடைய எண்ணத்தைப் புரிந்தகொண்ட அவருடைய மருமகன், 'நீங்கள் உள்ளே போக விரும்புகிறீர்களா?' எனப் பணிவாகக் கேட்டார். 'என்னுடைய நுழைவுச் சீட்டைப் பயன்படுத்தி உள்ளே செல்ல ஏற்பாடு செய்ய முடியும்' என்றார்.

'பரவாயில்லை. இப்போது அவருக்கு இடையூறு தர விரும்பவில்லை. நான் நாளைக் காலை மீண்டும் வருகிறேன்' என்றேன்.

'அமெரிக்காவில் இருக்கும் அவருடைய மகன் இங்கு வர வேண்டும் எனத் துடிக்கிறார். ஆனால், இவர் நன்றாக இருப்பதால், இப்போது வரவேண்டாம் என்று சொல்லியிருக்கிறோம்' என்று அவருடைய மருமகன் கூறினார்.

எனக்கும் அவருக்குமான உறவை அவருடைய மனைவி மருமகனிடம் எப்படிச் சொன்னார் என்று நான் வியந்துபோனேன். நாங்கள் இருவரும் ஒருவருக்கொருவர் நெருக்கமாகப் பழகுகிறோம் என்பது எங்களுடன் பணிபுரியும் தோழர்களுக்கும், இன்னும்பிற பொதுவான நண்பர்களுக்கும் தெரியும். ஆனால், எவரொருவரும் எங்கள் உறவு குறித்துக் கைநீட்டிக் குற்றம் சொல்லும் அளவுக்கு நாங்கள் நடந்துகொண்டதில்லை. அவர் எப்போதும், உடன் பணிபுரியும் தோழர்களாலும் மாணவர்களாலும் போற்றிப் புகழப்படுபவராக இருந்தார். 'என்ன நேர்ந்தாலும், உங்கள் பெயருக்குக் களங்கம் வராமல் நான் பார்த்துக் கொள்கிறேன். அதுதான் எனக்கு மிகவும் இன்றியமையாதது' என்று சொல்வார். அதை நினைத்து நன்றிப் பெருக்கால் என் விழிகளில் கண்ணீர் தளும்பியது.

என் மனம் குழப்பத்தில் ஆழ்ந்திருந்தது. இராசன் என்னை மகிழுந்தில் விருந்தினர் மாளிகைக்கு அழைத்துச் சென்றது, என்னுடைய அறையைக் காட்டியது என எல்லாமே எனக்குத் தெளிவில்லாமல் இருந்தது.

முதல் முறையாக அவர் மனைவி மீது எனக்குப் பொறாமை ஏற்பட்டு உறுத்தியது. அவளுடைய கணவரும், நான் நெஞ்சார்ந்து விரும்பியவரும் ஒருவரே. ஆனால், அந்தக் கடுமையான வலியில் துடித்தபோது அவருடைய மனைவி மட்டுமே அவருடனிருந்துள்ளார். அவர்தான் அந்தப் பதற்றமான, இக்கட்டான சூழலில் மருத்துவரை அழைத்திருந்திருக்கிறார். எப்போதும் அவருடன் இருந்து அவரை நன்றாகக் கவனித்துக்

கொண்டிருந்திருக்கிறார். அவர்தான் அவர் விரைவாக நலம்பெற இறைவனிடம் மன்றாடி வேண்டியிருக்கிறார். நான் அல்ல.

'உன்னுடைய சிக்கல்களைத் தீர்ப்பதற்கு உன் கணவர் இருக்கிறார். நீ என்னை ஏன் தேடப்போகிறாய்?' இதுபோல் பல நேரங்களில் அன்புடன் குற்றஞ்சாட்டிக் கேட்டிருக்கிறார். அதை நான் இப்பொழுது நினைவுபடுத்திக் கொள்ளலாம். அவர் அவ்வாறு கேட்டதன் தீவிரத்தை நான் ஒரு புன்சிரிப்புடன் கடந்திருக்கிறேன். இப்போது, அந்த இடத்தில் என்னை வைத்துப் பார்க்கும்போது அந்த வலியை என்னால் உணர முடிந்தது.

இரவு மனவலியுடன் தூக்கமின்றிப் படுத்துக்கிடந்தபோது பழைய நினைவுகள் வெள்ளம்போல் என்னைக் கடந்த காலத்திற்கு இழுத்துச் சென்றன.

மாநில அளவில் நான் பெற்ற விருதுக்காக, எனக்கு ஒரு பாராட்டு விழா ஏற்பாடு செய்யப்பட்டது. அதைத் தொடர்ந்து இரவு உணவு விருந்தும் நிகழ்ந்தது. அந்த நிகழ்வில் அவரும் கலந்து கொண்டிருந்தார். நானும் என்னுடைய கணவரும் பரபரப்பாக நடந்துகொண்டிருந்த விருந்தில் உண்டு கொண்டிருந்தவர்களுக்கு இடையூறு இல்லாத வகையில் சற்றுத் தூரத்தில் நின்று கொண்டிருந்தோம்.

'இந்த விருது அப்படியொன்றும் உயர்ந்ததன்று. மதிப்பளிக்கக் கூடியது, அவ்வளவுதான்' என்று அவர் குறிப்பிட்டார்.

அதைக் கேட்ட என் கணவர் திரும்பிப் பார்த்தார். அவர் சொன்ன சொற்கள் என் கணவரின் முகத்தில் கடுமையைக் கொடுத்ததுடன், பார்க்கச் சகிக்க முடியாததாகவும் மாற்றியது.

அதற்கு, 'இக்காலத்தில் எல்லாமே வணிகமாகி விட்டது' என்று உதடுகள் சுழித்து, உறைந்த புன்னகையுடன் மறுத்துச் சொன்னார் என் கணவர்..

அதைக் கேட்ட என் முகம் சிவந்தது. எனக்குத் தெரிந்தவரை, என் கணவர் பொது இடங்களில் பண்புள்ளவராகவும் பெருந்தன்மை உடையவராகவும் நடந்துகொள்வார். ஆனால், அவருடைய தனிப்பட்ட வாழ்க்கையில் பிறர் தலையிடும்போது, அவருடைய விருப்பமின்மையைக் காட்ட அவர் வேறுஒரு மாந்தராக மாறிவிடுவார் என்பது வேறு செய்தி.

அவர் பற்களைக் கடித்துக்கொண்டு அமிலச் சொற்களை உமிழும்போது எலும்பை விட்டுவிட்டுத் தசையைத் தனியே பிய்த்து எடுப்பதுபோல இருக்கும். ஆனால், பொதுவெளியில் இதுபோல் அதுவும் அவர்முன்பு இவர் நடந்துகொண்டது முற்றிலும் எதிர்பாராதது. அவர் அவ்வாறு அமைதியை இழக்க என்ன காரணம்? அவருடைய இயல்பான கருத்துக்கு, இப்படியொரு கடுமையான எதிர்க்குரல் தரும் அளவுக்கு உருவாக்கியது எது? ஒருவேளை எங்களுடைய உள்ளார்ந்த உறவை அறிந்து கொண்டிருப்பாரோ?

அவர், 'பாடுவது சீமாவின் வேட்கை. பாடுவதை அவள் வணிகமாக்கவில்லை' என்று என் கணவரின் கண்களை நேரடியாகப் பார்த்து மறுப்புரைத்தார். அவரின் இத்தகைய எதிர்வினை, என் கணவர் மட்டம்தட்டிப் பேசியதைவிட என்னைத் திடுக்கிட வைத்தது. வியக்கும்விதமாக, என் கணவர் அதற்கு எதிர்வினை ஆற்றவில்லை. ஆனால், இந்த விரும்பத்தகாத நிகழ்வு இனிமையான அந்த மாலைப்பொழுதை வீணாக்கிவிட்டது.

என் கணவர் பேசிய சொற்கள் அன்றிரவு முழுக்க என் செவிப்பறையில் ஒலித்துக்கொண்டே இருந்தன. இவ்வளவுதான் என் கணவர் என்னைப் பற்றித் தெரிந்துகொண்டது என நினைத்துக் கொண்டேன். இத்தனை ஆண்டுகள் ஒன்றாக வாழ்ந்திருந்தபோதும் என் உணர்வுகளின் ஆழத்தை அவர் புரிந்து கொள்ளவில்லை என்பதை எண்ணி அவர்மேல் இரக்கப்பட்டேன். என்னைக் குறைந்த அளவாவது புரிந்து கொள்ள வேண்டும் என்று எண்ணாத கணவருடன் என் வாழ்க்கை இணைந்திருப்பதும், இனியும், வாழ வேண்டும் என்பதற்காக உள்ளுக்குள் புதைந்திருக்கும் விட்டுக் கொடுக்காமை மற்றும் பொறாமையுடன் கூடிய வாழ்க்கையைத் தெளிவாக நடித்துக்கொண்டு அவருடன் தொடர்வதும் உண்மையிலேயே வியப்பாகத்தானிருந்தது. கூர்மையான அறிவுடைய என் கணவர் என்னை வேண்டுமென்றே காயப்படுத்தி விட்டார், ஏன்? அவர் நான் பாடுவதை அந்த அளவுக்கு வெறுக்கிறாரா?

என்னுடைய எண்ணங்கள் இன்னும் பின்னோக்கி சென்றன.

என்னுடைய வீட்டில் நான் கடைசியாகப் பிறந்ததினால், மற்றவர்களைக் காட்டிலும் என்னை மிகவும் செல்லமாக வளர்த்தார்கள். நான் பாட்டுக் கற்றுக் கொள்ளப் போகிறேன் என்று

சொன்னபோது, என் அப்பா பெரிய அளவில் மறுக்கவில்லை. நான், பள்ளியிலும் கல்லூரியிலும் இன்னும் சில உள்ளூர்க் கலை நிகழ்வுகளிலும் மட்டுமே பாடியிருந்தேன். என்னுடைய அப்பா எப்போதும், நான் பாடுவதைத் தடுக்கவோ அல்லது ஊக்கப் படுத்தவோ இல்லை.

என் திருமணம் முடிந்து ஏழுநாள்கள் முடிந்த நிலையில் நிகழ்த்தப்பட்ட சடங்குக்காக என்னுடைய வீட்டுக்கு வந்த நான், 'என்னுடைய சுருதிப்பெட்டி, தபேலா, தம்புரா ஆகியவற்றை என் மாமியார் வீட்டிற்கு எடுத்துச்செல்ல விரும்புறேன்' என்றேன்.

என் அம்மா, சற்றே ஐயம் கலந்த பார்வையுடன், 'மாப்பிள்ளைக்கு நீ பாடுவதில் எந்தத் தடையும் இல்லையா?' என்று கேட்டார்.

'அவர் ஏன் தடுக்க வேண்டும்? இது ஒரு குற்றமில்லையே' என்றேன் நான்.

அப்போது, திருமணத்திற்கு முன் பெண்பார்க்க எங்கள் வீட்டிற்கு வந்த என் கணவர் என்னைப் பாட்டுப் பாடக் கேட்டதையும், பாடி முடித்தபின் பாராட்டியதையும் நினைத்துக்கொண்டேன்.

'நான் அப்படிச் சொல்லவில்லை. அம்மா என்ற முறையில் இயல்பாகத்தான் கேட்டேன்' என்றார் என் அம்மா.

நீ பாடல் பயிற்சியைத் தொடங்கும்போது பயன்படுத்திய சுருதிப்பெட்டி என்னுடையது என்பது உனக்குத் தெரியுமா? நான் திருமணம் செய்துகொண்டு உன் அப்பா வீட்டுக்கு வரும்போது அதை என்னுடன் எடுத்து வந்தேன். என்னுடைய மாமியார், ஒரு சிறுபயணமாக ஊருக்குப் போகும்போது, வீட்டில் தனிமையில் இருக்கும்போது எப்போதாவது அதை மீட்டிக்கொண்டு பாடுவேன். ஒருநாள் அதுபோல் பாடிக் கொண்டிருந்தபோது, உன்னுடைய அப்பா அலுவலகத்திலிருந்து விரைவாக வீட்டுக்கு வந்து, நான் பாடுவதைக் கேட்டு விட்டார்.

'உனக்குப் பாடுவது அவ்வளவு இன்றியமையாததா? உன்னால் பாடாமலிருக்க முடியாதா?' எனக் கேட்டார். அவருடைய குரலில் ஐயப்பாடே இல்லாத வெறுப்புணர்ச்சி இருந்தது. அவர் கமுக்கமாக நான் பாடுவதைச் சுவைத்துப் பாராட்டிச் சில சொற்கள் சொல்வார் என்று எதிர்பார்த்தேன். ஆனால், என் கணவர் இவ்வாறு

கேட்டது என் எதிர்பார்ப்பைப் பொய்க்கச் செய்து, என்னுடைய மனவெழுச்சியைக் குறைக்கச் செய்தது.

'பாடுவதில் என்ன தவறு?' கேட்டேன்.

அதற்கு, அவர், 'பாடும் மகளிர் கற்புடன் இருப்பது அரிதானது' என்று என்னைப் பார்க்காமலே சொன்னார். அதன் பிறகு நான் சுருதிப்பெட்டியைத் தொடவே இல்லை. அம்மாவின் கண்களில் கண்ணீர் வழிந்தது.

நான் வாயடைத்துப் போனேன்.

ஆண்களால் கட்டமைக்கப்பட்ட அளவுகோலின்படி கலை ஆர்வமிக்க பெண்கள் எல்லாம் கற்புநெறி தவறியவர்கள். என்ன ஓர் அளவுகோல்? நம் பண்பாட்டில், தொன்மக் கதைமாந்தர்களான அகல்யா, திரௌபதி, குந்தி, தாரா, மண்டோதரி போன்றவர்கள் கற்பின் அடையாள உருவகங்கள். ஒருவேளை, உடல் அளவிலான தேவைகளைத் தாண்டி, கற்புநெறி என்பது இந்தக் தொன்மப் பெண் கதைமாந்தர்களின் நடத்தை வழியாக வரையறுக்கப்பட்டிருக்கலாம். ஆண்களின் 'தான்' எனும் ஆணவம், மனைவிகள் முழுமையாகத் தங்களுக்குக் கீழ்ப்படிந்து நடப்பவர்களாகவும் பணிவுள்ளவர்களாகவும் இருக்க வேண்டும் என்று விரும்புகிறது. ஆனால், பெண்கள் ஆண்களிடமிருந்து இதுபோன்று குறைந்த அளவு விகிதத்தில் கூட எதையும் எதிர்பார்ப்பதில்லை. அவள் சிந்தனையில் கூட, எதற்காகவும், ஏன் கலைக்குக்கூட அவளை அர்ப்பணித்துக் கொள்ளக் கூடாது. அவள் அதை மீறி நடந்து கொண்டால், இந்தச் சமூகம் அவளைக் கற்பற்றவள் என முத்திரை குத்திவிடும்.

அன்றைய நாள், 'என்ன வந்தாலும் சரி, நான் பாடுவதை நிறுத்தப் போவதில்லை' என்று நான் எனக்குள் உறுதி எடுத்துக் கொண்டேன். ஓர் எதிர்ப்பாகத் தொடங்கிய ஒன்று இத்தனை ஆண்டுகளில் வளர்ந்து எனக்கு நிலைத்த காரணியாகி விட்டது. தற்போது, பாட்டே என் வாழ்வு என்றாகிவிட்டது. அதை அவர் புரிந்து கொண்டார். அதனால்தான், அதை என்னுடைய வேட்கை என்றார். ஆனால், அதுபோல் என் கணவர் ஒரு போதும் அதை ஏற்க முயற்சிக்கவில்லை.

நானும் என் கணவரும் ஒரே படுக்கையில் படுத்திருக்கும் போது கணவன் மனைவிக்குள்ள உறவின் அபத்தத்தை ஆழ்ந்து சிந்தித்து உணர்ந்திருக்கிறேன். இருவேறு உலகத்தில் வாழும், மிகப்

பெரிய அளவில் மனவேறுபாடு உடைய இருவர் ஒரே அறையில் அதுவும் ஒரே படுக்கையைப் பகிர்ந்துகொள்ள வேண்டி இருக்கிறது. என்ன ஒரு புதிர்!

மானக்கேட்டால் ஏற்பட்ட மனவலி என்னை இரவு முழுவதும் தூங்கவிடாமல் பொசுக்கித் தீய்த்தது. அடுத்தநாள் காலை தாமதமாக விழித்தேன். என்னுடைய வழக்கமான காலை வேலைகளைத் தொடர்ந்து குளித்துவிட்டுப் பூக்கூடையுடன் காலை வழிபாட்டுக்காகப் பூசை அறையை நோக்கிச் சென்றேன். படிப்பறையைக் கடந்து சென்றபோது என்னுடைய இசைக் கருவிகளான சுருதிப்பெட்டியும், தபேலாவும், தம்பூராவும் ஒரு மூலையில் முடக்கி வைக்கப்பட்டிருந்ததைக் கண்டேன். அவற்றைப் பார்த்து 'எல்லாம் உங்களால்தான் எனக்கு இந்த மானக்கேடெல்லாம்' என்று எனக்குள் சொல்லிக்கொண்டேன். நீங்கள் இல்லையென்றால் நான் மகிழ்ச்சியாயிருந்திருப்பேன். அதுபோல், வாழ்க்கையில் எனக்கு வேறு எதிலும் நாட்டம் கிடையாது. உங்களுக்காக இல்லையென்றால்...

நான் திரும்பி வெளியே நடந்தேன். அப்பொழுது மென்மையான 'டங்' எனும் ஒலி கேட்டது. அதைக் கேட்டவுடன் சட்டென அப்படியே நின்று விட்டேன். அது என்ன? அது யாரோ தம்பூராவின் நாணை இசைப்பதுபோல் போலிருந்தது. ஒருவேளை நான் அதைப் பற்றி நினைத்ததால் அப்படிக் கேட்டிருக்குமோ என்று நினைத்துத் திரும்பி நடந்து உள்ளே சென்றேன். இப்போது, தபேலா மற்றும் சுருதிப்பெட்டியில் இருந்து ஏதோ ஒன்று தரையில் விழுந்ததைப் போன்ற துன்பம் நிறைந்த ஒலி வந்ததைக் கேட்டேன். ஆர்வம் மேலிட, அவற்றை உற்றுப்பார்த்தேன்.

அவை எல்லாம் ஒன்றுசேர்ந்து கொண்டு வியப்புடன், 'இசைமேல் உனக்கு இவ்வளவு நாட்டம் ஏன்?' என என்னைப் பார்த்துக் கேட்டது போல் தோன்றியது.

இவ்வளவு மனநிறைவு அடைந்ததாக உணர்வது ஏன்? சலிப்பூட்டும் வழக்கமான வாழ்க்கை முறையை மறந்து போகும்படி செய்தது எது? எது உன்னை இப்படி மனநிறைவுடன் இருப்பதாக வைத்திருக்கிறது என்று எப்போதாவது சிந்தித்திருக்கிறாயா? இந்த அகவையிலாவது, ஒரு புதிய பேரின்பத்தில் மூழ்கியிருக்க வேண்டாமா? உன்னுடைய உணர்வுகள் எப்போதும் மிகுந்த மகிழ்ச்சியில் பளபளவென ஒளிர்ந்துகொண்டிருப்பது ஏன்? நீ உன்

கண்களை மூடிக்கொண்டு தம்பூராவின் நாண்களை மீட்டும் போது, கானகத்தில் பசுந்தரையில் மயில் ஒன்று தோகைவிரித்து ஆடுவதைப் பார்க்கலாம் அல்லவா? காதல் மயக்கத்தில் தொடர்ந்து தொலைந்துபோய்க் கொண்டிருப்பதை உணர்ந்து கொள்ளும் நல்வாய்ப்பை எத்தனை பேர் பெற்றிருக்கிறார்கள்? என்று உனக்கு நீ விளக்கிக்கொள்ள முடியுமா?

என்னுடைய கண்கள் என்னையுமறியாமல் மூடிக் கொண்டன. என் கண்முன்னால், பசுங்காடு. அக்காட்டில் அழகிய தோகையை விரித்தாடும் மயில்கள். அதைக் கண்ட நான் வேறொரு பேரின்ப உலகத்துக்கு அழைத்துச் செல்லப்பட்டதுபோல் உணர்ந்தேன்.

நீண்ட காலமாக என் கணவர் மீதிருந்த கசப்புணர்வு, குற்றங்குறைகள் யாவும் மறைந்து என் மனம் தெளிவாக இருப்பதை நான் அறிந்தேன். என் ஆன்மா அது சென்று சேர வேண்டிய இடத்தை தேர்ந்தெடுத்ததுடன் அதை நோக்கிப் பயணிக்க முடிவு செய்துவிட்டது. இதுபோன்ற மிகச் சாதாரண சிக்கல்களில் சிக்கிக்கொண்டு அல்லல்படுவதில் எந்தப் பொருளும் இல்லை. நான் வழிபாடு செய்யப் போய்க் கொண்டிருந்தேன் என்பதையே மறந்துவிட்டேன். கீழே அமர்ந்து என் மடியில் தம்பூராவை வைத்துக்கொண்டு, இனி எப்போதும் இதை இசைக்க முடியாது என்ற உணர்வுடன் தம்பூராவை மீட்டிக்கொண்டிருந்தேன்.

நான் அவரை மறுநாள் கல்லூரியில் சந்தித்தேன்.

'என்னைத் துன்பத்தில் இருந்து மீட்க எப்போதும் என் கணவர் இருக்கிறார் என்று சொன்னீர்கள் இல்லையா? என்னை மீட்க நேற்றிரவு வந்தது யார்? இதன்பிறகும், நீங்கள் எனக்கு எந்த அளவுக்குத் தேவை என்று சொல்லவும் வேண்டுமா?" என்றேன்.

அதைக் கேட்ட அவர், 'நான் என்றென்றும் உனக்குக் கடப்பாடுடைய அடிமை' என்று சொல்லி மெலிதாகப் புன்னகைத்தார்.

இருளில் மூழ்கியிருந்த விருந்தினர் மாளிகையில் ஒருவர் மட்டுமே படுக்கக்கூடிய கட்டிலில் நான் படுத்திருந்தேன். உறக்கமில்லா என் கண்கள் அறையின் மேற்தளத்தை வெறித்துப் பார்த்துக் கொண்டிருந்தன. மருத்துவக் கண்காணிப்பு எந்திரங்களும் நிறுத்தி ஒன்றில் மாட்டப்பட்டிருந்த 'மருந்தேற்றுப் புட்டி''யும் பின்னிருக்க, என்னுடைய தனிமையின் கொடுமையைத்

ஓர் எல்லையற்ற நொடிப்பொழுது 395

தொடர்ந்து, வெள்ளைத் துணியில் பாதி மறைத்துப் போர்த்தப்பட்ட உருவம் ஒன்று, என்கண் முன்னால் பளிச்சிட்டது. அந்த உருவம் அவரா? அல்லது வேறு யாராவதா? நான் கொஞ்சங்கொஞ்சமாக மனக்கலக்கம் அடையத் தொடங்கினேன்.

ஒருவேளை, நான் கொஞ்சங்கொஞ்சமாகப் பாதித் தூக்கத்தில் ஆழ்ந்து போயிருக்கலாம்.

'நான் சொல்வதை நீ செய்வாயா?' என்று கேட்ட அவரை நான் பார்த்தேன்.

உதடுகளில் ஒருவிதக் குறும்புத்தனமான புன்னகை தவழ அவர் அங்கே நின்றுகொண்டிருந்தார். அவர், முப்பது அகவையைக் கடந்த அழகான இளைஞராகக் காட்சியளித்தார்.

'என்ன அது?'

'உறுதி கொடுங்கள்''

'என்ன அது? அதை முதலில் சொல்லுங்கள்'.

'இல்லை... முதலில் நீங்கள் உறுதி கொடுங்கள்' என்று வலியுறுத்திய அவர் மீண்டும் சிரித்தார்.

நான் பகற்கனவில் இருந்து சட்டென மீண்டேன். அந்தக் கனவு என்ன சொன்னது? அதுவொரு தீமையின் குறியீடா? நான் நம்பிக்கையின்மையில் ஆழ்ந்துபோவதை உணர்ந்தேன்.

என் எண்ணங்கள் கடந்த காலத்தின் இன்னொரு காலக்கட்டத்துக்குச் சென்றன.

நானும் அவரும் ரூர்கேலாவிற்கு ஒரு மாநாட்டிற்குச் சென்றிருந்தோம். இருவரும் ஒன்றாக ஓர் உணவகத்தில் இரவு உணவு அருந்தினோம்.

'நான் உன்னை ஒருமுறை பார்க்க வேண்டும்!' என்றார்.

'என்னைப் பார்க்க வேண்டுமா?' கேட்டேன். அவர் அவ்வாறு கேட்டது, எனக்குப் புதிராயிருந்ததுடன் அதன் பொருள் என்னை முழுவீச்சில் தாக்கியது.

அவர் என்னை அம்மணமாகப் பார்க்க விரும்பினார். அவரின் இழிவான எண்ணத்தை அறிந்து நான் மானக்கேட்டால்

கூனிக்குறுகிப் போனேன். ஆனால், அது வெளிப்படையாகத் தெரியாதவாறு நடந்து கொண்டேன்.

'இந்த வயதில் என்னிடம் நீங்கள் பார்க்குமளவிற்கு என்ன கவர்ச்சி இருக்கிறது?' என்று அமைதியாகக் கேட்க முனைந்தேன்.

நம் உரையாடலின்போது, எப்போதும் நீ அகவையை ஒரு காரணியாகப் பயன்படுத்துவது ஏன்? அவ்வாறு நீ பேசுவது என்னுடைய உணர்ச்சியை நீர்த்துப்போகச் செய்யும் என்று நினைக்கிறாயா?' என்று கேட்டார்.

சற்று நேரம் அமைதியாக இருந்த நான், 'அது சரியாக இருக்காது' என்றேன்.

'ஏன்? நான் எதுவும் செய்ய மாட்டேன். உன்னைத் தொடக் கூட மாட்டேன்' என அவர் தொடர்ந்து பேசினார்.

'உங்களுக்கு எதுவும் இல்லையென்றாலும் கூட எனக்குச் சில எதிர்பார்ப்புகள் உள்ளன' என்றேன். என்னுடைய கண்களில் பேச்சின் தீவிரம் இருந்தது.

'அப்படியா, உண்மையாகவா?' என்ற அவருடைய கண்களில் கிண்டல் மின்னியது.

'சரி, நான் சொல்வதைக் கவனமாகக் கேள்' எனக் கூறிய அவர் என்னுடைய உருவத் தோற்றத்தின் அழகைப் பற்றி வருணிக்கத் தொடங்கினார். அது என் அழகைப் பற்றிய புகழ்க் கவிதையைப்போல் இருந்தது. அது என்னை உலகிலேயே மிகவும் அழகான பெண் நான்தான் என்று என்னை எண்ண வைத்தது.

அன்று இரவு முழுவதும் நான் தூங்கவில்லை என்று எனக்கு நன்றாக நினைவிருக்கிறது,

மறுநாள் நான் விடிவதற்கு முன்பே எழுந்துவிட்டேன். தரையில் விரிப்பின்மீது உட்கார்ந்து கொண்டு பாடத் தொடங்கினேன். அது 'கவிசூர்யா பல்தேவ் ராத்' அவர்களுடைய அழகானதோர் இசைப்பாடல்.

ஜெபே நபகாந சியாமா பன்ஷி ஸ்வானா

நிஷித ரே தாரே சுனா ஜிபா

(செவிக்கு இன்பம் பயக்கும் சியாமின் இசைமெட்டு, அந்த ஆழ்ந்த இரவின் காற்றில் மிதந்து வந்தால்...)

அது எனக்கு மிகவும் பிடித்தமான இசைமெட்டுகளில் ஒன்று. அமைதியான பேரின்பம் அளிக்கும் அதிகாலையில், எனக்காகப் பாடும்போது, அமைதியும் மகிழ்ச்சியும் நிலவும் தோட்டத்தில் உலவுவது போலவும், பான்சி மரக் கூட்டங்களுடன் பேசுவது போலவும், இசையலையில் சறுக்கி விளையாடுவது போலவும் உணர்ந்தேன்.

'நான் படுக்கையில் என் மனைவியுடன் இருக்கும்போது, நீ இருப்பதாக அடிக்கடி கற்பனை செய்துகொண்டிருக்கிறேன்' என்று ஒருமுறை என்னிடம் அவர் கூறி உள்ளார்.

அது பொய்யில்லை. நானும், என் படுக்கையறையின் மூடிய கதவுகளுக்குப் பின், என் கணவரிடம் நெருக்கமாக இருக்கும்போது, என் கணவர் இடத்தில் அவரை வைத்துப் பார்த்திருக்கிறேன். ஆனால், இந்தச் சூழலில், அப்படி இருந்திருக்கலாம், இப்படி இருந்திருக்கலாம் என்றெல்லாம் நினைப்பதில் எந்தவொரு பொருளும் இல்லை. அவர் விரும்பியது எதையும் நான் அவருக்குத் தந்ததில்லை என்று எனக்குத் தெரியும். அவர் நான் செய்யவேண்டும் என விரும்பிய எதையும் நான் செய்யவில்லை. அவ்வாறு செய்யுமாறு அவர் கட்டாயப்படுத்தவும் இல்லை, அதுகுறித்துக் குற்றம் சாட்டவும் இல்லை.

'நான் உன்னுடைய ஐம்பதாம் அகவை பிறந்தநாளைக் கொண்டாடப் போகிறேன்' என்றும் கூறியிருந்தார்.

வாழ்க்கையின் அந்தக் காலக்கட்டத்தில் எவரும் எங்களை விரிந்த விழிகளுடன் ஆவலுடன் உற்றுநோக்கவேண்டும் என்று கவலைப்பட்டதில்லை. ஆனால், நான் என்னுடைய ஐம்பதாம் அகவைப் பிறந்தநாளைக் கொண்டாடியபோது, அவர் மூன்று மாத அலுவல் திட்டச் செயலாக்கத்திற்காக இங்கிலாந்து போயிருந்தார்.

'நீ ஐம்பதாம் அகவையைக் கடக்கும்போது, நாம் இருவரும் ஒன்றுசேர்ந்து உலாவலாம். உலாவல் முடிந்தவுடன் உன் வீட்டிலோ அல்லது என் வீட்டிலோ தேநீர் பருகலாம்' என்ற அவருடைய ஒரு ஆசையை மட்டும் நான் பூர்த்தி செய்திருக்கிறேன்.

ஒரு நாள் நான் பூங்காவில் நடந்தபோது அவர் என் கையைப் பற்றிக்கொண்டார். நான் சிரித்தேன். 'இப்போது யாருடைய

உதவியும் இன்றி என்னால் நடக்க முடியும். நான் அகவை முதிர்வடையும் போது வேண்டுமானால், நீங்கள் என்னுடைய கையைப் பிடிக்க வேண்டியிருக்கலாம்' என்று வேடிக்கையாகச் சொல்லியிருந்தேன்.

'உனக்கு அகவை அறுபது ஆகும்போது, நாம் ஓர் இறைப்பயணம் மேற்கொள்ளலாம்' என்றார். நான் மீண்டும் சிரித்தேன். அந்த நேரத்தில் அது முட்டாள்தனமாகத் தோன்றியது.

அவர் குணமடைந்து விட்டால் நான் அவருடன் இறைப் பயணமாகக் கோவில்களுக்குச் சென்று கடவுளுக்கு நன்றி செய்யும் விதமாக வழிபாடு நடத்துவேன். ஆனால், இப்போது, எந்தக் கடவுளை அவரைக் காப்பாற்றச் சொல்லி வழிபடுவது? எனக்குப் பைத்தியமே பிடித்து விடும்போல் இருந்தது.

அவர் இங்கிலாந்திலிருந்து திட்டப்பணிகளை முடித்துவிட்டு வந்தவுடன் பல்கலைக்கழகத்தில் பேராசிரியராகப் பணியமர்த்தம் செய்யப்பட்டார். 'நீ முனைவர் பட்டம் படி, படித்துவிட்டுப் பல்கலைக்கழக வேலைக்கு முயற்சி செய்' என்று என்னை முனைவர் பட்டம் படிக்கச் சொல்லித் தொடர்ந்து வலியுறுத்திக் கொண்டே இருந்தார். ஆனால், நான் அவருடைய கருத்தை ஏற்கவில்லை. பாடகராக இருப்பதே மகிழ்ச்சி தருவதாக நான் உணர்ந்தேன். பல்கலைக்கழகப் பணியில் நானிருந்திருந்தால் அவருடன் அதிக நேரம் இருந்திருக்கலாம்! யாருக்குத் தெரியும்? இவ்வாறு பல வகைகளிலும், என்னை இடையூறு செய்து கொண்டிருந்த நினைவுகளைத் தள்ளிவிட முயன்றேன்.

ஆனால், அவை திரும்பத்திரும்ப வந்துகொண்டிருந்தன. என்னிடம் போதுமான காரணம் இல்லாததால் அவற்றை என்னால் கட்டுப்படுத்த முடியவில்லை.

'நாம் இங்கிருந்து எங்காவது போய்விடலாம்' என ஒருமுறை சொன்னார். நான் அதை வேடிக்கையாக எடுத்துக்கொண்டேன். ஆனால், அவர் அதில் தீவிரமாக இருப்பதாகக் காணப்பட்டார்.

'இங்கிருந்து செல்வதா?' நான் அவருடைய கூற்றை உண்மையென நம்ப முடியாமல் திகைத்துப்போய் 'எங்கே?' என்றேன்.

'எங்காவது போய்விடலாம்... கேரளா, பஞ்சாப், காசுமீரம், ஏன் அமெரிக்கா அல்லது ஐரோப்பா. எங்காவது ஓரிடத்துக்கு

இங்கிருந்து போய்விடலாம். நானும் நீயும் மட்டும் புதிய வாழ்க்கையைத் தொடங்கலாம்' என்றார்.

இன்னும் அவர் சொற்களை நம்பும் நிலைக்கு என்னைக் கொண்டுவர என்னால் இயலவில்லை. எனவே, ‘உங்கள் மனைவி-குழந்தைகள்? என் கணவர்-என் குழந்தைகள் இவர்களின் நிலை என்ன?’ என்று கேட்டேன்.

‘உரூபியைப் பொறுத்தமட்டில் எனக்கெந்தச் சிக்கலும் இல்லை. அதுபோன்ற சிறந்த இணையராக நாங்கள் இருக்கிறோம். ஆனால், உண்மை என்னவெனில், நான் உன்னுடன் மட்டுமே வாழ்க்கையை முழுமையாக வாழ்ந்திருக்க முடியும். நான் இறக்கும்வரை இந்தத் துன்பத்தைச் சுமந்துகொண்டிருப்பேன்' எனக் கூறி நீண்ட பெருமூச்சொன்றை விட்டார்.

நான் அவருடைய உள்ளார்ந்த நம்பிக்கையை நம்பியிருக்கலாம், ஆனால், நான் அவரைப்போல் எண்ணுகிறேனா? என்னால் உறுதியாகச் சொல்லமுடியவில்லை. அந்த முடிவு நிகழ்ந்திருந்தால் என் வாழ்க்கையை அது முற்றிலுமாக மாற்றியிருக்கும். ஆனால், அது அவ்வளவு எளிதானது அல்ல. அது, இந்தக் குமுகம் வரையறுத்துள்ள ஒழுக்க நெறிமுறைகளை மீறுகிறோம் என்ற அச்சம் ஒருபுறம் இருந்தாலும், என் குழந்தைகளும் அவர்களின் எதிர்காலமும் என்னாவது? இவை எல்லாவற்றையும் புறந்தள்ளி, அவர் நினைப்பதுபோல் நடந்து கொண்டால், வாழ்க்கை முழுமையான மனநிறைவுடன் அமையும் என்பதற்கு யார் உறுதியளிக்க முடியும்? என்ற கேள்விகளை எழுப்பியது.

நான் மருத்துவமனையை அடைந்த நேரம் அவரை அவருடைய அறைக்கு மாற்றியிருந்தார்கள். அவருடைய மனைவி, மகள், மருமகன், அவர்களின் மகள் ஆகியோர் கதவருகில் நின்று கொண்டிருந்தனர். அவருடைய மனைவி என்னை இறுக அணைத்துக்கொண்டு கதறி அழுதார். அவருக்கு ஆறுதல் சொல்லித் தேற்ற முயன்றேன்.

‘உள்ளே செல்லுங்கள்' என அவர் இடைவிடாத அழுகையினூடே கூறினார்.

நான் அறைக்குள் மெல்ல அடிமேல் அடிவைத்துச் சென்றேன். என்னுடைய பார்வை அவரை மூடியிருந்த வெள்ளைத் துணியின்

மீது நிலைகொண்டிருந்தது. அவர் தலையை அசைத்து என்னை அருகில் வரும்படி சைகை செய்தார். அவருடைய நெற்றியின் மீது என் கையை வைத்தேன். வெளிறிப் போயிருந்த அவருடைய முகம் சிறு புன்னகையுடன் ஒளிர்ந்தது.

அவர் என்னிடம் ஏதோ சொல்ல விரும்புகிறார் என்று நினைத்த நான் குனிந்து என் முகத்தை அவர் முகத்தருகில் கொண்டுசென்றேன்.

‘நான் உன்னைத் தனியே விட்டுவிட்டுப் போய்விடுவேன் என்று நினைத்தாயா? அப்படிச் செய்ய என்னால் முடியுமா? யாருக்கு தெரியும், நீ யாரிடமாவது சென்றிருக்கலாம்’ எனக் கூறி மீண்டும் முறுவலித்தார். அதே குறும்புப் பார்வை அவருடைய குழிவிழுந்த கண்களில் இப்போதும்.

சட்டென நான் நிமிர்ந்து திரும்பினேன். அவருடைய மனைவி, மகள், மருமகன், அவர்களின் மகள் ஆகியோர் மங்கலாகத் தெரிந்தனர். என் கண்களில் வடிந்த கண்ணீர்த் துளிகளை மறைக்க நான் அந்த அறையில் இருந்த மரச்சாமான்களையும் தொலைக்காட்சிப் பெட்டியையும், சுவர்ப்பேழைகளையும், படுக்கையறை மேசைகளையும் பார்த்தேன். அவையனைத்தும் என்னை ஆர்வத்துடன் பார்ப்பதாகக் கற்பனை செய்துகொண்டேன்.

எனக்குத் தெரியும், நான் அவருக்கு எதையும் தரவில்லை.

இந்த அன்பின் எல்லையற்ற நொடிப்பொழுதில் நான் அடைந்தது என்ன?

என் கண்களை மறைத்த கண்ணீரை அடக்க மிகக் கடுமையாக முயன்று, மருத்துவமனையின் இடைவழியில் நான் தடுமாறியபடி நடக்கும்போது, இன்னும் அதற்கான விடையைத் தேடிக் கொண்டிருந்தேன்.